മലയാളത്തിലെ എക്കാലത്തെയും മികച്ച ദാർശനിക കൃതികൾ

(Greatest Malayalam Philosophical Works Ever Written)

ജ്ഞാനം, വിമോചനം, ധർമ്മം,

കർമ്മം എന്നിവ സംബന്ധിച്ച കൃതികൾ

GRAPEVINE INDIA

Published by

GRAPEVINE INDIA PUBLISHERS PVT LTD

www.grapevineindia.com
Delhi | Mumbai
email: grapevineindiapublishers@gmail.com

Ordering Information:
Quantity sales: Special discounts are available on quantity purchases by corporations, associations, and others.
For details, reach out to the publisher.

First published by Grapevine India 2024

CONTENTS

ഭഗവദ്ഗീത (ഉപനിഷത്ത്)

രചന:വ്യാസൻ

അദ്ധ്യായം 1 – അർജ്ജുനവിഷാദയോഗം

ധൃതരാഷ്ട്ര ഉവാച

ധർമ്മക്ഷേത്രേ കുരുക്ഷേത്രേ

സമവതോ യുയുത്സവഃ

മാമകാഃ പാണ്ഡവാശ്ചവൈ

കിമകുർവത സഞ്ജയ

൧

സഞ്ജയ ഉവാച

ദൃഷ്ട്വാ തു പാണ്ഡവാനീകം

വ്യൂഢം ദുര്യോധനസ്തദാ

ആചാര്യമുപസംഗമ്യ

രാജാ വചനമബ്രവീത്

൨

പശ്യതൈാം പാണ്ഡുപുത്രാണാം

ആചാര്യ മഹതീം ചമൂം

വ്യൂഢാം ദ്രുപദപുത്രണേ

തവ ശിഷ്യണേ ധീമതാ

൩

അത്ര ശൂരാ മഹഷേ്വാസാ ഭീമാർജുനസമായുധി

യുയുധാനഃോ വിരാടശ്ച

ദ്രുപദശ്ച മഹാരഥഃ

൪

ധൃഷ്ടകതേുശ്ചകിേതാനഃ

കാശിരാജശ്ച വീര്യവാൻ

പുരുജിത്കുന്തിഭഃോജശ്ച

ശബ്ൈയശ്ച നരപുങ്ഗവഃ

൫

യുധാമന്യുശ്ച വിക്രാന്ത

ഉത്തമൗജാശ്ച വീര്യവാൻ

സൗഭദ്രഃോ ദ്രൗപദയോശ്ച

സർവ ഏവ മഹാരഥാഃ

൬

അസ്മാകം തു വിശിഷ്ടാ യേ താന്നിബഃോധദ്വിജഃോത്തമ

നായകാ മമ സൈന്യസ്യ

സംജ്ഞാർഥം താൻബ്രവീമി തേ ൭

ഭവാൻ ഭീഷ്മശ്ച കർണ്ണശ്ച

കൃപശ്ച സമിതിംജയഃ

അശ്വത്ഥാമാ വികർണശ്ച സൗമദത്തിസ്തഥവൈ ച

൮

അന്യേ ച ബഹവഃ ശൂരാ

മദർഥേ ത്യക്തജീവിതാഃ

നാനാശസ്ത്ര-പ്രഹരണാഃ

സർവേ യുദ്ധവിശാരദാഃ

൯

അപര്യാപ്തം തദസ്മാകം

ബലം ഭീഷ്മാഭിരക്ഷിതം

പര്യാപ്തം ത്വിദമേതേഷാം

ബലം ഭീമാഭിരക്ഷിതം

൧൦

അയനേഷു ച സർവേഷു യഥാഭാഗമവസ്ഥിതാഃ

ഭീഷ്മമേവാഭിരക്ഷന്തു

ഭവന്തഃ സർവ ഏവ ഹി

൧൧

തസ്യ സഞ്ജനയൻഹർഷം

കുരുവൃദ്ധഃ പിതാമഹഃ

സിംഹനാദം വിനദ്യോച്ചൈഃ

ശംഖം ദധ്മൗ പ്രതാപവാൻ

൧൨

തതഃ ശംഖാശ്ച ഭേര്യശ്ച പണവാനകഗോമുഖാഃ

സഹസൈവാഭ്യഹന്യന്ത സ ശബ്ദസ്തുമുലോഭവത്

൧൩

തതഃ ശ്വേതൈർഹയൈര്യുക്തേ

മഹതി സ്യന്ദനേ സ്ഥിതൗ

മാധവഃ പാണ്ഡവശ്ചവൈ

ദിവ്യൗ ശംഖൗ പ്രദധ്മതുഃ

൧൪

പാഞ്ച്ചജന്യം ഹൃഷീകശോ

ദവേദത്തം ധനഞ്ജയഃ

പൗണ്ഡ്രം ദധ്മൗ മഹാശംഖം

ഭീമകർമ്മാ വൃകോദരഃ

൧൫

അനന്തവിജയം രാജാ

കുന്തീപുത്രോ യുധിഷ്ഠിരഃ

നകുലഃ സഹദവേശ്ച സുഘോഷമണിപുഷ്പകൗ

൧൬

കാശ്യശ്ച പരമേഷ്വാസഃ

ശിഖണ്ഡീ ച മഹാരഥഃ

ധൃഷ്ടദ്യുമ്നോ വിരാടശ്ച സാത്യകിശ്ചാപരാജിതഃ

൧൭

ദ്രുപദോ ദ്രൗപദയോശ്ച

സർവശഃ പൃഥിവീപതേ

സൗഭദ്രശ്ച മഹാബാഹുഃ

ശംഖാന്ദധ്മുഃ പൃഥക്പൃഥക്

൧൮

സ ഘോഷോ ധാർതരാഷ്ട്രാണാം ഹൃദയാനി വ്യദാരയത്

നഭശ്ച പൃഥിവീം ചവൈ തുമുലാേഭ്യനുനാദയൻ ൧൯

അഥ വ്യവസ്ഥിതാന്ദൃഷ്ട്വാ ധാർതരാഷ്ട്രാൻകപിധ്വജഃ

പ്രവൃത്തേ ശസ്ത്രസമ്പാതേ

ധനുരുദ്യമ്യ പാണ്ഡവഃ

ഹൃഷീകശേം തദാ വാക്യ

മിദമാഹ മഹീപതേ

൨൦

അർജുന ഉവാച

സേനയാേരുഭയാേർമദ്ധ്യേ

രഥം സ്ഥാപയ മേച്യുത

യാവദതോന്നിരീക്ഷഹേം യാേദ്ധുകാമാനവസ്ഥിതാൻ

൨൧

കൈർമയാ സഹ യാേദ്ധവ്യ മസ്മിൻരണസമുദ്യമേ

൨൨

യാേത്സ്യമാനാനവക്ഷേഹം

യ ഏതതേ്ര സമാഗതാഃ

ധാർതരാഷ്ട്രസ്യ ദുർബുദ്ധേ

ര്യുദ്ധേ പ്രിയചികീർഷവഃ

൨൩

സഞ്ജയ ഉവാച

ഏവമുക്താേ ഹൃഷീകശേഷാേ ഗുഡാകശേനേഭാരത

സനേയഝോരുഭയഝോർമധ്യേ

സ്ഥാപയിത്വാ രഥോത്തമം

൨൪

ഭീഷ്മദ്രോണപ്രമുഖതഃ

സർവഷോം ച മഹീക്ഷിതാം

ഉവാച പാർഥ പശ്യതൈാൻ സമവതോൻകുരൂനിതി

൨൫

തത്രപശ്യത്സ്ഥിതാൻപാർഥ

പിതൃനഥ പിതാമഹാൻ

ആചാര്യാന്മാതുലാൻഭ്രാതൃൻ

പുത്രാൻ പൗത്രാൻ സഖീംസ്തഥാ

ശ്വശുരാൻസുഹൃദശ്ചവൈ സനേയഝോരുഭയഝോരപി

൨൬

താൻസമീക്ഷ്യ സ കൗന്തയേഃ സർവാൻബന്ധൂനവസ്ഥിതാൻ

കൃപയാ പരയാവിഷ്ടഝോ

വിഷീദന്നിദമബ്രവീത്

൨൭

അർജുന ഉവാച

ദൃഷ്ട്വമേം സ്വജനം കൃഷ്ണാ

യുയുത്സുംസമുപസ്ഥിതം

സീദന്തി മമ ഗാത്രാണി

മുഖം ച പരിശുഷ്യതി

 റ൭

വപേഥുശ്ച ശരീരേ മേ
രോമഹർഷശ്ച ജായതേ
ഗാണ്ഡീവം സ്രംസതേ ഹസ്താത്ത്വക്ച്ചൈവ പരിദഹ്യതേ റ൯

ന ച ശക്നോമ്യവസ്ഥാതും
ഭ്രമതീവ ച മേ മനഃ
നിമിത്താനി ച പശ്യാമി
വിപരീതാനി കേശവ
൩൦

ന ച ശ്രേയോനുപശ്യാമി
ഹത്വാ സ്വജനമാഹവേ
ന കാംക്ഷേ വിജയം കൃഷ്ണ
ന ച രാജ്യം സുഖാനി ച
൩൧

കിം നോ രാജ്യനേ ഗോവിന്ദ
കിം ഭോഗൈർജീവിതനേ വാ
യഷോമർഥേ കാംക്ഷിതം
നോ രാജ്യം ഭോഗാഃ സുഖാനി ച ൩൨

ത ഇമവേസ്ഥിതാ യുദ്ധേ പ്രാണാംസ്ത്യക്ത്വാ ധനാനി ച
ആചാര്യാഃ പിതരഃ പുത്രാ
സ്തഥൈവ ച പീതാമഹാഃ
൩൩

മാതുലാഃ ശ്വശുരാഃ പൗത്രാഃ

സ്യാലാഃ സംബന്ധിനസ്തഥാ

ഏതാന്ന ഹന്തുമിച്ഛാമി

ഘ്നതോപി മധിസൂദന

൩൪

അപി ത്രൈലോക്യരാജ്യസ്യ

ഹതോഃ കിം നു മഹീകൃതേ

നിഹത്യ ധാർത്തരാഷ്ട്രാന്നഃ

കാ പ്രീതിഃ സ്യാജ്ജനാർദന

൩൫

പാപമവോശ്രയദേസ്മാൻ

ഹത്വതൈാനാതതായിനഃ

തസ്മാന്നാർഹാ വയം ഹന്തും ധാർത്തരാഷ്ട്രാൻസബാന്ധവാൻ

സ്വജനം ഹി കഥം ഹത്വാ

സുഖിനഃ സ്യാമ മാധവ

൩൬

യദ്യപ്യതേ ന പശ്യന്തി ലോഭോപഹതചതേസഃ

കുലക്ഷയകൃതം ദോഷം

മിത്രദ്രോഹേ ച പാതകം

൩൭

കഥം ന ജ്ഞയേമസ്മാഭിഃ പാപാദസ്മാന്നിവർത്തിതും

കുലക്ഷയകൃതം ദോഷം പ്രപശ്യദ്ഭിർജനാർദന

൩൮

കുലക്ഷയേ പ്രണശ്യന്തി

കുലധർമാഃ സനാതനാഃ

ധർമേ നഷ്ടേ കുലം കൃത്സ്നമധർമോഭിഭവത്യുത

൩൯

അധർമാഭിഭവാത്കൃഷ്ണ

പ്രദുഷ്യന്തികുലസ്ത്രിയഃ

സ്ത്രീഷു ദുഷ്ടാസു വാർഷ്ണേയ ജായതേ വർണസങ്കരഃ

൪൦

സങ്കരോ നരകായൈവ

കുലഘ്നാനാം കുലസ്യ ച

പതന്തി പിതരോ ഹ്യേഷാം ലുപ്തപിണ്ഡോദകക്രിയാഃ

൪൧

ദോഷൈരേതൈഃ കുലഘ്നാനാം വർണസങ്കരകാരകൈഃ

ഉത്സാദ്യന്തേ ജാതിധർമാ

കുലധർമാശ്ച ശാശ്വതാഃ ൪൨

ഉത്സന്നകുലധർമാണാം

മനുഷ്യാണാം ജനാർദന

നരകേ നിയതം വാസോ ഭവതീത്യനുശുശ്രുമ

൪൩

അഹോ ബത മഹത്പാപം

കർതും വ്യവസിതാ വയം

യദ്രാജ്യസുഖലോഭേന ഹന്തും സ്വജനമുദ്യതാഃ

൪൪

യദി മാമ–പ്രതീകാര

മശസ്ത്രം ശസ്ത്രപാണയഃ

ധാർതരാഷ്ട്രാ രണേ ഹന്യു

സ്തന്മേ ക്ഷേമേതരം ഭവേത്

൪൬

സഞ്ജയ ഉവാച

ഏവമുക്ത്വാർജുനഃ സംഖ്യേ

രഥോപസ്ഥ ഉപാവിശത്

വിസൃജ്യ സശരം ചാപം ശോകസംവിഗ്നമാനസഃ

൪൭

ഇതി ശ്രീമദ്ഭഗവദ്ഗീതാസുപനിഷത്സു ബ്രഹ്മവിദ്യായാം
യോഗശാസ്ത്രേ ശ്രീകൃഷ്ണാർജുന സംവാദേ
അർജുനവിഷാദയോഗോ നാമ പ്രഥമോദ്ധ്യായഃ സമാപ്തഃ

അദ്ധ്യായം 2 – സാംഖ്യയോഗം

സഞ്ജയ ഉവാച

തം തഥാ കൃപയാവിഷ്ട-
മശ്രുപൂർണ്ണാകുലക്ഷേണം
വിഷീദന്തമിദം വാക്യ-
മുവാച മധുസൂദനഃ
൧

ശ്രീഭഗവാനുവാച

കുതസ്ത്വാ കശ്മലമിദം
വിഷമേ സമുപസ്ഥിതം
അനാര്യജുഷ്ടമസ്വർഗ്ഗ്യ
മകീർത്തികരമർജ്ജുന
൨

ക്ലൈബ്യം മാ സ്മ ഗമഃ പാർത്ഥ നൈതത്ത്വയ്യുപപദ്യതേ
ക്ഷുദ്രം ഹൃദയദൗർബ്ബല്യം
ത്യക്ത്വോത്തിഷ്ഠ പരന്തപ
൩

അർജ്ജുന ഉവാച

കഥം ഭീഷ്മമഹം സംഖ്യേ
ദ്രോണം ച മധുസൂദന

ഇഷുഭിഃ പ്രതിയോത്സ്യാമി പൂജാർഹാവരിസൂദന

൪

ഗുരുനഹത്വാ ഹി മഹാനുഭാവാൻ ശ്രേയോഭോക്തും
ഭൈക്ഷ്യമപീഹ ലോകേ

ഹത്വാർഥകാമാംസ്തു ഗുരുനിഹവൈ ഭുഞ്ജീയ
ഭോഗാൻരുധിരപ്രദിഗ്ധാൻ ൫

ന ചൈതദ്വിദ്മഃ കതരന്നോ ഗരീയോ യദ്വാ ജയമേ യദി വാ നോ
ജയയേുഃ

യാനവേ ഹത്വാ ന ജിജീവിഷാമ

സ്തവേസ്ഥിതാഃപ്രമുഖേ ധാർത്തരാഷ്ട്രാഃ ൬

കാർപ്പണ്യദോഷോപഹതസ്വഭാവഃ

പൃച്ഛാമി ത്വാംധർമ്മസമ്മൂഢചേതാഃ

യച്ഛ്രേയഃ സ്യാന്നിശ്ചിതം ബ്രൂഹിതന്മേ ശിഷ്യസ്തേഹം
ശാധിമാം ത്വാം പ്രപന്നം ൭

ന ഹി പ്രപശ്യാമി മമാപനുദ്യാ
ദ്യച്ഛോകമുച്ഛോഷണമിന്ദ്രിയാണാം

അവാപ്യ ഭൂമാവസപത്നമൃദ്ധം

രാജ്യം സുരാണാമപി ചാധിപത്യം ൮

സഞ്ജയ ഉവാച

ഏവമുക്ത്വാ ഹൃഷികേശം

ഗുഡാകേശഃ പരന്തപഃ

ന യോത്സ്യ ഇതി ഗോവിന്ദ

മുക്ത്വാ തൂഷ്ണീം ബഭൂവ ഹ

൯

തമുവാച ഹൃഷീകശേഃ

പ്രഹസന്നിവ ഭാരത

സനേയരോരുഭയരോർമദ്ധ്യേ

വിഷീദന്തമിദം വ ചഃ

൧൦

ശ്രീഭഗവാനുവാച

അശോച്യാനന്വശോചസ്ത്വം പ്രജ്ഞാവാദാംശ്ച ഭാഷസേ

ഗതാസൂനഗതാസൂംശ്ച

നാനുശോചന്തി പണ്ഡിതാഃ

൧൧

നത്വേവാഹം ജാതു നാസം

ന ത്വം നമേ ജനാധിപാഃ

നചവൈ നഭവിഷ്യാമഃ

സർവേ വയമതഃ പരം

൧൨

ദേഹിനോസ്മിന്യഥാ ദേഹേ

കൗമാരം യൗവനം ജരാ

തഥാ ദേഹാന്തരപ്രാപ്തിർ

ധീരസ്തത്ര ന മുഹ്യതി

൧൩

മാത്രാസ്പർശാസ്തു കൗന്തേയ ശീതോഷ്ണസുഖദുഃഖദാഃ

ആഗമാപായിനോ നിത്യാസ്താം സ്തിതിക്ഷസ്വ ഭാരത

൧൪

യം ഹി ന വ്യഥയന്ത്യതേ

പുരുഷം പുരുഷർഷഭ

സമദുഃഖസുഖം ധീരം

സോമൃതത്വായ കൽപതേ

൧൫

നാസതോ വിദ്യതേ ഭാവോ

നാഭാവോ വിദ്യതേ സതഃ

ഉഭയോരപി ദൃഷ്ടോന്ത സ്ത്വനയോസ്തത്ത്വദർശിഭിഃ

൧൬

അവിനാശി തു തദ്വിദ്ധി

യനേ സർവമിദം തതം

വിനാശമവ്യയസ്യാസ്യ ന കശ്ചിത്കർത്തുമർഹതി

൧൭

അന്തവന്ത ഇമേ ദേഹോ

നിത്യസ്യോക്താഃ ശരീരിണഃ

അനാശിനോ പ്രമയേസ്യ

തസ്മാദ്യുധ്യസ്വ ഭാരത

൧൮

യ ഏനം വത്തി ഹന്താരം

യശ്ചനൈം മന്യതേ ഹതം

ഉഭൗ തൗ ന വിജാനീതോ

നായം ഹന്തി ന ഹന്യതേ

൧൯

ന ജായതേ മ്രിയതേ വാ കദാചിന്നായം ഭൂത്വാ

ഭവിതാ വാ ന ഭൂയഃ

അജോ നിത്യഃ ശാശ്വതോയം പുരാണോ ന

ഹന്യതേ ഹന്യമാനേ ശരീരേ ൨൦

വേദാവിനാശിനം നിത്യം

യ ഏനമജമവ്യയം

കഥം സ പുരുഷഃ പാർഥ

കം ഘാതയതി ഹന്തി കം

൨൧

വാസാംസി ജീർണ്ണാനി യഥാ വിഹായ നവാനി ഗൃഹ്ണാതി നരോ പരാണി

തഥാ ശരീരാണി വിഹായജീർണ്ണാ ന്യന്യാനി സംയാതി നവാനി ദേഹീ ൨൨

നൈനം ഛിന്ദന്തി ശസ്ത്രാണി

നൈനം ദഹതി പാവകഃ

ന ചൈനം ക്ലേദയന്ത്യാപോ

ന ശോഷയതി മാരുതഃ

൨൩

അച്ഛേദ്യോയമദാഹ്യോയ

മക്ലേദ്യോശോഷ്യ ഏവ ച

നിത്യഃ സർവഗതഃ സ്ഥാണു

രചലോയം സനാതനഃ

൨൪

അവ്യക്തോയമചിന്ത്യോ യമവികാര്യോയമുച്യതേ

തസ്മാദവേം വിദിത്വനൈം നാനുശോചിതുമർഹസി

൨൫

അഥ ചനൈം നിത്യജാതം

നിത്യം വാ മന്യസേ മൃതം

തഥാപി ത്വം മഹാബാഹോ

നനൈം ശോചിതുമർഹസി

൨൬

ജാതസ്യ ഹി ധ്രുവോ മൃത്യുർ

ധ്രുവം ജന്മ മൃതസ്യ ച

തസ്മാദപരിഹാര്യേർഥേ

ന ത്വം ശോചിതുമർഹസി

൨൭

അവ്യക്താദീനി ഭൂതാനി

വ്യക്തമദ്ധ്യാനി ഭാരത

അവ്യക്തനിധനാന്യവേ

തത്ര കാ പരിദവേനാ

൨൮

ആശ്ചര്യവത്പശ്യതി കശ്ചിദനേ മാ ശ്ചര്യവദ്വദതി തഥവൈ
ചാന്യഃ

ആശ്ചര്യവച്ചനൈമന്യഃ ശൃണോതി ശ്രുത്വാപ്യനേം വദേ ന
ചവൈ കശ്ചിത്   ൨൯

ദഹേീ നിത്യമവധ്യോയം

ദഹേേ സർവസ്യ ഭാരത

തസ്മാത്സർവാണി ഭൂതാനി

ന ത്വം ശോചിതുമർഹസി

൩൦

സ്വധർമമപി ചാവക്ഷ്യ

ന വികമ്പിതുമർഹസി

ധർമ്യാദ്ധി യുദ്ധാച്ഛ്രേയോഽന്യത്

ക്ഷത്രിയസ്യ ന വിദ്യതേ

൩൧

യദൃച്ഛയാ ചോപപന്നം

സ്വർഗ്ഗദ്വാര മപാവൃതം

സുഖിനഃ ക്ഷത്രിയാഃ പാർഥ

ലഭന്തേ യുദ്ധമീദൃശം

൩൨

അഥ ചേത്ത്വമിമം ധർമ്യം

സംഗ്രാമം ന കരിഷ്യസി

തതഃ സ്വധർമം കീർതിം ച

ഹിത്വാ പാപമവാപ്സ്യസി

൩൩

അകീർതിം ചാപി ഭൂതാനി

കഥയിഷ്യന്തി തേഽവ്യയാം

സംഭാവിതസ്യചാകീർത്തിർ

മരണാദതിരിച്യതേ

൩൪

ഭയാദ്രണാദുപരതം

മംസ്യന്തേ ത്വാം മഹാരഥാഃ

യഷോം ച ത്വം ബഹുമതഭാ

ഭൂത്വാ യാസ്യസി ലാഘവം

൩൫

അവാച്യവാദാംശ്ച ബഹൂൻ

വദിഷ്യന്തി തവാഹിതാഃ

നിന്ദന്തസ്തവ സാമർഥ്യം

തതഭാ ദുഃഖതരം നു കിം

൩൬

ഹതഭാ വാ പ്രാപ്സ്യസി സ്വർഗ്ഗം

ജിത്വാ വാ ഭഭാക്ഷ്യസേ മഹീം

തസ്മാദുത്തിഷ്ഠ കൗന്തയേ

യുദ്ധായ കൃതനിശ്ചയഃ

൩൭

സുഖദുഃഖേ സമേ കൃത്വാ

ലാഭാലാഭൗ ജയാജയൗ

തതഭാ യുദ്ധായ യുജ്യസ്വ

നൈവം പാപമവാപ്സ്യസി

൩൮

ഏഷാ തഭേിഹിതാ സാംഖ്യേ ബുദ്ധിർയഭാഗേ ത്വിമാം ശൃണു

ബുദ്ധ്യാ യുക്തഭാ യയാ പാർഥ കർമബന്ധം പ്രഹാസ്യസി

൩൯

നഹോഭിക്രമനാശഭാസ്തി

പ്രത്യവായഝേ ന വിദ്യതേ

സ്വൽപമപ്യസ്യ ധർമ്മസ്യ

ത്രായതേ മഹതഝേ ഭയാത്

൪൦

വ്യവസായാത്മികാ ബുദ്ധി

രകേഹേ കുരുനന്ദന

ബഹുശാഖാ ഹ്യനന്താശ്ച

ബുദ്ധയഝേ വ്യവസായിനാം

൪൧

യാമിമാം പുഷ്പിതാം വാചം പ്രവദന്ത്യവിപശ്ചിതഃ

വദേവാദരതാഃ പാർഥ

നാന്യദസ്തീതി വാദിനഃ

൪൨

കാമാത്മാനഃ സ്വർഗ്ഗപരാ ജന്മകർമ്മഫലപ്രദാം

ക്രിയാവിശഷേബഹുലാം ഭഝേഗൈശ്വര്യഗതിം പ്രതി

൪൩

ഭഝേഗൈശ്വര്യപ്രസക്താനാം തയാപഹൃതചതേസാം

വ്യവസായാത്മികാ ബുദ്ധിഃ

സമാധൗ ന വിധീയതേ

൪൪

ത്രൈഗുണ്യവിഷയാ വദോഃ നിസ്ത്രൈഗുണ്യഝേ ഭവാർജ്ജുന

നിർദ്വന്ദ്വഝേ നിത്യസത്ത്വസ്ഥഝേ നിര്യഝേഗക്ഷമേ ആത്മവാൻ

൪൫

യാവാനർഥ ഉദപാനേ

സർവത സംപ്ലുതോദകേ

താവാൻസർവേഷു വേദേഷു ബ്രാഹ്മണസ്യ വിജാനതഃ

൪൬

കർമണ്യേവാധികാരസ്തേ

മാ ഫലേഷു കദാചന

മാ കർമഫലഹേതുർഭൂർ

മാ തേ സങ്ഗോസ്ത്വകർമണി

൪൭

യോഗസ്ഥഃ കുരു കർമാണി

സംഗം ത്യക്ത്വാ ധനഞ്ജയ

സിദ്ധ്യസിദ്ധ്യോഃ സമോ ഭൂത്വാ

സമത്വം യോഗ ഉച്യതേ

൪൮

ദൂരണേ ഹ്യവരം കർമ ബുദ്ധിയോഗാദ്ധനഞ്ജയ

ബുദ്ധൗ ശരണമൻവിച്ഛ

കൃപണാഃ ഫലഹേതവഃ

൪൯

ബുദ്ധിയുക്തോ ജഹാതീഹ

ഉഭേ സുകൃതദുഷ്കൃതേ

തസ്മാദ് യോഗായ യുജ്യസ്വ

യോഗഃ കർമസു കൗശലം

൫൦

കർമജം ബുദ്ധിയുക്താ ഹി

ഫലം ത്യക്ത്വാ മനീഷിണഃ

ജന്മബന്ധവിനിർമുക്താഃ

പദം ഗച്ഛന്ത്യനാമയം

൫൧

യദാ തേ മോഹകലിലം ബുദ്ധിർവ്യതിതരിഷ്യതി

തദാ ഗന്താസി നിർവേദം

ശ്രോതവ്യസ്യ ശ്രുതസ്യ ച

൫൨

ശ്രുതിവിപ്രതിപന്നാ തേ

യദാ സ്ഥാസ്യതി നിശ്ചലാ

സമാധാവചലാ ബുദ്ധി

സ്തദാ യോഗമവാപ്സ്യസി

൫൩

അർജ്ജുന ഉവാച

സ്ഥിതപ്രജ്ഞസ്യ കാ ഭാഷാ സമാധിസ്ഥസ്യ കേശവ

സ്ഥിതധീഃ കിം പ്രഭാഷേത

കിമാസീത വ്രജേത കിം

൫൪

ശ്രീഭഗവാനുവാച

പ്രജഹാതി യദാ കാമാൻ

സർവാൻപാർത്ഥ മനോഗതാൻ

ആത്മന്യേവാത്മനാ തുഷ്ടഃ സ്ഥിതപ്രജ്ഞസ്തദോച്യതേ

൫൫

ദുഃഖഷേ്വനുദ്വിഗ്നമനാഃ

സുഖഷേു വിഗതസ്പൃഹഃ

വീതരാഗഭയക്രോധഃ സ്ഥിതധീർമുനിരുച്യതേ

൫൬

യഃ സർവത്രാനഭിസ്നേഹേ

സ്തത്തത്പ്രാപ്യ ശുഭാശുഭം

നാഭിനന്ദതി ന ദ്വേഷ്ടി

തസ്യ പ്രജ്ഞാ പ്രതിഷ്ഠിതാ

൫൭

യദാ സംഹരതേ ചായം കൂർമോങ്ഗാനീവ സർവശഃ

ഇന്ദ്രിയാണീന്ദ്രിയാർഥേഭ്യ

സ്തസ്യ പ്രജ്ഞാ പതിഷ്ഠിതാ

൫൮

വിഷയാ വിനിവർതന്തേ

നിരാഹാരസ്യ ദേഹിനഃ

രസവർജം രസോപ്യസ്യ

പരം ദൃഷ്ട്വാ നിവർതതേ

൫൯

യതതോ ഹ്യപി കൗന്തേയ

പുരുഷസ്യ വിപശ്ചിതഃ

ഇന്ദ്രിയാണി പ്രമാഥീനി

ഹരന്തി പ്രസഭം മനഃ

൬൦

താനി സർവാണി സംയമ്യ

യുക്ത ആസീത മത്പരഃ

വശേ ഹി യസ്യേന്ദ്രിയാണി

തസ്യ പ്രജ്ഞാ പ്രതിഷ്ഠിതാ

൬൧

ധ്യായതോ വിഷയാൻപുംസഃ സങ്ഗസ്തേഷൂപജായതേ

സങ്ഗാത്സഞ്ജായതേ കാമഃ കാമാത്ക്രോധോഭിജായതേ

൬൨

ക്രോധാദ്ഭവതി സമ്മോഹഃ സമ്മോഹാത്സ്മൃതിവിഭ്രമഃ

സ്മൃതിഭ്രംശാദ്ബുദ്ധിനാശോ ബുദ്ധിനാശാത്പ്രണശ്യതി

൬൩

രാഗദ്വേഷവിമുക്തൈസ്തു വിഷയാനിന്ദ്രിയൈശ്ചരൻ

ആത്മവശ്യൈർവിധേയാത്മാ പ്രസാദമധിഗച്ഛതി

൬൪

പ്രസാദേ സർവദുഃഖാനാം ഹാനിരസ്യോപജായതേ

പ്രസന്നചേതസോ ഹ്യാശു

ബുദ്ധിഃ പര്യവതിഷ്ഠതേ

൬൫

നാസ്തി ബുദ്ധിരയുക്തസ്യ ന ചായുക്തസ്യ ഭാവനാ

ന ചാഭാവയതഃ ശാന്തി

രശാന്തസ്യ കുതഃ സുഖം

൬൬

ഇന്ദ്രിയാണാം ഹി ചരതാം യന്മനോനുവിധീയതേ

തദസ്യ ഹരതി പ്രജ്ഞാം വായുർനാവമിവാംഭസി

൬൭

തസ്മാദ്യസ്യ മഹാബാഹോ

നിഗൃഹീതാനി സർവശഃ

ഇന്ദ്രിയാണീന്ദ്രിയാർഥേഭ്യ

സ്തസ്യ പ്രജ്ഞാ പ്രതിഷ്ഠിതാ

൬൮

യാ നിശാ സർവഭൂതാനാം

തസ്യാം ജാഗർതി സംയമീ

യസ്യാം ജാഗ്രതി ഭൂതാനി

സാനിശാ പശ്യതോ മുനേഃ

൬൯

ആപൂര്യമാണമചലപ്രതിഷ്ഠം

സമുദ്രമാപഃ പ്രവിശന്തി യദ്വത്

തദ്വത്കാമാ യം പ്രവിശന്തി സർവേ

സ ശാന്തിമാപ്നോതി ന കാമകാമി

൭൦

വിഹായ കാമാന്യഃ സർവാൻ

പുമാംശ്ചരതി നിഃസ്പൃഹഃ

നിർമമോ നിരഹംകാരഃ

സ ശാന്തിമധിഗച്ഛതി

൭൧

ഏഷാ ബ്രാഹ്മീ സ്ഥിതി പാർഥ

നൈനാം പ്രാപ്യ വിമുഹ്യതി

സ്ഥിത്വാസ്യാമന്തകാലേ പി ബ്രഹ്മനിർവാണമൃച്ഛതി

൭൨

ഇതി ശ്രീമദ്ഭഗവദ്ഗീതാസുപനിഷത്സു ബ്രഹ്മവിദ്യായാം
യോഗശാസ്ത്രേ ശ്രീകൃഷ്ണാർജുന സംവാദേ സാംഖ്യയോഗോ
നാമ ദ്വിതീയോദ്ധ്യായഃ സമാപ്തഃ

അദ്ധ്യായം 3 – കർമ്മയോഗം

അർജുന ഉവാച

ജ്യായസീ ചതേ്കർമണസ്തേ മതാ ബുദ്ധിർജനാർദന
തത്കിം കർമണി ഘോരേ മാം നിയോജയസി കശേവ ൧

വ്യാമിശ്രണേവേ വാക്യനേ ബുദ്ധിം മോഹയസീവ മേ
തദേകം വദ നിശ്ചിത്യ യനേ ശ്രയോഹമാപ്നുയാം ൨

ശ്രീഭഗവാനുവാച

ലോകസ്മേിന്ദ്വിവിധാ നിഷ്ഠാ പുരാ പ്രോക്താ മയാനഘ
ജ്ഞാനയോഗനേ സാംഖ്യാനാം കർമയോഗനേ യോഗിനാം ൩

ന കർമണാമനാരംഭാന്നൈഷ്കർമ്യം പുരുഷോശ്നുതേ
ന ച സന്ന്യസനാദവേ സിദ്ധിം സമധിഗച്ഛതി ൪

ന ഹി കശ്ചിത്ക്ഷണമപി ജാതു തിഷ്ഠത്യകർമകൃത്
കാര്യതേ ഹ്യവശഃ കർമ സർവഃ പ്രകൃതിജൈർഗുണൈഃ ൫

കർമന്ദ്േരിയാണി സംയമ്യ യ ആസ്തേ മനസാ സ്മരൻ
ഇന്ദ്രിയാർഥാന്വിമൂഢാത്മാ മിഥ്യാചാരഃ സ ഉച്യതേ ൬

യസ്ത്വിന്ദ്രിയാണി മനസാ നിയമ്യാരഭതര്േജുന
കർമന്ദ്േരിയൈഃ കർമയോഗമസക്തഃ സ വിശിഷ്യതേ ൭

നിയതം കുരു കർമ ത്വം കർമ ജ്യായോ ഹ്യകർമണഃ

ശരീരയാത്രാപി ച ത േ ന പ്രസിദ്ധ്യദേകർമണഃ ൮

യജ്ഞാർഥത്കർമണോന്യത്ര ലോേകോയം കർമബന്ധനഃ
തദർഥം കർമ കൗന്തയേ മുക്തസങ്ഗഃ സമാചര ൯

സഹയജ്ഞാഃ പ്രജാഃ സൃഷ്ട്വാ പുരോവാച പ്രജാപതിഃ
അനനേ പ്രസവിഷ്യധ്വമഷേ വോസ്ത്വിഷ്ടകാമധുക് ൧൦

ദവോൻഭാവയതാനനേ ത േ ദവോ ഭാവയന്തു വഃ
പരസ്പരം ഭാവയന്തഃ ശ്രയേഃ പരമവാപ്സ്യഥ ൧൧

ഇഷ്ടാൻഭോഗാൻഹി വോ ദവോ ദാസ്യന്ത േ യജ്ഞഭാവിതാഃ
തൈർദത്താനപ്രദായഭ്യൈോ യോ ഭുങ്ക്ത േ സ്തനേ ഏവ സഃ ൧൨

യജ്ഞശിഷ്ടാശിനഃ സന്തോ മുച്യന്ത േ സർവകിൽബിഷൈഃ
ഭുഞ്ജത േ ത േ ത്വഘം പാപാ യ േ പചന്ത്യാത്മകാരണാത് ൧൩

അന്നാദ്ഭവന്തി ഭൂതാനി പർജന്യാദന്നസംഭവഃ
യജ്ഞാദ്ഭവതി പർജന്യോ യജ്ഞഃ കർമസമുദ്ഭവഃ ൧൪

കർമ ബ്രഹ്മോദ്ഭവം വിദ്ധി ബ്രഹ്മാക്ഷരസമുദ്ഭവം
തസ്മാത്സർവഗതം ബ്രഹ്മ നിത്യം യജ്ഞ േ പ്രതിഷ്ഠിതം ൧൫

ഏവം പ്രവർതിതം ചക്രം നാനുവർതയതീഹ യഃ
അഘായുരിന്ദ്രിയാരാമോ മോഘം പാർഥ സ ജീവതി ൧൬

യസ്ത്വാത്മതിരവേ സ്യാദാത്മതൃപ്തശ്ച മാനവഃ

ആത്മന്യവേ ച സന്തുഷ്ടസ്തസ്യ കാര്യം ന വിദ്യതേ ൧൭

നവൈ തസ്യ കൃതനോർഥോ നാകൃതനേഹേ കശ്ചന
ന ചാസ്യ സർവഭൂതഷു കശ്ചിദർഥവ്യപാശ്രയഃ ൧൮

തസ്മാദസക്തഃ സതതം കാര്യം കർമ സമാചര
അസക്തോ ഹ്യാചരൻകർമ പരമാപ്നോതി പൂരുഷഃ ൧൯

കർമണൈവ ഹി സംസിദ്ധിമാസ്ഥിതാ ജനകാദയഃ
ലോകസംഗ്രഹമവോപി സംപശ്യൻകർതുമർഹസി ൨൦

യദ്യദാചരതി ശ്രേഷ്ഠസ്തത്തദവേതേരോ ജനഃ
സ യത്പ്രമാണം കുരുതേ ലോകസ്തദനുവർതതേ ൨൧

ന മേ പാർഥാസ്തി കർതവ്യം ത്രിഷു ലോകഷു കിഞ്ചന
നാനവാപ്തമവാപ്തവ്യം വർത ഏവ ച കർമണി ൨൨

യദി ഹ്യഹം ന വർതയേം ജാതു കർമണ്യതന്ദ്രിതഃ
മമ വർത്മാനുവർതന്തേ മനുഷ്യാഃ പാർഥ സർവശഃ ൨൩

ഉത്സീദയേുരിമേ ലോകാ ന കുര്യാം കർമ ചദേഹം
സങ്കരസ്യ ച കർതാ സ്യാമുപഹന്യാമിമാഃ പ്രജാഃ ൨൪

സക്താഃ കർമണ്യവിദ്വാംസോ യഥാ കുർവന്തി ഭാരത
കുര്യാദ്വിദ്വാംസ്തഥാസക്തശ്ചികീർഷുർലോകസംഗ്രഹം ൨൫

ന ബുദ്ധിഭദേം ജനയദേജ്ഞാനാം കർമസംഗിനാം
ജോഷയതേ്സർവകർമാണി വിദ്വാന്യുക്തഃ സമാചരൻ ൨൬

പ്രകൃതേഃ ക്രിയമാണാനി ഗുണൈഃ കർമാണി സർവശഃ
അഹങ്ക്കാരവിമൂഢാത്മാ കർതാഹമിതി മന്യതേ ൨൭

തത്ത്വവിത്തു മഹാബാഹോ ഗുണകർമവിഭാഗയോഃ
ഗുണാ ഗുണേഷു വർതന്ത ഇതി മത്വാ ന സജ്ജതേ ൨൮

പ്രകൃതേർഗുണസമ്മൂഢാഃ സജ്ജന്തേ ഗുണകർമസു
താനകൃത്സ്നവിദോ മന്ദാൻകൃത്സ്നവിന്ന വിചാലയേത് ൨൯

മയി സർവാണി കർമാണി സന്ന്യസ്യാധ്യാത്മചേതസാ
നിരാശീർനിർമമോ ഭൂത്വാ യുധ്യസ്വ വിഗതജ്വരഃ ൩൦

യേ മേ മതമിദം നിത്യമനുതിഷ്ഠന്തി മാനവാഃ
ശ്രദ്ധാവന്തോനസൂയന്തോ മുച്യന്തേ തേപി കർമഭിഃ ൩൧

യേ ത്വേതേദഭ്യസൂയന്തോ നാനുതിഷ്ഠന്തി മേ മതം
സർവജ്ഞാനവിമൂഢാംസ്താന്വിദ്ധി നഷ്ടാനചേതസഃ ൩൨

സദൃശം ചേഷ്ടതേ സ്വസ്യാഃ പ്രകൃതേർജ്ഞാനവാനപി
പ്രകൃതിം യാന്തി ഭൂതാനി നിഗ്രഹഃ കിം കരിഷ്യതി ൩൩

ഇന്ദ്രിയസ്യേന്ദ്രിയസ്യാർഥേ രാഗദ്വേഷൌ വ്യവസ്ഥിതൌ
തയോർന വശമാഗച്ഛേത്തൌ ഹ്യസ്യ പരിപന്ഥിനൌ ൩൪

ശ്രേയാൻസ്വധർമോ വിഗുണഃ പരധർമാത്സ്വനുഷ്ഠിതാത്
സ്വധർമേ നിധനം ശ്രേയഃ പരധർമോ ഭയാവഹഃ ൩൫

അർജുന ഉവാച

അഥ കനേ പ്രയുക്തോയം പാപം ചരതി പൂരുഷഃ
അനിച്ഛന്നപി വാർഷ്ണയേ ബലാദിവ നിയോജിതഃ ൩൬

ശ്രീഭഗവാനുവാച

കാമ ഏഷ ക്രോധ ഏഷ രജോഗുണസമുദ്ഭവഃ
മഹാശനോ മഹാപാപ്മാ വിദ്ധ്യനേമിഹ വരൈിണം ൩൭

ധൂമനോവ്രിയതേ വഹ്നിര്യഥാദർശോ മലനേ ച
യഥോൽബനോവ്യതോ ഗർഭസ്ഥാ തനേദേമാവ്യതം ൩൮

ആവ്യതം ജ്ഞാനമതേനേ ജ്ഞാനിനോ നിത്യവരൈിണാ
കാമരൂപണേ കൗന്തയേ ദുഷ്പൂരണോനലനേ ച ൩൯

ഇന്ദ്രിയാണി മനോ ബുദ്ധിരസ്യാധിഷ്ഠാനമുച്യതേ
ഏതരൈർവിമോഹയത്യഷേ ജ്ഞാനമാവ്യത്യ ദഹേിനം ൪൦

തസ്മാത്ത്വമിന്ദ്രിയാണ്യാദൗ നിയമ്യ ഭരതർഷഭ
പാപ്മാനം പ്രജഹി ഹ്യനേം ജ്ഞാനവിജ്ഞാനനാശനം ൪൧

ഇന്ദ്രിയാണി പരാണ്യാഹുരിന്ദ്രിയഭ്യേഃ പരം മനഃ
മനസസ്തു പരാ ബുദ്ധിര്യോ ബുദ്ധഃേ പരതസ്തു സഃ ൪൨

ഏവം ബുദ്ധഃേ പരം ബുദ്ധ്വാ സംസ്തഭ്യാത്മാനമാത്മനാ
ജഹി ശത്രും മഹാബാഹോ കാമരൂപം ദുരാസദം ൪൩

ഇതി ശ്രീമദ്ഭഗവദ്ഗീതാസുപനിഷത്സു ബ്രഹ്മവിദ്യായാം
യോഗശാസ്ത്രേ ശ്രീകൃഷ്ണാർജുന സംവാദേ കർമയോഗോ നാമ
ത്രിതീയോദ്ധ്യായഃ സമാപ്തഃ

അദ്ധ്യായം 4 – ജ്ഞാനകർമ്മസന്യാസയോഗം

ശ്രീഭഗവാനുവാച

ഇമം വിവസ്വതേ യോഗം പ്രോക്തവാനഹമവ്യയം

വിവസ്വാന്മനവേ പ്രാഹ മനുരിക്ഷ്വാകവേഽബ്രവീത് ൧

ഏവം പരമ്പരാപ്രാപ്ത

മിമം രാജർഷയോ വിദുഃ

സ കാലനേഹേ മഹതാ

യോഗോ നഷ്ടഃ പരന്തപ

൨

സ ഏവായം മയാ തദ്യേ

യോഗഃ പ്രോക്തഃ പുരാതനഃ

ഭക്തോസി മേ സഖാ ചേതി

രഹസ്യം ഹ്യേതദുത്തമം

൩

അർജുന ഉവാച

അപരം ഭവതോ ജന്മ

പരം ജന്മ വിവസ്വതഃ

കഥമതേദ്വിജാനീയാം

ത്വമാദൗ പ്രോക്തവാനിതി

൪

ശ്രീഭഗവാനുവാച

ബഹൂനി മേ വ്യതീതാനി
ജന്മാനി തവ ചാർജ്ജുന
താന്യഹം വദേ സർവാണി
ന ത്വം വേത്ഥ പരന്തപ
൫

അജോഽപി സന്നവ്യയാത്മാ ഭൂതാനാമീശ്വരോഽപി സൻ
പ്രകൃതിം സ്വാമധിഷ്ഠായ സംഭവാമ്യാത്മമായയാ ൬

യദാ യദാ ഹി ധർമസ്യ
ഗ്ലാനിർഭവതി ഭാരത
അഭ്യുത്ഥാനമധർമസ്യ
തദാത്മാനം സൃജാമ്യഹം
൭

പരിത്രാണായ സാധൂനാം
വിനാശായ ച ദുഷ്കൃതാം
ധർമസംസ്ഥാപനാർഥായ
സംഭവാമി യുഗേ യുഗേ
൮

ജന്മ കർമ ച മേ ദിവ്യ
മേവം യോ വേത്തി തത്ത്വതഃ
ത്യക്ത്വാ ദേഹം പുനർജന്മ
നൈതി മാമേതി സോഽർജ്ജുന
൯

വീതരാഗഭയക്രോധാ
മന്മയാ മാമുപാശ്രിതാഃ
ബഹവോ ജ്ഞാനതപസാ
പൂതാ മദ്ഭാവമാഗതാഃ
൧൦

യേ യഥാ മാം പ്രപദ്യന്തേ
താംസ്തഥൈവ ഭജാമ്യഹം
മമ വർത്മാനുവർതന്തേ
മനുഷ്യാഃ പാർഥ സർവശഃ
൧൧

കാങ്ക്ഷന്തഃ കർമണാം സിദ്ധിം
യജന്ത ഇഹ ദേവതാഃ
ക്ഷിപ്രം ഹി മാനുഷേ ലോകേ സിദ്ധിർഭവതി കർമജാ
൧൨

ചാതുർവർണ്യം മയാ സൃഷ്ടം ഗുണകർമവിഭാഗശഃ
തസ്യ കർതാരമപി മാം വിദ്ധ്യകർതാരമവ്യയം
൧൩

ന മാം കർമാണി ലിമ്പന്തി
ന മേ കർമഫലേ സ്പൃഹാ
ഇതി മാം യോഭിജാനാതി
കർമഭിർന സ ബധ്യതേ
൧൪

ഏവം ജ്ഞാത്വാ കൃതം കർമ്മ
പൂർവ്വൈരപി മുമുക്ഷുഭിഃ
കുരു കർമ്മൈവ തസ്മാത്ത്വം
പൂർവ്വൈഃ പൂർവ്വതരം കൃതം
൧൫

കിം കർമ്മ കിമകർമ്മേതി
കവയോപ്യത്ര മോഹിതാഃ
തത്തേ കർമ്മ പ്രവക്ഷ്യാമി
യജ്ജ്ഞാത്വാ മോക്ഷ്യസേശുഭാത് ൧൬

കർമ്മണോ ഹ്യപി ബോദ്ധവ്യം
ബോദ്ധവ്യം ച വികർമ്മണഃ
അകർമ്മണശ്ച ബോദ്ധവ്യം
ഗഹനാ കർമ്മണോ ഗതിഃ
൧൭

കർമ്മണ്യകർമ്മ യഃ പശ്യേ
ദകർമ്മണി ച കർമ്മ യഃ
സ ബുദ്ധിമാൻമനുഷ്യേഷു
സ യുക്തഃ കൃത്സ്നകർമ്മകൃത്
൧൮

യസ്യ സർവ്വേ സമാരംഭാഃ കാമസങ്കൽപവർജ്ജിതാഃ
ജ്ഞാനാഗ്നിദഗ്ധകർമ്മാണം
തമാഹുഃ പണ്ഡിതം ബുധാഃ
൧൯

ത്യക്ത്വാ കർമഫലാസംഗം
നിത്യതൃപ്തോ നിരാശ്രയഃ
കർമണ്യഭിപ്രവൃത്തോഽപി
നൈവ കിഞ്ചിത്കരോതി സഃ

൨൦

നിരാശീര്യതചിത്താത്മാ ത്യക്തസർവപരിഗ്രഹഃ
ശാരീരം കേവലം കർമ കുർവന്നാപ്നോതി കിൽബിഷം

൨൧

യദൃച്ഛാലാഭസന്തുഷ്ടോ
ദ്വന്ദ്വാതീതോ വിമത്സരഃ
സമഃ സിദ്ധാവസിദ്ധൗ ച
കൃത്വാപി ന നിബധ്യതേ

൨൨

ഗതസങ്ഗസ്യ മുക്തസ്യ ജ്ഞാനാവസ്ഥിതചേതസഃ
യജ്ഞായാചരതഃ കർമ
സമഗ്രം പ്രവിലീയതേ

൨൩

ബ്രഹ്മാർപണം ബ്രഹ്മ ഹവിർ
ബ്രഹ്മാഗ്നൗ ബ്രഹ്മണാ ഹുതം
ബ്രഹ്മൈവ തേന ഗന്തവ്യം ബ്രഹ്മകർമസമാധിനാ

൨൪

ദൈവമേവാപരേ യജ്ഞം
യോഗിനഃ പര്യുപാസതേ

ബ്രഹ്മാഗ്നാവപരേ യജ്ഞം യജ്ഞേനൈവോപജുഹ്വതി

൨൫

ശ്രോത്രാദീനീന്ദ്രിയാണ്യന്യേ

സംയമാഗ്നിഷു ജുഹ്വതി

ശബ്ദാദീന്വിഷയാനന്യ

ഇന്ദ്രിയാഗ്നിഷു ജുഹ്വതി

൨൬

സർവാണീന്ദ്രിയകർമാണി

പ്രാണകർമാണി ചാപരേ

ആത്മസംയമയോഗാഗ്നൗ

ജുഹ്വതി ജ്ഞാനദീപിതേ

൨൭

ദ്രവ്യയജ്ഞാസ്തപോയജ്ഞാ യോഗയജ്ഞാസ്തഥാപരേ

സ്വാധ്യായജ്ഞാനയജ്ഞാശ്ച

യതയഃ സംശിതവ്രതാഃ

൨൮

അപാനേ ജുഹ്വതി പ്രാണം

പ്രാണപോനം തഥാപരേ

പ്രാണാപാനഗതീ രുദ്ധ്വാ പ്രാണായാമപരായണാഃ

അപരേ നിയതാഹാരാഃ പ്രാണാൻപ്രാണേഷു ജുഹ്വതി ൨൯

സർവപേ്യതേ യജ്ഞവിദോ

യജ്ഞക്ഷപിതകൽമഷാഃ

യജ്ഞശിഷ്ടാമൃതഭുജഃ യാന്തി ബ്രഹ്മ സനാതനം ൩൦

നായം ലോകോസ്ത്യയജ്ഞസ്യ കുതോന്യഃ കുരുസത്തമ ൩൧

ഏവം ബഹുവിധാ യജ്ഞാ
വിതതാ ബ്രഹ്മണോ മുഖേ
കർമജാന്വിദ്ധി താൻസർവാ
നവേം ജ്ഞാത്വാ വിമോക്ഷ്യസേ ൩൨

ശ്രേയാന്ദ്രവ്യമയാദ്യജ്ഞാദ്
ജ്ഞാനയജ്ഞഃ പരന്തപ
സർവം കർമാഖിലം പാർഥ
ജ്ഞാനേ പരിസമാപ്യതേ
൩൩

തദ്വിദ്ധി പ്രണിപാതനേ
പരിപ്രശ്നനേ സവേയാ
ഉപദേക്ഷ്യന്തി തേ ജ്ഞാനം ജ്ഞാനിനസ്തത്ത്വദർശിനഃ
൩൪

യജ്ജ്ഞാത്വാ ന പുനർമോഹ
മവേം യാസ്യസി പാണ്ഡവ
യനേ ഭൂതാന്യശഷേോണി ദ്രക്ഷ്യസ്യാത്മന്യഥോ മയി
൩൫

അപി ചദേസി പാപഭേ്യഃ
സർവഭേ്യഃ പാപകൃത്തമഃ
സർവം ജ്ഞാനപ്ലവനേവൈ

വൃജിനം സന്തരിഷ്യസി

൩൬

യഥൈധാംസി സമിദ്ധോഗ്നിർ ഭസ്മസാത്കുരുതർേജുന

ജ്ഞാനാഗ്നിഃ സർവകർമാണി ഭസ്മസാത്കുരുതേ തഥാ

൩൭

ന ഹി ജ്ഞാനനേ സദൃശം

പവിത്രമിഹ വിദ്യതേ

തത്സ്വയം യോഗസംസിദ്ധഃ

കാലനോത്മനി വിന്ദതി

൩൮

ശ്രദ്ധാവാംല്ലഭതേ ജ്ഞാനം

തത്പരഃ സംയതനേ്ദ്രിയഃ

ജ്ഞാനം ലബ്ധ്വാ പരാം ശാന്തിമചിരണോധിഗച്ഛതി

൩൯

അജ്ഞശ്ചാശ്രദ്ദധാനശ്ച

സംശയാത്മാ വിനശ്യതി

നായം ലോകോസ്തി ന പരോ

ന സുഖം സംശയാത്മനഃ

൪൦

യോഗസന്ന്യസ്തകർമാണം ജ്ഞാനസഞ്ഛിന്നസംശയം

ആത്മവന്തം ന കർമാണി

നിബധ്നന്തി ധനഞ്ജയ

൪൧

തസ്മാദജ്ഞാനസംഭൂതം

ഹൃത്സ്ഥം ജ്ഞാനാസിനാത്മനഃ

ഛിത്ത്വൈനം സംശയം യോഗ മാതിഷ്ഠോത്തിഷ്ഠ ഭാരത

൪൨

ഇതി ശ്രീമദ്ഭഗവദ്ഗീതാസൂപനിഷത്സു ബ്രഹ്മവിദ്യായാം
യോഗശാസ്ത്രേ ശ്രീകൃഷ്ണാർജുന സംവാദേ
ജ്ഞാനകർമസന്ന്യാസയോഗോ നാമ ചതുർഥോദ്ധ്യായഃ
സമാപ്തഃ

അദ്ധ്യായം 5 –
കർമ്മസന്ന്യാസയോഗം

അർജുന ഉവാച

സന്ന്യാസം കർമണാം കൃഷ്ണ പുനർയോഗം ച ശംസസി
യച്ഛ്രേയ ഏതയോരേകം തന്മേ ബ്രൂഹി സുനിശ്ചിതം ൧

ശ്രീഭഗവാനുവാച

സന്ന്യാസഃ കർമയോഗശ്ച നിഃശ്രേയസകരാവുഭൗ
തയോസ്തു കർമസന്ന്യാസാത്കർമയോഗോ വിശിഷ്യതേ ൨

ജ്ഞേയഃ സ നിത്യസന്ന്യാസീ യോ ന ദ്വേഷ്ടി ന കാങ്ക്ഷതി
നിർദ്വന്ദോ ഹി മഹാബാഹോ സുഖം ബന്ധാത്പ്രമുച്യതേ ൩

സാംഖ്യയോഗൗ പൃഥഗ്ബാലാഃ പ്രവദന്തി ന പണ്ഡിതാഃ
ഏകമപ്യാസ്ഥിതഃ സമ്യഗുഭയോർവിന്ദതേ ഫലം ൪

യത്സാംഖ്യൈഃ പ്രാപ്യതേ സ്ഥാനം തദ്യോഗൈരപി ഗമ്യതേ
ഏകം സാംഖ്യം ച യോഗം ച യഃ പശ്യതി സ പശ്യതി ൫

സന്ന്യാസസ്തു മഹാബാഹോ ദുഃഖമാപ്തുമയോഗതഃ
യോഗയുക്തോ മുനിർബ്രഹ്മ നചിരേണാധിഗച്ഛതി ൬

യോഗയുക്തോ വിശുദ്ധാത്മാ വിജിതാത്മാ ജിതേന്ദ്രിയഃ
സർവഭൂതാത്മഭൂതാത്മാ കുർവന്നപി ന ലിപ്യതേ ൭

നൈവ കിഞ്ചിത്കരോമീതി യുക്തോ മന്യതേ തത്ത്വവിത്

പശ്യഞ്ശൃണ്വൻസ്പൃശഞ്ജിഘ്രന്നശ്നൻഗച്ഛൻസ്വപൻശ്വ
സൻ ൮

പ്രലപന്വിസൃജൻഗൃഹ്ണന്നുന്മിഷന്നിമിഷന്നപി

ഇന്ദ്രിയാണീന്ദ്രിയാർഥേഷു വർതന്ത ഇതി ധാരയൻ ൯

ബ്രഹ്മണ്യാധായ കർമാണി സങ്ഗം ത്യക്ത്വാ കരോതി യഃ

ലിപ്യതേ ന സ പാപേന പദ്മപത്രമിവാംഭസാ ൧൦

കായേന മനസാ ബുദ്ധ്യാ കേവലൈരിന്ദ്രിയൈരപി

യോഗിനഃ കർമ കുർവന്തി സങ്ഗം ത്യക്ത്വാത്മശുദ്ധയേ ൧൧

യുക്തഃ കർമഫലം ത്യക്ത്വാ ശാന്തിമാപ്നോതി നൈഷ്ഠികീം

അയുക്തഃ കാമകാരേണ ഫലേ സക്തോ നിബധ്യതേ ൧൨

സർവകർമാണി മനസാ സന്ന്യസ്യാസ്തേ സുഖം വശീ

നവദ്വാരേ പുരേ ദേഹീ നൈവ കുർവന്ന കാരയൻ ൧൩

ന കർതൃത്വം ന കർമാണി ലോകസ്യ സൃജതി പ്രഭുഃ

ന കർമ്മഫലസംയോഗം സ്വഭാവസ്തു പ്രവർതതേ ൧൪

നാദത്തേ കസ്യചിത്പാപം ന ചൈവ സുകൃതം വിഭുഃ

അജ്ഞാനേനാവൃതം ജ്ഞാനം തേന മുഹ്യന്തി ജന്തവഃ ൧൫

ജ്ഞാനേന തു തദജ്ഞാനം യേഷാം നാശിതമാത്മനഃ

തേഷാമാദിത്യവജ്ജ്ഞാനം പ്രകാശയതി തത്പരം ൧൬

തദ്ബുദ്ധയസ്തദാത്മാനസ്തന്നിഷ്ഠാസ്തത്പരായണാഃ
ഗച്ഛന്ത്യപുനരാവൃത്തിം ജ്ഞാനനിർധൂതകൽമഷാഃ ൧൭

വിദ്യാവിനയസംപന്നേ ബ്രാഹ്മണേ ഗവി ഹസ്തിനി
ശുനി ചൈവ ശ്വപാകേ ച പണ്ഡിതാഃ സമദർശിനഃ ൧൮

ഇഹൈവ തൈർജിതഃ സർഗോ യേഷാം സാമ്യേ സ്ഥിതം മനഃ
നിർദോഷം ഹി സമം ബ്രഹ്മ തസ്മാദ്ബ്രഹ്മണി തേ സ്ഥിതാഃ ൧൯

ന പ്രഹൃഷ്യേത്പ്രിയം പ്രാപ്യ നോദ്വിജേത്പ്രാപ്യ ചാപ്രിയം
സ്ഥിരബുദ്ധിരസമ്മൂഢോ ബ്രഹ്മവിദ്ബ്രഹ്മണി സ്ഥിതഃ ൨൦

ബാഹ്യസ്പർശേഷ്വസക്താത്മാ വിന്ദത്യാത്മനി യത്സുഖം
സ ബ്രഹ്മയോഗയുക്താത്മാ സുഖമക്ഷയമശ്നുതേ ൨൧

യേ ഹി സംസ്പർശജാ ഭോഗാ ദുഃഖയോനയ ഏവ തേ
ആദ്യന്തവന്തഃ കൗന്തേയ ന തേഷു രമതേ ബുധഃ ൨൨

ശക്നോതീഹൈവ യഃ സോഢും പ്രാക്ശരീരവിമോക്ഷണാത്
കാമക്രോധോദ്ഭവം വേഗം സ യുക്തഃ സ സുഖീ നരഃ ൨൩

യോഽന്തഃ സുഖോഽന്തരാരാമസ്തഥാന്തർജ്യോതിരേവ യഃ
സ യോഗീ ബ്രഹ്മനിർവാണം ബ്രഹ്മഭൂതോഽധിഗച്ഛതി ൨൪

ലഭന്തേ ബ്രഹ്മനിർവാണമൃഷയഃ ക്ഷീണകൽമഷാഃ
ഛിന്നദ്വൈധാ യതാത്മാനഃ സർവഭൂതഹിതേ രതാഃ ൨൫

കാമക്രോധവിമുക്താനാം യതീനാം യതചേതസാം
അഭിതോ ബ്രഹ്മനിർവാണം വർതതേ വിദിതാത്മനാം   ൨൬

സ്പർശാൻകൃത്വാ ബഹിർബാഹ്യാംശ്ചക്ഷുശ്ചൈവാന്തരേ ഭ്രുവോഃ
പ്രാണാപാനൗ സമൗ കൃത്വാ നാസാഭ്യന്തരചാരിണൗ   ൨൭

യതേന്ദ്രിയമനോബുദ്ധിർമുനിർമോക്ഷപരായണഃ
വിഗതേച്ഛാഭയക്രോധോ യഃ സദാ മുക്ത ഏവ സഃ   ൨൮

ഭോക്താരം യജ്ഞതപസാം സർവലോകമഹേശ്വരം
സുഹൃദം സർവഭൂതാനാം ജ്ഞാത്വാ മാം ശാന്തിമൃച്ഛതി   ൨൯

ഇതി ശ്രീമദ്ഭഗവദ്ഗീതാസുപനിഷത്സു ബ്രഹ്മവിദ്യായാം യോഗശാസ്ത്രേ ശ്രീകൃഷ്ണാർജുന സംവാദേ കർമസന്ന്യാസയോഗോ നാമ പഞ്ചമോദ്ധ്യായഃ സമാപ്തഃ

അദ്ധ്യായം 6 – ധ്യാനയോഗം

ശ്രീഭഗവാനുവാച

അനാശ്രിതഃ കർമഫലം കാര്യം കർമ കരോതി യഃ
സ സന്ന്യാസീ ച യോഗീ ച ന നിരഗ്നിർന ചാക്രിയഃ ൧

യം സന്ന്യാസമിതി പ്രാഹുര്യോഗം തം വിദ്ധി പാണ്ഡവ
ന ഹ്യസന്ന്യസ്തസങ്കൽപോ യോഗീ ഭവതി കശ്ചന ൨

ആരുരുക്ഷോർമുനേര്യോഗം കർമ കാരണമുച്യതേ
യോഗാരൂഢസ്യ തസ്യൈവ ശമഃ കാരണമുച്യതേ ൩

യദാ ഹി നേന്ദ്രിയാർഥേഷു ന കർമസ്വനുഷജ്ജതേ
സർവസങ്കൽപസന്ന്യാസീ യോഗാരൂഢസ്തദോച്യതേ ൪

ഉദ്ധരേദാത്മനാത്മാനം നാത്മാനമവസാദയേത്
ആത്മൈവ ഹ്യാത്മനോ ബന്ധുരാത്മൈവ രിപുരാത്മനഃ ൫

ബന്ധുരാത്മാത്മനസ്തസ്യ യേനാത്മൈവാത്മനാ ജിതഃ
അനാത്മനസ്തു ശത്രുത്വേ വർതേതാത്മൈവ ശത്രുവത് ൬

ജിതാത്മനഃ പ്രശാന്തസ്യ പരമാത്മാ സമാഹിതഃ
ശീതോഷ്ണസുഖദുഃഖേഷു തഥാ മാനാപമാനയോഃ ൭

ജ്ഞാനവിജ്ഞാനതൃപ്താത്മാ കൂടസ്ഥോ വിജിതേന്ദ്രിയഃ
യുക്ത ഇത്യുച്യതേ യോഗീ സമലോഷ്ടാശ്മകാഞ്ചനഃ ൮

സുഹൃന്മിത്രാര്യുദാസീനമധ്യസ്ഥദ്വേഷ്യബന്ധുഷു
സാധുഷ്വപി ച പാപേഷു സമബുദ്ധിർവിശിഷ്യതേ ൯

യോഗീ യുഞ്ജീത സതതമാത്മാനം രഹസി സ്ഥിതഃ
ഏകാകീ യതചിത്താത്മാ നിരാശീരപരിഗ്രഹഃ ൧൦

ശുചൗ ദേശേ പ്രതിഷ്ഠാപ്യ സ്ഥിരമാസനമാത്മനഃ
നാത്യുച്ഛ്രിതം നാതിനീചം ചൈലാജിനകുശോത്തരം ൧൧

തത്രൈകാഗ്രം മനഃ കൃത്വാ യതചിത്തേന്ദ്രിയക്രിയഃ
ഉപവിശ്യാസനേ യുഞ്ജ്യാദ്യോഗമാത്മവിശുദ്ധയേ ൧൨

സമം കായശിരോഗ്രീവം ധാരയന്നചലം സ്ഥിരഃ
സമ്പ്രേക്ഷ്യ നാസികാഗ്രം സ്വം ദിശശ്ചാനവലോകയൻ ൧൩

പ്രശാന്താത്മാ വിഗതഭീർബ്രഹ്മചാരിവ്രതേ സ്ഥിതഃ
മനഃ സംയമ്യ മച്ചിത്തോ യുക്ത ആസീത മത്പരഃ ൧൪

യുഞ്ജന്നേവം സദാത്മാനം യോഗീ നിയതമാനസഃ
ശാന്തിം നിർവാണപരമാം മത്സംസ്ഥാമധിഗച്ഛതി ൧൫

നാത്യശ്നതസ്തു യോഗോസ്തി ന ചൈകാന്തമനശ്നതഃ
ന ചാതിസ്വപ്നശീലസ്യ ജാഗ്രതോ നൈവ ചാർജുന ൧൬

യുക്താഹാരവിഹാരസ്യ യുക്തചേഷ്ടസ്യ കർമസു
യുക്തസ്വപ്നാവബോധസ്യ യോഗോ ഭവതി ദുഃഖഹാ ൧൭

യദാ വിനിയതം ചിത്തമാത്മന്യേവാവതിഷ്ഠതേ

നിസ്പൃഹഃ സർവകാമഭ്യേയാ യുക്ത ഇത്യുച്യതേ തദാ ൧൮

യഥാ ദീപോ നിവാതസ്ഥോ നങ്ഗതേ സോപമാ സ്മൃതാ
യോഗിനോ യതചിത്തസ്യ യുഞ്ജതോ യോഗമാത്മനഃ ൧൯

യത്രോപരമതേ ചിത്തം നിരുദ്ധം യോഗസവേയാ
യത്ര ചൈവാത്മനാത്മാനം പശ്യന്നാത്മനി തുഷ്യതി ൨൦

സുഖമാത്യന്തികം യത്തദ്ബുദ്ധിഗ്രാഹ്യമതീന്ദ്രിയം
വത്തേി യത്ര ന ചൈവായം സ്ഥിതശ്ചലതി തത്ത്വതഃ ൨൧

യം ലബ്ധ്വാ ചാപരം ലാഭം മന്യതേ നാധികം തതഃ
യസ്മിൻസ്ഥിതോ ന ദുഃഖനേ ഗുരുണാപി വിചാല്യതേ ൨൨

തം വിദ്യാദ്ദുഃഖസംയോഗവിയോഗം യോഗസംജ്ഞിതം ൨൩

സ നിശ്ചയനേ യോക്തവ്യോ യോഗോനിർവിണചതേസാ
സങ്കൽപപ്രഭവാൻകാമാംസ്ത്യക്ത്വാ സർവാനശഷേതഃ
മനസവൈനേദ്രിയഗ്രാമം വിനിയമ്യ സമന്തതഃ ൨൪

ശനൈഃ ശനരൈുപരമദേ്ബുദ്ധ്യാ ധൃതിഗൃഹീതയാ
ആത്മസംസ്ഥം മനഃ കൃത്വാ ന കിഞ്ചിദപി ചിന്തയതേ് ൨൫

യതോ യതോ നിശ്ചലതി മനശ്ചഞ്ചലമസ്ഥിരം
തതസ്തതോ നിയമ്യതൈദാത്മന്യവേ വശം നയതേ് ൨൬

പ്രശാന്തമനസം ഹ്യനേം യോഗിനം സുഖമുത്തമം
ഉപതൈി ശാന്തരജസം ബ്രഹ്മഭൂതമകൽമഷം ൨൭

യുഞ്ജന്നേവം സദാത്മാനം യോഗീ വിഗതകൽമഷഃ
സുഖേന ബ്രഹ്മസംസ്പർശമത്യന്തം സുഖമശ്നുതേ ൨൮

സർവഭൂതസ്ഥമാത്മാനം സർവഭൂതാനി ചാത്മനി
ഈക്ഷതേ യോഗയുക്താത്മാ സർവത്ര സമദർശനഃ ൨൯

യോ മാം പശ്യതി സർവത്ര സർവം ച മയി പശ്യതി
തസ്യാഹം ന പ്രണശ്യാമി സ ച മേ ന പ്രണശ്യതി ൩൦

സർവഭൂതസ്ഥിതം യോ മാം ഭജത്യേകത്വമാസ്ഥിതഃ
സർവഥാ വർതമാനോഽപി സ യോഗീ മയി വർതതേ ൩൧

ആത്മൗപമ്യേന സർവത്ര സമം പശ്യതി യോഽർജുന
സുഖം വാ യദി വാ ദുഃഖം സ യോഗീ പരമോ മതഃ ൩൨

അർജുന ഉവാച

യോഽയം യോഗസ്ത്വയാ പ്രോക്തഃ സാമ്യേന മധുസൂദന
ഏതസ്യാഹം ന പശ്യാമി ചഞ്ചലത്വാത്സ്ഥിതിം സ്ഥിരാം ൩൩

ചഞ്ചലം ഹി മനഃ കൃഷ്ണ പ്രമാഥി ബലവദ്ദൃഢം
തസ്യാഹം നിഗ്രഹം മന്യേ വായോരിവ സുദുഷ്കരം ൩൪

ശ്രീഭഗവാനുവാച

അസംശയം മഹാബാഹോ മനോ ദുർനിഗ്രഹം ചലം
അഭ്യാസേന തു കൗന്തേയ വൈരാഗ്യേണ ച ഗൃഹ്യതേ ൩൫

അസംയതാത്മനാ യോഗോ ദുഷ്പ്രാപ ഇതി മേ മതിഃ
വശ്യാത്മനാ തു യതതാ ശക്യോവാപ്തുമുപായതഃ ൩൬

അർജുന ഉവാച

അയതിഃ ശ്രദ്ധയോപേതോ യോഗാച്ചലിതമാനസഃ
അപ്രാപ്യ യോഗസംസിദ്ധിം കാം ഗതിം കൃഷ്ണ ഗച്ഛതി ൩൭

കച്ചിന്നോഭയവിഭ്രഷ്ടശ്ഛിന്നാഭ്രമിവ നശ്യതി
അപ്രതിഷ്ഠോ മഹാബാഹോ വിമൂഢോ ബ്രഹ്മണഃ പഥി ൩൮

ഏതന്മേ സംശയം കൃഷ്ണ ഛേത്തുമർഹസ്യശേഷതഃ
ത്വദന്യഃ സംശയസ്യാസ്യ ഛേത്താ ന ഹ്യുപപദ്യതേ ൩൯

ശ്രീഭഗവാനുവാച

പാർഥ നൈവേഹ നാമുത്ര വിനാശസ്തസ്യ വിദ്യതേ
ന ഹി കല്യാണകൃത്കശ്ചിദ്ദുർഗതിം താത ഗച്ഛതി ൪൦

പ്രാപ്യ പുണ്യകൃതാം ലോകാനുഷിത്വാ ശാശ്വതീഃ സമാഃ
ശുചീനാം ശ്രീമതാം ഗേഹേ യോഗഭ്രഷ്ടോഭിജായതേ ൪൧

അഥവാ യോഗിനാമേവ കുലേ ഭവതി ധീമതാം
ഏതദ്ധി ദുർലഭതരം ലോകേ ജന്മ യദീദൃശം ൪൨

തത്ര തം ബുദ്ധിസംയോഗം ലഭതേ പൗർവദേഹികം
യതതേ ച തതോ ഭൂയഃ സംസിദ്ധൗ കുരുനന്ദന ൪൩

പൂർവാഭ്യാസനേ തനേവൈ ഹ്രിയതേ ഹ്യവശോപി സഃ

ജിജ്ഞാസുരപി യോഗസ്യ ശബ്ദബ്രഹ്മാതിവർതതേ ൪൪

പ്രയത്നാദ്യതമാനസ്തു യോഗീ സംശുദ്ധകിൽബിഷഃ

അനകേജന്മസംസിദ്ധസ്തതോ യാതി പരാം ഗതിം ൪൫

തപസ്വിഭ്യോധികോ യോഗീ ജ്ഞാനിഭ്യോപി മതോധികഃ

കർമിഭ്യശ്ചാധികോ യോഗീ തസ്മാദ്യോഗീ ഭവാർജുന ൪൬

യോഗിനാമപി സർവഷോം മദ്ഗതനോന്തരാത്മനാ

ശ്രദ്ധാവാൻഭജതേ യോ മാം സ മേ യുക്തതമോ മതഃ ൪൭

ഇതി ശ്രീമദ്ഭഗവദ്ഗീതാസുപനിഷത്സു ബ്രഹ്മവിദ്യായാം
യോഗശാസ്ത്രേ ശ്രീകൃഷ്ണാർജുന സംവാദേ ധ്യാനയോഗോ നാമ
ഷഷ്ഠോധ്യായഃ സമാപ്തഃ

അദ്ധ്യായം 7 – ജ്ഞാനവിജ്ഞാനയോഗം

ശ്രീഭഗവാനുവാച

മയ്യാസക്തമനാഃ പാർഥ യോഗം യുഞ്ജന്മദാശ്രയഃ
അസംശയം സമഗ്രം മാം യഥാ ജ്ഞാസ്യസി തച്ഛൃണു ൧

ജ്ഞാനം തേഹം സവിജ്ഞാനമിദം വക്ഷ്യാമ്യശേഷതഃ
യജ്ജ്ഞാത്വാ നേഹ ഭൂയോന്യജ്ജ്ഞാതവ്യമവശിഷ്യതേ ൨

മനുഷ്യാണാം സഹസ്രേഷു കശ്ചിദ്യതതി സിദ്ധയേ
യതതാമപി സിദ്ധാനാം കശ്ചിന്മാം വേത്തി തത്ത്വതഃ ൩

ഭൂമിരാപോനലോ വായുഃ ഖം മനോ ബുദ്ധിരേവ ച
അഹങ്കാര ഇതീയം മേ ഭിന്നാ പ്രകൃതിരഷ്ടധാ ൪

അപരേയമിതസ്ത്വന്യാം പ്രകൃതിം വിദ്ധി മേ പരാം
ജീവഭൂതാം മഹാബാഹോ യയേദം ധാര്യതേ ജഗത് ൫

ഏതദ്യോനീനി ഭൂതാനി സർവാണീത്യുപധാരയ
അഹം കൃത്സ്നസ്യ ജഗതഃ പ്രഭവഃ പ്രലയസ്തഥാ ൬

മത്തഃ പരതരം നാന്യത്കിഞ്ചിദസ്തി ധനഞ്ജയ
മയി സർവമിദം പ്രോതം സൂത്രേ മണിഗണാ ഇവ ൭

രസോഹമപ്സു കൗന്തേയ പ്രഭാസ്മി ശശിസൂര്യയോഃ

പ്രണവഃ സർവവദേഷേു ശബ്ദഃ ഖേ പൌരുഷം നൃഷു വ്വ

പുണ്യഗേ ഗന്ധഃ പൃഥിവ്യാം ച തജേശ്ചാസ്മി വിഭാവസൗ
ജീവനം സർവഭൂതഷേു തപശ്ചാസ്മി തപസ്വിഷു ൻ

ബീജം മാം സർവഭൂതാനാം വിദ്ധി പാർഥ സനാതനം
ബുദ്ധിർബുദ്ധിമതാമസ്മി തജേസ്തജേസ്വിനാമഹം ൧൦

ബലം ബലവതാം ചാഹം കാമരാഗവിവർജിതം
ധർമാവിരുദ്ധഗേ ഭൂതഷേു കാമഗേസ്മി ഭരതർഷഭ ൧൧

യേ ചവൈെ സാത്ത്വികാ ഭാവാ രാജസാസ്താമസാശ്ച യേ
മത്ത ഏവതേി താന്വിദ്ധി ന ത്വഹം തഷേു തേ മയി ൧൨

ത്രിഭിർഗുണമയൈർഭാവൈരേഭിഃ സർവമിദം ജഗത്
മഗേഹിതം നാഭിജാനാതി മാമഭേ്യഃ പരമവ്യയം ൧൩

ദവൈീ ഹ്യഷോ ഗുണമയീ മമ മായാ ദുരത്യയാ
മാമവേ യേ പ്രപദ്യന്തേ മായാമതോം തരന്തി തേ ൧൪

ന മാം ദുഷ്കൃതിനഗേ മൂഢാഃ പ്രപദ്യന്തേ നരാധമാഃ
മായയാപഹൃതജ്ഞാനാ ആസുരം ഭാവമാശ്രിതാഃ ൧൫

ചതുർവിധാ ഭജന്തേ മാം ജനാഃ സുകൃതിനഗേർജുന
ആർതഗേ ജിജ്ഞാസുരർഥാർഥീ ജ്ഞാനീ ച ഭരതർഷഭ ൧൬

തഷോം ജ്ഞാനീ നിത്യയുക്ത ഏകഭക്തിർവിശിഷ്യതേ
പ്രിയഗേ ഹി ജ്ഞാനിനഗേത്യർഥമഹം സ ച മമ പ്രിയഃ ൧൭

ഉദാരാഃ സർവ ഏവതൈതേ ജ്ഞാനീ ത്വാത്മൈവ മേ മതം
ആസ്ഥിതഃ സ ഹി യുക്താത്മാ മാമേവാനുത്തമാം ഗതിം ൧൮

ബഹൂനാം ജന്മനാമന്തേ ജ്ഞാനവാന്മാം പ്രപദ്യതേ
വാസുദേവഃ സർവമിതി സ മഹാത്മാ സുദുർലഭഃ ൧൯

കാമൈസ്തൈസ്തൈർഹൃതജ്ഞാനാഃ പ്രപദ്യന്തേന്യദേവതാഃ
തം തം നിയമമാസ്ഥായ പ്രകൃത്യാ നിയതാഃ സ്വയാ ൨൦

യോ യോ യാം യാം തനും ഭക്തഃ ശ്രദ്ധയാർച്ചിതുമിച്ഛതി
തസ്യ തസ്യാചലാം ശ്രദ്ധാം താമേവ വിദധാമ്യഹം ൨൧

സ തയാ ശ്രദ്ധയാ യുക്തസ്തസ്യാരാധനമീഹതേ
ലഭതേ ച തതഃ കാമാന്മയൈവ വിഹിതാൻഹിതാൻ ൨൨

അന്തവത്തു ഫലം തേഷാം തദ്ഭവത്യൽപമേധസാം
ദേവാന്ദേവയജോ യാന്തി മദ്ഭക്താ യാന്തി മാമപി ൨൩

അവ്യക്തം വ്യക്തിമാപന്നം മന്യന്തേ മാമബുദ്ധയഃ
പരം ഭാവമജാനന്തോ മമാവ്യയമനുത്തമം ൨൪

നാഹം പ്രകാശഃ സർവസ്യ യോഗമായാസമാവൃതഃ
മൂഢോയം നാഭിജാനാതി ലോകോ മാമജമവ്യയം ൨൫

വേദാഹം സമതീതാനി വർത്തമാനാനി ചാർജുന
ഭവിഷ്യാണി ച ഭൂതാനി മാം തു വേദ ന കശ്ചന ൨൬

ഇച്ഛാദ്വേഷസമുത്ഥേന ദ്വന്ദ്വമോഹേന ഭാരത

സർവഭൂതാനി സമ്മോഹം സർഗേ യാന്തി പരന്തപ ൨൭

യേഷാം ത്വന്തഗതം പാപം ജനാനാം പുണ്യകർമണാം

തേ ദ്വന്ദ്വമോഹനിർമുക്താ ഭജന്തേ മാം ദൃഢവ്രതാഃ ൨൮

ജരാമരണമോക്ഷായ മാമാശ്രിത്യ യതന്തി യേ

തേ ബ്രഹ്മ തദ്വിദുഃ കൃത്സ്നമധ്യാത്മം കർമ ചാഖിലം ൨൯

സാധിഭൂതാധിദൈവം മാം സാധിയജ്ഞം ച യേ വിദുഃ

പ്രയാണകാലപേി ച മാം തേ വിദുര്യുക്തചതേസഃ ൩൦

ഇതി ശ്രീമദ്ഭഗവദ്ഗീതാസുപനിഷത്സു ബ്രഹ്മവിദ്യായാം
യോഗശാസ്ത്രേ ശ്രീകൃഷ്ണാർജുന സംവാദേ
ജ്ഞാനവിജ്ഞാനയോഗോ നാമ സപ്തമോദ്ധ്യായഃ സമാപ്തഃ

അദ്ധ്യായം 8 – അക്ഷരബ്രഹ്മയോഗം

അർജുന ഉവാച

കിം തദ്ബ്രഹ്മ കിമദ്ധ്യാത്മം കിം കർമ പുരുഷോത്തമ
അധിഭൂതം ച കിം പ്രോക്തമധിദൈവം കിമുച്യതേ ൧

അധിയജ്ഞഃ കഥം കോത്ര ദേഹേസ്മിന്മധുസൂദന
പ്രയാണകാലേ ച കഥം ജ്ഞേയോസി നിയതാത്മഭിഃ ൨

ശ്രീഭഗവാനുവാച

അക്ഷരം ബ്രഹ്മ പരമം സ്വഭാവോധ്യാത്മമുച്യതേ
ഭൂതഭാവോദ്ഭവകരോ വിസർഗഃ കർമസംജ്ഞിതഃ ൩

അധിഭൂതം ക്ഷരോ ഭാവഃ പുരുഷശ്ചാധിദൈവതം
അധിയജ്ഞോഹമേവാത്ര ദേഹേ ദേഹഭൃതാം വര ൪

അന്തകാലേ ച മാമേവ സ്മരന്മുക്ത്വാ കലേവരം
യഃ പ്രയാതി സ മദ്ഭാവം യാതി നാസ്ത്യത്ര സംശയഃ ൫

യം യം വാപി സ്മരൻഭാവം ത്യജത്യന്തേ കലേവരം
തം തമേവൈതി കൗന്തേയ സദാ തദ്ഭാവഭാവിതഃ ൬

തസ്മാത്സർവേഷു കാലേഷു മാമനുസ്മര യുധ്യ ച
മയ്യർപിതമനോബുദ്ധിർമാമേവൈഷ്യസ്യസംശയഃ ൭

അഭ്യാസയഗോയുക്തനേ ചതേസാ നാന്യഗാമിനാ

പരമം പുരുഷം ദിവ്യം യാതി പാർഥാനുചിന്തയൻ ൮

കവിം പുരാണമനുശാസിതാരമണോരണീയാംസമനുസ്മരദ്യേഃ

സർവസ്യ ധാതാരമചിന്ത്യരൂപമാദിത്യവർണം തമസഃ പരസ്താത്ൻ

പ്രയാണകാലേ മനസാചലനേ ഭക്ത്യാ യുക്തോ യഗോബലനേ ചവൈ

ഭ്രുവോർമധ്യേ പ്രാണമാവശ്യേ സമ്യക്സ തം പരം പുരുഷമുപതൈി ദിവ്യം ൧൦

യദക്ഷരം വദേവിദോ വദന്തി വിശന്തി യദ്യതയോ വീതരാഗാഃ

യദിച്ഛന്തോ ബ്രഹ്മചര്യം ചരന്തി തത്തേ പദം സങ്ഗ്രഹണേ പ്രവക്ഷ്യേ ൧൧

സർവദ്വാരാണി സംയമ്യ മനോ ഹൃദി നിരുധ്യ ച

മൂർധ്ന്യാധായാത്മനഃ പ്രാണമാസ്ഥിതോ യഗോധാരണാം ൧൨

ഓം ഇത്യകോക്ഷരം ബ്രഹ്മ വ്യാഹരന്മാമനുസ്മരൻ

യഃ പ്രയാതി ത്യജന്ദഹേം സ യാതി പരമാം ഗതിം ൧൩

അനന്യചതോഃ സതതം യോ മാം സ്മരതി നിത്യശഃ

തസ്യാഹം സുലഭഃ പാർഥ നിത്യയുക്തസ്യ യഗോിനഃ ൧൪

മാമുപതേ്യ പുനർജന്മ ദുഃഖാലയമശാശ്വതം

നാപ്നുവന്തി മഹാത്മാ്നഃ സംസിദ്ധിം പരമാം ഗതാഃ ൧൫

ആബ്രഹ്മഭുവനാല്ലോകാഃ പുനരാവർതിനോർജുന

മാമുപേത്യ തു കൗന്തേയ പുനർജന്മ ന വിദ്യതേ ൧൬

സഹസ്രയുഗപര്യന്തമഹര്യദ്ബ്രഹ്മണോ വിദുഃ
രാത്രിം യുഗസഹസ്രാന്താം തേഹോരാത്രവിദോ ജനാഃ ൧൭

അവ്യക്താദ്വ്യക്തയഃ സർവാഃ പ്രഭവന്ത്യഹരാഗമേ
രാത്ര്യാഗമേ പ്രലീയന്തേ തത്രൈവാവ്യക്തസംജ്ഞകേ ൧൮

ഭൂതഗ്രാമഃ സ ഏവായം ഭൂത്വാ ഭൂത്വാ പ്രലീയതേ
രാത്ര്യാഗമേവശഃ പാർഥ പ്രഭവത്യഹരാഗമേ ൧൯

പരസ്തസ്മാത്തു ഭാവോന്യോവ്യക്തോവ്യക്താത്സനാതനഃ
യഃ സ സർവേഷു ഭൂതേഷു നശ്യത്സു ന വിനശ്യതി ൨൦

അവ്യക്തോക്ഷര ഇത്യുക്തസ്തമാഹുഃ പരമാം ഗതിം
യം പ്രാപ്യ ന നിവർതന്തേ തദ്ധാമ പരമം മമ ൨൧

പുരുഷഃ സ പരഃ പാർഥ ഭക്ത്യാ ലഭ്യസ്ത്വനന്യയാ
യസ്യാന്തഃസ്ഥാനി ഭൂതാനി യേന സർവമിദം തതം ൨൨

യത്ര കാലേ ത്വനാവൃത്തിമാവൃത്തിം ചൈവ യോഗിനഃ
പ്രയാതാ യാന്തി തം കാലം വക്ഷ്യാമി ഭരതർഷഭ ൨൩

അഗ്നിർജ്യോതിരഹഃ ശുക്ലഃ ഷണ്മാസാ ഉത്തരായണം
തത്ര പ്രയാതാ ഗച്ഛന്തി ബ്രഹ്മ ബ്രഹ്മവിദോ ജനാഃ ൨൪

ധുമോ രാത്രിസ്തഥാ കൃഷ്ണഃ ഷണ്മാസാ ദക്ഷിണായനം
തത്ര ചാന്ദ്രമസം ജ്യോതിര്യോഗീ പ്രാപ്യ നിവർതതേ ൨൫

ശുക്ലകൃഷ്ണേ ഗതീ ഹ്യേതേ ജഗതഃ ശാശ്വതേ മതേ

ഏകയാ യാത്യനാവൃത്തിമന്യയാവർത്തതേ പുനഃ 26

നൈതേ സൃതീ പാർഥ ജാനന്യോഗീ മുഹ്യതി കശ്ചന

തസ്മാത്സർവേഷു കാലേഷു യോഗയുക്തോ ഭവാർജുന 27

വേദേഷു യജ്ഞേഷു തപഃസു ചൈവ ദാനേഷു യത്പുണ്യഫലം പ്രദിഷ്ടം

അത്യേതി തത്സർവമിദം വിദിത്വാ യോഗീ പരം സ്ഥാനമുപൈതി ചാദ്യം 28

ഇതി ശ്രീമദ്ഭഗവദ്ഗീതാസുപനിഷത്സു ബ്രഹ്മവിദ്യായാം യോഗശാസ്ത്രേ ശ്രീകൃഷ്ണാർജുന സംവാദേ അക്ഷരബ്രഹ്മയോഗോ നാമ അഷ്ടമോഽധ്യായഃ സമാപ്തഃ

അദ്ധ്യായം 9 – രാജവിദ്യാരാജഗുഹ്യയോഗം

ശ്രീഭഗവാനുവാച

ഇദം തു തേ ഗുഹ്യതമം പ്രവക്ഷ്യാമ്യനസൂയവേ
ജ്ഞാനം വിജ്ഞാനസഹിതം യജ്ജ്ഞാത്വാ മോക്ഷ്യസേഽശുഭാത് ൧

രാജവിദ്യാ രാജഗുഹ്യം പവിത്രമിദമുത്തമം
പ്രത്യക്ഷാവഗമം ധർമ്യം സുസുഖം കർതുമവ്യയം ൨

അശ്രദ്ദധാനാഃ പുരുഷാ ധർമസ്യാസ്യ പരന്തപ
അപ്രാപ്യ മാം നിവർതന്തേ മൃത്യുസംസാരവർത്മനി ൩

മയാ തതമിദം സർവം ജഗദവ്യക്തമൂർതിനാ
മത്സ്ഥാനി സർവഭൂതാനി ന ചാഹം തേഷ്വവസ്ഥിതഃ ൪

ന ച മത്സ്ഥാനി ഭൂതാനി പശ്യ മേ യോഗമൈശ്വരം
ഭൂതഭൃന്ന ച ഭൂതസ്ഥോ മമാത്മാ ഭൂതഭാവനഃ ൫

യഥാകാശസ്ഥിതോ നിത്യം വായുഃ സർവത്രഗോ മഹാൻ
തഥാ സർവാണി ഭൂതാനി മത്സ്ഥാനീത്യുപധാരയ ൬

സർവഭൂതാനി കൗന്തേയ പ്രകൃതിം യാന്തി മാമികാം
കൽപക്ഷയേ പുനസ്താനി കൽപാദൗ വിസൃജാമ്യഹം ൭

പ്രകൃതിം സ്വാമവഷ്ടഭ്യ വിസൃജാമി പുനഃ പുനഃ

ഭൂതഗ്രാമമിമം കൃത്സ്നമവശം പ്രകൃതേർവശാത് ൮

ന ച മാം താനി കർമാണി നിബധ്നന്തി ധനഞ്ജയ
ഉദാസീനവദാസീനമസക്തം തേഷു കർമസു ൯

മയാധ്യക്ഷേണ പ്രകൃതിഃ സൂയതേ സചരാചരം
ഹേതുനാനേന കൌന്തേയ ജഗദ്വിപരിവർതതേ ൧൦

അവജാനന്തി മാം മൂഢാ മാനുഷീം തനുമാശ്രിതം
പരം ഭാവമജാനന്തോ മമ ഭൂതമഹേശ്വരം ൧൧

മോഘാശാ മോഘകർമാണോ മോഘജ്ഞാനാ വിചേതസഃ
രാക്ഷസീമാസുരീം ചൈവ പ്രകൃതിം മോഹിനീം ശ്രിതാഃ ൧൨

മഹാത്മാനസ്തു മാം പാർഥ ദൈവീം പ്രകൃതിമാശ്രിതാഃ
ഭജന്ത്യനന്യമനസോ ജ്ഞാത്വാ ഭൂതാദിമവ്യയം ൧൩

സതതം കീർതയന്തോ മാം യതന്തശ്ച ദൃഢവ്രതാഃ
നമസ്യന്തശ്ച മാം ഭക്ത്യാ നിത്യയുക്താ ഉപാസതേ ൧൪

ജ്ഞാനയജ്ഞേന ചാപ്യന്യേ യജന്തോ മാമുപാസതേ
ഏകത്വേന പൃഥക്ത്വേന ബഹുധാ വിശ്വതോമുഖം ൧൫

അഹം ക്രതുരഹം യജ്ഞഃ സ്വധാഹമഹമൌഷധം
മന്ത്രോഹമഹമേവാജ്യമഹമഗ്നിരഹം ഹുതം ൧൬

പിതാഹമസ്യ ജഗതോ മാതാ ധാതാ പിതാമഹഃ
വേദ്യം പവിത്രം ഓംകാര ഋക് സാമ യജുരേവ ച ൧൭

ഗതിർഭർതാ പ്രഭുഃ സാക്ഷീ നിവാസഃ ശരണം സുഹൃത്
പ്രഭവഃ പ്രലയഃ സ്ഥാനം നിധാനം ബീജമവ്യയം ൧൮

തപാമ്യഹമഹം വർഷം നിഗൃഹ്ണാമ്യുത്സൃജാമി ച
അമൃതം ചവൈ മൃത്യുശ്ച സദസച്ചാഹമർജുന ൧൯

ത്രൈവിദ്യാ മാം സോമപാഃ പൂതപാപാ
യജ്ഞൈരിഷ്ട്വാ സ്വർഗതിം പ്രാർഥയന്തേ
തേ പുണ്യമാസാദ്യ സുരേന്ദ്രലോകമശ്നന്തി
ദിവ്യാന്ദിവി ദേവഭോഗാൻ ൨൦

തേ തം ഭുക്ത്വാ സ്വർഗലോകം വിശാലം
ക്ഷീണേ പുണ്യേ മർത്യലോകം വിശന്തി
ഏവം ത്രയീധർമമനുപ്രപന്നാ ഗതാഗതം
കാമകാമാ ലഭന്തേ ൨൧

അനന്യാശ്ചിന്തയന്തോ മാം യേ ജനാഃ പര്യുപാസതേ
തേഷാം നിത്യാഭിയുക്താനാം യോഗക്ഷേമം വഹാമ്യഹം ൨൨

യേപ്യന്യദേവതാഭക്താ യജന്തേ ശ്രദ്ധയാന്വിതാഃ
തേപി മാമേവ കൗന്തേയ യജന്ത്യവിധിപൂർവകം ൨൩

അഹം ഹി സർവയജ്ഞാനാം ഭോക്താ ച പ്രഭുരേവ ച
ന തു മാമഭിജാനന്തി തത്ത്വേനാതശ്ച്യവന്തി തേ ൨൪

യാന്തി ദേവവ്രതാ ദേവാൻപിതൄന്യാന്തി പിതൃവ്രതാഃ
ഭൂതാനി യാന്തി ഭൂതേജ്യാ യാന്തി മദ്യാജിനോപി മാം ൨൫

പത്രം പുഷ്പം ഫലം തോയം യോ മേ ഭക്ത്യാ പ്രയച്ഛതി
തദഹം ഭക്ത്യുപഹൃതമശ്നാമി പ്രയതാത്മനഃ ൨൬

യത്കരോഷി യദശ്നാസി യജ്ജുഹോഷി ദദാസി യത്
യത്തപസ്യസി കൗന്തേയ തത്കുരുഷ്വ മദർപണം ൨൭

ശുഭാശുഭഫലൈരേവം മോക്ഷ്യസേ കർമബന്ധനൈഃ
സന്ന്യാസയോഗയുക്താത്മാ വിമുക്തോ മാമുപൈഷ്യസി ൨൮

സമോഹം സർവഭൂതേഷു ന മേ ദ്വേഷ്യോസ്തി ന പ്രിയഃ
യേ ഭജന്തി തു മാം ഭക്ത്യാ മയി തേ തേഷു ചാപ്യഹം ൨൯

അപി ചേത്സുദുരാചാരോ ഭജതേ മാമനന്യഭാക്
സാധുരേവ സ മന്തവ്യഃ സമ്യഗ്വ്യവസിതോ ഹി സഃ ൩൦

ക്ഷിപ്രം ഭവതി ധർമാത്മാ ശശ്വച്ഛാന്തിം നിഗച്ഛതി
കൗന്തേയ പ്രതിജാനീഹി ന മേ ഭക്തഃ പ്രണശ്യതി ൩൧

മാം ഹി പാർഥ വ്യപാശ്രിത്യ യേപി സ്യുഃ പാപയോനയഃ
സ്ത്രിയോ വൈശ്യാസ്തഥാ ശൂദ്രാസ്തേപി യാന്തി പരാം ഗതിം ൩൨

കിം പുനർബ്രഹ്മണാഃ പുണ്യാ ഭക്താ രാജർഷയസ്തഥാ
അനിത്യമസുഖം ലോകമിമം പ്രാപ്യ ഭജസ്വ മാം ൩൩

മന്മനാ ഭവ മദ്ഭക്തോ മദ്യാജീ മാം നമസ്കുരു
മാമേവൈഷ്യസി യുക്ത്വൈവമാത്മാനം മത്പരായണഃ ൩൪

ഇതി ശ്രീമദ്ഭഗവദ്ഗീതാസുപനിഷത്സു ബ്രഹ്മവിദ്യായാം
യോഗശാസ്ത്രേ ശ്രീകൃഷ്ണാർജുന സംവാദേ
രാജവിദ്യാരാജഗുഹ്യയോഗോ നാമ നവമോദ്ധ്യായഃ സമാപ്തഃ

അദ്ധ്യായം 10 – വിഭൂതിയോഗം

ശ്രീഭഗവാനുവാച

ഭൂയ ഏവ മഹാബാഹോ ശൃണു മേ പരമം വചഃ
യത്തേഹം പ്രീയമാണായ വക്ഷ്യാമി ഹിതകാമ്യയാ ൧

ന മേ വിദുഃ സുരഗണാഃ പ്രഭവം ന മഹർഷയഃ
അഹമാദിർഹി ദേവാനാം മഹർഷീണാം ച സർവശഃ ൨

യോ മാമജമനാദിം ച വേത്തി ലോകമഹേശ്വരം
അസമ്മൂഢഃ സ മർത്യേഷു സർവപാപൈഃ പ്രമുച്യതേ ൩

ബുദ്ധിർജ്ഞാനമസമ്മോഹഃ ക്ഷമാ സത്യം ദമഃ ശമഃ
സുഖം ദുഃഖം ഭവോഭാവോ ഭയം ചാഭയമേവ ച ൪

അഹിംസാ സമതാ തുഷ്ടിസ്തപോ ദാനം യശോയശഃ
ഭവന്തി ഭാവാ ഭൂതാനാം മത്ത ഏവ പൃഥഗ്വിധാഃ ൫

മഹർഷയഃ സപ്ത പൂർവേ ചത്വാരോ മനവസ്തഥാ
മദ്ഭാവാ മാനസാ ജാതാ യേഷാം ലോക ഇമാഃ പ്രജാഃ ൬

ഏതാം വിഭൂതിം യോഗം ച മമ യോ വേത്തി തത്ത്വതഃ
സോവികൽപേന യോഗേന യുജ്യതേ നാത്ര സംശയഃ ൭

അഹം സർവസ്യ പ്രഭവോ മത്തഃ സർവം പ്രവർതതേ
ഇതി മത്വാ ഭജന്തേ മാം ബുധാ ഭാവസമന്വിതാഃ ൮

മച്ചിത്താ മദ്ഗതപ്രാണാ ബോധയന്തഃ പരസ്പരം
കഥയന്തശ്ച മാം നിത്യം തുഷ്യന്തി ച രമന്തി ച ൯

തഷോം സതതയുക്താനാം ഭജതാം പ്രീതിപൂർവകം
ദദാമി ബുദ്ധിയോഗം തം യനേ മാമുപയാന്തി തേ ൧൦

തഷോമവോനുകമ്പാർഥമഹമജ്ഞാനജം തമഃ
നാശയാമ്യാത്മഭാവസ്ഥോ ജ്ഞാനദീപനേ ഭാസ്വതാ ൧൧

അർജ്ജുന ഉവാച

പരം ബ്രഹ്മ പരം ധാമ പവിത്രം പരമം ഭവാൻ
പുരുഷം ശാശ്വതം ദിവ്യമാദിദവേമജം വിഭും ൧൨

ആഹുസ്ത്വാമൃഷയഃ സർവേ ദവേർഷിർനാരദസ്തഥാ
അസിതോ ദവേലോ വ്യാസഃ സ്വയം ചൈവ ബ്രവീഷി മേ ൧൩

സർവമതേദൃതം മന്യേ യന്മാം വദസി കശേവ
ന ഹി തേ ഭഗവന്വ്യക്തിം വിദുർദവോ ന ദാനവാഃ ൧൪

സ്വയമവോത്മനാത്മാനം വത്ഥേ ത്വം പുരുഷോത്തമ
ഭൂതഭാവനേ ഭൂതശേ ദവേദവേ ജഗത്പതേ ൧൫

വക്തുമർഹസ്യശഷേണേ ദിവ്യാ ഹ്യാത്മവിഭൂതയഃ
യാഭിർവിഭൂതിഭിർലോകാനിമാംസ്ത്വം വ്യാപ്യ തിഷ്ഠസി ൧൬

കഥം വിദ്യാമഹം യോഗിംസ്ത്വാം സദാ പരിചിന്തയൻ
കഷേു കഷേു ച ഭാവഷേു ചിന്ത്യോസി ഭഗവന്മയാ ൧൭

വിസ്തരണോത്മനോ യോഗം വിഭൂതിം ച ജനാർദന
ഭൂയഃ കഥയ തൃപ്തിർഹി ശൃണ്വതോ നാസ്തി മേമൃതം ൧൮

ശ്രീഭഗവാനുവച

ഹന്ത തേ കഥയിഷ്യാമി ദിവ്യാ ഹ്യാത്മവിഭൂതയഃ
പ്രാധാന്യതഃ കുരുശ്രേഷ്ഠ നാസ്ത്യന്തോ വിസ്തരസ്യ മേ ൧൯

അഹമാത്മാ ഗുഡാകേശ സർവഭൂതാശയസ്ഥിതഃ
അഹമാദിശ്ച മധ്യം ച ഭൂതാനാമന്ത ഏവ ച ൨൦

ആദിത്യാനാമഹം വിഷ്ണുർജ്യോതിഷാം രവിരംശുമാൻ
മരീചിർമരുതാമസ്മി നക്ഷത്രാണാമഹം ശശീ ൨൧

വേദാനാം സാമവേദോസ്മി ദേവാനാമസ്മി വാസവഃ
ഇന്ദ്രിയാണാം മനശ്ചാസ്മി ഭൂതാനാമസ്മി ചേതനാ ൨൨

രുദ്രാണാം ശങ്കരശ്ചാസ്മി വിത്തേശോ യക്ഷരക്ഷസാം
വസൂനാം പാവകശ്ചാസ്മി മേരുഃ ശിഖരിണാമഹം ൨൩

പുരോധസാം ച മുഖ്യം മാം വിദ്ധി പാർഥ ബൃഹസ്പതിം
സേനാനീനാമഹം സ്കന്ദഃ സരസാമസ്മി സാഗരഃ ൨൪

മഹർഷീണാം ഭൃഗുരഹം ഗിരാമസ്മ്യേകമക്ഷരം
യജ്ഞാനാം ജപയജ്ഞോസ്മി സ്ഥാവരാണാം ഹിമാലയഃ ൨൫

അശ്വത്ഥഃ സർവവൃക്ഷാണാം ദേവർഷീണാം ച നാരദഃ

ഗന്ധർവാണാം ചിത്രരഥഃ സിദ്ധാനാം കപിലോ മുനിഃ ൨൬

ഉച്ചൈഃശ്രവസമശ്വാനാം വിദ്ധി മാമമൃതോദ്ഭവം
ഐരാവതം ഗജേന്ദ്രാണാം നരാണാം ച നരാധിപം ൨൭

ആയുധാനാമഹം വജ്രം ധേനൂനാമസ്മി കാമധുക്
പ്രജനശ്ചാസ്മി കന്ദർപഃ സർപാണാമസ്മി വാസുകിഃ ൨൮

അനന്തശ്ചാസ്മി നാഗാനാം വരുണോ യാദസാമഹം
പിതൃണാമര്യമാ ചാസ്മി യമഃ സംയമതാമഹം ൨൯

പ്രഹ്ലാദശ്ചാസ്മി ദൈത്യാനാം കാലഃ കലയതാമഹം
മൃഗാണാം ച മൃഗേന്ദ്രോഹം വൈനതേയശ്ച പക്ഷിണാം ൩൦

പവനഃ പവതാമസ്മി രാമഃ ശസ്ത്രഭൃതാമഹം
ഝഷാണാം മകരശ്ചാസ്മി സ്രോതസാമസ്മി ജാഹ്നവീ ൩൧

സർഗാണാമാദിരന്തശ്ച മധ്യം ചൈവാഹമർജുന
അധ്യാത്മവിദ്യാ വിദ്യാനാം വാദഃ പ്രവദതാമഹം ൩൨

അക്ഷരാണാമകാരോസ്മി ദ്വന്ദ്വഃ സാമാസികസ്യ ച
അഹമേവാക്ഷയഃ കാലോ ധാതാഹം വിശ്വതോമുഖഃ ൩൩

മൃത്യുഃ സർവഹരശ്ചാഹമുദ്ഭവശ്ച ഭവിഷ്യതാം
കീർതിഃ ശ്രീർവാക്ച നാരീണാം സ്മൃതിർമേധാ ധൃതിഃ ക്ഷമാ ൩൪

ബൃഹത്സാമ തഥാ സാംനാം ഗായത്രീ ഛന്ദസാമഹം
മാസാനാം മാർഗശീർഷോഹമൃതൂനാം കുസുമാകരഃ ൩൫

ദ്യൂതം ഛലയതാമസ്മി തേജസ്തേജസ്വിനാമഹം
ജയോസ്മി വ്യവസായോസ്മി സത്ത്വം സത്ത്വവതാമഹം ൩൬

വൃഷ്ണീനാം വാസുദേവോസ്മി പാണ്ഡവാനാം ധനഞ്ജയഃ
മുനീനാമപ്യഹം വ്യാസഃ കവീനാമുശനാ കവിഃ ൩൭

ദണ്ഡോ ദമയതാമസ്മി നീതിരസ്മി ജിഗീഷതാം
മൗനം ചൈവാസ്മി ഗുഹ്യാനാം ജ്ഞാനം ജ്ഞാനവതാമഹം ൩൮

യച്ചാപി സർവഭൂതാനാം ബീജം തദഹമർജുന
ന തദസ്തി വിനാ യത്സ്യാന്മയാ ഭൂതം ചരാചരം ൩൯

നാന്തോസ്തി മമ ദിവ്യാനാം വിഭൂതീനാം പരന്തപ
ഏഷ തൂദ്ദേശതഃ പ്രോക്തോ വിഭൂതേർവിസ്തരോ മയാ ൪൦

യദ്യദ്വിഭൂതിമത്സത്ത്വം ശ്രീമദൂർജിതമേവ വാ
തത്തദേവാവഗച്ഛ ത്വം മമ തേജോംശസംഭവം ൪൧

അഥവാ ബഹുനൈതേന കിം ജ്ഞാതേന തവാർജുന
വിഷ്ടഭ്യാഹമിദം കൃത്സ്നമേകാംശേന സ്ഥിതോ ജഗത് ൪൨

ഇതി ശ്രീമദ്ഭഗവദ്ഗീതാസുപനിഷത്സു ബ്രഹ്മവിദ്യായാം
യോഗശാസ്ത്രേ ശ്രീകൃഷ്ണാർജുന സംവാദേ വിഭൂതിയോഗോ നാമ
ദശമോധ്യായഃ സമാപ്തഃ

അദ്ധ്യായം 11 – വിശ്വരൂപദർശനയോഗം

അർജുന ഉവാച

മദനുഗ്രഹായ പരമം ഗുഹ്യമധ്യാത്മസംജ്ഞിതം
യത്ത്വയോക്തം വചസ്തേന മോഹോയം വിഗതോ മമ ൧

ഭവാപ്യയൗ ഹി ഭൂതാനാം ശ്രുതൗ വിസ്തരശോ മയാ
ത്വത്തഃ കമലപത്രാക്ഷ മാഹാത്മ്യമപി ചാവ്യയം ൨

ഏവമേതദ്യഥാത്ഥ ത്വമാത്മാനം പരമേശ്വര
ദ്രഷ്ടുമിച്ഛാമി തേ രൂപമൈശ്വരം പുരുഷോത്തമ ൩

മന്യസേ യദി തച്ഛക്യം മയാ ദ്രഷ്ടുമിതി പ്രഭോ
യോഗേശ്വര തതോ മേ ത്വം ദർശയാത്മാനമവ്യയം ൪

ശ്രീഭഗവാനുവാച

പശ്യ മേ പാർഥ രൂപാണി ശതശോഥ സഹസ്രശഃ
നാനാവിധാനി ദിവ്യാനി നാനാവർണാകൃതീനി ച ൫

പശ്യാദിത്യാന്വസൂൻരുദ്രാനശ്വിനൗ മരുതസ്തഥാ
ബഹൂന്യദൃഷ്ടപൂർവാണി പശ്യാശ്ചര്യാണി ഭാരത ൬

ഇഹൈകസ്ഥം ജഗത്കൃത്സ്നം പശ്യാദ്യ സചാരചരം
മമ ദേഹേ ഗുഡാകേശ യച്ചാന്യദ്ദ്രഷ്ടുമിച്ഛസി ൭

ന തു മാം ശക്യസേ ദ്രഷ്ടുമനേനൈവ സ്വചക്ഷുഷാ

ദിവ്യം ദദാമി തേ ചക്ഷുഃ പശ്യ മേ യോഗമൈശ്വരം ൮

സഞ്ജയ ഉവാച

ഏവമുക്ത്വാ തതോ രാജന്മഹായോഗേശ്വരോ ഹരിഃ

ദർശയാമാസ പാർഥായ പരമം രൂപമൈശ്വരം ൯

അനേകവക്ത്രനയനമനേകാദ്ഭുതദർശനം

അനേകദിവ്യാഭരണം ദിവ്യാനേകോദ്യതായുധം ൧൦

ദിവ്യമാല്യാംബരധരം ദിവ്യഗന്ധാനുലേപനം

സർവാശ്ചര്യമയം ദേവമനന്തം വിശ്വതോമുഖം ൧൧

ദിവി സൂര്യസഹസ്രസ്യ ഭവേദ്യുഗപദുത്ഥിതാ

യദി ഭാഃ സദൃശീ സാ സ്യാദ്ഭാസസ്തസ്യ മഹാത്മനഃ ൧൨

തത്രൈകസ്ഥം ജഗത്കൃത്സ്നം പ്രവിഭക്തമനേകധാ

അപശ്യദ്ദേവദേവസ്യ ശരീരേ പാണ്ഡവസ്തദാ ൧൩

തതഃ സ വിസ്മയാവിഷ്ടോ ഹൃഷ്ടരോമാ ധനഞ്ജയഃ

പ്രണമ്യ ശിരസാ ദേവം കൃതാഞ്ജലിരഭാഷത ൧൪

അർജുന ഉവാച

പശ്യാമി ദേവാംസ്തവ ദേവ ദേഹേ സർവാംസ്തഥാ
ഭൂതവിശേഷസങ്ഘാൻ

ബ്രഹ്മാണമീശം കമലാസനസ്ഥമൃഷീംശ്ച സർവാനുരഗാംശ്ച
ദിവ്യാൻ ൧൫

അനേകബാഹൂദരവക്ത്രനേത്രം പശ്യാമി ത്വാം
സർവതോനന്തരൂപം

നാന്തം ന മദ്ധ്യം ന പുനസ്തവാദിം പശ്യാമി വിശ്വേശ്വര
വിശ്വരൂപ ൧൬

കിരീടിനം ഗദിനം ചക്രിണം ച തേജോരാശിം സർവതോ ദീപ്തിമന്തം

പശ്യാമി ത്വാം ദുർനിരീക്ഷ്യം സമന്താദ്ദീപ്താനലാർകദ്യുതിമപ്
രമേയം ൧൭

ത്വമക്ഷരം പരമം വേദിതവ്യം ത്വമസ്യ വിശ്വസ്യ പരം നിധാനം

ത്വമവ്യയഃ ശാശ്വതധർമഗോപ്താ സനാതനസ്ത്വം പുരുഷോ
മതോ മേ ൧൮

അനാദിമധ്യാന്തമനന്തവീര്യമനന്തബാഹും ശശിസൂര്യനേത്രം

പശ്യാമി ത്വാം ദീപ്തഹുതാശവക്ത്രം സ്വതേജസാ വിശ്വമിദം
തപന്തം ൧൯

ദ്യാവാപൃഥിവ്യോരിദമന്തരം ഹി വ്യാപ്തം ത്വയൈകേന ദിശശ്ച
സർവാഃ

ദൃഷ്ട്വാദ്ഭുതം രൂപമുഗ്രം തവേദം ലോകത്രയം പ്രവ്യഥിതം
മഹാത്മൻ ൨൦

അമീ ഹി ത്വാം സുരസങ്ഘാ വിശന്തി കേചിദ്ഭീതാഃ പ്രാഞ്ജലയോ
ഗൃണന്തി

സ്വസ്തീത്യുക്ത്വാ മഹർഷിസിദ്ധസങ്ഘാഃ സ്തുവന്തി ത്വാം
സ്തുതിഭിഃ പുഷ്കലാഭിഃ ൨൧

രുദ്രാദിത്യാ വസവോ യേ ച സാധ്യാ വിശ്വേശ്വിനൗ
മരുതശ്ചോഷ്മപാശ്ച

ഗന്ധർവയക്ഷാസുരസിദ്ധസങ്ഘാ വീക്ഷന്തേ ത്വാം
വിസ്മിതാശ്ചൈവ സർവേ ൨൨

രൂപം മഹത്തേ ബഹുവക്ത്രനേത്രം മഹാബാഹോ
ബഹുബാഹൂരുപാദം

ബഹൂദരം ബഹുദംഷ്ട്രാകരാലം ദൃഷ്ട്വാ ലോകാഃ
പ്രവ്യഥിതാസ്തഥാഹം ൨൩

നഭഃസ്പൃശം ദീപ്തമനേകവർണം വ്യാത്താനനം
ദീപ്തവിശാലനേത്രം

ദൃഷ്ട്വാ ഹി ത്വാം പ്രവ്യഥിതാന്തരാത്മാ ധൃതിം ന വിന്ദാമി ശമം ച
വിഷ്ണോ ൨൪

ദംഷ്ട്രാകരാലാനി ച തേ മുഖാനി ദൃഷ്ട്വൈവ കാലാനലസന്നിഭാനി

ദിശോ ന ജാനേ ന ലഭേ ച ശർമ പ്രസീദ ദേവേശ ജഗന്നിവാസ
൨൫

അമീ ച ത്വാം ധൃതരാഷ്ട്രസ്യ പുത്രാഃ സർവേ
സഹൈവാവനിപാലസങ്ഘൈഃ

ഭീഷ്മോ ദ്രോണഃ സൂതപുത്രസ്തഥാസൗ സഹാസ്മദീയൈരപി
യോധമുഖ്യൈഃ ൨൬

വക്ത്രാണി തേ ത്വരമാണാ വിശന്തി ദംഷ്ട്രാകരാലാനി
ഭയാനകാനി

കേചിദ്വിലഗ്നാ ദശനാന്തരേഷു സന്ദൃശ്യന്തേ
ചൂർണിതൈരുത്തമാങ്ഗൈഃ ൨൭

യഥാ നദീനാം ബഹവോമ്ബുവേഗാഃ സമുദ്രമേവാഭിമുഖാ ദ്രവന്തി

തഥാ തവാമീ നരലോകവീരാ വിശന്തി വക്ത്രാണ്യഭിവിജ്വലന്തി
൨൮

യഥാ പ്രദീപ്തം ജ്വലനം പതങ്ഗാ വിശന്തി നാശായ സമൃദ്ധവേഗാഃ

തഥൈവ നാശായ വിശന്തി ലോകാസ്തവാപി വക്ത്രാണി
സമൃദ്ധവേഗാഃ ൨൯

ലലിഹ്യസേ ഗ്രസമാനഃ സമന്താല്ലോകാൻസമഗ്രാന്വദനൈർ ജ്വലദ്ഭിഃ

തജോഭിരാപൂര്യ ജഗത്സമഗ്രം ഭാസസ്തവോഗ്രാഃ പ്രതപന്തി വിഷ്ണോ ൩൦

ആഖ്യാഹി മേ കോ ഭവാനുഗ്രരൂപോ നമോസ്തു തേ ദേവവര പ്രസീദ

വിജ്ഞാതുമിച്ഛാമി ഭവന്തമാദ്യം ന ഹി പ്രജാനാമി തവ പ്രവൃത്തിം ൩൧

ശ്രീഭഗവാനുവാച

കാലോസ്മി ലോകക്ഷയകൃത്പ്രവൃദ്ധോ ലോകാൻസമാഹർതുമിഹ പ്രവൃത്തഃ

ഋതേപി ത്വാം ന ഭവിഷ്യന്തി സർവേ യേവസ്ഥിതാഃ പ്രത്യനീകേഷു യോധാഃ ൩൨

തസ്മാത്ത്വമുത്തിഷ്ഠ യശോ ലഭസ്വ ജിത്വാ ശത്രൂൻഭുംക്ഷ്വ രാജ്യം സമൃദ്ധം

മയൈവൈതേ നിഹതാഃ പൂർവമേവ നിമിത്തമാത്രം ഭവ സവ്യസാചിൻ ൩൩

ദ്രോണം ച ഭീഷ്മം ച ജയദ്രഥം ച കർണം തഥാന്യാനപി യോധവീരാൻ

മയാ ഹതാംസ്ത്വം ജഹി മാവ്യഥിഷ്ഠാ യുധ്യസ്വ ജേതാസി രണേ സപത്നാൻ ൩൪

സഞ്ജയ ഉവാച

ഏതച്ഛ്രുത്വാ വചനം കേശവസ്യ കൃതാഞ്ജലിർവേപമാനഃ കിരീടീ

നമസ്കൃത്വാ ഭൂയ ഏവാഹ കൃഷ്ണം സഗദ്ഗദം ഭീതഭീതഃ പ്രണമ്യ ൩൫

അർജ്ജുന ഉവാച

സ്ഥാനേ ഹൃഷീകശേ തവ പ്രകീർത്ത്യാ
ജഗത്പ്രഹൃഷ്യത്യനുരജ്യതേ ച

രക്ഷാംസി ഭീതാനി ദിശോ ദ്രവന്തി സർവേ നമസ്യന്തി ച
സിദ്ധസങ്ഘാഃ ൩൬

കസ്മാച്ച തേ ന നമേരന്മഹാത്മൻ ഗരീയസേ
ബ്രഹ്മണോഽപ്യാദികർത്രേ

അനന്ത ദേവേശ ജഗന്നിവാസ ത്വമക്ഷരം സദസത്തത്പരം യത്
൩൭

ത്വമാദിദേവഃ പുരുഷഃ പുരാണസ്ത്വമസ്യ വിശ്വസ്യ പരം
നിധാനം

വേത്താസി വേദ്യം ച പരം ച ധാമ ത്വയാ തതം വിശ്വമനന്തരൂപ
൩൮

വായുര്യമോഽഗ്നിർവരുണഃ ശശാങ്കഃ പ്രജാപതിസ്ത്വം
പ്രപിതാമഹശ്ച

നമോ നമസ്തേഽസ്തു സഹസ്രകൃത്വഃ പുനശ്ച ഭൂയോഽപി നമോ
നമസ്തേ ൩൯

നമഃ പുരസ്താദഥ പൃഷ്ഠതസ്തേ നമോഽസ്തു തേ സർവത ഏവ
സർവ

അനന്തവീര്യാമിതവിക്രമസ്ത്വം സർവം സമാപ്നോഷി തതോഽസി
സർവഃ ൪൦

സഖേതി മത്വാ പ്രസഭം യദുക്തം ഹേ കൃഷ്ണ ഹേ യാദവ ഹേ
സഖേതി

അജാനതാ മഹിമാനം തവേദം മയാ പ്രമാദാത്പ്രണയേന വാപി
൪൧

യച്ചാവഹാസാർഥമസത്കൃതോഽസി വിഹാരശയ്യാസനഭോജനേഷു

ഏകഽോഥവാപ്യച്യുത തത്സമക്ഷം തത്ക്ഷാമയേ
ത്വാമഹമപ്രമേയം ർ൨

പിതാസി ലോേകസ്യ ചരാചരസ്യ ത്വമസ്യ പൂജ്യശ്ച
ഗുരുർഗരീയാൻ

ന ത്വത്സമോസ്ത്യഭ്യധികഃ കുതോന്യോ ലോകത്രയേ
പ്യപ്രതിമപ്രഭാവ ർ൩

തസ്മാത്പ്രണമ്യ പ്രണിധായ കായം പ്രസാദയേ
ത്വാമഹമീശമീഡ്യം

പിതവേ പുത്രസ്യ സഖവേ സഖ്യുഃ പ്രിയഃ പ്രിയായാർഹസി ദവേ
സോഢും ർർ

അദൃഷ്ടപൂർവം ഹൃഷിതോസ്മി ദൃഷ്ട്വാ ഭയനേ ച പ്രവ്യഥിതം മനോ
മേ

തദവേ മേ ദർശയ ദവേ രൂപം പ്രസീദ ദവേശേ ജഗന്നിവാസ ർ൫

കിരീടിനം ഗദിനം ചക്രഹസ്തമിച്ഛാമി ത്വാം ദ്രഷ്ടുമഹം തഥവൈ

തനേവൈ രൂപണേ ചതുർഭുജനേ സഹസ്രബാഹോ ഭവ
വിശ്വമൂർതേ ർ൬

ശ്രീഭഗവാനുവാച

മയാ പ്രസന്നനേ തവാർജുനദേം രൂപം പരം ദർശിതമാത്മയോഗാത്

തജേോമയം വിശ്വമനന്തമാദ്യം യന്മേ ത്വദന്യനേ ന
ദൃഷ്ടപൂർവം ർ൭

ന വദേയജ്ഞാധ്യയനൈർന ദാനൈർന ച ക്രിയാഭിർന
തപോഭിരുഗ്രൈഃ

ഏവംരൂപഃ ശക്യ അഹം നൃലോകേ ദ്രഷ്ടും ത്വദന്യനേ
കുരുപ്രവീര ർ൮

മാ തേ വ്യഥാ മാ ച വിമൂഢഭാവോ ദൃഷ്ട്വാ രൂപം ഘോരമീദൃങ്മമദേം

വ്യപതേഭീഃ പ്രീതമനാഃ പുനസ്ത്വം തദവേ മേ രൂപമിദം പ്രപശ്യ

൪൯

സഞ്ജയ ഉവാച

ഇത്യർജുനം വാസുദവേസ്തഥോക്ത്വാ സ്വകം രൂപം ദർശയാമാസ ഭൂയഃ
ആശ്വാസയാമാസ ച ഭീതമനേം ഭൂത്വാ പുനഃ
സൗമ്യവപുർമഹാത്മാ ൫൦

അർജുന ഉവാച

ദൃഷ്ട്വദേം മാനുഷം രൂപം തവ സൗമ്യം ജനാർദന
ഇദാനീമസ്മി സംവൃത്തഃ സചതോഃ പ്രകൃതിം ഗതഃ ൫൧

ശ്രീഭഗവാനുവാച

സുദുർദർശമിദം രൂപം ദൃഷ്ടവാനസി യന്മമ
ദവോ അപ്യസ്യ രൂപസ്യ നിത്യം ദർശനകാങ്ക്ഷിണഃ ൫൨

നാഹം വദേരൈർന തപസാ ന ദാനനേ ന ചജ്യേയാ
ശക്യ ഏവംവിധോ ദ്രഷ്ടും ദൃഷ്ടവാനസി മാം യഥാ ൫൩

ഭക്ത്യാ ത്വനന്യയാ ശക്യ അഹമവേംവിധോർജുന
ജ്ഞാതും ദ്രഷ്ടും ച തത്ത്വനേ പ്രവഷ്ടേും ച പരന്തപ ൫൪

മത്കർമകൃന്മത്പരമോ മദ്ഭക്തഃ സങ്ഗവർജിതഃ
നിർവരൈഃ സർവഭൂതഷേു യഃ സ മാമതേി പാണ്ഡവ ൫൫

ഇതി ശ്രീമദ്ഭഗവദ്ഗീതാസുപനിഷത്സു ബ്രഹ്മവിദ്യായാം
യോഗശാസ്ത്രേ ശ്രീകൃഷ്ണാർജുന സംവാദേ
വിശ്വരൂപദർശനയോഗോ നാമ ഏകാദശോദ്ധ്യായഃ സമാപ്തഃ

അദ്ധ്യായം 12 – ഭക്തിയോഗം

അർജ്ജുന ഉവാച

ഏവം സതതയുക്താ യേ ഭക്താസ്ത്വാം പര്യുപാസതേ
യേ ചാപ്യക്ഷരമവ്യക്തം തേഷാം കേ യോഗവിത്തമാഃ ൧

ശ്രീഭഗവാനുവാച

മയ്യാവേശ്യ മനോ യേ മാം നിത്യയുക്താ ഉപാസതേ
ശ്രദ്ധയാ പരയോപേതാസ്തേ മേ യുക്തതമാ മതാഃ ൨

യേ ത്വക്ഷരമനിർദേശ്യമവ്യക്തം പര്യുപാസതേ
സർവത്രഗമചിന്ത്യം ച കൂടസ്ഥമചലം ധ്രുവം ൩

സന്നിയമ്യേന്ദ്രിയഗ്രാമം സർവത്ര സമബുദ്ധയഃ
തേ പ്രാപ്നുവന്തി മാമേവ സർവഭൂതഹിതേ രതാഃ ൪

ക്ലേശോധികതരസ്തേഷാമവ്യക്താസക്തചേതസാം
അവ്യക്താ ഹി ഗതിർദുഃഖം ദേഹവദ്ഭിരവാപ്യതേ ൫

യേ തു സർവാണി കർമാണി മയി സന്ന്യസ്യ മത്പരാഃ
അനന്യേനൈവ യോഗേന മാം ധ്യായന്ത ഉപാസതേ ൬

തേഷാമഹം സമുദ്ധർതാ മൃത്യുസംസാരസാഗരാത്
ഭവാമി ന ചിരാത്പാർഥ മയ്യാവേശിതചേതസാം ൭

മയ്യേവ മന ആധത്സ്വ മയി ബുദ്ധിം നിവേശയ
നിവസിഷ്യസി മയ്യേവ അത ഊർധ്വം ന സംശയഃ ൮

അഥ ചിത്തം സമാധാതും ന ശക്നോഷി മയി സ്ഥിരം
അഭ്യാസയോഗേന തതോ മാമിച്ഛാപ്തും ധനഞ്ജയ ൯

അഭ്യാസേപ്യസമർഥോസി മത്കർമപരമോ ഭവ
മദർഥമപി കർമാണി കുർവൻസിദ്ധിമവാപ്സ്യസി ൧൦

അഥൈതദപ്യശക്തോസി കർതും മദ്യോഗമാശ്രിതഃ
സർവകർമഫലത്യാഗം തതഃ കുരു യതാത്മവാൻ ൧൧

ശ്രേയോ ഹി ജ്ഞാനമഭ്യാസാജ്ജ്ഞാനാദ്ധ്യാനം വിശിഷ്യതേ
ധ്യാനാത്കർമഫലത്യാഗസ്ത്യാഗാച്ഛാന്തിരനന്തരം ൧൨

അദ്വേഷ്ടാ സർവഭൂതാനാം മൈത്രഃ കരുണ ഏവ ച
നിർമമോ നിരഹങ്കാരഃ സമദുഃഖസുഖഃ ക്ഷമീ ൧൩

സന്തുഷ്ടഃ സതതം യോഗീ യതാത്മാ ദൃഢനിശ്ചയഃ
മയ്യർപിതമനോബുദ്ധിര്യോ മദ്ഭക്തഃ സ മേ പ്രിയഃ ൧൪

യസ്മാന്നോദ്വിജതേ ലോകോ ലോകാന്നോദ്വിജതേ ച യഃ
ഹർഷാമർഷഭയോദ്വേഗൈർമുക്തോ യഃ സ ച മേ പ്രിയഃ ൧൫

അനപേക്ഷഃ ശുചിർദക്ഷ ഉദാസീനോ ഗതവ്യഥഃ
സർവാരംഭപരിത്യാഗീ യോ മദ്ഭക്തഃ സ മേ പ്രിയഃ ൧൬

യോ ന ഹൃഷ്യതി ന ദ്വേഷ്ടി ന ശോചതി ന കാങ്ക്ഷതി

ശുഭാശുഭപരിത്യാഗീ ഭക്തിമാന്യഃ സ മേ പ്രിയഃ ൧൭

സമഃ ശത്രൗ ച മിത്രേ ച തഥാ മാനാപമാനയോഃ

ശീതോഷ്ണസുഖദുഃഖേഷു സമഃ സങ്ഗവിവർജിതഃ ൧൮

തുല്യനിന്ദാസ്തുതിർമൗനീ സന്തുഷ്ടോ യേന കേനചിത്

അനികേതഃ സ്ഥിരമതിർഭക്തിമാന്മേ പ്രിയോ നരഃ ൧൯

യേ തു ധർമാമൃതമിദം യഥോക്തം പര്യുപാസതേ

ശ്രദ്ദധാനാ മത്പരമാ ഭക്താസ്തേതീവ മേ പ്രിയാഃ ൨൦

ഇതി ശ്രീമദ്ഭഗവദ്ഗീതാസുപനിഷത്സു ബ്രഹ്മവിദ്യായാം
യോഗശാസ്ത്രേ ശ്രീകൃഷ്ണാർജുന സംവാദേ ഭക്തിയോഗോ നാമ
ദ്വാദശോദ്ധ്യായഃ സമാപ്തഃ

അദ്ധ്യായം 13 – ക്ഷേത്രക്ഷേത്രജ്ഞവിഭാഗയോഗം

അർജുന ഉവാച

പ്രകൃതിം പുരുഷം ചൈവ ക്ഷേത്രം ക്ഷേത്രജ്ഞമേവ ച
ഏതദ്വേദിതുമിച്ഛാമി ജ്ഞാനം ജ്ഞേയം ച കേശവ ൧

ശ്രീഭഗവാനുവാച

ഇദം ശരീരം കൗന്തേയ ക്ഷേത്രമിത്യഭിധീയതേ
ഏതദ്യോ വേത്തി തം പ്രാഹുഃ ക്ഷേത്രജ്ഞ ഇതി തദ്വിദഃ ൨

ക്ഷേത്രജ്ഞം ചാപി മാം വിദ്ധി സർവക്ഷേത്രേഷു ഭാരത
ക്ഷേത്രക്ഷേത്രജ്ഞയോർജ്ഞാനം യത്തജ്ജ്ഞാനം മതം മമ ൩

തത്ക്ഷേത്രം യച്ച യാദൃക്ച യദ്വികാരി യതശ്ച യത്
സ ച യോ യത്പ്രഭാവശ്ച തത്സമാസേന മേ ശൃണു ൪

ഋഷിഭിർബഹുധാ ഗീതം ഛന്ദോഭിർവിവിധൈഃ പൃഥക്
ബ്രഹ്മസൂത്രപദൈശ്ചൈവ ഹേതുമദ്ഭിർവിനിശ്ചിതൈഃ ൫

മഹാഭൂതാന്യഹങ്കാരോ ബുദ്ധിരവ്യക്തമേവ ച
ഇന്ദ്രിയാണി ദശൈകം ച പഞ്ച ചേന്ദ്രിയഗോചരാഃ ൬

ഇച്ഛാ ദ്വേഷഃ സുഖം ദുഃഖം സങ്ഘാതശ്ചേതനാ ധൃതിഃ
ഏതത്ക്ഷേത്രം സമാസേന സവികാരമുദാഹൃതം ൭

അമാനിത്വമദംഭിത്വമഹിംസാ ക്ഷാന്തിരാർജവം
ആചാര്യോപാസനം ശൗചം സ്ഥൈര്യമാത്മവിനിഗ്രഹഃ ൮

ഇന്ദ്രിയാർഥേഷു വൈരാഗ്യമനഹങ്കാര ഏവ ച
ജന്മമൃത്യുജരാവ്യാധിദുഃഖദോഷാനുദർശനം ൯

അസക്തിരനഭിഷ്വങ്ഗഃ പുത്രദാരഗൃഹാദിഷു
നിത്യം ച സമചിത്തത്വമിഷ്ടാനിഷ്ടോപപത്തിഷു ൧൦

മയി ചാനന്യയോഗേന ഭക്തിരവ്യഭിചാരിണീ
വിവിക്തദേശസേവിത്വമരതിർജനസംസദി ൧൧

അധ്യാത്മജ്ഞാനനിത്യത്വം തത്ത്വജ്ഞാനാർഥദർശനം
ഏതജ്ജ്ഞാനമിതി പ്രോക്തമജ്ഞാനം യദതോന്യഥാ ൧൨

ജ്ഞേയം യത്തത്പ്രവക്ഷ്യാമി യജ്ജ്ഞാത്വാമൃതമശ്നുതേ
അനാദിമത്പരം ബ്രഹ്മ ന സത്തന്നാസദുച്യതേ ൧൩

സർവതഃ പണിപാദം തത്സർവതോക്ഷിശിരോമുഖം
സർവതഃ ശ്രുതിമല്ലോകേ സർവമാവൃത്യ തിഷ്ഠതി ൧൪

സർവന്ദ്രിയഗുണാഭാസം സർവന്ദ്രിയവിവർജിതം
അസക്തം സർവഭൃച്ചൈവ നിർഗുണം ഗുണഭോക്തൃ ച ൧൫

ബഹിരന്തശ്ച ഭൂതാനാമചരം ചരമേവ ച
സൂക്ഷ്മത്വാത്തദവിജ്ഞേയം ദൂരസ്ഥം ചാന്തികേ ച തത് ൧൬

അവിഭക്തം ച ഭൂതേഷു വിഭക്തമിവ ച സ്ഥിതം

ഭൂതഭർതൃ ച തജ്ജ്ഞേയം ഗ്രസിഷ്ണു പ്രഭവിഷ്ണു ച ൧൭

ജ്യോതിഷാമപി തജ്ജ്യോതിസ്തമസഃ പരമുച്യതേ
ജ്ഞാനം ജ്ഞേയം ജ്ഞാനഗമ്യം ഹൃദി സർവസ്യ വിഷ്ഠിതം ൧൮

ഇതി ക്ഷേത്രം തഥാ ജ്ഞാനം ജ്ഞേയം ചോക്തം സമാസതഃ
മദ്ഭക്ത ഏതദ്വിജ്ഞായ മദ്ഭാവായോപപദ്യതേ ൧൯

പ്രകൃതിം പുരുഷം ചൈവ വിദ്ധ്യനാദീ ഉഭാവപി
വികാരാംശ്ച ഗുണാംശ്ചൈവ വിദ്ധി പ്രകൃതിസംഭവാൻ ൨൦

കാര്യകാരണകർതൃത്വേ ഹേതുഃ പ്രകൃതിരുച്യതേ
പുരുഷഃ സുഖദുഃഖാനാം ഭോക്തൃത്വേ ഹേതുരുച്യതേ ൨൧

പുരുഷഃ പ്രകൃതിസ്ഥോ ഹി ഭുങ്ക്തേ പ്രകൃതിജാൻഗുണാൻ
കാരണം ഗുണസങ്ഗോസ്യ സദസദ്യോനിജന്മസു ൨൨

ഉപദ്രഷ്ടാനുമന്താ ച ഭർതാ ഭോക്താ മഹശേ്വരഃ
പരമാത്മേതി ചാപ്യുക്തോ ദഹേസ്മിൻപുരുഷഃ പരഃ ൨൩

യ ഏവം വേത്തി പുരുഷം പ്രകൃതിം ച ഗുണൈഃ സഹ
സർവഥാ വർതമാനോപി ന സ ഭൂയോഭിജായതേ ൨൪

ധ്യാനേനാത്മനി പശ്യന്തി കേചിദാത്മാനമാത്മനാ
അന്യേ സാംഖ്യേന യോഗേന കർമയോഗേന ചാപരേ ൨൫

അന്യേ ത്വേവമജാനന്തഃ ശ്രുത്വാന്യേഭ്യ ഉപാസതേ
തേപി ചാതിതരന്ത്യേവ മൃത്യും ശ്രുതിപരായണാഃ ൨൬

യാവത്സഞ്ജായതേ കിഞ്ചിത്സത്ത്വം സ്ഥാവരജങ്ഗമം
ക്ഷേത്രക്ഷേത്രജ്ഞസംയോഗാത്തദ്വിദ്ധി ഭരതർഷഭ ൨൭

സമം സർവേഷു ഭൂതേഷു തിഷ്ഠന്തം പരമേശ്വരം
വിനശ്യത്സ്വവിനശ്യന്തം യഃ പശ്യതി സ പശ്യതി ൨൮

സമം പശ്യൻഹി സർവത്ര സമവസ്ഥിതമീശ്വരം
ന ഹിനസ്ത്യാത്മനാത്മാനം തതോ യാതി പരാം ഗതിം ൨൯

പ്രകൃത്യൈവ ച കർമാണി ക്രിയമാണാനി സർവശഃ
യഃ പശ്യതി തഥാത്മാനമകർതാരം സ പശ്യതി ൩൦

യദാ ഭൂതപൃഥഗ്ഭാവമേകസ്ഥമനുപശ്യതി
തത ഏവ ച വിസ്താരം ബ്രഹ്മ സംപദ്യതേ തദാ ൩൧

അനാദിത്വാന്നിർഗുണത്വാത്പരമാത്മായമവ്യയഃ
ശരീരസ്ഥോപി കൌന്തേയ ന കരോതി ന ലിപ്യതേ ൩൨

യഥാ സർവഗതം സൌക്ഷ്മ്യാദാകാശം നോപലിപ്യതേ
സർവത്രാവസ്ഥിതോ ദേഹേ തഥാത്മാ നോപലിപ്യതേ ൩൩

യഥാ പ്രകാശയത്യേകഃ കൃത്സ്നം ലോകമിമം രവിഃ
ക്ഷേത്രം ക്ഷേത്രീ തഥാ കൃത്സ്നം പ്രകാശയതി ഭാരത ൩൪

ക്ഷേത്രക്ഷേത്രജ്ഞയോരേവമന്തരം ജ്ഞാനചക്ഷുഷാ
ഭൂതപ്രകൃതിമോക്ഷം ച യേ വിദുര്യാന്തി തേ പരം ൩൫

ഇതി ശ്രീമദ്ഭഗവദ്ഗീതാസുപനിഷത്സു ബ്രഹ്മവിദ്യായാം
യോഗശാസ്ത്രേ ശ്രീകൃഷ്ണാർജുന സംവാദേ
ക്ഷേത്രക്ഷേത്രജ്ഞവിഭാഗയോഗോ നാമ ത്രയോദശോധ്യായഃ
സമാപ്തഃ

അദ്ധ്യായം 14 –
ഗുണത്രയവിഭാഗയോഗം

ശ്രീഭഗവാനുവാച

പരം ഭൂയഃ പ്രവക്ഷ്യാമി ജ്ഞാനാനാം ജ്ഞാനമുത്തമം
യജ്ജ്ഞാത്വാ മുനയഃ സർവേ പരാം സിദ്ധിമിതോ ഗതാഃ ൧

ഇദം ജ്ഞാനമുപാശ്രിത്യ മമ സാധർമ്യമാഗതാഃ
സർഗേപി നോപജായന്തേ പ്രലയേ ന വ്യഥന്തി ച ൨

മമ യോനിർമഹദ്ബ്രഹ്മ തസ്മിൻഗർഭം ദധാമ്യഹം
സംഭവഃ സർവഭൂതാനാം തതോ ഭവതി ഭാരത ൩

സർവയോനിഷു കൗന്തേയ മൂർതയഃ സംഭവന്തി യാഃ
താസാം ബ്രഹ്മ മഹദ്യോനിരഹം ബീജപ്രദഃ പിതാ ൪

സത്ത്വം രജസ്തമ ഇതി ഗുണാഃ പ്രകൃതിസംഭവാഃ
നിബധ്നന്തി മഹാബാഹോ ദേഹേ ദേഹിനമവ്യയം ൫

തത്ര സത്ത്വം നിർമലത്വാത്പ്രകാശകമനാമയം
സുഖസങ്ഗേന ബധ്നാതി ജ്ഞാനസങ്ഗേന ചാനഘ ൬

രജോ രാഗാത്മകം വിദ്ധി തൃഷ്ണാസങ്ഗസമുദ്ഭവം
തന്നിബധ്നാതി കൗന്തേയ കർമസങ്ഗേന ദേഹിനം ൭

തമസ്ത്വജ്ഞാനജം വിദ്ധി മോഹനം സർവദേഹിനാം

പ്രമാദാലസ്യനിദ്രാഭിസ്തന്നിബധ്നാതി ഭാരത ൮

സത്ത്വം സുഖേ സഞ്ജയതി രജഃ കർമണി ഭാരത
ജ്ഞാനമാവൃത്യ തു തമഃ പ്രമാദേ സഞ്ജയത്യുത ൯

രജസ്തമശ്ചാഭിഭൂയ സത്ത്വം ഭവതി ഭാരത
രജഃ സത്ത്വം തമശ്ചൈവ തമഃ സത്ത്വം രജസ്തഥാ ൧൦

സർവദ്വാരേഷു ദേഹേസ്മിൻപ്രകാശ ഉപജായതേ
ജ്ഞാനം യദാ തദാ വിദ്യാദ്വിവൃദ്ധം സത്ത്വമിത്യുത ൧൧

ലോഭഃ പ്രവൃത്തിരാരംഭഃ കർമണാമശമഃ സ്പൃഹാ
രജസ്യേതാനി ജായന്തേ വിവൃദ്ധേ ഭരതർഷഭ ൧൨

അപ്രകാശോപ്രവൃത്തിശ്ച പ്രമാദോ മോഹ ഏവ ച
തമസ്യേതാനി ജായന്തേ വിവൃദ്ധേ കുരുനന്ദന ൧൩

യദാ സത്ത്വേ പ്രവൃദ്ധേ തു പ്രലയം യാതി ദേഹഭൃത്
തദോത്തമവിദാം ലോകാനമലാൻപ്രതിപദ്യതേ ൧൪

രജസി പ്രലയം ഗത്വാ കർമസങ്ഗിഷു ജായതേ
തഥാ പ്രലീനസ്തമസി മൂഢയോനിഷു ജായതേ ൧൫

കർമണഃ സുകൃതസ്യാഹുഃ സാത്ത്വികം നിർമലം ഫലം
രജസസ്തു ഫലം ദുഃഖമജ്ഞാനം തമസഃ ഫലം ൧൬

സത്ത്വാത്സഞ്ജായതേ ജ്ഞാനം രജസോ ലോഭ ഏവ ച
പ്രമാദമോഹൗ തമസോ ഭവതോജ്ഞാനമേവ ച ൧൭

ഊർധ്വം ഗച്ഛന്തി സത്ത്വസ്ഥാ മധ്യേ തിഷ്ഠന്തി രാജസാഃ
ജഘന്യഗുണവൃത്തിസ്ഥാ അധോ ഗച്ഛന്തി താമസാഃ ൧൮

നാന്യം ഗുണേഭ്യഃ കർതാരം യദാ ദ്രഷ്ടാനുപശ്യതി
ഗുണേഭ്യശ്ച പരം വേത്തി മദ്ഭാവം സോഽധിഗച്ഛതി ൧൯

ഗുണാനേതാനതീത്യ ത്രീന്ദേഹീ ദേഹസമുദ്ഭവാൻ
ജന്മമൃത്യുജരാദുഃഖൈർവിമുക്തോഽമൃതമശ്നുതേ ൨൦

അർജുന ഉവാച

കൈർലിങ്ഗൈസ്ത്രീൻഗുണാനേതാനതീതോ ഭവതി പ്രഭോ
കിമാചാരഃ കഥം ചൈതാംസ്ത്രീൻഗുണാനതിവർതതേ ൨൧

ശ്രീഭഗവാനുവാച

പ്രകാശം ച പ്രവൃത്തിം ച മോഹമേവ ച പാണ്ഡവ
ന ദ്വേഷ്ടി സമ്പ്രവൃത്താനി ന നിവൃത്താനി കാങ്ക്ഷതി ൨൨

ഉദാസീനവദാസീനോ ഗുണൈര്യോ ന വിചാല്യതേ
ഗുണാ വർതന്ത ഇത്യേവം യോഽവതിഷ്ഠതി നേങ്ഗതേ ൨൩

സമദുഃഖസുഖഃ സ്വസ്ഥഃ സമലോഷ്ടാശ്മകാഞ്ചനഃ
തുല്യപ്രിയാപ്രിയോ ധീരസ്തുല്യനിന്ദാത്മസംസ്തുതിഃ ൨൪

മാനാപമാനയോസ്തുല്യസ്തുല്യോ മിത്രാരിപക്ഷയോഃ
സർവാരംഭപരിത്യാഗീ ഗുണാതീതഃ സ ഉച്യതേ ൨൫

മാം ച യോഽവ്യഭിചാരണേ ഭക്തിയോഗേന സേവതേ
സ ഗുണാൻസമതീത്യൈതാൻബ്രഹ്മഭൂയായ കല്പതേ ൨൬

ബ്രഹ്മണോ ഹി പ്രതിഷ്ഠാഹമമൃതസ്യാവ്യയസ്യ ച
ശാശ്വതസ്യ ച ധർമസ്യ സുഖസ്യൈകാന്തികസ്യ ച ൨൭

ഇതി ശ്രീമദ്ഭഗവദ്ഗീതാസുപനിഷത്സു ബ്രഹ്മവിദ്യായാം
യോഗശാസ്ത്രേ ശ്രീകൃഷ്ണാർജുന സംവാദേ
ഗുണത്രയവിഭാഗയോഗോ നാമ ചതുർദശോഽധ്യായഃ സമാപ്തഃ

അദ്ധ്യായം 15 – പുരുഷോത്തമയോഗം

ശ്രീഭഗവാനുവാച

ഊർധ്വമൂലമധഃശാഖമശ്വത്ഥം പ്രാഹുരവ്യയം
ഛന്ദാംസി യസ്യ പർണാനി യസ്തം വേദ സ വേദവിത് ൧

അധശ്ചോർധ്വം പ്രസൃതാസ്തസ്യ
ശാഖാ ഗുണപ്രവൃദ്ധാ വിഷയപ്രവാലാഃ
അധശ്ച മൂലാന്യനുസന്തതാനി
കർമാനുബന്ധീനി മനുഷ്യലോകേ ൨

ന രൂപമസ്യേഹ തഥോപലഭ്യതേ
നാന്തോ ന ചാദിർന ച സമ്പ്രതിഷ്ഠാ
അശ്വത്ഥമേനം സുവിരൂഢമൂലമസങ്ഗ-
ശസ്ത്രേണ ദൃഢേന ഛിത്ത്വാ ൩

തതഃ പദം തത്പരിമാർഗിതവ്യം
യസ്മിൻഗതാ ന നിവർതന്തി ഭൂയഃ
തമേവ ചാദ്യം പുരുഷം പ്രപദ്യേ
യതഃ പ്രവൃത്തിഃ പ്രസൃതാ പുരാണീ ൪

നിർമാനമോഹാ ജിതസങ്ഗദോഷാ
അധ്യാത്മനിത്യാ വിനിവൃത്തകാമാഃ
ദ്വന്ദ്വൈർവിമുക്താഃ സുഖദുഃഖ-
സഞ്ജ്ഞൈർഗച്ഛന്ത്യമൂഢാഃ പദമവ്യയം തത് ൫

ന തദ്ഭാസയതേ സൂര്യോ ന ശശാങ്കോ ന പാവകഃ
യദ്ഗത്വാ ന നിവർതന്തേ തദ്ധാമ പരമം മമ ൬

മമൈവാംശോ ജീവലോകേ ജീവഭൂതഃ സനാതനഃ
മനഃഷഷ്ഠാനീന്ദ്രിയാണി പ്രകൃതിസ്ഥാനി കർഷതി ൭

ശരീരം യദവാപ്നോതി യച്ചാപ്യുത്ക്രാമതീശ്വരഃ
ഗൃഹീത്വൈതാനി സംയാതി വായുർഗന്ധാനിവാശയാത് ൮

ശ്രോത്രം ചക്ഷുഃ സ്പർശനം ച രസനം ഘ്രാണമേവ ച
അധിഷ്ഠായ മനശ്ചായം വിഷയാനുപസേവതേ ൯

ഉത്ക്രാമന്തം സ്ഥിതം വാപി ഭുഞ്ജാനം വാ ഗുണാന്വിതം
വിമൂഢാ നാനുപശ്യന്തി പശ്യന്തി ജ്ഞാനചക്ഷുഷഃ ൧൦

യതന്തോ യോഗിനശ്ചൈനം പശ്യന്ത്യാത്മന്യവസ്ഥിതം
യതന്തോപ്യകൃതാത്മാനോ നൈനം പശ്യന്ത്യചേതസഃ ൧൧

യദാദിത്യഗതം തേജോ ജഗദ്ഭാസയതേഖിലം
യച്ചന്ദ്രമസി യച്ചാഗ്നൗ തത്തേജോ വിദ്ധി മാമകം ൧൨

ഗാമാവിശ്യ ച ഭൂതാനി ധാരയാമ്യഹമോജസാ
പുഷ്ണാമി ചൗഷധീഃ സർവാഃ സോമോ ഭൂത്വാ രസാത്മകഃ ൧൩

അഹം വൈശ്വാനരോ ഭൂത്വാ പ്രാണിനാം ദേഹമാശ്രിതഃ
പ്രാണാപാനസമായുക്തഃ പചാമ്യന്നം ചതുർവിധം ൧൪

സർവസ്യ ചാഹം ഹൃദി സന്നിവിഷ്ടോ

മത്തഃ സ്മൃതിർജ്ഞാനമപോഹനം ച
വേദൈശ്ച സർവൈരഹമേവ വേദ്യോ
വേദാന്തകൃദ്വേദവിദേവ ചാഹം ൧൫

ദ്വാവിമൗ പുരുഷൗ ലോകേ ക്ഷരശ്ചാക്ഷര ഏവ ച
ക്ഷരഃ സർവാണി ഭൂതാനി കൂടസ്ഥോക്ഷര ഉച്യതേ ൧൬

ഉത്തമഃ പുരുഷസ്ത്വന്യഃ പരമാത്മേത്യുദാഹൃതഃ
യോ ലോകത്രയമാവിശ്യ ബിഭർത്യവ്യയ ഈശ്വരഃ ൧൭

യസ്മാത്ക്ഷരമതീതോഹമക്ഷരാദപി ചോത്തമഃ
അതോസ്മി ലോകേ വേദേ ച പ്രഥിതഃ പുരുഷോത്തമഃ ൧൮

യോ മാമേവമസമ്മൂഢോ ജാനാതി പുരുഷോത്തമം
സ സർവവിദ്ഭജതി മാം സർവഭാവേന ഭാരത ൧൯

ഇതി ഗുഹ്യതമം ശാസ്ത്രമിദമുക്തം മയാനഘ
ഏതദ്ബുദ്ധ്വാ ബുദ്ധിമാൻസ്യാത്കൃതകൃത്യശ്ച ഭാരത ൨൦

ഇതി ശ്രീമദ്ഭഗവദ്ഗീതാസൂപനിഷത്സു ബ്രഹ്മവിദ്യായാം
യോഗശാസ്ത്രേ ശ്രീകൃഷ്ണാർജുന സംവാദേ
പുരുഷോത്തമയോഗോ നാമ പഞ്ചദശോധ്യായഃ സമാപ്തഃ

അദ്ധ്യായം 16 – ദൈവാസുരസമ്പദ്വിഭാഗയോഗം

ശ്രീഭഗവാനുവാച

അഭയം സത്വസംശുദ്ധിർജ്ഞാനയോഗവ്യവസ്ഥിതിഃ
ദാനം ദമശ്ച യജ്ഞശ്ച സ്വാധ്യായസ്തപ ആർജവം ൧

അഹിംസാ സത്യമക്രോധസ്ത്യാഗഃ ശാന്തിരപൈശുനം
ദയാ ഭൂതേഷ്വലോലുപ്ത്വം മാർദവം ഹ്രീരചാപലം ൨

തേജഃ ക്ഷമാ ധൃതിഃ ശൗചമദ്രോഹോ നാതിമാനിതാ
ഭവന്തി സമ്പദം ദൈവീമഭിജാതസ്യ ഭാരത ൩

ദംഭോ ദർപോഭിമാനശ്ച ക്രോധഃ പാരുഷ്യമേവ ച
അജ്ഞാനം ചാഭിജാതസ്യ പാർഥ സമ്പദമാസുരീം ൪

ദൈവീ സമ്പദ്വിമോക്ഷായ നിബന്ധായാസുരീ മതാ
മാ ശുചഃ സമ്പദം ദൈവീമഭിജാതോസി പാണ്ഡവ ൫

ദ്വൗ ഭൂതസർഗൗ ലോകേസ്മിന്ദൈവ ആസുര ഏവ ച
ദൈവോ വിസ്തരശഃ പ്രോക്ത ആസുരം പാർഥ മേ ശൃണു ൬

പ്രവൃത്തിം ച നിവൃത്തിം ച ജനാ ന വിദുരാസുരാഃ
ന ശൗചം നാപി ചാചാരോ ന സത്യം തേഷു വിദ്യതേ ൭

അസത്യമപ്രതിഷ്ഠം തേ ജഗദാഹുരനീശ്വരം

അപരസ്പരസംഭൂതം കിമന്യത്കാമഹൈതുകം ൮

ഏതാം ദൃഷ്ടിമവഷ്ടഭ്യ നഷ്ടാത്മാനോൽപബുദ്ധയഃ
പ്രഭവന്ത്യുഗ്രകർമാണഃ ക്ഷയായ ജഗതോഹിതാഃ ൯

കാമമാശ്രിത്യ ദുഷ്പൂരം ദംഭമാനമദാന്വിതാഃ
മോഹദ്ഗൃഹീത്വാസദ്ഗ്രാഹാൻപ്രവർതന്തശുചിവ്രതാഃ ൧൦

ചിന്താമപരിമേയാം ച പ്രലയാന്താമുപാശ്രിതാഃ
കാമോപഭോഗപരമാ ഏതാവദിതി നിശ്ചിതാഃ ൧൧

ആശാപാശശതൈർബദ്ധാഃ കാമക്രോധപരായണാഃ
ഈഹന്തേ കാമഭോഗാർഥമന്യായനോർഥസഞ്ചയാൻ ൧൨

ഇദമദ്യ മയാ ലബ്ധമിമം പ്രാപ്സ്യേ മനോരഥം
ഇദമസ്തീദമപി മേ ഭവിഷ്യതി പുനർധനം ൧൩

അസൗ മയാ ഹതഃ ശത്രുർഹനിഷ്യേ ചാപരാനപി
ഈശ്വരോഹമഹം ഭോഗീ സിദ്ധോഹം ബലവാൻസുഖീ ൧൪

ആഢ്യോഭിജനവാനസ്മി കോന്യോസ്തി സദൃശോ മയാ
യക്ഷ്യേ ദാസ്യാമി മോദിഷ്യ ഇത്യജ്ഞാനവിമോഹിതാഃ ൧൫

അനേകചിത്തവിഭ്രാന്താ മോഹജാലസമാവൃതാഃ
പ്രസക്താഃ കാമഭോഗേഷു പതന്തി നരകേശുചൗ ൧൬

ആത്മസംഭാവിതാഃ സ്തബ്ധാ ധനമാനമദാന്വിതാഃ
യജന്തേ നാമയജ്ഞൈസ്തേ ദംഭനോവിധിപൂർവകം ൧൭

അഹങ്കാരം ബലം ദർപം കാമം ക്രോധം ച സംശ്രിതാഃ
മാമാത്മപരദേഹേഷു പ്രദ്വിഷന്തോഭ്യസൂയകാഃ ൧൮

താനഹം ദ്വിഷതഃ ക്രൂരാൻസംസാരേഷു നരാധമാൻ
ക്ഷിപാമ്യജസ്രമശുഭാനാസുരീഷ്വേവ യോനിഷു ൧൯

ആസുരീം യോനിമാപന്നാ മൂഢാ ജന്മനിജന്മനി
മാമപ്രാപ്യവൈ കൗന്തേയ തതോ യാന്ത്യധമാം ഗതിം ൨൦

ത്രിവിധം നരകസ്യേദം ദ്വാരം നാശനമാത്മനഃ
കാമഃ ക്രോധസ്തഥാ ലോഭസ്തസ്മാദേതത്ത്രയം ത്യജേത് ൨൧

ഏതൈർവിമുക്തഃ കൗന്തേയ തമോദ്വാരൈസ്ത്രിഭിർനരഃ
ആചരത്യാത്മനഃ ശ്രേയസ്തതോ യാതി പരാം ഗതിം ൨൨

യഃ ശാസ്ത്രവിധിമുത്സൃജ്യ വർതതേ കാമകാരതഃ
ന സ സിദ്ധിമവാപ്നോതി ന സുഖം ന പരാം ഗതിം ൨൩

തസ്മാച്ഛാസ്ത്രം പ്രമാണം തേ കാര്യാകാര്യവ്യവസ്ഥിതൗ
ജ്ഞാത്വാ ശാസ്ത്രവിധാനോക്തം കർമ കർതുമിഹാർഹസി ൨൪

ഇതി ശ്രീമദ്ഭഗവദ്ഗീതാസുപനിഷത്സു ബ്രഹ്മവിദ്യായാം
യോഗശാസ്ത്രേ ശ്രീകൃഷ്ണാർജുന സംവാദേ
ദൈവാസുരസന്പദ്വിഭാഗയോഗോ നാമ ഷോഡശോദ്ധ്യായഃ
സമാപ്തഃ

അദ്ധ്യായം 17 –
ശ്രദ്ധാത്രയവിഭാഗയോഗം

അർജുന ഉവാച

യേ ശാസ്ത്രവിധിമുത്സൃജ്യ യജന്തേ ശ്രദ്ധയാന്വിതാഃ
തേഷാം നിഷ്ഠാ തു കാ കൃഷ്ണ സത്ത്വമാഹോ രജസ്തമഃ ൧

ശ്രീഭഗവാനുവാച

ത്രിവിധാ ഭവതി ശ്രദ്ധാ ദേഹിനാം സാ സ്വഭാവജാ
സാത്ത്വികീ രാജസീ ചൈവ താമസീ ചേതി താം ശൃണു ൨

സത്ത്വാനുരൂപാ സർവസ്യ ശ്രദ്ധാ ഭവതി ഭാരത
ശ്രദ്ധാമയോയം പുരുഷോ യോ യച്ഛ്രദ്ധഃ സ ഏവ സഃ ൩

യജന്തേ സാത്ത്വികാ ദേവാന്യക്ഷരക്ഷാംസി രാജസാഃ
പ്രേതാൻഭൂതഗണാംശ്ചാന്യേ യജന്തേ താമസാ ജനാഃ ൪

അശാസ്ത്രവിഹിതം ഘോരം തപ്യന്തേ യേ തപോ ജനാഃ
ദംഭാഹങ്കാരസമ്യുക്താഃ കാമരാഗബലാന്വിതാഃ ൫

കർഷയന്തഃ ശരീരസ്ഥം ഭൂതഗ്രാമമചേതസഃ
മാം ചൈവാന്തഃ ശരീരസ്ഥം താന്വിദ്ധ്യാസുരനിശ്ചയാൻ ൬

ആഹാരസ്ത്വപി സർവസ്യ ത്രിവിധോ ഭവതി പ്രിയഃ
യജ്ഞസ്തപസ്തഥാ ദാനം തേഷാം ഭേദമിമം ശൃണു ൭

ആയുഃസത്വബലാരോഗ്യസുഖപ്രീതിവിവർധനാഃ

രസ്യാഃ സ്നിഗ്ധാഃ സ്ഥിരാ ഹൃദ്യാ ആഹാരാഃ സാത്ത്വികപ്രിയാഃ ൮

കട്വമ്ലലവണാത്യുഷ്ണതീക്ഷ്ണരൂക്ഷവിദാഹിനഃ

ആഹാരാ രാജസസ്യേഷ്ഠാ ദുഃഖശോകാമയപ്രദാഃ ൯

യാതയാമം ഗതരസം പൂതി പര്യുഷിതം ച യത്

ഉച്ഛിഷ്ടമപി ചാമധ്യേം ഭോജനം താമസപ്രിയം ൧൦

അഫലാകാങ്ക്ഷിഭിര്യജ്ഞോ വിധിദൃഷ്ടോ യ ഇജ്യതേ

യഷ്ടവ്യമേവേതി മനഃ സമാധായ സ സാത്ത്വികഃ ൧൧

അഭിസന്ധായ തു ഫലം ദംഭാർഥമപി ചൈവ യത്

ഇജ്യതേ ഭരതശ്രേഷ്ഠ തം യജ്ഞം വിദ്ധി രാജസം ൧൨

വിധിഹീനമസൃഷ്ടാന്നം മന്ത്രഹീനമദക്ഷിണം

ശ്രദ്ധാവിരഹിതം യജ്ഞം താമസം പരിചക്ഷതേ ൧൩

ദേവദ്വിജഗുരുപ്രാജ്ഞപൂജനം ശൗചമാർജവം

ബ്രഹ്മചര്യമഹിംസാ ച ശാരീരം തപ ഉച്യതേ ൧൪

അനുദ്വേഗകരം വാക്യം സത്യം പ്രിയഹിതം ച യത്

സ്വാധ്യായാഭ്യസനം ചൈവ വാങ്മയം തപ ഉച്യതേ ൧൫

മനഃപ്രസാദഃ സൗമ്യത്വം മൗനമാത്മവിനിഗ്രഹഃ

ഭാവസംശുദ്ധിരിത്യേതത്തപോ മാനസമുച്യതേ ൧൬

ശ്രദ്ധയാ പരയാ തപ്തം തപസ്തത്ത്രിവിധം നരൈഃ
അഫലാകാങ്ക്ഷിഭിര്യുക്തൈഃ സാത്ത്വികം പരിചക്ഷതേ ൧൭

സത്കാരമാനപൂജാർത്ഥം തപോ ദംഭേന ചൈവ യത്
ക്രിയതേ തദിഹ പ്രോക്തം രാജസം ചലമധ്രുവം ൧൮

മൂഢഗ്രാഹണാത്മനോ യത്പീഡയാ ക്രിയതേ തപഃ
പരസ്യോത്സാദനാർത്ഥം വാ തത്താമസമുദാഹൃതം ൧൯

ദാതവ്യമിതി യദ്ദാനം ദീയതേനുപകാരിണേ
ദേശേ കാലേ ച പാത്രേ ച തദ്ദാനം സാത്ത്വികം സ്മൃതം ൨൦

യത്തു പ്രത്യുപകാരാർത്ഥം ഫലമുദ്ദിശ്യ വാ പുനഃ
ദീയതേ ച പരിക്ലിഷ്ടം തദ്ദാനം രാജസം സ്മൃതം ൨൧

അദേശേകാലേ യദ്ദാനമപാത്രേഭ്യശ്ച ദീയതേ
അസത്കൃതമവജ്ഞാതം തത്താമസമുദാഹൃതം ൨൨

ഓം തത്സദിതി നിർദേശോ ബ്രഹ്മണസ്ത്രിവിധഃ സ്മൃതഃ
ബ്രാഹ്മണാസ്തേന വേദാശ്ച യജ്ഞാശ്ച വിഹിതാഃ പുരാ ൨൩

തസ്മാദ് ഓം ഇത്യുദാഹൃത്യ യജ്ഞദാനതപഃക്രിയാഃ
പ്രവർതന്തേ വിധാനോക്താഃ സതതം ബ്രഹ്മവാദിനാം ൨൪

തദിത്യനഭിസന്ധായ ഫലം യജ്ഞതപഃക്രിയാഃ
ദാനക്രിയാശ്ച വിവിധാഃ ക്രിയന്തേ മോക്ഷകാങ്ക്ഷിഭിഃ ൨൫

സദ്ഭാവേ സാധുഭാവേ ച സദിത്യേതത്പ്രയുജ്യതേ

പ്രശസ്തേ കർമണി തഥാ സച്ഛബ്ദഃ പാർഥ യുജ്യതേ ൨൬

യജ്ഞേ തപസി ദാനേ ച സ്ഥിതിഃ സദിതി ചോച്യതേ

കർമ ചൈവ തദർഥീയം സദിത്യവോഭിധീയതേ ൨൭

അശ്രദ്ധയാ ഹുതം ദത്തം തപസ്തപ്തം കൃതം ച യത്

അസദിത്യുച്യതേ പാർഥ ന ച തത്പ്രേത്യ നോ ഇഹ ൨൮

ഇതി ശ്രീമദ്ഭഗവദ്ഗീതാസുപനിഷത്സു ബ്രഹ്മവിദ്യായാം
യോഗശാസ്ത്രേ ശ്രീകൃഷ്ണാർജുന സംവാദേ
ശ്രദ്ധാത്രയവിഭാഗയോഗോ നാമ സപ്തദശോദ്ധ്യായഃ സമാപ്തഃ

അദ്ധ്യായം 18 –
മോക്ഷസന്ന്യാസയോഗം

അർജുന ഉവാച

സന്ന്യാസസ്യ മഹാബാഹോ തത്ത്വമിച്ഛാമി വദേിതും
ത്യാഗസ്യ ച ഹൃഷീകശേ പൃഥക്കശേിനിഷൂദന ൧

ശ്രീഭഗവാനുവാച

കാമ്യാനാം കർമണാം ന്യാസം സന്ന്യാസം കവയോ വിദുഃ
സർവകർമഫലത്യാഗം പ്രാഹുസ്ത്യാഗം വിചക്ഷണാഃ ൨

ത്യാജ്യം ദോഷവദിത്യകേ കർമ പ്രാഹുർമനീഷിണഃ
യജ്ഞദാനതപഃകർമ ന ത്യാജ്യമിതി ചാപരേ ൩

നിശ്ചയം ശൃണു മേ തത്ര ത്യാഗേ ഭരതസത്തമ
ത്യാഗോ ഹി പുരുഷവ്യാഘ്ര ത്രിവിധഃ സമ്പ്രകീർത്തിതഃ ൪

യജ്ഞദാനതപഃകർമ ന ത്യാജ്യം കാര്യമവേ തത്
യജ്ഞോ ദാനം തപശ്ചവൈ പാവനാനി മനീഷിണാം ൫

എതാന്യപി തു കർമാണി സങ്ഗം ത്യക്ത്വാ ഫലാനി ച
കർതവ്യാനീതി മേ പാർഥ നിശ്ചിതം മതമുത്തമം ൬

നിയതസ്യ തു സന്ന്യാസഃ കർമണോ നോപപദ്യതേ
മോഹാത്തസ്യ പരിത്യാഗസ്താമസഃ പരികീർതിതഃ ൭

ദുഃഖമിത്യവേ യത്കർമ കായക്ലശേഭയാത്ത്യജതേ്
സ കൃത്വാ രാജസം ത്യാഗം നവൈ ത്യാഗഫലം ലഭതേ് ൮

കാര്യമിത്യവേ യത്കർമ നിയതം ക്രിയതരേ്ജുന
സങ്ഗം ത്യക്ത്വാ ഫലം ചവൈ സ ത്യാഗഃ സാത്ത്വികഠോ മതഃ ൯

ന ദ്വഷേ്ട്യകുശലം കർമ കുശലേ നാനുഷജ്ജതേ
ത്യാഗീ സത്ത്വസമാവിഷ്ടഠോ മധോവി ഛിന്നസംശയഃ ൧൦

ന ഹി ദഹേഭൃതാ ശക്യം ത്യക്തും കർമാണ്യശഷേതഃ
യസ്തു കർമഫലത്യാഗീ സ ത്യാഗീത്യഭിധീയതേ ൧൧

അനിഷ്ടമിഷ്ടം മിശ്രം ച ത്രിവിധം കർമണഃ ഫലം
ഭവത്യത്യാഗിനാം പ്രതേ്യ ന തു സന്ന്യാസിനാം ക്വചിത് ൧൨

പഞ്ചതൈാനി മഹാബാഹഠോ കാരണാനി നിബഠോധ മേ
സാംഖ്യേ കൃതാന്തേ പ്രഠോക്താനി സിദ്ധയേ സർവകർമണാം ൧൩

അധിഷ്ഠാനം തഥാ കർതാ കരണം ച പൃഥഗ്വിധം
വിവിധാശ്ച പൃഥക്ചഷേ്ടാ ദവൈം ചവൈാത്ര പഞ്ചമം ൧൪

ശരീരവാങ്മനഠോഭിര്യത്കർമ പ്രാരഭതേ നരഃ
ന്യായ്യം വാ വിപരീതം വാ പഞ്ചതൈേ തസ്യ ഹതേവഃ ൧൫

തത്രവൈം സതി കർതാരമാത്മാനം കവേലം തു യഃ
പശ്യത്യകൃതബുദ്ധിത്വാന്ന സ പശ്യതി ദുർമതിഃ ൧൬

യസ്യ നാഹംകൃതോ ഭാവോ ബുദ്ധിര്യസ്യ ന ലിപ്യതേ
ഹത്വാപി സ ഇമാംല്ലോകാന്ന ഹന്തി ന നിബധ്യതേ ൧൭

ജ്ഞാനം ജ്ഞേയം പരിജ്ഞാതാ ത്രിവിധാ കർമചോദനാ
കരണം കർമ കർതേതി ത്രിവിധഃ കർമസങ്ഗ്രഹഃ ൧൮

ജ്ഞാനം കർമ ച കർതാ ച ത്രിധൈവ ഗുണഭേദതഃ
പ്രോച്യതേ ഗുണസംഖ്യാനേ യഥാവച്ഛൃണു താന്യപി ൧൯

സർവഭൂതേഷു യേനൈകം ഭാവമവ്യയമീക്ഷതേ
അവിഭക്തം വിഭക്തേഷു തജ്ജ്ഞാനം വിദ്ധി സാത്ത്വികം ൨൦

പൃഥക്ത്വേന തു യജ്ജ്ഞാനം നാനാഭാവാൻപൃഥഗ്വിധാൻ
വേത്തി സർവേഷു ഭൂതേഷു തജ്ജ്ഞാനം വിദ്ധി രാജസം ൨൧

യത്തു കൃത്സ്നവദേകസ്മിൻകാര്യേ സക്തമഹൈതുകം
അതത്ത്വാർഥവദൽപം ച തത്താമസമുദാഹൃതം ൨൨

നിയതം സങ്ഗരഹിതമരാഗദ്വേഷതഃ കൃതം
അഫലപ്രേപ്സുനാ കർമ യത്തത്സാത്ത്വികമുച്യതേ ൨൩

യത്തു കാമേപ്സുനാ കർമ സാഹങ്കാരേണ വാ പുനഃ
ക്രിയതേ ബഹുലായാസം തദ്രാജസമുദാഹൃതം ൨൪

അനുബന്ധം ക്ഷയം ഹിംസാമനപേക്ഷ്യ ച പൗരുഷം
മോഹാദാരഭ്യതേ കർമ യത്തത്താമസമുച്യതേ ൨൫

മുക്തസങ്ഗോനഹംവാദീ ധൃത്യുത്സാഹസമന്വിതഃ

സിദ്ധ്യസിദ്ധ്യയോർനിർവികാരഃ കർതാ സാത്ത്വിക ഉച്യതേ
൨൬

രാഗീ കർമഫലപ്രപേപ്സുർലുബ്ധോ ഹിംസാത്മകോശുചിഃ

ഹർഷശോകാന്വിതഃ കർതാ രാജസഃ പരികീർതിതഃ ൨൭

അയുക്തഃ പ്രാകൃതഃ സ്തബ്ധഃ ശഠോ നൈഷ്കൃതികോലസഃ

വിഷാദീ ദീർഘസൂത്രീ ച കർതാ താമസ ഉച്യതേ ൨൮

ബുദ്ധേർഭേദം ധൃതശ്ചൈവ ഗുണതസ്ത്രിവിധം ശൃണു

പ്രോച്യമാനമശേഷേണേ പൃഥക്ത്വനേ ധനഞ്ജയ ൨൯

പ്രവൃത്തിം ച നിവൃത്തിം ച കാര്യാകര്യേ ഭയാഭയേ

ബന്ധം മോക്ഷം ച യാ വത്തി ബുദ്ധിഃ സാ പാർഥ സാത്ത്വികീ
൩൦

യയാ ധർമമധർമം ച കാര്യം ചാകാര്യമവേ ച

അയഥാവത്പ്രജാനാതി ബുദ്ധിഃ സാ പാർഥ രാജസീ ൩൧

അധർമം ധർമമിതി യാ മന്യതേ തമസാവൃതാ

സർവാർഥാന്വിപരീതാംശ്ച ബുദ്ധിഃ സാ പാർഥ താമസി ൩൨

ധൃത്യാ യയാ ധാരയതേ മനഃപ്രാണനേന്ദ്രിയക്രിയാഃ

യോഗനോവ്യഭിചാരിണ്യാ ധൃതിഃ സാ പാർഥ സാത്ത്വികീ ൩൩

യയാ തു ധർമകാമാർഥാന്ധൃത്യാ ധാരയതേർജുനാ

പ്രസങ്ഗനേ ഫലാകാങ്ക്ഷീ ധൃതിഃ സാ പാർഥ രാജസീ ൩൪

യയാ സ്വപ്നം ഭയം ശോകം വിഷാദം മദമവേ ച

ന വിമുഞ്ചതി ദുർമേധാ ധൃതിഃ സാ പാർഥ താമസീ ൩൫

സുഖം ത്വിദാനീം ത്രിവിധം ശൃണു മേ ഭരതർഷഭ

അഭ്യാസാദ്രമതേ യത്ര ദുഃഖാന്തം ച നിഗച്ഛതി ൩൬

യത്തദഗ്രേ വിഷമിവ പരിണാമേƒമൃതോപമം

തത്സുഖം സാത്ത്വികം പ്രോക്തമാത്മബുദ്ധിപ്രസാദജം ൩൭

വിഷയേന്ദ്രിയസംയോഗാദ്യത്തദഗ്രേƒമൃതോപമം

പരിണാമേ വിഷമിവ തത്സുഖം രാജസം സ്മൃതം ൩൮

യദഗ്രേ ചാനുബന്ധേ ച സുഖം മോഹനമാത്മനഃ

നിദ്രാലസ്യപ്രമാദോത്ഥം തത്താമസമുദാഹൃതം ൩൯

ന തദസ്തി പൃഥിവ്യാം വാ ദിവി ദേവേഷു വാ പുനഃ

സത്ത്വം പ്രകൃതിജൈർമുക്തം യദേഭിഃ സ്യാത്ത്രിഭിർഗുണൈഃ
൪൦

ബ്രാഹ്മണക്ഷത്രിയവിശാം ശൂദ്രാണാം ച പരന്തപ

കർമാണി പ്രവിഭക്താനി സ്വഭാവപ്രഭവൈർഗുണൈഃ ൪൧

ശമോ ദമസ്തപഃ ശൗചം ക്ഷാന്തിരാർജവമേവ ച

ജ്ഞാനം വിജ്ഞാനമാസ്തിക്യം ബ്രഹ്മകർമ സ്വഭാവജം ൪൨

ശൗര്യം തേജോ ധൃതിർദാക്ഷ്യം യുദ്ധേ ചാപ്യപലായനം

ദാനമീശ്വരഭാവശ്ച ക്ഷാത്രം കർമ സ്വഭാവജം ൪൩

കൃഷിഗോരക്ഷ്യവാണിജ്യം വൈശ്യകർമ സ്വഭാവജം

പരിചര്യാത്മകം കർമ്മ ശൂദ്രസ്യാപി സ്വഭാവജം ൪൪

സ്വേ സ്വേ കർമ്മണ്യഭിരതഃ സംസിദ്ധിം ലഭതേ നരഃ
സ്വകർമ്മനിരതഃ സിദ്ധിം യഥാ വിന്ദതി തച്ഛൃണു ൪൫

യതഃ പ്രവൃത്തിർഭൂതാനാം യേന സർവ്വമിദം തതം
സ്വകർമ്മണാ തമഭ്യർച്ച്യ സിദ്ധിം വിന്ദതി മാനവഃ ൪൬

ശ്രേയാൻസ്വധർമ്മോ വിഗുണഃ പരധർമ്മാത്സ്വനുഷ്ഠിതാത്
സ്വഭാവനിയതം കർമ്മ കുർവന്നാപ്നോതി കിൽബിഷം ൪൭

സഹജം കർമ്മ കൗന്തേയ സദോഷമപി ന ത്യജേത്
സർവാരംഭാ ഹി ദോഷേണ ധൂമേനാഗ്നിരിവാവൃതാഃ ൪൮

അസക്തബുദ്ധിഃ സർവത്ര ജിതാത്മാ വിഗതസ്പൃഹഃ
നൈഷ്കർമ്മ്യസിദ്ധിം പരമാം സന്ന്യാസേനാധിഗച്ഛതി ൪൯

സിദ്ധിം പ്രാപ്തോ യഥാ ബ്രഹ്മ തഥാപ്നോതി നിബോധ മേ
സമാസേനൈവ കൗന്തേയ നിഷ്ഠാ ജ്ഞാനസ്യ യാ പരാ ൫൦

ബുദ്ധ്യാ വിശുദ്ധയാ യുക്തോ ധൃത്യാത്മാനം നിയമ്യ ച
ശബ്ദാദീന്വിഷയാംസ്ത്യക്ത്വാ രാഗദ്വേഷൗ വ്യുദസ്യ ച ൫൧

വിവിക്തസേവീ ലഘ്വാശീ യതവാക്കായമാനസഃ
ധ്യാനയോഗപരോ നിത്യം വൈരാഗ്യം സമുപാശ്രിതഃ ൫൨

അഹങ്കാരം ബലം ദർപം കാമം ക്രോധം പരിഗ്രഹം
വിമുച്യ നിർമമഃ ശാന്തോ ബ്രഹ്മഭൂയായ കൽപതേ ൫൩

ബ്രഹ്മഭൂതഃ പ്രസന്നാത്മാ ന ശോചതി ന കാങ്ക്ഷതി
സമഃ സർവേഷു ഭൂതേഷു മദ്ഭക്തിം ലഭതേ പരാം ൫൪

ഭക്ത്യാ മാമഭിജാനാതി യാവാന്യശ്ചാസ്മി തത്ത്വതഃ
തതോ മാം തത്ത്വതോ ജ്ഞാത്വാ വിശതേ തദനന്തരം ൫൫

സർവകർമാണ്യപി സദാ കുർവാണോ മദ്വ്യപാശ്രയഃ
മത്പ്രസാദാദവാപ്നോതി ശാശ്വതം പദമവ്യയം ൫൬

ചേതസാ സർവകർമാണി മയി സന്ന്യസ്യ മത്പരഃ
ബുദ്ധിയോഗമുപാശ്രിത്യ മച്ചിത്തഃ സതതം ഭവ ൫൭

മച്ചിത്തഃ സർവദുർഗാണി മത്പ്രസാദാത്തരിഷ്യസി
അഥ ചേത്ത്വമഹങ്കാരാന്ന ശ്രോഷ്യസി വിനങ്ക്ഷ്യസി ൫൮

യദഹങ്കാരമാശ്രിത്യ ന യോത്സ്യ ഇതി മന്യസേ
മിഥ്യൈഷ വ്യവസായസ്തേ പ്രകൃതിസ്ത്വാം നിയോക്ഷ്യതി ൫൯

സ്വഭാവജേന കൗന്തേയ നിബദ്ധഃ സ്വേന കർമണാ
കർതും നേച്ഛസി യന്മോഹാത്കരിഷ്യസ്യവശോപി തത് ൬൦

ഈശ്വരഃ സർവഭൂതാനാം ഹൃദ്ദേശേർജുന തിഷ്ഠതി
ഭ്രാമയൻസർവഭൂതാനി യന്ത്രാരൂഢാനി മായയാ ൬൧

തമേവ ശരണം ഗച്ഛ സർവഭാവേന ഭാരത
തത്പ്രസാദാത്പരാം ശാന്തിം സ്ഥാനം പ്രാപ്സ്യസി ശാശ്വതം ൬൨

ഇതി തേ ജ്ഞാനമാഖ്യാതം ഗുഹ്യാദ്ഗുഹ്യതരം മയാ
വിമൃശ്യൈതദശേഷേണ യഥേച്ഛസി തഥാ കുരു ൬൩

സർവഗുഹ്യതമം ഭൂയഃ ശൃണു മേ പരമം വചഃ
ഇഷ്ടോസി മേ ദൃഢമിതി തതോ വക്ഷ്യാമി തേ ഹിതം ൬൪

മന്മനാ ഭവ മദ്ഭക്തോ മദ്യാജീ മാം നമസ്കുരു
മാമേവൈഷ്യസി സത്യം തേ പ്രതിജാനേ പ്രിയോസി മേ ൬൫

സർവധർമാൻപരിത്യജ്യ മാമേകം ശരണം വ്രജ
അഹം ത്വാം സർവപാപേഭ്യോ മോക്ഷയിഷ്യാമി മാ ശുചഃ
൬൬

ഇദം തേ നാതപസ്കായ നാഭക്തായ കദാചന
ന ചാശുശ്രൂഷവേ വാച്യം ന ച മാം യോഭ്യസൂയതി ൬൭

യ ഇദം പരമം ഗുഹ്യം മദ്ഭക്തേഷ്വഭിധാസ്യതി
ഭക്തിം മയി പരാം കൃത്വാ മാമേവൈഷ്യത്യസംശയഃ ൬൮

ന ച തസ്മാന്മനുഷ്യേഷു കശ്ചിന്മേ പ്രിയകൃത്തമഃ
ഭവിതാ ന ച മേ തസ്മാദന്യഃ പ്രിയതരോ ഭുവി ൬൯

അധ്യേഷ്യതേ ച യ ഇമം ധർമ്യം സംവാദമാവയോഃ
ജ്ഞാനയജ്ഞേന തേനോഹമിഷ്ടഃ സ്യാമിതി മേ മതിഃ ൭൦

ശ്രദ്ധാവാനനസൂയശ്ച ശൃണുയാദപി യോ നരഃ
സോപി മുക്തഃ ശുഭാംല്ലോകാൻപ്രാപ്നുയാത്പുണ്യകർമണാം
൭൧

കച്ചിദതേച്ഛ്രുതം പാര്‍ഥ ത്വയൈകാഗ്രണേ ചതേസാ
കച്ചിദജ്ഞാനസമ്മോഹഃ പ്രണഷ്ടസ്തേ ധനഞ്ജയ ൭൨

അര്‍ജുന ഉവാച

നഷ്ടോ മോഹഃ സ്മൃതിര്‍ലബ്ധാ ത്വത്പ്രസാദാന്മയാച്യുത
സ്ഥിതോസ്മി ഗതസന്ദേഹഃ കരിഷ്യേ വചനം തവ ൭൩

സഞ്ജയ ഉവാച

ഇത്യഹം വാസുദേവസ്യ പാര്‍ഥസ്യ ച മഹാത്മനഃ
സംവാദമിമമശ്രൗഷമദ്ഭുതം രോമഹര്‍ഷണം ൭൪

വ്യാസപ്രസാദാച്ഛ്രുതവാനേതദ്ഗുഹ്യമഹം പരം
യോഗം യോഗേശ്വരാത്കൃഷ്ണാത്സാക്ഷാത്കഥയതഃ സ്വയം
൭൫

രാജന്‍സംസ്മൃത്യ സംസ്മൃത്യ സംവാദമിമമദ്ഭുതം
കേശവാര്‍ജുനയോഃ പുണ്യം ഹൃഷ്യാമി ച മുഹുര്‍മുഹുഃ ൭൬

തച്ച സംസ്മൃത്യ സംസ്മൃത്യ രൂപമത്യദ്ഭുതം ഹരേഃ
വിസ്മയോ മേ മഹാന്‍രാജന്‍ഹൃഷ്യാമി ച പുനഃ പുനഃ ൭൭

യത്ര യോഗേശ്വരഃ കൃഷ്ണോ യത്ര പാര്‍ഥോ ധനുര്‍ധരഃ
തത്ര ശ്രീര്‍വിജയോ ഭൂതിര്‍ധ്രുവാ നീതിര്‍മതിര്‍മമ ൭൮

ഇതി ശ്രീമദ്ഭഗവദ്ഗീതാസൂപനിഷത്സു ബ്രഹ്മവിദ്യായാം
യോഗശാസ്ത്രേ ശ്രീകൃഷ്ണാര്‍ജുന സംവാദേ
മോക്ഷസംന്യാസയോഗോ നാമ അഷ്ടാദശോധ്യായഃ സമാപ്തഃ

അദ്ധ്യാത്മരാമായണം കിളിപ്പാട്ട്
(കിളിപ്പാട്ട്)

രചന:എഴുത്തച്ഛൻ

ബാലകാണ്ഡം

ഹരിഃ ശ്രീഗണപതയേ നമഃ അവിഘ്നമസ്തു

ശ്രീരാമ! രാമ! രാമ! ശ്രീരാമചന്ദ്ര! ജയ

ശ്രീരാമ! രാമ രാമ! ശ്രീരാമഭദ്ര! ജയ

ശ്രീരാമ! രാമ രാമ! സീതാഭിരാമ !ജയ

ശ്രീരാമ! രാമ രാമ! ലോകാഭിരാമ!ജയ

ശ്രീരാമ! രാമാ രാമ!രാവണാന്തകരാമ!

ശ്രീരാമ! മമ ഹൃദി രമതാം രാമ രാമ!

ശ്രീരാഘവാത്മാരാമ! ശ്രീരാമ രമാപതേ!

ശ്രീരാമ!രമണീയവിഗ്രഹ!നമോസ്തുതേ.

നാരായണായ നമോ നാരായണായനമോ

നാരായണായ നമോ നാരായണായ നമഃ

ശ്രീരാമനാമംപാടി വന്നപൈങ്കിളിപ്പണ്ണേ!

ശ്രീരാമചരിതം നീ ചൊല്ലീടു മടിയാതെ.

ശാരികപ്പൈതൽതാനുംവന്ദിച്ചുവന്ദ്യന്മാരെ

ശ്രീരാമസ്മൃതിയോടെപറഞ്ഞുതുടങ്ങിനാൾ.

ഇഷ്ടദേവതാവന്ദനം

കാരണനായ ഗണനായകൻ ബ്രഹ്മാത്മകൻ
കാരുണ്യമൂർത്തി ശിവശക്തിസംഭവൻ ദേവൻ
വാരണമുഖൻ മമ പ്രാരബ്ധവിഘ്നങ്ങളെ
വാരണം ചെയ്തീടുവാനാവോളം വന്ദിക്കുന്നേൻ.
വാണീടുകനാരതമെന്നുടെ നാവുതന്മേൽ
വാണിമാതാവേ! വർണ്ണവിഗ്രഹേ! വേദാത്മികേ!
നാണമെന്നിയേ മുദാ നാവിന്മേൽ നടനംചെ-
യ്കേണാങ്കാനനേ! യഥാ കാനനേ ദിഗംബരൻ
വാരിജോത്ഭവമുഖവാരിജവാസേ! ബാലേ!
വാരിധിതന്നിൽ തിരമാലകളെന്നപോലെ
ഭാരതീ! പദാവലി തോന്നേണം കാലേ കാലേ
പാരാതെ സലക്ഷണം മനേമൽ മംഗലശീലേ!
വൃഷ്ണിവംശത്തിൽ വന്നു കൃഷ്ണനായ്പിറന്നോരു
വിഷ്ണു വിശ്വാത്മാ വിശേഷിച്ചനുഗ്രഹിക്കേണം.
വിഷ്ണുജോത്ഭവസുതനന്ദനപുത്രൻ വ്യാസൻ
വിഷ്ണു താൻതന്നെ വന്നു പിറന്ന തപോധനൻ
വിഷ്ണുതന്മായാഗുണചരിത്രമെല്ലാം കണ്ട
കൃഷ്ണനാം പുരാണകർത്താവിനെ വണങ്ങുന്നേൻ.
നാന്മറനേരായ രാമായണം ചമയ്ക്കയാൽ
നാന്മുഖനുള്ളിൽ ബഹുമാനത്തെ വളർത്തോരു
വാല്മീകികവിശ്രേഷ്ഠനാകിയ മഹാമുനി-
താൻ മമ വരം തരികെപ്പൊഴും വന്ദിക്കുന്നേൻ,
രാമനാമത്തെസ്സദാകാലവും ജപിച്ചീടും
കാമനാശനനുമാവല്ലഭൻ മഹേശ്വരൻ
ശ്രീമഹാദേവൻ പരമേശ്വരൻ സർവ്വേശ്വരൻ

മാമകമേ മനസി വാണീടുവാൻ വന്ദിക്കുന്നേൻ.
വാരിജോത്ഭവനാദിയാകിയ ദേവന്മാരും
നാരദപ്രമുഖന്മാരാകിയ മുനികളും
വാരിജശരാരാതിപ്രാണനാഥയും മമ
വാരിജമകളായ ദേവിയും തുണയ്ക്കണോം.
കാരണഭൂതന്മാരാം ബ്രാഹ്മണരുടെ ചര–
ണാരുണാംബുജലീനപാംസുസഞ്ചയം മമ
ചേതോദർപ്പണത്തിന്റെ മാലിന്യമെല്ലാം തീർത്തു
ശോധന ചെയ്തീടുവാനാവോളം വന്ദിക്കുന്നേൻ.
ആധാരം നാനാജഗന്മയനാം ഭഗവാനും
വേദമെന്നല്ലോ ഗുരുനാഥൻതാനരുൾചെയ്തു;
വേദത്തിന്നാധാരഭൂതന്മാരിക്കാണായൊരു
ഭൂദേവപ്രവരന്മാർ തദ്വരശാപാദികൾ
ധാതൃശങ്കരവിഷ്ണുപ്രമുഖന്മാർക്കും മതം,
വേദജ്ഞോത്തമന്മാർമാഹാത്മ്യങ്ങളാർക്കു ചൊല്ലാം?
പാദസേവകനായ ഭക്തനാം ദാസൻ ബ്രഹ്മ–
പാദജനജ്ഞാനിനാമാദ്യനായുള്ളോരു ഞാൻ
വേദസമ്മിതമായ് മുമ്പുള്ള ശ്രീരാമായണം
ബോധഹീനന്മാർക്കറിയാംവണ്ണം ചൊല്ലീടുന്നേൻ.
വേദവേദാംഗവേദാന്താദിവിദ്യകളെല്ലാം
ചേതസി തെളിഞ്ഞുണർന്നാവോളം തുണയ്ക്കണോം.
സുരസംഹതിപതി തദനു സ്വാഹാപതി
വരദൻ പിതൃപതി നിരൃതി ജലപതി
തരസാ സദാഗതി സദയം നിധിപതി
കരുണാനിധി പശുപതി നക്ഷത്രപതി
സുരവാഹിനീപതിതനയൻ ഗണപതി
സുരവാഹിനീപതി പ്രമഥഭൂതപതി
ശ്രുതിവാക്യാത്മാ ദിനപതി ഖേടാനാംപതി

ജഗതി ചരാചരജാതികളായുളളോരും
അഗതിയായയോരടിയന്നനുഗ്രഹിക്കണേ-
മകമേ സുഖമേ ഞാനനിശം വന്ദിക്കുന്നേൻ.
അഗ്രജൻ മമ സതാം വിദുഷാമഗ്രേസരൻ
മൽഗുരുനാഥനനേകാന്തേവാസികളോടും
ഉൾക്കുരുന്നിങ്കൽ വാഴ്ക രാമരാമാചാര്യനും
മുഖ്യന്മാരായ ഗുരുഭൂതന്മാർ മറ്റുളളോരും.
ശ്രീരാമായണം പുരാ വിരിഞ്ചവിരചിതം
നൂറുകോടി ഗ്രന്ഥമുണ്ടില്ലതു ഭൂമിതന്നിൽ.
രാമനാമത്തെജ്ജപിച്ചൊരു കാട്ടാളൻ മുന്നം
മാമുനിപ്രവരനായ് വന്നതു കണ്ടു ധാതാ
ഭൂമിയിലുള്ള ജന്തുക്കൾക്കു മോക്ഷാർത്ഥമിനി
ശ്രീമഹാരാമായണം ചമയ്ക്കെന്നരുൾ ചെയ്തു
വീണാപാണിയുമുപദേശിച്ചു രാമായണം
വാണിയും വാല്മീകിതൻ നാവിന്മേൽ വാണീടിനാൾ
വാണീടുകവ്വണ്ണമെൻ നാവിന്മേലേവം ചൊൽവാൻ
നാണമാകുന്നൂതാനുമതിനെന്താവതിപ്പോൾ?
വേദശാസ്ത്രങ്ങൾക്കധികാരിയല്ലെന്നതോർത്തു
ചേതസ്സി സർവ്വം ക്ഷമിച്ചീടുവിൻ കൃപയാലേ
അദ്ധ്യാത്മപ്രദീപകമത്യന്തം രഹസ്യമി-
തദ്ധ്യാത്മരാമായണം മൃത്യുശാസനപ്രോക്തം
അദ്ധ്യയനം ചെയ്തീടും മർത്ത്യജന്മികൾക്കെല്ലാം
മുക്തി സിദ്ധിക്കുമസന്ദിഗ്ദ്ധമിജ്ജന്മം കൊണ്ടേ
ഭക്തികൈക്കൊണ്ടു കേട്ടുകൊള്ളുവിൻ ചൊല്ലീടുവ-
നത്രെയും ചുരുക്കി ഞാൻ രാമമാഹാത്മ്യമെല്ലാം.
ബുദ്ധിമത്തുക്കളായോരിക്കഥ കേൾക്കുന്നാകിൽ
ബദ്ധരാകിലുമുടൻ മുക്തരായി വന്നു കൂടും.
ധാത്രീഭാരത്തെ തീർപ്പാൻ ബ്രഹ്മാദിദേവഗണം

പ്രാർത്ഥിച്ചു ഭക്തിപൂർവ്വം സ്തോത്രം ചെയ്തതുമൂലം
ദുഗ്ദ്ധാബ്ധിമദ്ധ്യേ ഭോഗിസത്തമനായീടുന്ന
മത്തേമേൽ യോഗനിദ്ര ചെയ്തിടും നാരായണൻ
ധാത്രീമണ്ഡലം തന്നിൽ മാർത്താണ്ഡകുലത്തിങ്കൽ
ധാത്രീന്ദ്രവീരൻ ദശരഥനു തനയനായ്
രാത്രീചാരികളായ രാവണാദികൾ തന്നെ
മാർത്താണ്ഡാത്മജപുരം പ്രാപിപ്പിച്ചോരു ശേഷം
ആദ്യമാം ബ്രഹ്മത്വം പ്രാപിച്ച വേദാന്തവാക്യ-
വേദ്യനാം സീതാപതിശ്രീപാദം വന്ദിക്കുന്നേൻ.

രാമായണമാഹാത്മ്യം

ശ്രീരാമായണം പുരാ വിരിഞ്ചവിരചിതം
നൂറുകോടിഗ്രന്ഥമു,ണ്ടില്ലതു ഭൂമിതന്നിൽ
രാമനാമത്തെജ്ജപിച്ചൊരു കാട്ടാളൻ മുന്നം
മാമുനിപ്രവരനായ് വന്നതു കണ്ടു ധാതാ
ഭൂമിയിലുള്ള ജന്തുക്കൾക്കു മോക്ഷാർത്ഥമിനി
ശ്രീമഹാരാമായണം ചമയ്ക്കെന്നരുൾചെയ്തു.
വീണാപാണിയുമുപദേശിച്ചു രാമായണം
വാണിയും വാല്മീകിതൻ നാവിന്മേൽ വാണീടിനാൾ.
വാണീടുകവ്വണ്ണമെൻ നാവിന്മേലേവം ചൊൽവാൻ
നാണമാകുന്നുതാനുമതിനെന്തൊവതിപ്പോൾ?
വേദശാസ്ത്രങ്ങൾക്കധികാരിയല്ലെന്നതോർത്തു
ചേതസി സർവം ക്ഷമിച്ചീടുവിൻ കൃപയാലേ.
അദ്ധ്യാത്മപ്രദീപകമത്യന്തം രഹസ്യമി-
തദ്ധ്യാത്മരാമായണം മൃത്യുശാസനപ്രോക്തം
അദ്ധ്യായനംചെയ്തീടും മർത്ത്യജന്മികൾക്കെല്ലാം
മുക്തിസാധിക്കുമസന്ദിഗ്ദ്ധമിജ്ജന്മംകൊണ്ടേ.
ഭക്തികൈക്കൊണ്ടു കേട്ടുകൊള്ളുവിൻ ചൊല്ലീടുവ-
നെത്രയും ചുരുക്കി ഞാൻ രാമമാഹാത്മ്യമെല്ലാം.
ബുദ്ധിമത്തുക്കളായോരിക്കഥ കേൾക്കുന്നാകിൽ
ബദ്ധരാകിലുമുടൻ മുക്തരായ് വന്നുകൂടും.
ധാത്രീഭാരത്തെത്തീർപ്പാൻ ബ്രഹ്മാദിദേവഗണം
പ്രാർത്ഥിച്ചു ഭക്തിപൂർവ്വം സ്തോത്രംചെയ്തതുമൂലം
ദുഗ്ദ്ധാബ്ധിമദ്ധ്യേ ഭോഗിസത്തമനായീടുന്ന
മെത്തമേൽ യോഗനിദ്രചെയ്തീടും നാരായണൻ
ധാത്രീമണ്ഡലംതന്നിൽ മാർത്താണ്ഡകുലത്തിങ്കൽ

ധാത്രീന്ദ്രവീരൻ ദശരഥനു തനയനായ്

രാത്രിചാരികളായ രാവണാദികൾതമ്മെ

മാർത്താണ്ഡാത്മജപുരം പ്രാപിപ്പിച്ചഓരുശേഷം

ആദ്യമാം ബ്രഹ്മത്വംപ്രാപിച്ച വദോന്തവാക്യ–

ഉമാമഹേശ്വരസംവാദം

കൈലാസാചലേ സൂര്യകോടിശോഭിതേ വിമ-
ലാലയേ രത്നപീഠേ സംവിഷ്ടം ധ്യാനനിഷ്ഠം
ഫാലലോചനം മുനിസിദ്ധദേവാദിസേവ്യം
നീലലോഹിതം നിജ ഭർത്താരം വിശ്വേശ്വരം
വന്ദിച്ചു വാമോത്സംഗേ വാഴുന്ന ഭഗവതി
സുന്ദരി ഹൈമവതി ചോദിച്ചു ഭക്തിയോടെഃ
"സർവാത്മാവായ നാഥ! പരമേശ്വര! പോറ്റീ !
സർവ്വലോകാവാസ ! സർവ്വേശ്വര! മഹേശ്വരാ!
ശർവ! ശങ്കര! ശരണാഗതജനപ്രിയ!
സർവ്വദേവേശ ! ജഗന്നായക! കാരുണ്യാബ്ധേ!
അത്യന്തം രഹസ്യമാം വസ്തുവെന്നിരിക്കിലു-
മെത്രയും മഹാനുഭാവന്മാരായുള്ള ജനം
ഭക്തിവിശ്വാസശുശ്രൂഷാദികൾ കാണുന്തോറും
ഭക്തന്മാർക്കുപദേശം ചെയ്തീടുമെന്നു കേൾപ്പു.
ആകയാൽ ഞാനുണ്ടൊന്നു നിന്തിരുവടിതന്നോ-
ടാകാംക്ഷാപരവശചേതസാ ചോദിക്കുന്നു.
കാരുണ്യമെന്നെക്കുറിച്ചുണ്ടെങ്കിലെനിക്കിപ്പോൾ
ശ്രീരാമദേവതത്ത്വമുപദേശിച്ചീടണം.
തത്ത്വഭേദങ്ങൾ വിജ്ഞാനജ്ഞാനവൈരാഗ്യാദി
ഭക്തിലക്ഷണം സാംഖ്യയോഗഭേദാദികളും
ക്ഷേത്രോപവാസഫലം യാഗാദികർമ്മഫലം
തീർത്ഥസ്നാനാദിഫലം ദാനധർമ്മാദിഫലം
വർണ്ണധർമ്മങ്ങൾ പുനരാശ്രമധർമ്മങ്ങളു-
മെന്നിവയെല്ലാമെന്നോടൊന്നൊഴിയാതവണ്ണം
നിന്തിരുവടിയരുൾചെയ്തു കേട്ടേതുമൂലം

സന്തോഷമകതാരിലേറ്റവുമുണ്ടായ്‌വന്നു.
ബന്ധമോക്ഷങ്ങളുടെ കാരണം കേൾക്കമൂല-
മന്ധത്വം തീർന്നുകൂടി ചേതസി ജഗൽപതേ!
ശ്രീരാമദേവൻതൻറെ മാഹാത്മ്യം കേൾപ്പാനുള്ളിൽ
പാരമാഗ്രഹമുണ്ടു, ഞാനതിൻ പാത്രമെങ്കിൽ
കാരുണ്യാംബുധേ! കനിഞ്ഞരുളിച്ചെയ്തീടണ-
മാരും നിന്തിരുവടിയൊഴിഞ്ഞില്ലതു ചൊൽവാൻ."
ഈശ്വരി കാർത്ത്യായനി പാർവ്വതി ഭഗവതി
ശാശ്വതനായ പരമേശ്വരനോടീവണ്ണം
ചോദ്യംചെയ്തതു കേട്ടു തെളിഞ്ഞു ദേവൻ ജഗ-
ദാദ്യനീശ്വരൻ മന്ദഹാസംപൂണ്ടരുൾചെയ്തുഃ
"ധന്യേ! വല്ലഭേ! ഗിരികന്യേ! പാർവ്വതീ! ഭദ്രേ!
നിന്നോളമാർക്കുമില്ല ഭഗവത്ഭക്തി നാഥേ!
ശ്രീരാമദേവതത്വം കേൾക്കണമെന്നു മന-
താരിലാകാംക്ഷയുണ്ടായ്‌വന്നതു മഹാഭാഗ്യം.
മുന്നമെന്നോടിതാരും ചോദ്യംചെയ്തീല, ഞാനും
നിന്നാണെ കേൾപ്പിച്ചതില്ലാരെയും ജീവനാഥേ!
അത്യന്തം രഹസ്യമായുള്ളൊരു പരമാത്മ-
തത്വാർത്ഥമറികയിലാഗ്രഹമുണ്ടായതും
ഭക്ത്യതിശയം പുരുഷോത്തമൻതങ്കലേറ്റം
നിത്യവും ചിത്തകാമ്പിൽ വർദ്ധിക്കതന്നെ മൂലം.
ശ്രീരാമപാദാംബുജം വന്ദിച്ചു സംക്ഷേപിച്ചു
സാരമായുള്ള തത്വം ചൊല്ലുവൻ കേട്ടാലും നീ.
ശ്രീരാമൻ പരമാത്മാ പരമാനന്ദമൂർത്തി
പുരുഷൻ പ്രകൃതിതൻകാരണനേകൻ പരൻ
പുരുഷോത്തമൻ ദേവനനന്തനാദിനാഥൻ
ഗുരുകാരുണ്യമൂർത്തി പരമൻ പരബ്രഹ്മം
ജഗദുത്ഭവസ്ഥിതിപ്രളയകർത്താവായ

ഭഗവാൻ വിരിഞ്ചനാരായണശിവാത്മകൻ
അദ്വയനാദ്യനജനവ്യയനാത്മാരാമൻ
തത്ത്വാത്മാ സച്ചിന്മയൻ സകലാത്മകനീശൻ
മാനുഷനെന്നു കൽപിച്ചീടുവോരജ്ഞാനികൾ
മാനസം മായാതമസ്സംവൃതമാകമൂലം.
സീതാരാഘവമരുൽസൂനുസംവാദം മോക്ഷ-
സാധനം ചൊൽവൻ നാഥ! കേട്ടാലും തെളിഞ്ഞു നീ.
എങ്കിലോ മുന്നം ജഗന്നായകൻ രാമദേവൻ
പങ്കജവിലോചനൻ പരമാനന്ദമൂർത്തി
ദേവകണ്ടകനായ പങ്ക്തികണ്ഠനെക്കൊന്നു
ദേവിയുമനുജനും വാനരപ്പടയുമായ്
സത്വരമയോദ്ധ്യപുക്കഭിഷേകവും ചെയ്തു
സത്താമാത്രാത്മാ സകലേശനവ്യയൻ നാഥൻ
മിത്രപുത്രാദികളാം മിത്രവർഗ്ഗത്താലുമ-
ത്യുത്തമന്മാരാം സഹോദരവീരന്മാരാലും
കീകസാത്മജാസുതനാം വിഭീഷണനാലും
ലോകേശാത്മജനായ വസിഷ്ഠാദികളാലും
സേവ്യനായ് സൂര്യകോടിതുല്യതേജസാ ജഗ-
ച്ഛ്രാവ്യമാം ചരിതവും കേട്ടുകേട്ടാനന്ദിച്ചു
നിർമ്മലമണിലസൽകാഞ്ചനസിംഹാസനേ
തന്മായാദേവിയായ ജാനകിയോടുംകൂടി
സാനന്ദമിരുന്നരുളീടുന്നനേരം പര-
മാനന്ദമൂർത്തി തിരുമുമ്പിലാമ്മാറു ഭക്ത്യാ
വന്ദിച്ചുനില്ക്കുന്നൊരു ഭക്തനാം ജഗൽപ്രാണ-
നന്ദനൻതന്നെത്തൃക്കൺപാർത്തു കാരുണ്യമൂർത്തി
മന്ദഹാസവുംപൂണ്ടു സീതയോടരുൾചെയ്തു:
"സുന്ദരരൂപേ! ഹനുമാനെ നീ കണ്ടായല്ലീ?
നിന്നിലുമെന്നിലുമുണ്ടെല്ലാനേരവുമിവൻ-

തന്നുള്ളിലഭേദയായുള്ളോരു ഭക്തി നാഥേ!
ധന്യേ! സന്തതം പരമാത്മജ്ഞാനത്തെയൊഴി–
ഞ്ഞൊന്നിലുമൊരുനേരമാശയുമില്ലയല്ലോ.
നിർമ്മലനാത്മജ്ഞാനത്തിന്നിവൻ പാത്രമത്രേ
നിർമ്മമൻ നിത്യബ്രഹ്മചാരികൾമുമ്പനല്ലോ.
കൽമഷമിവനേതുമില്ലെന്നു ധരിച്ചാലും
തന്മനോരഥത്തെ നീ നൽകണം മടിയാതെ.
നമ്മുടെ തത്ത്വമിവന്നറിയിക്കേണമിപ്പോൾ
ചിന്മയേ! ജഗന്മയേ! സന്മയേ! മായാമയേ!
ബ്രഹ്മോപദേശത്തിനു ദുർല്ലഭം പാത്രമിവൻ
ബ്രഹ്മജ്ഞാനാർത്ഥികളിലുത്തമോത്തമനെടോ!"
ശ്രീരാമദേവനദേവനേവമരുളിച്ചെയ്തനേരം
മാരുതിതന്നെ വിളിച്ചരുളിച്ചെയ്തു ദേവി :
"വീരന്മാർ ചൂടും മകുടത്തിൻ നായകക്കല്ലേ !
ശ്രീരാമപാദഭക്തപ്രവര ! കേട്ടാലും നീ
സച്ചിദാനന്ദമേകമദ്വയം പരബ്രഹ്മം
നിശ്ചലം സർവോപാധി നിർമുക്തം സത്താമാത്രം
നിശ്ചയിച്ചറിഞ്ഞുകൂടാതൊരു വസ്തുവെന്നു
നിശ്ചയിച്ചാലുമുള്ളിൽ ശ്രീരാമദേവനെ നീ

ഹനുമാനു തത്ത്വോപദേശം

ശ്രീരാമദേവനേവമരുളിച്ചെയ്തനേരം
മാരുതിതന്നെ വിളിച്ചരുളിച്ചെയ്തു ദേവിഃ
"വീരന്മാർ ചൂടും മകുടത്തിൻ നായകക്കല്ലേ!
ശ്രീരാമപാദഭക്തപ്രവര! കേട്ടോലും നീ.
സച്ചിദാനന്ദമേകമദ്വയം പരബ്രഹ്മം
നിശ്ചലം സർവ്വോപാധിനിർമ്മുക്തം സത്താമാത്രം
നിശ്ചയിച്ചറിഞ്ഞുകൂടാതൊരു വസ്തുവെന്നു
നിശ്ചയിച്ചാലുമുള്ളിൽ ശ്രീരാമദേവനെ നീ.
നിർമ്മലം നിരഞ്ജനം നിർഗ്ഗുണം നിർവ്വികാരം
സന്മയം ശാന്തം പരമാത്മാനം സദാനന്ദം
ജന്മനാശാദികളില്ലാതൊരു വസ്തു പര-
ബ്രഹ്മമീ ശ്രീരാമനെന്നറിഞ്ഞുകൊണ്ടാലും നീ.
സർവ്വകാരണം സർവ്വവ്യാപിനം സർവ്വാത്മാനം
സർവ്വജ്ഞം സർവ്വേശ്വരം സർവ്വസാക്ഷിണം നിത്യം
സർവ്വദം സർവ്വാധാരം സർവ്വദേവതാമയം
നിർവ്വികാരാത്മാ രാമദേവനെന്നറിഞ്ഞാലും.
എന്നുടെ തത്ത്വമിനിച്ചൊല്ലീടാമുള്ളവണ്ണം
നിന്നോടു,ഞാൻതാൻ മൂലപ്രകൃതിയായതെടോ.
എന്നുടെ പതിയായ പരമാത്മാവുതൻറെ
സന്നിധിമാത്രംകൊണ്ടു ഞാനിവ സൃഷ്ടിക്കുന്നു.
തത്സാന്നിദ്ധ്യംകൊണ്ടെന്നാൽ സൃഷ്ടമാമവയെല്ലാം
തത്സ്വരൂപത്തിങ്കലാക്കീടുന്നു ബുധജനം.
തത്സ്വരൂപത്തിനുണ്ടോ ജനനാദികളെന്നു
തത്സ്വരൂപത്തെയറിഞ്ഞവനേയറിയാവൂ.
ഭൂമിയിൽ ദിനകരവംശത്തിലയോദ്ധ്യയിൽ

രാമനായ് സർവ്വശേ്വരൻതാൻ വന്നു പിറന്നതും
ആമിഷഭോജികളെ വധിപ്പാനായ്ക്കൊണ്ടു വി-
ശ്വാമിത്രനോടുംകൂടയെഴുന്നള്ളിയകാലം
ക്രൂദ്ധയായടുത്തൊരു ദുഷ്ടയാം താടകയെ-
പ്പദ്ധതിമദ്ധ്യേ കൊന്നു സത്വരം സിദ്ധാശ്രമം
ബദ്ധമോദനേ പുക്കു യാഗരക്ഷയും ചെയ്തു
സിദ്ധസങ്കൽപനായ കൗശികമുനിയോടും
മൈഥിലരാജ്യത്തിനായ്ക്കൊണ്ടു പോകുന്നനേരം
ഗൗതമപത്നിയായോരഹല്യാശാപം തീർത്തു
പാദപങ്കജം തൊഴുതവളെയനുഗ്രഹി-
ച്ചാദരപൂർവ്വം മിഥിലാപുരമകംപുക്കു
മുപ്പുരവൈരിയുടെ ചാപവും മുറിച്ചുടൻ
മൽപാണിഗ്രഹണവുംചെയ്തു പോരുന്നനേരം
മുൽപ്പുക്കുതടുത്തോരു ഭാർഗ്ഗവരാമൻതൻറെ
ദർപ്പവുമടക്കി വമ്പോടയോദ്ധ്യയും പുക്കു
ദ്വാദശസംവത്സരമിരുന്നു സുഖത്തോടെ
താതനുമഭിഷേകത്തിന്നാരംഭിച്ചാനതു
മാതാവു കൈകേയിയും മുടക്കിയതുമൂലം
ഭ്രാതാവാകിയ സുമിത്രാത്മജനോടുംകൂടെ
ചിത്രകൂടം പ്രാപിച്ചു വസിച്ചകാലം താതൻ
വൃത്രാരിപുരം പുക്ക വൃത്താന്തം കേട്ടശേഷം
ചിത്തശോകത്തോടുദകക്രിയാദികൾ ചെയ്തു
ഭക്തനാം ഭരതനെയയച്ചു രാജ്യത്തിനായ്
ദണ്ഡകാരണ്യംപുക്കകാലത്തു വിരാധനെ
ഖണ്ഡിച്ചു കുംഭോത്ഭവനാമഗസ്ത്യനെക്കണ്ടു
പണ്ഡിതന്മാരാം മുനിമാരോടു സത്യംചെയ്തു
ദണ്ഡമെന്നിയേ രക്ഷോവംശത്തെയൊടുക്കുവാൻ
പുക്കിതു പഞ്ചവടി തത്ര വാണീടുംകാലം

പുഷ്കരശരപരവശയായ് വന്നാളല്ലോ
രക്ഷോനായകനുടെ സോദരി ശൂർപ്പണഖാ;
ലക്ഷ്മണനവളുടെ നാസികാച്ഛേദംചെയ്തു.
ഉന്നതനായ ഖരൻ കോപിച്ചു യുദ്ധത്തിന്നായ്-
വന്നിതു പതിന്നാലുസഹസ്രം പടയോടും,
കൊന്നിതു മൂന്നേമുക്കാൽനാഴികകൊണ്ടുതന്നെ;
പിന്നെശ്ശൂർപ്പണഖ പോയ് രാവണനോടു ചൊന്നാൾ.
മായയാ പൊന്മാനായ് വന്നോരു മാരീചൻതന്നെ-
സ്സായകംപ്രയോഗിച്ചു സൽഗതികൊടുത്തപ്പോൾ
മായാസീതയെക്കൊണ്ടു രാവണൻ പോയശേഷം
മായാമാനുഷൻ ജടായുസ്സിനു മോക്ഷം നല്കി.
രാക്ഷസവേഷം പൂണ്ട കബന്ധൻതന്നെക്കൊന്നു
മോക്ഷവും കൊടുത്തു പോയ് ശബരിതന്നെക്കണ്ടു.
മോക്ഷദനവളുടെ പൂജയും കൈക്കൊണ്ടഥ
മോക്ഷദാനവുംചെയ്തു പുക്കിതു പമ്പാതീരം.
തത്ര കണ്ടിതു നിന്നെപ്പിന്നെ നിന്നോടുംകൂടി
മിത്രനന്ദനനായ സുഗ്രീവൻതന്നെക്കണ്ടു
മിത്രമായിരിപ്പൂതെന്നന്യോന്യം സഖ്യം ചെയ്തു
വൃത്രാരിപുത്രനായ ബാലിയെ വധംചെയ്തു
സീതാന്വേഷണംചെയ്തു ദക്ഷിണജലധിയിൽ
സേതുബന്ധനം ലങ്കാമർദ്ദനം പിന്നെശ്ശേഷം
പുത്രമിത്രാമാത്യഭൃത്യാദികളോടുംകൂടി
യുദ്ധസന്നദ്ധനായ ശത്രുവാം ദശാസ്യനെ
ശസ്ത്രേണ വധംചെയ്തു രക്ഷിച്ചു ലോകത്രയം
ഭക്തനാം വിഭീഷണന്നഭിഷേകവുംചെയ്തു
പാവകന്തങ്കൽ മറഞ്ഞിരുന്നൊരെന്നെപ്പിന്നെ
പാവനയെന്നു ലോകസമ്മതമാക്കിക്കൊണ്ടു
പാവകനോടു വാങ്ങി പുഷ്പകം കരയേറി

ദേവകളോടുമനുവാദംകൊണ്ടയോദ്ധ്യയാം
രാജ്യത്തിന്നഭിഷേകംചെയ്തു ദേവാദികളാൽ
പൂജ്യനായിരുന്നരുളീടിനാൻ ജഗന്നാഥൻ.
യാജ്യനാം നാരായണൻ ഭക്തിയുള്ളവർക്കു സാ-
യൂജ്യമാം മോക്ഷത്തെ നല്കീടിനാൻ നിരഞ്ജനൻ.
ഏവമാദികളായ കർമ്മങ്ങൾ തന്റെ മായാ-
ദേവിയാമെന്നെക്കൊണ്ടു ചെയ്യിപ്പിക്കുന്നു നൂനം.
രാമനാം ജഗൽഗുരു നിർഗുണൻ ജഗദഭി-
രാമനവ്യയനേകനാനന്ദാത്മകനാത്മാ-
രാമനദ്വയൻ പരൻ നിഷ്കളൻ വിദ്വദ്ഭൃംഗാ-
രാമനച്യുതൻ വിഷ്ണുഭഗവാൻ നാരായണൻ
ഗമിക്കെന്നതും പുനരിരിക്കെന്നതും കിഞ്ചിൽ
ഭ്രമിക്കെന്നതും തഥാ ദുഃഖിക്കെന്നതുമില്ല.
നിർവികാരാത്മാ തേജോമയനായ് നിറഞ്ഞൊരു
നിർവൃതനൊരുവസ്തു ചെയ്കയില്ലൊരുനാളും.
നിർമ്മലൻ പരിണാമഹീനനാനന്ദമൂർത്തി
ചിന്മയൻ മായാമയൻതന്നുടെ മായാദേവി
കർമ്മങ്ങൾ ചെയ്യുന്നതു താനെന്നു തോന്നിക്കുന്നു
തന്മായാഗുണങ്ങളെത്താനനുസരിക്കയാൽ."

അഞ്ജനാതനയനോടിങ്ങനെ സീതാദേവി
കഞ്ജലോചനതത്ത്വമുപദേശിച്ചശേഷം
അഞ്ജസാ രാമദേവൻ മന്ദഹാസവുംചെയ്തു
മഞ്ജുളവാചാ പുനരവനോടുരചെയ്തുഃ
"പരമാത്മാവാകുന്ന ബിംബത്തിൽ പ്രതിബിംബം
പരിചിൽ കാണുന്നതു ജീവാത്മാവറികെടോ!
തേജോരൂപിണിയാകുമെന്നുടെ മായതങ്കൽ
വ്യാജമെന്നിയേ നിഴലിക്കുന്നു കപിവരാ!

ഓരോരോ ജലാശയേ കേവലം മഹാകാശം
നരരേ നീ കാണ്മീലയോ, കണ്ടാലുമതുപോലെ
സാക്ഷാലുള്ളൊരു പരബ്രഹ്മമാം പരമാത്മാ
സാക്ഷിയായുള്ള ബിംബം നിശ്ചലമതു സഖേ!
തത്ത്വമസ്യാദി മഹാവാക്യാർത്ഥംകൊണ്ടു മമ
തത്ത്വത്തെയറിഞ്ഞീടാമാചാര്യകാരുണ്യത്താൽ.
മത്ഭക്തനായുള്ളവനിപ്പദമറിയുമ്പോൾ
മത്ഭാവം പ്രാപിച്ചീടുമില്ല സംശയമേതും.
മത്ഭക്തിവിമുഖന്മാർ ശാസ്ത്രഗർത്തങ്ങൾതോറും
സത്ഭാവംകൊണ്ടു ചാടിവീണു മോഹിച്ചീടുന്നു.
ഭക്തിഹീനന്മാർക്കു നൂറായിരം ജന്മംകൊണ്ടും
സിദ്ധിക്കയില്ല തത്ത്വജ്ഞാനവും കൈവല്യവും.
പരമാത്മാവാം മമ ഹൃദയം രഹസ്യമി-
തൊരുനാളും മത്ഭക്തിഹീനന്മാരായ് മേവീടും
നരന്മാരോടു പറഞ്ഞറിയിക്കരുതേടോ!
പരമമുപദേശമില്ലിതിന്മീതെയൊന്നും.”
ശ്രീമഹാദേവൻ മഹാദേവിയോടരുൾചെയ്ത
രാമമാഹാത്മ്യമിദം പവിത്രം ഗുഹ്യതമം
സാക്ഷാൽ ശ്രീരാമപ്രോക്തം വായുപുത്രനായ്ക്കൊണ്ടു
മോക്ഷദം പാപഹരം ഹൃദ്യമാനന്ദോദയം
സർവ്വവേദാന്തസാരസംഗ്രഹം രാമതത്ത്വം
ദിവ്യനാം ഹനുമാനോടുപദേശിച്ചതെല്ലാം
ഭക്തിപൂണ്ടനാരതം പഠിച്ചീടുന്ന പുമാൻ
മുക്തനായ്‌വരുമൊരു സംശയമില്ല നാഥേ!
ബ്രഹ്മഹത്യാദിദുരിതങ്ങളും ബഹുവിധം
ജന്മങ്ങൾതോറുമാർജ്ജിച്ചുള്ളവയെന്നാകിലും
ഒക്കവേ നശിച്ചുപോമെന്നരുൾചെയ്തു രാമൻ
മർക്കടപ്രവരനോടെന്നതു സത്യമല്ലോ.

ജാതിനിന്ദിതൻ പരസ്ത്രീധനഹാരി പാപി
മാതൃഘാതകൻ പിതൃഘാതകൻ ബ്രഹ്മഹന്താ
യോഗിവൃന്ദാപകാരി സുവർണ്ണാസ്തേയി ദുഷ്ടൻ
ലോകനിന്ദിതനേറ്റമെങ്കിലുമവൻ ഭക്ത്യാ
രാമനാമത്തെജ്ജപിച്ചീടുകിൽ ദേവകളാ-
ലാമോദപൂർവം പൂജ്യനായ്‌വരുമത്രയല്ല
യോഗീന്ദ്രന്മാരാൽപ്പോലുമലഭ്യമായ വിഷ്ണു-
ലോകത്തെ പ്രാപിച്ചീടുമില്ല സംശയമേതും.

ഇങ്ങനെ മഹാദേവനരുൾചെയ്തതു കേട്ടു
തിങ്ങീടും ഭക്തിപൂർവമരുൾചെയ്തിതു ദേവിഃ
“മംഗലാത്മാവേ! മമ ഭർത്താവേ! ജഗൽപതേ!
ഗംഗാകാമുക! പരമേശ്വര! ദയാനിധേ!
പന്നഗവിഭൂഷണ! ഞാനനുഗൃഹീതയായ്
ധന്യയായ് കൃതാർത്ഥയായ് സ്വസ്ഥയായ്‌വന്നേനല്ലോ.
ഛിന്നമായ്‌വന്നു മമ സന്ദേഹമെല്ലാമിപ്പോൾ
സന്നമായിതു മോഹമൊക്കെ നിന്നനുഗ്രഹാൽ.
നിർമ്മലം രമാതത്ത്വാമൃതമാം രസായനം
ത്വന്മുഖോദ്ഗളിതമാവോളം പാനംചെയ്താലും
എന്നുള്ളിൽ തൃപ്തിവരികെന്നുള്ളതില്ലയല്ലോ
നിർണ്ണയമതുമൂലമൊന്നുണ്ടു ചൊല്ലുന്നു ഞാൻ.
സംക്ഷേപിച്ചരുൾചെയ്തതേതുമേ മതിയല്ല
സാക്ഷാൽ ശ്രീനാരായണൻതന്മാഹാത്മ്യങ്ങളെല്ലാം.
കിംക്ഷണന്മാർക്ക് വിദ്യയുണ്ടാകയില്ലയല്ലോ
കിങ്കണന്മാരായുള്ളോർക്കർത്ഥമുണ്ടായ്‌വരാ
കിമൃണന്മാർക്കു നിത്യസൗഖ്യവുമുണ്ടായ്‌വരാ,
കിംദേവന്മാർക്കു ഗതിയും പുനരതുപോലെ.
ഉത്തമമായ രാമചരിതം മനോഹരം

വിസ്തരിച്ചരുളിച്ചെയ്തീടണം മടിയാതെ.”

ഈശ്വരൻ ദേവൻ പരമേശ്വരൻ മഹേശ്വര-
നീശ്വരിയുടെ ചോദ്യമിങ്ങനെ കേട്ടനേരം
മന്ദഹാസവുംചെയ്തു ചന്ദ്രശേഖരൻ പരൻ
സുന്ദരഗാത്രി! കേട്ടുകൊള്ളുകെന്നരുൾചെയ്തു.
വേധാവുശതകോടി ഗ്രന്ഥവിസ്തരം പുരാ
വേദസമ്മിതമരുൾചെയ്തിതു രാമായണം.
വാല്മീകി പുനരിരുപത്തുനാലായിരമായ്
നാന്മുഖൻനിയോഗത്താൽ മാനുഷമുക്ത്യർത്ഥമായ്
ചമച്ചാനതിലിതു ചുരുക്കി രാമദേവൻ
നമുക്കുമുപദേശിച്ചീടിനാനേവം പുരാ.
അദ്ധ്യാത്മരാമായണമെന്ന പേരിതി, ന്നിദ-
മദ്ധ്യയനംചെയ്യുന്നോർക്കദ്ധ്യാത്മജ്ഞാനമുണ്ടാം.
പുത്രസന്തതി ധനസമൃദ്ധി ദീർഘായുസ്സും
മിത്രസമ്പത്തി കീർത്തി രോഗശാന്തിയുമുണ്ടാം.
ഭക്തിയും വർദ്ധിച്ചീടും മുക്തിയും സിദ്ധിച്ചീടു-
മെത്രയും രഹസ്യമിതെങ്കിലോ കേട്ടാലും നീ.

ശിവൻ കഥ പറയുന്നു

പങ്ക്തികന്ധരമുഖരാക്ഷസവീരന്മാരാൽ
സന്തതം ഭാരണേ സന്തപ്തയാം ഭൂമിദവേി
ഗോരൂപംപൂണ്ടു ദവേതാപസഗണത്തോടും
സാരസാസനലോകം പ്രാപിച്ചു കരഞ്ഞേറേം
വദേനയല്ലൊം വിധാതാവിനോടറിയിച്ചാൾ;
വധോവും മൂഹൂർത്തമാത്രം വിചാരിച്ചശഷേം
'വദേനായകനായ നാഥനോടിവ ചനെ്നു
വദേനംചയെ്കയനെ്യേ മറ്റൊരു കഴിവില്ല.'
സാരസോത്ഭവനവേം ചിന്തിച്ചു ദവേന്മാരോ-
ടാരൂഢഖദേം നമ്മകെ്കൂട്ടിക്കൊണ്ടങ്ങു പോയി
ക്ഷീരസാഗരതീരംപ്രാപിച്ചു ദവേമുനി-
മാരോടുകൂടി സ്തുതിച്ചീടിനാൻ ഭക്തിയോടെ.
ഭാവനയോടുംകൂടി പുരുഷസൂക്തംകൊണ്ടു
ദവേനസെ്സവേിച്ചിരുന്നീടിനാൻ വഴിപോലെ.
അന്നരേമൊരു പതിനായിരമാദിത്യന്മാ-
രൊന്നിച്ചു കിഴക്കുദിച്ചുയരുന്നതുപോലെ
പത്മസംഭവൻതനിക്കൻപൊടു കാണായ്വന്നു
പത്മലോചനനായ പത്മനാഭനെ മോദാൽ.
മുക്തന്മാരായുള്ളൊരു സിദ്ധയോഗികളാലും
ദുർദ്ദർശമായ ഭഗവദ്രൂപം മനോഹരം
ചന്ദ്രികാമന്ദസ്മിതസുന്ദരാനനപൂർണ്ണ-
ചന്ദ്രമണ്ഡലമരവിന്ദലോചനം ദവേം
ഇന്ദ്രനീലാഭം പരമിന്ദിരാമനോഹര-
മന്ദിരവക്ഷസ്ഥലം വന്ദ്യമാനന്ദോദയം
വത്സലാഞ്ഛനവത്സം പാദപങ്കജഭക്ത-

വത്സലം സമസ്തലോകോത്സവം സത്സേവിതം
മേരുസന്നിഭകിരീടോദ്യൽകുണ്ഡലമുക്താ-
ഹാരകയൂരാംഗദകടകകടിസൂത്ര
വലയാംഗുലീയകാദ്യഖിലവിഭൂഷണ-
കലിതകളേബരം, കമലാമനോഹരം
കരുണാകരം കണ്ടു പരമാനന്ദംപൂണ്ടു
സരസീരുഹഭവൻ മധുരസ്ഫുടാക്ഷരം
സരസപദങ്ങളാൽ സ്തുതിച്ചുതുടങ്ങിനാൻഃ
"പരമാനന്ദമൂർത്തേ! ഭഗവൻ! ജയജയ. 410
മോക്ഷകാമികളായ സിദ്ധയോഗീന്ദ്രന്മാർക്കും
സാക്ഷാൽ കാണ്മതിന്നരുതാതൊരു പാദാംബുജം
നിത്യവും നമോസ്തു തേ സകലജഗൽപതേ!
നിത്യനിർമ്മലമൂർത്തേ ! നിത്യവും നമോസ്തു തേ.
സത്യജ്ഞാനാനന്താനന്ദാമൃതാദ്വയമേകം
നിത്യവും നമോസ്തു തേ കരുണാജലനിധേ!
വിശ്വത്തെസ്സൃഷ്ടിച്ചു രക്ഷിച്ചു സംഹരിച്ചീടും
വിശ്വനായക! പോറ്റീ! നിത്യവും നമോസ്തു തേ.
സ്വാദ്ധ്യായതപോദാനയജ്ഞാദികർമ്മങ്ങളാൽ
സാദ്ധ്യമല്ലൊരുവനും കൈവല്യമൊരുനാളും. 420
മുക്തിയെസ്സിദ്ധിക്കണേമെങ്കിലോ ഭവൽപാദ-
ഭക്തികൊണ്ടൊഴിഞ്ഞു മറ്റൊന്നിനാലാവതില്ല.
നിന്തിരുവടിയുടെ ശ്രീപാദാംബുജദ്വന്ദ്വ-
മന്തികേ കാണായ്വന്നിതെനിക്കു ഭാഗ്യവശാൽ.
സത്വചിത്തന്മാരായ താപസശ്രേഷ്ഠന്മാരാൽ
നിത്യവും ഭക്ത്യാ ബുദ്ധ്യാ ധരിക്കപ്പെട്ടോരു നിൻ-
പാദപങ്കജങ്ങളിൽ ഭക്തി സംഭവിക്കണം
ചേതസി സദാകാലം ഭക്തവത്സലാ! പോറ്റീ!
സംസാരാമയപരിതപ്തമാനസന്മാരാം

പുംസാം ത്വത്ഭക്തിയൊഴിഞ്ഞില്ല ഭേഷജമേതും
മരണമോർത്തു മമ മനസി പരിതാപം
കരുണാമൃതനിധേ! പെരികെ വളരുന്നു.
മരണകാലേ തവ തരുണാരുണാസമ-
ചരണസരസിജസ്മരണമുണ്ടാവാനായ്
തരിക വരം നാഥ! കരുണാകര! പോറ്റീ!
ശരണം ദേവ! രമാരമണ! ധരാപതേ!
പരമാനന്ദമൂർത്തേ! ഭഗവൻ ജയ ജയ!
പരമ! പരമാത്മൻ! പരബ്രഹ്മാഖ്യ! ജയ.
പരചിന്മയ!പരാപര! പത്മാക്ഷ! ജയ
വരദ! നാരായണ! വൈകുണ്ഠ! ജയ ജയ.”

ചതുരാനനനിതി സ്തുതിചെയ്തൊരുനേരം
മധുരതരമതിവിശദസ്മിതപൂർവം
അരുളിച്ചെയ്തു നാഥ “നെന്തിപ്പോളെല്ലാവരു-
മൊരുമിച്ചെന്നെക്കാണ്മാനിവിടേക്കുഴറ്റോടെ
വരുവാൻ മൂലമതു ചൊല്ലുകെ”ന്നതു കേട്ടു
സരസീരുഹഭവനീവണ്ണമുണർത്തിച്ചു:
“നിന്തിരുവടിതിരുവുള്ളത്തിലറോതകെ-
ണ്ടെന്തൊരു വസ്തു ലോകത്തിങ്കലുള്ളതു പോറ്റീ!
എങ്കിലുമുണർത്തിക്കാം മൂന്നു ലോകത്തിങ്കലും
സങ്കടം മുഴുത്തിരിക്കുന്നിതിക്കാലം നാഥ!
പൗലസ്ത്യതനയനാം രാവണൻതന്നാലിപ്പോൾ
ത്രൈലോക്യം നശിച്ചിതു മിക്കതും ജഗൽപതേ!
മദ്ദത്തവരബലദർപ്പിതനായിട്ടതി-
നിർദ്ദയം മുടിക്കുന്നു വിശ്വത്തെയെല്ലാമയ്യോ!
ലോകപാലന്മാരെയും തച്ചാട്ടിക്കളഞ്ഞവ-
നേകശാസനമാക്കിച്ചമച്ചു ലോകമെല്ലാം.

പാകശാസനനെയും സമരേ കെട്ടിക്കൊണ്ടു
നാകശാസനവും ചെയ്തീടിനാൻ ദശാനനൻ.
യാഗാദികർമ്മങ്ങളും മുടക്കിയത്രയല്ല
യോഗീന്ദ്രന്മാരാം മുനിമാരെയും ഭക്ഷിക്കുന്നു.
ധർമ്മപത്നികളേയും പിടിച്ചുകൊണ്ടുപോയാൻ
ധർമ്മവും മറഞ്ഞിതു മുടിഞ്ഞു മര്യാദയും.
മർത്ത്യനാലൊഴിഞ്ഞവനില്ല മറ്റാരാലുമേ
മൃത്യുവെന്നതും മുന്നേ കൽപിതം ജഗൽപതേ!
നിന്തിരുവടിതന്നെ മർത്ത്യനായ്പിറന്നിനി
പങ്ക്തികന്ധരൻതന്നെക്കൊല്ലണം ദയാനിധേ!
സന്തതം നമസ്കാരമതിനു മധുരിപോ!
ചെന്തളിരടിയിണ ചിന്തിക്കായ്വരണേമേ!”
പത്മസംഭവനിത്ഥമുണർത്തിച്ചതുനേരം
പത്മലോചനൻ ചിരിച്ചരുളിച്ചെയ്താനേവം:

“ചിത്തശുദ്ധിയോടെന്നെസ്സേവിച്ചു ചിരകാലം
പുത്രലാഭാർത്ഥം പുരാ കശ്യപപ്രജാപതി.
ദത്തമായിതു വരം സുപ്രസന്നനേ മയാ
തദ്വചസ്സത്യം കർത്തുമുദ്യോഗമദ്യവൈ മേ.
കശ്യപൻ ദശരഥനാംനാ രാജന്യേന്ദ്രനായ്
കാശ്യപീതലേ തിഷ്ഠത്യധുനാ വിധാതാവേ!
തസ്യ വല്ലഭയാകുമദിതി കൌസല്യയും
തസ്യാമാത്മജനായി വന്നു ഞാൻ ജനിച്ചീടും.
മത്സഹോദരന്മാരായ് മൂന്നുപേരുണ്ടായ്വരും
ചിത്സ്വരൂപിണി മമ ശക്തിയാം വിശ്വേശ്വരി
യോഗമായാദേവിയും ജനകാലയേ വന്നു
കീകസാത്മജകുലനാശകാരിണിയായി
മേദിനിതന്നിലയോനിജയായുണ്ടായ്വരു-

മാദിതയേന്മാർ കപിവീരരായ്പിറക്കണോം.
മദേിനീദവേിക്കതിഭാരംകൊണ്ടുണ്ടായൊരു
വദേന തീർപ്പനനെ്നാ”ലനെ്നരുൾചയെ്തു നാഥൻ
വദേനായകനയെുമയച്ചു മറഞ്ഞപ്പോൾ
വധോവും നമസ്കരിച്ചീടിനാൻ ഭക്തിയോടെ.
ആദിതയേന്മാരലെ്ലാമാധിതീർന്നതുനരേ–
മാദിനായകൻ മറഞ്ഞീടിനോരാശനോക്കി
ഖദേവുമകന്നുള്ളിൽ പ്രീതിപൂണ്ടുടനുടൻ
മദേിനിതന്നിൽ വീണു നമസ്കാരവുംചയെ്താർ.
മദേിനീദവേിയയേുമാശ്വസിപ്പിച്ചശഷേം
വധോവും ദവേകളോടരുളിച്ചയെ്താനവേം.
“ദാനവാരാതി കരുണാനിധി ലക്ഷ്മീപതി
മാനവപ്രവരനായ്വന്നവതരിച്ചീടും
വാസരാധീശാന്വയേ സാദരമയോദ്ധ്യയിൽ;
വാസവാദികളായ നിങ്ങളുമൊന്നുവണോം.
വാസുദവേനപ്പെരിചരിച്ചുകൊൾവാനായി–
ദ്ദാസഭാവനേ ഭൂമീമണ്ഡലേ പിറക്കണോം,
മാനിയാം ദശാനനഭൃത്യന്മാരാകും യാതു–
ധാനവീരന്മാരോടു യുദ്ധം ചയെ്വതിന്നോരോ
കാനനഗിരിഗുഹാദ്വാരവൃക്ഷങ്ങൾതോറും
വാനരപ്രവരന്മാരായതേും വകൈകിടാതെ.”
സുത്രാമാദികളോടു പത്മസംഭവൻ നിജ
ഭർത്തൃശാസനമരുൾചയെ്തുടൻ കൃതാർത്ഥനായ്
സത്യലോകവും പുക്കു സത്വരം ധരിത്രിയു–
മസ്തസന്താപമതിസ്വസ്ഥയായ് മരുവിനാൾ.
തൽക്കാലേ ഹരിപ്രമുഖന്മാരാം വിബുധന്മാ–
രൊക്കവേ ഹരിരൂപധാരികളായാരല്ലോ.
മാനുഷഹരിസഹായാർത്ഥമായ് തതസ്തതോ

മാനുഷഹരിസമവഗേവിക്രമത്തോടെ
പർവതവൃക്ഷോപലയോധികളായുന്നത-
പർവതതുല്യശരീരന്മാരായനാരതം
ഈശ്വരം പ്രതീക്ഷമാണന്മാരായ് പ്ലവഗവൃ-
ന്ദശേ്വരന്മാരും ഭൂവി സുഖിച്ചു വാണാരല്ലോ.

പുത്രലാഭാലോചന

അമിതഗുണവാനാം നൃപതി ദശരഥ-
നമലനയോദ്ധ്യാധിപതി ധർമ്മാത്മാ വീരൻ
അമരകുലവരതുല്യനാം സത്യപരാ-
ക്രമനംഗജസമൻ കരുണാരത്നാകരൻ
കൌസല്യാദേവിയോടും ഭർത്തൃശുശ്രൂഷയ്ക്കേറ്റം
കൌശല്യമേറീടും കൈകേയിയും സുമിത്രയും
ഭാര്യമാരിവരോടും ചേർന്നു മന്ത്രികളുമായ്
കാര്യാകാര്യങ്ങൾ വിചാരിച്ചു ഭൂതലമെല്ലാം
പരിപാലിക്കുംകാലമനപത്യത്വം കൊണ്ടു
പരിതാപനേ ഗുരുചരണാംബുജദ്വയം
വന്ദനംചെയ്തു ചോദിച്ചീടിനാ'നെന്തു നല്ലൂ
നന്ദനന്മാരുണ്ടാവാനെന്നരുൾചെയ്തീടണം.
പുത്രന്മാരില്ലായ്കയാലെനിക്കു രാജ്യാദിസ-
മ്പത്തു സർവവും ദുഃഖപ്രദമെന്നറിഞ്ഞാലും.'
വരിഷ്ഠതപോധനൻ വസിഷ്ഠനതു കേട്ടു
ചിരിച്ചു ദശരഥനൃപനോടരുൾചെയ്തുഃ
"നിനക്കു നാലു പുത്രന്മാരുണ്ടായ്വരുമതു-
നിനച്ചു ഖേദിക്കേണ്ട മനസി നരപതേ!
വൈകാതേ വരുത്തണോമൃശ്യശൃംഗനെയിപ്പോൾ
ചെയ്ക നീ ഗുണനിധേ! പുത്രകാമഷ്ടികർമ്മം."
അശ്വമേധവും പുത്രകമേഷ്ടിയും
തന്നുടെ ഗുരുവായ വസിഷ്ഠനിയോഗത്താൽ
മന്നവൻ വൈഭണ്ഡകൻതന്നയെും വരുത്തിനാൻ.
ശാലയും പണിചെയ്തു സരയൂതീരത്തിങ്കൽ
ഭൂലോകപതി യാഗം ദീക്ഷിച്ചാനതുകാലം.

അശ്വമേധാനന്തരം താപസന്മാരുമായി
വിശ്വനായക സമനാകിയ ദശരഥൻ
വിശ്വനായകനവതാരംചെയ്‌വതിനായി
വിശ്വാസഭക്തിയോടും പുത്രകാമേഷ്ടികർമ്മം
ഋശ്യശൃംഗനാൽ ചെയ്യപ്പെട്ടൊരാഹൂതിയാലേ
വിശ്വദേവതാഗണം തൃപ്തമായതുനേരം
ഹേമപാത്രസ്ഥമായ പായസത്തോടുംകൂടി
ഹോമകുണ്ഡത്തിൽനിന്നു പൊങ്ങിനാൻ വഹ്നിദേവൻ.
'താവകം പുത്രീയമിപ്പായസം കൈക്കൊൾക നീ
ദേവനിർമ്മിത'മെന്നു പറഞ്ഞു പാവകനും
ഭൂപതിപ്രവരനു കൊടുത്തു മറഞ്ഞിതു;
താപസാജ്ഞയാ പരിഗ്രഹിച്ചു നൃപതിയും.
ദക്ഷിണചെയ്തു സമസ്കരിച്ചു ഭക്തിപൂർവം
ദക്ഷനാം ദശരഥൻ തൽക്ഷണം പ്രീതിയോടെ
കൗസല്യാദേവിക്കർദ്ധം കൊടുത്തു നൃപവരൻ
ശൈഥില്യാത്മനാപാതി നല്കിനാൻ കൈകേയിക്കും.
അന്നേരം സുമിത്രയ്ക്കു കൗസല്യാദേവിതാനും
തന്നുടെ പാതി കൊടുത്തീടിനാൾ മടിയാതെ.
എന്നതു കണ്ടു പാതി കൊടുത്തു കൈകേയിയും
മന്നവനതുകണ്ടു സന്തോഷംപൂണ്ടാനേറ്റം.
തൽപ്രജകൾക്കു പരമാനന്ദംവരുമാറു
ഗർഭവും ധരിച്ചിതു മൂവരുമതുകാലം
അപ്പൊഴേ തുടങ്ങി ക്ഷോണീന്ദ്രനാം ദശരഥൻ
വിപ്രേന്ദ്രന്മാരെയൊക്കെ വരുത്തിത്തുടങ്ങിനാൻ
ഗർഭരക്ഷാർത്ഥം ജപഹോമാദി കർമ്മങ്ങളു-
മുൽപലാക്ഷികൾക്കനുവാസരം ക്രമത്താലെ
ഗർഭചിഹ്നങ്ങളെല്ലാം വർദ്ധിച്ചുവരുംതോറു-
മുൾപ്രേമം കൂടെക്കൂടെ വർദ്ധിച്ചു നൃപേന്ദ്രനും.

തൽപ്രണയിനിമാർക്കുള്ളാഭരണങ്ങൾപോലെ
വിപ്രാദിപ്രജകൾക്കും ഭൂമിക്കും ദേവകൾക്കും
അൽപമായ് ചമഞ്ഞിതു സന്താപം ദിനംതോറു-
മൽപഭാഷിണിമാർക്കും വർദ്ധിച്ചു തേജസ്സേറ്റം.
സീമന്തപുംസവനാദിക്രിയകളുംചെയ്തു
കാമാന്തം ദാനങ്ങളും ചെയ്തിതു നരവരൻ.

ശ്രീരാമാവതാരം

ഗർഭവും പരിപൂർണ്ണമായ് ചമഞ്ഞതുകാല-
മർഭകന്മാരും നാൽവർ പിറന്നാരുടനുടൻ.
ഉച്ചത്തിൽ പഞ്ചഗ്രഹം നില്ക്കുന്ന കാലത്തിങ്ക-
ലച്യുതനയോദ്ധ്യയിൽ കൌസല്യാത്മജനായാൻ.
നക്ഷത്രം പുനർവസു നവമിയല്ലോ തിഥി
നക്ഷത്രാധിപനോടുകൂടവേ ബൃഹസ്പതി
കർക്കടകത്തിലത്യുച്ചസ്ഥിതനായിട്ടല്ലോ;
അർക്കനുമത്യുച്ചസ്ഥനു, ദയം കർക്കടകം;
അർക്കജൻ തുലാത്തിലും, ഭാർഗ്ഗവൻ മീനത്തിലും,
വക്രനുമുച്ചസ്ഥനായ് മകരംരാശിതന്നിൽ
നില്ക്കുമ്പോളവതരിച്ചീടിനാൻ ജഗന്നാഥൻ
ദിക്കുകളൊക്കെ പ്രസാദിച്ചതു ദേവകളും.
പെറ്റിതു കൈകേയിയും പുഷ്യനക്ഷത്രംകൊണ്ടേ
പിറ്റേന്നാൾ സുമിത്രയും പെറ്റിതു പുത്രദ്വയം.
ഭഗവാൻ പരമാത്മാ മുകുന്ദൻ നാരായണൻ
ജഗദീശ്വരൻ ജന്മരഹിതൻ പത്മേക്ഷണൻ
ഭുവനേശ്വരൻ വിഷ്ണുതന്നുടെ ചിഹ്നത്തോടു-
മവതാരംചെയ്തപ്പോൾ കാണായീ കൌസല്യയ്ക്കും
സഹസ്രകിരണന്മാരൊരുമിച്ചൊരുനേരം
സഹസ്രായുതമുദിച്ചുയരുന്നതുപോലെ
സഹസ്രപത്രോത്ഭവനാരദസനകാദി
സഹസ്രനേത്രമുഖവിബുധേന്ദ്രന്മാരാലും
വന്ദ്യമായിരിപ്പൊരു നിർമ്മലമകുടവും
സുന്ദരചികരവുമളകസുഷമയും
കാരുണ്യാമൃതരസസംപൂർണ്ണനയനവു-

മാരുണ്യാംബരപരിശോഭിതജഘനവും
ശംഖചക്രാബ്ജഗദാശോഭിതഭുജങ്ങളും
ശംഖസന്നിഭഗളരാജിതകൌസ്തുഭവും
ഭക്തവാത്സല്യം ഭക്തന്മാർക്കു കണ്ടറിവാനായ്
വ്യക്തമായിരിപ്പൊരു പാവനശ്രീവത്സവും
കുണ്ഡലമുക്താഹാരകാഞ്ചീനൂപുരമുഖ-
മണ്ഡനങ്ങളുമിന്ദുമണ്ഡലവദനവും
പണ്ടു ലോകങ്ങളെല്ലാമകന്ന പാദാബ്ജവും
കണ്ടുകണ്ടുണ്ടായൊരു പരമാനന്ദത്തോടും
മോക്ഷദനായ ജഗത്സാക്ഷിയാം പരമാത്മാ
സാക്ഷാൽ ശ്രീനാരാണൻതാനിതന്നെറിഞ്ഞപ്പോൾ
സുന്ദരഗാത്രിയായ കൌസല്യാദവിതാനും
വന്ദിച്ചു തെരുതെരെ സ്തുതിച്ചുതുടങ്ങിനാൾ.

കൗസല്യാസ്തുതി

"നമസ്തേ ദേവദേവ! ശംഖചക്രാബ്ജധര!
നമസ്തേ വാസുദേവ! മധുസൂദന! ഹരേ!
നമസ്തേ നാരായണ! നമസ്തേ നരകാരേ!
സമസ്തേശ്വര! ശൗരേ! നമസ്തേ ജഗൽപതേ!
നിന്തിരുവടി മായാദേവിയെക്കൊണ്ടു വിശ്വം
സന്തതം സൃഷ്ടിച്ചു രക്ഷിച്ചു സംഹരിക്കുന്നു.
സത്വാദിഗുണത്രയമാശ്രയിച്ചെന്തിന്നിതെ–
ന്നുത്തമന്മാർക്കുപോലുമറിവാൻ വേലയത്രേ.
പരമൻ പരാപരൻ പരബ്രഹ്മാഖ്യൻ പരൻ
പരമാത്മാവു പരൻപുരുഷൻ പരിപൂർണ്ണൻ
അച്യുതനനന്തനവ്യക്തനവ്യയനേകൻ
നിശ്ചലൻ നിരുപമൻ നിർവാണപ്രദൻ നിത്യൻ
നിർമ്മലൻ നിരാമയൻ നിർവികാരാത്മാ ദേവൻ
നിർമ്മമൻ നിരാകുലൻ നിരഹങ്കാരമൂർത്തി
നിഷ്കളൻ നിരഞ്ജനൻ നീതിമാൻ നിഷ്കൽമഷൻ
നിർഗ്ഗുണൻ നിഗമാന്തവാക്യാർത്ഥവേദ്യൻ നാഥൻ
നിഷ്ക്രിയൻ നിരാകാരൻ നിർജ്ജരനിഷേവിതൻ
നിഷ്കാമൻ നിയമിനാം ഹൃദയനിലയനൻ
അദ്വയനജനമൃതാനന്ദൻ നാരായണൻ
വിദ്വന്മാനസപത്മമധുപൻ മധുവൈരി
സത്യജ്ഞാനാത്നാ സമസ്തേശ്വരൻ സനാതനൻ
സത്വസഞ്ചയജീവൻ സനകാദിഭിസ്സേവ്യൻ
തത്വാർത്ഥബോധരൂപൻ സകലജഗന്മയൻ
സത്താമാത്രകനല്ലോ നിന്തിരുവടി നൂനം.
നിന്തിരുവടിയുടെ ജഠരത്തിങ്കൽ നിത്യ–

മന്തമില്ലാതോളം ബ്രഹ്മാണ്ഡങ്ങൾ കിടക്കുന്നു.
അങ്ങനെയുള്ള ഭവാനെന്നുടെ ജഠരത്തി–
ലിങ്ങനെ വസിപ്പതിനെന്തു കാരണം പോറ്റീ!
ഭക്തന്മാർവിഷയമായുള്ളൊരു പാരവശ്യം
വ്യക്തമായ്ക്കാണായ്‌വന്നു മുഗ്ദ്ധയാമെനിക്കിപ്പോൾ.
ഭർത്തൃപുത്രാർത്ഥാകുലസംസാരദുഃഖാംബുധൗ
നിത്യവും നിമഗ്നയായത്യർത്ഥം ഭ്രമിക്കുന്നേൻ.
നിന്നുടെ മഹാമായതന്നുടെ ബലത്തിനാ–
ലിന്നു നിൻ പാദാംഭോജം കാണ്മാനും യോഗം വന്നു.
ത്വൽക്കാരുണ്യത്താൽ നിത്യമുൾക്കാമ്പിൽ വസിക്കണേ–
മിക്കാണാകിയ രൂപം ദുഷ്കൃതമൊടുങ്ങുവാൻ.
വിശ്വമോഹിനിയായ നിന്നുടെ മഹാമായ
വിശ്വേശ! മോഹിപ്പിച്ചീടായ്ക മാം ലക്ഷ്മീപതേ!
കേവലമലൗകികം വൈഷ്ണവമായ രൂപം
ദേവേശ! മറയ്ക്കേണം മറ്റുള്ളോർ കാണുംമുമ്പേ.
ലാളനാശ്ലേഷാദ്യനുരൂപമായിരിപ്പോരു
ബാലഭാവത്തെ മമ കാട്ടേണം ദയാനിധേ!
പുത്രവാത്സല്യവ്യാജമായൊരു പരിചര–
ണത്താലേ കടക്കേണം ദുഃഖസംസാരാർണ്ണവം.”
ഭക്തിപൂണ്ടിത്ഥം വീണുവണങ്ങിസ്തുതിച്ചപ്പോൾ
ഭക്തവത്സലൻ പുരുഷോത്തമനരുൾചെയ്തു:

“മാതാവേ! ഭവതിക്കെന്തിഷ്ടമാകുന്നതെന്നാ–
ലേതുമന്തരമില്ല ചിന്തിച്ചവണ്ണം വരും.
ദുർമ്മദം വളർന്നോരു രാവണൻതന്നെക്കൊന്നു
സമ്മോദം ലോകങ്ങൾക്കു വരുത്തിക്കൊൾവാൻ മുന്നം
ബ്രഹ്മശങ്കരപ്രമുഖാമരപ്രവരന്മാർ
നിർമ്മലപദങ്ങളാൽ സ്തുതിച്ചു സേവിക്കയാൽ

മാനവവംശത്തിങ്കൽ നിങ്ങൾക്കു തനയനായ്
മാനുഷവേഷം പൂണ്ടു ഭൂമിയിൽ പിറന്നു ഞാൻ.
പുത്രനായ് പിറക്കണം ഞാൻതന്നെ നിങ്ങൾക്കെന്നു
ചിത്തത്തിൽ നിരൂപിച്ചു സേവിച്ചു ചിരകാലം
പൂർവജന്മനി പുനരതുകാരണമിപ്പോ-
ളേവംഭൂതകമായ വേഷത്തെക്കാട്ടിത്തന്നു.
ദുർല്ലഭം മദ്ദർശനം മോക്ഷത്തിനായിട്ടുള്ളോ,-
ന്നില്ലല്ലോ പിന്നെയൊരു ജന്മസംസാരദുഃഖം.
എന്നുടെ രൂപമിദം നിത്യവും ധ്യാനിച്ചുകൊൾ-
കെന്നാൽ വന്നീടും മോക്ഷ,മില്ല സംശയമേതും.
യാതൊരു മർത്ത്യനിഹ നമ്മിലേ സംവാദമി-
താദരാൽ പഠിക്കതാൻ കേൾക്കതാൻ ചെയ്യുന്നതും
സാധിക്കുമവനു സാരൂപ്യമെന്നറിഞ്ഞാലും;
ചേതസി മരിക്കുമ്പോൾ മൽസ്മരണയുമുണ്ടാം."

ഇത്തരമരുൾചെയ്തു ബാലഭാവത്തെപ്പൂണ്ടു
സത്വരം കാലും കൈയും കുടഞ്ഞു കരയുന്നോൻ
ഇന്ദ്രനീലാഭപൂണ്ട സുന്ദരരൂപനര-
വിന്ദലോചനൻ മുകുന്ദൻ പരമാനന്ദാത്മാ
ചന്ദ്രചൂഡാരവിന്ദമന്ദിരവൃന്ദാരക-
വൃന്ദവന്ദിതൻ ഭുവി വന്നവതാരംചെയ്താൻ.
നന്ദനനുണ്ടായിതെന്നാശു കേട്ടൊരു പങ്ക്തി-
സ്യന്ദനനഥ പരമാനന്ദാകുലനായാൻ
പുത്രജന്മത്തെച്ചൊന്ന ഭൃത്യവർഗ്ഗത്തിനെല്ലാം
വസ്ത്രഭൂഷണാദ്യഖിലാർത്ഥദാനങ്ങൾചെയ്താൻ.
പുത്രവക്ത്രാബ്ജം കണ്ടു തുഷ്ടനായ് പുറപ്പെട്ടു
ശുദ്ധനായ് സ്നാനംചെയ്തു ഗുരുവിൻ നിയോഗത്താൽ
ജാതകകർമ്മവുംചെയ്തു ദാനവുംചെയ്തു; പിന്നെ-

ജ്ജാതനായിതു കൈകയീസുതൻ പിറ്റന്നേന്നാളും.
സുമിത്രാപുത്രന്മാരായുണ്ടായിതിരുവരു-
മമിത്രാന്തകൻ ദശരഥനും യഥാവിധി
ചയ്തിതു ജാതകർമ്മം ബാലന്മാർക്കല്ലാവർക്കും
പയ്തിതു സന്തോഷംകൊണ്ടശ്രുക്കൾ ജനങ്ങൾക്കും.
സ്വർണ്ണരത്നൌഘവസ്ത്രഗ്രാമാദിപദാർത്ഥങ്ങ-
ളണ്ണമില്ലാതോളം ദാനംചയ്തു ഭൂദവോനാം
വിണ്ണവർനാട്ടിലുമുണ്ടായിതു മഹോത്സവം
കണ്ണുകളായിരവും തളിഞ്ഞു മഹന്ദ്രനും.
സമസ്തലോകങ്ങളുമാത്മാവാമിവങ്കല
രമിച്ചീടുന്നു നിത്യമന്നോർത്തു വസിഷ്ഠനും
ശ്യാമളനിറംപൂണ്ട കോമളകുമാരനു
രാമനന്നൊരു തിരുനാമവുമിട്ടാനല്ലോ;
ഭരണനിപുണനാം കൈകയീതനയനു
ഭരതനന്നു നാമമരുളിച്ചയ്തു മുനി;
ലക്ഷണാന്വിതനായ സുമിത്രാതനയനു
ലക്ഷ്മണനന്നുതന്ന നാമവുമരുൾചയ്തു;
ശത്രുവൃന്ദത്ത ഹനിച്ചീടുകനിമിത്തമായ്
ശത്രുഘ്നനന്നു സുമിത്രാത്മജാവരജനും.
നാമധയേവും നാലുപുത്രർക്കും വിധിച്ചവേം
ഭൂമിപാലനും ഭാര്യമാരുമായാനന്ദിച്ചാൻ.

സാമോദം ബാലക്രീഡാതൽപരന്മാരാംകാലം
രാമലക്ഷ്മണന്മാരും തമ്മിലൊന്നിച്ചു വാഴും
ഭരതശത്രുഘ്നന്മാരൊരുമിച്ചല്ലാനാളും
മരുവീടുന്നു പായസാംശാനുസാരവശാൽ
കോമളന്മാരായൊരു സോദരന്മാരുമായി
ശ്യാമണനിറംപൂണ്ട ലോകാഭിരാമദവേൻ

കാരുണ്യാമൃതപൂർണ്ണാപാംഗവീക്ഷണം കൊണ്ടും
സാരസ്യാവ്യക്തവർണ്ണാലാപപീയൂഷം കൊണ്ടും
വിശ്വമോഹനമായ രൂപസൌന്ദര്യംകൊണ്ടും
നിശ്ശേഷാനന്ദപ്രദദേഹമാർദ്ദവംകൊണ്ടും
ബന്ധൂകദന്താംബരചുംബനരസംകൊണ്ടും
ബന്ധുരദന്താങ്കുരസ്പഷ്ടഹാസാഭകൊണ്ടും
ഭൂതലസ്ഥിതപാദാബ്ജദ്വയയാനംകൊണ്ടും
ചതോമോഹനങ്ങളാം ചേഷ്ടിതങ്ങളക്കൊണ്ടും
താതനുമമ്മമാർക്കും നഗരവാസികൾക്കും
പ്രീതി നല്കിനാൻ സമസ്തനേത്ര്യങ്ങൾക്കുമല്ലാം.
ഫാലദശോന്തേ സ്വർണ്ണാശ്വത്ഥപർണ്ണാകാരമായ്
മാലയേമണിഞ്ഞതിൽ പറേറടും കരളവും
അഞ്ജനമണിഞ്ഞതിമഞ്ജുളതരമായ
കഞ്ജനതേ്രവും കടാക്ഷാവലോകനങ്ങളും
കർണ്ണാലങ്കാരമണികുണ്ഡലം മിന്നീടുന്ന
സ്വർണ്ണദർപ്പണസമഗണ്ഡമണ്ഡങ്ങളും
ശാർദ്ദൂലനഖങ്ങളും വിദ്രുമമണികളും
ചർേത്തുടൻ കാർത്തസ്വരമണികൾ മദ്ധമേദ്ധ്യേ
കോർത്തു ചാർത്തീടുന്നൊരു കാണ്ഠകണ്ഡാേദ്യാതവും
മുത്തുമാലകൾ വനമാലകളോടുംപൂണ്ട
വിസ്തൃതോരസി ചാർത്തും തുളസീമാല്യങ്ങളും
നിസ്തൂലപ്രഭവത്സലാഞ്ഞ്ഛനവിലാസവും
അംഗദങ്ങളും വലയങ്ങൾ കങ്കണങ്ങളും
അംഗുലീയങ്ങൾകൊണ്ടു ശോഭിച്ച കരങ്ങളും
കാഞ്ചനസദൃശപീതാംബരോപരി ചാർത്തും
കാഞ്ചികൾ നൂപുരങ്ങളന്നിവ പലതരം
അലങ്കാരങ്ങൾപൂണ്ടു സോദരന്മാരോടുമൊ-
രലങ്കാരത്തച്ചേർത്താൻ ഭൂമിദവിക്കു നാഥൻ.

ഭർത്താവിന്നധിവാസമുണ്ടായയോരയോദ്ധ്യയിൽ
പൌൽത്താർമാനിനിതാനും കളിച്ചുവിളങ്ങിനാൾ.
ഭൂതലത്തിങ്കലല്ലാമന്നുതൊട്ടനുദിനം
ഭൂതിയും വർദ്ധിച്ചിതു ലോകവുമാനന്ദിച്ചു. 750

ബാല്യവും കൗമാരവും

ദമ്പതിമാരെബ്ബാല്യംകൊണ്ടേവം രഞ്ജിപ്പിച്ചു
സമ്പ്രതി കൗമാരവും സമ്പ്രാപിച്ചിതു മെല്ലെ.
വിധിനന്ദനനായ വസിഷ്ഠമഹാമുനി
വിധിപൂർവകമുപനിച്ചിതു ബാലന്മാരെ.
ശ്രുതികളോടു പുനരംഗങ്ങളുപാംഗങ്ങൾ
സ്മൃതികളുപസ്മൃതികളുമശ്രമമെല്ലാം
പാഠമായതു പാർത്താലെന്തൊരത്ഭുത,മവ
പാടവമേറും നിജശ്വാസങ്ങൾതന്നെയല്ലോ.
സകലചരാചരഗുരുവായ്മരുവീടും
ഭഗവാൻ തനിക്കൊരു ഗുരുവായ് ചമഞ്ഞീടും
സഹസ്രപത്രോത്ഭവപുത്രനാം വസിഷ്ഠന്റെ
മഹത്ത്വമേറും ഭാഗ്യമെന്തു ചൊല്ലാവതോർത്താൽ!
ധനുർവേദാംഭോനിധിപാരഗന്മാരായ്‌വന്നു
തനയന്മാരെന്നതു കണ്ടോരു ദശരഥൻ
മനസി വളർന്നൊരു പരമാനന്ദംപൂണ്ടു
മുനിനായകനെയുമാനന്ദിപ്പിച്ചു നന്നായ്.
ആമോദം വളർന്നുള്ളിൽ സവ്യേസവ്യേകഭാവം
രാമലക്ഷ്മണന്മാരും കൈക്കൊണ്ടാ,രതുപോലെ
കോമളന്മാരായ്മേവും ഭരതശത്രുഘ്നന്മാർ
സ്വാമിഭൃത്യകഭാവം കൈക്കൊണ്ടാരനുദിനം.
രാഘവനതുകാലമകേദാ കൗതൂഹലാൽ
വേഗമേറീടുന്നൊരു തുരഗരത്നമേറി
പ്രാണസമ്മിതനായ ലക്ഷ്മണനോടും ചേർന്നു
ബാണതൂണീരഖഡ്ഗാദ്യായുധങ്ങളുംപൂണ്ട്
കാനനദേശേ നടന്നീടിനാൻ നായാട്ടിനാ–

യ്ക്കാണായ ദുഷ്ടമൃഗസഞ്ചയം കൊലചെയ്താൻ.
ഹരിണഹരികരികരടിഗിരികിരി
ഹരിശാർദ്ദൂലാദികളമിതവന്യമൃഗം
വധിച്ചു കൊണ്ടുവന്നു ജനകൻകാൽക്കൽവച്ചു
വിധിച്ചവണ്ണം സമസ്കരിച്ചു വണങ്ങിനാൻ.
നിത്യവുമുഷസ്യുഷസ്യുത്ഥായകുളിച്ചൂത്തു
ഭക്തികൈക്കൊണ്ടു സന്ധ്യാവന്ദനം ചെയ്തശേഷം
ജനകജനനിമാർചരണാംബുജം വന്ദി-
ച്ചനുജനോടു ചേർന്നു പൌരകാര്യങ്ങളെല്ലാം
ചിന്തിച്ചു ദണ്ഡനീതിനീങ്ങാതെ ലോകം തങ്കൽ
സന്തതം രഞ്ജിപ്പിച്ചു ധർമ്മപാലനംചെയ്തു
ബന്ധുക്കളോടും ഗുരുഭൂതന്മാരോടും ചേർന്നു
സന്തുഷ്ടാത്മനാ മൃഷ്ടഭോജനം കഴിച്ചഥ
ധർമ്മശാസ്ത്രാദിപുരാണേതിഹാസങ്ങൾ കേട്ടു
നിർമ്മലബ്രഹ്മാനന്ദലീനചേതസാ നിത്യം
പരമൻ പരാപരൻ പരബ്രഹ്മാഖ്യൻ പരൻ
പുരുഷൻ പരമാത്മാ പരമാനന്ദമൂർത്തി
ഭൂമിയിൽ മനുഷ്യനായവതാരംചെയ്തവേം
ഭൂമിപാലകവൃത്തി കൈക്കൊണ്ടു വാണീടിനാൻ.
ചേതസാ വിചാരിച്ചുകാണ്കിലോ പരമാർത്ഥ-
മേതുമേ ചെയ്യുന്നോന,ല്ലില്ലല്ലോ വികാരവും
ചിന്തിക്കിൽ പരിണാമമില്ലാതൊരാത്മാനന്ദ-
മെന്തൊരു മഹാമായാവൈഭവം ചിത്രം! ചിത്രം!

വിശ്വാമിത്രന്റെ യാഗരക്ഷ

അക്കാലം വിശ്വാമിത്രനാകിയ മുനികുല-
മുഖ്യനുമയോദ്ധ്യയ്ക്കാമ്മാറെഴുന്നള്ളീടിനാൻ,
രാമനായവനിയിൽ മായയാ ജനിച്ചൊരു
കോമളമായ രൂപംപൂണ്ടൊരു പരാത്മാനം
സത്യജ്ഞാനാനന്താനന്ദാമൃതം കണ്ടുകൊൾവാൻ
ചിത്തത്തിൽ നിറഞ്ഞാശു വഴിഞ്ഞ ഭക്തിയോടെ.
കൗശികൻതന്നെക്കണ്ടു ഭൂപതി ദശരഥ-
നാശു സംഭ്രമത്തോടും പ്രത്യുത്ഥാനവുംചെയ്തു
വിധിനന്ദനനോടും ചെന്നെതിരേറ്റു യഥാ-
വിധി പൂജയും ചെയ്തു വന്ദിച്ചുനിന്നു ഭക്ത്യാ
സസ്മിതം മുനിവരൻതന്നോടു ചൊല്ലീടിനാൻ:
"അസ്മജ്ജന്മവുമിന്നു വന്നിതു സഫലമായ്.
നിന്തിരുവടിയെഴുന്നള്ളിയമൂലം കൃതാ-
ർത്ഥാന്തരാത്മാവായിതു ഞാനിഹ തപോനിധേ!
ഇങ്ങനെയുള്ള നിങ്ങളെഴുന്നള്ളീടും ദേശം
മംഗലമായ്‌വന്നാശു സമ്പത്തും താനേ വരും.
എന്തൊന്നു ചിന്തിച്ചെഴുന്നള്ളിയതെന്നുമിപ്പോൾ
നിന്തിരുവടിയരുൾചെയ്യേണം ദയാനിധേ!
എന്നാലാകുന്നതെല്ലാം ചെയ്‌വൻ ഞാൻ മടിയാതെ
ചൊന്നാലും പരമാർത്ഥം താപസകുലപതേ!"
വിശ്വാമിത്രനും പ്രീതനായരുൾചെയ്തീടിനാൻ
വിശ്വാസത്തോടു ദശരഥനോടതുനേരം:
"ഞാനമാവാസ്യതോറും പിതൃദേവാദികളെ
ധ്യാനിച്ചു ചെയ്തീടുന്ന ഹോമത്തെ മുടക്കുന്നോർ
മാരീചസുബാഹുമുഖ്യന്മാരാം നക്തഞ്ചര-

ന്മാരിരുവരുമനുചരന്മാരായുള്ളോരും.
അവരെ നിഗ്രഹിച്ചു യാഗത്തെ രക്ഷിപ്പാനാ-
യവനീപതേ! രാമദേവനെയയയ്ക്കേണം.
പുഷ്കരോത്ഭവപുത്രൻതന്നോടു നിരൂപിച്ചു
ലക്ഷ്മണനെയുംകൂടെ നല്കേണം മടിയാതെ.
നല്ലതു വന്നീടുക നിനക്കു മഹീപതേ!
കല്യാണമതേ! കരുണാനിധേ! നരപതേ!”
ചിന്താചഞ്ചലനായ പങ്ക്തിസ്യന്ദനനൃപൻ
മന്ത്രിച്ചു ഗുരുവിനോടേകാന്തേ ചൊല്ലീടിനാൻ:
“എന്തു ചൊൽവതു ഗുരോ! നന്ദനൻതന്നെ മമ
സന്ത്യജിച്ചീടുവതിനില്ലല്ലോ ശക്തിയൊട്ടും
എത്രയും കൊതിച്ച കാലത്തിങ്കൽ ദൈവവശാൽ
സിദ്ധിച്ച തനയനാം രാമനെപ്പിരിയുമ്പോൾ
നിർണ്ണയം മരിക്കും ഞാൻ രാമനെ നല്കീടാഞ്ഞാ-
ലന്വയനാശംകൂടെ വരുത്തും വിശ്വാമിത്രൻ.
എന്തൊന്നു നല്ലതിപ്പോളെന്നു നിന്തിരുവടി
ചിന്തിച്ചു തിരിച്ചരുളിച്ചെയ്തീടുകവേണം.”

“എങ്കിലോ ദേവഗുഹ്യം കേട്ടാലുമതിഗോപ്യം
സങ്കടമുണ്ടാകേണ്ട സന്തതം ധരാപതേ!
മാനുഷനല്ല രാമൻ മാനവശിഖാമണേ!
മാനമില്ലാത പരമാത്മാവു സദാനന്ദൻ
പത്മസംഭവൻ മുന്നം പ്രാർത്ഥിക്കമൂലമായി
പത്മലോചനൻ ഭൂമീഭാരത്തെക്കളവാനായ്
നിന്നുടെ തനയനായ്ക്കൌസല്യാദേവിതന്നിൽ
വന്നവതരിച്ചിതു വൈകുണ്ഠൻ നാരായണൻ.
നിന്നുടെ പൂർവജന്മം ചൊല്ലുവൻ ദശരഥ!
മുന്നം നീ ബ്രഹ്മാത്മജൻ കശ്യപപ്രജാപതി

നിന്നുടെ പത്നിയാകുമദിതി കൗസല്യ കേ-
ളന്നിരുവരുംകൂടിസ്സന്തതിയുണ്ടാവാനായ്
ബഹുവത്സരമുഗ്രം തപസ്സുചെയ്തു നിങ്ങൾ
മുഹുരാത്മനി വിഷ്ണുപൂജാധ്യാനാദിയോടും.
ഭക്തവത്സലൻ ദേവൻ വരദൻ ഭഗവാനും
പ്രത്യക്ഷീകരിച്ചു 'നീ വാങ്ങ്ങിക്കൊൾ വര'മെന്നാൻ.
'പുത്രനായ്പിറക്കണേമെനിക്കു ഭവാ'നെന്നു
സത്വരമപേക്ഷിച്ചകാരണമിന്നു നാഥൻ
പുത്രനായ്പിറന്നതു രാമനെന്നറിഞ്ഞാലും;
പൃത്ഥ്വീന്ദ്ര! ശേഷൻതന്നെ ലക്ഷ്മണനാകുന്നതും.
ശംഖചക്രങ്ങളല്ലോ ഭരതശത്രുഘ്നന്മാർ
ശങ്കകൈവിട്ടു കേട്ടുകൊണ്ടാലുമിനിയും നീ.
യോഗമായാദേവിയും സീതയായ് മിഥിലയിൽ
യാഗവേലോയാമയോനിജയായുണ്ടായ്‌വന്നു.
ആഗതനായാൻ വിശ്വാമിത്രനുമവർതമ്മിൽ
യോഗംകൂട്ടീടുവതിനെന്നറിഞ്ഞീടണം നീ.
എത്രയും ഗുഹ്യമിതു വക്തവ്യമല്ലതാനും
പുത്രനെക്കൂടെയയച്ചീടുക മടിയാതെ."
സന്തുഷ്ടനായ ദശരഥനും കൗശികനെ
വന്ദിച്ചു യഥാവിധി പൂജിച്ചു ഭക്തിപൂർവം
'രാമലക്ഷ്മണന്മാരെക്കൊണ്ടുപോയ്ക്കൊണ്ടാലു'മെ-
ന്നാമോദം പൂണ്ടു നൽകി ഭൂപതിപുത്രന്മാരെ.
'വരിക രാമ! രാമ! ലക്ഷ്മണാ! വരിക'യെ-
ന്നരികേ ചേർത്തു മാറിലണച്ചു ഗാഢം ഗാഢം
പുണർന്നുപുണർന്നുടൻ നുകർന്നു ശിരസ്സിങ്കൽ
'ഗുണങ്ങൾ വരുവാനായ്പോവിനെന്നുരചെയ്താൻ.
ജനകജനനിമാർചരണാംബുജം കൂപ്പി
മുനിനായകൻ ഗുരുപാദവും വന്ദിച്ചുടൻ

വിശ്വാമിത്രനെച്ചെന്നു വന്ദിച്ചു കുമാരന്മാർ,
വിശ്വരക്ഷാർത്ഥം പരിഗ്രഹിച്ചു മുനീന്ദ്രനും.
ചാപതൂണീരബാണഖഡ്ഗപാണികളായ
ഭൂപതികുമാരന്മാരോടും കൗശികമുനി
യാത്രയുമയപ്പിച്ചാശീർവാദങ്ങളും ചൊല്ലി
തീർത്ഥപാദന്മാരോടും നടന്നു വിശ്വാമിത്രൻ.
മന്ദം പോയ് ചില ദേശം കടന്നോരനന്തരം
മന്ദഹാസവും ചെയ്തിട്ടരുളിച്ചെയ്തു മുനിഃ
"രാമ! രാഘവ! രാമ! ലക്ഷ്മണകുമാര! കേൾ
കോമളന്മാരായുള്ള ബാലന്മാരല്ലോ നിങ്ങൾ.
ദാഹമെന്തെന്നും വിശപ്പെന്തെന്നുമറിയാത
ദേഹങ്ങളല്ലോ മുന്നം നിങ്ങൾക്കെന്നതുമൂലം
ദാഹവും വിശപ്പുമുണ്ടാകാതെയിരിപ്പാനായ്
മാഹാത്മ്യമേറുന്നോരു വിദ്യകളിവ രണ്ടും
ബാലകന്മാരേ! നിങ്ങൾ പഠിച്ചു ജപിച്ചാലും
ബലയും പുനരതിബലയും മടിയാതെ.
ദേവനിർമ്മിതകളീ വിദ്യക"ളെന്നു രാമ-
ദേവനുമനുജനുമുപദേശിച്ചു മുനി.
ക്ഷുൽപിപാസാദികളും തീർന്ന ബാലന്മാരുമാ-
യപ്പോഴേ ഗംഗ കടന്നീടിനാൻ വിശ്വാമിത്രൻ.

താടകാവധം

താടകാവനം പ്രാപിച്ചീടിനനേരനന്തരം
ഗൂഢസ്മേരവും പൂണ്ടു പറഞ്ഞു വിശ്വാമിത്രൻ:
"രാഘവ! സത്യപരാക്രമവാരിധേ! രാമ!
പോകുമാറില്ലീവഴിയാരുമേയിതുകാലം.
കാടിതു കണ്ടായോ നീ? കാമരൂപിണിയായ
താടക ഭയങ്കരി വാണിടും ദേശമല്ലോ.
അവളെപ്പേടിച്ചാരും നേർവഴി നടപ്പീല
ഭുവനവാസിജനം ഭുവനേശ്വര! പോറ്റീ!
കൊല്ലണമവളെ നീ വല്ലജാതിയുമതി-
നില്ലൊരു ദോഷ"മെന്നു മാമുനി പറഞ്ഞപ്പോൾ
മെല്ലവേയൊന്നു ചെറുഞ്ഞാണൊലിചെയ്തു രാമ,-
നെല്ലാലോകവുമൊന്നു വിറച്ചിതതുനേരം.
ചെറുഞ്ഞാണൊലി കേട്ടു കോപിച്ചു നിശാചരി
പരികെ വേഗത്തോടുമടുത്തു ഭക്ഷിപ്പാനായ്.
അന്നേരമൊരു ശരമയച്ചു രാഘവനും
ചെന്നു താടകാമാറിൽ കൊണ്ടിതു രാമബാണം.
പാരതിൽ മല ചിറകറ്റുവീണതുപോലെ
ഘോരരൂപിണിയായ താടക വീണാളല്ലോ.
സ്വർണ്ണരത്നാഭരണഭൂഷിതഗാത്രിയായി
സുന്ദരിയായ യക്ഷിതന്നെയും കാണായ്‌വന്നു.
ശാപത്താൽ നക്തഞ്ചരിയായോരു യക്ഷിതാനും
പ്രാപിച്ചു ദേവലോകം രാമദേവാനുജ്ഞയാ.
കൗശികമുനീന്ദ്രനും ദിവ്യാസ്ത്രങ്ങളെയെല്ലാ-
മാശു രാഘവനുപദേശിച്ചു സലക്ഷ്മണം.
നിർമ്മലന്മാരാം കുമാരന്മാരും മുനീന്ദ്രനും

രമ്യകാനനേ തത്ര വസിച്ചു കാമാശ്രമേ.

രാത്രിയും പിന്നിട്ടവർ സന്ധ്യാവന്ദനംചെയ്തു
യാത്രയും തുടങ്ങിനാരാസ്ഥയാ പുലർകാലേ.
പുക്കിതു സിദ്ധാശ്രമം വിശ്വാമിത്രനും മുനി-
മുഖ്യന്മാരതിരേറ്റു വന്ദിച്ചാരതുനേരം.
രാമലക്ഷ്മണന്മാരും വന്ദിച്ചു മുനികളെ
പ്രേമമുൾക്കൊണ്ടു മുനിമാരും സല്ക്കാരംചെയ്താർ.
വിശ്രമിച്ചനന്തരം രാഘവൻതിരുവടി
വിശ്വാമിത്രനെ നോക്കി പ്രീതിപൂണ്ടരുൾചെയ്തുഃ
"താപസോത്തമ, ഭവാൻ ദീക്ഷിക്ക യാഗമിനി
താപംകൂടാതെ രക്ഷിച്ചീടുവനതേുചെയ്തും.
ദുഷ്ടരാം നിശാചരനേ്ദ്രന്മാരെക്കാട്ടിത്തന്നാൽ
നഷ്ടമാക്കുവൻ ബാണംകൊണ്ടു ഞാൻ തപോനിധേ!"
യാഗവും ദീക്ഷിച്ചിതു കൌശികനതുകാല-
മാഗമിച്ചിതു നക്തഞ്ചരന്മാർ പടയോടും.
മദ്ധ്യാഹ്നകാലേ മേൽഭാഗത്തിങ്കൽനിന്നുമത്ര
രക്തവൃഷ്ടിയും തുടങ്ങീടിനാരതുനേരം.
പാരാതെ രണ്ടു ശരം തൊടുത്തു രാമദേവൻ
മാരീചസുബാഹുവീരന്മാരെ പ്രയോഗിച്ചാൻ.
കോന്നിതു സുബാഹുവാമവനെയൊരു ശര-
മന്നേരം മാരീചനും ഭീതിപൂണ്ടോടീടിനാൻ.
ചെന്നിതു രാമബാണം പിന്നാലെ കൂടെക്കൂടെ
ഖിന്നനായേറിയൊരു യോജന പാഞ്ഞാനവൻ.
അർണ്ണവംതന്നിൽ ചെന്നു വീണിതു, രാമബാണ-
മന്നേരമവിടെയും ചെന്നിതു ദഹിപ്പാനായ്.
പിന്നെ മറ്റേങ്ങുമൊരു ശരണമില്ലാഞ്ഞവ-
നെന്നെ രക്ഷിക്കണേമെന്നഭയം പുക്കീടിനാൻ.

ഭക്തവത്സലനഭയംകൊടുത്തതുമൂലം
ഭക്തനായ്വന്നാനന്നുതുടങ്ങി മാരീചനും.
പറ്റലർകുലകാലനാകിയ സൗമിത്രിയും
മറ്റുള്ള പടയെല്ലാം കൊന്നിതു ശരങ്ങളാൽ.
ദേവകൾ പുഷ്പവൃഷ്ടിചെയ്തിതു സന്തോഷത്താൽ
ദേവദുന്ദുഭികളും ഘോഷിച്ചിതതുനേരം.
യക്ഷകിന്നരസിദ്ധചാരണഗന്ധർവൻമാർ
തൽക്ഷണേ കൂപ്പി സ്തുതിച്ചേറ്റവുമാനന്ദിച്ചാർ.
വിശ്വാമിത്രനും പരമാനന്ദംപൂണ്ടു പുണർ-
ന്നശ്രുപൂർണ്ണാർദ്രാകുലനേത്രപത്മങ്ങളോടും
ഉത്സംഗേ ചേർത്തു പരമാശീർവാദവുംചെയ്തു
വത്സന്മാരെയും ഭുജിപ്പിച്ചിതു വാത്സല്യത്താൽ.
ഇരുന്നു മൂന്നുദിനമോരോരോ പുരാണങ്ങൾ
പറഞ്ഞു രസിപ്പിച്ചു കൗശികനവരുമായ്.
അരുൾചെയ്തിതു നാലാംദിവസം പിന്നെ മുനിഃ
"അരുതു വൃഥാ കാലം കളകെന്നുള്ളതേതും.
ജനകമഹീപതിതന്നുടെ മഹായജ്ഞ-
മിനി വൈകാതെ കാണ്മാൻ പോക നാം വത്സന്മാരേ!
ചൊല്ലെഴും ത്രൈയംബകമാകിന മാഹേശ്വര-
വില്ലുണ്ടു വിദേഹരാജ്യത്തിങ്കലിരിക്കുന്നു.
ശ്രീമഹാദേവൻതന്നെ വെച്ചിരിക്കുന്നു പുരാ
ഭൂമിപാലനേന്ദ്രന്മാരാലർച്ചിതമനുദിനം.
ക്ഷോണിപാലനേന്ദ്രകുലജാതനാകിയ ഭവാൻ
കാണണം മഹാസത്വമാകിയ ധനുരത്നം."
താപസനേന്ദ്രന്മാരോടുമീവണ്ണമരുൾചെയ്തു
ഭൂപതിബാലന്മാരും കൂടെപ്പോയ് വിശ്വാമിത്രൻ
പ്രാപിച്ചു ഗംഗാതീരം ഗൗതമാശ്രമം തത്ര
ശോഭപൂണ്ടൊരു പുണ്യദേശമാനന്ദപ്രദം

ദിവ്യപാദപലതാകുസുമഫലങ്ങളാൽ
സർവമനോഹനകരം ജന്തുസഞ്ചയഹീനം
കണ്ടു കൌതുകംപൂണ്ടു വിശ്വാമിത്രനെ നോക്കി-
പ്പുണ്ഡരീകക്ഷേണനുമീവണ്ണമരുൾചെയ്തുഃ
“ആശ്രമപദമിദമാർക്കുള്ള മനോഹര-
മാശ്രയയോഗ്യം നാനാജന്തുസംവീതംതാനും.
എത്രയുമാഹ്ലാദമുണ്ടായിതു മനസി മേ
തത്ത്വമെന്തെന്നതരുൾചെയ്യണേം താപനോനിധേ!”

അഹല്യാമോക്ഷം

എന്നതുകേട്ടു വിശ്വാമിത്രനുമുരചെയ്തു
പന്നഗശായി പരൻതന്നോടു പരമാർത്ഥം:
"കേട്ടാലും പുരാവൃത്തമെങ്കിലോ കുമാര! നീ
വാട്ടമില്ലാത തപസ്സുള്ള ഗൗതമമുനി
ഗംഗാരോധസി നല്ലോരാശ്രമത്തിങ്കലത്ര
മംഗലം വർദ്ധിച്ചീടും തപസാ വാഴുംകാലം
ലോകേശൻ നിജസുതയായുള്ളോരഹല്യയാം
ലോകസുന്ദരിയായി ദിവ്യകന്യകാരത്നം
ഗൗതമമുനീന്ദ്രനു കൊടുത്തു വിധാതാവും;
കൗതുകംപൂണ്ടു ഭാര്യാഭർത്താക്കന്മാരായവർ.
ഭർത്തൃശുശ്രൂഷാബ്രഹ്മചര്യാദിഗുണങ്ങൾ ക-
ണ്ടത്രയും പ്രസാദിച്ചു ഗൗതമമുനീന്ദ്രനും
തന്നുടെ പത്നിയായോരഹല്യയോടും ചേർന്നു
പർണ്ണശാലയിലത്ര വസിച്ചു ചിരകാലം.
വിശ്വമോഹിനിയായോരഹല്യാരൂപം കണ്ടു
ദുശ്ച്യവനനും കുസുമായുധവശനായാൻ.
ചെന്തൊണ്ടിവായ്മലരും പന്തൊക്കും മുലകളും
ചന്തമേറീടും തുടക്കാമ്പുമാസ്വദിപ്പതി-
നെന്തൊരു കഴിവെന്നു ചിന്തിച്ചു ശതമഖൻ
ചെന്താർബാണാർത്തികൊണ്ടു സന്താപം മുഴുക്കയാൽ
സന്തതം മനക്കാമ്പിൽ സുന്ദരഗാത്രീരൂപം
ചിന്തിച്ചുചിന്തിച്ചനംഗാന്ധനായ് വന്നാനല്ലോ.
അന്തരാത്മനി വിബുധേന്ദ്രനുമതിനിപ്പോ-
ളന്തരം വരാതെയൊരന്തരമെന്തെന്നോർത്തു
ലോകേശാത്മജസുതനന്ദനനുടെ രൂപം

നാകനായകൻ കൈക്കൊണ്ടന്ത്യയാമാദിയിങ്കൽ
സന്ധ്യാവന്ദനത്തിനു ഗൌതമൻ പോയനേരം-
മന്തരാ പുക്കാനുടജാന്തരേ പരവശാൽ.
സുത്രാമാവഹല്യയെ പ്രാപിച്ചു സസംഭ്രമം
സത്വരം പുറപ്പെട്ടനേരത്തു ഗൌതമനും
മിത്രൻതന്നുദയമൊട്ടടുത്തീലെന്നു കണ്ടു
ബദ്ധസന്ദേഹം ചെന്നനേരത്തു കാണായ്‌വന്നു
വൃത്രാരാതിക്കു മുനിശ്രേഷ്ഠനെ ബലാലപ്പോൾ
വിത്രസ്തനായത്രെയും വേപഥു പൂണ്ടു നിന്നാൻ.
തന്നുടെ രൂപം പരിഗ്രഹിച്ചു വരുന്നവൻ-
തന്നെക്കണ്ടതികോപം കൈക്കൊണ്ടു മുനീന്ദ്രനും
'നില്ലുനില്ലാരാകുന്നതെന്തിതു ദുഷ്ടാത്മാവേ!
ചൊല്ലുചൊല്ലെന്നോടു നീയല്ലോമേ പരമാർത്ഥം.
വല്ലാതെ മമ രൂപം കൈക്കൊൾവാനെന്തു മൂലം?
നിർല്ലജ്ജനായ ഭവാനതേതൊരു മഹാപാപി?
സത്യമെന്നോടു ചൊല്ലീടറിഞ്ഞേനേല്ലോ തവ
വൃത്താന്തം പറയായ്കിൽ ഭസ്മമാക്കുവനിപ്പോൾ."
ചൊല്ലിനാനതുനേരം താപസനേന്ദ്രനെ നോക്കി
'സ്വർല്ലോകാധിപനായ കാമകിങ്കരനഹം
വല്ലായ്മയല്ലോമകപ്പെട്ടിതു മൂഢത്വംകൊ-
ണ്ടല്ലോം നിന്തിരുവടി പൊറുത്തുകൊള്ളേണമേ!'
'സഹസ്രഭഗനായി ബ്‌ഭവിക്ക ഭവാനിനി-
സ്സഹിച്ചീടുക ചെയ്ത ദുഷ്കർമ്മഫലമെല്ലാം.'
തപസ്വീശ്വരനായ ഗൌതമൻ ദേവേന്ദ്രനെ-
ശ്ശപിച്ചാശ്രമമകംപുക്കപ്പോളഹല്യയും
വേപഥുപൂണ്ടു നില്ക്കുന്നതുകണ്ടരുൾചെയ്തു
താപസോത്തമനായ ഗൌതമൻ കോപത്തോടേഃ
'കഷ്ടമത്രെയും തവ ദുർവൃത്തം ദുരാചാരേ!

ദുഷ്ടമാനസേ! തവ സാമർത്ഥ്യം നന്നു പാരം.
ദുഷ്കൃതമൊടുങ്ങുവാനിതിന്നു ചൊല്ലീടുവൻ
നിഷ്കൃതിയായുളെളാരു ദുർദ്ധരമഹാവ്രതം.
കാമകിങ്കരേ! ശിലാരൂപവും കൈക്കൊണ്ടു നീ
രാമപാദാബ്ജം ധ്യാനിച്ചിവിടെ വസിക്കേണം.
നീഹാരാതപവായുവർഷാദികളും സഹി–
ച്ചാഹാരാദികളേതുംകൂടാതെ ദിവാരാത്രം.
നാനാജന്തുക്കളൊന്നുമിവിടെയുണ്ടായ് വരാ
കാനനദേശേ മദീയാശ്രമേ മനോഹരേ.
ഇങ്ങനെ പല ദിവ്യവത്സരം കഴിയുമ്പോ–
ളിങ്ങെഴുന്നളളും രാമദേവനുമനുജനും.
ശ്രീരാമപാദാംഭോജസ്പർശമുണ്ടായീടുന്നാൾ
തീരും നിൻ ദുരിതങ്ങളെല്ലാമെന്നറിഞ്ഞാലും.
പിന്നെ നീ ഭക്തിയോടെ പൂജിച്ചു വഴിപോലെ
നന്നായി പ്രദക്ഷിണംചെയ്തു കുമ്പിട്ടു കൂപ്പി
നാഥനെ സ്തുതിക്കുമ്പോൾ ശാപമോക്ഷവും വന്നു
പൂതമാനസയായാലെന്നെയും ശുശ്രൂഷിക്കാം.'
എന്നരുൾചെയ്തു മുനി ഹിമവൽപാർശ്വം പുക്കാ–
നന്നുതൊട്ടിവിടെ വാണീടിനാളഹല്യയും.
നിന്തിരുമലരടിച്ചെന്തളിർപ്പൊടിയേൽപാ–
നെന്തൊരു കഴിവെന്നു ചിന്തിച്ചുചിന്തിച്ചുളളിൽ.
സന്താപം പൂണ്ടുകൊണ്ടു സന്തതം വസിക്കുന്നു
സന്തോഷസന്ദാനസന്താനമേ ചിന്താമണേ!
ആരാലും കണ്ടുകൂടാതൊരു പാഷാണാംഗിയായ്
ഘോരമാം തപസ്സോടുമിവിടെ വസിക്കുന്ന
ബ്രഹ്മനന്ദനയായ ഗൗതമപത്നിയുടെ
കൽമഷമശേഷവും നിന്നുടെ പാദങ്ങളാൽ
ഉന്മൂലനാശംവരുത്തീടണമിന്നുതന്നെ

നിർമ്മലയായ്വന്നീടുമഹല്യാദേവിയെന്നാൽ."

ഗാധിനന്ദനൻ ദാശരഥിയോടേവം പറ-
ഞ്ഞാശു തൃക്കയ്യും പിടിച്ചുടജാങ്കണം പുക്കാൻ.
ഉഗ്രമാം തപസ്സോടുമിരിക്കും ശിലാരൂപ-
മഗ്രേ കാൺകെന്നു കാട്ടിക്കൊടുത്തു മുനിവരൻ.
ശ്രീപാദാംബുജം മെല്ലേ വച്ചിതു രാമദേവൻ
ശ്രീപതി രഘുപതി സൽപതി ജഗൽപതി.
രാമോഹമെന്നു പറഞ്ഞാമോദം പൂണ്ടുനാഥൻ
കോമളരൂപൻ മുനിപത്നിയെ വണങ്ങിനാൻ.
അന്നേരം നാഥൻതന്നെക്കാണായിതഹല്യയ്ക്കും
വന്നൊരാനന്ദമേതും ചൊല്ലാവതല്ലയല്ലോ.
താപസശ്രേഷ്ഠനായ കൗശികമുനിയോടും
താപസഞ്ചയം നീങ്ങുമാറു സോദരനോടും.
ശാപനാശനകരനായൊരു ദേവൻതന്നെ-
ച്ചാപബാണങ്ങളോടും പീതമാം വസ്ത്രത്തോടും
ശ്രീവത്സവത്സത്തോടും സുസ്മിതവക്ത്രത്തോടും
ശ്രീവാസാംബുജദലസന്നിഭനേത്രത്തോടും
വാസവനീലമണിസങ്കാശഗാത്രത്തോടും
വാസവാദ്യമരൗഘവന്ദിതപാദത്തോടും
പത്തുദിക്കിലുമൊക്കെ നിറഞ്ഞ കാന്തിയോടും
ഭക്തവത്സലൻതന്നെക്കാണായിതഹല്യയ്ക്കും.
തന്നുടെ ഭർത്താവായ ഗൗതമതപോധനൻ
തന്നോടു മുന്നമുരചെയ്തതുമോർത്താളപ്പോൾ.
നിർണ്ണയം നാരായണൻതാനിതു ജഗന്നാഥ-
നർണ്ണോജവിലോചനൻ പത്മജാമനോഹരൻ
ഇത്ഥമാത്മനി ചിന്തിച്ചുത്ഥാനംചെയ്തു ഭക്ത്യാ
സത്വരമർഘ്യാദികൾകൊണ്ടു പൂജിച്ചീടിനാൾ.

സന്തോഷാശ്രുക്കളൊഴുകീടും നേത്രങ്ങളോടും
സന്താപം തീർന്നു ദണ്ഡനമസ്കാരവും ചെയ്താൾ.
ചിത്തകാമ്പിങ്കലേറ്റം വർദ്ധിച്ച ഭക്തിയോടു-
മുത്ഥാനംചെയ്തു മുഹുരഞ്ജലിബന്ധത്തോടും
വ്യക്തമായൊരു പുളകാഞ്ചിതദേഹത്തോടും
വ്യക്തമല്ലാതെ വന്ന ഗദ്ഗദവർണ്ണത്തോടും.
അദ്വയനായൊരനാദ്യസ്വരൂപനെക്കണ്ടു
സദ്യോജാതാനന്ദാബ്ധിമഗ്നയായ് സ്തുതിചെയ്താൾ

അഹല്യാസ്തുതി

“ഞാനഹോ കൃതാർത്ഥയായേൻ ജഗന്നാഥ! നിന്നെ-
ക്കാണായ്‌വന്നതുമൂലമത്രയുമല്ല ചൊല്ലാം.
പത്മജരുദ്രാദികളാലപേക്ഷിതം പാദ-
പത്മസംലഗ്നപാംസുലേശമിന്നെനിക്കല്ലോ
സിദ്ധിച്ചു ഭവൽപ്രസാദാതിരേകത്താലതി-
ന്നെത്തുമോ ബഹുകൽപകാലമാരാധിച്ചാലും?
ചിത്രമെത്രയും തവ ചേഷ്ടിതം ജഗൽപതേ!
മർത്ത്യഭാവേന വിമോഹിപ്പിച്ചീടുന്നിതേവം.
ആനന്ദമയനായോരതിമായികൻ പൂർണ്ണൻ
ന്യൂനാതിരേകശൂന്യനചലനല്ലോ ഭവാൻ.
ത്വൽപാദാംബുജപാംസുപവിത്രാഭാഗീരഥി
സർപ്പഭൂഷണവിരിഞ്ചാദികളെല്ലാരെയും
ശുദ്ധമാക്കീടുന്നതും ത്വൽപ്രഭാവത്താലല്ലോ;
സിദ്ധിച്ചേനല്ലോ ഞാനും സ്വൽപാദസ്പർശമിപ്പോൾ.
പണ്ടു ഞാൻ ചെയ്ത പുണ്യമെന്തു വർണ്ണിപ്പതു വൈ-
കുണ്ഠ! തൽകുണ്ഠാത്മനാം ദുർല്ലഭമൂർത്തേ! വിഷ്ണോ!
മർത്ത്യനായവതരിച്ചോരു പൂരുഷം ദേവം
ചിത്തമോഹനം രമണീയദേഹിനം രാമം
ശുദ്ധമത്ഭുതവീര്യം സുന്ദരം ധനുർദ്ധരം
തത്ത്വമദ്വയം സത്യസന്ധമാദ്യന്തഹീനം
നിത്യമവ്യയം ഭജിച്ചീടുന്നേനിനി നിത്യം
ഭക്ത്യവൈ മറ്റാരെയും ഭജിച്ചീടുന്നേനില്ല.
യാതൊരു പാദാംബുജമാരായുന്നിതു വേദം,
യാതൊരു നാഭിതന്നിലുണ്ടായി വിരിഞ്ചനും,
യാതൊരു നാമം ജപിക്കുന്നിതു മഹാദേവൻ,

ചേതസാ തത്സ്വാമിയെ ഞാൻ നിത്യം വണങ്ങുന്നേൻ.
നാരദമുനീന്ദ്രനും ചന്ദ്രശേഖരൻതാനും
ഭാരതീരമണനും ഭാരതീദേവിതാനും
ബ്രഹ്മലോകത്തിങ്കൽനിന്നന്വഹം കീർത്തിക്കുന്നു
കൽമഷഹരം രാമചരിതം രസായനം
കാമരാഗാദികൾ തീർന്നാനന്ദം വരുവാനായ്
രാമദേവനെ ഞാനും ശരണംപ്രാപിക്കുന്നേൻ.
ആദ്യനദ്വയനേകനവ്യക്തനനാകുലൻ
വേദ്യനല്ലാരാലുമെന്നാലും വേദാന്തവേദ്യൻ
പരമൻ പരാപരൻ പരമാത്മാവു പരൻ
പരബ്രഹ്മാഖ്യൻ പരമാനന്ദമൂർത്തി നാഥൻ
പൂരുഷൻ പുരാതനൻ കേവലസ്വയംജ്യോതി-
സ്സകലചരാചരഗുരു കാരുണ്യമൂർത്തി
ഭൂവനമനോഹരമായൊരു രൂപം പൂണ്ടു
ഭൂവനത്തിങ്കലനുഗ്രഹത്തെ വരുത്തുവാൻ.
അങ്ങനെയുള്ള രാമചന്ദ്രനെസ്സദാകാലം
തിങ്ങിന ഭക്ത്യാ ഭജിച്ചീടുന്നേൻ മനസി ഞാൻ.
സ്വതന്ത്രൻ പരിപൂർണ്ണനാനന്ദനാത്മാരാമ-
തനന്ദ്രൻ നിജമായാഗുണബിംബിതനായി
ജഗദുത്ഭവസ്ഥിതിസംഹാരാദികൾ ചെയ്‌വാ-
നഖണ്ഡൻ ബ്രഹ്മവിഷ്ണുരുദ്രനാമങ്ങൾ പൂണ്ടു
ഭേദരൂപങ്ങൾ കൈക്കൊണ്ടൊരു നിർഗ്ഗുണമൂർത്തി
വേദാന്തവേദ്യൻ മമ ചേതസി വസിക്കേണം.
രാമ! രാഘവ! പാദപങ്കജം നമോസ്തുതേ!
ശ്രീമയം ശ്രീദേവീപാണിദ്വയപത്മാർച്ചിതം.
മാനഹീനന്മാരാം ദിവ്യന്മാരാലനുധ്യേയം
മാനാർത്ഥം മൂന്നിലകമാക്രാന്തജഗത്ത്രയം
ബ്രഹ്മാവിൻ കരങ്ങളാൽ ക്ഷാളിതം പത്മോപമം

നിർമ്മലം ശംഖചക്രകുലിശമത്സ്യാങ്കിതം
മന്മനോനികേതനം കൽമഷവിനാശനം
നിർമ്മലാത്മനാം പരമാസ്പദം നമോസ്തുതേ.
ജഗദാശ്രയം ഭവാൻ ജഗത്തായതും ഭവാൻ
ജഗതാമാദിഭൂതനായതും ഭവാനല്ലോ.
സർവഭൂതങ്ങളിലുമസക്തനല്ലോ ഭവാൻ
നിർവികാരാത്മാ സാക്ഷിഭൂതനായതും ഭവാൻ.
അജനവ്യയൻ ഭവാനജിതൻ നിരഞ്ജനൻ
വചസാം വിഷമമല്ലാതൊരാനന്ദമല്ലോ.
വാച്യവാചകോഭയഭേദേന ജഗന്മയൻ
വാച്യനായ്വരണേമേ വാക്കിനു സദാ മമ.
കാര്യകാരണകർത്തൃഫലസാധനഭേദം
മായയാ ബഹുവിധരൂപയാ തോന്നിക്കുന്നു.
കേവലമതെന്നാകിലും നിന്തിരുവടിയതു
സേവകന്മാർക്കുപോലുമറിയാനരുതല്ലോ.
ത്വന്മായാവിമോഹിതചേതസാമജ്ഞാനിനാം
ത്വന്മാഹാത്മ്യങ്ങൾ നേരേയറിഞ്ഞുകൂടായല്ലോ.
മാനസേ വിശ്വാത്മാവാം നിന്തിരുവടിതന്നെ
മാനുഷനെന്നു കൽപിച്ചീടുവോരജ്ഞാനികൾ.
പുറത്തുമകത്തുമല്ലോടവുമൊക്കെ നിറ-
ഞ്ഞിരിക്കുന്നതു നിത്യം നിന്തിരുവടിയല്ലോ.
ശുദ്ധനദ്വയൻ സമൻ നിത്യൻ നിർമ്മലനേകൻ
ബുദ്ധനവ്യക്തൻ ശാന്തനസംഗൻ നിരാകാരൻ
സത്വാദിഗുണത്രയയുക്തയാം ശക്തിയുക്തൻ
സത്വങ്ങളുള്ളിൽ വാഴും ജീവാത്മാവായ നാഥൻ
ഭക്താനാം മുക്തിപ്രദൻ യുക്താനാം യോഗപ്രദൻ
സക്താനാം ഭുക്തിപ്രദൻ സിദ്ധാനാം സിദ്ധിപ്രദൻ
തത്ത്വാധാരാത്മാ ദേവൻ സകലജഗന്മയൻ

തത്ത്വജ്ഞൻ നിരുപമൻ നിഷ്കളൻ നിരഞ്ജനൻ
നിർഗ്ഗുണൻ നിശ്ചഞ്ച്ചലൻ നിർമ്മലൻ നിരാധാരൻ
നിഷ്ക്രിയൻ നിഷ്കാരണൻ നിരഹങ്കാരൻ നിത്യൻ
സത്യജ്ഞാനാനന്താനന്ദാമൃതാത്മകൻ പരൻ
സത്താമാത്രാത്മാ പരമാത്മാ സർവ്വാത്മാ വിഭൂ
സച്ചിദ്ബ്രഹ്മാത്മാ സമസ്തശേ്വരൻ മഹശേ്വര-
നച്യുതനാദിനാഥൻ സർവദവേതാമയൻ
നിന്തിരുവടിയായതത്രെയും മൂഢാത്മാവാ-
യന്ധയായുളേളാരു ഞാനങ്ങെനയെറിയുന്നു
നിന്തിരുവടിയുടെ തത്ത്വ,മന്നൊലും ഞാനേ
സന്തതം ഭൂയോഭൂയോ നമസ്തേ നമോനമഃ
യത്രകുത്രാപി വസിച്ചീടിലുമല്ലാനാളും
പൊൽത്തളിരടികളിലിളക്കം വരാതൊരു
ഭക്തിയുണ്ടാകവണേമന്നൊഴിഞ്ഞപരം ഞാ-
നർത്ഥിച്ചീടുന്നയേില്ല നമസ്തേ നമോനമഃ
നമസ്തേ രാമരാമ! പുരുഷാദ്ധ്യക്ഷ! വിഷ്ണോ!
നമസ്തേ രാമരാമ! ഭക്തവത്സല! രാമ!
നമസ്തേ ഹൃഷികേശ! രാമ! രാഘവ! രാമ!
നമസ്തേ നാരായണ! സന്തതം നമോസ്തുതേ.
സമസ്തകർമ്മാർപ്പണം ഭവതി കരോമി ഞാൻ
സമസ്തമപരാധം ക്ഷമസ്വ ജഗൽപതേ!
ജനനമരണാദുഃഖാപഹം ജഗന്നാഥം
ദിനനായകകോടിസദൃശപ്രഭം രാമം
കരസാരസയുഗസുധൃതശരചാപം
കരുണാകരം കാളജലദഭാസം രാമം
കനകരുചിരദിവ്യാംബരം രമാവരം
കനകോജ്ജ്വലരത്നകുണ്ഡലാഞ്ചിതഗണ്ഡം
കമലദലലോലവിമലവിലോചനം

കമലോത്ഭവനതം മനസാ രാമമീഡേ."

പുരതഃസ്ഥിതം സാക്ഷാദീശ്വരം രഘുനാഥം
പുരുഷോത്തമം കൂപ്പി സ്തുതിച്ചാൽ ഭക്തിയോടേ
ലോകശോത്മജയാകുമഹല്യതാനും പിന്നെ
ലോകേശ്വരാനുജ്ഞയാ പോയിതു പവിത്രയായ്.
ഗൗതമനായ തന്റെ പതിയെ പ്രാപിച്ചുട-
നാധിയും തീർത്തു വസിച്ചീടിനാളഹല്യയും.
ഇസ്തുതി ഭക്തിയോടെ ജപിച്ചീടുന്ന പുമാൻ
ശുദ്ധനായഖിലപാപങ്ങളും നശിച്ചുടൻ
പരമം ബ്രഹ്മാനന്ദം പ്രാപിക്കുമത്രയല്ല
വരുമൈഹികസൗഖ്യം പുരുഷന്മാർക്കു നൂനം.
ഭക്ത്യാ നാഥനെ ഹൃദി സന്നിധാനംചെയ്തുകൊ-
ണ്ടീ സ്തുതി ജപിച്ചീടിൽ സാധിക്കും സകലവും.
പുത്രാർത്ഥി ജപിക്കിലോ നല്ല പുത്രന്മാരുണ്ടാ-
മർത്ഥാർത്ഥി ജപിച്ചീടിലർത്ഥവുമേറ്റമുണ്ടാം.
ഗുരുതൽപഗൻ കനകസ്തേയി സുരാപായി
ധരണീസുരഹന്താ പിതൃമാതൃഹാ ഭോഗി
പുരുഷാധമനേറ്റമെങ്കിലുമവൻ നിത്യം
പുരുഷോത്തമം ഭക്തവത്സലം നാരായണം
ചേതസി രാമചന്ദ്രം ധ്യാനിച്ചു ഭക്ത്യാ ജപി-
ച്ചാദരാൽ വണങ്ങുകിൽ സാധിക്കുമല്ലോ മോക്ഷം.
സദ്വൃത്തനെന്നായീടിൽ പറയേണമോ മോക്ഷം
സദ്യസ്സംഭവിച്ചീടും സന്ദേഹമില്ലയതും.

സീതാസ്വയംവരം

വിശ്വാമിത്രനും പരമാനന്ദം പ്രാപിച്ചപ്പോൾ
വിശ്വനായകൻ തന്നോടീവണ്ണമരുൾ ചെയ്താൻ:
"ബാലകന്മാരേ!പോക മിഥിലാപുരിക്കു നാം
കാലവും വൃഥാ കളഞ്ഞീടുകയരുതല്ലോ.
യാഗവും മഹേശവേചാപവും കണ്ടുപിന്നെ
വേഗമോടയോദ്ധ്യയും പുക്കു താതനെക്കാണാം."
ഇത്തരമരുൾചെയ്തു ഗംഗയും കടന്നവർ
സത്വരം ചെന്നു മിഥിലാപുരമകം പുക്കു.
മുനിനായകനായ കൗശികൻ വിശ്വാമിത്രൻ
മുനിവാടംപ്രാപിച്ചിതെന്നതു കേട്ടനേരം
മനസി നിറഞ്ഞൊരു പരമാനന്ദത്തോടും
ജനകമഹീപതി സംഭ്രമസമന്വിതം
പൂജാസാധനങ്ങളുമെടുത്തു ഭക്തിയോടു-
മാചാര്യനോടുമൃഷിവാടംപ്രാപിച്ചനേരം
ആമോദപൂർവ്വം പൂജിച്ചാചാരംപൂണ്ടുനിന്ന
രാമലക്ഷ്മണന്മാരെക്കാണാനായി നൃപേന്ദ്രനും
സൂര്യചന്ദ്രന്മാരെന്നപോലെ ഭൂപാലേശ്വര-
നന്ദനന്മാരെക്കണ്ടു ചോദിച്ചു നൃപേന്ദ്രനും:
'കന്ദർപ്പൻ കണ്ടു വന്ദിച്ചീടിന ജഗദേക-
സുന്ദരന്മാരാമിവരാരെന്നു കേൾപ്പിക്കേണം.
നരനാരായണന്മാരാകിയ മൂർത്തികളോ
നരവീരാകാരം കൈക്കൊണ്ടു കാണായതിപ്പോൾ?'
വിശ്വാമിതനുമതു കേട്ടരുൾചെയ്തീടിനാൻ:
'വിശ്വസിച്ചാലും മമ വാക്യം നീ നരപതേ!
വീരനാം ദശരഥൻതന്നുടെ പുത്രന്മാരിൽ

ശ്രീരാമൻ ജ്യേഷ്ഠനിവൻ ലക്ഷ്മണൻ മൂന്നാമവൻ.
എന്നുടെ യാഗം രക്ഷിച്ചീടുവാനിവരെ ഞാൻ
ചെന്നു കൂട്ടിക്കൊണ്ടുപോന്നീടിനാനിതുകാലം.
കാടകംപുക്കനേരം വന്നൊരു നിശാചരി
താടകതൻനയെയൊരു ബാണംകൊണ്ടയെ്തു കൊന്നാൻ.
പടിയും തീർന്നു സിദ്ധാശ്രമം പുക്കു യാഗ-
മാടൽകൂടാതെ രക്ഷിച്ചീടിനാൻ വഴിപോലെ
ശ്രീപാദാംബുജരജഃസ്പൃഷ്ടികൊണ്ടഹല്യതൻ
പാപവും നശിപ്പിച്ചു പാവനയാക്കീടിനാൻ
പരമേശ്വരമായ ചാപത്തെക്കാണ്മാനുള്ളിൽ
പരമാഗ്രഹമുണ്ടു നീയതു കാട്ടിടണേം.'
ഇത്തരം വിശ്വാമിത്രൻതന്നുടെ വാക്യം കേട്ടു
സത്വരം ജനകനും പൂജിച്ചുവഴിപോലെ
സൽക്കാരായോഗ്യന്മാരാം രജപുത്രന്മാരെക്ക-
ണ്ടുൾക്കുരുന്നിങ്കൽ പ്രീതി വർദ്ധിച്ച ജനകനും
തന്നുടെ സചിവനെ വിളിച്ചു നിയോഗിച്ചു
"ചെന്നു നീ വരുത്തണേമീശ്വരനുടെ ചാപം"
എന്നതുകേട്ടു മന്ത്രിപ്രവരൻ നടകൊണ്ടാ-
നന്നേരം ജനകനും കൗശികനോടു ചൊന്നാൻ:
"രാജനന്ദനനായ ബാലകൻ രഘുവരൻ
രാജീവലോചനൻ സുന്ദരൻ ദാശരഥി
വില്ലിതുകുലച്ചുടൻ വലിച്ചു മുറിച്ചീടിൽ
വല്ലഭനിവൻ മമ നന്ദനയ്ക്കെന്നു നൂനം."
"എല്ലാമീശ്വരനന്നേ ചൊല്ലാവിതെനിക്കിപ്പോൾ
വില്ലിഹ വരുത്തീടു"കെന്നരുൾചെയ്തു മുനി.
കിങ്കരന്മാരെ നിയോഗിച്ചിതു മഹീന്ദ്രനും
ഹുങ്കാരത്തോടു വന്നു ചാപവാഹകൻമാരും
സത്വരമയ്യായിരം കിങ്കരന്മാരും കൂടി

മൃത്യുശാസനചാപമെടുത്തു കൊണ്ടുവന്നാർ.
ഘണ്ടാസഹസ്രമണിവസ്ത്രാദി വിഭൂഷിതം
കണ്ടാലും ത്രയെംബകമെന്നിതു മന്ത്രീന്ദ്രനും.
ചന്ദ്രശേഖരനുടെ പള്ളിവിൽ കണ്ടു രാമ-
ചന്ദ്രനുമാനന്ദമുൾക്കൊണ്ടു വന്ദിച്ചീടിനാൻ.
"വില്ലെടുക്കാമോ? കുലച്ചീടാമോ? വലിക്കാമോ?
ചൊല്ലുകെ"ന്നതു കേട്ടുചൊല്ലിനാൻ വിശ്വാമിത്രൻ:
'എല്ലാമാ,മാകുന്നതു ചെയ്താലും മടിക്കേണ്ട
കല്യാണമിതുമൂലം വന്നുകൂടീടുമല്ലോ'.
മന്ദഹാസവും പൂണ്ടു രാഘവനിതു കേട്ടു
മന്ദംമന്ദം പോയ് ചെന്നുനിന്നു കണ്ടിതു ചാപം.
ജ്വലിച്ച തേജസ്സോടുമെടുത്തു വേഗത്തോടെ
കുലച്ചു വലിച്ചുടൻ മുറിച്ചു ജിതശ്രമം
നിന്നരുളുന്നനേരമീരേഴുലോകങ്ങളു-
മൊന്നു മാറ്റൊലിക്കൊണ്ടു, വിസ്മയപ്പെട്ടു ജനം
പാട്ടുമാട്ടവും കൂത്തും പുഷ്പവൃഷ്ടിയുമോരോ
കൂട്ടമേ വാദ്യങ്ങളും മംഗലസ്തുതികളും
ദേവകലൊക്കെപ്പരമാനന്ദം പൂണ്ടു ദേവ-
ദേവനെസ്സേവിക്കയുമപ്സരസ്ത്രീകളെല്ലാം
ഉത്സാഹം കൈക്കൊണ്ടു വിശ്വേശ്വരനുടെ വിവാ-
ഹോത്സവാരംഭഘോഷം കണ്ടു കൗതുകം പൂണ്ടാർ.
ജനകൻ ജഗത്സ്വാമിയാകിയ ഭഗവാനെ-
ജ്ജനസംസദി ഗാഢാശ്ലേഷവും ചെയ്താനല്ലോ.
ഇടിവെട്ടീടും വണ്ണം വിൽമുറിഞ്ഞൊച്ച കേട്ടു
നടുങ്ങീ രാജാക്കന്മാരുരഗങ്ങളെപ്പോലെ
മൈഥിലി മയില്പ്പേടപോലെ സന്തോഷംപൂണ്ടാൾ
കൗതുകമുണ്ടായ്വന്നു ചേതസി കൗശികനും.
മൈഥിലിതന്നെപ്പരിചാരികമാരും നിജ-

മാതാക്കന്മാരും കൂടി നന്നായിചമയിച്ചാർ.
സ്വർണ്ണവർണ്ണത്തപ്പൂണ്ട മൈഥിലി മനോഹരി
സ്വർണ്ണഭൂഷണങ്ങളുമണിഞ്ഞു ശോഭയോടെ
സ്വർണ്ണമാലയും ധരിച്ചാദരത്തൽ മന്ദം മന്ദ-
മർണ്ണോജനേത്രൻ മുൻപിൽ സത്രപം വിനീതയായ്
വന്നുടൻ നത്രോത്പലമാലയുമിട്ടാൾ മുന്നേ,
പിന്നാലേ വരണാർത്ഥമാലയുമിട്ടീടിനാൾ
മാലയും ധരിച്ചു നീലോല്പലകാന്തി തടേും
ബാലകൻ ശ്രീരാമനുമേറ്റവും വിളങ്ങീടിനാൻ.
ഭൂമിനന്ദനയ്ക്കനുരൂപനായ് ശോഭിച്ചീടും
ഭൂമിപാലകബാലൻതന്നെക്കണ്ടവർകളും
ആനന്ദാബുധിതന്നിൽ വീണുടൻ മുഴുകിനാർ
മാനവവീരൻ വാഴ്കെന്നാശിയും ചൊല്ലീടിനാർ
അന്നരേം വിശ്വാമിത്രൻ തന്നോടു ജനകനും
വന്ദിച്ചുചൊന്നാ "നിനിക്കാലത്തകെ്കളയാതെ
പത്രവും കൊടുത്തയച്ചീടണേം ദൂതന്മാരെ-
സ്സത്വരം ദശരഥഭൂപനെ വരുത്തുവാൻ."
വിശ്വാമിത്രനും മിഥിലാധിപൻതാനും കൂടി
വിശ്വാസം ദശരഥൻ തനിക്കു വരുംവണ്ണം
നിശ്ശേഷേ വൃത്താന്തങ്ങളെഴുതിയയച്ചിതു
വിശ്രമത്തോടു നടകൊണ്ടിതു ദൂതന്മാരും.
സാകതേപുരി പുക്കു ഭൂപാലൻതന്നെക്കണ്ടു
ലോകൈകാധിപൻകയ്യിൽ കൊടുത്തു പത്രമതും
സന്ദശേം കൺറ്റു പംക്തിസ്യന്ദനന്താനുമിനി-
സ്സന്ദഹേമില്ല പുറപ്പടെുകെന്നുരചെയ്തു.
അഗ്നിമാനുപാദ്ധ്യായനഅകിയ വസിഷ്ഠനും
പത്നിയാമരുന്ധതിതഅനുമായ് പുറപ്പടെ്ടു.
കൗതുകം പൂണ്ടു ചതുരംഗവാഹിനിയോടും

കൗസല്യാദികളായ ഭാര്യമാരോടും കൂടി
ഭരതശത്രുഘ്നന്മാരാകിയ പുത്രന്മാരും
പരമോത്സവയോഗ്യവാദ്യഘോഷങ്ങളോടും
മിഥിലാപുരമകം പുക്കിതു ദശരഥൻ
മിഥിലാധിപൻതാനും ചെന്നെതിരേറ്റുകൊണ്ടാൻ.
വന്ദിച്ചു ശതാനന്ദൻ തന്നോടും കൂടച്ചെന്നു
വന്ദ്യനാം വസിഷ്ഠനെത്തദനു പത്നിയേയും
അർഘ്യപാദ്യാദികളാലർപ്പിച്ചു യഥാവിധി
സത്ക്കരിച്ചിതു തഥായോഗ്യമുർവ്വീന്ദ്രൻതാനും.
രാമലക്ഷ്മണന്മാരും വന്ദിച്ചു പിതാവിനെ-
സ്സാമോദം വസിഷ്ഠനാമാചാര്യപാദാംബുജവും
തൊഴുതു മാതൃജനങ്ങളെയും യഥാക്രമം
തൊഴുതു ശ്രീരാമപാദാംഭോജമനുജന്മാർ.
തൊഴുതു ഭരതനെ ലക്ഷ്മണകുമാരനും
തൊഴുതു ശത്രുഘ്നനും ലക്ഷ്മണപാദാംഭോജം.
വക്ഷസി ചേർത്തു താതൻ രാമനെപ്പുണർന്നിട്ടു
ലക്ഷ്മണനെയും ഗാഢാശ്ലേഷവും ചെയ്തീടിനാൻ
ജനകൻ ദശരഥൻ തന്നുടെ കയ്യുംപിടി-
ച്ചനുമോദത്തോടുരചെയ്തിതു മധുരമായ്:
"നാലു കന്യകമാരുണ്ടെനിക്കു കൊടുപ്പാനായ്
നാലുപുത്രന്മാർ ഭവാൻതനിക്കുണ്ടല്ലോതാനും
ആകയാൽ നാലു കുമാരന്മാർക്കും വിവാഹം ചെ-
യ്താകിലോ നിരൂപിച്ചാലതേറ്റുമേ മടിക്കണ്ടേ."
വസിഷ്ഠൻതാനും ശതാനന്ദനും കൗശികനും
വിധിച്ചു ഘൂർത്തവും നാല്വർക്കും യഥാക്രമം
ചിത്രമായിരിപ്പൊരു മണ്ഡപമതും തീർത്തു
മുത്തുമാലകൾ പുഷ്പഫലങ്ങൾ തൂക്കി നാനാ-
രത്നമണ്ഡിതസ്തംഭതോരണങ്ങളും നാട്ടി

രത്നമഡിതസ്വർണ്ണപീഠവും വച്ചു ഭക്ത്യാ
ശ്രീരാമപാദാംഭോജം കഴുകിച്ചനന്തരം
ഭേരീദുന്ദുഭിമുഖ്യവാദ്യഘോഷങ്ങളോടും
ഹോമവും കഴിച്ചു തൻപുത്രിയാം വൈദേഹിയെ
രാമനു നൽകീടിനാൻ ജനകമഹീന്ദ്രനും.
തല്പാദതീർത്ഥം നിജ ശിരസി ധരിച്ചുട-
നാൾപുളകാംഗത്തോടെ നിന്നിതു ജനകനും.
യാതൊരു പാദതീർത്ഥം ശിരസി ധരിക്കുന്നു
ഭൂതേശവിധിമുനീന്ദ്രാദികൾ ഭക്തിയോടെ.
ഊർമ്മിളതന്നെ വേട്ടു ലക്ഷ്മണകുമാരനും
കാമ്യാംഗിമാരാം ശ്രുതകീർത്തിയും മാണ്ഡവിയും
ഭരതശത്രുഘ്നന്മാർതന്നുടെ പത്നിമാരായ്;
പരമാനന്ദംപൂണ്ടു വസിച്ചാരെല്ലാവരും.
കൗശികാത്മജനോടും വസിഷ്ഠനോടും കൂടി
വിശദസ്മിതപൂർവ്വം പറഞ്ഞു ജനകനും:
"മുന്നം നാരദനരുൾചെയ്തു കേട്ടിരിപ്പു ഞാ-
നന്നുടെ മകളായ സീതാവൃത്താന്തമെല്ലാം
യാഗഭൂദേശം വിശുദ്ധ്യാർത്ഥമായുഴുതപ്പോ-
ളഗ്രേ സീതാമദ്ധ്യേ കാണായി കന്യാരത്നം
ജാതയായൊരു ദിവ്യകന്യകതനിക്കു ഞാൻ
സീതയെന്നൊരു നാമം വിളിച്ചനേതുമൂലം
പുത്രിയായ് വളർത്തു ഞാനിരിക്കും കാലത്തിങ്ക-
ലത്ര നാരദനെഴുന്നള്ളിനാനൊരുദിനം
എന്നോടു മഹാമുനിതാനരുൾചെയ്താനപ്പോൾ:
'നിന്നുടെ മകളായ സീതാവൃത്താന്തം കേൾ നീ
പരമാനന്ദമൂർത്തി ഭഗവാൻ നാരായണൻ
പരമാത്മാവാമജൻ ഭക്തവത്സലൻ നാഥൻ
ദേവകാര്യാർത്ഥം പംക്തികണ്ഠനിഗ്രഹത്തിനായ്

ദേവേന്ദ്രവിരിഞ്ചരുദ്രാദികളർത്ഥിക്കയാൽ
ഭൂമിയിൽ സൂര്യാന്വയേ വന്നവതരിച്ചിതു
രാമനായ് മായാമർത്ത്യവേഷമ്പൂണ്ടറിഞ്ഞാലും.
യോഗേശ്വരൻ മനുഷ്യനായിടുമ്പോളതുകാലം
യോഗമായാദേവിയും മാനുഷവേഷത്തോടെ
ജാതയായിതു തവ വേശ്മനി തൽക്കാരണത്താൽ
സാദരം ശ്രീരാമനു കൊടുക്ക മടിയാതെ'
ഇത്ഥം നാരദനരുളിച്ചെയ്തു മറഞ്ഞിതു
പുത്രിയായ് വളർത്തിതു ഭക്തികൈക്കൊണ്ടു ഞാനും
സീതയെ ശ്രീരാഘവനെങ്ങനെ കൊടുക്കാവൂ!
ചേതസി നിരൂപിച്ചാലെങ്ങനെയെറിയുന്നു?
എന്നതോർത്തിരിക്കുമ്പോളൊന്നു മാനസേ തോന്നി
പന്നഗവിഭൂഷണൻതന്നനുഗ്രഹശക്ത്യാ.
മൃത്യുശാസനചാപം മുറിച്ചീടുന്ന പുമാൻ
ഭർത്താവാകുന്നതു മല്പുത്രിക്കെന്നൊരു പണം
ചിത്തത്തിൽ നിരൂപിച്ചുവരുത്തി നൃപന്മാരെ
ശക്തിയില്ലിതിനെന്നു പൃഥ്വീപാലകന്മാരും
ഉദ്ധതഭാവമെല്ലാമകലെക്കളഞ്ഞുടൻ
ബുദ്ധിയും കെട്ടുപോയെങ്ങടങ്ങിക്കൊണ്ടാരല്ലോ
അത്ഭുതപുരുഷനാമുല്പലനേത്രൻതന്നെ
ത്വല്പ്രസാദത്തിലിന്നു സിദ്ധിച്ചേൻ ഭാഗ്യവശാൽ."
ദർപ്പകസമനായ ചില്പുരുഷനെ നോക്കി
പില്പാടു തെളിഞ്ഞുരചെയ്തിതു ജനകനും:
"അദ്യ മേ സഫലമായ് വന്നു മാനുഷജന്മം
ഖദ്യോതായുതസഹസ്രോദ്യോതരൂപത്തൊടും
ഖദ്യോതാന്വയേ പിറന്നൊരു നിന്തിരുവടി
വിദ്യുത്സംയുതമായ ജീമൂതമെന്നപോലെ
ശക്തിയാം ദേവിയോടും യുക്തനായ് കാൺകമൂലം

ഭക്തവത്സല! മമ സിദ്ധിച്ചു മനോരഥം.

രക്തപങ്കജചരണാഗ്രമേ സന്തതം മമ

ഭക്തി സംഭവിക്കണേം മുക്തിയും ലഭിക്കണേം

ത്വൽ പാദാംബുജഗളിതാംബുധഅരണം കൊണ്ടൂ

സർപ്പഭൂഷണൻ ജഗത്തൊക്കസ്സെംഹരിക്കുന്നു;

ത്വൽ പാദാംബുജഗളിതഅംബുധാരണം കൊണ്ടു

സല്പുമാൻ മഹാബലി സിദ്ധിച്ചാനനൈന്ദ്രം പദം

ത്വൽ പാദാംബുജരജഃ സ്പൃഷ്ടികൊണ്ടഹല്യയും

കില്ബിഷത്തോടു വേർപെട്ടു നിർമ്മലയാൾ.

നിന്തിരുവടിയുടെ നാമകീർത്തനം കൊണ്ടു

ബന്ധവുമകന്നു മോക്ഷത്തെയും പ്രാപിക്കുന്നു

സന്തതം യോഗസ്ഥൻമാരാകിയ മുനീന്ദ്രന്മാർ;

ചിന്തിക്കായ് വരണേമേ പാദപങ്കജദ്വയം"

ഇത്ഥമോരോന്നേ ചൊല്ലി സ്തുതിച്ചു ജനകനും

ഭക്തികൈക്കൊണ്ടു കൊടുത്തീടിനാൻ മഹാധനം;

കരികളറുനൂറും പതിനായിരം തേരും

തുരഗങ്ങളെയും നൽകീടിനാൻ നൂറായിരം;

പത്തിയുമൊരുലക്ഷം മുന്നൂറു ദാസികളും

വസ്ത്രങ്ങൾ ദിവ്യങ്ങളായുള്ളതും ബഹുവിധം.

മുത്തുമാലകൾ ദിവ്യരത്നങ്ങൾ പലതരം

പ്രത്യേകം നൂറുകോടിക്കാഞ്ചനഭാരങ്ങളും

സീതാദേവിക്കു കൊടുത്തീടിനാൻ ജനകനും;

പ്രീതികൈക്കൊണ്ടു പരിഗ്രഹിച്ചു രാഘവനും.

വിധിനന്ദനപ്രമുഖന്മാരാം മുനികളെ

വിധിപൂർവ്വം ഭക്ത്യാ പൂജിച്ചു വണങ്ങിനാൻ.

സമ്മാനിച്ചിതു സുമന്ത്രാദി മന്ത്രികളെയും

സമ്മോദം പൂണ്ടു ദശരഥനും പുറപ്പെട്ടു

കല്മഷമകന്നൊരു ജനകനൃപനേന്ദ്രനും

തന്മകളായ സീതതന്നെയുമാശ്ലേഷിച്ചു
നിർമ്മലഗാത്രിയായ പുത്രിക്കു പതിവ്രതാ-
ധർമ്മങ്ങളെല്ലാമുപദേശിച്ചു വഴിപോലെ.
ചിന്മയൻ മായാമയനായ രാഘവൻ നിജ-
ധർമ്മദാരങ്ങളോടും കൂടവേ പുറപ്പെട്ടു.
മൃദംഗാനകഭേരീതൂര്യഘോഷങ്ങളോടും
മൃദുഗാനങ്ങൾ തുടും വീണയും കുഴലുകൾ
ശൃംഗകാഹളങ്ങളും മദ്ദളമിടക്കകൾ
ശൃംഗാരരസപരിപൂർണ്ണവേഷങ്ങളോടും
ആന തേർ കുതിര കാലാളായ പടയോടു-
മാനന്ദമോടും പിതൃമാതൃഭ്രാതാക്കളോടും
കൗശികവസിഷ്ഠാദിതാപസേന്ദ്രന്മാരായ
ദേശികന്മാരോടും ഭൃത്യാമാത്യാദികളോടും
വേഗമോടയോദ്ധ്യയ്ക്കാമ്മാറങ്ങു തിരിച്ചപ്പോ-
ളാകാശദേശേ വിമാനങ്ങളും നിറഞ്ഞുതേ.
സന്നാഹത്തോടു നടന്നീടുമ്പോൾ ജനകനും
പിന്നാലെ ചെന്നു യാത്രയയച്ചോരനന്തരം
വെൺകൊറ്റക്കുട തഴ വെൺചാമരങ്ങളോടും
തിങ്കൾമണ്ഡലം തൊഴുമാലവട്ടങ്ങളോടും
ചെങ്കൊടിക്കൂറകൾകൊണ്ടങ്കിതധ്വജങ്ങളും
കുങ്കുമമലയജകസ്തൂരിഗന്ധത്തോടും
നടന്നു വിരവോടു മൂന്നു യോജന വഴി
കടന്നനേരം കണ്ടു ദുർന്നിമിത്തങ്ങളെല്ലാം.

ഭാർഗ്ഗവഗർവശമനം

അനന്തരം വസിഷ്ഠനെ വന്ദിച്ചു ദശരഥൻ
"ദുർന്നിമിത്തങ്ങളുടെ കാരണം ചൊല്ലുക"യെന്നാൻ.
"മന്നവ!കുറഞ്ഞൊരു ഭീതിയുണ്ടാകുമിപ്പോൾ
പിന്നമേഭയമുണ്ടാമന്നെന്നറിഞ്ഞാലും,
ഏതുമേ പേടിക്കേണ്ട നല്ലതേ വന്നുകൂടൂ
ഖേദവുമുണ്ടാകേണ്ട കീർത്തിയും വർദ്ധിച്ചീടും."
ഇത്തരം വിധിസുതനരുളിച്ചെയ്യുന്നേരം
പദ്ധതിമദ്ധ്യേ കാണായ്‌വന്നു ഭാർഗ്ഗവനെയും.
നീലനീരദനിഭനിർമ്മലവർണ്ണത്തോടും
നീലലോഹിതശിഷ്യൻ ബഡവാനലസമൻ
ക്രുദ്ധനായ് പരശുബാണാസനങ്ങളും പൂണ്ടു
പദ്ധതിമദ്ധ്യേ വന്നുനിന്നപ്പോൾ ദശരഥൻ
ബദ്ധസാധ്വസം വീണു നമസ്കാരവും ചെയ്താൻ;
ബുദ്ധിയും കെട്ടുനിന്നു മറ്റുള്ള ജനങ്ങളും.
ആർത്തനായ് പംക്തിരഥൻ ഭാർഗ്ഗവരാമന്തന്നെ-
പ്പേർത്തു വന്ദിച്ചു ഭക്ത്യാ കീർത്തിച്ചാൻ പലതരം:
"കാർത്തവീര്യാരേ! പരിത്രാഹി മാം തപോനിധേ!
മാർത്താണ്ഡകുലം പരിത്രാഹി കാരുണ്യാംബുധേ!
ക്ഷത്രിയാന്തക! പരിത്രാഹി മാം ജമദഗ്നി-
പുത്ര!മാം പരിത്രാഹി രേണുകാത്മജ! വിഭോ!
പരശുപാണേ! പരിപാലയ കുലം മമ
പരമേശ്വരപ്രിയ! പരിപാലയ നിത്യം.
പാർത്ഥിവസമുദായരക്തതീർത്ഥത്തിൽ കുളി-
ച്ചാസ്ഥയാ പിതൃഗണതർപ്പണംചെയ്ത നാഥ!
കാത്തുകൊള്ളുക തപോവാരിധേ!ഭൃഗുപതേ!

കാൽത്തളിരിണ തവ ശരണം മമ വിഭോ!”
ഇത്തരം ദശരഥൻ ചൊന്നതാദരിയാതെ
ബദ്ധരോഷണേ വഹ്നിജ്വാല പൊങ്ങീടുംവണ്ണം
വക്ത്രവും മദ്ധ്യാഹ്നാർക്കമണ്ഡലമ്പോലെ ദീപ്ത്യാ
സത്വരം ശ്രീരാമനോടരുളിച്ചെയ്തീടിനാൻ:
“ഞാനൊഴിഞ്ഞുണ്ടോ രാമനിതിഭുവനത്തിങ്കൽ?
മാനവനായ ഭവാൻ ക്ഷത്രിയനെന്നാകിലോ
നില്ലുനില്ലരക്ഷണമെന്നോടു യുദ്ധം ചെയ്‌വാൻ;
വില്ലിങ്കൽ നിനക്കേറ്റം വല്ലഭമുണ്ടല്ലോ കേൾ.
നീയല്ലോ ബലാൽ ശൈവചാപം ഖണ്ഡിച്ചതെന്റെ
കയ്യിലുണ്ടൊരു ചാപം വൈഷ്ണവം മഹാസാരം
ക്ഷത്രിയകുലജാതൻ നീയിതുകൊണ്ടു
സത്വരം പ്രയോഗിക്കിൻ നിന്നോടു യുദ്ധം ചെയ്‌വൻ.
അല്ലായ്കിൽ കൂട്ടത്തോടെ സംഹരിച്ചീടുന്നതു-
ണ്ടില്ല സന്ദേഹമെനിക്കെന്നതും ധരിച്ചാലും
ക്ഷത്രിയകുലാന്തകൻ ഞാനെന്നതറിഞ്ഞീലേ?
ശത്രുത്വം നമ്മിൽ പണ്ടുപണ്ടേയുണ്ടെന്നോർക്ക നീ”.
രേണുകാത്മജനേവം പറഞ്ഞോരനന്തരം
ക്ഷോണിയും പാരമൊന്നു വിറച്ചു ഗിരികളും
അന്ധകാരം കൊണ്ടൊക്കെ മറഞ്ഞു ദിക്കുകളും
സിന്ധുവാരിയുമൊന്നു കലങ്ങി മറിഞ്ഞിതു.
എന്തോന്നുവരുന്നിതെന്നോർത്തു ദേവാദികളും
ചിന്തപൂണ്ടുഴന്നിതു താപസവരന്മാരും
പംക്തിസ്യന്ദനൻ ഭീതികൊണ്ടു വേപഥുപൂണ്ടു,
സന്താപമുണ്ടായ് വന്നു വിരിഞ്ചതനയനും.
മുഗ്ദ്ധഭാവവുംപൂണ്ടു രാമനാം കുമാരനും
ക്രുദ്ധനാം പരശുരാമൻതന്നോടരുൾ ചെയ്തു:
“ചൊല്ലേഴും മഹാനുഭാവന്മാരാം പ്രൗഢാത്മാക്കൾ

വല്ലാതെ ബാലന്മാരോടിങ്ങനെ തുടങ്ങിയാൽ

ആശ്രയമവർക്കന്തെന്നുള്ളതു തപോനിധേ!

സ്വാശ്രമകുലധർമ്മമങ്ങെനെ പാലിക്കുന്നു?

നിന്തിരുവടിതിരുവുള്ളത്തിലറേുന്നതി-

ന്നന്തരമുണ്ടോ പിന്നെ വരുന്നു നിരൂപിച്ചാൽ?

അന്ധനായിരിപ്പൊരു ബാലകനുണ്ടോ ഗുണ-

ബന്ധനം ഭവിക്കുന്നു സന്തതം ചിന്തിച്ചാലും.

ക്ഷത്രിയകുലത്തിങ്കലുത്ഭവിക്കയും ചെയ്തേൻ

ശസ്ത്രാസ്ത്രപ്രയോഗസാമർത്ഥ്യമില്ലല്ലോതാനും.

ശത്രുമിത്രോദാസീനഭദേവുമെനിക്കില്ല

ശത്രുസംഹാരംചെയ്‌വാൻ ശക്തിയുമില്ലല്ലോ.

അന്തകാന്തകൻപോലും ലംഘിച്ചീടുന്നതല്ല

നിന്തിരുവടിയുടെ ചിന്തിത,മതുമൂലം

വില്ലിങ്ങുതന്നാലും ഞാനാകിലോ കുലച്ചീടാ-

മല്ലങ്ങെങ്കിൽ തിരുവുള്ളക്കടേുമുണ്ടാകവണേ്ട."

സുന്ദരൻ സുകുമാരനിന്ദിരാപതി രാമൻ കന്ദർപ്പകളബേരൻ
കഞ്ജലോചനൻ പരൻ ചന്ദ്രചൂഡാരവിന്ദമന്ദിരമഹനേ്ദ്
രാദി വൃന്ദാരകനേ്ദ്രമുനിവൃന്ദവന്ദിതൻ ദവേൻ മന്ദഹാസവും
പൂണ്ടു വന്ദിച്ചു മന്ദതേരം നന്ദിച്ചു ദശരഥനന്ദനൻ
വില്ലും വാങ്ങി നിന്നരുളുന്നനരേമീരഴേു ലോകങ്ങളുമൊ
ന്നിച്ചു നിറഞ്ഞൊരു തജേസ്സു കാണായ്‌വന്നു. കുലച്ചു
ബാണമകേമടെുത്തു തൊടുത്താശു വലിച്ചു നിറച്ചുടൻ
നിന്നിതു ജിതശ്രമം ചോദിച്ചു ഭൃഗുപതിതന്നോടു രഘുപതി:
'മോദത്തോടരുളിച്ചെയ്തീടണം ദയാനിധേ! മാർഗ്ഗണം
നിഷ്ഫലമായ്‌വരികയില്ല മമ ഭാർഗ്ഗവരാമ! ലക്ഷ്യം
കാട്ടിത്തന്നീടവണേം!' ശ്രീരാമവചനംകടേ്ടന്നരേം ഭാർഗ്ഗവനു-
മാരൂഢാനന്ദമതിനുത്തരമരുൾചെയ്തു: ശ്രീരാമ! രാമ!
മഹാബാഹോ! ജാനകീപതേ! ശ്രീരമണാത്മാരാമ! ലോകാഭിരാമ!
രാമ! ശ്രീരാമ! സീതാഭിരാമാനന്ദാത്മക! വിഷ്ണോ! ശ്രീരാമ
രാമ! രമാരമണ! രഘുപതേ! ശ്രീരാമ രാമ! പുരുഷോത്തമ!
ദയാനിധേ! ശ്രീരാമ! സൃഷ്ടിസ്ഥിതിപ്രളയഹതേുമൂർത്തേ!
ശ്രീരാമ! ദശരഥനന്ദന! ഹൃഷീകശേ! ശ്രീരാമരാമരാമ!
കൌസല്യാത്മജ! ഹരേ! എങ്കിലോ പുരാവൃത്തം
കടേ്ടുകൊണ്ടാലും മമ പങ്കജവിലോചന! കാരുണ്യവാരാന്നിധേ!
ചക്രതീർത്ഥത്തിങ്കൽചെന്നെത്രയും ബാല്യകാലേ
ചക്രപാണിയതെ്തന്നെ തപസ്സു ചെയ്തേൻ ചിരം ഉഗ്രമാം

തപസ്സുകൊണ്ടിന്ദ്രിയങ്ങളെയെല്ലാം നിഗ്രഹിച്ചനുദിനം
സേവിച്ചേൻ ഭഗവാനെ. വിഷ്ണു കൈവല്യമൂർത്തി ഭഗവാൻ
നാരായണൻ ജിഷ്ണുസേവിതൻ ഭജനീയനീശ്വരൻ നാഥൻ
മാധവൻ പ്രസാദിച്ചു മത്തുരോഭാഗേ വന്നു സാദരം
പ്രത്യക്ഷനായരുളിച്ചെയ്തീടിനാൻ! 'ഉത്തിഷ്ഠോത്തിഷ്ഠ
ബ്രഹ്മൻ! തുഷ്ടോഹം തപസാ തേ സിദ്ധിച്ചു സേവാഫലം
നിനക്കെന്നറിഞ്ഞാലും മത്തേജോയുക്തൻ
ഭവാനെന്നതുമറിഞ്ഞാലും. കർത്തവ്യം പലതുണ്ടു ഭവതാ
ഭൃഗുപതേ! കൊല്ലണം പിതൃഹന്താവാകിയ ഹേഹയനെ ചൊല്ലഴും
കാർത്തവീര്യാർജ്ജുനനാം നൃപനേന്ദ്രനെ വല്ലജാതിയു,മവൻ
മല്ക്കലാംശജനല്ലോ വല്ലഭം ധനുർവേദത്തിന്നവനേറുമല്ലോ.
ക്ഷത്രിയവംശമിരുപത്തൊന്നു പരിവൃത്തി യുദ്ധേ
നിഗ്രഹിച്ചു കശ്യപനു ദാനം ചെയ്ക പൃഥ്വീമണ്ഡലമൊക്കെ,
പ്പിന്നശേശാന്തിയപ്രാപി- ച്ചുത്തമമായ തപോനിഷ്ഠയാ
വസിച്ചാലും. പിന്നെ ഞാൻ ത്രേതായുഗേ ഭൂമിയിൽ
ദശരഥൻ തന്നുടെ തനയനായ്‌വന്നവതരിച്ചീടും.
അന്നു കണ്ടീടാം തമ്മിലന്നാലന്നുടെ തേജ-
സ്സന്യൂനം ദാശരഥിതന്നിലാക്കീടുക നീ. പിന്നെയും
തപസ്സുചെയ്താബ്രഹ്മപ്രളയാന്ത- മന്നെസ്സേവിച്ചു
വസിച്ചീടുക മഹാമുനേ!' എന്നരുൾചെയ്തു
മറഞ്ഞീടിനാൻ നാരായണൻ തന്നിയോഗങ്ങളെല്ലാം
ചെയ്തിതു ഞാനും നാഥാ! നിന്തിരുവടിതന്നെ
വന്നവതരിച്ചോരു പംക്തിസ്യന്ദനസുതനല്ലോ നീ
ജഗല്പതേ! എങ്കലുള്ളൊരു മഹാവൈഷ്ണവതേജസ്സെല്ലാം
നിങ്കലാക്കീടുവാനായ് തന്നിതു ശരാസനം ബ്രഹ്മാദിദേവകളാൽ
പ്രാർത്ഥിയ്ക്കപ്പെട്ടുള്ളോരു കർമ്മങ്ങൾ മായാബലംകൊണ്ടു
സാധിപ്പിയ്ക്ക നീ. സാക്ഷാൽ ശ്രീനാരായണൻതാനല്ലോ
ഭവാൻ ജഗ- ത്സാക്ഷിയായിടും വിഷ്ണു ഭഗവാൻ ജഗന്മയൻ.
ഇന്നിപ്പോൾ സഫലമായ് വന്നിതു മമ ജന്മം
മുന്നം ചെയ്തൊരു തപസ്സാഫല്യമെല്ലാം വന്നു.
ബ്രഹ്മമുഖ്യന്മാരാലും കണ്ടു കിട്ടീടാതൊരു നിർമ്മലമായ
രൂപം കാണായ് വന്നതുമൂലം ധന്യനായ് കൃതാർത്ഥനായ്
സ്വസ്ഥനായ് വന്നനേല്ലോ; നിന്നുടെ രൂപമുള്ളിൽ
സന്തതം വസിയ്ക്കേണം. അജ്ഞാനോൽഭവങ്ങളാം
ജന്മാദിഷഡ്ഭാവങ്ങൾ സുജ്ഞാനസ്വരൂപനാം നിങ്കലില്ലല്ലോ
പോറ്റീ! നിർവ്വികാരത്മാ പരിപൂർണ്ണനായിരിപ്പൊരു
നിർവ്വാണപ്രദനല്ലോ നിന്തിരുവടി പാർത്താൽ.
വഹ്നിയിൽ ധൂമം പോലെ വാരിയിൽ നുര പോലെ നിന്നുടെ
മഹാമായാവൈഭവം ചിത്രം! ചിത്രം! യാവത്തര്യന്തം
മായാസംവൃതം ലോകമോർത്താൽ താവത്തര്യന്തമറിയാവതല്ല
ഭവത്തത്ത്വം. സത്സംഗംകൊണ്ടു ലഭിച്ചീടിന ഭക്തിയോടും
ത്വൽസേവാരതന്മാരാം മാനുഷർ മല്ലെ മല്ലെ
ത്വന്മായാരചിതമാം സംസാരപാരാവാരം തന്മറുകരയേറീടുന്നിതു
കാലംകൊണ്ടേ. ത്വൽജ്ഞാനപരന്മാരാം
മാനുഷജനങ്ങൾക്കുള്ളജ്ഞാ നം നീക്കുവോരു സൽഗുരു
ലഭിച്ചീടും. സൽഗുരുവരങ്കൽനിന്നമ്പോടു
വാക്യജ്ഞാനമുൾക്കാ മ്പിലുദിച്ചീടും

ത്വൽപ്രസാദതത്താലപ്പപ്പോൾ. കർമ്മബന്ധത്തിങ്കൽനിന്നാശു
വർേപടെട്ടു ഭവച്ചിന്മയപദത്തിങ്കലാഹന്ത! ലയിച്ചീടും.
ത്വൽഭക്തിവിഹീനന്മാരായുള്ള ജനങ്ങൾക്കു
കത്തകരോടികൾകൊണ്ടും സിദ്ധിയ്ക്കയില്ലയല്ലോ.
വിജ്ഞാനജ്ഞാനസുഖം മോക്ഷമെന്നറിഞ്ഞാലും അജ്ഞാനം
നീക്കി ത്വൽബോധം മമ സിദ്ധിയക്കേണം., ആകയാൽ
ത്വത്താദപത്മങ്ങളിൽ സദാകാല മാകുലംകൂടാതൊരു
ഭക്തി സംഭവിയക്കേണം. 1640 നമസ്തേ ജഗത്പതേ! നമസ്തേ
രമാപതേ! നമസ്തേ ദാശരഥേ! നമസ്തേ സതാം പതേ! നമസ്തേ
വദേപതേ! നമസ്തേ ദവേപതേ! നമസ്തേ മഖപതേ! നമസ്തേ
ധരാപതേ! നമസ്തേ ധർമ്മപതേ! നമസ്തേ സീതാപതേ! നമസ്തേ
കാരുണ്യാബ്ധേ! നമസ്തേ ചാരുമൂർത്തേ! നമസ്തേ രാമ
രാമ! നമസ്തേ രാമചന്ദ്ര! നമസ്തേ രാമ രാമ! നമസ്തേ
രാമഭദ്ര! സന്തതം നമോസ്തു തേ ഭഗവൻ! നമോസ്തു
തേ ചിന്തയേ ഭവച്ചരണാംബുജം നമോസ്തു തേ 1650
സ്വർഗ്ഗതിയ്ക്കായിട്ടന്നൊൽ സഞ്ചിതമായ പുണ്യ– മൊക്കെ
നിൻ ബാണത്തിനു ലക്ഷ്യമായ് ഭവിയക്കേണം.' എന്നതു
കേട്ടു തെളിഞ്ഞന്നേരം ജഗന്നാഥൻ മന്ദഹാസവും ചെയ്തു
ഭാർഗ്ഗവനോടു ചൊന്നാൻ: 'സന്തോഷം പ്രാപിച്ചേൻ ഞാൻ
നിന്തിരുവടിയുള്ളിലെ ന്തോന്നു ചിന്തിച്ചതന്നൊലവയല്ലൊം
തന്നേൻ' പ്രീതികൈക്കൊണ്ടു ജമദഗ്നിപുത്രനുമപ്പോൾ
സാദരം ദശരഥപുത്രനോടരുൾ ചെയ്തു: 'ഏതാനുമനുഗ്രഹമുണ്
ടന്നെക്കുറിച്ചെങ്കിൽ പാദഭക്തന്മാരിലും പാദപത്മങ്ങളിലും
1660 ചേതസി സദാകാലം ഭക്തി സംഭവിയക്കേണം മാധവ!
രഘുപതേ! രാമ! കാരുണ്യാംബുധേ! ഇസ്താതേ്രം മയാ കൃതം
ജപിച്ചീടുന്ന പുമാൻ ഭക്തനായ് തത്വജ്ഞനായീടണേം,
വിശഷേിച്ചും മൃത്യു വന്നടുക്കുമ്പോൾ ത്വത്താദാംബുജസ്മൃതി
ചീത്തേ സംഭവിപ്പതിന്നായനുഗ്രഹിയക്കേണം.' 'അങ്ങനെ
തന്നെ'യന്നെു രാഘവൻ നിയോഗത്താൽ തിങ്ങിന ഭക്തിപൂണ്ടു
രണേുകാതനയനും സാദരം പ്രദക്ഷിണം ചെയ്തു കുമ്പിട്ടു
കൂപ്പി പ്രീതനായ്ചന്നെു മഹേന്ദ്രാചലം പുക്കീടിനാൻ. ഭൂപതി
ദശരഥൻതാനതിസന്തുഷ്ടനായ് താപവുമകന്നു തൻപുത്രനാം
രാമൻതന്നെ ഗാഢമായാശ്ലഷേം ചെയ്താനന്ദാശ്രുക്കളോടും
പ്രൗഢാത്മാവായ വിധിനന്ദനനോടും കൂടി
പുത്രന്മാരോടും പടയോടും ചന്നെയോദ്ധ്യയിൽ
സ്വസ്ഥമാനസനായ് വാണീടിനാൻ കീർത്തിയോടെ.
ശ്രീരാമാദികൾ നിജഭാര്യമാരോടും കൂടി സദ്വൈരമായ്
രമിച്ചുവാണീടിനാരല്ലൊവരും. വൈകുണ്ഠപുരിതന്നിൽ
ശ്രീഭഗവതിയോടും വൈകുണ്ഠൻ വാഴും പോലെ രാഘവൻ
സീതയോടും 1680 ആനന്ദമൂർത്തി മായാമാനുഷവഷേം
കൈക്കൊ ണ്ടാനന്ദം പൂണ്ടു വസിച്ചീടിനാനനുദിനം.
കേകയനരാധിപനാകിയ യുധാജിത്തും കൈകയേീതനയനെ
കൂട്ടിക്കൊണ്ടങ്ങു ചെൽവാൻ ദൂതനെയയച്ചതു കണ്ടൊരു
ദശരഥൻ സോദരനായ് മവേീടും ശത്രുഘ്നനോടും കൂടി
സാദരം ഭരതനെപ്പോവാനായ് നിയോഗിച്ചാ നാദരവോടും
നടന്നീടിനാരവർകളും. മാതുലൻതന്നെക്കണ്ടു
ഭരതശത്രുഘ്നന്മാർ മോദമുൾക്കൊണ്ടു

വസിച്ചീടിനാരതുകാലം. മൈഥിലിയോടും നിജനന്ദനനോടും ചേർന്നു കൗസല്യാദേവിതാനും പരമാനന്ദം പൂണ്ടാൾ. രാമലക്ഷ്മണന്മാരാം പുത്രന്മാരോടും നിജ ഭാമിനിമാരോടുമാനന്ദിച്ചു ദശരഥൻ സാകേതപുരിതന്നിൽ സുഖിച്ചു വാണീടിനാൻ പാകശാസനനമരാലയേ വാഴുംപോലെ. നിർവ്വികാരാത്മാവായ പരമാനന്ദമൂർത്തി സർവ്വലോകാനന്ദാർത്ഥം മനുഷ്യാകൃതിപൂണ്ടു തന്നുടെ മായാദേവിയാകിയ സീതയോടുമൊന്നിച്ചുവാണാനയോദ്ധ്യാപുരിതന്നിലന്നേ.

ഇത്യദ്ധ്യാത്മരാമായണേ ഉമാമഹേശ്വരസംവാദേ ബാലകാണ്ഡം സമാപ്തം

അയോദ്ധ്യാകാണ്ഡം

ഹരിഃ ശ്രീഗണപതയേ നമഃ അവിഘ്നമസ്തു

താർമകൾക്കൻപുള്ള തത്തേ വരികെടൊ
താമസശീലമകററണേമാശു നീ
ദാമോദരൻ ചരിതാമൃതമിന്നിയും
ആമോദമുൾക്കൊണ്ടു ചൊല്ലൂ സരസമായ്.
എങ്കിലോ കേൾപ്പിൻ ചുരുക്കി ഞാൻ ചൊല്ലുവൻ
പങ്കമല്ലൊമകലും പല ജാതിയും
സങ്കടമേതും വരികയുമില്ലല്ലോ
പങ്കജനേത്രൻ കഥകൾ കേട്ടീടിനാൽ.
ഭാർഗ്ഗവിയാകിയ ജാനകി തന്നുടെ
ഭാഗ്യജലനിധിയാകിയ രാഘവൻ
ഭാർഗ്ഗവൻ തന്നുടെ ദർപ്പം ശമിപ്പിച്ചു
മാർഗ്ഗവും പിന്നിട്ടയോദ്ധ്യാപുരിപുക്കു
താതനോടും നിജ മാതൃജനത്തോടും
ധാതൃസുതനാം ഗുരുവരൻ തന്നൊടും
ഭ്രാതാക്കളോടും പടയോടുമൊന്നിച്ചു
മേദിനീപുത്രിയാം ഭാമിനി തന്നൊടും
വന്നതിരേറ്റൊരു പൗരജനത്തൊടും
ചെന്നു മഹാരാജധാനിയകം പുക്കു.
വന്നിതു സൗഖ്യം ജഗത്തിനു രാഘവൻ
തന്നുടെ നാനാഗുണഗണം കാൺകയാൽ.
രുദ്രൻ പരമേശ്വരൻ ജഗദീശ്വരൻ
കദ്രുസുതഗണഭൂഷണഭൂഷിതൻ
ചിദ്രൂപനദ്വയൻ മൃത്യുഞ്ജയൻ പരൻ
ഭദ്രപ്രദൻ ഭഗവാൻ ഭവഭഞ്ജനൻ
രുദ്രാണിയാകിയ ദേവിക്കുടൻ രാമ–

ഭദ്രകഥാമൃതസാരം കൊടുത്തപ്പോൾ
വിദ്രുമതുല്യാധരിയായ ഗൗരിയാ-
മദ്രിസുതയുമാനന്ദവിവശയായ്
ഭർത്തൃപാദപ്രണാമം ചെയ്തു സമ്പൂർണ്ണ-
ഭക്തിയോടും പുനരപേക്ഷമരുൾ ചെയ്തു:
"നാരായണൻ നളിനായതലോചനൻ
നാരീജനമനമോഹനൻ മാധവൻ
നാരദസവേ്യൻ നളിനാസനപ്രിയൻ
നാരകാരാതി നളിനശരഗുരു
നാഥൻ നരസഖൻ നാനാജഗന്മയൻ
നാദവിദ്യാത്മകന്നാമസഹസ്രവാൻ
നാളീകരമ്യവദനൻ നരകാരി
നാളീകബാന്ധവവംശസമുത്ഭവൻ
ശ്രീരാമദേവൻ പരൻ പുരുഷോത്തമൻ
കാരുണ്യവാരിധി കാമഫലപ്രദൻ
രാക്ഷസവംശവിനാശനകാരണൻ
സാക്ഷാൽ മുകുന്ദനാനന്ദപ്രദൻ പുമാൻ
ഭക്തജനോത്തമഭുക്തിമുക്തിപ്രദൻ
സക്തിവിമുക്തന്വിമുക്തഹൃദിസ്ഥിതൻ
വ്യക്തനവ്യക്തനനന്തനനാമയൻ
ശക്തിയുക്തൻ ശരണാഗതവത്സലൻ
നക്തഞ്ചരേശ്വരനായ ദശാസ്യനു
മുക്തികൊടുത്തവൻ തന്റെ ചരിത്രങ്ങൾ
നക്തന്ദിവം ജീവിതാവധി കേൾക്കിലും
തൃപ്തി വരാ മമ വേണ്ടീല മുക്തിയും".
ഇത്ഥം ഭഗവതി ഗൗരി മഹേശ്വരി
ഭക്ത്യാ പരമേശ്വരനോടു ചൊന്നപ്പോൾ
മന്ദസ്മിതം ചെയ്തു മന്മഥനാശനൻ
സുന്ദരി കേട്ടുകൊൾകെന്നരുളിച്ചെയ്തു.

നാരദരാഘവസംവാദം

എങ്കിലൊരുദിനം ദാശരഥിരാമൻ
പങ്കജലോചനൻ ഭക്തപരായണൻ
മംഗലദേവതാകാമുകൻ രാഘവൻ
അംഗജനാശനവന്ദിതൻ കേശവൻ
അംഗജലീലപൂണ്ടന്തഃപുത്തിങ്കൽ
മംഗലഗാത്രിയാം ജാനകി തന്നൊടും
നീലോത്പലദളലോലവിലോചനൻ
നീലോപലാഭൻ നിരുപമൻ നിർമ്മലൻ
നീലഗളപ്രിയൻ നിത്യൻ നിരാമയൻ
രത്നാഭരണവിഭൂഷിതദേഹനായ്
രത്നസിംഹാസനം ത്ന്മലേനാകുലം
രത്നദണ്ഡം പൂണ്ടു വൺചാമരം കൊണ്ടു
പത്നിയാൽ വീജിതനായതികോമളൻ
ബാലനിശാകരഫാലദേശേലേസൻ–
മാലയേപങ്കമലങ്കരിച്ചങ്ങനെ
ബാലാർക്കസന്നിഭകൗസ്തുഭകന്ധരൻ
പ്രാലയേഭാനുസമാനനയാസമം
ലീലയാ താംബൂലചർവ്വണാദ്യരെനു–
വലേം വിനോദിച്ചിരുന്നരുളുന്നരേം,
ആലോകനാർത്ഥം മഹാമുനി നാരദൻ
ഭൂലോകമപ്പോളലങ്കരിച്ചീടിനാൻ.
മുഗ്ദ്ധശരശ്ചന്ദ്രതുല്യതജേസ്സൊടും
ശുദ്ധസ്പടികസങ്കാശസ്രീരനായ്
സത്വരമംബരത്തിങ്കൽ നിന്നാദരാൽ
തത്രവൈ വഗോലവതരിച്ചീടിനാൻ.

ശ്രീരാമദേവനും സംഭ്രമം കൈക്കൊണ്ടു
നാരദനെക്കണ്ടെഴുന്നേറ്റു സാദരം
നാരീമണിയായ ജാനകിതന്നോടും
പാരില്വീണാശു നമസ്കരിച്ചീടിനാൻ.
പാദ്യാസനാചമനീയർഘ്യപൂർവ്വക-
മാദ്യനേ പൂജിതനാകിയ നാരദൻ
തന്നിയോഗത്താലിരുന്നൊരു രാഘവൻ
മന്ദസ്മിതം പൂടു നന്ദിച്ചു സാദരം
മന്ദം മുനിവരൻ തന്നോടരുൾ ചെയ്തു,
“വന്ദേ പദം കരുണാനിധേ, സാമ്പ്രദം.
നാനാവിഷയസംഗം പൂണ്ടു മേവിന
മാനസത്തോടു സംസാരികളായുള്ള
മാനവന്മാരായ ഞങ്ങൾക്കു ചിന്തിച്ചാൽ
ജ്ഞാനിയാകും തവപാദപങ്കരേുഹം

നാനാവിഷയസംഗം പൂണ്ടു മേവിന
മാനസത്തോടു സംസാരികളായുള്ള
മാനവന്മാരായ ഞങ്ങൾക്കു ചിന്തിച്ചാൽ
ജ്ഞാനിയാകും തവ പാദപങ്കരേുഹം
കണ്ടുകൊൾവാനതി ദുർല്ലഭം നിർണ്ണയം
പണ്ടു ഞാൻ ചെയ്തൊരു പുണ്യഫലോദയം
കൊണ്ടു കാണ്മാനവകാശവും വന്നിതു
പുണ്ഡരീകോത്ഭവപുത്ര, മഹാമുനേ.
എന്നുടെ വംശവും ജന്മവും രാജ്യവു-
മിന്നു വിശുദ്ധമായ് വന്നു തപോനിധേ.
എന്നാലിനിയെന്തു കാര്യമെന്നും പുന-
രെന്നോടരുൾ ചെയ്ക വേണം ദയാനിധേ.
എന്തൊരു കാര്യം നിരൂപിച്ചെഴുന്നള്ളി

സന്തോഷമുൾക്കൊണ്ടരുൾ ചെയ്കയും വേണം.
മന്ദനെന്നാകിലും കാരുണ്യമുണ്ടങ്കിൽ
സന്ദേഹമില്ല, സാധിപ്പിപ്പനല്ലോമേ.
ഇത്ഥമാകർണ്ണ്യ രഘുവരൻ തന്നൊടു
മുഗ്ദ്ധഹാസനേ മുനിവരനാകിയ
നാരദനും ഭക്തവത്സലനാം മനു-
വീരനെ നോക്കി സരസമരുൾ ചെയ്തു.
"എന്തിനിനിന്നെന്നെ മോഹിപ്പിപ്പതിന്നു നീ
സന്തതം ലോകാനുകാരികളായതി-
ചാതുര്യമുള്ളൊരു വാക്കുകളേറ്റവും
മാധുര്യമോടു ചൊല്ലീടുവതിങ്ങനെ?
മുഗ്ദ്ധങ്ങളായുള്ള വാക്കുകളെക്കൊണ്ടു
ചിത്തമോഹം വളർക്കണ്ട രഘുപതേ.
ലൗകികമായുള്ള വാക്യങ്ങളെന്നാലും
ലോകോത്തമാന്മാർക്കു വേണ്ടിവരുമല്ലോ!
യോഗേശനായ നീ സംസാരി ഞാനെന്നു
ലോകേശ, ചൊന്നതു സത്യമത്രേ ദൃഢം,
സർവ്വജഗത്തിനും കാരണഭൂതയായ്
സർവ്വമാതാവായ മായാഭഗവതി
സർവ്വജഗൽപ്പിതാവാകിയ നിന്നുടെ
ദിവ്യഗൃഹിണിയാകുന്നതു നിർണ്ണയം.
ഈരേഴു ലോകവും നിന്റെ ഗൃഹമപ്പോൾ
ചേരും ഗൃഹസ്ഥനാകുന്നതെന്നുള്ളതും.
നിന്നുടെ സന്നിധിമാത്രേണ മായയിൽ
നിന്നു ജനിക്കുന്നു നാനാപ്രജകളും.
അർണ്ണോജസംഭവനായി തൃണാന്തമായ്
ഒന്നൊഴിയാതെ ചരാചരജന്തുക്കൾ
ഒക്കവേ നിന്നപത്യം, പുനരാകയാൽ

ഒക്കും പറഞ്ഞതു സംസാരിയന്നെതും.
ഇക്കണ്ട ലോകജന്തുക്കൾക്കു സർവ്വദാ
മുഖ്യനാകും പിതാവായതും നീയല്ലോ!
ശുക്ലരക്താസിതവർണ്ണഭേദം പൂണ്ടു
സത്വരജസ്തമോനാമഗുണത്രയ-
യുക്തയായീടിന വിഷ്ണുമഹാമായാ-
ശക്തിയല്ലോ തവ പത്നിയാകുന്നതും.
സത്വങ്ങളെ ജനിപ്പിക്കുന്നതുമവൾ
സത്യം ത്വയോക്തമതിനില്ല സംശയം.
പുത്രമിത്രാർത്ഥകളത്രവസ്തുക്കളിൽ
സക്തനായുള്ളു ഗൃഹസ്ഥൻ മഹാമതേ
ലോകത്രയമഹാഗേഹത്തിനു ഭവാൻ
ഏകനായോരു ഗൃഹസ്ഥനാകുന്നതും.
നാരായണൻ നീ രമാദേവി ജാനകി
ആദിത്യനല്ലോ ഭവാൻ, പ്രഭാ ജാനകി,
ശീതകിരണൻ നീ രോഹിണി ജാനകി
ആദിതയോധിപൻ നീ ശചി ജാനകി.
ജാതവേദസ്സു നീ സ്വാഹാ മഹീസുതാ,
അർക്കജൻ നീ ദണ്ഡനീതിയും ജാനകി.
രക്ഷോവരൻ ഭവാൻ താമസി ജാനകി
പുഷ്കരാക്ഷൻ ഭവാൻ ഭാർഗ്ഗവി ജാനകി.
ശക്രദൂതൻ നീ സദാഗതി ജാനകി.,
രാജരാജൻ ഭവാൻ സമ്പൽക്കരി സീത
രാജരാജൻ നീ വസുന്ധര ജാനകി.
രാജപ്രവരകുമാര, രഘുപതേ,
രാജീവലോചന, രാമ, ദയാനിധേ
രുദ്രനല്ലോ ഭവാൻ രുദ്രാണി ജാനകി
സ്വർദ്രുമം നീ ലതാരൂപിണി ജാനകി.

വിസ്തരിച്ചനെന്തിനരേപ്പെപറഞ്ഞീടുന്നു
സത്യപരാക്രമ, സദ്ഗുണവാരിധേ
യാതൊന്നു യാതൊന്നു പുല്ലിംഗവാചകം
വദോന്തവദ്യ, തൽസർവ്വവുമവേ നീ.
ചതേഷോവിമഷോഹനസ്ത്രീലിംഗവാചകം
യാതൊന്നതൊക്കവേ ജാനകീദവേിയും.
നിങ്ങളിരുവരുമന്നെിയേ മററൊന്നു-
മങ്ങേുമേ കണ്ടീല കൾേപ്പാനുമില്ലല്ലോ.
അങ്ങനയെുള്ളോരു നിന്നതെ്തിരഞ്ഞറി-
ഞ്ഞങ്ങേനവെ സവേിച്ചു കൊൾവൂ ജഗൽപതേ.
മായയാ മൂടി മറഞ്ഞിരിക്കുന്നൊരു
നീയല്ലോ നൂനമവ്യാകൃതമായതും.
പിന്നയെതിങ്കൽ നിന്നുള്ളു മഹത്തത്വ-
മന്നെതതിങ്കൽ നിന്നുണ്ടായി സൂത്രവും,
സർവ്വാത്മകമായ ലിംഗമതിങ്കൽ നി-
ന്നുർവ്വീപതേ പുനരുണ്ടായ്ച്ചമഞ്ഞതും,
എന്നതഹങ്കാരബുദ്ധി പഞ്ചപ്രാണ-
നിന്ദ്രിയജാലസംയുക്തമായൊന്നല്ലോ!
ജന്മമൃതിസുഖദുഃഖാദികളുണ്ടു
നിർമ്മലന്മാർ ജീവനന്നെു ചൊല്ലുന്നതും
ചൊല്ലാവതല്ലാതനാദ്യവിദ്യാഖ്യയെ-
ച്ചൊല്ലുന്നു കാരണോപാധിയന്നെും ചിലർ.
മൂലവും സൂക്ഷ്മവും കാരണമന്നെതും
മൂലമാം ചിത്തിനുള്ളോരുപാധിത്രയം.
എന്നിവററാൽ വിശിഷ്ടം ജീവനായതും
അന്യൂനനാം പരൻ തദ്വിയുക്തൻ വിഭോ!
സർവ്വപ്രപഞ്ചത്തിനും ബിംബഭൂതനായ്
സർവ്വോപരിസ്ഥിതനായ് സർവ്വസാക്ഷിയായ്

തജ്ജോമയനാം പരൻ പരമാത്മാവു
രാജീവലോചനനാകുന്ന നീയല്ലോ!
നിങ്കൽ നിന്നുണ്ടായ് വരുന്നിതു ലോകങ്ങൾ
നിങ്കൽ പ്രതിഷ്ഠിതമായിരിക്കുന്നതും
നിങ്കലത്രേ ലയിക്കുന്നതുമൊക്കവേ
നിൻ കളിയാകുന്നിതൊക്കയെന്നോർക്കും വിധൗ.
കാരണമല്ലാററിനും ഭവാൻ നിർണ്ണയം
നാരായണ, നരകാരേ, നരാധിപ.
ജീവനും രജ്ജുവിങ്കൽ സർപ്പമെന്നുള്ള
ഭാവന കൊണ്ടു ഭയത്തെ വഹിക്കുന്നു.
നരേ പരമാത്മാ ഞാനെന്നറിയുമ്പോൾ
തീരും ഭവഭയമൃത്യുദുഃഖാദികൾ.
ത്വൽക്കഥാനാമശ്രവണാദികൊണ്ടുടൻ
ഉൾക്കാമ്പിലുണ്ടായ് വരും ക്രമാൽ ഭക്തിയും.
ത്വൽപ്പാദപങ്കജഭക്തി മുഴുക്കുമ്പോൾ
ത്വൽബ്ബോധവും മനക്കാമ്പിലുദിച്ചിടും.
ഭക്തിമുഴുത്തുതത്ത്വജ്ഞാനമുണ്ടായാൽ
മുക്തിയും വന്നിടുമില്ലൊരു സംശയം.
ത്വൽഭക്തഭൃത്യഭൃത്യന്മാരിലകേനെ-
ന്നൽപജ്ഞനാമെന്നെയും കരുതേണമേ.
ത്വന്നാഭിപങ്കജത്തിങ്കൽനിന്നകേദാ
മുന്നമുണ്ടായി ചതുർമുഖൻ മൽപിതാ.
നിന്നുടെ പൗത്രനായ് ഭക്തനായ് മവിനോ-
രന്നെയെനുഗ്രഹിക്കണേം വിശേഷിച്ചും.
പിന്നെയും പിന്നെയും വീണു നമസ്കരി-
ച്ചന്നിവണ്ണം പറഞ്ഞീടിനാൻ നാരദൻ.
ആനന്ദബാഷ്പപരിപ്ലുതനേത്രനായ്
വീണാധരൻ മുനി പിന്നെയും ചൊല്ലിനാൻ:

"ഇപ്പഴോളിവിടയേക്കു ഞാൻ വന്ന കാരണ-
മുൽപലസംഭവൻ തന്റെ നിയഴോഗത്താൽ
രാവണനകെക്കൊന്നു ലഴോകങ്ങൾ പാലിപ്പാൻ
ദവേകളഴോടരുൾ ചയെ്തതുകാരണം
മർത്യനായ് വന്നു ജനിച്ചു ദശരഥ-
പുത്രനായന്നെതഴോ നിശ്ചയമങ്ങെ്കിലും
പൂജ്യനായഴോരു ഭവാനെ ദശരഥൻ
രാജ്യരക്ഷാർത്ഥമഭിഷകേമിക്കാലം
ചയെ്യുമാറന്നെൊരുമ്പടെട്ടിരിക്കുന്നിതു
നീയുമതിനനനുകൂലനായ് വന്നിടും.
പിന്നെ ദശമുഖനകെക്കൊന്നു കൊള്ളുവാൻ
എന്നുമവകാശമുണ്ടായ് വരായല്ലഴോ!
സത്യത്തെ രക്ഷിച്ചു കൊള്ളുകന്നെന്നെഴോടു
സത്വരം ചന്നെു പറകന്നെരുൾ ചയെ്തു.
സത്യസന്ധൻ ഭവാനങ്ങെ്കിലും മാനസേ
മർത്യജന്മം കൊണ്ടു വിസ്മൃതനായ് വരും."
ഇത്തരം നാരദൻ ചൊന്നതു കടേ്ടതി-
നുത്തരമായരുൾ ചയെ്തിതു രാഘവൻ.
"സത്യത്തെ ലംഘിക്കയില്ലൊരു നാളും ഞാൻ
ചിത്തേ വിഷാദമുണ്ടാകായ്കതു മൂലം.
കാലവിളംബനമന്തെിനന്നെല്ലല്ലീ
മൂലമതിനുണ്ടതും പറഞ്ഞീടുവൻ.
കാലാവലഴോകനം കാര്യസാദ്ധ്യം നൃണാം
കാലസ്വരൂപനല്ലഴോ പരമശേ്വരൻ!
പ്രാരബ്ധകർമ്മഫലഔഘലക്ഷയം വരു-
ന്നരേത്തൊഴിഞ്ഞു മറ്റാവതില്ലാർക്കുമേ
കാരണമാത്രം പുരുഷപ്രയാസമെ-
ന്നാരുമറിയാതിരിക്കയുമില്ലല്ലഴോ!

നാളെ വനത്തിന്നു പോകുന്നതുണ്ടു ഞാൻ
നാളീകലോചനൻ പാദങ്ങൾ തന്നാണെ.
പിന്നെച്ചതുർദ്ദശ സംവത്സരം വനം
തന്നിൽ മുനിവേഷമോടു വാണീടുവൻ.
എന്നാൽ നിശാചരവംശവും രാവണൻ
തന്നെയും കൊന്നു മുടിക്കുന്നതുണ്ടല്ലോ!
സീതയെക്കാരണഭൂതയാക്കിക്കൊണ്ടു
യാതുധാനാന്വയനാശം വരുത്തുവൻ.
സത്യമി"തന്നെരുൾ ചെയ്തു രഘുപതി
ചിത്തപ്രമോദേന നാരദനന്നേരം
രാഘവൻ തന്നെ പ്രദക്ഷിണവും ചെയ്തു
വേഗേന ദണ്ഡനമസ്കാരവും ചെയ്തു.
ദേവമുനീന്ദ്രനനുജ്ഞയും കൈക്കൊണ്ടു
ദേവലോകം ഗമിച്ചീടിനാനാദരാൽ.
നാരദരാഘവ സംവാദമിങ്ങനെ
നേരേ പഠിക്കതാൻ കേൾക്ക താനോർക്ക താൻ
ഭക്തികൈക്കൊണ്ടു ചെയ്യുന്ന മനുഷ്യനു
മുക്തി ലഭിക്കുമതിനില്ല സംശയം.
ശേഷമിന്നും കഥ കേൾക്കണമെങ്കിലോ
ദോഷമകലുവാൻ ചൊല്ലുന്നതുണ്ടു ഞാൻ.

ശ്രീരാമാഭിഷേകാരംഭം

എങ്കിലഥ രാജാ ദശരഥനേകദാ
സങ്കലിതാനന്ദമാമ്മാറിരിയ്ക്കുമ്പോൾ
പങ്കജസംഭവപുത്രൻ വസിഷ്ഠനാം
തൻ കുലാചാര്യനെ വന്ദിച്ചു ചൊല്ലിനാൻ
"പൗരജനങ്ങളും മന്ത്രി മുഖ്യന്മാരും
ശ്രീ രാമനെ പ്രശംസിയ്ക്കുന്നിതെപ്പോഴും
ഓരോഗുണഗണം കണ്ടവർക്കുണ്ടക-
താരിലാനന്ദമതിനില്ല സംശയം.
വൃദ്ധനായ് വന്നതു ഞാനുമൊട്ടാകയാൽ
പുത്രരിൽ ജ്യേഷ്ഠനാം രാമകുമാരനെ
പൃത്ഥീപരിപാലനാർത്ഥമഭിഷേക-
മത്രെയും വൈകാതെ ചെയ്യണമെന്നു ഞാൻ
കൽപ്പിച്ചിതിപ്പോഴതങ്ങനെയെങ്കില-
തുൾപ്പൂവിലോർത്തു നിയോഗിക്കയും വേണം.
ഇപ്രജകൾക്കനുരാഗമവങ്കലു-
ണ്ടപ്പൊഴുമേറ്റമതോർത്തു കണ്ടീലയോ?
വന്നീല മാതുലനെക്കാൺമതിന്നുരേ
മുന്നമേപോയ ഭരത ശത്രുഘ്നന്മാർ.
വന്നു മുഹൂർത്തമടുത്ത ദിനം തന്നെ
പുണ്യമതീവ പുഷ്യം നല്ല നക്ഷത്രം.
എന്നാലവർ വരുവാൻ പാർക്കയില്ലിനി-
യൊന്നു കൊണ്ടുമതു നിർണ്ണയം മാനസേ.
എന്നാലതിനു വേണ്ടുന്ന സംഭാരങ്ങ-
ളിന്നു തന്നെ ബത സംഭരിച്ചീടണം.
രാമനോടും നിന്തിരുവടി വൈകാതെ

സാമഘോഷമിപ്പഴേ ചെന്നെറിയിയ്ക്കണം.
തോരണ പംക്തികളെല്ലാമുയർത്തുക
ചാരു പതാകകളോടുമത്യുന്നതം
ഘോരമായുള്ള പെരുമ്പറനാദവും
പൂരിയ്ക്ക ദിക്കുകളൊക്കെ മുഴങ്ങവേ!"

മന്നവനായ ദശരഥനാദരാൽ
പിന്നസ്സുമന്ത്രരെ നോക്കിയരുൾ ചെയ്തു:

"എല്ലാം വസിഷ്ഠനരുളിച്ചെയ്യും വണ്ണം
കല്യാണമുൾക്കൊണ്ടൊരുക്കിക്കൊടുക്ക നീ
നാളെ വേണമഭിഷേകമിളമയായ്
നാളീകനേത്രനാം രാമനു നിർണ്ണയം"
നന്ദിതനായ സുമന്ത്രരുമന്നേരം
വന്ദിച്ചു ചൊന്നാൻ വസിഷ്ഠനോടാദരാൽ.
"എന്തെന്നു വേണ്ടുന്നതെന്നുരചെയ്താലു-
മന്തരമെന്നിയേ സംഭരിച്ചീടുവൻ"
ചിത്തേ നിരൂപിച്ചു കണ്ടു സുമന്ത്രരോ-
ടിത്ഥം വസിഷ്ഠമുനിയുമരുൾ ചെയ്തു:
"കേൾക്ക, നാളെപ്പുലർകാലേ ചമയിച്ചു
ചേൽക്കണ്ണിമാരായ കന്യകമാരെല്ലാം
മദ്ധ്യകക്ഷ്യേ പതിനാറുപേർ നിൽക്കണം
മത്ത ഗജങ്ങളെ പൊന്നണിയിയ്ക്കണം.
ഐരാവതകുലജാതനാം നാൽക്കൊമ്പ-
നാരാൽ വരേണമലങ്കരിച്ചങ്കണേ;
ദിവ്യനാനാതീർത്ഥവാരി പൂർണ്ണങ്ങളായ്
ദിവ്യ രത്നങ്ങളുമുഴ്ത്തി വിചിത്രമായ്
സ്വർണ്ണ കലശ സഹസ്രം മലയജ-

പർണ്ണങ്ങൾ കൊണ്ടു വായ് കട്ടി വച്ചീടണം
പുത്തൻ പുലിത്തോൽ വരുത്തുക മൂന്നിഹ.
ഛത്രം സുവർണ്ണദണ്ഡം മണിശോഭിതം
മുക്താമണിമാല്യരാജിത നിർമല-
വസ്ത്രങ്ങൾ, മാല്യങ്ങളാഭരണങ്ങളും
സൽകൃതന്മാരാം മുനിജനം വന്നിഹ
നിൽക്ക കുശപാണികളായ് സഭാന്തികേ
നർത്തകീമാരോടു വാരവധൂജനം
നർത്തക ഗായക വണിക്കവർഗ്ഗവും
ദിവ്യവാദ്യങ്ങളല്ലാം പ്രയോഗിയ്ക്കണ-
മുർവീശ്വരാങ്കണനേിന്നു മനോഹരം.
ഹസ്ത്യശ്സ്വപത്തിരഥദി മഹാബലം
വസ്ത്രാദ്യലങ്കാരമോടു വന്നീടണം.
ദവോലയങ്ങൾതോറും ബലിപൂജയും
ദീപാവലികളും വണോം മഹോത്സവം.
ഭൂപാലരയേും വരുവാന് നി്യോഗിയ്ക്ക,
ശോഭയോടെ രാഘവാഭിഷകോർത്ഥമായ്."

ഇത്ഥം സുമന്ത്രരയേും നിയോഗിച്ചതി -
സത്വരം തരേിൽക്കരറേി വസിഷ്ഠനും
ദാശരഥി ഗൃഹമത്രെയും ഭാസുര-
മാശു സന്തോഷണേ സാമ്പ്രപ്യ സാദരം
നിന്നതുനരേമറിഞ്ഞു രഘുവരൻ
ചന്നെുടൻ ദണ്ഡനമസ്കാരവും ചയ്തൊൻ.
രത്നാസനവും കൊടുത്തിരുത്തി തദാ
പത്നിയോടുമതീ ഭക്ത്യാ രഘുത്തമൻ
പൊൽക്കലശസ്ഥിതനിർമലവാരിണാ-
തൃക്കാൽ കഴുകിച്ചു പാദാബ്ജതീർത്ഥവും

ഉത്തമാംഗനേ ധരിച്ചു വിശുദ്ധനായ്
ചിത്തമമോദനേ ചിരിച്ചരുളിച്ചയ്തു:
"പുണ്യവാനായനേടിയനതീവ കേ-
ളിന്നു പാദമോദക തീർത്ഥം ധരിയ്ക്കയാൽ"
എന്നിങ്ങനെ രാമചന്ദ്രവാക്യം കടേട്ടു-
നന്നായ് ചിരിച്ചു വസിഷ്ഠനരുൾ ചെയ്തു:
നന്നുനന്നതെ്രയും നിന്നുടെ വാക്കുക-
ളൊന്നുണ്ടു ചൊല്ലുന്നതിപ്പപോൾ നൃപാത്മജ!
ത്വല്പാദപങ്കജതീർത്ഥം ധരിയ്ക്കയാൽ
ദർപ്പകവരൈിയും ധന്യനായീടിനാൻ
ത്വൽപ്പാദതീഥവിശുദ്ധനായ് വന്നിതു
മൽപ്പിതാവായ വിരിഞ്ചനും ഭൂപതേ!
ഇപ്പപോൾ മഹാജനങ്ങൾക്കുപദശോർത്ഥ-
മദ്ഭുത വിക്രമ! ചൊന്നതു നീയടൈോ!
നന്നായറിഞ്ഞിരിയ്ക്കുന്നിതു നിന്നെ ഞാ-
നിന്നവനാകുന്നതന്നെതുമിന്നടൈോ!
സാക്ഷാൽ പരബ്രഹ്മമാം പരമാത്മാവു
മോേക്ഷദൻ നാനാജഗന്മയനീശ്വരൻ
ലക്ഷ്മീഭഗവതിയോടും ധരണിയി-
ലിക്കാലമത്ര ജനിച്ചതു നിശ്ചയം!
ദേവകാര്യാർത്ഥസിദ്ധ്യർത്ഥം കരുണയാ-
രാവണനക്കൊന്നു താപം കടുപ്പാനും
ഭക്ത ജനങ്ങൾക്കു മുക്തി സിദ്ധിപ്പാനു-
മിത്ഥമവതരിച്ചീടിന ശ്രീപതേ!
ദേവകാര്യാർത്ഥമതീവ ഗുഹ്യം പുന-
രവേം വളിച്ചത്തിടാഞ്ഞിതു ഞാനിദം.
കാര്യങ്ങളല്ലൊമനുഷ്ഠിച്ചു സാധിയ്ക്ക,
മായയാ മായാമനുഷ്യനായ് ശ്രീനിധേ!

ശിഷ്യനല്ലോ ഭവാനാചാര്യനഷേ ഞാൻ
ശിക്ഷിയ്ക്ക വേണം ജഗദ്ധിതാർത്ഥം പ്രഭോ!
സാക്ഷാൽ ചരാചരചാര്യനല്ലോ ഭവാ-
നോർക്കിൽ പിതൃണാം പിതാമഹനും ഭവാൻ
സർവ്വഷേ്വഗോചരനായന്തര്യാമിയായ്
സർവ്വജഗദ്യന്ത്രവാഹകനായ നീ
ശുദ്ധസത്വാത്മകമായൊരു വിഗ്രഹം
ധൃത്വാ നിജാധീനസംഭവനായുടൻ
മർത്ത്യവഷേണേ ദശരഥപുത്രനായ്
പൃഥീതലേ യോഗമായയാ ജാതനാം
എന്നതു മുന്നേ ധരിച്ചിരിയ്ക്കുന്നു ഞാ-
നെന്നോടു ധാതാവു താനരുൾ ചെയ്കയാൽ
എന്നതറിഞ്ഞത്രേ സൂര്യാന്വയത്തിനു
മുന്നേ പുരോഹിതനായിരുന്നു മുദാ
ഞാനും ഭവാനോടു സംബന്ധകാംക്ഷയാ-
നൂനം പുരോഹിത കർമ്മമനുഷ്ഠിച്ചു
നിന്ദ്യമായുള്ളതു ചെയ്താലൊടുക്കത്തു
നന്നായ് വരുകിലതും പിഴയല്ലല്ലോ?
ഇന്നു സഫലമായ് വന്നു മനോരഥ-
മൊന്നപേക്ഷിയ്ക്കുന്നതുണ്ടു ഞാനിന്നിയും
യോഗശേ!തേ മഹാമായാഭഗവതി
ലോകകൈ മോഹിനി മോഹിപ്പിയായ്ക മാം.
ആചാര്യ നിഷ്കൃതികാമൻ ഭവാനെങ്കി-
ലാശയം മായയാ മോഹിപ്പിയായ്ക മേ
ത്വൽ പ്രസംഗാൽ സർവമുക്തമിപ്പോളിദ-
മപ്രവക്തവ്യം മയാ രാമ! കുത്ര ചിൽ.
രാജാ ദശരഥൻ ചൊന്നതു കാരണം
രാജീവനേത്ര!വന്നേനിവിടേയ്ക്കു ഞാൻ

ഉണ്ടഭിഷകേമടുത്തനാളന്നെതു
കണ്ടുചൊൽവാനായുഴറി വന്നനേഹം
വദൈദേഹിയോടുമുപവാസവും ചെയ്തു
മദേിനി തന്നിൽ ശയനവും ചെയ്യണം.
ബ്രഹ്മചര്യത്തോടിരിയ്ക്ക, ഞാനോരോരോ
കർമ്മങ്ങൾ ചെന്നെങ്ങൊരുക്കുവൻ വകൈാതെ
വന്നീടുഷസ്സിനു നീയന്നെരുൾ ചെയ്തു
ചെന്നു തരേിൽ കരറേി മുനിശ്രഷേ്ഠനും.
പിന്നെ ശ്രീരാമനും ലക്ഷ്മണൻ തന്നോടു
നന്നേ ചിരിച്ചരുൾ ചെയ്തു രഹസ്യമായ്
'താതനനെിയ്ക്കഭിഷകേമിളമയായ്
മോദനേ ചെയ്യുമടുത്തനാൾ നിർണ്ണയം
തത്ര നിമിത്ത മാത്രം ഞാനതിന്നൊരു–
കർത്താവു നീ രാജ്യഭോക്താവും നീയത്രേ!
വത്സ! മമ ത്വം ബഹിഃപ്രാണനാകയാ–
ലുത്സവത്തിന്നു കോപ്പിട്ടുകൊണ്ടാലും നീ
മത്സമനാകുന്നതും ഭവാൻ നിശ്ചയം
മത്സരിപ്പാനില്ലിതിനു നമ്മോടാരും'
ഇത്തരമോരോന്നരുൾ ചെയ്തിരിയ്ക്കുമ്പോൾ
പൃത്ഥ്വീന്ദ്ര ഗഹേം പ്രവിശ്യ വസിഷ്ഠനും
വൃത്താന്തമല്ലൊം ദശരഥൻ തന്നോടു
ചിത്തമോദാലറിയിച്ചു സമസ്തവും
രാജീവസംഭവനന്ദനന്തന്നോടു
രാജാ ദശരഥനാനന്ദപൂർവകം
രാജീവനത്രോഭിഷകേവൃത്താന്തങ്ങൾ
പൂജാവിധാനനേ ചൊന്നതു കൾേക്കയാൽ
കൌസല്യയോടും സുമിത്രയോടും ചെന്നു
കൌതുകമോടറിയിച്ചാനൊരു പുമാൻ

സമ്മോദമുൾക്കൊണ്ടതു കടേടനരേത്തു
നിർമലമായൊരു മാല്യവും നൽകിനാർ
കൌസല്യയും തനയാഭ്യുദയാർത്ഥമായ്
കൌതുകമോടു പൂജിച്ചിതു ലക്ഷ്മിയെ
"നാഥേ! മഹാദേവി!നീയേ തുണ" യെന്നു
ചേതസി ഭക്ത്യാ വണങ്ങി വാണീടിനാൾ
സത്യസന്ധൻ നൃപവീരൻ ദശരഥൻ
പുത്രാഭിഷേകം കഴിച്ചീടുമെന്നുമേ
കകേയപുത്രീവശഗതനാകയാ–
ലാകുലമുള്ളിൽ വളരുന്നിതറേവും
ദുർഗേ! ഭഗവതി! ദുഷ്കൃതനാശിനി!
ദുർഗതി നീക്കിത്തുണച്ചീടുമംബികേ!
കാമുകനല്ലോ നൃപതി ദശരഥൻ
കാമിനി കൈകെയി ചിത്തമെന്തീശ്വരാ!
നല്ലവണ്ണം വരുത്തണേ"മെന്നിങ്ങനെ
ചൊല്ലി വിഷാദിച്ചിരിയ്ക്കുന്നതു നേരം.

അഭിഷേകവിഘ്നം

അദ്ധ്യാത്മരാമായണം കിളിപ്പാട്ട്| അയോദ്ധ്യാകാണ്ഡം

വാനവരെല്ലാവരുമൊത്തു നിരൂപിച്ചു
വാണീഭഗവതിതന്നോടപേക്ഷിച്ചു
“ലോകമാതാവേ! സരസ്വതീ! ഭഗവതി!
വേഗാലയോദ്ധ്യയ്ക്കെഴുന്നള്ളീടുകവേണം
രാമാഭിഷേകവിഘ്നം വരുത്തീടുവാനാ-
യവരും മറ്റില്ല നിരൂപിച്ചാൽ
ചെന്നുടൻ മന്ഥരതന്നുടെ നാവിന്മേൽ-
ത്തന്നെ വസിച്ചവളെക്കൊണ്ടു ചൊല്ലിച്ചു
പിന്നെ വിരവോടു കൈകേയിയെക്കൊണ്ടു
തന്നെ പറയിച്ചുകൊണ്ടു മുടക്കണം.
പിന്നെയിങ്ങോട്ടെഴുന്നള്ളാം മടിക്കരു-
തെന്നാമരന്മാർ പറഞ്ഞോരനന്തരം
വാണിയും മന്ഥരതൻ വദനാന്തരേ
വാണീടിനാൾ ചെന്നു ദേവകാര്യാർത്ഥമായ്.

അപ്പോൾ ത്രിവക്രയാം കുബ്ജയും മാനസേ
കൽപ്പിച്ചുറച്ചുടൻ പ്രാസാദമേറിനാൾ
വേഗേന ചെന്നൊരു മന്ഥരയെക്കണ്ടു
കൈകേയിതാനുമവളോടു ചൊല്ലിനാൾ.
“മന്ഥരേ ചൊല്ലൂ നെ രാജ്യമെല്ലാടവു-
മെന്തരുമൂലമലങ്കരിച്ചീടുവാൻ?”
“നാളീകലോചനനാകിയ രാമനു
നാളെയഭിഷേകമുണ്ടെന്നു നിർണ്ണയം

ദുർഭഗേ മൂഢേ! മഹാഗർവ്വിതേ! കിട-
ന്നപ്പൊഴും നീയുറങ്ങീടൊന്നറിയാതെ.
ഏറിയൊരാപത്തു വന്നടുത്തു നിന-
ക്കാരുമൊരു ബന്ധുവില്ലെന്നു നിർണ്ണയം
രാമാഭിഷേകമെടുത്തനാളുണ്ടടൊ!
കാമിനിമാർകുലമൌലിമാണിക്യമേ!"

ഇത്തരമവൾ ചൊന്നതുകേട്ടു സംഭ്രമി-
ച്ചുത്ഥാനവുംചെയ്തു കേകയപുത്രിയും
ഹിത്രമായൊരു ചാമീകരനൂപുരം.
ചിത്തമോദേനേ നല്കീടിനാളാദരാൽ.
"സന്തോഷമാർന്നിരിക്കുന്നകാലത്തിങ്ക-
ലെന്തൊരു താപമുപാഗതമെന്നു നീ
ചൊല്ലുവാൻ കാരണം ഞാനറിഞ്ഞീലതി-
നില്ലൊരവകാശമതേും നിരൂപിച്ചാൽ.
എന്നുടെ രാമകുമാരനോളം പ്രിയ-
മെന്നുള്ളിലാരെയുമില്ല മറ്റോർക്ക നീ.
അത്രയുമല്ല ഭരതനേക്കാൾ മമ
പുത്രനാം രാമനെ സ്നേഹമെനിക്കേറും
രാമനും കൌസല്യാദേവിയെക്കാളെന്നെ
പ്രേമമേറും നൂനമില്ലൊരു സംശയം.
ഭക്തിയും വിശ്വാസവും ബഹുമാനവു-
മിത്ര മറ്റാരെയുമില്ലെന്നറിക നീ
നല്ല വസ്തുക്കളെനിക്കു തന്നേ മറ്റു
വല്ലവർക്കും കൊടുപ്പൂ മമ നന്ദനൻ.
ഇഷ്ടമില്ലാതൊരു വാക്കു പറകയി-
ല്ലൊട്ടുമേ ഭേദമില്ലവനൊരിക്കലും.
അശ്രാന്തമെന്നെയെത്രേ മടികൂടാതെ

ശുശ്രൂഷചെയ്തു ഞായം പരിപൂർവ്വകം.
മൂഢേ! നിനക്കെന്തു രാമങ്കൽനിന്നൊരു
പടേയുണ്ടാവാനവകാശമായതും
സർവ്വജനപ്രിയനല്ലോ മമാത്മജൻ
നിർവ്വൈരമാനസൻ ശാന്തൻ ദയാപരൻ!"

കകേയപുത്രിതൻ വാക്കു കേട്ടേറ്റ-
വാകുലചേതസാ പിന്നെയും ചൊല്ലിനാൾ.
"പാപേ മഹാഭയകാരണം കേൾക്ക നീ
ഭൂപതി നിന്നെ വഞ്ചിച്ചതറിഞ്ഞീലേ?
ത്വൽപുത്രനായ ഭരതനെയും ബലാൽ
തൽപ്രിയനായ ശത്രുഘ്നനെയും നൃപൻ
മാതുലനെക്കൊണ്ടയാന്നായയച്ചതും
ചേതസി കൽപ്പിച്ചുകൊണ്ടുതന്നെയിതു
രാജ്യാഭിഷേകം കൃതം രാമനെകിലോ
രാജ്യാനുഭൂതി സൗമിത്രിക്കു നിർണ്ണയം
ഭാഗ്യമത്രേ സുമിത്രയ്ക്കതുംകണ്ടു നിർ-
ഭാഗ്യമായൊരു നീ ദാസിയായ് നിത്യവും
കൗസല്യതന്നെപ്പരിചരിച്ചീടുക.
കൗസല്യാനന്ദനന്തന്നെബ്ഭരതനും
സേവിച്ചുകൊണ്ടു പൊറുക്കെന്നതും വരും.
ഭാവിക്കയും വേണ്ട രാജത്വമേതുമേ,
നാട്ടിൽനിന്നാട്ടിക്കളകിലുമൊരു
വാട്ടം വരാതെ വധിച്ചീടുകിലുമാം.
സാപത്ന്യജാതപരാഭവംകൊണ്ടുള്ള
താപവും പൂണ്ടു ധരണിയിൽ വാഴ്കയിൽ!
നല്ല മരണമതിനില്ല സംശയം
കൊല്ലുവാൻ ഞാൻ തവ നല്ലതു കേൾക്ക നീ.

ഉത്സാഹമുണ്ടു നിനക്കങ്ങെങ്കിലിക്കാലം
ത്വൽസുതൻതന്നെ വാഴിക്കും നരവരൻ.
രാമനീരേഴാണ്ടു കാനനവാസവും
ഭൂമിപാലാജ്ഞയാ ചെയ്യുമാറാക്കണം.
നാടടക്കം ഭരതന്നു വരുമതി-
പ്രൌഢകീർത്ത്യാ നിനക്കും വസിക്കാം ചിരം.
വേണമെന്നാകിലതിന്നൊരുപായവും
പ്രാണസമേ! തവ ചൊല്ലിത്തരുവാൻ ഞാൻ.
മുന്നം സുരാസുരയുദ്ധേ ദശരഥൻ-
തന്നെ മിത്രാർത്ഥം തന്നെ മഹേന്ദ്രനർത്ഥിക്കയാൽ
മന്നവൻ ചാപബാണങ്ങളും കൈക്കൊണ്ടു
തന്നുടെ സൈന്യസമേതം തേരേറിനാൻ.
നിന്നോടുകൂടവേ വിണ്ണിലകംപുക്കു
സന്നദ്ധനായിച്ചെന്നസുരരോടേറ്റപ്പോൾ
ഛിന്നമായ്വന്നുരഥാക്ഷകീലം പോരി-
ലെന്നതറിഞ്ഞതുമില്ല ദശരഥൻ.
സത്വരം കീലരന്ധ്രത്തിങ്കൽ നിന്നുടെ
ഹസ്തദണ്ഡം സമാവേശ്യ ധൈര്യേണ നീ.
ചിത്രമത്രേ പതിപ്രാണരക്ഷാർത്ഥമായ്
യുദ്ധം കഴിവോളമങ്ങിനെ നിന്നതും
ശത്രുക്കളെ വധം ചെയ്തു പൃഥീന്ദ്രനും
യുദ്ധ നിവൃത്തനായൊരു ദശാന്തരേ
നിൻ തൊഴിൽ കണ്ടതി സന്തോഷമുൾക്കൊണ്ടു
ചെന്തളിർമേനി പുണർന്നു പുണർന്നുടൻ
പുഞ്ചിരി പൂണ്ടു പറഞ്ഞിതു ഭൂപനും
“നിൻ ചരിതം നന്നു നന്നു നിരൂപിച്ചാൽ
രണ്ടു വരം തരാം നീയെന്നെ രക്ഷിച്ചു-
കൊണ്ടതു മൂലം വരിച്ചുകൊണ്ടാലും നീ!“

ഭർത്തൃവാക്യം കേട്ടു നീയുമനന്തരേത്തു
ചിത്തസമോദം കലർന്നു ചൊല്ലീടിനാൻ,
"ദത്തമായൊരു വരദ്വയം സാദരം
ന്യസ്തംഭവതി മയാ നൃപതീശ്വരാ!
ഞാനൊരവസരത്തിങ്കലപേക്ഷിച്ചാ-
ലൂനം വരാതെ തരികെന്നതവേണ്ടൂ"
എന്നു പറഞ്ഞിരിയ്ക്കുന്ന വരദ്വയ-
മിന്നപേക്ഷിച്ചുകൊള്ളണം മടിയാതെ
ഞാനും മറന്നു കിടന്നിതു മുന്നമേ
മാനസേ തോന്നി ബലാലീശ്വരാജ്ഞയാ,
ധീരതയോടിനി ക്ഷിപ്രമിപ്പോൾ ക്രോധാ-
ഗാരം പ്രവിശ്യ കോപനേ കിടക്ക നീ,
ആഭരണങ്ങളും പൊട്ടിച്ചെറിഞ്ഞതി-
ശോഭപൂണ്ടൊരു കാർകൂന്തലഴിച്ചിട്ടു
പൂമേനിയും പൊടികൊണ്ടങ്ങണിഞ്ഞിഹ
ഭൂമിയിൽത്തന്നെ മലിനാംബരത്തോടും,
കണ്ണുനീരാലേ മുഖവും മിഴികളും,
നന്നായ് നനച്ചു, കരഞ്ഞു കരഞ്ഞു കൊ-
ണ്ടർത്ഥിച്ചു കൊൾക വരദ്വയം ഭൂപതി
സത്യം പറഞ്ഞാലുറപ്പിച്ചു മാനസം"
മന്ഥര ചൊന്നപോലെയെതിനതേുമൊ-
രന്തരം കൂടാതെ ചെന്നു കൈകേയിയും
പത്ഥ്യമിതൊക്കെത്തനിയ്ക്കെന്നു കൽപ്പിച്ചു
ചിത്തമോഹനേ കോപാലയേ മേവിനാൾ
കൈകേയി മന്ഥരയോടു ചൊന്നാളിനി
'രാഘവൻ കാനനത്തിന്നു പോകോളവും
ഞാനിവിടെക്കിടന്നീടുവനല്ലായ്കിൽ
പ്രാണനെയും കളഞ്ഞീടുവൻ നിർണ്ണയം,

ഭൂപരിത്രാണാർത്ഥമിന്നു ഭരതനു
ഭൂപതി ചെയ്താനഭിഷേകമെങ്കിൽ ഞാൻ
വരേണ നിനക്കു ഭോഗാർത്ഥമായ് നൽകുവൻ
നൂറു ദശേങ്ങളതിനില്ല സംശയം.'
'ഏതുമിതിനൊരിളക്കം വരായ്കിൽ നീ
ചേതസി ചിന്തിച്ച കാര്യം വരും ദൃഢം."
എന്നു പറഞ്ഞു പോയീടിനാൾ മന്ഥര
പിന്നയെവ്വണ്ണമനുഷ്ഠിച്ചു രാജ്ഞിയും
ധീരനായേറ്റം ദയാന്വിതനായ് ഗുണാ-
ചാരസംയുക്തനായ് നീതിജ്ഞനായ്നിജ-
ദേശിക വാക്യസ്ഥിതനായ് സുശീലനാ-
യാശയശുദ്ധനായ് വിദ്യാനിരതനായ്
ശിഷ്ടനായുള്ളവനെന്നങ്ങിരിയ്ക്കിലും
ദുഷ്ടസംഗം കൊണ്ടു കാലാന്തരത്തിനാൽ
സജ്ജന നിന്ദ്യനായ് വന്നുകൂടും ദൃഢം
ദുർജ്ജനസംസർഗ്ഗമേറ്റമകലവേ
വർജ്ജിയ്ക്കവേണം പ്രയത്നനേ സല്പുമാൻ,
കജ്ജളം പറ്റിയാൽ സ്വർണ്ണവും നിഷ്പ്രഭം.
എങ്കിലേ രാജാ ദശരഥനാദരാൽ
പങ്കജനേത്രാഭ്യുദയം നിമിത്തമായ്
മന്ത്രിപ്രഭൃതികളോടും പറഞ്ഞുകൊ-
ണ്ടന്തഃപുരമകം പുക്കരുളീടിനാൻ.
അന്നേരമാത്മപ്രിയതമയാകിന
തന്നുടെ പത്നിയെക്കാണായ്ക കാരണം
എത്രയും വിഹ്വലനായോരു ഭൂപനും
ചിത്തതാരിങ്കൽ നിരൂപിച്ചിതീദൃഢം
'മന്ദിരം തന്നിൽ ഞാൻ ചെന്നു കൂടും വിധൌ
മന്ദസ്മിതം ചെയ്തരികെ വരും പുരാ

സുന്ദരിയാമവളിന്നങ്ങെങ്ങു പോയിനാൾ?
മന്ദമാകുന്നിതുന്മേഷമെൻ മാനസേ
"'ചൊല്ലുവിൻ ദാസികളേ!ഭവത് സ്വാമിനി
കല്യാണഗാത്രി മറ്റങ്ങെങ്ങു പോയീടിനാൾ?"
ഏവം നരപതി ചോദിച്ച നേരത്തു
ദേവിതന്നാളികളും പറഞ്ഞീടിനാർ:
"ക്രോധാലയം പ്രവേശിച്ചിതതിൻ മൂല-
മേതു മറിഞ്ഞീല ഞങ്ങളോ മന്നവ!
തത്ര ഗത്വാ നിന്തിരുവടി ദേവി തൻ
ചിത്തമനുസരിച്ചീടുക വൈകാതെ"'
എന്നതു കേട്ടു ഭയനേമഹീപതി
ചെന്നങ്ങരികത്തിരുന്നു സസംഭ്രമം
മന്ദമന്ദംതലോടിത്തലോടി "പ്രിയേ!
സുന്ദരീ! ചൊല്ലുചൊല്ലന്തിതു വല്ലഭേ?
നാഥേ!വെറും നിലത്തുള്ള പൊടിയണി-
ഞ്ഞാതങ്കമോടു കിടക്കുന്നതെന്തു നീ?
ചേതോവിമോഹനരൂപേ! ഗുണശീലേ!
ഖേദമുണ്ടായതെന്തെന്നോടു ചൊൽകെടോ,
മൽ പ്രജാവൃന്ദമായുള്ളവരാരുമേ
വിപ്രിയം ചെയ്കയുമില്ല നിനക്കെടോ
നാരികളോ, നരന്മാരോ ഭവതിയോ-
ടാരൊരു വിപ്രിയം ചെയ്തതു വല്ലഭേ!
ദണ്ഡ്യനന്നാകിലും വദ്ധ്യനന്നാകിലും
ദണ്ഡമെനിയ്ക്കതിനില്ല നിരൂപിച്ചാൽ
നിർദ്ധനനത്രെയുമിഷ്ടം നിനക്കെങ്കി-
ലർത്ഥപതിയാക്കി വയ്പേനവനെ ഞാൻ
അർത്ഥവാനേറ്റമനിഷ്ടൻ നിനക്കെങ്കിൽ
നിർദ്ധനനാക്കുവനേന്നു മവനെ ഞാൻ

വദ്ധ്യനെ നൂനമവദ്ധ്യനാക്കീടുവൻ
വദ്ധ്യനാക്കീടാമവദ്ധ്യനെ വേണ്ടുകിൽ
നൂനം നിനക്കധീനം മമ ജീവനം
മാനിനീ! ഖേദിപ്പതിനെന്തു കാരണം?
മല്പ്രാണനേക്കാൾ പ്രിയതമനാകുന്നി-
തിപ്പോളനിയ്ക്കു മല്പുത്രനാം രാഘവൻ
അങ്ങനെയുള്ള രാമൻ മമ നന്ദനൻ
മംഗലശീലനാം ശ്രീരാമനാണെ ഞാൻ
അംഗനാരത്നമേ! ചെയ്‌വൻ തവ ഹിത-
മിങ്ങനെ ഖേദിപ്പിക്കായ്ക മാം വല്ലഭേ!"
ഇത്ഥം ദശരഥൻ കൈകേയി തന്നോടു
സത്യം പറഞ്ഞതു കേട്ടു തെളിഞ്ഞവൾ
കണ്ണുനീരും തുടച്ചുത്ഥാനവും ചെയ്തു
മന്നവൻ തന്നോടു മന്ദമുര ചെയ്താൾ:
സത്യപ്രതിജ്ഞനായുള്ള ഭവാൻ മമ
സത്യം പറഞ്ഞതു നേരെങ്കിലെന്നുടെ
പത്ഥ്യമായുള്ളതിനെപ്പറഞ്ഞീടുവൻ
വ്യർത്ഥമാക്കീടായ്ക സത്യത്തെ മന്നവാ!
എങ്കിലോ പണ്ടു സുരാസുരായോധനേ
സങ്കടം തീർത്തു രക്ഷിച്ചേൻ ഭവാനെ ഞാൻ
സന്തുഷ്ടചിത്തനായന്നു ഭവാൻ മമ
ചിന്തിച്ചു രണ്ടു വരങ്ങൾ നൽകീലയോ?
വേണ്ടുന്ന നാളപേക്ഷിയ്ക്കുന്നതുണ്ടെന്നു
വേണ്ടും വരങ്ങൾ തരികെന്നു ചൊല്ലി ഞാൻ
വെച്ചിരിക്കുന്നു ഭവാങ്കലതു രണ്ടു-
മിച്ഛയുണ്ടിന്നു വാങ്ങീടുവാൻ ഭൂപതേ!
എന്നതിലൊന്നു രാജ്യാഭിഷേകം ഭാവാ-
നിന്നു ഭരതനു ചെയ്യണമെന്നതും

ഭൂപതിവീരൻ ജടാവൽക്കലം പൂണ്ടു
താപസവേഷം ധരിച്ചു വനാന്തരേ
കാലം പതിന്നാലു വത്സരം വാഴണം
മൂലഫലങ്ങൾ ഭുജിച്ചു മഹീപതേ!
ഭൂമി പാലിപ്പാൻ ഭരതനെയാക്കണം
രാമനുഷസ്സി വനത്തിന്നു പോകണം.
എന്നിവ രണ്ടു വരങ്ങളും നൽകുകി-
ലിന്നു മരണമെനിയ്ക്കില്ല നിർണ്ണയം
എന്നു കൈകേയി പറഞ്ഞോരനന്തരം
മന്നവൻ മോഹിച്ചു വീണാനവനിയിൽ
വജ്രമേറ്റദ്രി പതിച്ചപോലെ ഭുവി
സജ്വര തേജസാ വീണിതു ഭൂപനും
പിന്നെ മുഹൂർത്തമാത്രം ചെന്ന നേരത്തു
കണ്ണുനീർ വാർത്തു വിറച്ചു നൃപാധിപൻ
"ദുസ്സഹ വാക്കുകൾ കേൾക്കായതെന്തയ്യോ!
ദുസ്സ്വപ്നമാഹന്ത! കാൺകയോ ഞാനിഹ
ചിത്തഭ്രമം ബലാലുണ്ടാകയോ മമ
മൃത്യു സമയമുപസ്ഥിതമാകയോ?
കിംകിമതേൽകൃതം ശങ്കര! ദൈവമേ!
പങ്കജലോചന! ഹാ പരബ്രഹ്മമേ!"
വ്യാഘ്രിയെപ്പോലെ സമീപേ വസിയ്ക്കുന്ന
മൂർഖമതിയായ കൈകേയി തൻ മുഖം
നോക്കിനോക്കിബ്ഭയം പൂണ്ടു ദശരഥൻ
ദീർഘമായ് വീർത്തുവീർത്തവേമുര ചെയ്തു:
'എന്തിവണ്ണം പറയുന്നതു ഭദ്രേ! നീ
എന്തു നിന്നോടു പിഴച്ചിതു രാഘവൻ?
മല്പ്രാണഹാനികരമായ വാക്കു നീ
ഇപ്പോഴുരചെയ്‌വതിനെന്തു കാരണം?

എന്നോടു രാമഗുണങ്ങളെ വർണ്ണിച്ചു
മുന്നമെല്ലാം നീ പറഞ്ഞതല്ലോ കേൾപ്പു ഞാൻ
'എന്നെയും കൌസല്യാദേവിയെയുമവൻ–
തന്നുള്ളിലില്ലൊരു ഭേദമൊരിയ്ക്കലും'
എന്നല്ലൊ മുന്നം പറഞ്ഞിരുന്നു നിന–
ക്കിന്നിതു തോന്നുവാനെന്തൊരു കാരണം?
നിന്നുടെ പുത്രനു രാജ്യം തരുമല്ലോ
ധന്യശീലേ! രാമൻ പോകണമെന്നുണ്ടോ?
രാമനാലേതുഭയം നിനക്കുണ്ടാകാ
ഭൂമീപതിയായ് ഭരതനിരുന്നാലും'
എന്നു പറഞ്ഞു കരഞ്ഞു കരഞ്ഞു പോയ്
ചെന്നുടൻ കാൽക്കൽ വീണു മഹീപാലനും
നേത്രങ്ങളും ചുവപ്പിച്ചു കൈകേയിയും
ധാത്രീപതീശ്വരനോടു ചൊല്ലീടിനാൾ
'ഭ്രാന്തനെന്നാകിയോ ഭൂമീപതേ! ഭവാൻ!
ഭ്രാന്തിവാക്യങ്ങൾ ചൊല്ലുന്നതെന്തിങ്ങനെ?
ഘോരങ്ങളായ നരകങ്ങളിൽച്ചെന്നു
ചേരുമസത്യ വാക്യങ്ങൾ ചൊല്ലീടിനാൽ
പങ്കജനേത്രനാം രാമനുഷസ്സിനു
ശങ്കാവിഹീനം വനത്തിന്നു പോകായ്കിൽ
എന്നുടെ ജീവനെ ഞാൻ കളഞ്ഞീടുവൻ
മന്നവൻ മുൻപിൽനിന്നില്ലൊരു സംശയം.
സത്യസന്ധൻ ഭുവി രാജാ ദശരഥ–
നെത്രയുമെന്നുള്ള കീർത്തി രക്ഷിയ്ക്കണം
സാധു മാർഗ്ഗത്തെ വെടിഞ്ഞതു കാരണം
യാതനാദുഃഖാനുഭൂതിയുണ്ടാക്കേണ്ട
രാമോപരി ഭവാൻ ചെയ്ത ശപഥവും
ഭൂമിപതേ വൃഥാ മിഥ്യയാക്കീടൊലാ'

കൈകേയി തന്നുടെ നിർബന്ധ വാക്യവും
രാഘവനോടു വിയോഗം വരുന്നതും
ചിന്തിച്ചു ദുഃഖസമുദ്രേ നിമഗ്നനായ്
സന്താപമോടു മോഹിച്ചുവീണീടിനാൻ
പിന്നെയുണർന്നിരുന്നും കിടന്നും മകൻ-
തന്നെയോർത്തും കരഞ്ഞും പറഞ്ഞും സദാ
രാമ രാമേതി രാമേതി പ്രലാപനേ
യാമിനി പോയിതു വത്സരതുല്യയായ്
ചെന്നാനരുണോദയത്തിനു സാദരം
വന്ദികൾ ഗായകന്മാരെന്നിവരെല്ലാം
മംഗലവാദ്യസ്തുതിജയശബ്ദനേ
സംഗീതഭേദങ്ങളെന്നിവയെക്കൊണ്ടും
പള്ളിക്കുറുപ്പുണർത്തീടിനാരന്നേരേ
മുള്ളിലുണ്ടായ കോപേന കൈകേയിയും
ക്ഷിപ്രമവരെ നിവാരണംചെയ്താൾ:
അപ്പോളഭിഷേകകോലാഹലാർത്ഥമായ്
തല്പുരമൊക്കെ നിറഞ്ഞു ജനങ്ങളാൽ
ഭൂമിദേവന്മാരും ഭൂമിപാലന്മാരും
ഭൂമിസ്പൃശോ വൃഷലാദി ജനങ്ങളും
താപസവർഗ്ഗവും കന്യകാവൃന്ദവും
ശോഭ തേടുന്ന വെൺകൊറ്റക്കുട തഴ
ചാമരം താലവൃന്ദം കൊടി തോരണം
ചാമീകരാഭരണാദ്യലങ്കാരവും
വാരണ വാജി രഥങ്ങൾ പദാതിയും
വാരനാരീജനം പൌരജനങ്ങളും
ഹേമരത്നോജ്വലദിവ്യസിംഹാസനം
ഹേമകുംഭങ്ങളും ശാർദ്ദൂല ചർമ്മവും
മറ്റും വസിഷ്ഠൻ നിയോഗിച്ചതൊക്കവേ

കുറ്റമെഴിഞ്ഞൊശു സംഭരിച്ചീടിനാർ
സ്ത്രീബാലവൃദ്ധാവധിപുരാവാസിക-
ളാബദ്ധ കൌതൂഹലാബ്ധി നിമഗ്നരായ്
രാത്രിയിൽ നിദ്രയും കൈവിട്ടുമാനസേ
ചീർത്ത പരമാനന്ദത്തോടു മേവിനാൻ
നമ്മുടെ ജീവനാം രാമകുമാരനെ
നിർമ്മലരത്നകിരീടമണിഞ്ഞതി
രമ്യമകരായിതമണികുണ്ഡല
സമ്മുഗ്ദശോഭിത ഗണ്ഡസ്ഥലങ്ങളും
പുണ്ഡരീകച്ഛദലോചനഭംഗിയും
പുണ്ഡരീകാരാതിമണ്ഡലതുണ്ഡവും
ചന്ദ്രികാസുന്ദരമന്ദസ്മിതാഭയും
കുന്ദമുകുളസമാനദന്തങ്ങളും
ബന്ധൂകസൂനസമാനാധരാഭയും
കന്ധരരാജിതകൌസ്തുഭരത്നവും
ബന്ധുരാഭം തിരുമാറുമുദരവും
സന്ധ്യാഭ്രസന്നിഭ പീതാംബരാഭയും
പൂഞ്ചലേമീതവേിളങ്ങി മിന്നീടുന്ന
കാഞ്ചനകാഞ്ചികളും തനുമദ്ധ്യവും
കുംഭികുലോത്തമൻ തുൻപിക്കരം കൊണ്ടു
കുമ്പിട്ടുകൂപ്പിടുമൂരുകാണ്ഡങ്ങളും
കുംഭീന്ദ്ര മസ്തകസന്നിഭജാനുവു-
മംഭോജബാണനിഷംഗാഭജംഘയും
കമ്പം കലർന്നു കമഠപ്രവരനും
കുമ്പിടുന്നൊരു പുറവടിശോഭയും
അംഭോജതുല്യമാമംഘ്രിതലങ്ങളും
ജംഭാരിരത്നം തൊഴുംതിരുമേനിയും
ഹാരകടകവലയാംഗുലീയാദി

ചാരുതരാഭരണാവലിയും പൂണ്ടു
വാരണവീരൻ കഴുത്തിൽ തിറത്തോടു
ഗൌരാതപത്രം ധരിച്ചരികേ നിജ
ലക്ഷ്മണനാകിയ സോദരൻ തന്നോടും
ലക്ഷ്മീനിവാസനാം രാമചന്ദ്രം മുദാ
കാണായ് വരുന്നു നമുക്കിനിയന്നിദം
മാനസതാരിൽ കൌതിച്ച നമുക്കല്ലാം
ക്ഷോണീപതിസുതനാകിയ രാമനെ
ക്കാണായ് വരും പ്രഭാതേ ബത നിർണ്ണയം
രാത്രിയാം രാക്ഷസി പോകുന്നതില്ലന്നു
ചീർത്തവിഷാദമോടൌത്സുക്യമുൾക്കൊണ്ടു
മാർത്താണ്ഡദേവനെക്കാണാഞ്ഞു നോക്കിയും
പാർത്തുപാർത്താനന്ദപൂർണാമൃതാബ്ധിയിൽ
വീണുമുഴുകിയും പിന്നെയും പൊങ്ങിയും
വാണീടിനാർ പുരവാസികളാദരാൽ.

വിച്ഛിന്നാഭിഷേകം

അന്നരമോദിത്യനുമുദിച്ചീടിനാൻ
മന്നവൻ പള്ളിക്കുറുപ്പുണർന്നീലിന്നും
എന്തൊരുമൂലമതിനന്നു മാനസേ
ചിന്തിച്ചുചിന്തിച്ചുമന്ദമന്ദം തദാ
മന്ത്രിപ്രവരനാകുന്ന സുമന്ത്രരു–
മന്തഃപുരമകം പുക്കാനതിദ്രുതം
'രാജീവമിത്രഗോത്രോൽഭൂത!ഭൂപതേ!
രാജരാജനേന്ദ്രപ്രവര!ജയജയ!"
ഇത്ഥംനൃപനെ സ്തുതിച്ചുനമസ്കരി–
ച്ചുത്ഥാനവും ചെയ്തു വന്ദിച്ചു നിന്നപ്പോൾ
എത്രയും ഖിന്നനായ് കണ്ണുനീരും വാർത്തു
പൃത്ഥ്വിയിൽത്തന്നെ കിടക്കും നരനേന്ദ്രനെ
ചിത്താകുലതയാ കണ്ടു സുമന്ത്രരും
സത്വരം കൈകേയി തന്നോടു ചോദിച്ചാൻ:
ദേവനാരീസമേ!രാജപ്രിയതമേ!
ദേവി കൈകേയീ!!ജയജയ സന്തതം
ഭൂലോകപാലൻ പ്രകൃതി പകരുവാൻ
മൂലമെന്തോന്നു മഹാരാജവല്ലഭേ!'
ചൊല്ലുകെന്നോടെന്നു കേട്ടു കൈകേയിയും
ചൊല്ലിനാളാശു സുമന്ത്രരോടന്നേരം:
'ധാത്രീപതീന്ദ്രനു നിദ്രയുണ്ടായീല
രാത്രിയിലെന്നതു കാരണമാകയാൽ
സ്വസ്ഥനല്ലാതെ ചമഞ്ഞിതു തന്നുടെ
ചിത്തത്തിനസ്വതന്ത്രത്വം ഭവിയ്ക്കയാൽ
രാമ രാമതി രാമതി ജപിയ്ക്കയും

രാമനെത്തന്നെ മനസി ചിന്തിയ്ക്കയും
ഉദ്യല്പ്രജാഗര സവേയും ചെയ്കയാ-
ലത്യന്ത മാകുലനായിതു മന്നവൻ
രാമനെക്കാണാഞ്ഞു ദുഃഖം നൃപനേന്ദ്രനു
രാമനെച്ചെന്നു വരുത്തുക വൈകാതെ'
എന്നതു കേട്ടു സുമന്ത്രരും ചൊല്ലിനാൻ:
'ചെന്നു കുമാരനെ ക്കൊണ്ടുവരാമല്ലോ?'
രാജവചനമനാകർണ്യ ഞാനിഹ
രാജീവലോചനേ പോകുന്നതെങ്ങിനെ?
എന്നതു കേട്ടു ഭൂപാലനും ചൊല്ലിനാൻ:
'ചെന്നു നീ തന്നെ വരുത്തുക രാമനെ
സുന്ദരനായൊരു രാമകുമാരനാം
നന്ദനൻ തൻ മുഖം വൈകാതെ കാണണം'
എന്നതുകേട്ടു സുമന്ത്രരുഴറിപ്പോയ്-
ച്ചെന്നു കൗസല്യാസുതനോടു ചൊല്ലിനാൻ:
'താതൻ ഭവാനെയുണ്ടല്ലോ വിളിയ്ക്കുന്നു
സാദരം വൈകാതെഴുന്നള്ളുക വേണം'
മന്ത്രിപ്രവരവാക്യം കേട്ടു രാഘവൻ
മന്ദതേരമവൻ തന്നോടു കൂടവേ
സൗമിത്രിയോടും കരേറി രഥോപരി
പ്രമേവിവശനാം താതൻ മരുവിടും
മന്ദിരേ ചെന്നു പിതാവിൻപദദ്വയം
വന്ദിച്ചുവീണു നമസ്കരിച്ചീടിനാൻ
രാമനെച്ചെന്നെടുത്താലിംഗനം ചെയ്വാൻ
ഭൂമിപനാശു സമുത്ഥായ സംഭ്രമാൽ
ബാഹുക്കൾ നീട്ടിയ നേരേത്തു ദുഃഖേന
മോഹിച്ചു ഭൂമിയിൽ വീണിതു ഭൂപനും
രാമരാമേതി പറഞ്ഞു മോഹിച്ചൊരു

ഭൂമിപനെക്കണ്ടു വേഗേന രാഘവൻ
താതനെച്ചെന്നെടുത്താശ്ലേഷവും ചെയ്തു
സാദരം തന്റെ മടിയിൽ കിടത്തിനാൻ
നാരീജനങ്ങളതുകണ്ടനന്തര
മാരൂഢശോകാൽ വിലാപം തുടങ്ങിനാർ
രോദനം കേട്ടു വസിഷ്ഠമുനീന്ദ്രനും
ഖേദേന മന്ദിരം പുക്കിതു സത്വരം
ശ്രീരാമദേവനുംചോദിച്ചിതന്നേരം:
'കാരണമെന്തെന്നു താതദുഃഖത്തിനു
നേരേ പറവിനറിഞ്ഞവരെ'ന്നതു-
നേരം പറഞ്ഞിതു കൈകേയപുത്രിയും
'കാരണം പുത്രദുഃഖത്തിനു നീ തന്നെ
പാരിൽ സുഖം ദുഃഖമൂലമല്ലോ നൃണാം
ചേതസി നീ നിരൂപിയ്ക്കിലെളുതിനി
താതനു ദുഃഖനിവൃത്തി വരുത്തുവാൻ
ഭർത്തൃദുഃഖാപശാന്തിയ്ക്കു കിഞ്ചിൽ ത്വയാ
കർത്തവ്യമായൊരു കർമ്മമെന്നായ് വരും
സത്യവാദിശ്രേഷ്ഠനായ പിതാവിനെ
സത്യപ്രതിജ്ഞനാക്കീടുക നീയതു
ചിത്തഹിതം നൃപതീന്ദ്രനു നിർണ്ണയം;
പുത്രരിൽ ജ്യേഷ്ഠനാകുന്നതു നീയല്ലോ
രണ്ടു വരം മമ ദത്തമായിട്ടുണ്ടു
പണ്ടു നിൻ താതനാൽ സന്തുഷ്ട ചേതസാ
നിന്നാലെ സാദ്ധ്യമായുള്ളോന്നതു രണ്ടു-
മിന്നു തരേണമെന്നർത്ഥിയ്ക്കയും ചെയ്തേൻ
നിന്നോടതു പറഞ്ഞീടുവാൻ നാണിച്ചു
ഖിന്നനായ് വന്നിതു താതനറിക നീ
സത്യപാശേന സംബദ്ധനാം താതനെ

സത്വരം രക്ഷിപ്പതിന്നു യോഗ്യൻ ഭവാൻ
പുന്നാമമാകും നരകത്തിൽനിന്നുടൻ
തന്നുടെ താതനെ താണനം ചെയ്കയാൽ
പുത്രനനെന്നുള്ള ശബ്ദം വിധിച്ചു ശത-
പത്ര സമുത്ഭവനനെന്നതറിക നീ'
മാതൃവചന ശൂലാഭിഘതനായ
മേദിനീപാലകുമാരനാം രാമനും
എത്രയുമേറ്റം വ്യഥിതനായ് ചൊല്ലിനാൻ:
'ഇത്രയെല്ലാം പറയേണമോ മാതാവേ!
താതാർത്ഥമായിട്ടു ജീവനെത്തന്നെയും
മാതാവു തന്നെയും സീതയെത്തന്നെയും
ഞാനുപേക്ഷിപ്പതതിനില്ല സംശയം
മാനസേ ഖേദമതിനില്ലെനിക്കേതും
രാജ്യമെന്നാകിലും താതൻ നിയോഗിക്കിൽ
ത്യാജ്യമെന്നാലറിക നീ മാതാവേ!
ലക്ഷ്മണൻ തന്നെ ത്യജിക്കെന്നു ചൊൽകിലും
തൽക്ഷണം ഞാനുപേക്ഷിപ്പനറിക നീ
പാവകൻ തങ്കൽ പതിക്കണമെങ്കിലു-
മേവം വിഷം കുടിക്കേണമെന്നാകിലും
താതൻ നിയോഗിക്കിലേതുമേ സംശയം
ചേതസി ചെറ്റില്ലെനിക്കെന്നറിക നീ
താതകാര്യമനാജ്ഞപ്തമെന്നാകിലും
മോദേന ചെയ്യുന്ന നന്ദനനുത്തമൻ
പിത്രാ നിയുക്തനായീട്ടു ചെയ്യുന്നവൻ
മദ്ധ്യമനായുള്ള പുത്രനറിഞ്ഞാലും
ഉക്തമെന്നാകിലുമിക്കാര്യമെന്നാലെ-
കർത്തവ്യമല്ലെന്നു വച്ചടങ്ങുന്നവൻ
പിത്രോർമ്മലമെന്നുചൊല്ലുന്നു സജ്ജന-

മിത്ഥമല്ലൊം പരിജ്ഞാതം മയാധുനാ

ആകയാൽ താതനിയോഗമനുഷ്ഠിപ്പാ–

നാകുലമതേുമനിയ്ക്കില്ല നിർണയം

സത്യം കരോമഹം, സത്യം കരോമഹം

സത്യം മയോക്തം മറിച്ചു രണ്ടായ് വരാ'

രാമപ്രതിജ്ഞ കേട്ടോരു കൈകേയിയും

രാമനോടാശു ചൊല്ലീടിനാലാദരാൽ:

'താതൻ നിനക്കഭിഷേകാർത്ഥമായുട–

നാദരാൽ സംഭരിച്ചോരു സംഭാരങ്ങൾ

കൊണ്ടഭിഷേകം ഭരതനു ചെയ്യണം

രണ്ടാം വരം പിന്നെയുണ്ടെന്നു വേണ്ടുന്നു

നീ പതിന്നാലു സംവത്സരം കാനനേ

താപസവേഷേണ വാഴുകയും വേണം

നിന്നോടതു നിയോഗിപ്പാൻ മടിയുണ്ടു

മന്നവനിന്നതു ദുഃഖമാകുന്നതും'

എന്നതു കേട്ടു ശ്രീരാമനും ചൊല്ലിനാൻ:

ഇന്നതിനെന്തൊരു വൈഷമ്യമായതും?

ചെയ്കഭിഷേകം ഭരതനു ഞാനിനി

വൈകാതെ പോവൻ വനത്തിനു മാതാവേ!

എന്തതെന്നോടു ചൊല്ലാഞ്ഞു പിതാവതു

ചിന്തിച്ചു ദുഃഖിപ്പതിനെന്തു കാരണം?

രാജ്യത്തെ രക്ഷിപ്പതിന്നു മതിയവൻ

രാജ്യമുപേക്ഷിപ്പതിന്നു ഞാനും മതി

ദണ്ഡമത്രേ രാജ്യ ഭാരം വഹിപ്പതു

ദണ്ഡകവാസത്തിനതേുമെളുതല്ലോ

സ്നേഹമെന്നെക്കുറിച്ചേറുമമ്മക്കുമീ–

ദ്ദേഹമാത്രം ഭരിക്കെന്നു വിധിക്കയാൽ

ആകാശഗംഗയെ പാതാളലോകത്തു

വഗേനേ കൊണ്ടു ചൊന്നാക്കി ഭഗീരഥൻ
തൃപ്തി വരുത്തി പിതൃക്കൾക്കു പൂരുവും
തൃപ്തനാക്കീടിനാൻ താതനു തന്നുടെ
യൌവനം നൽകിജ്ജരാനരയും വാങ്ങി
ദിവ്യന്മാരായവർ പിതൃപ്രസാദത്തിനാൽ
അല്പമായൊള്ളൊരു കാര്യം നിരൂപിച്ചു
മല്പിതാ ദുഃഖിപ്പതിനില്ലവകാശം'
രാഘവ വാക്യമവേം കടേ്ടു ഭൂപതി
ശോകനേ നന്ദനൻ തന്നോടു ചൊല്ലിനാൻ:
'സ്ത്രീജിതനായതികാമുകനായൊരു
രാജാധമനാകുമന്നെയും വകൈാതെ
പാശനേ ബന്ധിച്ചു രാജ്യം ഗ്രഹിയ്ക്ക നീ
ദോഷം നിനക്കതിനതേുമകപ്പടൊ
അല്ലായ്കിലന്നോടു സത്യദോഷം പറ്റു-
മല്ലോ കുമാര! ഗുണാംബുധ!രാഘവ!'
പൃഥ്വീപതീന്ദ്രൻ ദശരഥനും പുന-
രിത്ഥം പറഞ്ഞു കരഞ്ഞു തുടങ്ങിനാൻ:
"ഹാ രാമ! ഹാ ജഗന്നാഥ!ഹാ ഹാ രാമ!
ഹാ രാമ! ഹാഹാ മമ പ്രാണ വല്ലഭ!
നിന്നപ്പെിരിഞ്ഞു പൊറുക്കുന്നതങ്ങെനെ?
എന്നപ്പെിരിഞ്ഞു നീ ഘോരമഹാവനം
തന്നിൽ ഗമിയ്ക്കുന്നതങ്ങെനെ നന്ദന?
എന്നിത്തരം പലജാതി പറകയും
കണ്ണുനീരാലോല വാർത്തു കരകയും
നന്നായ് മുറുകമെുറുകത്തെഴുകയും
പിന്നചെ്ചുടുചുടെ ദീർഘമായ് വീർക്കയും
ഖിന്നനായോരു പിതാവിനകെ്കണ്ടുടൻ
തന്നുടെ കയ്യാൽ കുളുർത്തജലം കൊണ്ടു

കണ്ണും മുഖവും തുടച്ചു രഘൂത്തമൻ
ആശ്ലഷേണീതിവാഗ്വഭൈവാദ്യങ്ങളാ–
ലാശ്വസിപ്പിച്ചാൻ നയകോവിദൻ തദാ
'എന്തിനമെൻ താതൻ വൃഥവൈ ദുഃഖിയ്ക്കുന്ന–
തന്തൊരു ദണ്ഡമിതിന്നു, മഹീപതേ!
സത്യത്തെ രക്ഷിച്ചു കൊള്ളുവാൻ ഞങ്ങൾക്കു
ശക്തിപോരായ്കയുമില്ലിതു രണ്ടിനും
സോദരൻ നാടു ഭരിച്ചിരുന്നീടുക
സാദരം ഞാനരണ്യത്തിലും വാഴുവൻ
ഓർക്കിലീ രാജ്യഭാരം വഹിയ്ക്കുന്നതിൽ
സൗഖ്യമേറും വനത്തിങ്കൽ വാണീടുവാൻ
ഏതുമേ ദണ്ഡമില്ലാതെ കർമ്മം മമ–
മാതാവനിയ്ക്കു വിധിച്ചതു നന്നല്ലോ
മാതാവു കൗസല്യ തന്നയെും വന്ദിച്ചു
മൈഥിലിയോടും പറഞ്ഞിനി വൈകാതെ
പോവതിന്നായ് വരുന്നനേ'ന്നരുൾ ചെയ്തു
ദേവനും മാതൃഗഹേം പുക്കതു നരേം
ധാർമ്മികയാകിയ മാതാ സുസമ്മതം
ബ്രാഹ്മണരേക്കൊണ്ടു ഹോമപൂജാദികൾ
പുത്രാഭ്യുദയത്തിനായ്ക്കൊണ്ടു ചെയ്യിച്ചു
വിത്തമതീവ ദാനങ്ങൾ ചെയ്താദരാൽ
ഭക്തികൈക്കൊണ്ടു ഭഗവല്പദാംബുജം
ചിത്തത്തിൽ നന്നായുറപ്പിച്ചിളകാതെ
നന്നായ് സമാധിയുറച്ചിരിക്കുന്നരേം
ചെന്നൊരു പുത്രനയേും കണ്ടതില്ലല്ലോ
അന്തികേ ചെന്നു കൗസല്യയോടന്നരേം
സന്തോഷമോടു സുമിത്ര ചൊല്ലീടിനാൾ:
'രാമനുപഗതനായതു കണ്ടീലേ?

ഭൂമിപാലപ്രിയ!നോക്കീടു'കന്നെപ്പോൾ
വന്ദിച്ചു നിൽക്കുന്ന രാമകുമാരനെ
മന്ദതരം മുറുകപ്പുണർന്നീടിനാൾ
പിന്നെ മടിയിലിരുത്തി നിറുകയിൽ
നന്നായ് മുകർന്നു മുകർന്നു കുതൂഹലാൽ
ഇന്ദീവരദളശ്യാമകളബേരം
മന്ദമന്ദം തലോടിപ്പറഞ്ഞീടിനാൾ:
'എന്തെന്മകനേ! മുഖാംബുജം വാടുവാൻ
ബന്ധമുണ്ടായതു പാരം വിശക്കയോ?
വന്നിരുന്നീടു ഭുജിപ്പതിന്നാശു നീ'
യന്നു മാതാവു പറഞ്ഞോരനന്തരം
വന്ന ശോകത്തെയടക്കി രഘുവരൻ
തന്നുടെ മാതാവിനോടരുളിച്ചെയ്തു:
'ഇപ്പോൾ ഭുജിപ്പാനവസരമില്ലമ്മേ; ക്ഷിപ്ര-
മരണ്യവാസത്തിനു പോകണം
മുൽപ്പാടു കേകയപുത്രിയാമമ്മയ്ക്കു
മൽപ്പിതാ രണ്ടു വരം കൊടുത്തീടിനാൻ
ഒന്നു ഭരതനെ വാഴിയ്ക്കയെന്നതു-
മന്നെ വനത്തിന്നയയ്ക്കന്നു മറ്റേതും
തത്ര പതിന്നാലു സംവത്സരം വസി-
ച്ചത്ര വന്നീടുവൻ പിന്നെ ഞാൻ വൈകാതെ
സന്താപമേതും മനസ്സിലുണ്ടാകാതെ
സന്തുഷ്ടയായ് വസിച്ചീടുക മാതാവും"'
ശ്രീരാമ വാക്യമേവം കേട്ടു കൌസല്യ
പാരിൽ മോഹിച്ചു വീണീടിനാനാകുലാൽ
പിന്നെ മോഹം തീർന്നിരുന്നു ദുഃഖാർണ്ണവം
തന്നിൽ മുഴുകിക്കരഞ്ഞു കരഞ്ഞുടൻ
തന്നുടെ നന്ദനൻ തന്നോടു ചൊല്ലിനാ'-

'ളിന്നു നീ കാനനത്തിന്നു പോയീടുകിൽ
എന്നെയും കൊണ്ടുപോകണേം മടിയാതെ
നിന്നെപ്പിരിഞ്ഞാൽ ക്ഷണാർദ്ധം പൊറുക്കുമോ?
ദണ്ഡകാരണ്യത്തിനാശു നീ പോകിൽ ഞാൻ
ദണ്ഡധരാലയത്തിന്നു പോയീടുവൻ
പതൈലെ വേർവിട്ടുപോയ പശുവിനു-
ള്ളാധി പറഞ്ഞറിയിയ്ക്കരുതല്ലോ?
നാടു വാഴണേം ഭരതനെന്നാകിൽ നീ
കാടു വാഴണേമെന്നുണ്ടോ വിധിമതം?
എന്തു പിഴച്ചതു കൈകേയിയോടു നീ
ചിന്തിയ്ക്ക, താതനോടും കുമാരാ! ബലാൽ.
താതനും ഞാനുമൊക്കും ഗുരുത്വംകൊണ്ടു
ഭേദം നിനക്കു ചെറ്റില്ലെന്നു നിശ്ചയം
പോകണമെന്നു താതൻ നിയോഗിയ്ക്കിൽ, ഞാൻ
പോകരുതെന്നു ചൊല്ലുക്കുന്നതുണ്ടല്ലോ
എന്നുടെ വാക്യത്തെ ലംഘിച്ചു ഭൂപതി-
തന്നുടെ വാചാ ഗമിയ്ക്കുന്നതാകിലോ
ഞാനുമെൻ പ്രാണങ്ങളെ ത്യജിച്ചീടുവൻ
മാനവവംശവും പിന്നെ മുടിഞ്ഞുപോം
തത്ര കൌസല്യാവചനങ്ങളിങ്ങനെ
ചിത്തതാപണേ കേട്ടോരു സൌമിത്രിയും
ശോകരോഷങ്ങൾ നിറഞ്ഞ നേത്രാഗ്നിനാ
ലോകങ്ങളെല്ലാം ദഹിച്ചുപോകും വണ്ണം
രാഘവൻ തന്നെ നോക്കിപ്പറഞ്ഞീടിനാൻ
'ആകുലമെന്തിതു കാരണമുണ്ടാവാൻ?
ഭ്രാന്തചിത്തം ജഡം വൃദ്ധം വധൂജിതം
ശാന്തതേരം ത്രപാഹീനം ശഠപ്രിയം
ബന്ധിച്ചു താതനെയും പിന്നെ ഞാൻ പരി-

പന്ഥികളായുള്ളവരയേുമഞെക്കവ‍േ
അന്തകൻ വീട്ടിന്നയച്ചഭിഷകേമഞെ-
രന്തരം കൂടാതെ സാധിച്ചുകഞെള്ളുവൻ
ബന്ധമില്ലതേുമിതിന്നു ശഞേകിപ്പതി-
നന്തർമുദാ വസിച്ചീടുക മാതാവ‍േ!
ആര്യപുത്രാഭിഷകേം കഴിച്ചീടുവാൻ
ശഞൌര്യമനിെയ്ക്കതിനുണ്ടനെ്നു നിർണ്ണയം
കാര്യമല്ലാത്തതു ചയെ്യുന്നതാകിലാ-
ചാര്യനും ശാസനം ചയെ്കനെ്നത‍േ വരൂ'
ഇത്ഥം പറഞ്ഞു ലഞേകത്രയം തദ്രുഷാ
ദുഗ്ദ്ധമാമ്മാറു സഞൌമിത്രി നിൽക്കുന്നരേം
മന്ദഹാസം ചയെ്തു മന്ദതേരം ചനെ്നു
നന്ദിച്ചു ഗാഢമായാലിംഗനം ചയെ്തു
സുന്ദരനിന്ദിരാമന്ദിരവത്സനാ-
നന്ദസ്വരൂപനിന്ദിന്ദിരവിഗ്രഹൻ
ഇന്ദീവരാക്ഷനിന്ദ്രാദിവൃന്ദാരക-
വൃന്ദവന്ദ്യാംഘ്രിയുഗ്മാരവിന്ദൻ പൂർണ്ണ-
ചന്ദ്രബിംബാനനനിന്ദുചൂഡ്ദപ്രിയൻ
വൃന്ദാരവൃന്ദ മന്ദാരദാരൂപമൻ

ലക്ഷ്മണസാന്ത്വനം

വത്സ! സൗമിത്രേ! കുമാര! നീ കേൾക്കണം
മത്സരാദ്യം വെടിഞ്ഞെന്നുടെ വാക്കുകൾ
നിന്നുടെ തത്ത്വമറിഞ്ഞിരിയ്ക്കുന്നിതു
മുന്നമേ ഞാനെടോ, നിന്നുള്ളിലെപ്പോഴും
എന്നെക്കുറിച്ചുള്ള വാത്സല്യപൂരവും
നിന്നോളമില്ല മറ്റാർക്കുമെന്നുള്ളതും
നിന്നാലസാദ്ധ്യമായില്ലൊരു കർമ്മവും
നിർണ്ണയമെങ്കിലുമൊന്നിതു കേൾക്ക നീ
ദൃശ്യമായുള്ളൊരു രാജ്യദേഹാദിയും
വിശ്വവും നിശ്ശേഷ ധാന്യധനാദിയും
സത്യമെന്നാകിലതേത്പ്രയാസം തവ
യുക്തമതല്ലായ്കിലെന്തതിനാൽ ഫലം?
ഭോഗങ്ങളെല്ലാം ക്ഷണപ്രഭാ ചഞ്ചലം
വേഗേന നഷ്ടമാമായുസ്സുമോർക്ക നീ
വഹ്നിസന്തപ്തലോഹസ്ഥാംബുബിന്ദുനാ
സന്നിഭം മർത്ത്യജന്മം ക്ഷണഭംഗുരം
ചക്ഷു:ശ്രവണഗളസ്ഥമാം ദർദ്ദുരം
ഭക്ഷണത്തിന്നപേക്ഷിയ്ക്കുന്നതുപോലെ
കാലാഹിനാ പരിഗ്രസ്തമാം ലോകവു–
മാലോല ചേതസാ ഭോഗങ്ങൾ തേടുന്നു
പുത്രമിത്രാർത്ഥ കളത്രാദി സംഗമ–
മത്രെയുമല്പകാലസ്ഥിതമോർക്കനീ
പാന്ഥർ പെരുവഴിയമ്പലം തന്നിലേ
താന്തരായ് കൂടി വിയോഗം വരുമ്പോലെ
നദ്യാമൊഴുകുന്ന കാഷ്ഠങ്ങൾ പോലെയു–

മത്തെ്രയും ചഞ്ച്ചലമാലയ സംഗമം
ലക്ഷ്മിയുമസ്ഥിരയല്ലേ മനുഷ്യർക്കു
നിൽക്കുമോ യൗവനവും പുനരധ്രുവം?
സ്വപ്നസമാനം കളത്ര സുഖം നൃണാം
മല്പമായുസ്സും നിരൂപിക്ക ലക്ഷ്മണാ!
രാഗാദിസങ്കൽപ്പമായുള്ള സംസാര-
മാകെ നിരൂപിക്കിൽ സ്വപ്ന തുല്യം സഖേ!
ഓർക്ക ഗന്ധർവനഗരസമമതിൽ
മൂർഖന്മാർ നിത്യമനുവർത്തിച്ചീടുന്നു
ആദിത്യ ദവേനുദിച്ചിതു വഗേനേ
യാദഃപതിയിൽ മറഞ്ഞ്ഞിതു സത്വരം.
നിദ്രയും വന്നിതുദയശൈലോപരി
വിദ്രുതം വന്നിതു പിന്നയെും ഭാസ്കരൻ
ഇത്ഥം മതിഭ്രമമുള്ളോരു ജന്തുക്കൾ
ചിത്തേ വിചാരിപ്പതില്ല കാലാന്തരം
ആയുസ്സു പോകുന്നതതേുമറിവീല
മായാസമുദ്രത്തിൽ മുങ്ങിക്കിടക്കയാൽ
വാർദ്ധക്യമോടു ജരാനരയും പൂണ്ടു
ചീർത്ത മോഹനേ മരിക്കുന്നതിതു ചിലർ
നത്രേന്ദ്രിയം കൊണ്ടു കണ്ടിരിക്കെ പുന-
രോർത്തറിയുന്നീല മായ തൻ വൈഭവം
ഇപ്പോളിതു പകൽ, പിൽപ്പാടു രാത്രിയും
പിൽപ്പാടു പിന്നപ്പെകലുമുണ്ടായ് വരും
ഇപ്രകാരം നിരൂപിച്ചു മൂഢാത്മാക്കൾ
ചിത്പുരുഷൻ ഗതിയതേുമറിയാതെ
കാലസ്വരൂപനാമീശ്വരൻ തന്നുടെ
ലീലാവിശഷേങ്ങളൊന്നുമോരായ്കയാൽ
ആമകുംഭാബുസമാനമായുസ്സുടൻ

പക്ഷമതതേും ധരിയ്ക്കുന്നിതില്ലാരുമഭ
രഭാഗങ്ങളായുള്ള ശത്രുക്കളും വന്നു
ദഹേം നശിപ്പിക്കുമവേനും നിർണ്ണയം
വ്യാഘ്രിയപെപ്പഭാലെ നരയുമടുത്തു വ-
ന്നാക്രമിച്ചീടും ശരീരത്തെ നിർണ്ണയം
മൃത്യുവും കൂടഞെരു നരേം പിരിയാതെ
ഛിദ്രവും പാർത്തുപാർത്തുള്ളിലിരിയ്ക്കുന്നു
ദഹേം നിമിത്തമഹംബുദ്ധി കകൈ്കഞെണ്ടു
മഭാഹം കലർന്നു ജന്തുക്കൾ നിരൂപിക്കും
ബ്രാഹ്മണഭാഹം നരനേ്ദ്രഭാഹമാഢ്യഭാഹമെ-
ന്നമ്രഢോിതം കലർന്നീടും ദശാന്തരഭ
ജന്തുക്കൾ ഭക്ഷിച്ചു കാഷ്ഠിച്ചു പഭാകിലാം
വന്െതു വണ്െണീറായ് ചമഞ്ഞു പഭായീടിലാം
മണ്ണിനു കീഴായ് കൃമികളായ് പഭാകിലാം
നന്നല്ല ദഹേം നിമിത്തം മഹാമഭാഹം
ത്വങ്മാംസരക്താസ്ഥി വിണ്മൂത്ര രതേസാം
സമ്മളേനം പഞ്ചഭൂതകനിർമ്മിതം
മായാമയമായ് പരിണാമിയായഭാരു
കായം വികാരിയായുള്ളഭാന്നിതധ്രുവം
ദഹോഭിമാനം നിമിത്തമായുണ്ടായ
മഭാഹനേ ലഭാകം ദഹിപ്പിപ്പതിന്നു നീ
മാനസതാരിൽ നിരൂപിച്ചതും തവ
ജ്ഞാനമില്ലായ്കന്െനറിക നീ ലക്ഷ്മണ!
ദഭാഷങ്ങളഞെക്കവഭ ദഹേഭിമാനിനാം
രഭാഷണോ വന്നു ഭവിക്കുന്നിതഭാർക്ക നീ
ദഹേഭാഹമന്െനുള്ള ബുദ്ധി മനുഷ്യർക്കു
മഭാഹമാതാവാമവിദ്യയാകുന്നതും
ദഹേമല്ലഭാർക്കിൽ ഞാനായതാത്മാവന്െനു

മോഹമൈകഹന്ത്രിയായുള്ളതു വിദ്യ കേൾ
സംസാരകാരിണിയായതവിദ്യയും
സംസാരനാശിനിയായതു വിദ്യയും
ആകയാൽ മോക്ഷാർത്ഥിയാകിൽ വിദ്യാഭ്യാസ–
മേകാന്ത ചേതസാ ചെയ്ക വേണ്ടുന്നതും
തത്ര കാമക്രോധലോഭമോഹാദികൾ
ശത്രുക്കളാകുന്നതെന്നുമറിക നീ
മുക്തിക്കു വിഘ്നം വരുത്തുവാനത്രയും
ശക്തിയുള്ളൊന്നതിൽ ക്രോധമറികെടോ
മാതാപിതൃഭ്രാതൃമിത്രസഖികളെ
ക്രോധം നിമിത്തം ഹനിക്കുന്നിതു പുമാൻ
ക്രോധമൂലം മനസ്താപമുണ്ടായ് വരും
ക്രോധമൂലം നൃണാം സംസാരബന്ധനം
ക്രോധമല്ലോ നിജ ധർമ്മക്ഷയകരം
ക്രോധം പരിത്യജിക്കേണം ബുധജനം
ക്രോധമല്ലോ യമനായതു നിർണ്ണയം
വൈതരണ്യാഖ്യയാകുന്നതു തൃഷ്ണയും
സന്തോഷമാകുന്നതു നന്ദനം വനം
സന്തതം ശാന്തിയേ കാമസുരഭി കേൾ
ചിന്തിച്ചു ശാന്തിയെത്തന്നെ ഭജിയ്ക്ക നീ
സന്താപമെന്നാലൊരു ജാതിയും വരാ
ദേഹേന്ദ്രിയപ്രാണബുദ്ധ്യാദികൾക്കല്ലോ–
മാഹന്ത മേലേ വസിപ്പതാത്മാവു കേൾ
ശുദ്ധസ്വയംജ്യോതിരാനന്ദപൂർണ്ണമായ്
തത്വാർത്ഥമായ് നിരാകാരമായ് നിത്യമായ്
നിർവ്വികല്പം പരം നിർവ്വികാരം ഘനം
സർവ്വൈകകാരണം സർവജഗന്മയം
സർവ്വൈകസാക്ഷിണം സർവജ്ഞമീശ്വരം

സർവദാ ചേതസീ ഭാവിച്ചു കൊൾക നീ
സാരജ്ഞനായ നീ കൾ സുഖദുഃഖദം
പ്രാരാബ്ധമല്ലോമനുഭവിച്ചീടണം
കർമ്മനേന്ദ്രിയങ്ങളാൽ കർത്തവ്യമൊക്കവേ
നിർമ്മായമാചരിച്ചീടുകന്നേവരൂ
കർമ്മങ്ങൾ സംഗങ്ങളൊന്നിലും കൂടാതെ
കർമ്മഫലങ്ങളിൽ കാംക്ഷയും കൂടാതെ
കർമ്മങ്ങളെല്ലാം വിധിച്ചവണ്ണം പര-
ബ്രഹ്മണി നിത്യേ സമർപ്പിച്ചു കൊള്ളണം
നിർമ്മലമായുള്ളോരാത്മാവു തന്നോടു
കർമ്മങ്ങളൊന്നുമേ പറ്റുകയില്ലന്നാൽ
ഞാനിപ്പറഞ്ഞതെല്ലാമേ ധരിച്ചു തത്-
ജ്ഞാനസ്വരൂപം വിചാരിച്ചു സന്തതം
മാനത്തയൊക്കെ ത്യജിച്ചു നിത്യം പര-
മാനന്ദമുൾക്കൊണ്ടു മായാവിമോഹങ്ങൾ
മാനസത്തിങ്കൽ നിന്നാശു കളക നീ
മാനമല്ലോ പരമാപദാമാസ്പദം'
സൌമിത്രി തന്നോടിവണ്ണമരുൾ ചെയ്തു
സൌമുഖ്യമോടു മാതാവോടു ചൊല്ലിനാൻ:
'കേൾക്കണേമമ്മേ! തെളിഞ്ഞു നീയെന്നുടെ
വാക്കുകളേതും വിഷാദമുണ്ടാകൊലാ
ആത്മാവിനേതുമേ പീഡയുണ്ടാക്കരു-
താത്മാവിനെയറിയാത്തവരെപ്പോലെ
സർവ്വലോകങ്ങളിലും വസിച്ചീടുന്ന
സർവ്വ ജനങ്ങളും തങ്ങളിൽത്തങ്ങളിൽ
സർവദാ കൂടിവാഴ്കന്നേുള്ളതില്ലല്ലോ
സർവ്വജ്ഞയല്ലോ ജനനി! നീ കേവലം
ആശു പതിന്നാലു സംവത്സരം വന-

ദശേ വസിച്ചു വരുന്നതുമുണ്ടു ഞാൻ
ദുഃഖങ്ങളല്ലോമകലക്കൾഞ്ഞുടന–
നുൾക്കനിവോടനുഗ്രഹിച്ചീടണം
അച്ഛനനെന്തുള്ളിലന്നിച്ഛയന്നാലതി–
ങ്ങിച്ഛയന്നങ്ങുറച്ചീടണമമ്മയും]
ഭർത്തൃകർമ്മാനുകരണമത്രേ പതി–
വ്രതയനിഷ്ഠാവധൂനാമന്നു നിർണ്ണയം
മാതാവു മോദാലനുഗ്രഹിച്ചീടുകി–
ലതുമേ ദുഃഖമെനിക്കില്ല കേവലം
കാനനവാസം സുഖമായ് വരും തവ
മാനസേ ഖേദം കുറച്ചു വാണീടുകിൽ'
എന്നു പറഞ്ഞു നമസ്കരിച്ചീടിനാൻ
പിന്നെയും പിന്നെയും മാതൃപാദാന്തികേ
പ്രീതികൈക്കൊണ്ടെടുത്തുത്സംഗസീമ്നി ചേർ–
ത്താദരാൽ മൂർദ്ധ്നി ബാഷ്പാഭിഷേകം ചെയ്തു
ചൊല്ലിനാളാശീർവചനങ്ങളാശു കൌ–
സല്യയും ദേവകളോടിരന്നീടിനാൾ:
'സൃഷ്ടികർത്താവേ! വിരിഞ്ച! പത്മാസന!
പുഷ്ടദയാബ്ധേ! പുരുഷോത്തമ! ഹരേ!
മൃത്യുഞ്ജയ! മഹാദേവ! ഗൌരീപതേ!!
വൃത്താരി മുൻപായ ദിക്പാലകന്മാരേ!
ദുർഗ്ഗേ! ഭഗവതീ! ദുഃഖവിനാശിനീ!
സർഗ്ഗസ്ഥിതിലയകാരിണീ! ചണ്ഡികേ!
എന്മകനാശു നടക്കുന്ന നേരവും
കൽമഷം തീർന്നിരുന്നീടുന്ന നേരവും
തന്മതികെട്ടുറങ്ങീടുന്ന നേരവും
സമ്മോദമാർന്നു രക്ഷിച്ചീടുവിൻ നിങ്ങൾ'
ഇത്ഥമർത്ഥിച്ചു തൻ പുത്രനാം രാമനെ–

ബ്ബദ്ധബാഷ്പം ഗാഢഗാഢം പുണർന്നുടൻ
ഈരഴേു സംവത്സരം കാനനം വസി–
ച്ചാരാൽ വരികെ'ന്നനുവദിച്ചീടിനാൾ
തൽക്ഷണമെ രാഘവം നത്വാ സഗദ്ഗതം
ലക്ഷ്മണൻ താനും പറഞ്ഞാനനാകുലം:
'എന്നുള്ളിലുണ്ടായിരുന്നമൊരു സംശയം
നിന്നരുളപ്പാടു കേട്ടു തീർന്നു തുലോം
ത്വൽപ്പാദസവോർത്ഥമായിന്നടിയനു–
മിപ്പോൾ വഴിയേ വിടകൊൾവനന്നുമേ
മോദാലതിന്നായനുവദിച്ചീടണം
സീതാപതേ! രാമചന്ദ്ര! ദയാനിധേ!
പ്രാണങ്ങളെക്കളഞ്ഞീടുവനല്ലായ്കി–
ലണോങ്ക തുല്യവദന! രഘുപതേ!'
'എങ്കിൽ നീ പോന്നുകൊണ്ടാലു'മന്നാദരാൽ
പങ്കജലോചനൻ താനുമരുൾ ചെയ്തു
വൈദേഹി തന്നോടു യാത്ര ചൊല്ലീടുവാൻ
മോദനേ സീതാഗൃഹം പുക്കരുളിനാൻ
ആഗതനായ ഭർത്താവിനെക്കണ്ടവൾ
വേഗേനേ സസ്മിതമുത്ഥാനവും ചെയ്തു
കാഞ്ചനപാത്രസ്ഥമായ തോയം കൊണ്ടു
വാഞ്ച്ഛയാ തൃക്കാൽ കഴുകിച്ചു സാദരം
മന്ദാക്ഷമുൾക്കൊണ്ടു മന്ദസ്മിതം ചെയ്തു
സുന്ദരി മന്ദമന്ദം പറഞ്ഞീടിനാൾ:
'ആരുമകമ്പടി കൂടാതെ ശ്രീപാദ–
ചാരണേ വന്നതുമന്തു കൃപാനിധേ!
വാരാണവീരനങ്ങെു മമ വല്ലഭ!
ഗൌരാതപത്രവും താലവൃന്ദാദിയും
ചാമരദ്വന്ദവും വാദ്യഘോഷങ്ങളും

ചാമീകരാഭരണാദ്യലങ്കാരവും
സാമന്തഭൂപാലരയേും പിരിഞ്ഞതി-
രോമാഞ്ചമോടെഴുന്നള്ളിയതെന്തയ്യോ!'
ഇത്ഥം വിദേഹാത്മജാവചനം കേട്ടു
പൃഥ്വീപതീസുതൻ താനുമരുൾ ചെയ്തു:
'തന്നിതു ദണ്ഡകാരണ്യരാജ്യം മമ
പുണ്യം വരുത്തുവാൻ താതനറികെടോ!
ഞാനതു പാലിപ്പതിന്നാശു പോകുന്നു
മാനസേ ഖേദമിളച്ചു വാണീടുക
മാതാവു കൌസല്യ തന്നെയും ശുശ്രൂഷ-
ചെയ്തു സുഖേന വസിക്ക നീ വല്ലഭേ!'
ഭർത്തൃവാക്യം കേട്ടു ജാനകിയും രാമ-
ഭദ്രനോടിത്ഥമാഹന്ത ചൊല്ലീടിനാൾ:
രാത്രിയിൽ കൂടപ്പിരിഞ്ഞാൽ പൊറാതോള-
മാസ്ഥയുണ്ടല്ലോ ഭവാനപ്പിതാവിനും
എന്നിരിയ്ക്കവെ വനരാജ്യം തരുവതി-
നിന്നു തോന്നീടുവാനെന്തൊരു കാരണം?
മന്നവൻ താനല്ലയോ കൌതുകത്തോടു-
മിന്നലെ രാജ്യാഭിഷേകമാരംഭിച്ചു?
സത്യമോ ചൊല്ലു ഭർത്താവേ! വിരവോടു
വൃത്താന്തമത്രെയും ചിത്രമോർത്താലിദം"
എന്നതു കേട്ടരുൾ ചെയ്തു രഘുവരൻ:
'തന്വീകുലമൌലിമാലികേ! കേൾക്ക നീ
മന്നവൻ കേകേയപുത്രിയാമമ്മയ്ക്കു
മുന്നമേ രണ്ടുവരം കൊടുത്തീടിനാൻ
വിണ്ണവർ നാട്ടിൽ സുരാസുരയുദ്ധത്തി-
നന്യൂനവിക്രമം കൈക്കൊണ്ടുപോയനാൾ
ഒന്നു ഭരതനെ വാഴിയ്ക്കയെന്നതു-

മന്നെ വനത്തിന്നയയ്ക്കന്നെു മറ്റതേും
സത്യവിരോധം വരുമന്നെു തന്നുടനെ
ചിത്തേ നിരൂപിച്ചു പടേിച്ചു താതനും
മാതാവിനാശു വരവും കൊടുത്തിതു
താതനതുകൊണ്ടു ഞാനിന്നു പോകുന്നു
ദണ്ഡകാരണ്യേ പതിന്നാലുവത്സരം
ദണ്ഡമൊഴിഞ്ഞു വസിച്ചു വരുവൻ ഞാൻ
നീയതിനതേും മുടക്കം പറകൊലാ
മയ്യൽ കളഞ്ഞു മാതാവുമായ് വാഴ്ക നീ'
രഘവനിത്ഥം പറഞ്ഞതു കടേ്ടൊരു-
രാകാശശിമുഖി താനുമരുൾ ചയ്തു:
'മുന്നിൽ നടപ്പൻ വനത്തിനു ഞാൻ മമ
പിന്നാലെ വണേമഴുന്നള്ളുവാൻ ഭവാൻ
എന്നപ്പെിരിഞ്ഞുപോകുന്നതുചിതമ-
ല്ലൊന്നു കൊണ്ടും ഭവാനന്നെു ധരിയ്ക്കണം'
കാകുത്സ്ഥനും പ്രിയവാദിനിയാകിയ
നാഗന്േദ്രഗാമിനിയോടും ചൊല്ലീടിനാൻ
'എങ്ങനെ നിന്നെ ഞാൻ കൊണ്ടുപോകുന്നതു
തിങ്ങി മരങ്ങൾ നിറഞ്ഞ വനങ്ങളിൽ?
ഘോരസിംഹവ്യാഘ്രസൂകര സൈരിഭ-
വാരണവ്യാളഭല്ലൂകവൃകാദികൾ
മാനുഷഭോജികളായുള്ള രാക്ഷസർ
കാനനം തന്നിൽ മറ്റു ദുഷ്ടജന്തുക്കൾ
സഖ്യയില്ലാതോളമുണ്ടവറ്റകേ്കണ്ടാൽ
സങ്കടം പൂണ്ടു ഭയമാം നമുക്കെല്ലാം
നാരീജനത്തിനെല്ലാം വിശഷേിച്ചുമൊ-
ട്ടറേയെുണ്ടാം ഭയമന്നെറിഞ്ഞീടടെോ!
മൂലഫലങ്ങൾ കട്വമ്ലകഷായങ്ങൾ

ബാലേ! ഭുജിപ്പതിന്നാകുന്നതും തത്ര
നിർമലവ്യഞ്ജനാപൂപാന്നപാനാദി
സന്മധുക്ഷീരങ്ങളില്ലൊരു നേരവും
നിമ്നോന്നത ഗുഹാഗഹ്വര ശർക്കര-
ദുർമ്മാർഗ്ഗമത്രെയും കണ്ടകവൃന്ദവും
നേരേ പെരുവഴിയുമറിയാവത-
ല്ലാരയേും കാണ്മാനുമില്ലറിഞ്ഞീടുവാൻ
ശീതവാതാതപപീഡയും പാരമാം
പാദചാരേണ വേണം നടന്നീടുവാൻ
ദുഷ്ടരായുള്ളോരു രാക്ഷസരേക്കണ്ടാ-
ലൊട്ടും പൊറുക്കയില്ലാർക്കുമറികെടോ!
എന്നുടെ ചൊല്ലിനാൽ മാതാവു തന്നെയും
നന്നായ് പരിചരിച്ചിങ്ങിരുന്നീടുക
വന്നീടുവൻ പതിന്നാലു സംവത്സരം
ചെന്നാലതിന്നുടനില്ലൊരു സംശയം'
ശ്രീരാമവാക്കു കേട്ടോരു വൈദേഹിയു-
മാരൂഢതാപേന പിന്നെയും ചൊല്ലിനാൾ:
'നാഥ! പതിവ്രതയാം ധർമ്മപത്നി ഞാ-
നാധാരവുമില്ല മറ്റെനിക്കാരുമേ
ഏതുമേ ദോഷവുമില്ല ദയാനിധേ!
പാദസുശ്രൂഷാവ്രതം മുടക്കായ്ക മേ
നിന്നുടെ സന്നിധൗ സന്തതം വാണീടു-
മെന്നെ മറ്റാർക്കാനും പീഡിച്ചു കൂടുമോ?
വല്ലതും മൂല ജലജലാഹാരങ്ങൾ
വല്ലഭോച്ഛിഷ്ടമെനിക്കമൃതോപമം
ഭർത്താവു തന്നോടു കൂടെ നടക്കുമ്പോ-
ളത്രെയും കൂർത്തുമൂർത്തുള്ളകല്ലും മുള്ളും
പുഷ്പാസ്തരണതുല്യങ്ങളെനിക്കതും

പുഷ്പബാണോപമ! നീ വടിഞ്ഞീടൊലാ
ഏതുമേ പീഢയുണ്ടാകയില്ലന്മൂലം
ഭീതിയുമേതുമെനിക്കില്ല ഭർത്താവേ!
കശ്ചിൽ ദ്വിജൻ ജ്യോതിശ്ശാസ്ത്രവിശാരദൻ
നിശ്ചയിച്ചെന്നോടു പണ്ടരുളിച്ചെയ്തു
ഭർത്താവിനോടും വനത്തിൽ വസിപ്പതു-
നൊത്തും ഭവതിക്കു സങ്കടമില്ലതേും
ഇത്ഥം പുരവൈ ഞാൻ കട്ടേിരിയ്ക്കുന്നതു
സത്യമതിന്നിയുമൊന്നു ചൊല്ലീടുവൻ
രാമായണങ്ങൾ പലതും കവിവര-
രാമോദമോടു പറഞ്ഞു കൾേപ്പുണ്ടു ഞാൻ
ജാനകിയോടുകൂടാതെ രഘുവരൻ
കാനനവാസത്തിനന്നു പോയിട്ടുള്ളൂ?
ഉണ്ടോ പുരുഷൻ പ്രകൃതിയെ വറിട്ടു
രണ്ടുമൊന്നത്രേ വിചരിച്ചു കാൺകിലോ
പാണിഗ്രഹണമന്ത്രാർത്ഥവുമോർക്കണം
പ്രാണാവസാനകാലത്തും പിരിയുമോ?
എന്നിരിക്കേ പുനരന്നെയുപേക്ഷിച്ചു
തന്നേ വനത്തിനായ്ക്കൊണ്ടഴെുന്നള്ളുകിൽ
എന്നുമെൻ പ്രാണപരിത്യാഗവും ചെയ്വ-
നിന്നുതന്നെ നിന്തിരുവടി തന്നാണെ'
എന്നിങ്ങനെ ദവേി ചൊന്നതു കട്ടേൊരു
മന്നവൻ മന്ദസ്മിതം പൂണ്ടരുൾ ചെയ്തു:
'എങ്കിലോ വല്ലഭേ! പോരിക വകൈാതെ
സങ്കടമിന്നിതു ചൊല്ലിയുണ്ടാകണ്ോടാ
ദാനമരുന്ധതിക്കായ്ക്കൊണ്ടു ചെയ്കനീ
ജാനകീ! ഹാരാദി ഭൂഷണമൊക്കവേ'
ഇത്ഥമരുൾചെയ്തു ലക്ഷ്മണൻ തന്നോടു

പൃത്ഥീസുരശ്രേഷ്ഠന്മാരെ വരുത്തുവാൻ
അത്യാദരമരുൾ ചെയ്തനേരം ദ്വിജേ-
ന്ദ്രശ്രേഷ്ഠന്മാരെ വരുത്തി കുമാരനും
വസ്ത്രങ്ങളാഭരണങ്ങൾ പശുക്കളു-
മർത്ഥമവധിയില്ലാതോളമാദരാൽ
സദ്വൃത്തരായ്ക്കുലശീലഗുണങ്ങളാ-
ലുത്തമന്മാരായ്ക്കുടുംബികളാകിയ
വേദവിജ്ഞാനികളാം ദ്വിജേന്ദ്രന്മാർക്കു
സാദരം ദാനങ്ങൾ ചെയ്തു ബഹുവിധം
മാതാവുതന്നുടെ സേവകന്മാരായ
ഭൂദേവസത്തമന്മാർക്കും കൊടുത്തിതു
പിന്നെ നിജാന്തഃപുരവാസികൾക്കും മ-
റ്റന്യരാം സേവകന്മാർക്കും ബഹുവിധം
ദാനങ്ങൾ ചെയ്കയാലാനന്ദമഗ്നരായ്
മാനവനായകനാശീർവ്വചനവും
ചെയ്തിതു താപസന്മാരും ദ്വിജന്മാരും
പെയ്തുപെയ്തീടുന്നിതശ്രുജലങ്ങളും
ജാനകിദേവിയുമൻപോടരുന്ധതി-
ക്കാനന്ദമുൾക്കൊണ്ടു ദാനങ്ങൾ നൽകിനാൾ
ലക്ഷ്മണവീരൻ സുമിത്രയാമമ്മയെ
തൽക്ഷണേ കൗസല്യകയ്യിൽ സമർപ്പിച്ചു
വന്ദിച്ചനേരം സുമിത്രയും പുത്രനെ
നന്ദിച്ചെടുത്തു സമാശ്ലേഷവും ചെയ്തു
നന്നായനുഗ്രഹം ചെയ്തു തനയനു
പിന്നെയുപദേശവാക്കുമരുൾ ചെയ്താൾ:
'അഗ്രജൻ തന്നെപ്പരിചരിച്ചെപ്പൊഴു-
മഗ്രേ നടന്നു കൊള്ളേണം പിരിയാതെ
രാമനെ നിത്യം ദശരഥനെന്നുള്ളി-

ലാമമോദമമോടു നിരൂപിച്ചുകൊള്ളണം
എന്നതെ ജനകാത്മജയന്നുറച്ചുകൊൾ
പിന്നയെയയോദ്ധ്യയയന്നോർത്തീടടവിയതെ
മായാവിഹീനമീവണ്ണമുറപ്പിച്ചു
പോയാലുമണ്ടെങ്കിൽ സുഖമായ് വരിക ത േ
മാതൃവചനം ശിരസി ധരിച്ചുകൊ–
ണ്ടാദരവോടു തൊഴുതു സൗമിത്രിയും
തന്നുടതെ ചാപശരാദികൾ കൈക്കൊണ്ടു
ചന്നു രാമാന്തികെ നിന്നു വണങ്ങിനാൻ:
തൽക്ഷണേ രാഘവൻ ജാനകി തന്നോടും
ലക്ഷ്മണനോടും ജനകനതെ വന്ദിപ്പാൻ
പോകുന്ന നേരത്തു പൗരജനങ്ങളതെ
രാഗമോടതെ കടാക്ഷിച്ചു കുതൂഹലാൽ
കോമളനായ കുമാരൻ മനോഹരൻ
ശ്യാമളരമ്യകളബേരൻ രാഘവൻ
കാമദവേോപമൻ കാമദൻ സുന്ദരൻ
രാമൻ തിരുവടി നാനാജഗദഭി–
രാമനാത്മാരാമനംബുജലോചനൻ
കാമാരി സവിേതൻ നാനാജഗന്മയൻ
താതാലയം പ്രതി പോകുന്നനേരത്തു
സാദം കലർന്നൊരു പൗരജനങ്ങളും
പാദചാരണേ നടക്കുന്നതു കണ്ടു
ഖദേം കലർന്നു പരസ്പരം ചൊല്ലിനാർ:
'കഷ്ടമാഹന്ത! കഷ്ടം! പശ്യ പശ്യ ഹാ!
കഷ്ടമന്തിങ്ങനതെ വന്നതു ദവൈമേ!
സോദരനോടും പ്രണയിനി തന്നോടും
പാദചാരണേസഹായവും കൂടാതതെ
ശർക്കരാകണ്ടക നിമ്നോന്നതയുത–

ദുർഘടമായുൾല ദുർഗ്ഗമാർഗ്ഗങ്ങളിൽ
രക്തപത്മത്തിനു കാഠിന്യമകേുന്ന
മുഗ്ദ്ധമൃദുതരസ്നിഗ്ദ്ധപാദങ്ങളാൽ
നിത്യം വനാന്തര നടക്കന്നെു കൽപ്പിച്ച
പൃഥ്വീശചിത്തം കഠോരമത്രേ തുലോം
പുത്രവാത്സല്യം ദശരഥൻ തന്നോളം
മർത്ത്യരിലാർക്കുമില്ലിന്നലയൊളവും
ഇന്നിതു തോന്നുവാനന്തൊരു കാരണ്'-
മന്നെതുകടേ്ടുടൻ ചൊല്ലിനാനന്യനും:
'കകേയപുത്രിയ്ക്കു രണ്ടു വരം നൃപ-
നകേിനാൻപോലതു കാരാണം രാഘവൻ
പോകുന്നിതു വനത്തിന്നു, ഭരതനും
വാഴ്കന്നെു വന്നുകൂടും ധരാമണ്ഡലം
പോക നാമങ്ങെ്കിൽ വനത്തിന്നു കൂടവ
രാഘവൻ തന്നപെ്പിരിഞ്ഞാൽ പൊറുക്കുമൊ?'
ഇപ്രകാരം പുരവാസികളായുള്ള
വിപ്രാദികൾ വാക്കു കടേ്ടോരനന്തരം
വാമദവേൻ പുരവാസികൾ തന്നോടു
സാമോദമവേമരുൾ ചയെ്തിതന്നരേം:

രാമസീതാതത്ത്വം

'രാമനെച്ചിന്തിച്ചു ദുഃഖിയായ്കാരുമേ
കോമളഗാത്രിയാം ജാനകിമൂലവും
തത്ത്വമായുള്ളതു ചൊല്ലുന്നതുണ്ടു ഞാൻ
ചിത്തം തെളിഞ്ഞുകേട്ടീടുവിനവേരും
രാമനാകുന്നതു സാക്ഷാൽ മഹാവിഷ്ണു
താമരസാക്ഷനാമാദിനാരായണൻ
ലക്ഷ്മണനായതനന്തൻ ജനകജാ
ലക്ഷ്മീഭഗവതി ലോകമായാ പരാ
മായാഗുണങ്ങളെത്താനവലംബിച്ചു
കായഭേദം ധരിയ്ക്കുന്നിതാത്മാപരൻ
രാജസമായഗുണത്തോടുകൂടവേ
രാജീവസംഭവനായ് പ്രപഞ്ചദ്വയം
വ്യക്തമായ് സൃഷ്ടിച്ചു, സത്യപ്രധാനനായ്
ഭക്തപാരായണൻ വിഷ്ണുരൂപം പൂണ്ടു
നിത്യവും രക്ഷിച്ചുകൊള്ളുന്നതീശ്വര–
നാദ്യനജൻ പരമാത്മാവു സാദരം
രുദ്രവേഷേത്താൽ തമോഗുണയുക്തനാ–
യദ്രിജാവല്ലഭൻ സംഹരിക്കുന്നതും
വൈവെസ്വത മനു ഭക്തിപ്രസന്നനായ്
ദേവൻ മകരാവതാരമനുഷ്ഠിച്ചു
വേദങ്ങളെല്ലാം ഹയഗ്രീവനെക്കൊന്നു
വേധാവിനാക്കിക്കൊടുത്തതീ രാഘവൻ
പാഥോനിധിമഥനേ പണ്ടു മന്ദരം
പാതാളലോകം പ്രവേശിച്ചതു നേരം
നിഷ്ഠുരമായൊരു കൂർമ്മാകൃതിയും പൂണ്ടു

പൃഷ്ഠേ ഗിരീന്ദ്രം ധരിച്ചതീ രാഘവൻ
ദുഷ്ടനായോരു ഹിരണ്യാക്ഷനക്കൊന്നു
ഘൃഷ്ടിയായ് തറ്റേമൽ ക്ഷോണിയപ്പൊങ്ങിച്ചു
കാരണവാരിധി തന്നിൽ മളിച്ചതും
കാരണപൂരുഷനാകുമീ രാഘവൻ
നിർഹ്രാദമോടു നരസിംഹരൂപമായ്
പ്രഹ്ലാദനപ്പരിപാലിച്ചുകൊള്ളുവാൻ
ക്രൂരങ്ങളായ നഖരങ്ങളക്കൊണ്ടു
ഘോരനായോരു ഹിരണ്യകശിപു തൻ
വക്ഷപ്രദേശം പ്രപാടനം ചെയ്തതും
രക്ഷാചതുരനാം ലക്ഷ്മീവരനിവൻ
പുത്രലാഭാർത്ഥമദിതിയും ഭക്തിപൂ-
ണ്ടർത്ഥിച്ചു സാദരമർച്ചിക്ക കാരണം
എത്രയും കാരുണ്യമോടവൾ തന്നുടെ
പുത്രനായിന്ദ്രാനുജനായ് പിറന്നതി-
ഭക്തനായോരു മഹാബലിയോടു ചെ-
ന്നർത്ഥിച്ചു മൂന്നടിയാക്കി ജഗത്രയം
സത്വരം വാങ്ങി മരുത്വാന്നു നൽകിയ
ഭക്തപ്രിയനാം ത്രിവിക്രമനുമിവൻ
ധാത്രീസുരദ്വേഷികളായ് ജനിച്ചൊരു
ധാത്രീപതികുലനാശം വരുത്തുവാൻ
ധാത്രിയിൽ ഭാർഗ്ഗവനായിപ്പിറന്നതും
ധാത്രീവരനായ രാഘവനാമിവൻ
ധാത്രിയിലിപ്പോൾ ദശരഥപുത്രനായ്
ധാത്രീസുതാവരനായ് പിറന്നീടിനാൻ
രാത്രിഞ്ചരകുലമൊക്കെ നശിപ്പിച്ചു
ധാത്രീഭാരം തീർത്തു ധർമ്മത്തെ രക്ഷിപ്പാൻ
ആദ്യനജൻ പരമാത്മാ പരാപരൻ

വദ്യേനല്ലാത്ത വദോന്ത വദ്യേൻ പരൻ
നാരായണൻ പുരുഷോത്തമനവ്യയൻ
കാരണമാനുഷൻ രാമൻ മനോഹരൻ
രാവണനിഗ്രഹാർത്ഥം വിപിനത്തിനു
ദവേഹിതാർത്ഥം ഗമിക്കുന്നതിന്നതിൻ
കാരണം മന്ഥരയല്ല, കൈകേയിയ-
ല്ലാരും ഭ്രമിയ്ക്കാക രാജാവുമല്ലല്ലോ
വിഷ്ണു ഭഗവാൻ ജഗന്മയൻ മാധവൻ
വിഷ്ണു മഹാമായാദവേി ജനകജാ
സൃഷ്ടിസ്തിതിലയകാരിണിതന്നോടും
പുഷ്ടപ്രമോദം പുറപ്പടെ്ടിതിന്നിപ്പോൾ
ഇന്നലെ നാരദൻ വന്നുചൊന്നാനവൻ
തന്നോടു രാഘവൻ താനുമരുൾ ചയ്തു:
'നക്തഞ്ചരാന്വയ നിഗ്രഹത്തിന്നു ഞാൻ
വ്യക്തം വനത്തിന്നു നാളെ പുറപ്പടെും.'
എന്നതു മൂലം ഗമിയ്ക്കുന്നു രാഘവ-
നിന്നു വിഷാദം കളവിനല്ലോവരും
രാമനചെിന്തിച്ചു ദുഃഖിയായ്കാരുമേ
രാമരാമതേി ജപിപ്പിനെല്ലാരുമേ
സിദ്ധിക്കയില്ലതയേല്ല കവൈല്യവും
സിദ്ധിക്കുമവേനുമന്നെതു നിർണ്ണയം
ദുഃഖസൗഖ്യാദി വികല്പങ്ങളില്ലാത്ത
നിഷ്കളൻ നിർഗുണനാത്മാ രഘൂത്തമൻ
ന്യൂനാതിരകേവിഹീനൻ നിരഞ്ജന-
നാനന്ദപൂർണ്ണനനന്തനനാകുലൻ
അങ്ങനെയുള്ള ഭഗവത്സ്വരൂപത്തി-
നങ്ങെനെ ദുഃഖാദി സംഭവിച്ചീടുന്നു?
ഭക്തജനാനാം ഭജനാർത്ഥമായ് വന്നു

ഭക്തപ്രിയൻ പിറന്നീടിനാൻ ഭൂതലേ
പംക്തിരഥാഭീഷ്ടസിദ്ധ്യർത്ഥമായ് വന്നു
പംക്തികണ്ഠൻ തന്നെക്കൊന്നു ജഗത്രയം
പാലിപ്പതിന്നായവതരിച്ചീടിനാൻ
ബാലിശന്മാരേ! മനുഷ്യനായീശ്വരൻ'
രാമവിഷയമീവണ്ണമരുൾ ചെയ്തു
വാമദേവൻ വിരമിച്ചശേഷമനന്തരം
വാമദേവവചനാമൃതം സേവിച്ചു
രാമനെ നാരായണനെന്നറിഞ്ഞുടൻ
പൗരജനം പരമാനന്ദമായൊരു
വാരാന്നിധിയിൽ മുഴുകിനാരേവരും
'രാമസീതാരഹസ്യം മുഹുരീദൃശ-
മാമോദപൂർവകം ധ്യാനിപ്പവർക്കെല്ലാം
രാമദേവങ്കലുറച്ചൊരു ഭക്തിയു-
മാമയനാശവും സിദ്ധിയ്ക്കുമേവനും
ഗോപനീയം രഹസ്യം പരമീദൃശം
പാപവിനാശനം ചൊന്നതിൻ കാരണം
രാമപ്രിയന്മാർ ഭവാന്മാരെന്നോർത്തു ഞാൻ
രാമതത്വം പരമോപദേശം ചെയ്തു'
താപവും തീർന്നിതു പൗരജനങ്ങൾക്കു
താപസശ്രേഷ്ഠനും മോദാലെഴുന്നള്ളി.

യാത്രാരംഭം

രാഘവൻ താതഗേഹം പ്രവേശിച്ചുടൻ
വ്യാകുലഹീനം വണങ്ങിയരുൾ ചെയ്തു
കൈകേയിയാകിയ മാതാവു തന്നോടു
'ശോകം കളഞ്ഞാലുമമ്മേ! മനസി തേ
സൗമിത്രിയും ജനകാത്മജയും ഞാനും
സൗമുഖ്യമാർന്നു പോവാനായ് പുറപ്പെട്ടു
ഖേദമകലെക്കളഞ്ഞിനി ഞങ്ങളെ
താതന്നജ്ഞാപിക്ക വേണ്ടതു വൈകാതെ'
ഇഷ്ടവാക്യം കേട്ടു കൈകേയി സാദരം
പെട്ടെന്നെഴുന്നേറ്റിരുന്നു സസംഭ്രമം
ശ്രീരാമനും മൈഥിലിക്കുമനുജനും
ചീരങ്ങൾ വെവ്വേറേ നൽകിനാളമ്മയും
ധന്യവസ്ത്രങ്ങളുപേക്ഷിച്ചു രാഘവൻ
വന്യചീരങ്ങൾ പരിഗ്രഹിച്ചീടിനാൻ
പുഷ്കരലോചനാനുജ്ഞയാ വൽക്കലം
ലക്ഷ്മണൻ താനുമുടുത്താനതു നേരം
ലക്ഷ്മീഭഗവതിയാകിയ ജാനകി
വൽക്കലം കയ്യിൽ പിടിച്ചുകൊണ്ടാകുലാൽ
പക്ഷമന്യേതുള്ളിലെന്നുള്ളതറിവാനായ്
തൽക്ഷണേ ലജ്ജയാ ഭർത്തൃമുഖാംബുജം
ഗൂഢമായ് നോക്കിനാളെങ്ങനെ ഞാനിതു
ഗാഢമുടുക്കുന്നതെന്നുള്ളചിന്തയാ
മംഗലദേവതാവല്ലഭൻ രാഘവ–
നിംഗിതജ്ഞൻ തദാ വാങ്ങിപ്പരുഷമാം
വൽക്കലം ദിവ്യാംബരോപരി വേഷ്ടിച്ചരു

സൽകാരമാനം കലർന്നു നിന്നീടിനാൻ
എന്നതു കണ്ടൊരു രാജദാരങ്ങളു–
മന്യരായുള്ള ജനങ്ങളുമൊക്കവേ
വന്ന ദുഃഖത്താൽ കരയുന്നതു കേട്ടു
നിന്നരുളീടും വസിഷ്ഠമഹാമുനി
കോപനേ ഭർത്സിച്ചു കൈകേയി തന്നോടു
താപനേ ചൊല്ലിനാ'നന്തിതു തോന്നുവാൻ?
ദുഷ്ടേ! നിശാചരീ! ദുർവൃത്തമാനസേ!
കഷ്ടമോർത്തോളം കഠോരശീലേ! ഖലേ!
രാമൻ വനത്തിന്നു പോകേണമെന്നല്ലോ
താമസശീലേ! വരത്തെ വരിച്ചു നീ
ജാനകീദേവിക്കു വൽക്കലം നൽകുവാൻ
മാനസേ തോന്നിയതെന്തൊരു കാരണം?
ഭക്ത്യാ പതിവ്രതയാകിയ ജാനകി
ഭർത്താവിനോടുകൂടെ പ്രയാണം ചെയ്കിൽ
സർവ്വാഭരണവിഭൂഷിതഗാത്രിയായ്
ദിവ്യാംബരം പൂണ്ടനുഗമിച്ചീടുക.
കാനനദുഃഖനിവാരണാർത്ഥം പതി–
മാനസവും രമിപ്പിച്ചു സദാകാലം
ഭർതൃശുശ്രൂഷയും ചെയ്തു പിരിയാതെ
ചിത്തശുദ്ധ്യാ ചരിച്ചീടുകെന്നവേരൂ'
ഇത്ഥം വസിഷ്ടോക്തി കേട്ടു ദശരഥൻ
നത്വാ സുമന്ത്രരോടേവമരുൾ ചെയ്തു:
'രാജയോഗ്യം രഥമാശു വരുത്തുക
രാജീവനേത്രപ്രയാണായ സത്വരം'
ഇത്ഥമുക്ത്വാ രാമവക്ത്രാംബുജം പാർത്തു
'പുത്ര! ഹാ രാമ! സൗമിത്രേ! ജനകജേ!
രാമ! രാമ! ത്രിലോകാഭിരാമാംഗ!ഹാ!

ഹാ! മമ പ്രാണസമാന! മനോഹര!'
ദുഃഖിച്ചു ഭൂമിയിൽ വീണു ദശരഥ-
നുൾക്കാമ്പഴിഞ്ഞു കരയുന്നതു നേരം
തേരുമൊരുമിച്ചു നിർത്തി സുമന്ത്രരും
ശ്രീരാമദേവനുമപ്പോളുരചെയ്തു:
'തേരിൽ കരേറുക സീതേ!വിരവിൽ നീ
നേരമിനിക്കളഞ്ഞീടരുതേതുമേ'
സുന്ദരിവന്ദിച്ചു തേരിൽക്കരേറിനാ-
ളിന്ദിരാവല്ലഭനാകിയ രാമനും
മാനസേ ഖേദം കളഞ്ഞു ജനകനെ
വീണു വണങ്ങി പ്രദക്ഷിണവും ചെയ്തു
താണുതൊഴുതുടൻ തേരിൽ കരേറിനാൻ;
ബാണചാപാസി തൂണീരാദികളെല്ലാം
കൈക്കൊണ്ടു വന്ദിച്ചു താനും കരേറിനാൻ
ലക്ഷ്മണനപ്പോൾ, സുമന്ത്രരുമാകുലാൽ
ദുഃഖേന തേർ തെളിച്ചീടിനാൻ, ഭൂപനും
നിൽക്കുനിൽക്കെന്നു ചൊന്നാൻ ,രഘുനാഥനും
ഗച്ഛഗച്ഛേതിവേഗേനരുൾ ചെയ്തിതു:
നിശ്ചലമായിതു ലോകവുമന്നേരം
രാജീവലോചനൻ ദൂരെ മറഞ്ഞപ്പോൾ
രാജാവു മോഹിച്ചുവീണിതു ഭൂതലേ
സ്ത്രീബാലവൃദ്ധാവധി പുരവാസികൾ
താപം മുഴുത്തു വിലപിച്ചു പിന്നാലെ
'തിഷ്ഠ!തിഷ്ഠപ്രഭോ! രാമ! ദയാനിധേ!
ദൃഷ്ടിയ്ക്കമൃതമായൊരു തിരുമേനി
കാണായ്കിലങ്ങെങ്ങനെ ഞങ്ങൾ പൊറുക്കുന്നു?
പ്രാണനാഥോ പോയിതല്ലോ മമം ദൈവമേ!'
ഇത്തരം ചൊല്ലി വിലപിച്ചു സർവ്വരും

സത്വരം തരേിൻ പിറകെ നട കൊണ്ടാർ
മന്നവൻ താനും ചിരം വിലപിച്ചഥ
ചൊന്നാൻ പരിചകരന്മാരൊടാകുലാൽ
'എന്നയെടുത്തിനിക്കൊണ്ടുപോയ് ശ്രീരാമൻ
തന്നുടെ മാതൃഗേഹത്തിങ്കലാക്കുവിൻ
രാമനെ വേറിട്ടു ജീവിച്ചു ഞാനിനി
ഭൂമിയിൽ വാഴ്കെന്നതില്ലെന്നു നിർണ്ണയം'
എന്നതു കേട്ടോരു ഭൃത്യജനങ്ങളും
മന്നവൻ തന്നയെടുത്തു കൗസല്യ തൻ
മന്ദിരത്തിങ്കലാക്കീടിനാനന്നരേം
വന്നൊരു ദുഃഖേന മോഹിച്ചു വീണിതു
പിന്നയുണർന്നു കരഞ്ഞു തുടങ്ങിനാൻ
ഖിന്നയായ് മേവുന്ന കൗസല്യ തന്നോടും.

വനയാത്ര

ശ്രീരാമനും തമസാനദി തന്നുടെ
തീരം ഗമിച്ചു വസിച്ചു നിശാമുഖേ
പാനീയമാത്രമുപജീവനം ചെയ്തു
ജാനകിയോടും നിരാഹാരനായൊരു
വൃക്ഷമൂലേ ശയനം ചെയ്തുറങ്ങീടിനാൻ;
ലക്ഷ്മണൻ വില്ലുമമ്പും ധരിച്ചന്തികേ
രക്ഷിച്ചു നിന്നു, സുമന്ത്രരുമായോരോ
ദുഃഖവൃത്താന്തങ്ങളും പറഞ്ഞാകുലാൽ
പൌരജനങ്ങളും ചെന്നരികേ പുക്കു
ശ്രീരാമനെയെങ്ങു കൊണ്ടുപൊയ്ക്കൂടാകിൽ
കാനനവാസം നമുക്കുമെന്നവേരും
മാനസത്തിങ്കലുറച്ചു മരുവിനാർ
പൌരജനത്തിൻ പരിദേവനം കണ്ടു
ശ്രീരാമദേവനുമുള്ളിൽ നിരൂപിച്ചു
'സൂര്യനുദിച്ചാലയയ്ക്കയുമില്ലിവർ
കാര്യത്തിനും വരും വിഘ്നമെന്നാലിവർ
ഖേദം കലർന്നു തളർന്നുറങ്ങുന്നിതു
ബോധമില്ലിപ്പോളിനിയുണരും മുൻപേ
പോകനാമിപ്പൊഴേ കൂട്ടുക തേരേ'ന്നു
രാഘവൻ വാക്കുകൾ കേട്ടു സുമന്ത്രരും
വേഗേനേ തേരുമൊരുമിച്ചിതന്നേരം
രാഘവന്മാരും ജനകതനൂജയും
തേരിലേറീടിനാരേതുമറിഞ്ഞീല
പൌരജനങ്ങളന്നേരം സുമന്ത്രരും
ചെറ്റയോദ്ധ്യാഭിമുഖം ഗമിച്ചിട്ടഥ

തറ്റെന്നു തക്കോട്ടു തന്നെ നടകൊണ്ടു
ചുറ്റും കിടന്ന പുരവാസികളെല്ലാം
പിറ്റേന്നാൾ തങ്ങളുണർന്നു നോക്കുന്നേരം
കണ്ടീലരാമനെയെന്നു കരഞ്ഞതി-
കുണ്ഠിതന്മാരായ് പുരിപുക്കു മേവിനാർ
സീതാസമേതനാം രാമനെസ്സന്തതം
ചേതസി ചിന്തിച്ചുചിന്തിച്ചനുദിനം
പുത്രമിത്രാദികളോടുമിട ചേർന്നു
ചിത്തശുദ്ധ്യാ വസിച്ചീടിനാനവേരും
മംഗലാദേവതാവല്ലഭൻ രാഘവൻ
ഗംഗാതടം പുക്കു ജാനകി തന്നോടും
മംഗലസ്നാനവും ചെയ്തു സഹാനുജം
ശൃംഗിവേരോവിദൂരേ മരുവീടിനാൻ
ദാശരഥിയും വിദേഹതനൂജയും
ശിംശപാമൂലേ സുഖേന വാണീടിനാർ

ഗുഹസംഗമം

രാമാഗമനമഹോത്സവമത്രെയു-
മാമോദമുൾക്കൊണ്ടു കേട്ടുഗുഹൻ തദാ
സ്വാമിയായിഷ്ടവയസ്യനായുള്ളൊരു
രാമൻ തിരുവടിയക്കെണ്ടു വന്ദിപ്പാൻ
പക്വമനസ്സോടു ഭക്ത്യയ്വ സത്വരം
പക്വഫലമധുപുഷ്പാദികളെല്ലാം
കൈക്കൊണ്ടു ചെന്നു രാമാഗ്രേ വിനിക്ഷിപ്യ
ഭക്ത്യവൈ ദണ്ഡനമസ്കാരവും ചെയ്തു
പെട്ടെന്നെടുത്തെഴുന്നേൽപ്പിച്ചു വക്ഷസി
തുഷ്ട്യാ ദൃഢമണച്ചാശ്ലേഷവും ചെയ്തു
മന്ദഹാസം പൂണ്ടു മാധുര്യപൂർവ്വകം
മന്ദതരം കുശലപ്രശ്നവും ചെയ്തു
കഞ്ജവിലോചനൻ തൻ തിരുമേനി ക-
ണ്ടഞ്ജലി പൂണ്ടു ഗുഹനുമുരചെയ്തു:
ധന്യനായേനടിയനിന്നു കേവലം
നിർണ്ണയം നൈഷാദജന്മവും പാവനം
നൈഷാദമായുള്ള രാജ്യമിതുമൊരു
ദൂഷണഹീനമധീനമല്ലോ തവ
കിങ്കരനാമടിയനേയും രാജ്യവും
സങ്കടം കൂടാതെ രക്ഷിച്ചു കൊള്ളുക
സന്തോഷമുൾക്കൊണ്ടിനി നിന്തിരുവടി
സന്തതമത്ര വസിച്ചരുളീടണം
അന്തഃപുരം മമ ശുദ്ധമാക്കീടണ-
മന്തർമുദാ പാദപത്മരേണുക്കളാൽ
മൂലഫലങ്ങൾ പരിഗ്രഹിക്കേണമേ

കാലമേ കനിവോടെനുഗ്രഹിക്കേണമേ!
ഇത്തരം പ്രാർത്ഥിച്ചുനിൽക്കും ഗുഹനോടു
മുഗ്ദ്ധഹാസം പൂണ്ടരുൾ ചെയ്തു രാഘവൻ
'കേൾക്ക നീ വാക്യം മദീയം മമ സഖേ!
സൌഖ്യമിതിൽപ്പരമില്ലെനിക്കേതുമേ
സംവത്സരം പതിനാലു കഴിയണം
സംവസിച്ചീടുവാൻ ഗ്രാമാലയങ്ങളിൽ
അന്യദത്തം ഭുജിക്കന്നെതുമില്ലെന്നു
മന്യേ വനവാസകാലം കഴിവോളം
രാജ്യം മമതൈതു ഭവാൻ മത്സഖിയല്ലോ
പൂജ്യനാം നീ പരിപാലിക്ക സന്തതം
കുണ്ഠഭാവം ചെറുതുണ്ടാകയും വേണ്ട
കൊണ്ടുവരിക വടക്ഷീരമാശു നീ'
തൽക്ഷണം കൊണ്ടുവന്നു വടക്ഷീരവും
ലക്ഷ്മണനോടും കലർന്നു രഘൂത്തമൻ
ശുദ്ധവടക്ഷീരഭൂമികളക്കൊണ്ടു
ബദ്ധമായോരു ജടാമകുടത്തൊടും
സോദരൻ തന്നാൽ കുശദളാദ്യങ്ങളാൽ
സാദരമാസ്തൃതമായ തല്പസ്ഥലേ
പാനീയമാത്രമശിച്ചു വൈദേഹിയും
താനുമായ് പള്ളിക്കുറുപ്പു കൊണ്ടീടിനാൻ
പ്രാസാദമൂർദ്ധ്നി പര്യങ്കേ യഥാപുര-
വാസവും ചെയ്തുറങ്ങുന്നതുപോലെ
ലക്ഷ്മണൻ വില്ലുമമ്പും ധരിച്ചന്തികേ
രക്ഷിച്ചു നിന്നു ഗുഹനോടു കൂടവേ

ലക്ഷ്മണഗുഹസംവാദം

ലക്ഷ്മീപതിയായ രാഘവസ്വാമിയും
ലക്ഷ്മീഭഗവതിയാകിയ സീതയും
വൃക്ഷമൂലേ കിടക്കുന്നതു കണ്ടതി-
ദുഃഖം കലർന്നു ബാഷ്പാകുലനായ് ഗുഹൻ
ലക്ഷ്മണനോടു പറഞ്ഞുതുടങ്ങിനാൻ:
'പുഷ്കരനേത്രനെക്കണ്ടീലയോ സഖേ!
പർണ്ണതല്പേ ഭുവി ദാരുമൂലേ കിട-
ന്നർണ്ണോജനേത്രനുറങ്ങുമാറായിതു
സ്വർണ്ണതല്പേ ഭവനോത്തമേ സൽപ്പുരേ
പുണ്യപുരുഷൻ ജനകാത്മജയോടും
പള്ളിക്കുറുപ്പുകൊള്ളും മുന്നമിന്നിഹ
പല്ലവപര്യങ്ക സീമ്നി വനാന്തരേ
ശ്രീരാമദേവനു ദുഃഖമുണ്ടാകുവാൻ
കാരണഭൂതയായ് വന്നിതു കൈകേയി
മന്ഥരാചിത്തമാസ്ഥായ കൈകേയി താൻ
ഹന്ത! മഹാപാപമാചരിച്ചാളല്ലോ?'
ശ്രുത്വാ ഗുഹോക്തികളിത്ഥമാഹന്ത സൗ-
മിത്രിയും സത്വരമുത്തരം ചൊല്ലിനാൻ:
'ഭദ്രമതേ! ശ്രുണു! മദ്വചനം രാമ-
ഭദ്രനാമം ജപിച്ചീടുക സന്തതം
കസ്യ ദുഃഖസ്യ കോ ഹേതു ജഗത്രയേ
കസ്യ സുഖസ്യ വാ കോപി ഹേതുസ്സഖേ!
പൂർവ്വജന്മാർജ്ജിത കർമ്മമത്രേ ഭുവി
സർവ്വലോകർക്കും സുഖ ദുഃഖകാരണം
ദുഃഖസുഖങ്ങൾ ദാനം ചെയ്‌വതിന്നാരു-
മുൾക്കാമ്പിലോർത്തുകണ്ടാലില്ല നിർണ്ണയം
ഏകൻ മമ സുഖദാതാ ജഗതി മ-

റ്റകേൻ മമ ദുഃഖദാതാവിതി വൃഥാ
തഠോന്നുന്നതജ്ഞാനബുദ്ധികൾക്കപ്പഴൊഴും
തഠോന്നുകയില്ല ബുധന്മാർക്കതതേുമേ
ഞാനിതിനിന്നു കർത്താവന്നെു തഠോന്നുന്നു
മാനസതാരിൽ വൃഥാഭിമാനനേ കേൾ
ലഠോകം നിജ കർമ്മസൂത്രബദ്ധം സഖേ!
ഭഠോഗങ്ങളും നിജ കർമ്മാനുസാരികൾ
മിത്രാര്യുദാസീന ബാന്ധവ ദ്വഷേ്യമ-
ദ്ധ്യസ്ഥ സുഹൃജ്ജന ഭദേബുദ്ധിഭ്രമം
ചിത്രമത്രേ നിരൂപിച്ചാൽ സ്വകർമ്മങ്ങൾ
യത്ര വിഭാവ്യതേ തത്ര യഥാ തഥാ
ദുഃഖം സുഖം നിജകർമ്മവശഗത-
മഠൊക്കയെന്നെുൾക്കാമ്പുകഠൊണ്ടു നിനച്ചതിൽ
യദ്യദ്യദാഗതം തത്ര കാലാന്തരേ
തത്തത് ഭുജിച്ചതിസ്വസ്ഥനായ് വാഴണം
ഭഠോഗത്തിനായ്ക്കഠൊണ്ടു കാമിക്കയും വണേ്ട
ഭഠോഗം വിധികൃതം വർജ്ജിക്കയും വണേ്ട
വ്യർത്ഥമഠോർത്തഠോളം വിഷാദാതി ഹർഷങ്ങൾ
ചിത്തേ ശുഭാശുഭ കർമ്മഫലഠോദയേ
മർത്ത്യദഹേം പുണ്യപാപങ്ങളക്കെഠൊണ്ടു
നിത്യമുൽപ്പന്നം വിധിവിഹിതം സഖേ!
സഠൗഖ്യദുഃഖങ്ങൾ സഹജമവേർക്കുമേ
നീക്കാവതല്ല സുരാസുരന്മാരാലും
ലഠോകേ സുഖാനന്തരംദുഃഖമായ് വരു-
മാകുലമില്ല ദുഃഖാനന്തരം സുഖം
നൂനം ദിനരാത്രി പഠോലെ ഗതാഗതം
മാനസചേിന്തിക്കിലത്രയുമല്ലടെഠോ!
ദുഃഖമദ്ധ്യേ സുഖമായും വരും പിന്നെ-
പിന്നെ ദുഃഖം സുഖമദ്ധ്യസംസ്ഥമായും വരും

രണ്ടുമന്യോന്യസംയുക്തമായവേനു-
മുണ്ടു ജലപങ്കമന്നപോലെ സഖേ!
ആകയാൽ ധൈര്യണേ വിദ്വജ്ജനം ഹൃദി
ശോകഹർഷങ്ങൾ കൂടാതെ വസിക്കുന്നു
ഇഷ്ടമായുള്ളതു തന്നെ വരുമ്പോഴു-
മിഷ്ടമില്ലാത്തതു തന്നെ വരുമ്പോഴും
തുഷ്ടാത്മനാ മരുവുന്നു ബുധജനം
ദൃഷ്ടമല്ലൊം മഹാമായതേി ഭാവനാൽ'
ഇത്ഥം ഗുഹനും സുമിത്രാത്മജനുമായ്
വൃത്താന്തഭദേം പറഞ്ഞുനിൽക്കുന്നരേം
മിത്രനുദിച്ചിതു സത്വരം രാഘവൻ
നിത്യകർമ്മങ്ങളും ചയ്തെരുളിച്ചയ്തെു
'തോണി വരുത്തുക'ന്നപ്പോൾ ഗുഹൻ നല്ല-
തോണിയും കൊണ്ടുവന്നാശു വണങ്ങിനാൻ
'സ്വാമിന്നിയം ദ്രോണികാ സമാരുഹ്യതാം
സൌമിത്രിണാ ജനകാത്മജയാ സമം
തോണി തുഴയുന്നതുമടിയൻ തന്നെ
മാനവവീര! മമ പ്രാണവല്ലഭ!'
ശൃംഗിവരോധിപൻ വാക്കു കടേ്ടന്നരേം
മംഗലദവേതയാകിയ സീതയെ
കയ്യും പിടിച്ചു കരറേ്റി ഗുഹനുടെ
കയ്യും പിടിച്ചു താനും കരറേിനാൻ
ആയുധമല്ലൊമടെുത്തു സൌമിത്രിയു-
മായതമായൊരു തോണി കരറേിനാൻ
ജ്ഞാതിവർഗ്ഗത്തോടു കൂടെ ഗുഹൻ പര-
മാദരവോടു വഹിച്ചിതു തോണിയും
മംഗലാപാംഗിയാം ജാനകീദവേിയും
ഗംഗയെ പ്രാർത്ഥിച്ചു നന്നായ് വണങ്ങിനാൾ:
'ഗംഗേ! ഭഗവതീ! ദവേി! നമോസ്തുതേ!

സംഗനേ ശംഭു തൻ മൌലിയിൽ വാഴുന്ന
സുന്ദരീ! ഹൈമവതീ! നമസ്തേ നമോ
മന്ദാകിനീ! ദേവീ! ഗംഗേ! നമോസ്തു തേ!
ഞങ്ങൾ വനവാസവും കഴിഞ്ഞാദരാ-
ലിങ്ങുവന്നാൽ ബലിപൂജകൾ നൽകുവൻ
രക്ഷിച്ചുകൊൾക നീയാപത്തു കൂടാതെ
ദക്ഷാരിവല്ലഭേ! ഗംഗേ! നമോസ്തുതേ!
ഇത്തരം പ്രാർത്ഥിച്ചു വന്ദിച്ചിരിക്കവേ
സത്വരം പാരകൂലം ഗമിച്ചീടിനാർ
തോണിയിൽ നിന്നു താഴ്ത്തിറങ്ങി ഗുഹൻ
താണുതൊഴുതപേക്ഷിച്ചാൻ മനോഗതം
'കൂടവെടികൊൾവതിനടിയനുമൊ-
രാടൽ കൂടാതെയനുജ്ഞ നൽകീടണം
പ്രാണങ്ങളെക്കളഞ്ഞീടുവനല്ലായി-
ലണോംക ബിംബാനന! ജഗതീപതേ!'
നൈഷാദവാക്യങ്ങൾ കേട്ടു മനസി സ-
ന്തോഷേണ രാഘവനേവമരുൾ ചെയ്തു:
'സത്യം പതിന്നാലു സംവത്സരം വിപി-
നത്തിൽ വസിച്ചു വരുവൻ വിരവിൽ ഞാൻ
ചിത്തവിഷാദമൊഴിഞ്ഞു വാണീടു നീ
സത്യവിരോധം വരാ രാമഭാഷിതം'
ഇത്തരമോരോവിധമരുളിച്ചെയ്തു
ചിത്തമോദേനേ ഗാഢാശ്ലേഷവും ചെയ്തു
ഭക്തനപ്പോകെന്നയച്ചു രഘൂത്തമൻ
ഭക്ത്യാ നമസ്കരിച്ചഞ്ജലിയും ചെയ്തു
മന്ദമന്ദം തോണിമേലേ ഗുഹൻ വീണ്ടു
മന്ദിരം പുക്കു ചിന്തിച്ചു മരുവിനാൻ.

ഭരദ്വാജാശ്രമപ്രവേശം

വൈദേഹി തന്നോടു കൂടവേ രാഘവൻ
സോദരനോടുമന്നൊരുമൃഗത്തെക്കൊന്നു
സാദരം ഭുക്ത്വാ സുഖനേ വസിച്ചിതു
പാദപമൂലേ ദളാഢ്യതൽപ്പസ്ഥലേ
മാർത്താണ്ഡദേവേനുദിച്ചോരനന്തരം
പാർത്ഥിവനർഘ്യാദി നിത്യകർമ്മം ചെയ്തു
ചെന്നുഭരദ്വാജനായ തപോധനൻ
തന്നാശ്രമപദത്തിന്നടുത്താദരാൽ
ചിത്തമോദത്തോടിരുന്നോരു നേരത്തു
തത്ര കാണായിതൊരുവടു തന്നെയും
അപ്പോളവനോടരുൾ ചെയ്തു രാഘവൻ:
'ഇപ്പൊഴേ നീ മുനിയോടുണർത്തിക്കണം
രാമൻ! ദശരഥനന്ദനനുണ്ടു തൻ
ഭാമിനിയോടുമനുജനോടും വന്നു
പാർത്തിരിയ്ക്കുന്നജുടജാന്തികേയെന്ന
വാർത്ത വൈകാതെയുണർത്തിക്ക'യെന്നപ്പോൾ
താപസശ്രേഷ്ഠനോടാബ്രഹ്മചാരി ചെ-
ന്നാഭോഗസന്തോഷമോടു ചൊല്ലീടിനാൻ:
'ആശ്രമോപാന്തേ ദശരഥപുത്രനു-
ണ്ടാശ്രിത വത്സല! പാർത്തിരുന്നീടുന്നു'
ശ്രുത്വാ ഭരദ്വാജനിത്ഥം സമുത്ഥായ ഹസ്തേ
സമാദായ സാർഘ്യ പാദ്യാദിയും
ഗത്വാ രഘൂത്തമ സന്നിധൌ സത്വരം
ഭക്ത്യവൈ പൂജയിത്വാ സഹലക്ഷ്മണം
ദൃഷ്ട്വാ രമാവരം രാമം ദയാപരം
തുഷ്ട്യാ പരമാനന്ദാബ്ധൌ മുഴുകിനാൻ
ദാശരഥിയും ഭരദ്വാജപാദങ്ങ-

ളാശു വണങ്ങിനാൻ ഭാര്യാനുജാന്വിതം
ആശിർവചനപൂർവ്വം മുനിപുംഗവ-
നാശയാനന്ദമിയന്നരുളിച്ചെയ്തു:
'പാദരജസാ പവിത്രയാക്കീടു നീ
വദോത്മക! മമ പർണശാലാമിമാ'
ഇത്ഥമുക്ത്വാഥ യജമാനീയ സീതയാ
സത്യസ്വരൂപം സഹാനുജം സാദരം
പൂജാവിധാനനേ പൂജിച്ചുടൻ ഭര-
ദ്വാജതപോധനശ്രേഷ്ഠനരുൾ ചെയ്തു:
'നിന്നോടു സംഗമമുണ്ടാകകാരണ-
മിന്നുവന്നു തപസ്സാഫല്യമൊക്കവേ
ജ്ഞാതം മയാ തവോദന്തം രഘുപതേ!
ഭൂതമാഗാമികം വാ കരുണാനിധേ!
ഞാനറിഞ്ഞേൻ പരമാത്മാ ഭവാൻ കാര്യ-
മാനുഷനായിതു മായയാ ഭൂതലേ
ബ്രഹ്മണാ പണ്ടു സംപ്രാർത്ഥിതനാകയാൽ
ജന്മമുണ്ടായതു യാതൊന്നിനന്നതും
കാനനവാസാവകാശമുണ്ടായതും
ഞാനറിഞ്ഞീടിനനേിന്നതിനന്നെടോ!
ജ്ഞാനദൃഷ്ട്യാ തവ ധ്യാനകൈജാതയാ
ജ്ഞാനമൂർത്തേ! സകലത്തയും കണ്ടു ഞാൻ
എന്തിനു ഞാൻ വളരപ്പെറഞ്ഞീടുന്നു
സന്തുഷ്ടബുദ്ധ്യാ കൃതാർത്ഥനായനേഹം
ശ്രീപതി രാഘവൻ വന്ദിച്ചു സാദരം
താപസശ്രേഷ്ഠനോടേവമരുൾ ചെയ്തു":
ക്ഷത്രബന്ധുക്കളായുള്ളോരു ഞങ്ങളെ-
ച്ചിത്തമോദത്തോടനുഗ്രഹിക്കണേമേ!'
ഇത്ഥമന്യോന്യമാഭാഷണവും ചെയ്തു
തത്ര കഴിഞ്ഞിതു രാത്രി മുനിയുമായ്

വാല്മീക്യാശ്രമപ്രവേശം

ഉത്ഥാനവും ചെയ്തുഷസി മുനിവര-
പുത്രരായുള്ള കുമാരകന്മാരുമായ്
ഉത്തമമായ കാളിന്ദിനദിയേയു-
മുത്തീര്യ താപസാദിഷ്ടമാർഗ്ഗേണ പോയ്
ചിത്രകൂടാദ്രിയെ പ്രാപിച്ചിതു ജവാൽ
തത്ര വാൽമീകി തന്നാശ്രമം നിർമ്മലം
നാനാമുനികുല സങ്കുലം കേവലം
നാനാമൃഗദ്വിജാകീർണ്ണം മനോഹരം
ഉത്തമ വൃക്ഷലതാപരിശോഭിതം
നിത്യകുസുമഫലദലസംയുതം
തത്ര ഗത്വാ സമാസീനം മുനികുല-
സത്തമം ദൃഷ്ട്വാ നമസ്കരിച്ചീടിനാൻ
രാമം രമാവരം വീരം മനോഹരം
കോമളം ശ്യാമളം കാമദം മോഹനം
കന്ദർപ്പ സുന്ദരമിന്ദീവരക്ഷേണ-
മിന്ദ്രാദിവൃന്ദാര കൈരഭി വന്ദിതം
ബാണതൂണീര ധനുർദ്ധരം വിഷ്ടപ-
ത്രാണ നിപുണം ജടാമകുടോജ്ജ്വലം
ജാനകീലക്ഷ്മണോപേതം രഘൂത്തമം
മാനവേന്ദ്രം കണ്ടു വാൽമീകിയും തദാ
സന്തോഷബാഷ്പാകുലാക്ഷനായ് രാഘവൻ
തൻ തിരുമേനി ഗാഢം പുണർന്നീടിനാൻ
നാരായണം പരമാനന്ദവിഗ്രഹം
കാർണ്യപീയൂഷസാഗരം മാനുഷം
പൂജയിത്വാ ജഗത്പൂജ്യം ജഗന്മയം

രാജീവലോചനം രാജേന്ദ്ര ശേഖരം
ഭക്തിപൂണ്ടർഘ്യപാദ്യാദികൾകൊണ്ടഥ
മുക്തിപ്രദനായ നാഥനു സാദരം
പക്വമധുരമധുഫലമൂലങ്ങ-
ളൊക്കെ നിവേദിച്ചു ഭോജനാർത്ഥം മുദാ
ഭുക്ത്വാ പരിശ്രമം തീർത്തു രഘുവരൻ
നത്വാ മുനിവരൻ തന്നോടരുൾ ചെയ്തു
താതാജ്ഞയാ വനത്തിന്നു പുറപ്പെട്ടു
ഹേതുവോ ഞാൻ പറയേണമെന്നില്ലല്ലോ?
വേദാന്തിനാം ഭവാനതറിയാമല്ലോ
യാതൊരിടത്തു സുഖേന വസിക്കാവൂ
സീതയോടും കൂടിയെന്നരുൾ ചെയ്യേണം
ഇദ്ദിക്കിലൊട്ടുകാലം വസിച്ചീടുവാൻ
ചിത്തേ പെരികയുണ്ടാശ മഹാമുനേ!
ഇങ്ങനെയുള്ള ദിവ്യന്മാരിരിക്കുന്ന
മംഗലദേശങ്ങൾ മുഖ്യവാസോചിതം'
എന്നതു കേട്ടു വാൽമീകി മഹാമുനി
മന്ദസ്മിതം ചെയ്തിവണ്ണമരുൾ ചെയ്തു:
'സർവ്വ ലോകങ്ങളും നിങ്കൽ വസിക്കുന്നു
സർവ്വലോകേഷു നീയും വസിക്കുന്നു
ഇങ്ങനെ സാധാരണം നിവാസസ്ഥല-
മങ്ങനെയാകയാലെന്തു ചൊല്ലാവതും
സീതാസഹിതനായ് വാഴുവാനിന്നൊരു
ദേശം വിശേഷിച്ചു ചോദിക്ക കാരണം
സൗഖ്യേന തേ വസിപ്പാനുള്ള മന്ദിര-
മാഖ്യാവിശേഷേണ ചൊല്ലുന്നതുണ്ടു ഞാൻ
സന്തുഷ്ടരായ് സമസ്യഷ്ടികളായ് ബഹു-
ജന്തുക്കളിൽ ദ്വേഷഹീനമതികളായ്

ശാന്തരായ് നിന്നെബ്ഭജിപ്പവർ നമ്മുടെ
സ്വാന്തം നിനക്കു സുഖവാസമന്ദിരം
നിത്യധർമ്മാധർമ്മമെല്ലാമുപേക്ഷിച്ചു
ഭക്ത്യാ ഭവാനെബ്ഭജിക്കുന്നവരുടെ
ചിത്തസരോജം ഭവാനിരുന്നീടുവാ-
നുത്തമമായ് വിളങ്ങീടുന്ന മന്ദിരം
നിത്യവും നിന്നെശ്ശരണമായ് പ്രാപിച്ചു
നിർദ്വന്ദ്വരായ് നിസ്പൃഹരായ് നിരീഹരായ്
ത്വന്മന്ത്രജാപകരായുള്ള മാനുഷർ
തന്മനഃപങ്കജം തേ സുഖമന്ദിരം
ശാന്തന്മാരായ് നിരഹങ്കാരികളുമായ്
ശാന്ത രാഗദ്വേഷമാനസന്മാരുമായ്
ലോഷ്ടാശ്മകാഞ്ചന തുല്യമതികളാം
ശ്രേഷ്ഠമതികൾ മനസ്തവ മന്ദിരം
നിങ്കൽ സമസ്തകർമ്മങ്ങൾ സമർപ്പിച്ചു
നിങ്കലേ ദത്തമായോരു മനസ്സോടും
സന്തുഷ്ടരായ് മരുവുന്നവർ മാനസം
സന്തതം തേ സുഖവാസായ മന്ദിരം
ഇഷ്ടം ലഭിച്ചിട്ടു സന്തോഷമില്ലൊട്ടു-
മിഷ്ടേതരാപ്തിക്കനുതാപവുമില്ല
സർവവും മായതേ നിശ്ചിന്ത്യ വാഴുന്ന
ദിവ്യമനസ്തവ വാസായ മന്ദിരം
ഷഡ്ഭാവഭേദവികാരങ്ങളൊക്കയെു-
മുൾപ്പൂവിലോർക്കിലോ ദേഹത്തിനേയുള്ളൂ
ക്ഷുത്തൃഡ്ഭവസുഖദുഃഖാദി സർവവും
ചിത്തവേ ചാരിക്കിലാത്മാവിനില്ലതേും
ഇത്ഥമുറച്ചു ഭജിക്കുന്നവരുടെ
ചിത്തം തവ സുഖവാസായ മന്ദിരം

യാതൊരുത്തൻ ഭവന്തം പരംചിദ്ഘനം
വേദസ്വരൂപമനന്തമേകം സതാം
വേദാന്തവേദ്യമാദ്യം ജഗദ്കാരണം
നാദാന്തരൂപം പരബ്രഹ്മമച്യുതം
സർവഗുഹാശയത്വം സമസ്താധാരം
സർവഗതം പരാത്മാനമലേപകം
വാസുദേവം വരദം വരണേ്യം ജഗ-
ദ്വാസിനാമാത്മനാ കാണുന്നതും സദാ
തസ്യചിത്തേ ജനകാത്മജയാ സമം
നിസ്സംശയം വസിച്ചീടുക ശ്രീപതേ!
സന്തതാഭ്യാസദൃഢീകൃതചേതസാം
സന്തതം ത്വല്പാദസേവാരതാത്മനാം
അന്തർഗതനായ് വസിക്കനീ സീതയാ
ചിന്തിത ചിന്താമണേ! ദയാവാരിധേ!

വാല്മീകിയുടെ ആത്മകഥ

കർണ്ണാമൃതം തവ നാമമാഹാത്മ്യമഹോ
വർണ്ണിപ്പതിനാർക്കുമാവതുമല്ലല്ലഹൊ.
ചിന്മയനായ നിന് നാമ മഹിമയാല്
ബ്രഹ്മമുനിയായ് ചമഞ്ഞതു ഞാനടൊ.
ദുർമ്മതി ഞാന് കിരാതന് മാരുമായ് പുരാ
നിർമ്മദിയാദങ്ങള് ചെയ്തേൻ പലതരം
ജന്മമാത്ര ദ്വിജത്വം മുന്നമുള്ളതും
ബ്രഹ്മകർമ്മങ്ങളുമൊക്കെ വെടിഞ്ഞു ഞാൻ
ശൂദ്രസമാചാര തല്പരനായൊരു
ശൂദ്രതരുണിയുമായ് വസിച്ചേൻ ചിരം.
പുത്രരെയും വളരെജ്ജനിപ്പിച്ചിതു
നിസ്ത്രപം ചോരന്മാരോടു കൂടച്ചേർന്നു
നിത്യവും ചോരനായ് വില്ലുമമ്പും ധരി–
ച്ചെത്ര ജന്തുക്കളെ കൊന്നേൻ ചതിച്ചു ഞാൻ!
എത്രവസ്തു പറിച്ചേൻ ദ്വിജന്മാരോടു–
മത്ര മുനീന്ദ്രവനത്തിൽ നിന്നകേദാ.
സപ്തമുനികൾ വരുന്നതു കണ്ടുഞാൻ
തത്രവഗേനേ ചെന്നേൻ മുനിമാരുടെ
വസ്ത്രാദികൾ പറിച്ചീടുവാൻ മൂഢനായ്.
മദ്ധ്യാഹ്നമാർത്താണ്ഡതേജസ്വരൂപികൾ
നിർദയം പ്രാപ്തനാം ദുഷ്ടനാമെന്നെയും
വിദ്രുതം നിർജ്ജനേ ഘോരമഹാവനേ
ദൃഷ്ട്വാ സസംഭ്രമമെന്നോടരുൾ ചെയ്തു:
'തിഷ്ഠ തിഷ്ഠ ത്വയാ കർത്തവ്യമത്ര കിം?
ദുഷ്ഠമതേ പരമാർഥം പറ'കെന്നു

തുഷ്ട്യാ മുനിവര്യന്മാരരുൾ ചെയ്തപ്പോൾ
നിഷ്ഠുരാത്മാവായ ഞാനുമവർകളോ-
ടിഷ്ടം മദീയം പറഞ്ഞേൻ നൃപാത്മജ!
'പുത്രദാരാദികളുണ്ടെനിക്കതെത്രയും
ക്ഷുത്തൃഡ് പ്രപീഡിതന്മാരായിരിക്കുന്നു.
വൃത്തികഴിപ്പാൻ വഴിപോക്കരോടു ഞാൻ
നിത്യം പിടിച്ചുപറിക്കുമാറാകുന്നു.
നിങ്ങളോടും ഗ്രഹിച്ചീടണമതോനു-
മിങ്ങനെ ചിന്തിച്ചുവഗേനേ വന്നു ഞാൻ.
ചൊന്നാൻ മുനിവരന്മാരതു കേട്ടുട-
നെന്നോടു മന്ദസ്മിതം ചെയ്തു സാദരം:
'എങ്കിൽ നീ ഞങ്ങൾ ചൊല്ലുന്നതു കേൾക്കണം
നി കുടുംബത്തോടു ചോദിക്ക നീ
നിങ്ങളെ ച്ചൊല്ലി ഞാൻ ചെയ്യുന്ന പാപങ്ങൾ
നിങ്ങൾ കൂടെ പകുത്തൊട്ടു വാങ്ങീടുമൊ?
എന്നു നീ ചെന്നു ചോദിച്ചു വരുവോളം
നിന്നീടുമത്രവൈ ഞങ്ങൾ നിസംശയം.'
ഇത്ഥമാകർണ്ണ്യ ഞാൻ വീണ്ടുപോയ്ച്ചെന്നു മൽ-
പുത്രദാരാദികളൊടു ചോദ്യം ചെയ്തേൻ:
'ദുഷ്കർമ്മസഞ്ചയം ചെയ്തു ഞാൻ നിങ്ങളെ-
യൊക്കബെഭ്ഭരിച്ചുകൊള്ളുന്നു ദിനം പ്രതി
തൽഫലമൊട്ടൊട്ടു നിങ്ങൾ വാങ്ങീടുമോ?
മൽ പാപമൊക്കെ,ഞാൻ തന്നെ ഭുജിക്കെന്നോ?
സത്യം പറയണേ'മെന്നു ഞാൻ ചൊന്നതി-
നുത്തരമായവരെന്നോടു ചൊല്ലിനാർ:
"നിത്യവും ചെയ്യുന്ന കർമ്മഗണഫലം
കർത്താവൊഴിഞ്ഞുമറ്റന്യർ ഭുജിക്കുമൊ?
താന്താൻ നിരന്തരം ചെയ്യുന്ന കർമ്മങ്ങൾ

താന്താനനുഭവിച്ചീടുകന്നെവേരൂ."
ഞാനുമതു കടേട്ടു ജാത നിർവദേനായ്
മാനസേ ചിന്തിച്ചു ചിന്തിച്ചോരോതരം
താപസൻമാർ നിന്നരുളുന്നദിക്കിനു
താപനേ ചന്നെു നമസ്കരിച്ചീടിനൻേ
നിത്യതപോധനസംഗമഹേതുനാ
ശുദ്ധമായ് വന്നിതന്നെന്തഃകരണവും
ത്യക്ത്വാ ധനുശ്ശരാദ്യങ്ങളും ദൂരെ ഞാൻ
ഭക്ത്യാ നമസ്കരിച്ചൻേ പാദസന്നിധൌ
'ദുർഗ്ഗതി സാഗരേ മഗ്നനായ് വീഴുവാൻ
നിർഗ്ഗമിച്ചീടുമന്നെകെ്കരുണാത്മനാ
രക്ഷിച്ചു കൊള്ളണേമ ശരണാഗത-
രക്ഷണം ഭൂഷണമല്ലൊ മഹാത്മനാം'.
സ്പഷ്ടമിത്യുക്ത്വാ പതിതം പദാന്തികേ
ദൃഷ്ട്വാ മുനിവരന്മാരുമരുൾ ചയ്തു:
'ഉത്തിഷ്ഠ ഭദ്രമുത്തിഷ്ഠ തേ സന്തതം
സ്വസ്ത്യസ്തു ചിത്തശുദ്ധിസ്സദവൈാസ്തു തേ.
സദ്യഃഫലം വരും സജ്ജനസംഗമാ-
ദ്വിദ്വജ്ജനാനാം മഹത്വമതോദൃശം.
ഇന്നുതന്നെ തരുന്നുണ്ടൊരുപദശേ-
മന്നൊൽ നിനക്കതിനാലേ ഗതിവരും.'
അന്യോന്യമാലോകനം ചയ്തു മാനസേ
ധന്യതപോധനന്മാരും വിചാരിച്ചു:
'ദുർവൃത്തനരേ്റം ദ്വിജാധമനാമിവൻ
ദിവ്യജനത്താലുപകേക്ഷ്യനന്നൊകിലും
രക്ഷരക്ഷതേി ശരണംഗമിച്ചവൻ
രക്ഷണീയൻ പ്രയത്ന ദുഷ്ടോപി വാ.
മോക്ഷമാർഗ്ഗോപദശേനേ രക്ഷിക്കണം

സാക്ഷാൽ പരബ്രഹ്മബോധപ്രദാനനേ.'
ഇത്ഥമുക്ത്വാ രാമനാമ വർണ്ണദ്വയം
വ്യത്യസ്തവർണ്ണരൂപേണ ചൊല്ലിത്തന്നാർ.
'നിത്യം മരാമരതേ്യവം ജപിക്ക നീ
ചിത്തമേകാഗ്രമാക്കിക്കൊണ്ടനാരതം.
ഞങ്ങളിങ്ങോട്ടു വരുവോളവും പുന-
രിങ്ങനെ തന്നെ ജപിച്ചിരിന്നീടു നീ.'
ഇത്ഥമനുഗ്രഹം ദത്വാ മുനീന്ദ്രന്മാർ
സത്വരം ദിവ്യപഥാ ഗമിച്ചീടിനാർ.
നത്വാ മരതേി ജപിച്ചിരുന്നനേഹം
ഭക്ത്യാസഹസ്രയുഗം കഴിവോളവും
പുററുകൊണ്ടെന്നുടൽ മൂടിമഞ്ഞിച്ചിതു
മുററും മറഞ്ഞുചമഞ്ഞിതു ബാഹ്യവും.
താപസനേ്ദ്രന്മാരുമെഴുന്നള്ളിനാർ,
ഗോപതിമാരുദയം ചെയ്തതുപോലെ,
നിഷ്ക്രമിച്ചീടെന്നു ചൊന്നതുകേട്ടു ഞാൻ
നിർഗ്ഗമിച്ചീടിനനോശു നാകൂദരാൽ.
വല്മീകമദ്ധ്യതോനിന്നു ജനിക്കയാ-
ലമ്മുനീന്ദ്രന്മാരഭിധാനവും ചെയ്താർ:
'വാൽമീകിയാം മുനി സ്രഷേ്ടൻ ഭവാൻ ബഹു-
ലാമ്നായവദേിയായ് ബ്രഹ്മജ്ഞനാക നീ.'
എന്നരുൾചെയ്തെഴുന്നള്ളി മുനികളു-
മന്നു തുടങ്ങിഞാനിങ്ങനെ വന്നതും.
രാ്മനാമത്തിൻ പ്രഭാവം നിമിത്തമായ്
രാമ! ഞാനിങ്ങനെയായ് ചമഞ്ഞീടിനേൻ.
ഇന്നു സീതാസുമിത്രാത്മജന്മാരോടും
നിന്നെ മുദാ് കാണ്മതിന്നവകാശവും
വന്നിതെനിക്കു,മുന്നം ചെയ്തപുണ്യവും

നന്നായ് ഫലിച്ചു കരുണാജലനിധേ!
രാജീവ ലോചനം രാമം ദയാപരം
രാജേന്ദ്രശേഖരം രാഘവം ചക്ഷുഷാ
കാണായമൂലം വിമുക്തനായനേഹം
ത്രാണനിപുണ! ത്രിദശകുലപതേ!
'സീതയാ സാർദ്ധം വസിപ്പതിനായൊരു
മോദകരസ്ഥലം കാട്ടിത്തരുവൻ ഞാൻ
പോന്നാലു'മെന്നെഴുന്നള്ളിനാനന്തികേ
ചേർന്നുള്ള ശീഷ്യപരിവൃതനാം മുനി.
ചിത്രകൂടാചലഗംഗയോരന്തരാ
ചിത്രമായോരുടജം തീർത്തു മാമുനി
തെക്കും വടക്കും കിഴക്കും പടിഞ്ഞാറു-
മക്ഷിവിമോഹനമായ് രണ്ടു ശാലയും
നിർമ്മിച്ചിവിടെയിരിക്കെന്നരുൾ ചെയ്തു;
മന്മഥതുല്യൻ ജനകജതന്നോടും
നിർമ്മലനാകിയ ലക്ഷ്മണൻ തന്നോടും
ബ്രഹ്മാത്മനാ മരുവീടിനൻ,രാമനും
വാൽമീകിയാൽ നിത്യപൂജിതനായ് സദാ.
കാമ്യാംഗിയായുള്ള ജാനകി തന്നോടും
സാദരമാനന്ദമുൾക്കൊണ്ടു മേവിനാൻ.
ദേവമുനീവരസേവിതനാകിയ
ദേവരാജൻ ദിവി വാഴുന്നതുപോലെ.

ദശരഥന്റെ ചരമം

മന്ത്രിവരനാം സുമന്ത്രരുമറിയാതെ-
രന്തശ്ശുചാ ചെന്നയോദ്ധ്യ പുക്കീടിനാൻ.
വസ്ത്രണേ വക്ത്രവുമാച്ഛാദ്യ കണ്ണു നീ-
രത്യർത്ഥമിറ്റിറ്റു വീണും തുടച്ചുമ-
ത്തരേും പുറത്തുഭാഗത്തു നിർത്തിച്ചന്നെു
ധീരതയോടു നൃപനെ വണങ്ങിനാൻ.
'ധാത്രീപതേ! ജയ വീര മൌലേ ജയ
ശാസ്ത്രമതേ!ജയ ശൌര്യാംബുധേ! ജയ
കീർത്തി നിധേ! ജയ സ്വാമിൻ!ജയ ജയ
മാർത്താണ്ഡഗോത്രജാതോത്തംസമേ! ജയ.'
ഇത്തരം ചൊല്ലി സ്തുതിച്ചു വണങ്ങിയ
ഭൃത്യനോടാശു ചോദിച്ചു നൃപോത്തമൻ:
'സോദരനോടും ജനകാത്മജയോടു-
മതേൊരു ദിക്കിലിരിക്കുന്നു രാഘവൻ?
നിർല്ലജ്ജനായതി പാപിയാമന്നെോടു
ചൊല്ലുവാനന്തോന്നു ചൊല്ലിയതന്നെുടെ
ലക്ഷ്മണ,നന്തെു പറഞ്ഞു വിശഷേിച്ചു
ലക്ഷ്മീസമയായ ജാനകീ ദവേിയും?
ഹാ രാമ! ഗുണവാരിധേ! ലക്ഷ്മണ!
വാരിജ ലോചനേ! ബാലേ മിഥിലജേ!
ദു:ഖം മുഴുത്തു മരിപ്പാൻ തുടങ്ങുന്ന
ദുഷ്കൃതിയാമന്നെരികത്തിരിപ്പാനും
മക്കളയേും കണ്ടന്നെിക്കു മരിപ്പാനും-
മിക്കാലമില്ലാതെ വന്നു സുകൃതവും.'
ഇത്ഥം പറഞ്ഞു കഴേുന്ന നൃപനേ്ദ്രനോ-

ടുൾത്താപമോടുരചെയ്തു സുമന്ത്രരും:
“ശ്രീരാമസീതാസുമിത്രാത്മജന്മാരെ–
ത്തരേലറേ്റിക്കൊണ്ടു പോയെൻേ തവാജ്ഞയാ.
ശൃംഗിവരോഖ്യപുരസവിധേ ചെന്നു
ഗംഗാതടേ വസിച്ചീടും ദശാന്തരേ
കണ്ടുതൊഴുതിതു ശൃഗിവരോധിപൻ
കൊണ്ടുവന്നു ഗുഹൻ മൂലഫലാദികൾ.
തൃക്കൈകൾ കൊണ്ടതു തൊട്ടുപരിഗ്രഹി–
ച്ചകുമാരന്മാർ ജടയും ധരിച്ചിതു.
പിന്നെ രഘൂത്തമനന്നോടു ചൊല്ലിനാ–
നന്നെ നിരൂപിച്ചു ദുഃഖിയായ്കാരുമേ.
ചൊല്ലണേമന്നുടെ താതനോടും ബലാ–
ലല്ലലുള്ളത്തിലുണ്ടാകാതിരിക്കണം.
സൌഖ്യമയോദ്ധ്യയിലേറും വനങ്ങളിൽ
മോക്ഷസിദ്ധിക്കും പരുെവഴിയായ് വരും.
മാതാവിനും നമസ്കാരം വിശേഷിച്ചു
ഖദേമന്നെക്കുറിച്ചുണ്ടാകരുതതേും.
പിന്നയെും പിന്നയെും ചൊൽകപിതാവതി–
ഖിന്നനായ് വാർദ്ധ്യക്യപീഡിതനാകയാൽ
എന്നപെ്പിരിഞ്ഞുള്ള ദുഃഖമശഷേവും
ധന്യവാക്യാമൃതം കൊണ്ടനക്കീടണം.’
ജാനകയിെും തൊഴുന്നന്നോടു ചൊല്ലിനാ–
ളാനനപത്മവും താഴ്ത്തി മന്ദം മന്ദം
അശ്രുകണങ്ങളും വാർത്തു സഗദ്ഗദം:
‘ശ്വശ്രുപാദഷേു സാഷ്ടാംഗം നമസ്കാരം.’
തോണികരേറി ഗുഹനോടു കൂടവേ
പ്രാണവിയോഗനേ നിന്നനേടിയനും
അക്കരചെ്ചന്നിറങ്ങിപ്പൊയ് മറവോള–

മിക്കരെ നിന്നു ശവശരീരം പോലെ.
നാലഞ്ചു നാഴിക ചെന്നവാറെ ധൈര്യ-
മാലംബ്യ മന്ദം നിവൃത്തനായീടിനാൻ."
തത്ര കൌസല്യ കരഞ്ഞു തുടങ്ങിനാൾ:
'ദത്തമല്ലോ പണ്ടു പണ്ടേ വരദ്വയം
ഇഷ്ടയായോരു കൈകേയിക്കു രാജ്യമോ
തുഷ്ടനായ് നൽകിയാൽ പോരായിരുന്നിതോ?
മൽപുത്രനെ കാനനാന്തേ കളവതി-
നിപ്പാപിയെന്തു പിഴച്ചിതു ദൈവമേ!
ഏവരെയും വരുത്തിത്തനിയേ പരി-
ദേവനം ചെയ്വതിനെന്തൊരു കാരണം?'
ഭൂപതി കൌസല്യ ചൊന്നൊരു വാക്കുകൾ
താപേന കേട്ടു മന്ദം പറഞ്ഞീടിനാൻ:
"പുണ്ണിലൊരു കൊള്ളിവയ്ക്കുന്നതുപോലെ
പുണ്യമില്ലാതെ മാം ഖേദിപ്പിയായ്കു നീ.
ദുഃഖമുൾക്കൊണ്ടു മരിപ്പാൻ തുടങ്ങുമെ-
ന്നുൾക്കാമ്പുരുക്കിച്ചമയ്ക്കായ്കു വല്ലഭേ!
'പ്രാണപ്രയാണമടുത്തു,തപോധനൻ
പ്രാണവിയോഗേ ശപിച്ചതു കാരണം.
കേൾക്കനീ ശാപ വൃത്താന്തം മനോഹരേ!
സാക്ഷാൽ തപസ്വികളീശ്വരന്മാരല്ലോ.
അർദ്ധരാത്രൌ ശരജ്വാലവും ചാപവും
ഹസ്തേധരിച്ചു മൃഗയാവിവശനായ്
വാഹിനീതീരെ വനാന്തരെ മാനസ-
മോഹനേ നിൽക്കുന്നനേരമൊരു മുനി
ദാഹേന മാതാപിതാക്കൾ നിയോഗത്താൽ
സാഹസത്തോടിരുട്ടത്തു പുറപ്പെട്ടു
കുംഭവും കൊണ്ട് നീർ കോരുവാൻ വന്നവൻ

കുംഭനേ വള്ളമൻപണ്ടുമുക്കും വിധൌ
കുംഭത്തിൽ നീരകം പുക്ക ശബ്ദം കേട്ടു
കുംഭി തുമ്പിക്കയ്യിലംഭോഗതമിതി
ചിന്തിച്ചുടൻ നാദഭേദിനം സായകം
സന്ധായ ചാപേ ദൃഢ്ഡമയച്ചീടനേൻ.
'ഹാ! ഹാ! ഹതോസ്മ്യഹം ഹാ! ഹാ! ഹതോസ്മ്യഹം
ഹാ!' ഹതേി കേട്ടിതു മാനുഷ വാക്യവും.
'ഞാനൊരു ദോഷമാരോടുമേ ചെയ്തീല
കേനേ വാ ഹന്ത! ഹതോഹം വിധേ! വൃഥാ?
പാർത്തിരിക്കുന്നതു മാതാപിതാക്കന്മാ-
രാർത്തി കൈക്കൊണ്ടു കണ്ണീർക്കു ദാഹിക്കയാൽ.'
ഇത്തരം മർത്ത്യനാദം കേട്ടു ഞാനതി-
ത്രസ്തനായ് തത്ര ചെന്നേത്തലോടും തദാ
താപസബാലകൻ പാദങ്ങളിൽ വീണു
താപനേ ചൊന്നേൻ മുനിസുതനോടു ഞാൻ:
'സ്വാമിൻ ദശരഥനായ രാജാവു ഞാൻ
മാമപരാധിനം രക്ഷിക്ക വേണമേ!
ഞാനറിയാതെ മൃഗയാവിവശനാ-
യാന തണ്ണീർകുടിക്കും നാദമെന്നോർത്തു
ബാണമയ്തനേതിപാപിയായോരു ഞാൻ
പ്രാണൻ കളയുന്നതുണ്ടിനി വൈകാതെ.'
പാദങ്ങളിൽ വീണു കേണീടുമെന്നോടു
ഖേദം കലർന്നു ചൊന്നാൻ മുനി ബാലകൻ:
കർമ്മമത്രെ തടുക്കാവതല്ലർക്കുമേ
ബ്രഹ്മഹത്യാപാപമുണ്ടാകയില്ല തേ.
വൈശ്യനത്രേ ഞാൻ മമ പിതാക്കന്മാരെ-
യാശ്വസിപ്പിക്ക നീയതേുമേ വൈകാതെ.
വാർദ്ധക്യമേറി ജരാനരയും പൂണ്ടു

നത്രേവും കാണാതെ പാർത്തിരുന്നീടുന്നു
ദാഹനേ ഞാൻ ജലം കൊണ്ടങ്ങു ചെല്ലുവാൻ
ദാഹം കെടുക്ക നീ തണ്ണീർ കൊടുത്തിനി
വൃത്താന്തമെല്ലാമവരോടറിയിക്ക
സത്യമെന്നാലവർ നിന്നെയും രക്ഷിക്കും.
എന്നുറ്റെ താതനു കോപമുണ്ടാകിലോ
നിന്നെയും ഭസ്മമാക്കീടുമറിക നീ.
പ്രാണങ്ങൾ പോകാഞ്ഞു പീഡയുണ്ടറേവും
ബാണം പറിക്ക നീ വൈകരുതേതുമേ.'
എന്നതു കേട്ടു ശല്യോദ്ധാരണം ചെയ്തു
പിന്നെസ്സജലം കലശവും കൈക്കൊണ്ടു
ദമ്പതിമാരിരിക്കുന്നവിടെക്കതി-
സംഭ്രമത്തോടു ഞാൻ ചെല്ലും ദശാന്തരേ,
'വൃദ്ധതയോടു നത്രേങ്ങളും വേറുപെ-
ട്ടർദ്ധരാത്രിക്കു വിശന്നു ദാഹിച്ചഹോ
വർത്തിക്കുമങ്ങെങ്ങൾക്കു തണ്ണീർക്കുപായൊരു
പുത്രനുമിങ്ങു മറന്നു കളഞ്ഞിതൊ?
മറ്റില്ലൊരാശ്രയം ഞങ്ങൾക്കൊരുനാളും
മുറ്റും ഭവാനൊഴിഞ്ഞെന്തു വൈകീടുവാൻ?
ഭക്തിമാനേറ്റവും മുന്നമെല്ലാമതി-
സ്വസ്ഥനായ് വന്നിതോ നീ കുമാരാ! ബലാൽ?'
ഇപ്രകാരം നിരൂപിച്ചിരിക്കും വിധൌ
മൽപാദവിന്യാസജധ്വനി കേൾക്കായി
കാൽപ്പെരുമാറ്റം മദീയം തഥാ കേട്ടു
താൽപര്യമോടു പറഞ്ഞു ജനകനും:
'വൈകുവാനെന്തു മൂലം മമ നന്ദന!
വേഗേനേ തണ്ണിർ തരിക നീ സാദരം.'
ഇത്ഥമാകർണ്യ ഞാൻ ദമ്പദിമാർ പദം

ഭക്ത്യാനമസ്കരിച്ചതെ്രയും ഭീതനായ്
വൃത്താന്തമല്ലാമറിയിച്ചിതന്നരേം
'പുത്രനല്ലയൌദ്ധ്യാധിപനാകിയ
പൃഥ്വീവരൻ ഞാൻ ദശരഥനന്നു പരേ.
രാത്രൌ വനാന്തരേ മൃഗയാവിവശനായ്
ശാർദ്ദൂലമുഖ്യമൃഗങ്ങളെയും കൊന്നു
പാർത്തിരുന്നന്ദേ നദീതീരതെ മൃഗാശയാ.
കുംഭത്തിൽ നീരകം പുക്കുന്ന ശബ്ദം കടേ്ടു
കുംഭിവീരൻ നിജ തുമ്പിക്കരം തന്നിൽ
അംഭസ്സു കൊള്ളുന്ന ശബ്ദമന്നൌർക്കയാ–
ലമ്പയച്ചനേറിയാതെ,യതും ബലാൽ
പുത്രനുകൊണ്ടനരേത്തു കരച്ചിൽ കേ–
ട്ടതെ്രയും ഭീതനായ് തത്ര ചെന്നീടിനന്ദേ.
ബാലനകെ്കണ്ടു നമസ്കരിച്ചനേതു–
മൂലമവനുമന്നാടേു ചൊല്ലീടിനാൻ:
'കർമ്മമാത്രേ മമ വന്നതിതു തവ
ബ്രഹ്മഹത്യാപാപമുണ്ടാകയില്ല തേ.
കണ്ണും പൊടിഞ്ഞു വയസ്സുമറേപെ്പുക്കു
പർണ്ണശാലാന്തരേ വിശന്നു ദാ്ഹത്തൊടും
എന്നയെും പാർത്തിരിക്കും പിതാക്കന്മാർക്കു
തണ്ണീർ കൊടുക്ക'യന്നന്നാടേു ചൊല്ലിനാൻ.
ഞാനതുകടേ്ടുഴറ്റാടേു വന്നനേിനി
ജ്ഞാ്നികളാം നിങ്ങളൊക്കെ ക്ഷമിക്കണം.
ശ്രീപാദപങ്കജമന്നിയേ മറ്റില്ല
പാപിയായയാേരടിയന്നവലംബനം
ജന്തുവിഷയ കൃപാവശന്മാരല്ലോ
സന്തതം താപസപുംഗവന്മാർ നിങ്ങൾ.'
ഇത്ഥമാകർണ്യ കരഞ്ഞു കരഞ്ഞവ–

രതേ്രയും ദുഃഖം കലർന്നു ചൊല്ലീടിനാർ:
'പുത്രനവിടകെ്കിടക്കുന്നിതു ഭവാൻ
തത്രവൈ ഞങ്ങളകെ്കൊണ്ടു പോയീടണം.'
ഞാനതു കടേ്ടവർതമ്മയെടുത്തതി–
ദീനതയോടവെ മകനുററൽ കാട്ടിനേൻ.
കഷ്ടമാഹന്ത! കഷ്ടം! കർമ്മമന്നെവർ
തൊട്ടു തലോടി തനയശരീരവും.
പിന്നപെ്പലതരം ചൊല്ലി വിലാപിച്ചു
ഖിന്നതയോടവരന്നെോടു ചൊല്ലിനാർ:
'നീയിനി നല്ല ചിത ചമച്ചീടണം
തീയുമറേ്റം ജ്വലിപ്പിച്ചു വകൈിടാതവെ.'
തത്ര ഞാനും ചിത കൂട്ടിയനേന്നരേം
പുത്രണേ സാകം പ്രവശേിച്ചവർകളും
ദഗ്ദ്ധദഹേന്മാരുമായ് ചന്നെു മൂവരും
വൃത്രാരിലോകം ഗമിച്ചുവാണീടിനാർ.
വൃദ്ധതപോധനനന്നരേമന്നെോടു
പുത്രശോകത്താൽ മരിക്കുമന്നെു ചൊല്ലിനാൻ.
ശാപകാലം നമുക്കാഗതമായിതു
താപസവകക്യമസത്യമായും വരാ."
മന്നവനവേം പറഞ്ഞുവിലാപിച്ചു
പിന്നയേും പിന്നയേും കണേു തുടങ്ങിനാ്ൻ:
'ഹാ രാമ!പുത്ര! ഹാ സീതേ! ജനകജ!
ഹാ രാമ! ലക്ഷ്മണ! ഹാ ഹാ ഗുണാംബുധേ!
നിങ്ങളയേും പിരിഞ്ഞന്നെ്മനം പുന–
രിങ്ങനവെ വന്നതു കകൈയേി സംഭവം.'
രാജീവനതേ്രനവെ ചിന്തിച്ചു ചിന്തിച്ചു
രാജാ ദശരഥൻ പുക്കു സുരാലയം.

ഭരതാനയനം

ദുഃഖിച്ചു രാജനാരീജനവും പുന-
രൊക്കെ വാവിട്ടു കരഞ്ഞു തുടങ്ങിനാര്‍.
വക്ഷസി താഡിച്ചു കഴേുന്ന ഘോഷങ്ങള്‍
തല്‍ക്ഷണം കേട്ടു വസിഷ്ഠമുനീന്ദ്രനും
മന്ത്രികളോടുമുഴറി സസംഭ്രമ-
മന്തഃപുരമകം പുക്കരുളിച്ചെയ്തു:
'തൈലമയദ്രോണിതന്നിലാക്കുക് ധരാ-
പാലകന്‍തന്നുടല്‍ കേടുവന്നീടായ്‌വാന്‍.'
എന്നരുള്‍ചെയ്തു ദൂതന്മാരേയും വിളി-
'ച്ചിന്നുതന്നെ നിങ്ങള്‍ വേഗേന പോകണം.
വേഗമേറീടും കുതിരയേറിച്ചെന്നു
കേകയരാജ്യമകം പുക്കു ചൊല്ലുക.
മാതുലനായ യുധാജിത്തിനോടിനി
ഏതുമേ കാലം കളയാതെയക്കണം,
ശത്രുഘ്നനോടും ഭരതനെയെന്നതി
വിദ്രുതം ചെന്നു ചൊല്‍കെ'ന്നയച്ചീടിനാന്‍.
സത്വരം കേകയരാജ്യമകം പുക്കു
നത്വാ യുധാജിത്തിനോടു ചൊല്ലീടിനാര്‍:
'കേള്‍ക്ക നൃപനേന്ദ്ര! വസിഷ്ഠനരുള്‍ ചെയ്ത
വാക്കുകള്‍,ശത്രുഘ്നനോടും ഭരതനെ
ഏതുമേ വൈകാതയോദ്ധ്യയ്ക്കയയ്ക്കെ'ന്നു
ദൂതവാക്യം കേട്ടനേരം നരാധിപന്‍
ബാലകന്മാരോടു പോകെന്നു ചൊല്ലിനാന്‍
കാലേ പുറപ്പെട്ടിതു കുമാരന്മാരും.
ഏതാനുമങ്ങൊരാപത്തകപ്പെട്ടിതു

താതനെന്നെന്നാകിലും ഭ്രാതാവിനാകിലും.
എന്തകപ്പെട്ടിതന്നെന്നുള്ളിൽ പലതരം
ചിന്തിച്ചു ചിന്തിച്ചു മാർഗ്ഗേ ഭരതനും
സന്താപമോടെയയോദ്ധ്യാപുരി പുക്കു
സന്തോഷവർജ്ജിതം ശബ്ദഹീനം തഥാ
ഭ്രഷ്ടലക്ഷ്മീകം ജനോൽബാധവർജ്ജിതം
ദൃഷ്ട്വാവിഗതോത്സവം രാജ്യമന്നെത്തിദം
തജ്ജോവിഹീനമകം പുക്കിതു, ചന്നെു
രാജഗേഹം രാമലക്ഷ്മണവർജ്ജിതം
തത്രകൈകേയിയെക്കണ്ടു കുമാരനന്മാർ
ഭക്ത്യാ നമസ്കരിച്ചീടിനാര്രന്തികേ,
പുത്രനെക്കണ്ടു സന്തോഷേണ മാതാവു-
മുത്ഥായ ഗാഢമാലിംഗ്യ മടിയിൽ വ-
ച്ചുത്തമാംഗേ മുകർന്നാശു ചോദിച്ചിതു:
'ഭദ്രമല്ലീ തൽ കുലത്തിങ്കലൊക്കവേ?
മാതാവിനും പിതൃഭ്രാതൃജനങ്ങൾക്കു-
മതേുമേ ദുഃഖമില്ലല്ലീ പറക നീ?'
ഇത്തരം കൈകേയി ചൊന്നനേരെത്തതി-
നുത്തരമാശു ഭരതനും ചൊല്ലിനാൻ:
"ഖേദമുണ്ടച്ഛനെക്കാണാഞ്ഞെനിക്കുള്ളിൽ
താതനവിടെ വസിക്കുന്നു മാതാവേ?
മാതാവിനോടു പിരിഞ്ഞു രഹസി ഞാൻ
താതനെപ്പണ്ടു കണ്ടീലൊരുനാളുമേ.
ഇപ്പോൾ ഭവതി താനെ വസിക്കുന്നതെ-
ന്തുൾപ്പൂവിലുണ്ടു മേ താപവും ഭീതിയും.
മൽപിതാവെങ്ങു?പറകെ'ന്നതു കേട്ടു
തൽപ്രിയമാശു കൈകേയിയും ചൊല്ലിനാൾ
'എന്മകനെന്തു ദുഃഖിപ്പാനവകാശം?

നിന്മനഃോവാഞ്ചിതമൊക്കെ വരുത്തി ഞാൻ.
അശ്വമധോദി യാഗങ്ങളല്ലാം ചയ്തു
വിശ്വമല്ലാടവും കീർത്തിപരത്തിയ
സല്പുരുഷന്മാർഗതി ലഭിച്ചീടിനാൻ
ത്വൽപിതാവന്നു കടേ്ടാരു ഭരതനും
ക്ഷോണീതലെ ദുഃഖവിഹ്വലചിത്തനായ്
വീണുവിലാപം തുടങ്ങിനാനത്രയും.

ഭരതപ്രലാപം

'ഹാ താത! ദുഃഖസമുദ്രേ നിമജ്ജ്യ മാ-
മതേതാരു ദിക്കിനു പോയിതു ഭൂപതേ!
എന്നെയും രാജ്യഭാരത്തെയും രാഘവൻ-
തന്നുടെ കയ്യിൽ സമർപ്പിയാതെ പിരി-
ഞ്ഞെങ്ങു പോയ്ക്കൊണ്ടു പിതാവേ! ഗുണനിധേ!
ഞങ്ങൾക്കുമാരുടയോരിനി ദൈവമേ!'
പുത്രനീവണ്ണം കരയുന്നതുനേരേ-
മുത്ഥാപ്യ കൈകേയി കണ്ണുനീരും തുട-
'ച്ചാസ്വസിച്ചീടുക ദുഃഖനേ കിം ഫല-
മീശ്വരകല്പിതമല്ലോമറിക നീ.
അഭ്യുദയം വരുത്തീടിനേൻ ഞാൻ തവ
ലഭ്യമല്ലോമേ ലഭിച്ചിതറിക നീ.'
മാതൃവാക്യം സമാകർണ്യഭരതനും
ഖേദപരവശചേതസാ ചോദിച്ചു:
'ഏതാനുമൊന്നു പറഞ്ഞതില്ലേ മമ
താതൻ മരിക്കുന്നനേരത്തു മാതാവേ!'
'ഹാ രാമ രാമ! കുമാര! സീതേ! മമ
ശ്രീരാമ! ലക്ഷ്മണ! രാമ! രാമ! രാമ!
സീതേ! ജനകസുതേ! പുനഃപുന-
രാതുരനായ് വിലാപിച്ചു മരിച്ചിതു
താത'നതു കേട്ടനേരം ഭരതനും
മാതാവിനോടു ചോദിച്ചാ'നതെന്തയ്യോ!
താതൻ മരിക്കുന്ന നേരത്തു രാമനും
സീതയും സൌമിത്രിയുമരികത്തില്ലേ?'
എന്നതു കേട്ടു കൈകേയിയും ചൊല്ലിനാൾ:

'മന്നവൻ രാമനഭിഷകേമാരഭ്യ-
സന്നദ്ധനായതു കണ്ടനരേത്തു ഞാ-
നന്നെുടനെ നന്ദനന്തന്നെ വാഴിക്കണം
എന്നുപറഞ്ഞഭിഷകേം മുടക്കിയന്േ
നിന്നോടതിൻ പ്രകാരം പറയാമല്ലൊ.
രണ്ടുവരം മമ തന്നു തവ പിതാ,
പണ്ടതിലൊന്നിനാൽ നിന്നെ വാഴിക്കെന്നും
രാമൻ വനത്തിനുപോകെന്നു മറ്റതും
ഭൂമിപൻ തന്നോടിതുകാലമർത്ഥിച്ചന്േ.
സത്യപരായണനായ നരപതി
പൃത്ഥ്വീതലം നിനക്കും തന്നു രാമനെ
കാനനവാസത്തിനായയച്ചീടിനാൻ
ജാനകീദവേി പാതിവ്രത്യമാലംബ്യ
ഭർത്താ്സമം ഗമിച്ചീടിനാളാശുസൌ-
മിത്രിയും ഭ്രാതാവിനോടു കൂടപ്പെോയാൻ.
താതനവരെ നിനച്ചു വിലാപിച്ചു
ഖദേനേരാമരാമതേി ദവോലയം
പുക്കാനറി'കെന്നു മാതൃവാക്യം കടേ്ടു
ദുഃഖിച്ചു ഭൂമിയിൽ വീണു ഭരതനും
മോഹം കലർന്നനരേത്തു കകൈയേിയു-
'മാഹന്ത ശോകത്തിനന്തൊരു കാരണം?
രാജ്യം നിനക്കു സമ്പ്രാപ്തമായ് വന്നിതു
പൂജ്യനായ് വാഴ്കചാപല്യം കളഞ്ഞു നീ.'
എന്നു കകൈയേി പറഞ്ഞതു കടേ്ടുട-
നൊന്നു കോപിച്ചു നോക്കീടിനൻ മാതരം
ക്രോധാഗ്നിതന്നിൽ ദഹിച്ചുപോമമ്മയെ-
ന്നാധിപൂണ്ടീടിനാർ കണ്ടുനിന്നോർകളും
'ഭർത്താവിനക്കൊന്ന പാപ! മഹാഘോരെ!

നിസ്ത്രപേ! നിർദ്ദയേ! ദുഷ്ടേ! നിശാചരീ!
നിന്നുടെ ഗർഭത്തിലുത്ഭവിച്ചേനെരു
പുണ്യമില്ലാത്തമഹാപാപി ഞാനഹോ.
നിന്നോടുരിയാടരുതിനി ഞാൻ ചെന്നു
വഹ്നിയിൽ വീണുമരിപ്പ,നല്ലായ്കിലോ
കാളകൂടം കുടിച്ചീടുവ,നല്ലായ്കിൽ
വാളെടുത്താശു കഴുത്തറുത്തീടുവൻ.
വല്ല കണക്കിലും ഞാൻ മരിച്ചീടുവ-
നില്ലൊരു സംശയം ദുഷ്ടേ ഭയങ്കരീ!
ഘോരമായുള്ള കുംഭീപാകമാകിയ
നാരകംതന്നിൽ വസിക്കിതുമൂലം.'
ഇത്തരം മാതരം ഭർത്സിച്ചു ദുഃഖിച്ചു
സത്വരം ചെന്നു കൗസല്യാഗൃഹം പുക്കാൻ.
പാദേ നമസ്കരിച്ചൊരു ഭരതനെ
മാതാവും കൗസല്യയും പുണർന്നീടിനാൾ.
കണ്ണുനീരോടും മലിഞ്ഞതു ദീനയായ്
ഖിന്നയായോരു കൗസല്യ ചൊല്ലീടിനാൾ;
'കർമ്മദോഷങ്ങളിതല്ലാമകപ്പെട്ടി-
തെന്മകൻ ദൂരത്തകപ്പെട്ട കാരണം.
ശ്രീരാമനുമനുജാതനും സീതയും
ചീരംബരജടാധാരികളായ് വനം
പ്രാപിച്ചിതെന്നയും ദുഃഖാംബുരാശിയിൽ
താപനേ മഗ്നയാക്കീടിനാർ നിർദ്ദയം.
ഹാ! രാമ! രാമ! രഘുവംശനായക!
നാരായണ! പരമാത്മൻ ജഗല്പതേ!
നാഥ! ഭവാൻ മമ നന്ദനനായ് വന്നു
ജാതനായീടിനാൻ കവേലമങ്ങിലും
ദുഃഖമെന്നെപ്പിരിയുന്നീലൊരിക്കലു-

മുൾക്കാമ്പിലഭേർത്താൽ വിധിബലമാം തുലഭേം.'
ഇത്ഥം കരയുന്ന മാതാവു തന്നയെും
നത്വാ ഭരതനും ദുഃഖനേ ചഠൊല്ലിനാൻ:
'ആതുരമാനസയായ്കിതുകഠൊണ്ടു
മാതാവു ഞാൻ പറയുന്നതു കൾേക്കണം.
രാഘവരാജ്യാഭിഷകേം മുടക്കിയാൾ
കൈകെയിയാകിയ മാതാവു മാതാവഭേ!
ബ്രഹ്മഹത്യാശതജാതമാം പാപവു-
മമ്മഭേ ഭുജിക്കുന്നതുണ്ടു ഞാൻ നിർണയം
ബ്രഹ്മാത്മജനാം വസിഷ്ഠമുനിയയെും
ധർമ്മദാരങ്ങളരുന്ധതി തന്നയെും
ഖഡ്ഗനേ നിഗ്രഹിച്ചാലുള്ള പാപവു-
മഠൊക്കയെനുഭവിച്ചീടുന്നതുണ്ടു ഞാൻ.'
ഇങ്ങനെ നാനാശപഥങ്ങളും ചയെ്തു
തിങ്ങിന ദുഃഖം കലർന്നുഭരതനും
കഴേുന്ന നരേം ജനനിയും ചഠൊല്ലിനാൾ:
'ദഭേഷം നിനക്കതേുമില്ലനെ്നറിഞ്ഞു ഞാൻ.'
ഇത്ഥം പറഞ്ഞു പുണർന്നു ഗാഢം ഗാഢ-
മുത്തമാംഗഭേ മുകർന്നാളതു കണ്ടവ-
രഠൊക്കഭേ വാവിട്ടു കരഞ്ഞു തുടങ്ങിനാ-
രക്കഥ കടേ്ടു വസിഷ്ഠമുനീന്ദ്രനും
മന്ത്രിജനത്തഭേട്ടു മൻപഭേടഴെുന്നള്ളി
സന്താപമഭേടഭേ തഠൊഴുതു ഭരതനും
രഭേദനം കണ്ടരുൾ ചയെ്തു വസിഷ്ഠനും:
ഖദേം മതി മതി കളേിതു കവേലം
വൃദ്ധൻ ദശരഥനാകിയ രാജാധിപൻ
സത്യപരക്രമൻ വിജ്ഞാനവീര്യവാൻ
മർത്ത്യസുഖങ്ങളാം രാജഭഭേഗങ്ങളും

ഭുക്ത്വാ യഥാവിധി യജ്ഞങ്ങളും ബഹു
കൃത്വാ ബഹുധനദക്ഷിണയും മുദാ
ദത്വാ ത്രിവിഷ്ടപം ഗത്വാ യഥാസുഖം
ലബ്ധ്വാ പുരന്ദരാർദ്ധാസനം ദുർല്ലഭം
വൃത്രാരിമുഖ്യത്രിദശൗഘവന്ദ്യനാ-
യാനന്ദമോടിരിക്കുന്നതിനന്തു നീ-
യാനനം താഴ്ത്തി നത്രോംബു തൂകീടുന്നു?
ശുദ്ധാത്മനാ ജന്മനാശാദിവർജ്ജിതൻ
നിത്യൻ നിരുപമനവ്യയ ദ്വയൻ
സത്യസ്വരൂപൻ സകലജഗത്മയൻ
മൃത്യുജന്മാദിഹീനൻ ജഗൽകാരണൻ.
ദഹേമത്യർത്ഥം ജഡം ക്ഷണഭംഗുരം
മോഹൈകകാരണം മുക്തിവിരോധകം
ശുദ്ധിവിഹീനം പവിത്രമല്ലൊട്ടുമേ
ചിത്തേ വിചാരിച്ചു കണ്ടാലൊരിക്കലും
ദുഃഖിപ്പതിനവകാശമില്ലതേുമേ
ദുഃഖനേ കിം ഫലം മൃത്യുവശാത്മനാം?
താതനെന്നാകിലും പുത്രനന്നാകിലും
പ്രേതരായാലതിമൂഢരായുള്ളവർ
മാറത്തലച്ചു തൊഴിച്ചു മുറവിളി-
ച്ചേറെത്തളർന്നു മോഹിച്ചു വീണീടുവോർ
നിസ്സാരമത്രയും സംസാരമോർക്കിലോ
സത്സംഗമൊന്നേ ശുഭകരമായുള്ളു
തത്ര സൗഖ്യം വരുത്തീടുവാൻ നല്ലതു
നിത്യമായുള്ള ശാന്തിയറിക നീ.
ജന്മമുണ്ടാകുകിൽ മരണവും നിശ്ചയം
ജന്മം മരിച്ചവർക്കും വരും നിർണ്ണയം
ആർക്കും തടുക്കരുതാതൊരവസ്ഥയെ-

ന്നോർക്കണമെല്ലാം സ്വകർമ്മവശാഗതം
തത്ത്വമറിഞ്ഞുള്ള വിദ്വാനൊരിക്കലും
പുത്രമിത്രാദി കളത്രാദി വസ്തുനാ
വേർപെടുന്നേരം ദുഃഖമില്ലതേതുമേ
സ്വോപെതമെന്നാൽ സുഖവുമില്ലതേതുമേ.
ബ്രഹ്മാണ്ഡകോടികൾ നഷ്ടങ്ങളായതും
ബ്രഹ്മണാ സൃഷ്ടങ്ങളായതും പാർക്കിലോ
സംഖ്യയില്ലാതോളമുണ്ടിതന്നെന്നാൽ ക്ഷണ-
ഭംഗുരമായുള്ള ജീവിതകാലത്തി-
ലന്തെൊരാസ്ഥാ മഹാജ്ഞാനിനാമുള്ളതും?
ബന്ധമെന്തീ ദേഹദേഹികൾക്കന്നതും
ചിന്തിച്ചു മായാഗുണവൈഭവങ്ങളു-
മന്തർമുദാ കണ്ടവർക്കന്തു സംഭ്രമം?
കമ്പിതപത്രാഗ്രലഗ്നാംബുബിന്ദുവൽ-
സമ്പതിച്ചീടുമായുസ്സതി നശ്വരം.
പ്രാക്തനദേഹസ്ഥകർമണാ പിന്നയേും
പ്രാപ്തമാം ദേഹിക്കു ദേഹം പുനരപി.
ജീർണ്ണവസ്ത്രങ്ങളുപേക്ഷിച്ചു ദേഹികൾ
പൂർണശോഭം നവവസ്ത്രങ്ങൾ കൊള്ളുന്നു.
കാലചക്രത്തിൻ ഭ്രമണവേഗത്തിനു
മൂലമിക്കർമ്മഭേദങ്ങളറിക നീ.
ദുഃഖത്തിനന്തു കാരണം ചൊല്ലു നീ
മുഖ്യജനമതം കേൾക്ക ഞാൻ ചൊല്ലുവൻ.
ആത്മാവിനില്ല ജനനം മരണവു-
മാത്മനി ചിന്തിക്ക ഷഡ്ഭാവവുമില്ല.
നിത്യനാനന്ദസ്വരൂപൻ നിരാകുലൻ
സത്യസ്വരൂപൻ സകലേശ്വരൻ ശാശ്വതൻ
ബുദ്ധ്യാദിസാക്ഷി സർവാത്മാ സനാതനൻ

അദ്വയൈനകേൻ പരൻ പരമൻ ശിവൻ
ഇത്ഥമനാരതം ചിന്തിച്ചു ചിന്തിച്ചു
ചിത്തേ ദൃഢമായറിഞ്ഞു ദുഃഖങ്ങളും
ത്യക്ത്വാ തുടങ്ങുക കർമ്മ സമൂഹവും
സത്വരമതേും വിഷാദമുണ്ടാകൊലാ.'

സംസ്കാരകർമ്മം

ശ്രുത്വാ ഗുരുവചനം നൃപനന്ദനൻ
കൃത്വാ യഥാവിധി സംസ്കാരകർമ്മവും
മിത്രഭൃത്യാമാത്യസഹോദരോപാദ്ധ്യായ-
യുക്തനായഹോരു ഭരത കുമാരനും
താതശരീരമണ്ണെണത്തഹോണി തന്നിൽനി-
ന്നാദരപൂർവമടുത്തു നീരാടിച്ചു
ദിവ്യാംബരാഭരണാലപേനങ്ങളാൽ
സർവാംഗമലെല്ലാമലങ്കരിച്ചീടിനാൻ.
അഗ്നിഹോത്രാഗ്നിതന്നാലഗ്നിഹോത്രിയെ
സംസ്കരിക്കും വണ്ണമാചാര്യസംയുതം
ദത്വാതിലഹോദകം ദ്വാദശവാസരേ
ഭക്ത്യാ കഴിച്ചിതു പിണ്ഡവുമാദരാൽ
വദേപരായണന്മാരാം ദ്വിജാവലി-
ക്കഹോദനഗഹോധനഗ്രമരത്നാംബരം
ഭൂഷണലപേനതാംബൂലപൂഗങ്ങൾ
ഘഹോഷണേ ദാനവും ചയ്തു സസഹോദരം
വീണുനമസ്കരിച്ചാർശീവദനമാ-
ദാനവുംചയ്തു വിശുദ്ധനായ് മവേിനാൻ.
ജാനകലൈലക്ഷ്മണസംയുക്തനായുടൻ
കാനനം പ്രാപിച്ച മന്ത്രികുമാരനെ
മാനസേ ചിന്തിച്ചു ചിന്തിച്ചനുദിനം
മാനവവീരനായഹോരു ഭരതനും
സാനുജനായ് വസിച്ചീടിനാനദ്ദിനം
നാനാസുഹൃജ്ജനത്തഹോടുമനാകുലം
തത്രവസിഷ്ഠമുനീന്ദ്രൻ മുനികുല-

സത്തമന്മാരുമായ് വന്നു സഭാന്തികേ
അർണ്ണോരുഹാസനസന്നിഭനാം മുനി
സ്വർണ്ണാസനേ മരുവീടിനാനാദരാൽ.
ശത്രുഘ്നസംയുക്തനായ ഭരതനെ-
ത്തത്ര വരുത്തിയനന്തരമേവർകളും
മന്ത്രികളോടും പുരവാസികളോടു-
മന്ദരാനന്ദം വളർന്നുമരുവിനാർ.
കുമ്പിട്ടു നിന്ന ഭരതകുമാരനോ-
ടംഭോജസംഭവനന്ദനൻ ചൊല്ലിനാൻ
'ദശേകാലോചിതമായുള്ള വാക്കുകൾ
ദശേികനായ ഞാനാശു ചൊല്ലീടുവൻ
സത്യസന്ധൻ തവ താതൻ ദശരഥൻ
പൃത്ഥീതലം നിനക്കദ്യ നല്കീടിനാൻ
പുത്രാഭ്യുദയാർത്ഥമഷേ കൈകേയിക്കു
ദത്തമായോരു വരദ്വയം കാരണം.
മന്ത്രപൂർവ്വമഭിഷകേം നിനക്കു ഞാൻ
മന്ത്രികളോടുമൻപോടു ചെയ്തീടുവൻ.
രാജ്യമരാജകമാം, ഭവാനാലിനി-
ത്യാജ്യമല്ലന്നെു ധരിക്കകുമാര! നീ-
താതനിയോഗമനുഷ്ഠിക്കയും വണേം
പാതകമുണ്ടാമതല്ലായ്കിലവേനും.
ഒന്നൊഴിയാത ഗുണങ്ങൾ നരന്മാർക്കു
വന്നുകൂടുന്നു ഗുരുപ്രസാദത്തിനാൽ'
എന്നരുൾ ചെയ്തവസിഷ്ഠമുനിയോടു
നന്നായ് തൊഴുതുണർത്തിച്ചു ഭരതനും:
'ഇന്നടിയനു രാജ്യം കൊണ്ടു കിം ഫലം?
മന്നവനാകുന്നതും മമ പൂർവജൻ.
ഞങ്ങളവനുടെ കിങ്കരന്മാരത്രെ

നിങ്ങളിതല്ലൊമറിഞ്ഞില്ലാ മവേുന്നു.
നാളപ്പെുലർകാലേ പോകുന്നതുണ്ടു ഞാൻ
നാളീകനതേ്രനക്കെണ്ടിങ്ങു പോരുവാൻ
ഞാനും ഭവാനുമരുന്ധതീദവേിയും
നാനാപുരവാസികളുമമാത്യരും
ആന തരേ് കാലാൾ കുതിരപ്പടയോടു–
മാനക ശംഖ പടഹവാദ്യത്തൊടും
സോദരഭൂസുരതാപസസാമന്ത–
മദേിനീപാലകവശൈ്യശൂദ്രാദിയും
സാദരമാശു കകൈയേിയൊഴിഞ്ഞുള്ള
മാതൃജനങ്ങളുമായിട്ടു പോകണം.
രാമനിങ്ങാഗമിച്ചീടുവോളം ഞങ്ങൾ
ഭൂമിയിൽത്തന്നെ ശയിക്കുന്നതയേുള്ളു.'
മൂലഫലങ്ങൾ ഭുജിച്ചു ഭസിതവു–
മാലപേനം ചയെ്തു വൽകലവും പൂണ്ടു
താപസവഷേം ധരിച്ചു ജട പൂണ്ടു
താപം കലർന്നു വസിക്കുന്നതയേ്യുള്ളു.'
ഇത്ഥം ഭരതൻ പറഞ്ഞതു കടേ്ടവ–
രതെ്രയും നന്നുനന്നനെ്നു ചൊല്ലീടിനാർ.

ഭരതന്റെ വനയാത്ര

‘ചിത്തേ നിനക്കിതു തോന്നിയതത്ഭുത-
മുത്തമന്മാരിലത്യുത്തമനല്ലല്ലോ നീ.’
സാധുക്കളവേം പുകഴ്ത്തുന്ന നരേ-
മാദിത്യദവേനുദിച്ചു, ഭരതനും
ശത്രുഘ്നനോടു കൂടെപ്പുറപ്പെട്ടിതു;
തത്ര സുമന്ത്രനിയോഗനേ സൈന്യവും
സത്വരം രാമനെക്കാണാൻ നടന്നിതു
ചിത്തേ നിറഞ്ഞു വഴിഞ്ഞ മോദത്തോടും
രാജദാരങ്ങൾ കൌസല്യാദികൾ തദാ
രാജീവനേത്രനെക്കാണാൻ നടന്നിതു.
താപസസ്രഷ്ഠൻ വസിഷ്ഠനും പത്നിയും
താപസവൃന്ദനേ സാകം പുറപ്പെട്ടു.
ഭൂമി കിളർന്നു പൊങ്ങീടും പൊടികളും
വ്യോമനി ചെന്നു പരന്നു ചമഞ്ഞിതു.
രാഘവാലോകനാനന്ദവിവശരാം
ലോകരറിഞ്ഞില്ല മാർഗ്ഗഖദേങ്ങളും.
ശൃംഗിവരോഖ്യപുരം ഗമിച്ചിട്ടുടൻ
ഗംഗാതടെ ചെന്നിരുന്നു പരെുംമ്പട.
കകേയപുത്രീസുതൻ പടയോടുമി-
ങ്ങാഗതനായതു കടേ്ടുഗുഹൻ തദാ
ശങ്കിതമാനസനായ്വന്നു തന്നുടെ
കിങ്കരൻമാരോടു ചൊന്നാനതുനരേം:
‘ബാണചാപാതിശസ്ത്രങ്ങളും കൈക്കോണ്ടു
തോണികളൊക്കെ ബന്ധിച്ചു സന്നദ്ധരായ്
നില്പിനലെല്ലാവരും ഞാനങ്ങു ചെന്നു ക-

ണ്ടിപ്പഴോൾ വരുന്നതുമുണ്ടു വൈകീടാതെ.
അന്തികേ ചെന്നു വന്ദിച്ചാലവനുടെ-
യന്തർഗ്ഗതമറിഞ്ഞീടുന്നതുണ്ടല്ലോ.
രാഘവനോടു വിരോധത്തിനണ്ടെങ്കിലോ
പോകരുതാരുമിവരിനി നിർണ്ണയം
ശുദ്ധരെന്നാകിൽ കടത്തുകയും വേണം
പദ്ധതിക്കേതും വിഷാദവും കൂടാതെ.
ഇത്ഥം വിചാരിച്ചുറച്ചു ഗുഹൻ ചെന്നു
സത്വരം കാൽക്കൽ നമസ്കരിച്ചീടിനാൻ
നാനാവിധോപായനങ്ങളും കാഴ്ചവ-
ച്ചാനന്ദപൂർവ്വം തൊഴുതു നിന്നീടിനാൻ
ചീരാംബരം ഘനശ്യാമം ജടാധരം
ശ്രീരാമമന്ത്രം ജപന്തമനാരതം
ധീരം കുമാരം കുമാരോപമം മഹാ-
വീരം രഘുവരസോദരം സാനുജം
മാരസമാനശരീരം മനോഹരം
കാരുണ്യസാഗരം കണ്ടു ഗുഹൻ തദാ
ഭൂമിയിൽ വീണു ഗുഹോഹമിത്യുക്ത്വാ പ്ര-
ണാമവും ചെയ്തു,ഭരതനുമന്നേരം
ഉത്ഥാപ്യ ഗാഢമാലിംഗ്യ രഘുനാഥ-
ഭക്തം വയസ്യമനാമയവാക്യവും
ഉക്ത്വാ ഗുഹനോടു പിന്നെയും ചൊല്ലിനാൻ:
'ഉത്തമപൂരുഷോത്തംസരത്നം ഭവാൻ
ആലിംഗനംചെയ്തുവല്ലൊ ഭാവാനെ ലോ-
കാലംബനഭൂതനാകിയ രാഘവൻ.
ലക്ഷ്മീഭഗവതി ദേവിക്കൊഴിഞ്ഞു സി-
ദ്ധിക്കുമോ മറ്റൊരുവർക്കുമതോർക്ക നീ.
ധന്യനാകുന്നതു നീ ഭുവനത്തിങ്ക-

ലിന്നതിനില്ലൊരു സംശയം മത്സഖേ!
സോദരനോടും ജനകാത്മജയോടു-
മത്രൊരിടത്തുനിന്നൻപൊടു കണ്ടിതു
രാമനെ നീ, യവനെന്തുപറഞ്ഞതും
നീ മുദാ രാമനോടന്തേനെന്നു ചൊന്നതും
യാതൊരിടത്തുറങ്ങീ രഘുനായകൻ
സീതയോടും കൂടി നീയവിടം മുദാ,
കാട്ടിത്തരികെ'ന്നു കേട്ടുഗുഹൻ തദാ
വാട്ടമില്ലാത്തൊരു സന്തോഷ ചേതസാ
ഭക്തൻ ഭരതനത്യുത്തമനന്നെു തൻ-
ചിത്തനേിരൂപിച്ചുടൻ നടന്നീടിനാൻ.
യത്ര സുപ്തോ നിശി രാഘവൻ സീതയാ
തത്ര ഗത്വാ ഗുഹൻ സത്വരം ചൊല്ലിനാൻ:
'കണ്ടാലുമങ്ങെിൽ കുശാസ്തൃതം സീതയ
കൊണ്ടൽവർണൻ തൻ മഹാശയനസ്ഥലം.'
കണ്ടുഭരതനും മുക്തബാഷ്പോദകം
തൊണ്ടവിറച്ചു സഗദ്ഗദം ചൊല്ലിനാൻ:
'ഹാ സുകുമാരീ! മനോഹരീ!ജാനകീ!
പ്രാസാദമൂർദ്ധ്നി സുവർണതല്പസ്ഥലേ
കോമളസ്നിഗ്ദ്ധധവളാംബരാസ്തൃതേ
രാമണേ ശതേ കുശമയവിഷ്ടരേ നിഷ്ഠൂരേ
ഖദേനേ സീതാ മദീയാഗ്രജന്മനാ.
മദ്ദോഷകാരണാലന്നെതു ചിന്തിച്ചു-
മിദ്ദഹേമാശു പരിത്യജിച്ചീടുവൻ
കിൽബിഷകാരിണിയായ കൈകെയിതൻ
ഗർഭത്തിൽ നിന്നു ജനിച്ചൊരുകാരണം
ദുഷ്കൃതിയായതി പാപിയാമന്നെയും
ധിക്കരിച്ചീടിനന്തേ പിന്നയെും പിന്നയെും.

ജന്മസാഫല്യവും വന്നിതനുജനു
നിർമ്മലമാനസൻ ഭാഗ്യവാനത്രെയും
അഗ്രജൻ തന്നെപരിചരിച്ചപ്പൊഴും
വ്യഗ്രം വനത്തിനു പോയതവനല്ലോ.
ശ്രീരാമദാസദാസന്മാർക്കു ദാസനാ-
യാരൂഢഭക്തിപൂണ്ടഷേ ഞാനും സദാ
നിത്യവും സേവിച്ചുകൊൾവനെന്നാൽ വരും
മർത്ത്യജന്മത്തിൻ ഫലമെന്നു നിർണ്ണയം.
ചൊല്ലൂ നീയെന്നോടവിടെ വസതി കൌ-
സല്യാതനയനവിടേക്കു വകൈാതെ
ചെന്നു ഞാനിങ്ങു കൂട്ടിക്കൊണ്ടുപോരുവ-
നെന്നതു കേട്ടുഗുഹനുമുരചെയ്താൻ:
'മംഗലദവേതാവല്ലഭൻ തങ്കലി-
ന്നിങ്ങനെയുള്ളൊരു ഭക്തിയുണ്ടാകുയാൽ
പുണ്യവാന്മാരിവച്ചഗ്രസേരൻ ഭവാൻ
നിർണ്ണയമങ്കിലോ കേൾക്ക മഹാമതേ!
ഗംഗാനദി കടന്നാലടുത്തത്രെയും
മംഗലമായുള്ള ചിത്രകൂടാചലം
തന്നികടേ വസിക്കുന്നു സീതയാ
തന്നുടനെ സോദരനോടും യഥാസുഖം.'
ഇത്ഥം ഗുഹോക്തികൾ ഭരതനും
തത്ര ഗച്ഛാമഹേ ശീഘ്രം പ്രിയസഖേ!
തർത്തുമമർത്ത്യതടിനിയെ സത്വരം
കർത്തുമുദ്യോഗം സമർത്ഥോ ഭവാദ്യ നീ.'
ശ്രുതാഭരതവാക്യം ഗുഹൻ സാദരം
ഗത്വാ വിബുധനദിയക്കെക്കടത്തുവാൻ
ഭൃത്യജനത്തോടു കൂടസ്സെസംഭ്രമം
വിസ്താരയുക്തം മഹാക്ഷപേനീയുതം

അഞ്ജസാകൂലദശേം നിറച്ചീടിനാ-
നഞ്ഞൂറു തഭേണി വരുത്തി നിരത്തിനാൻ.
ഊറ്റമായഭേരു തുഴയുമടുത്തതി-
ലഗേറ്റം വലിയഭൊരു തഭേണിയിൽ താൻ മുദാ
ശത്രുഘ്നനയേും ഭരതനയേും മുനി-
സത്തമനായ വസിഷ്ഠനയേും തഥാ
രാമമാതാവായ കഭൌസല്യതന്നയെും
വാമശീലാംഗിയാം കകൈകെയിതന്നയെും
പൃത്ഥ്വീശപത്നിമാർ മറ്റുള്ളവരയേും
ഭക്ത്യാതഭൊഴുതു കരറേ്റി മന്ദം തുഴ-
ഞ്ഞസ്തഭീത്യാ കടത്തീടിനാനാദരാൽ
ഉമ്പർതടിനിയഭെ കുമ്പിട്ടനാകുലം
മുമ്പഭേ കടന്നിതു വമ്പടയും തദാ.
ശീഘ്രം ഭരദ്വാജതാപസസന്ദ്രാശ്രമം
വ്യാഘ്രഗഭേവൃന്ദപൂർണ്ണം വിരഭേധം വിനാ
സം പ്രാപ്യസം പ്രീതനായ ഭരതനും
വൻപടയഭൊക്കവഭേ ദൂരനിെർത്തീടിനാൻ.
താനുമനുജനുമായുടജാങ്കണഭേ
സാനന്ദമാവിശ്യ നിന്നഭേരനന്തരം
ഉജ്ജ്വലന്തം മഹാതജേസാ താപസം
വിജ്വരാത്മാനമാസീനം വിധിസമം
ദൃഷ്ട്വാ നനാമ സാഷ്ടാംഗം സസഭേദരം
പുഷ്ടഭക്ത്യാ ഭരദ്വാജമുനീശ്വരം
ജ്ഞാത്വാ ദശരഥനന്ദനം ബാലകം
പ്രീത്യവൈ പൂജയാമാസ മുനീന്ദ്രനും.
ഹൃഷ്ടവാചാ കുശലപ്രശ്നവും ചയെ്തു
ദൃഷ്ടവാ തദാ ജടാവൽകലധാരിണം
തുഷ്ടികലർന്നരുൾ ചയെ്താ'നിതന്തെടെഭേ

കഷ്ടിക്കപ്പെപ്പുപപന്നമല്ലൊട്ടുമേ
രാജ്യവും പാലിച്ചുനാനാജനങ്ങളാൽ
പൂജ്യനായപ്പൊരു നീയനെന്തിനായിങ്ങനെ
വൽകലവും ജടയും പൂണ്ടു താപസ-
മുഖ്യവഷേത്തപ്പെരിഗ്രഹിച്ചീടുവാൻ?
എന്തൊരുകാരണം വൻപടയോടുമാ-
ഹന്ത! വനാന്തരേ വന്നതും ചൊല്ലൂ നീ.'
ശ്രുത്വാ ഭരദ്വാജവാക്യം ഭരതനു-
മിത്ഥം മുനിവരൻ തന്നോടു ചൊല്ലിനാൻ:
'നിന്തിരുവുള്ളത്തിലറേതെ ലോകത്തി-
ലന്തൊരു വൃത്താന്തമുള്ളുമഹാമുനേ!
എങ്കിലും വാസ്തവം ഞാനുണർത്തിപ്പനി-
സ്സങ്കടം പോവാനനുഗ്രഹിക്കണേമേ!
രാമാഭിഷകേവിഘ്നത്തിനു കാരണം
രാമപാദാബ്ജങ്ങളാണ തപോനിധേ!
ഞാനതേുമയേൊന്നറിഞ്ഞീല,രാഘവൻ
കാനനത്തിനഴെുന്നള്ളുവാൻ മൂലവും
കകേയപുത്രിയാമമ്മതൻ വാക്കായ
കാകോളവഗേമേ മൂലമതിന്നുള്ളു.
ഇപ്പോളശുദ്ധനോ ശുദ്ധനോ ഞാനതി-
നിപ്പാദപത്മം പ്രമാണം ദയാനിധേ!
ശ്രീരാമചന്ദ്രനു ഭൃത്യനായ് തല്പാദ-
വാരിജയുഗ്മം ഭജിക്കനെന്നിയേ മമ
മറ്റുള്ള ഭോഗങ്ങളാലന്തൊരു ഫലം?
മുറ്റുമതൊനൊഴിഞ്ഞില്ലൊരാകാംക്ഷിതം.
ശ്രീരാഘവൻ ചരണാന്തികേ വീണു സം-
ഭാരങ്ങളല്ലൊമവിടസെ്സമർപ്പിച്ചു
പൌരവസിഷ്ഠാദികളോടുകൂടവേ

ശ്രീരാമചന്ദ്രനഭിഷേകവും ചെയ്തു
രാജ്യത്തിനാശു കൂട്ടിക്കൊണ്ടുപോയിട്ടു
പൂജ്യനാം ജ്യേഷ്ഠനെ സേവിച്ചുകൊള്ളുവൻ.'
ഇങ്ങനെ കേട്ടു ഭരതവാക്യം മുനി
മംഗലാത്മാന്തമനേം പുണർന്നീടിനാൻ.
ചുംബിച്ചു മൂർദ്ധനി സന്തോഷിച്ചരുളിനാൻ:
'കിം ബഹുനാ വത്സ! വൃത്താന്തമൊക്കെ ഞാൻ
ജ്ഞാനദൃശാ കണ്ടറിഞ്ഞിരിക്കുന്നതു
മാനസേ ശോകമുണ്ടാകൊലാ കേൾക്ക നീ.
ലക്ഷ്മണനേക്കാൾ നിനക്കേറുമേ ഭക്തി
ലക്ഷ്മീപതിയായ രാമങ്കൽ നിർണ്ണയം.
ഇന്നിനിസ്സൽക്കരിച്ചീടുവൻ നിന്നെ ഞാൻ
വന്നപടയോടുമില്ലൊരു സംശയം.
ഊണും കഴിഞ്ഞുറങ്ങി പുലർകാലേ
വേണം രഘുനാഥനെച്ചെന്നു കൂപ്പുവാൻ.'
എല്ലാമരുൾചെയ്തവണ്ണമെനിക്കതി-
നില്ലൊരു വൈമുഖ്യമെന്നു ഭരതനും
കാൽ കഴുകിസ്സമാചമ്യ മുനീന്ദ്രനു-
മേകാഗ്രമാനസനായതി വിദ്രുതം
ഹോമഗേഹസ്ഥനായ് ധ്യാനവും ചെയ്തിതു
കാമസുരഭിയെത്തൽക്ഷണേ കാനനം
ദേവേന്ദ്രലോകസമാനമായ് വന്നിതു;
ദേവകളായിച്ചമഞ്ഞൂ തരുക്കളും.
ദേവവനിതമാരായി ലതകളും
ഭാവനാവൈഭവമെത്രയുമത്ഭുതം!
ഭക്തഭക്ഷ്യാദി പേയങ്ങൾ ഭോജ്യങ്ങളും
ഭുക്തിപ്രസാധനം മറ്റും ബഹുവിധം.
ഭോജനശാലകൾ സനോഗൃഹങ്ങളും

രാജഗേഹങ്ങളുമത്രമനോഹരം!
സ്വർണ്ണരത്നവ്രാതനിർമ്മിതമശേക്കവേ
വർണ്ണിപ്പതിന്നു പണിയുണ്ടനന്തനും.
കർമ്മണാ ശാസ്ത്രദൃഷ്ടേനേ വസിഷ്ഠനെ-
സ്സമ്മോദമോടു പൂജിച്ചിതു മുമ്പിനാൽ.
പശ്ചാത് സസൈന്യം ഭരതം സസോദര-
മിച്ഛാനുരൂപണേ പൂജിച്ചനന്തരം
തൃപ്തരായ് തത്ര ഭരദ്വാജമന്ദിരേ
സുപ്തരായാരമരാവതീസന്നിഭേ.
ഉത്ഥാനവും ചെയ്തുഷസി നിയമങ്ങൾ
കൃത്വാഭരദ്വാജപാദങ്ങൾ കൂപ്പിനാർ.
താപസൻ തന്നോടനുജ്ഞയും കൈക്കൊണ്ടു
ഭൂപതിനന്ദനന്മാരും പുറപ്പെട്ടു
ചിത്രകൂടാചലം പ്രാപ്യമഹാബലം
തത്രപാർപ്പിച്ചു ദൂരേ കിഞ്ചിദന്തികേ
മിത്രമായോരു ഗുഹനും സുമന്ത്രരും
ശത്രുഘ്നനും താനുമായ് ഭരതനും
ശ്രീരാമസന്ദർശനാകാംഷയാ മന്ദ-
മാരാഞ്ഞു നാനാ തപോധനമണ്ഡലേ
കാണാഞ്ഞോരോരോ മുനിവരന്മാരോടൂ
താണു തൊഴുതു ചോദിച്ചുമത്യാദരം:
'കുത്രവാഴുന്നു രഘൂത്തമനത്ര സൌ-
മിത്രിയോടൂം മഹീപുത്രിയോടും മുദാ?'
ഉത്തമനായ ഭരതകുമാരനോ-
ടുത്തരം താപസന്മാരുമരുൾ ചെയ്തു:
'ഉത്തരതീരേ സുരസരിതഃസ്ഥലേ
ചിത്രകൂടാദ്രിതൻ പാർശ്വേ മഹാശ്രമേ
ഉത്തമപൂരുഷൻ വാഴുന്നി'തന്നെു കേ-

ട്ടതെ്രയും കൌതുകത്തോടെ ഭരതനും
തത്രവൈ ചന്നെനരേത്തു കാണായ് വന്നി-
തത്യൽഭുതമായ രാമചന്ദ്രാശ്രമം.
പുഷ്പഫലദലപൂർണ്ണവല്ലീതരു-
ശഷ്പരമണീയകാ്നനമണ്ഡലേ
ആമ്രകദളീബകുളപനസങ്ങ-
ളാമ്രാതകാർജ്ജുനനാഗപുന്നാഗങ്ങൾ
കരേപൂഗങ്ങളും കോവിദാരങ്ങളു-
മരേണ്ഡചമ്പകാശോകതാലങ്ങളും
മാലതീജാതിപ്രമുഖലതാവലീ-
ശാലികളായതമാലസാലങ്ങളും
ഭൃംഗാദിനാനാ വിഹംഗനാദങ്ങളും
തുംഗമാതംഗഭുജംഗപ്ലവംഗ കു-
രംഗാദി നാനാമൃഗവ്രാതലീലയും
ഭംഗ്യാസമാലോക്യ ദൂരെ ഭരതനുൻ
വൃക്ഷാഗ്രസം ലഗ്നവൽകലാലങ്കൃതം
പുഷ്കരാക്ഷാശ്രമം ഭക്ത്യാവണങ്ങിനാൻ.
ഭാഗ്യവാ്നായഭരതനതുനരേം
മാർഗ്ഗരജസി പതിഞ്ഞു കാണായ് വന്നു
സീതാരഘുനാദപാദാരവിന്ദങ്ങൾ
നൂതനമായതി ശോഭനം പാവനം
അങ്കുശാബ്ജദ്ധ്വജവജ്രമത്സ്യാദികൾ-
ണ്ടങ്കിതം മംഗലമാനന്ദമഗ്നനായ്
വീണുരുണ്ടും പണിഞ്ഞും കരഞ്ഞും തദാ
രണ്ടേു തന്മൌലിയിൽ കോരിയിട്ടീടിനാൻ.
'ധന്യോഹമിന്നഹോ ധന്യോഹമിന്നഃഒ
മുന്നം മയ കൃതം പുണ്യപൂരം പരം
ശ്രീരാമപാദപത്മാഞ്ചിതം ഭൂതല-

മാരാലനെിക്കു കാണ്മാനവകാശവും
വന്നിതല്ലഠൌ മുഹുരിപ്പാദപാംസുക്ക-
ളന്വഷേണം ചയ്തുഴലുന്നിതറേ്റവും
വധോാവുമീശനും ദവേകദംബവും
വദേങ്ങളും നാരദാദിമുനികളും.'
ഇത്ഥമഠോർത്തത്ഭുതപ്രമേരസാപ്ലുത-
ചിത്തനായാനന്ദബാഷ്പാകുലാക്ഷനായ്
മന്ദം മന്ദം പരമാശ്രമസന്നിധഠൌ
ചന്നെു നിന്നനരേത്തു കാണായിതു
സുന്ദരം രാമചന്ദ്രം പരമാനന്ദ-
മന്ദിരമിന്ദ്രാദിവൃന്ദാരകവൃന്ദ-
വന്ദിതമിന്ദിരാമന്ദിരഠോരസ്ഥല-
മിന്ദ്രാവരജമിന്ദീവരലഠോചനം
ദൂർവ്വാദളനിഭശ്യാമളം കഠോമളം
പൂർവ്വജം നീലനളിനദളകേ്ഷണം
രാമം ജടാമകുടം വല്കലാംബരം
സഠോമബിംബാഭപ്രസന്നവക്ത്രാംബുജം
ഉദ്യത്തരുണാര്രുണായുതശഠോഭിതം
വിദ്യുത്സമാംഗിയാം ജാനകിയായഠൌരു
വിദ്യയുമായ് വിനഠോദിച്ചിരിക്കുന്നഠൌരു
വിദ്യഠോതമാനമാത്മാനമവ്യാകുലം
വക്ഷസി ശ്രീവത്സലക്ഷണമവ്യയം
ലക്ഷ്മീനിവാസം ജഗന്മയമച്യുതം
ലക്ഷ്മണസവേിതപാദപങ്കരേുഹം
ലക്ഷ്മണലക്ഷ്യസ്വരൂപം പുരാതനം
ദക്ഷാരിസവേിതം പക്ഷീന്ദ്രവാഹനം
രക്ഷഠോവിനാശനം രക്ഷാവിചക്ഷണം
ചക്ഷുഃശ്രവണപ്രവരപല്യങ്കഗം

കുക്ഷിസ്ഥിതാനേകപത്മജാണ്ഡം പരം
കാരുണ്യപൂർണ്ണം ദശരഥനന്ദൻ-
മാരണ്യവാസരസികം മനോഹരം.
ദുഃഖവും പ്രീതിയും ഭക്തിയുമുൾക്കൊണ്ടു
തൃക്കാൽക്കൽ വീണു നമസ്കരിച്ചീടിനാൻ.
രാമനവനെയും ശത്രുഘ്നനെയുമാ-
മോദാലെടുത്തു നിവർത്തിസ്സസംഭ്രമം
ദീർഘബാഹുക്കളാലിംഗനം ചെയ്തു
ദീർഘനിശ്വാസവുമന്യോന്യമുൾക്കൊണ്ടു
ദീർഘനേത്രങ്ങളിൽ നിന്നു ബാഷ്പോദകം
ദീർഘകാലം വാർത്തു സോദരന്മാരെയും
ഉത്സംഗസീമനി ചേർത്തുപുനരപി
വത്സങ്ങളുമണച്ചാനന്ദപൂർവ്വകം
സത്സംഗമേറെയുള്ളോരു സൌമിത്രിയും
തത്സമയേ ഭരതാംഘ്രികൾ കൂപ്പിനാൻ.
ശത്രുഘ്നനുമതിഭക്തി കലർന്നു സൌ-
മിത്രിതൻ പാദാംബുജങ്ങൾ കൂപ്പീടിനാൻ.
ഉഗ്രതൃഷാർത്തന്മാരായ പശുകുല-
മഗ്രേ ജലാശയം കണ്ടപോലെ തദാ.
വേഗേനേ സന്നിധൌ ചെന്നാശു കണ്ടിതു
രാഘവൻ തൻ തിരുമേനി മാതാക്കളും.
രോദനം ചെയ്യുന്നമാതാവിനെക്കണ്ടു
പാദങ്ങളിൽ നമിച്ചാൻ രഘുനാഥനും
എത്രയുമാർത്തികൈക്കൊണ്ടു കൌസല്യയും
പുത്രനുബാഷ്പധാരാഭിഷേകം ചെയ്തു
ഗാഢമാശ്ലിഷ്യ ശിരസി മുകർന്നുട-
നൂഢമോദം മുലയും ചുരന്നു തദാ.
അന്യരായുള്ളോരു മാതൃജനത്തെയും

പിന്നെ നമസ്കരിച്ചീടിനാദരാൽ.
ലക്ഷ്മണൻ താനുമവ്വണ്ണം വണങ്ങിനാൻ
ലക്ഷ്മീസമയായ ജാനകീദേവിയും.
ഗാഢമാശ്ലിഷ്യ കൌസല്യാദികൾ സമാ-
രൂഢഖേദം തുടച്ചീടിനാർ കണ്ണുനീർ.
തത്ര സമാഗമം ദൃഷ്ട്വാ ഗുരുവരം
ഭക്ത്യാവസിഷ്ഠം സാഷ്ടാംഗമാമ്മാറുടൻ
നത്വാ രഘൂത്തമനാശു ചൊല്ലീടിനാ-
'നത്രെയും ഭാഗ്യവാൻ ഞാനെന്നു നിർണ്ണയം.
താതനു സൌഖ്യമല്ലീ നിജ മാനസേ
ഖേദമുണ്ടോ പുനരെന്നെപ്പിരികയാൽ?
എന്തോന്നു ചൊന്നതെന്നോടു ചൊല്ലീടുവാ-
നെന്തു സൌമിത്രിയെക്കൊണ്ടു പറഞ്ഞതും?"
രാമവാക്യം കേട്ടു ചൊന്നാൽ വസിഷ്ഠനും:
'ധീമതാം ശ്രേഷ്ഠ! താതോദന്തമാശു കേൾ.
നിന്നെപ്പിരിഞ്ഞതുതന്നെ നിരൂപിച്ചു
മന്നവൻ പിന്നെയും പിന്നെയും ദുഃഖിച്ചു
രാമരാമേതി സീതേതി കുമാരേതി
രാമേതി ലക്ഷ്മണേതി പ്രലാപം ചെയ്തു
ദേവലോകം ചെന്നുപുക്കാനറിക നീ
ദേവഭോഗനേ സുഖിച്ചു സന്തുഷ്ടനായ്.'
കർണ്ണശൂലാഭം ഗുരുവചനം സമാ-
കർണ്യരഘുവരൻ വീണിതുഭൂമിയിൽ.
തൽക്ഷണമുച്ചൈർവിലപിച്ചിതേറ്റവും
ലക്ഷ്മണനോടു ജനനീജനങ്ങളും
ദുഃഖമാലോക്യ മറ്റുള്ളജനങ്ങളു-
മൊക്കവെവാവിട്ടു കരഞ്ഞുതുടങ്ങിനാർ:
' ഹാ! താത!മാം പരിത്യജ്യ വിധിവശാ-

ലതേൊരു ദിക്കിനു പോയിതയ്യോഭവാൻ!
ഹാ ഹാ ഹതോഹമനാഥോസ്മി മാമിനി–
സ്നഹേനേലാളിപ്പതാരനുവാസരം
ദഹേമിനി ത്യജിച്ചീടുന്നതുണ്ടു ഞാൻ
മോഹമെനിക്കിനിയില്ല ജീവിക്കയിൽ.’
സീതയും സൌമിത്രിതാനുമവ്വണ്ണമേ
രോദനം ചെയ്തു വീണീടിനാർ ഭൂതലേ.
തദ്ദശായാം വസിഷ്ഠോക്തികൾ കേട്ടവ–
രുൾത്താപമൊട്ടു ചുരുക്കി മരുവിനാർ.
മന്ദാകിനിയിലിറങ്ങിക്കുളിച്ചവർ
മന്ദതേരമുദകക്രിയയും ചെയ്താർ.
പിണ്ഡം മധുസഹിതംേഗുദീസൽഫല–
പിണ്യാകനിർമ്മതാംന്നംകൊണ്ടു വച്ചിത്
യതൊരന്നം താൻ ഭുജിക്കുന്നതുമതു
സാദരംനൽക പിതൃക്കൾക്കുമെന്നല്ലൊ
വദേസ്മൃതികൾ വിധിച്ചതെന്നോർത്തതി–
ഖദേനേ പിണ്ഡദാനാനന്തരം തദാ
സ്നാനം കഴിച്ചു പുണ്യാഹവും ചെയ്തഥ
സ്നാനാദനന്തരം പ്രാപിച്ചിതാശ്രമം,
അന്നുപവാസവും ചെയ്തിതെല്ലാവരും
വന്നുദിച്ചീടിനാനാദിത്യദവേനും.
മന്ദാകിനിയിൽ കുളീച്ചൂത്തു സന്ധ്യയും
വന്ദിച്ചു പോന്നാശ്രമേ വസിച്ചീടിനാർ.

ഭരതരാഘവസംവാദം

അനന്തരമാശുഭരതനും രാമനെ-
ച്ചെന്നു തൊഴുതു പറഞ്ഞു തുടങ്ങിനാൻ:
'രാമരാമ പ്രഭോ! രാമ! മഹാഭാഗ!
മാമകവാക്യം ചെവിതന്നു കേൾക്കണം.
ഉണ്ടടിയനഭിഷേകസംഭാരങ്ങൾ
കൊണ്ടുവന്നിട്ട,തുകൊണ്ടിനി വൈകാതെ
ചെയ്കവേണമഭിഷേകവും പാലനം
ചെയ്ക രാജ്യംതവ പൈതൃകം യഥോചിതം.
ജ്യേഷ്ഠനല്ലോ ഭവാൻ ക്ഷത്രിയാണാമതി
ശ്രേഷ്ഠമാം ധർമ്മം പ്രജാപരിപാലനം.
അശ്വമേധാദിയും ചെയ്തു കീർത്ത്യാ ചിരം
വിശ്വമെല്ലാം പരത്തിക്കുലതന്തവേ
പുത്രരെയും ജനിപ്പിച്ചു രാജ്യം നിജ
പുത്രങ്കലാക്കി വനത്തിനുപോകണം.
ഇപ്പോളനുചിതമത്രേ വനവാസ-
മത്ഭുതവിക്രമ!നാഥ!പ്രസീദ മേ.
മാതാവു തന്നുടെ ദുഷ്കൃതം താവക-
ചേതസി ചിന്തിക്കരുതു ദയാനിധേ!
ഭ്രാതാവു തന്നുടേ പാദാംബുജം ശിര-
സ്യാദായ ഭക്തിപൂണ്ടിത്ഥമുരചെയ്തു
ദണ്ഡനമസ്കാരവും ചെയ്തു നിന്നിതു
പണ്ഡിതനായ ഭരതകുമാരനും
ഉത്ഥാപ്യ രാഘവനുത്സംഗമാരോപ്യ
ചിത്തമോദേനേ പുണർന്നു ചൊല്ലീടിനാൻ:
'മദ്വാക്യമത്ര കേട്ടാലും കുമാര! നീ

യത്ത്വയാേക്തം മയാ തത്തഥെവെശ്രുതം.
താതനന്നപ്പെതിന്നാലു സംവത്സരം
പ്രീതനായ് കാനനം വാഴെന്നു ചൊല്ലിനാൻ.
പ്രീത നിനക്കു രാജ്യം മാതൃസമ്മതം
ദത്തമായീ പുനരെന്നതു കാരണം
ചേതസാപാർക്കിൽ നമുക്കിരുവാർക്കുമി-
ത്താതനിയാേഗമനുഷ്ഠിക്കയും വേണം.
യാതാെരുത്തൻ പിതൃവാക്യത്തെ ലംഘിച്ചു
നീതിഹീനം വസിക്കുന്നിതു ഭൂതലേ
ജീവന്മൃതനവൻ പിന്നെ നരകത്തിൽ
മേവും മരിച്ചാലുമില്ലാെരു സംശയം.
ആകയാൽ നീ പരിപാലിക്ക രാജ്യവും
പാേക,ഞാൻ ദണ്ഡകം തന്നിൽ വാണീടുവൻ.'
രാമവാക്യം കേട്ടു ചൊന്നാൻ ഭരതനും:
'കാമുകനായ താതൻ മൂഢമാനസൻ
സ്ത്രീജിതൻ ഭ്രാന്തനുന്മത്തൻ വയാേധികൻ
രാജഭാവം കൊണ്ടുരാജസമാനസൻ
ചൊന്നവാക്യം ഗ്രാഹ്യമല്ല മഹാമതേ!
മന്നവനായ് ഭവാൻ വാഴ്ക മടിയാതെ.'
എന്നു ഭരതവാക്യം കേട്ടു രാഘവൻ
പിന്നെയും മന്ദസ്മിതം ചെയ്തു ചൊല്ലിനാൻ:
'ഭൂമിഭർത്താ പിതാ നാരീജിതനല്ല
കാമിയുമല്ല മൂഢാത്മാവുമല്ല കേൾ.
താതനസത്യഭയം കൊണ്ടു ചെയ്തതി-
നതേുമേ ദാേഷം പറയരുതാേർക്ക നീ.
സാധുജനങ്ങൾ നരകത്തിലുമതി-
ഭീതി പൂണ്ടീടുമസത്യത്തിൽ മാനസേ.'
'എങ്കിൽ ഞാൻ വാഴ്‌വൻ വനേ നിന്തിരുവടി

സങ്കടമെന്നിയേ രാജ്യവും വാഴുക.'
സോദരനിത്ഥം പറഞ്ഞതു കേട്ടേതി-
സാദരം രാഘവൻ പിന്നെയും ചൊല്ലിനാൻ:
'രാജ്യം നിനക്കുമെനിക്കു വിപിനവും
പൂജ്യനാം താതൻ വിധിച്ചതു മുന്നമേ.
വ്യത്യയമായനുഷ്ഠിച്ചാൽ നമുക്കതു
സത്യവിരോധം വരുമെന്നു നിർണ്ണയം.'
എങ്കിൽ ഞാനും നിന്തിരുവടി പിന്നാലെ
കിങ്കരനായ് സുമിത്രാത്മജനെപ്പോലെ
പോരുവൻ കാനനത്തിന്നരുതെങ്കിൽ
ചാവേൻ ചെന്നു പരലോകമാശു ഞാൻ
നിത്യോപവാസേന ദേഹമുപേക്ഷിപ്പ'-
നിത്യനേമാത്മനി നിശ്ചയിച്ചന്തികേ
ദർഭ വിരിച്ചു കിഴക്കു തിരിഞ്ഞു നി-
ന്നപ്പോൾ വെയിലത്തുപുക്കു ഭരതനും.
നിർബന്ധബുദ്ധി കണ്ടപ്പോൾ രഘുവരൻ
തൽബോധനാർത്ഥം നയനാന്തസംജ്ഞയാ
ചൊന്നാൻ ഗുരുവിനോടപ്പോൾ വസിഷ്ഠനും
ചെന്നു കൈകേയീസുതനോടു ചൊല്ലിനാൻ:
'മൂഢനായീടൊലാ കേൾക്ക നീയെങ്കിലോ
ഗൂഢമായൊരുവൃത്താന്തം നൃപാത്മജാ!
രാമനാകുന്നതു നാരായണൻ പരൻ
താമരസോത്ഭവനർത്ഥിക്കകാരണം
ഭൂമിയിൽ സൂര്യകുലത്തിലയോദ്ധ്യയിൽ
ഭൂമിപാലാത്മജനായിപ്പിറന്നിതു.
രാവണനെക്കൊന്നുധർമ്മത്തെ രക്ഷിച്ചു
ദേവകളെപ്പരിപാലിച്ചു കൊള്ളുവാൻ.
യോഗമായാദേവിയായതു ജാനകി

ഭോഗിപ്രവരനാകുന്നതു ലക്ഷ്മണൻ.
ലോകമാതാവും പിതാവും ജനകജാ-
രാഘവന്മാരെന്നറിക വഴിപോലെ
രാവണനെക്കൊൽ വതിന്നു വനത്തിനു
ദേവകാര്യാർത്ഥം പുറപ്പെട്ടു രാഘവൻ.
മന്ഥരാവാക്യവും കൈകേയി ചിത്തനിർ-
ബ്ബന്ധവും ദേവകൃതമെന്നറിക നീ
ശ്രീരാമദേവനിവർത്തനത്തിങ്കലു-
ള്ളാഗ്രഹം നീയും പരിത്യജിച്ചീടുക,
കാരണപൂരുഷാനുജ്ഞയാ സത്വരം
നീ രാജധാനിക്കു പോക മടിയാതെ.
മന്ത്രികളോടും ജനനീജനത്തോടു-
മന്തമില്ലാത പടയോടുമിപ്പോഴേ
ചെന്നയോദ്ധ്യാപുരിപുക്കു വസിക്ക നീ.
വന്നീടുമഗ്രജൻ താനു മനുജനും
ദേവിയുമീരേഴുസംവത്സരാവധൗ
രാവണൻ തന്നെ വധിച്ചു സപുത്രകം.'
ഇത്ഥം ഗുരുക്തികൾ കേട്ടു ഭരതനും
ചിത്തേ വളർന്നൊരു വിസ്മയം കൈക്കൊണ്ടു
ഭക്ത്യാ രഘുത്തമസന്നിധൗ സാദരം
ഗത്വാ മുഹൂർന്നമസ്കൃത്വാ സസോദരം:
'പാദുകാം ദേഹി!രാജേന്ദ്ര! രാജ്യായതേ
പാദബുദ്ധ്യാമമ സേവിച്ചു കൊള്ളുവാൻ.
യാവത്തവാഗമനം ദേവ ദേവ! മേ
താവദേവോനാരതം ഭജിച്ചീടുവൻ.'
ഇത്ഥം ഭരതോക്തികേട്ടു രഘൂത്തമൻ
പൊൽത്താരടികളിൽ ചേർത്ത മെതിയടി
ഭക്തിമാനായ ഭരതനു നൽകിനാൻ;

നത്വാപരിഗ്രഹിച്ചീടിനാൻ തമ്പിയും.
ഉത്തമരത്നവിഭൂഷിതപാദുകാ–
മുത്തമാംഗദേ ചേർത്തു രാമനരനേ്ദ്രനെ
ഭക്ത്യാ പ്രദക്ഷിണം കൃത്വാ നമസ്കരി–
ച്ചുത്ഥായ വന്ദിച്ചു ചൊന്നാൻ സഗദ്ഗദം:
'മന്വബ്ദ്വപൂർണ്ണേ പ്രഥമദിനഭേവാൻ
വന്നതില്ലന്നുവന്നീടുകിൽ പിന്നെ ഞാൻ
അന്യദിവസമുഷസി ജ്വലിപ്പിച്ചു
വഹ്നിയിൽ ചാടി മരിക്കുന്നതുണ്ടല്ലൊ.'
എന്നതു കേട്ടു രഘുപതിയും നിജ
കണ്ണുനീരും തുടച്ചൻപോടു ചൊല്ലിനാൻ:
'അങ്ങനതെന്നയൊരന്തരമില്ലതി–
നങ്ങു ഞാനന്നു തന്നെ വരും നിർണ്ണയം.'
എന്നരുൾ ചെയ്തു വിടയും കൊടുത്തിതു
ധന്യൻ ഭരതൻ നമസ്കരിച്ചീടിനാൻ
പിന്നെ പ്രദക്ഷിണവും ചെയ്തു വന്ദിച്ചു
മന്ദതേരം പുറപ്പെട്ടു ഭരതനും
മാതൃജനങ്ങളും മന്ത്രിവരന്മാരും
ഭ്രാതാവുമാചാര്യനും മഹാസേനയും
ശ്രീരാമദേവനെ ചേതസി ചേർത്തുകൊ–
ണ്ടാരൂഢമോദേനേ കൊണ്ടുപോയീടിനാർ.
ശൃംഗിവേരാധിപനായ ഗുഹനേയും
മംഗലവാചാ പറഞ്ഞയച്ചീടിനാൻ.
മുമ്പിൽ നടന്നു ഗുഹൻ വഴികാട്ടുവാൻ
പിമ്പേ പെരുമ്പടയും നടകൊണ്ടിതു.
കൈകേയി താനും സുതാനുവാദം കൊണ്ടു
ശോകമകന്നു നടന്നു മകനുമായ്
ഗംഗകടന്നു ഗുഹാനുവാദനേ നാ–

ലംഗപ്പടയോടു കുമാരാന്മാർ
ചെന്നയോദ്ധ്യാപുരിപുക്കു രഘുവരൻ-
തന്നെയും ചിന്തിച്ചു ചിന്തിച്ചനുദിനം
ഭക്ത്യാ വിശുദ്ധബുദ്ധ്യാപുരവാസികൾ
നിത്യസുഖേന വസിച്ചിതെല്ലാവരും
താപസവേഷം ധരിച്ചു ഭരതനും
താപേന ശത്രുഘ്നനും വ്രതത്തോടുടൻ
ചെന്നു നന്ദിഗ്രാമമൻപോടു പുക്കിതു
വന്നിതാനന്ദം ജഗദ്വാസികൾക്കെല്ലാം.
പാദുകാം വച്ചു സിംഹാസനേ രാഘവ-
പാദങ്ങളെന്നു സങ്കൽപ്പിച്ചു സാദരം.
ഗന്ധപുഷ്റ്പ്പാദ്യങ്ങൾ കൊണ്ടു പൂജിച്ചുകൊ-
ണ്ടന്തികേ സേവിച്ചു നിന്നാരിരുവരും.
നാനാമുനിജനസേവിതനായൊരു
മാനവവീരൻ മനോഹരൻ രാഘവൻ
ജാനകിയോടുമനുജനോടും മുദാ
മാനസാനന്ദം കലർന്നു ചില ദിനം
ചിത്രകൂടാചലേ വാണോരനന്തരം
ചിത്തേ നിരൂപിച്ചു കണ്ടു രഘുവരൻ.
'മിത്രവർഗ്ഗങ്ങളയോദ്ധ്യയിൽ നിന്നു വ-
ന്നെത്തുമിവിടെയിരുന്നാലിനിയുടൻ;
സത്വരം ദണ്ഡകാരുണ്യത്തിനായ്ക്കൊണ്ടു
ബദ്ധമോദം ഗമിച്ചീടുക വേണ്ടതും'
ഇത്ഥം വിചാര്യ ധരിത്രീ സുതയുമ-
ത്യുത്തമനായ സൌമിത്രിയുമായ്ത്തദാ
തത്യാജചിത്രകൂടാചലം രാഘവൻ
സത്യസന്ധൻ നടകൊണ്ടാൻ വനാന്തരേ.

അത്ര്യാശ്രമപ്രവേശം

അത്രിതന്നാശ്രമം പുക്കു മുനീന്ദ്രനെ
ഭക്ത്യാ നമസ്കരിച്ചു രഘുനാഥനും.
'രാമോഹമദ്യ ധന്യോസ്മി മഹാമുനേ!
ശ്രീമൽപദം തവ കാണായ കാരണം.'
സാക്ഷാൽ മഹാവിഷ്ണു നാരായണൻ പരൻ
മോക്ഷദനെന്നതറിഞ്ഞു മുനീന്ദ്രനും
പൂജിച്ചിതർഘ്യപാദ്യാതികൾ കൊണ്ടു തം
രാജീവ ലോചനം ഭ്രാതൃഭാര്യാന്വിതം.
ചൊല്ലിനാൻ ഭൂപാലനന്ദനന്മാരോടു:
'ചൊല്ലഴെുമന്നെുടെ പത്നിയുണ്ടത്രെ കേൾ.
എത്രവും വൃദ്ധതപസ്വിനിമാരിൽ വ-
ച്ചുത്തമയായ ധർമ്മജ്ഞാ തപോധനാ
പർണ്ണശാലാന്തർഗൃഹേ വസിക്കുന്നിതു
ചെന്നുകണ്ടാലും ജനകനൃപാത്മജേ!
എന്നതു കേട്ടു രാമാജ്ഞയാ ജാനകി
ചെന്നനസൂയാപദങ്ങൾ വണങ്ങിനാൾ
'വത്സേ! വരികരികേ ജനകാത്മജേ!
സത്സംഗമം ജന്മസാഫല്യമോർക്ക നീ.'
വത്സേ പിടിച്ചു ചേർത്താലിംഗനം ചെയ്തു
തത്സ്വഭാവം തെളിഞ്ഞു മുനിപത്നിയും,
വിശ്വകർമ്മാവിനാൽ നിർമ്മിതമായൊരു
വിശ്വമോഹനമായ ദുകുലവും
കുണ്ഡലവുമംഗരാഗവുമെന്നിവ
മണ്ഡനാർത്ഥമനസൂയ നൽകീടിനാൾ.
'നന്നു പാതിവ്രത്യമാശ്രിത്യ രാഘവൻ-

തന്നോടു കൂടവേ നീ പോന്നതുമുത്തമം
കാന്തി നിനക്കു കുറകയ്കയൊരിക്കലും,
ശാന്തനാകും തവ വല്ലഭൻ തന്നൊടും
ചെന്നു മഹാരാജധാനിയകം പുക്കു
നന്നായ് സുഖിച്ചു സുചിരം വസിക്ക നീ.'
ഇത്ഥമനുഗ്രഹവും കൊടുത്താദരാൽ
ഭർത്തുരഗ്രേ ഗമിക്കെന്നയച്ചീടിനാൾ.
മൃഷ്ടമായ് മൂവരെയും ഭുജിപ്പിച്ചഥ
തുഷ്ടികലർന്നു തപോധനനത്രിയും.
ശ്രീരാമനോടരുൾ ചെയ്തു, 'ഭവാനഹോ
നാരായണനായതെന്നറിഞ്ഞേനേഹം.
നിന്മഹാമായ ജഗത്ത്രയവാസിനാം
സമ്മോഹകാരിണിയായതു നിർണ്ണയം.'
ഇത്തരമത്രി മുനീന്ദ്രവാക്യം കേട്ടു
തത്ര രാത്രൌ വസിച്ചു രഘുനാഥനും.

ദേവനുമാദേവിയോടരുളിച്ചെയ്തി-
തേവമെന്നാൾ കിളിപ്പൈതലക്കാലമേ.

ഇത്യദ്ധ്യാത്മരാമായണേ ഉമാമഹേശ്വര സംവാദേ
അയോദ്ധ്യാകാണ്ഡം സമാപ്തം.

ആരണ്യകാണ്ഡം

ബാലികേ! ശുകകുലമൌലിമാലികേ! ഗുണ-
ശാലിനി! ചാരുശീലേ! ചൊല്ലീടു മടിയാതെ
നീലനീരദനിഭൻ നിർമ്മലൻ നിരഞ്ജനൻ
നീലനീരജദലലോചനൻ നാരായണൻ
നീലലോഹിതസേവ്യൻ നിഷ്കളൻ നിത്യൻ പരൻ
കാലദേശാനുരൂപൻ കാരുണ്യനിലയനൻ
പാലനപരായണൻ പരമാത്മാവുതന്റെ
ലീലകൾ കേട്ടാൽ മതിയാകയില്ലൊരിക്കലും.
ശ്രീരാമചരിതങ്ങളതിലും വിശേഷിച്ചു
സാരമായൊരു മുക്തിസാധനം രസായനം.
ഭാരതീഗുണം തവ പരമാമൃതമല്ലോ
പാരാതെ പറകെന്നു കേട്ടു പൈങ്കിളി ചൊന്നാൾ.
ഫാലലോചനൻ പരമേശ്വരൻ പശുപതി
ബാലശീതാംശുമൌലി ഭഗവാൻ പരാപരൻ
പ്രാലേയാചലമകളോടരുൾചെയ്തീടിനാൻ.
ബാലികേ കേട്ടുകൊൾക പാർവ്വതി ഭക്തപ്രിയേ!
രാമനാം പരമാത്മാവാനന്ദരൂപനാത്മാ-
രാമനദ്വയനേകനവ്യയനഭിരാമൻ
അത്രിതാപസപ്രവരാശ്രമേ മുനിയുമാ-
യെത്രയും സുഖിച്ചു വാണീടിനാനൊരു ദിനം.

1.മഹാരണ്യപ്രവേശം

2.വിരാധവധം

3.ശരഭംഗമന്ദിരപ്രവേശം

4.മുനിമണ്ഡലസമാഗമം

5.സുതീക്ഷ്ണാശ്രമപ്രവേശം

മഹാരണ്യപ്രവേശം

പ്രത്യുഷസ്യുത്ഥായ തൻ നിത്യകർമ്മവും ചെയ്തു
നത്വാ താപസം മഹാപ്രസ്ഥാനമാരംഭിച്ചാൻ.
“പുണ്ഡരീകോത്ഭവശ്രേഷ്ഠപുത്ര! ഞങ്ങൾക്കു മുനി–
മണ്ഡലമണ്ഡിതമാം ദണ്ഡകാരണ്യത്തിനു
ദണ്ഡമന്യെനിയേ പോവാനായനുഗ്രഹിക്കണേം
പണ്ഡിതശ്രേഷ്ഠ! കരുണാനിധേ! തപോനിധേ!
ഞങ്ങളപ്പെരുവഴികൂട്ടണേമതിനിപ്പോ–
ളിങ്ങുനിന്നയയ്ക്കണേം ശിഷ്യരിൽ ചിലരെയും.”
ഇങ്ങനെ രാമവാക്യമത്രിമാമുനി കേട്ടു
തിങ്ങീടും കൗതൂഹലംപൂണ്ടുടനരുൾചെയ്തുഃ
“നേരുള്ള മാർഗ്ഗം ഭവാനവേർക്കും കാട്ടീടുന്നി–
താരുള്ളതഹോ തവ നേർവഴി കാട്ടീടുവാൻ!
എങ്കിലും ജഗദനുകാരിയാം നിനക്കൊരു
സങ്കടം വണ്ടോ വഴി കാട്ടീടും ശിഷ്യരെല്ലാം.”
‘ചൊല്ലുവിൻ നിങ്ങൾ മുമ്പിൽനടക്കെ’ന്നവരോടു
ചൊല്ലി മാമുനിതാനുമൊട്ടു പിന്നാലെ ചെന്നാൻ.
അന്നേരം തിരിഞ്ഞുനിന്നരുളിച്ചെയ്തു മുനി–
തന്നോടു രാമചന്ദ്രൻ വന്ദിച്ചു ഭക്തിപൂർവ്വംഃ
“നിന്തിരുവടി കനിഞ്ഞെങ്ങെഴുന്നള്ളീടണ–
മന്തികേ ശിഷ്യജനമുണ്ടല്ലോ വഴിക്കു മേ.”
എന്നു കേട്ടാശീർവാദംചെയ്തുടൻ മന്ദം മന്ദം
ചെന്നു തൻ പർണ്ണശാല പുക്കിരുന്നരുളിനാൻ.
പിന്നെയും ക്രോശമാത്രം നടന്നാരവരപ്പോൾ
മുന്നിലാമ്മാറു മഹാവാഹിനി കാണായ്വന്നു.
അന്നേരം ശിഷ്യർകളോടരുളിച്ചെയ്തു രാമ–

‘നിന്നദി കടപ്പതിനെന്തുപായങ്ങളുള്ളു?’
എന്നുകേട്ടവർകളും ചൊല്ലിനാ’രെന്തു ദണ്ഡം
മന്നവ! നല്ല തോണിയുണ്ടെന്നു ധരിച്ചാലും.
വേഗേന ഞങ്ങൾ കടത്തീടുന്നതുണ്ടുതാനു-
മാകുലം വേണ്ട ഞങ്ങൾക്കുണ്ടല്ലോ പരിചയം.
എങ്കിലോ തോണികരേറീടാ’മെന്നവർ ചൊന്നാർ,
ശങ്കകൂടാതെ ശീഘ്രം തോണിയും കടത്തിനാർ.
ശ്രീരാമൻ പ്രസാദിച്ചു താപസകുമാരക-
ന്മാരോടു ‘നിങ്ങൾ കടന്നങ്ങുപോകെ’ന്നു ചൊന്നാൻ.
ചെന്നുടനത്രിപാദം വന്ദിച്ചു കുമാരന്മാ-
രൊന്നൊഴിയാതെ രാമവൃത്താന്തമറിയിച്ചാർ.
ശ്രീരാമസീതാസുമിത്രാത്മജന്മാരുമഥ
ഘോരമായുള്ള മഹാകാനനമകംപുക്കാർ.
ഝില്ലീഝങ്കാരനാദമണ്ഡിതം സിംഹവ്യാഘ്ര-
ശല്യാദിമൃഗഗണാകീർണ്ണമാതപഹീനം
ഘോരരാക്ഷസകുലസേവിതം ഭയാനകം
ക്രൂരസർപ്പാദിപൂർണ്ണം കണ്ടു രാഘവൻ ചൊന്നാൻ:
“ലക്ഷ്മണാ! നന്നായ് നാലുപുറവും നോക്കിക്കൊൾക
ഭക്ഷണാർത്ഥികളല്ലോ രക്ഷസാം പരിഷകൾ.
വില്ലിനി നന്നായ്ക്കുഴിയെക്കുലയ്ക്കയും വേണം
നല്ലൊരു ശരമൂരിപ്പിടിച്ചുകൊൾക കയ്യിൽ.
മുന്നിൽ നീ നടക്കണം വഴിയേ വൈദേഹിയും
പിന്നാലെ ഞാനും നടന്നീടുവൻ ഗതഭയം.
ജീവാത്മപരമാത്മാക്കൾക്കു മദ്ധ്യസ്ഥയാകും
ദേവിയാം മഹാമായാശക്തിയെന്നതുപോലെ
ആവയോർമ്മദ്ധ്യേ നടന്നീടുകവേണം സീതാ-
ദേവിയുമെന്നാലൊരു ഭീതിയുമുണ്ടായ്വരാ.”
ഇത്തരമരുൾചെയ്തു തൽപ്രകാരേണ പുരു-

ഷോത്തമൻ ധനുർദ്ധരനായ് നടന്നോരുശേഷം
പിന്നിട്ടാരുടനൊരു യോജനവഴിയപ്പോൾ
മുന്നിലാമ്മാറങ്ങൊരു പുഷ്കരിണിയും കണ്ടാർ.
കല്ഹാരോൽപലകുമുദാംബുജരക്തോൽപല-
ഫുല്ലപുഷ്പേന്ദീവരശോഭിതമച്ഛജലം
തോയപാനവുംചെയ്തു വിശ്രാന്തന്മാരായ് വൃക്ഷ-
ച്ഛായാഭൂതലേ പുനരിരുന്നു യഥാസുഖം. 80

വിരാധവധം

അന്നേരമാശു കാണായ്‌വന്നിതു വരുന്നത-
ത്യുന്നതമായ മഹാസത്വമത്യുഗ്രാരവം
ഉദ്ധൂതവൃക്ഷം കരാളോജ്ജ്വലദംഷ്ട്രാന്വിത-
വക്ത്രഗഹ്വരം ഘോരാകാരമാരുണ്യനേത്രം
വാമാംസസ്ഥലന്യസ്ത ശൂലാഗ്രത്തിങ്കലുണ്ടു
ഭീമശാർദ്ദൂലസിംഹമഹിഷവരാഹാദി
വാരണമൃഗവനഗോചരജന്തുക്കളും
പൂരുഷന്മാരും കരഞ്ഞേറ്റവും തുള്ളിത്തുള്ളി.
പച്ചമാംസങ്ങളെല്ലാം ഭക്ഷിച്ചു ഭക്ഷിച്ചുകൊ-
ണ്ടുച്ചത്തിലലറിവന്നീടിനാനതുനേരം.
ഉത്ഥാനംചെയ്തു ചാപബാണങ്ങൾ കൈക്കൊണ്ടഥ
ലക്ഷ്മണൻതന്നോടരുൾചെയ്തിതു രാമചന്ദ്രൻഃ
"കണ്ടോ നീ ഭയങ്കരനായൊരു നിശാചര-
നുണ്ടു നമ്മുടനേരേ വരുന്നു ലഘുതരം.
സന്നാഹത്തോടു ബാണം തൊടുത്തു നോക്കിക്കൊണ്ടു
നിന്നുകൊള്ളുക ചിത്തമുറച്ചു കുമാര! നീ.
വല്ലഭേ! ബാലേ! സീതേ! പേടിയായ്കേതുമെടോ!
വല്ലജാതിയും പരിപാലിച്ചുകൊൾവനല്ലോ.
എന്നരുൾചെയ്തു നിന്നാനേതുമൊന്നിളകാതെ
വന്നുടനടുത്തിതു രാക്ഷസപ്രവരനും.
നിഷ്ഠുരതരമവനെട്ടാശ പൊട്ടുംവണ്ണ-
മട്ടഹാസംചെയ്തിടിവെട്ടീടുംനാദംപോലെ
ദൃഷ്ടിയിൽനിന്നു കനൽക്കട്ടകൾ വീഴുംവണ്ണം
പുഷ്ടകോപനേ ലോകം ഞെട്ടുമാറുരചെയ്താൻഃ
"കഷ്ടമാഹന്ത കഷ്ടം! നിങ്ങളാരിരുവരും

ദുഷ്ടജന്തുക്കളേറ്റമുള്ള വൻകാട്ടിലിപ്പോൾ
നില്ക്കുന്നതസ്തഭയം ചാപതൂണിരബാണ-
വല്ക്കലജടകളും ധരിച്ചു മുനിവേഷം
കൈക്കൊണ്ടു മനോഹരിയായൊരു നാരിയോടു-
മുൾക്കരുത്തേറുമതിബാലന്മാരല്ലോ നിങ്ങൾ.
കിഞ്ചനഭയം വിനാ ഘോരമാം കൊടുങ്കാട്ടിൽ
സഞ്ചരിച്ചീടുന്നതുമെന്തൊരുമൂലം ചൊൽവിൻ."
രക്ഷോവാണികൾ കേട്ടു തൽക്ഷണമരുൾചെയ്താ-
നിക്ഷ്വാകുകുലനാഥൻ മന്ദഹാസാനന്തരംഃ
"രാമനെന്നെനിക്കു പേരെന്നുടെ പത്നിയിവൾ
വാമലോചന സീതാദേവിയെന്നല്ലോ നാമം.
ലക്ഷ്മണനെന്നു നാമമിവനും മൽസോദരൻ
പുക്കിതു വനാന്തരം ജനകനിയോഗത്താൽ,
രക്ഷോജാതികളാകുമിങ്ങനെയുള്ളവരെ-
ശ്ശിക്ഷിച്ചു ജഗത്ത്രയം രക്ഷിപ്പാനറിക നീ."
ശ്രുത്വാ രാഘവവാക്യമട്ടഹാസവും ചെയ്തു
വക്ത്രവും പിളർന്നൊരു സാലവും പറിച്ചോങ്ങി
ക്രുദ്ധനാം നിശാചരൻ രാഘവനോടു ചൊന്നാൻഃ
"ശക്തനാം വിരാധനെന്നെന്നെ നീ കേട്ടിട്ടില്ലേ?
ഇത്ത്രിലോകത്തിലെന്നെയൊരറിയാതെയുള്ള-
തെത്രയും മൂഢൻ ഭവാനെന്നിഹ ധരിച്ചേൻ ഞാൻ.
മത്ഭയംനിമിത്തമായ്താപസരെല്ലാമിപ്പോ-
ളിപ്രദേശത്തെ വെടിഞ്ഞൊക്കവേ ദൂരപ്പോയാർ.
നിങ്ങൾക്കു ജീവിക്കയിലാശയുണ്ടുള്ളിലെങ്കി-
ലംഗനാരത്നത്തെയുമായുധങ്ങളും വെടി-
ഞ്ഞെങ്ങാനുമോടിപ്പോവിനല്ലായ്കിലെനിക്കിപ്പോൾ
തിങ്ങീടും വിശപ്പടക്കീടുവൻ ഭവാന്മാരാൽ."
ഇത്തരം പറഞ്ഞവൻ മൈഥിലിതന്നെ നോക്കി-

സ്സത്വരമടുത്തതു കണ്ടു രാഘവനപ്പോൾ
പത്രികൾ കൊണ്ടുതന്നെ ഹസ്തങ്ങളറുത്തപ്പോൾ
ക്രുദ്ധിച്ചു രാമംപ്രതി വക്ത്രവും പിളർന്നതി-
സത്വരം നക്തഞ്ചരനടുത്താനതുനേരേ-
മസ്ത്രങ്ങൾകൊണ്ടു ഖണ്ഡിച്ചീടിനാൻ പാദങ്ങളും
ബദ്ധരോഷത്തോടവൻ പിന്നെയുമടുത്തപ്പോ-
ളുത്തമാംഗവും മുറിച്ചീടിനാനയ്തു രാമൻ.
രക്തവും പരന്നിതു ഭൂമിയിലതുകണ്ടു
ചിത്തകൗതുകത്തോടു പുണർന്നു വൈദേഹിയും.
നൃത്തവും തുടങ്ങിനാരപ്സരസ്ത്രീകളെല്ലാ-
മത്യുച്ചം പ്രയോഗിച്ചു ദേവദുന്ദുഭികളും.
അന്നേരം വിരാധൻതന്നുള്ളിൽനിന്നുണ്ടായൊരു
ധന്യരൂപനെക്കാണായ്‌വന്നിതാകാശമാർഗ്ഗേ.
സ്വർണ്ണഭൂഷണംപൂണ്ടു സൂര്യസന്നിഭകാന്ത്യാ
സുന്ദരശരീരനായ് നിർമ്മലാംബരത്തോടും
രാഘവം പ്രണതാർത്തിഹാരിണം ഘൃണാകരം
രാകേന്ദുമുഖം ഭവഭഞ്ജനം ഭയഹരം.
ഇന്ദിരാരമണമിന്ദീവരദളശ്യാമ-
മിന്ദ്രാദിവൃന്ദാരകവൃന്ദവന്ദിതപദം
സുന്ദരം സുകുമാരം സുകൃതിജനമനോ-
മന്ദിരം രാമചന്ദ്രം ജഗതാമഭിരാമം
വന്ദിച്ചു ദണ്ഡനമസ്കാരവുംചെയ്തു ചിത്താ-
നന്ദംപൂണ്ടവൻ പിന്നെ സ്തുതിച്ചുതുടങ്ങിനാൻഃ
"ശ്രീരാമ! രാമ! രാമ! ഞാനൊരു വിദ്യാധരൻ!
കാരുണ്യമൂർത്തേ! കമലാപതേ! ധരാപതേ!
ദുർവ്വാസാവായ മുനിതന്നുടെ ശാപത്തിനാൽ
ഗർവിതനായോരു രാത്രിഞ്ചരനായനേല്ലോ.
നിന്തിരുവടിയുടെ മാഹാത്മ്യംകൊണ്ടു ശാപ-

ബന്ധവുംതീർന്നു മോക്ഷംപ്രാപിച്ചേനിന്നു നാഥാ!
സന്തതമിനിച്ചരണാംബുജയുഗം തവ
ചിന്തിക്കായ്‌വരേണമേ മാനസത്തിനു ഭക്ത്യാ.
വാണികൾകൊണ്ടു നാമകീർത്തനം ചെയ്യാകേണം
പാണികൾകൊണ്ടു ചരണാർച്ചനംചെയ്യാകേണം
ശ്രോത്രങ്ങൾകൊണ്ടു കഥാശ്രവണംചെയ്യാകേണം
നേത്രങ്ങൾകൊണ്ടു രാമലിംഗങ്ങൾ കാണാകേണം.
ഉത്തമാംഗേന നമസ്കരിക്കായ്‌വന്നീടേണം-
മുത്തമഭക്തന്മാർക്കു ഭൃത്യനായ് വരേണം ഞാൻ.
നമസ്തേ ഭഗവതേ ജ്ഞാനമൂർത്തയേ നമോ
നമസ്തേ രാമായാത്മാരാമായ നമോ നമഃ.
നമസ്തേ രാമായ സീതാഭിരാമായ നിത്യം
നമസ്തേ രാമായ ലോകാഭിരാമായ നമഃ.
ദേവലോകത്തിന്നു പോവാനനുഗ്രഹിക്കേണം
ദേവ ദേവേശ! പുനരൊന്നപേക്ഷിച്ചീടുന്നേൻ.
നിന്മഹാമായാദേവിയെന്നെ മോഹിപ്പിച്ചീടാ-
യ്കംബുജവിലോചന! സന്തതം നമസ്കാരം."
ഇങ്ങനെ വിജ്ഞാപിതനാകിയ രഘുനാഥ-
നങ്ങനെതന്നെയെന്നു കൊടുത്തു വരങ്ങളും.
"മുക്തനെന്നിയേ കണ്ടുകിട്ടുകയില്ലയെന്നെ
ഭക്തിയുണ്ടായാലുടൻ മുക്തിയും ലഭിച്ചീടും."
രാമനോടനുജ്ഞയും കൈക്കൊണ്ടു വിദ്യാധരൻ
കാമലാഭേന പോയി നാകലോകവും പുക്കാൻ.
ഇക്കഥ ചൊല്ലി സ്തുതിച്ചീടിന പുരുഷനു
ദുഷ്കൃതമകന്നു മോക്ഷത്തെയും പ്രാപിച്ചീടാം.

ശരഭംഗമന്ദിരപ്രവേശം

രാമലക്ഷ്മണന്മാരും ജാനകിതാനും പിന്നെ
ശ്രീമയമായ ശരഭംഗമന്ദിരം പുക്കാർ.
സാക്ഷാലീശ്വരനെ മാംസകേഷണങ്ങളക്കൊണ്ടു
വീക്ഷ്യ താപസവരൻ പൂജിച്ചു ഭക്തിയോടെ.
കന്ദപക്വാദികളാലാതിഥ്യംചെയ്തു ചിത്താ-
നന്ദമുൾക്കൊണ്ടു ശരഭംഗനുമരുൾചെയ്തുഃ
"ഞാനനേകംനാളുണ്ടു പാർത്തിരിക്കുന്നിതത്ര
ജാനകിയോടും നിന്നെക്കാണ്മതിന്നാശയാലേ.
ആർജ്ജവബുദ്ധ്യാ ചിരം തപസാ ബഹുതര-
മാർജ്ജിച്ചനേല്ലോ പുണ്യമിന്നു ഞാനവയെല്ലാം
മർത്ത്യനായ് പിറന്നോരു നിനക്കു തന്നീടിനേ-
നദ്യ ഞാൻ മോക്ഷത്തിനായുദ്യോഗം പൂണ്ടനേല്ലോ
നിന്നെയും കണ്ടു മമ പുണ്യവും നിങ്കലാക്കി-
യന്നിയേ ദേഹത്യാഗംചെയ്യരുതെന്നുതന്നെ
ചിന്തിച്ചു ബഹുകാലം പാർത്തു ഞാനിരുന്നിതു
ബന്ധവുമറ്റു കൈവല്യത്തെയും പ്രാപിക്കുന്നേൻ."
യോഗീന്ദ്രനായ ശരഭംഗനാം തപോധനൻ
യോഗേശനായ രാമൻതൻപദം വണങ്ങിനാൻഃ
"ചിന്തിച്ചീടുന്നനേന്തസ്സന്തതം ചരാചര-
ജന്തുക്കളന്തർഭാഗേ വസന്തം ജഗന്നാഥം
ശ്രീരാമം ദുർവാദളശ്യാമള മംഭോജാക്ഷം
ചീരവാസസം ജടാമകുടം ധനുർദ്ധരം
സൗമിത്രിസേവ്യം ജനകാത്മജാസമന്വിതം
സൗമുഖ്യമനോഹരം കരുണാരത്നാകരം."
കുണ്ഠഭാവവും നീക്കി സീതയാ രഘുനാഥം

കണ്ടുകണ്ടിരിക്കവേ ദേഹവും ദഹിപ്പിച്ചു
ലോകശേപദം പ്രാപിച്ചീടിനാൻ തപോധന–
നാകാശമാർഗ്ഗേ വിമാനങ്ങളും നിറഞ്ഞുതേ.
നാകശോദികൾ പുഷ്പവൃഷ്ടിയുംചെയ്തീടിനാർ
പാകശാസനൻ പദാംഭോജവും വണങ്ങിനാൻ.
മൈഥില്യാ സൗമിത്രിണാ താപസഗതി കണ്ടു
കൗസല്യാതനയനും കൗതുകമുണ്ടായ്‌വന്നു
തത്രവൈ കിഞ്ചിൽകാലം കഴിഞ്ഞോരനന്തരം
വൃത്രാരിമുഖ്യന്മാരുമൊക്കപ്പോയ് സ്വർഗ്ഗം പുക്കാർ.

മുനിമണ്ഡലസമാഗമം

ഭണ്ഡാകാരണ്യതലവാസികളായ മുനി-
മണ്ഡലം ദാശരഥി വന്നതു കേട്ടുകേട്ടു
ചണ്ഡാദീധിതികുലജാതനാം ജഗന്നാഥൻ
പുണ്ഡരീകാക്ഷൻതന്നെക്കാണ്മാനായ് വന്നീടിനാർ.
രാമലക്ഷ്മണന്മാരും ജാനകീദേവിതാനും
മാമുനിമാരെ വീണു നമസ്കാരവുംചെയ്താർ.
താപസന്മാരുമാശീർവാദംചെയ്തവർകളോ-
ടാഭോഗാനന്ദവിവശന്മാരായരുൾചെയ്താർഃ
"നിന്നുടെ തത്ത്വം ഞങ്ങളിങ്ങറിഞ്ഞിരിക്കുന്നു
പന്നഗോത്തമതൽപേ പള്ളികൊള്ളുന്ന ഭവാൻ.
ധാതാവർത്ഥിക്കമൂലം ഭൂഭാരം കളവാനായ്
ജാതനായിതു ഭൂവി മാർത്താണ്ഡകുലത്തിങ്കൽ
ലക്ഷ്മണനാകുന്നതു ശേഷനും, സീതാദേവി
ലക്ഷ്മിയാകുന്നതല്ലോ, ഭരതശത്രുഘ്നന്മാർ
ശംഖചക്രങ്ങ,ളഭിഷകേവിഘ്നാദികളും
സങ്കടം ഞങ്ങൾക്കു തീർത്തീടുവാനെന്നു നൂനം.
നാനാതാപസകുലസേവിതാശ്രമസ്ഥലം
കാനനം കാണ്മാനാശു നീ കൂടെപ്പോന്നീടണം.
ജാനകിയോടും സുമിത്രാത്മജനോടുംകൂടി,
മാനസേ കാരുണ്യമുണ്ടായ്‌വരുമല്ലോ കണ്ടാൽ."
എന്നരുൾചെയ്ത മുനിശ്രേഷ്ഠന്മാരോടുകൂടി
ചെന്നവരോരോ മുനിപർണ്ണശാലകൾ കണ്ടാർ.
അന്നേരം തലയോടുമെല്ലുകളെല്ലാമോരോ
കുന്നുകൾപോലെ കണ്ടു രാഘവൻ ചോദ്യംചെയ്താൻഃ
"മർത്ത്യമസ്തകങ്ങളുമസ്ഥിക്കൂട്ടവുമെല്ലാ-

മത്രവൈ മൂലമെന്തോന്നിത്രയുണ്ടാവാനഹോ!"
തദ്വാക്യം കേട്ടു ചൊന്നാർ താപസജനം:"രാമ-
ഭദ്ര! നീ കേൾക്ക മുനിസത്തമന്മാരെക്കൊന്നു
നിർദ്ദയം രക്ഷോഗണം ഭക്ഷിക്കനിമിത്തമാ-
യിദ്ദേശമസ്ഥിവ്യാപ്തമായ് ചമഞ്ഞിതു നാഥാ!"
ശ്രുത്വാ വൃത്താന്തമിത്ഥം കാരുണ്യപരവശ-
ചിത്തനായോരു പുരുഷോത്തമനരുൾചെയ്തു:
"നിഷ്ഠൂരതരമായ ദുഷ്ടരാക്ഷസകുല-
മൊട്ടൊഴിയാതെ കൊന്നു നഷ്ടമാക്കീടുവൻ ഞാൻ.
ഇഷ്ടാനുരൂപം തപോനിഷ്ഠയാ വസിക്ക സ-
ന്തുഷ്ട്യാ താപസകുലമിഷ്ടിയും ചെയ്തു നിത്യം."

സുതീഷ്ണാശ്രമപ്രവേശം

സത്യവിക്രമനിതി സത്യവുംചെയ്തു തത്ര
നിത്യസംപൂജ്യമാനനായ് വനവാസികളാൽ
തത്ര തത്രവൈ മുനിസത്തമാശ്രമങ്ങളിൽ
പൃഥ്വീനന്ദിനിയോടുമനുജനോടുംകൂടി
സത്സംസർഗ്ഗാനന്ദനേ വസിച്ചു കഴിഞ്ഞിതു
വത്സരം ത്രയോദശ,മക്കാലം കാണായ്വന്നു
വിഖ്യാതമായ സുതീക്ഷ്ണാശ്രമം മനോഹരം
മുഖ്യതാപസകുലശിഷ്യസഞ്ചയപൂർണ്ണം
സർവർത്തുഗുണഗണസമ്പന്നമനുപമം
സർവകാലാനന്ദദാനോദയമത്യത്ഭുതം
സർവപാദപലതാഗുൽമസംകുലസ്ഥലം
സർവസൽപക്ഷിമൃഗഭുജംഗനിഷേവിതം.
രാഘവനവരജൻതന്നോടും സീതയോടു-
മാഗതനായിതെന്നു കേട്ടോരു മുനിശ്രേഷ്ഠൻ
കുംഭസംഭവനാകുമഗസ്ത്യശിഷ്യോത്തമൻ
സംപ്രീതൻ രാമമന്ത്രോപാസനരതൻ മുനി
സംഭ്രമത്തോടു ചെന്നു കൂട്ടിക്കൊണ്ടിങ്ങു പോന്നു
സംപൂജ്യച്ചരുളിനാനർഗ്ഘ്യപാദാദികളാൽ.
ഭക്തിപൂണ്ടശ്രുജനനേത്രനായ് സഗദ്ഗദം
ഭക്തവത്സലനായ രാഘവനോടു ചൊന്നാൻഃ
"നിന്തിരുവടിയുടെ നാമമന്ത്രത്തെത്തന്നെ
സന്തതം ജപിപ്പു ഞാൻ മൽഗുരുനിയോഗത്താൽ.
ബ്രഹ്മശങ്കരമുഖ്യവന്ദ്യമാം പാദമല്ലോ
നിന്മഹാമായാർണ്ണവം കടപ്പാനൊരു പോതം.
ആദ്യന്തമില്ലാതൊരു പരമാത്മാവല്ലോ നീ

വേദ്യമല്ലൊരുനാളുമാരാലും ഭവത്തത്ത്വം.
ത്വത്ഭക്തഭൃത്യഭൃത്യഭൃത്യനായിടേണം ഞാൻ
ത്വൽപാദാംബുജം നിത്യമുൾക്കാമ്പിലുദിക്കണം.
പുത്രഭാര്യാർത്ഥനിലയാന്ധകൂപത്തിൽ വീണു
ബദ്ധനായ് മുഴുകീടുമെന്നെ നിന്തിരുവടി
ഭക്തവാത്സല്യകരുണാകടാക്ഷങ്ങൾതന്നാ-
ലുദ്ധരിച്ചീടേണമേ സത്വരം ദയാനിധേ!
മൂത്രമാംസാമേദ്ധ്യാന്ത്രപുൽഗല പിണ്ഡമാകും
ഗാത്രമോർത്തോളമതി കശ്മല,മതിങ്കലു-
ള്ളാസ്ഥയാം മഹാമോഹപാശബന്ധവും ഛേദി-
ച്ചാർത്തിനാശന! ഭവാൻ വാഴുകെന്നുള്ളിൽ നിത്യം.
സർവഭൂതങ്ങളുടെയുള്ളിൽ വാണീടുന്നതും
സർവദാ ഭവാൻതന്നെ കേവലമെന്നാകിലും
ത്വന്മന്ത്രജപരതന്മാരായ ജനങ്ങളെ
ത്വന്മഹാമായാദേവി ബന്ധിച്ചീടുകയില്ല.
ത്വന്മന്ത്രജപവിമുഖന്മാരാം ജനങ്ങളെ
ത്വന്മഹാമായാദേവി ബന്ധിപ്പിച്ചീടുന്നതും.
സേവാനുരൂപഫലദാനതൽപരൻ ഭവാൻ
ദേവപാദപങ്ങളെപ്പോലെ വിശ്വേശ പോറ്റീ!
വിശ്വസംഹാരസൃഷ്ടിസ്ഥിതികൾ ചെയ്‌വാനായി
വിശ്വമോഹിനിയായ മായതൻ ഗുണങ്ങളാൽ
രുദ്രപങ്കജഭവവിഷ്ണുരൂപങ്ങളായി-
ച്ചിദ്രൂപനായ ഭവാൻ വാഴുന്നു, മോഹാത്മനാം
നാനാരൂപങ്ങളായിത്തോന്നുന്നു ലോകത്തിങ്കൽ
ഭാനുമാൻ ജലംപ്രതി വെവ്വേറേ കാണുംപോലെ.
ഇങ്ങനെയുള്ള ഭഗവത്സ്വരൂപത്തെ നിത്യ-
മങ്ങനെയറിഞ്ഞുപാസിപ്പു ഞാൻ ദയാനിധേ!
അദ്യവൈ ഭവച്ചരണാംബുജയുഗം മമ

പ്രത്യക്ഷമായ്വന്നിതു മത്തപഃോബലവശാൽ.
ത്വന്മന്ത്രജപവിശുദ്ധാത്മനാം പ്രസാദിക്കും
നിർമ്മലനായ ഭവാൻ ചിന്മയനന്നൊകിലും
സന്മയമായി പരബ്രഹ്മമായരൂപമായ്
കർമ്മണാമഗോചരമായോരു ഭവദ്രൂപം
ത്വന്മായാവിഡംബനരചിതം മാനുഷ്യകം
മന്മഥകോടികോടിസുഭഗം കമനീയം
കാരുണ്യപൂർണ്ണനതേ്രം കാർമ്മുകബാണധരം
സ്മരേസുന്ദരമുഖമജിനാംബരധരം
സീതാസംയുതം സുമിത്രാത്മജനിഷവേിത–
പാദപങ്കജം നീലനീരദകളബേരം.
കോമളമതിശാന്തമനന്തഗുണമഭി–
രാമമാത്മാരാമമാനന്ദസമ്പൂർണ്ണാമൃതം
പ്രത്യക്ഷമദ്യ മമ നതേ്രഗോചരമായോ–
രിത്തിരുമനേി നിത്യം ചിത്തേ വാഴുകവണേം.
മുറ്റീടും ഭക്ത്യാ നാമമുച്ചരിക്കായീടണം
മറ്റൊരു വരമപക്ഷേിക്കുന്നനേില്ല പോറ്റീ!”
വന്ദിച്ചു കൂപ്പി സ്തുതിച്ചീടിന മുനിയോടു
മന്ദഹാസവും പൂണ്ടു രാഘവനരുൾചയെ്തുഃ
“നിത്യവുമുപാസനാശുദ്ധമായിരിപ്പോരു
ചിത്തം ഞാനറിഞ്ഞത്രേ കാണ്മാനായ്വന്നു മുനേ!
സന്തതമന്നെതെ്തന്നെ ശരണം പ്രാപിച്ചു മ–
ന്മന്ത്രോപാസകന്മാരായ് നിരപക്ഷേന്മാരുമായ്
സന്തുഷ്ടന്മാരായുള്ള ഭക്തന്മാർക്കന്നെ നിത്യം
ചിന്തിച്ചവണ്ണംതന്നെ കാണായ്വന്നീടുമല്ലോ.
ത്വൽകൃതമതേൽ സ്തോത്രം മൽപ്രിയം പഠിച്ചീടും
സൽകൃതിപ്രവരനാം മർത്ത്യനു വിശഷേിച്ചും
സൽഭക്തി ഭവിച്ചീടും ബ്രഹ്മജ്ഞാനവുമുണ്ടാ–

മൽപവുമതിനില്ല സംശയം നിരൂപിച്ചാൽ.
താപസോത്തമ! ഭവാനെന്നെസ്സേവിക്കമൂലം
പ്രാപിക്കുമല്ലോ മമ സായൂജ്യം ദേഹനാശേ.
ഉണ്ടൊരാഗ്രഹം തവാചാര്യനാമഗസ്ത്യനെ-
ക്കണ്ടു വന്ദിച്ചുകൊൾവാ,നെന്തതിനാവതിപ്പോൾ?
തത്രവൈ കിഞ്ചിൽക്കാലം വസ്തുമുണ്ടത്യാഗ്രഹ-
മെത്രയുണ്ടടുത്തതുമഗസ്ത്യാശ്രമം മുനേ!”
ഇത്ഥം രാമോക്തി കേട്ടു ചൊല്ലിനാൻ സുതീക്ഷ്ണനു-
“മസ്തു തേ ഭദ്ര,മതു തോന്നിയതതിന്നു ഞാൻ
കാട്ടുവനേല്ലോ വഴി കൂടെപ്പോന്നടുത്തനാൾ.
വാട്ടമെന്നിയേ വസിക്കേണമിന്നിവിടെ നാം
ഒട്ടുനാളുണ്ടു ഞാനും കണ്ടിട്ടെൻ ഗുരുവിനെ.
പുഷ്ടമോദത്തോടൊക്കത്തക്കപ്പോയ്ക്കാണാമല്ലോ.”
ഇത്ഥമാനന്ദംപൂണ്ടു രാത്രിയും കഴിഞ്ഞപ്പോ-
ളുത്ഥാനംചെയ്തു സന്ധ്യാവന്ദനം കൃത്വാ ശീഘ്രം
പ്രീതനാം മുനിയോടും ജാനകീദേവിയോടും
സോദരനോടും മന്ദം നടന്നു മദ്ധ്യാഹ്നേ പോയ്
ചെന്നിതു രാമനഗസ്ത്യാനുജാശ്രമേ ജവം
വന്നു സൽക്കാരംചെയ്താനഗസ്ത്യസഹജനും
വന്യഭോജനവുംചെയ്തന്നവരെല്ലാവരു-
മന്യോന്യസല്ലാപവും ചെയ്തിരുന്നോരുശേഷംഃ

അഗസ്ത്യസന്ദർശനം

ഭാനുമാനുദിച്ചപ്പോളർഘ്യവും നല്കി മഹാ-
കാനനമാർഗ്ഗേ നടകൊണ്ടിതു മന്ദം മന്ദം.
സർവർത്തുഫലകുസുമാഢ്യപാദപലതാ-
സംവൃതം നാനാമൃഗസഞ്ചയനിഷേവിതം
നാനാപക്ഷികൾ നാദംകൊണ്ടതിമനോഹരം
കാനനം ജാതിവൈരരഹിതജന്തുപൂർണ്ണം
നന്ദനസമാനമാനന്ദദാനാഢ്യം മുനി-
നന്ദനവദേദ്ധ്വനിമണ്ഡിതമനുപമം
ബ്രഹ്മർഷിപ്രവരന്മാരമരമുനികളും
സമ്മോദംപൂണ്ടു വാഴും മന്ദിരനികരങ്ങൾ
സംഖ്യയില്ലാതോളമുണ്ടോരോരോതരം നല്ല
സംഖ്യാവത്തുക്കളുമുണ്ടറ്റമില്ലാതവണ്ണം.
ബ്രഹ്മലോകവുമിതിനോടു നേരല്ലെന്നത്രേ
ബ്രഹ്മജ്ഞന്മാരായുള്ളോർ ചൊല്ലുന്നു കാണുംതോറും.
ആശ്ചര്യമോരോന്നിവ കണ്ടുകണ്ടവരും ചെ-
ന്നാശ്രമത്തിനു പുറത്തടുത്തു ശുഭദേശേ
വിശ്രമിച്ചനന്തരമരുളിച്ചെയ്തു രാമൻ
വിശ്രുതനായ സുതീക്ഷ്ണൻതന്നോ’ടിനിയിപ്പോൾ
വേഗേന ചെന്നു ഭവാനഗസ്ത്യമുനീന്ദ്രനോ-
ടാഗതനായോരെന്നെയെങ്ങുണർത്തിച്ചീടണം.
ജാനകിയോടും ഭ്രാതാവായ ലക്ഷ്മണനോടും
കാനനദ്വാരേ വസിച്ചീടുന്നിതുപാശ്രമം.’
ശ്രുത്വാ രാമോക്തം സുതീക്ഷ്ണന്മഹാപ്രസാദമി-
ത്യുക്താ സത്വരം ഗത്വാചാര്യമന്ദിരം മുദാ
നത്വാ തം ഗുരുവരമഗസ്ത്യം മുനികുല-

സത്തമം രഘൂത്തമഭക്തസഞ്ചയവൃതം
രാമമന്ത്രാർത്ഥവ്യാഖ്യാതൽപരം ശിഷ്യന്മാർക്കാ-
യ്ക്കാമദമഗസ്ത്യ്മാത്മാരാമം മുനീശ്വരം
ആരൂഢവിനയംകൊണ്ടാനതവക്ത്രത്തോടു-
മാരാൽ വീണുടൻ ദണ്ഡനമസ്കാരവും ചെയ്താൻ.
"രാമനാം ദാശരഥി സോദരനോടും നിജ-
ഭാമിനിയോടുമുണ്ടിങ്ങാഗതനായിട്ടിപ്പോൾ.
നില്ക്കുന്നു പുറത്തുഭാഗത്തു കാരുണ്യാബ്ധേ! നിൻ
തൃക്കഴലിണ കണ്ടു വന്ദിപ്പാൻ ഭക്തിയോടെ."
മുമ്പതേന്നകകാമ്പിൽ കണ്ടറിഞ്ഞിരിക്കുന്നു
കുംഭസംഭവൻ പുനരെങ്കിലുമരുൾചെയ്താൻഃ
"ഭദ്രം തേ, രഘുനാഥമാനയ ക്ഷിപ്രം രാമ-
ഭദ്രം മേ ഹൃദിസ്ഥിതം ഭക്തവത്സലം ദേവം.
പാർത്തിരുന്നീടുന്നു ഞാനതെത്രനാളുണ്ടു കാണ്മാൻ.
പ്രാർത്ഥിച്ചു സദാകാലം ധ്യാനിച്ചു രാമരൂപം
രാമ രാമേതി രാമമന്ത്രവും ജപിച്ചതി-
കോമളം കാളമേഘശ്യാമളം നളിനാക്ഷം."
ഇത്യുക്ത്വാ സരഭസമുത്ഥായ മുനിപ്രവ-
രോത്തമൻ മദ്ധ്യേ ചിത്തമത്യന്തഭക്ത്യാ മുനി-
സത്തമരോടും നിജശിഷ്യസഞ്ചയത്തോടും
ഗത്വാ ശ്രീരാമചന്ദ്രവക്ത്രം പാർത്തരുൾചെയ്താൻഃ
"ഭദ്രം തേ നിരന്തരമസ്തു സന്തതം രാമ-
ഭദ്ര! മേ ദിഷ്ട്യാ ചിരമദ്യവൈ സമാഗമം.
യോഗ്യനായിരിപ്പോരിഷ്ടാതിഥി ബലാൽ മമ
ഭാഗ്യപൂർണ്ണത്വനേ സംപ്രാപ്തനായിതു ഭവാൻ.
അദ്യവാസരം മമ സഫല,മത്രയല്ല
മത്തപസ്സാഫല്യവും വന്നിതു ജഗൽപതേ!"
കുംഭസംഭവൻതന്നെക്കണ്ടു രാഘവൻതാനും

തമ്പിയും വൈദേഹിയും സംഭ്രമസമന്വിതം
കുമ്പിട്ടു ഭക്ത്യാ ദണ്ഡനമസ്കാരം ചെയ്തപ്പോൾ
കുംഭജന്മാവുമെടുത്തെഴുന്നേൽപിച്ചു ശീഘ്രം
ഗാഢാശ്ലേഷവുംചെയ്തു പരമാനന്ദത്തോടും
ഗൂഢപാദീശാംശജനായ ലക്ഷ്മണനെയും
ഗാത്രസ്പർശനപരമാഹ്ലാദജാതസ്രവ-
ന്നേത്രകീലാലാകുലനായ താപസവരൻ
ഏകനേ കരണേ സംഗൃഹ്യ രോമാഞ്ചാന്വിതം
രാഘവനുടെ കരപങ്കജമതിദ്രുതം
സ്വാശ്രമം ജഗാമ ഹൃഷ്ടാത്മനാ മുനിശ്രേഷ്ഠ-
നാശ്രിതജനപ്രിയനായ വിശ്വേശം രാമം
പാദ്യാർഗ്ഘ്യാസന മധുപർക്കമുഖ്യങ്ങളുമാ-
പാദ്യ സമ്പൂജ്യ സുഖമായുപവിഷ്ടം നാഥം
വന്യഭോജ്യങ്ങൾകൊണ്ടു സാദരം ഭുജിപ്പിച്ചു
ധന്യനാം തപോധനനേകാന്തേ ചൊല്ലീടിനാൻ:

അഗസ്ത്യസ്തുതി

“നീ വരുന്നതും പാർത്തു ഞാനിരുന്നിതു മുന്നം
ദേവകളോടും കമലാസനനോടും ഭവാൻ
ക്ഷീരവാരിധിതീരത്തിങ്കൽനിന്നരുൾചെയ്തു
‘ഘോരരാവണൻതന്നെക്കൊന്നു ഞാൻ ഭൂമണ്ഡല-
ഭാരാപഹരണം ചെയ്തീടുവനെ’ന്നുതന്നെ.
സാരസാനന! സകലേശ്വര! ദയാനിധേ!
ഞാനന്നുതുടങ്ങി വന്നിവിടെ വാണീടിനേ-
നാനന്ദസ്വരൂപനാം നിന്നുടൽ കണ്ടുകൊൾവാൻ.
താപസജനത്തോടും ശിഷ്യസംഘാതത്തോടും
ശ്രീപാദാംബുജം നിത്യം ധ്യാനിച്ചു വസിച്ചു ഞാൻ.
ലോകസൃഷ്ടിക്കു മുന്നമേകനായാനന്ദനായ്
ലോകകാരണൻ വികൽപോപാധിവിരഹിതൻ
തന്നുടെ മായ തനിക്കാശ്രയഭൂതയായി
തന്നുടെ ശക്തിയെന്നും പ്രകൃതി മഹാമായ
നിർഗ്ഗുണനായ നിന്നെയാവരണംചെയ്തിട്ടു
തൽഗുണങ്ങളെയനുസരിപ്പിച്ചീടുന്നതും
നിർവ്യാജം വേദാന്തികൾ ചൊല്ലുന്നു നിന്നെ മുന്നം
ദിവ്യമാമവ്യാകൃതമെന്നുപനിഷദ്വശാൽ.
മായാദേവിയെ മൂലപ്രകൃതിയെന്നും ചൊല്ലും
മായാതീതന്മാരെല്ലാം സംസൃതിയെന്നും ചൊല്ലും.
വിദ്വാന്മാരവിദ്യയെന്നും പറയുന്നുവല്ലോ
ശക്തിയെപ്പലനാമം ചൊല്ലുന്നു പലതരം.
നിന്നാൽ സംക്ഷോഭ്യമാണയാകിയ മായതന്നിൽ-
നിന്നുണ്ടായ്വന്നു മഹത്തത്ത്വമെന്നല്ലോ ചൊൽവൂ.
നിന്നുടെ നിയോഗത്താൽ മഹത്തത്ത്വത്തിങ്കലേ-

നിന്നുണ്ടായ്‌വന്നു പുനരഹങ്കാരവും പുരാ.
മഹത്തത്ത്വവുമഹങ്കാരവും സംസാരവും
മഹദ്വദേികളവേം മൂന്നായിച്ചൊല്ലീടുന്നു.
സാത്വികം രാജസവും താമസമെന്നീവണ്ണം
വഭേദമായ് ചമഞ്ഞിതു മൂന്നുമെന്നറിഞ്ഞാലും.
താമസത്തിങ്കൽനിന്നു സൂക്ഷ്മതന്മാത്രകളും
ഭൂമിപൂർവകസ്ഥൂലപഞ്ചഭൂതവും പിന്നെ
രാജസത്തിങ്കൽനിന്നുണ്ടായിതിന്ദ്രിയങ്ങളും
തേജോരൂപങ്ങളായ ദൈവതങ്ങളും, പിന്നെ
സാത്വികത്തിങ്കൽനിന്നു മനസ്സുമുണ്ടായ്‌വന്നു;
സൂത്രരൂപകം ലിംഗമിവറ്റിൽനിന്നുണ്ടായി.
സർവത്ര വ്യാപ്തസ്ഥൂലസഞ്ചയത്തിങ്കൽനിന്നു
ദിവ്യനാം വിരാൾപുമാനുണ്ടായിതെന്നു കേൾപ്പൂ.
അങ്ങനെയുള്ള വിരാൾപുരുഷൻതന്നെയല്ലോ
തിങ്ങീടും ചരാചരലോകങ്ങളാകുന്നതും.
ദേവമാനുഷതിര്യഗ്യോനിജാതികൾ ബഹു-
സ്ഥാവരജംഗമൗഘപൂർണ്ണമായുണ്ടായ്‌വന്നു.
ത്വന്മായാഗുണങ്ങളെ മൂന്നുമാശ്രയിച്ചല്ലോ
ബ്രഹ്മാവും വിഷ്ണുതാനും രുദ്രനുമുണ്ടായ്‌വന്നു.
ലോകസൃഷ്ടിക്കു രജോഗുണമാശ്രയിച്ചല്ലോ
ലോകേശനായ ധാതാ നാഭിയിൽനിന്നുണ്ടായി,
സത്ത്വമാം ഗുണത്തിങ്കൽനിന്നു രക്ഷിപ്പാൻ വിഷ്ണു,
രുദ്രനും തമോഗുണംകൊണ്ടു സംഹരിപ്പാനും.
ബുദ്ധിജാദികളായ വൃത്തികൾ ഗുണത്രയം
നിത്യമംശിച്ചു ജാഗ്രൽസ്വപ്നവും സുഷുപ്തിയും.
ഇവറ്റിന്നെല്ലാം സാക്ഷിയായ ചിന്മയൻ ഭവാൻ
നിവൃത്തൻ നിത്യനേകനവ്യയനല്ലോ നാഥ!
യാതൊരു കാലം സൃഷ്ടിചെയ്‌വാനിച്ഛരിച്ചു ഭവാൻ

മോദമോടപ്പോളംഗീകരിച്ചു മായതന്നെ.
തന്മൂലം ഗുണവാനെപ്പോലെയായിതു ഭവാൻ
ത്വന്മഹാമായ രണ്ടുവിധമായ്‌വന്നാളല്ലോ,
വിദ്യയുമവിദ്യയുമെന്നുള്ള ഭേദാഖ്യയാ.
വിദ്യയെന്നല്ലോ ചൊൽവൂ നിവൃത്തിനിരതന്മാർ
അവിദ്യാവശന്മാരായ് വർത്തിച്ചീടിന ജനം
പ്രവൃത്തിനിരതന്മാരെന്നത്രേ ഭേദമുള്ളു.
വേദാന്തവാക്യാർത്ഥവേദികളായ് സമന്മാരായ്
പാദഭക്തന്മാരായുള്ളവർ വിദ്യാത്മകന്മാർ.
അവിദ്യാവശഗന്മാർ നിത്യസംസാരികളെ-
ന്നവശ്യം തത്ത്വജ്ഞന്മാർ ചൊല്ലുന്നു നിരന്തരം.
വിദ്യാഭ്യാസൈകരതന്മാരായ ജനങ്ങളെ
നിത്യമുക്തന്മാരെന്നു ചൊല്ലുന്നു തത്ത്വജ്ഞന്മാർ.
ത്വന്മന്ത്രോപാസകന്മാരായുള്ള ഭക്തന്മാർക്കു
നിർമ്മലയായ വിദ്യ താനേ സംഭവിച്ചീടും.
മറ്റുള്ള മൂഢന്മാർക്കു വിദ്യയുണ്ടാകെന്നതും
ചെറ്റില്ല നൂറായിരം ജന്മങ്ങൾ കഴിഞ്ഞാലും.
ആകയാൽ ത്വത്ഭക്തിസമ്പന്നന്മാരായുള്ളവ-
രേകാന്തമുക്തന്മാരില്ലേതും സംശയമോർത്താൽ.
ത്വഭക്തിസുധാഹീനന്മാരായുള്ളവർക്കെല്ലാം
സ്വപ്നത്തിൽപ്പോലും മോക്ഷം സംഭവിക്കയുമില്ല.
ശ്രീരാമ! രഘുപതേ! കേവലജ്ഞാനമൂർത്തേ!
ശ്രീരമണാത്മാരാമ! കാരുണ്യാമൃതസിന്ധോ!
എന്തിനു വളരെ ഞാനിങ്ങനെ പറയുന്നു
ചിന്തിക്കിൽ സാരം കിഞ്ചിൽ ചൊല്ലുവൻ ധരാപതേ!
സാധുസംഗതിതന്നെ മോക്ഷകാരണമെന്നു
വേദാന്തജ്ഞന്മാരായ വിദ്വാന്മാർ ചൊല്ലീടുന്നു.
സാധുക്കളാകുന്നതു സമചിത്തന്മാരല്ലോ

ബോധിപ്പിച്ചീടുമാത്മജ്ഞാനവും ഭക്തന്മാർക്കായ്
നിസ്പൃഹന്മാരായ് വിഗതൈഷണന്മാരായ് സദാ
ത്വത്ഭക്തന്മാരായ് നിവൃത്താഖിലകാമന്മാരായ്
ഇഷ്ടാനിഷ്ടപ്രാപ്തികൾ രണ്ടിലും സമന്മാരായ്
നഷ്ടസംഗന്മാരുമായ് സന്യസ്തകർമ്മാക്കളായ്
തുഷ്ടമാനസന്മാരായ് ബ്രഹ്മതൽപ്പരന്മാരായ്
ശിഷ്ടാചാരൈകപരായണന്മാരായി നിത്യം
യോഗാർത്ഥം യമനിയമാദിസമ്പന്നന്മാരാ-
യകോന്തേ ശമദമസാധനയുക്തന്മാരായ്
സാധുക്കളവരോടു സംഗതിയുണ്ടാകുമ്പോൾ
ചതേസി ഭവൽകഥാശ്രവണേ രതിയുണ്ടാം.
ത്വൽകഥാശ്രവണനേ ഭക്തിയും വർദ്ധിച്ചീടും
ഭക്തി വർദ്ധിച്ചീടുമ്പോൾ വിജ്ഞാനമുണ്ടായ്‌വരും;
വിജ്ഞാനജ്ഞാനാദികൾകൊണ്ടു മോക്ഷവും വരും;
വിജ്ഞാതമെന്നാൽ ഗുരുമുഖത്തിൽനിന്നിതെല്ലാം.
ആകയാൽ ത്വൽഭക്തിയും നിങ്കലപ്രേമേവായ്പും
രാഘവ! സദാ ഭവിക്കണേമേ ദയാനിധേ!
ത്വൽപാദാബ്ജങ്ങളിലും ത്വത്ഭക്തന്മാരിലുമെ-
ന്നുൾപ്പൂവിൽ ഭക്തി പുനരെപ്പോഴുമുണ്ടാകണേം.
ഇന്നല്ലോ സഫലമായ്‌വന്നതു മമ ജന്മ-
മിന്നു മൽ ക്രതുക്കളും വന്നിതു സഫലമായ്.
ഇന്നല്ലോ തപസ്സിനും സാഫല്യമുണ്ടായ്‌വന്നു
ഇന്നല്ലോ സഫലമായ്‌വന്നതു മന്നത്രേവും.
സീതയാ സാർദ്ധം ഹൃദി വസിക്ക സദാ ഭവാൻ
സീതാവല്ലഭ! ജഗന്നായക! ദാശരഥേ!
നടക്കുമ്പോഴുമിരിക്കുമ്പോഴുമൊരടേത്തു
കിടക്കുമ്പോഴും ഭുജിക്കുമ്പോഴുമെന്നുവേണ്ടാ
നാനാകർമ്മങ്ങളനുഷ്ഠിക്കുമ്പോൾ സദാകാലം

മാനസേ ഭവദ്രൂപം തോന്നണം ദയാംബുധേ!”
കുംഭസംഭവനിതി സ്തുതിച്ചു ഭക്തിയോടെ
ജംഭാരി തന്നാൽ മുന്നം നിക്ഷിപ്തമായ ചാപം
ബാണതൂണീരത്തോടും കൊടുത്തു ഖഡ്ഗത്തോടും
ആനന്ദവിവശനായ് പിന്നെയുമരുൾചെയ്താൻ:
“ഭൂഭാരഭൂതമായ രാക്ഷസവംശം നിന്നാൽ
ഭൂപതേ! വിനഷ്ടമായീടണം വൈകീടാതെ.
സാക്ഷാൽ ശ്രീനാരായണനായ നീ മായയോടും
രാക്ഷസവധത്തിനായ്മർത്ത്യനായ് പിറന്നതും.
രണ്ടുയോജനവഴി ചെല്ലുമ്പോളിവിടെനി-
ന്നുണ്ടല്ലോ പുണ്യഭൂമിയാകിയ പഞ്ചവടി.
ഗൗതമീതീരെ നല്ലൊരാശ്രമം ചമച്ചതിൽ
സീതയാ വസിക്ക പോയ് ശേഷമുള്ളൊരുകാലം
തത്രൈവ വസിച്ചു നീ ദേവകാര്യങ്ങളെല്ലാം
സത്വരം ചെയ്കെ”ന്നുടനനുജ്ഞ നല്കി മുനി.

ജടായുസംഗമം

ശ്രുത്വതൈൽ സ്തോത്രസാരമഗസ്ത്യസുഭാഷിതം
തത്വാർത്ഥസമന്വിതം രാഘവൻ തിരുവടി
ബാണചാപാദികളും തത്രവൈ നിക്ഷേപിച്ചു
വീണുടൻ നമസ്കരിച്ചഗസ്ത്യപാദാംബുജം
യാത്രയുമയപ്പിച്ചു സുമിത്രാത്മജനോടും
പ്രീത്യാ ജാനകിയോടുമെഴുന്നള്ളിടുന്നേരം,
അദ്രിശൃംഗാഭം തത്ര പദ്ധതിമദ്ധ്യേ കണ്ടു
പത്രിസത്തമനാകും വൃദ്ധനാം ജടായുഷം
എത്രയും വളർന്നൊരു വിസ്മയംപൂണ്ടു രാമൻ
ബദ്ധരോഷേണേ സുമിത്രാത്മജനോടു ചൊന്നാൻഃ
"രക്ഷസാം പ്രവരനിക്കിടക്കുന്നതു മുനി-
ഭക്ഷകനിവനെ നീ കണ്ടതില്ലയോ സഖേ!
വില്ലിങ്ങു തന്നീടു നീ ഭീതിയുമുണ്ടാകൊല്ലാ
കൊല്ലുവനേവനെ ഞാൻ വൈകാതെയിനിയിപ്പോൾ."
ലക്ഷ്മണൻതന്നോടിത്ഥം രാമൻ ചൊന്നതു കേട്ടു
പക്ഷിശ്രേഷ്ഠനും ഭയപീഡിതനായിച്ചൊന്നാൻഃ
"വദ്ധ്യനല്ലഹം തവ താതനു ചെറുപ്പത്തി-
ലത്രയുമിഷ്ടനായ വയസ്യനറിഞ്ഞാലും.
നിന്തിരുവടിക്കും ഞാനിഷ്ടത്തെച്ചെയ്തീടുവൻ;
ഹന്തവ്യനല്ല ഭവഭക്തനാം ജടായു ഞാൻ."
എന്നിവ കേട്ടു ബഹുസ്നേഹമുൾക്കൊണ്ടു നാഥൻ
നന്നായാശ്ലേഷംചെയ്തു നൽകിനാനനുഗ്രഹംഃ
"എങ്കിൽ ഞാനിരിപ്പതിനടുത്തു വസിക്ക നീ
സങ്കടമിനിയൊന്നുകൊണ്ടുമേ നിനക്കില്ല.
ശങ്കിച്ചേനേല്ലോ നിന്നെ ഞാനതു കഷ്ടം കഷ്ടം!

കിങ്കരപ്രവരനായ് വാഴുക മേലിൽ ഭവാൻ.”

പഞ്ചവടീപ്രവേശം

എന്നരുൾചെയ്തു ചെന്നു പുക്കിതു പഞ്ചവടി-
തന്നിലാമ്മാറു സീതാലക്ഷ്മണസമേതനായ്.
പർണ്ണശാലയും തീർത്തു ലക്ഷ്മണൻ മനോജ്ഞമായ്
പർണ്ണപുഷ്പങ്ങൾകൊണ്ടു തല്പവുമുണ്ടാക്കിനാൻ.
ഉത്തമഗംഗാനദിക്കുത്തരതീരേ പുരു-
ഷോത്തമൻ വസിച്ചിതു ജാനകീദേവിയോടും.
കദളീപനസാമ്രാദ്യഖിലഫലവൃക്ഷാ-
വൃതകാനനേ ജനസംബാധവിവർജ്ജിതേ
നീരുജസ്ഥലേ വിനോദിപ്പിച്ചു ദേവിതന്നെ
ശ്രീരാമനയോദ്ധ്യയിൽ വാണതുപോലെ വാണാൻ.
ഫലമൂലാദികളും ലക്ഷ്മണനനുദിനം
പലവും കൊണ്ടുവന്നു കൊടുക്കും പ്രീതിയോടെ.
രാത്രിയിലുറങ്ങാതെ ചാപബാണവും ധരി-
ച്ചാസ്ഥയാ രക്ഷാർത്ഥമായ് നിന്നീടും ഭക്തിയോടെ.
സീതയെ മദ്ധ്യയോക്കി മൂവരും പ്രാതഃകാലേ
ഗൗതമിതന്നിൽ കുളിച്ചർഗ്ഘ്യവും കഴിച്ചുടൻ
പോരുമ്പോൾ സൗമിത്രി പാനീയവും കൊണ്ടുപോരും
വാരം വാരം പ്രീതിപൂണ്ടിങ്ങനെ വാഴുംകാലം.

ലക്ഷ്മണോപദേശം

ലക്ഷ്മണനൊരുദിനമേകാന്തേ രാമദേവൻ
തൃക്കഴൽ കൂപ്പി വിനയാനതനായിച്ചൊന്നാൻ:
"മുക്തിമാർഗ്ഗത്തെയരുൾചെയ്യേണം ഭഗവാനേ!
ഭക്തനാമടിയനോടജ്ഞാനം നീങ്ങുംവണ്ണം.
ജ്ഞാനവിജ്ഞാനഭക്തിവൈരാഗ്യചിഹ്നമെല്ലാം
മാനസാനന്ദം വരുമാറരുൾചെയ്തീടേണം.
ആരും നിന്തിരുവടിയൊഴിഞ്ഞില്ലിവയെല്ലാം
നേരോടെയുപദേശിച്ചീടുവാൻ ഭൂമണ്ഡലേ."
ശ്രീരാമനതു കേട്ടു ലക്ഷ്മണൻതന്നോടപ്പോ-
ളാരൂഢാനന്ദമരുൾചെയ്തിതു വഴിപോലെ:
"കേട്ടാലുമെങ്കിലതിഗുഹ്യമാമുപദേശം
കേട്ടോളം തീർന്നീടും വികൽപഭ്രമമെല്ലാം.
മുമ്പിനാൽ മായാസ്വരൂപത്തെ ഞാൻ ചൊല്ലീടുവ-
നമ്പോടു പിന്നെ ജ്ഞാനസാധനം ചൊല്ലാമല്ലോ.
വിജ്ഞാനസഹിതമാം ജ്ഞാനവും ചൊൽവൻ പിന്നെ
വിജ്ഞേയമാത്മസ്വരൂപത്തെയും ചൊല്ലാമെടോ!
ജ്ഞേയമായുള്ള പരമാത്മാനമറിയുമ്പോൾ
മായാസംബന്ധഭയമൊക്കെ നീങ്ങീടുമല്ലോ.
ആത്മാവല്ലാതെയുള്ള ദേഹാദിവസ്തുക്കളി-
ലാത്മാവെന്നുള്ള ബോധം യാതൊന്നു ജഗത്ത്രയേ
മായയാകുന്നതതു നിർണ്ണയമതിനാലെ
കായസംബന്ധമാകും സംസാരം ഭവിക്കുന്നു.
ഉണ്ടല്ലോ പിന്നെ വിക്ഷേപാവരണങ്ങളെന്നു
രണ്ടുരൂപം മായയ്ക്കെന്നറിക സൗമിത്രേ! നീ.
എന്നതിൽ മുന്നമേതല്ലോ ലോകത്തെക്കൽപിക്കുന്ന-

തെന്നറികതിസ്ഥൂലസൂക്ഷ്മഭേദങ്ങളോടും
ലിംഗാദി ബ്രഹ്മാന്തമാമവിദ്യാരൂപമേതും
സംഗാദി ദോഷങ്ങളെ സംഭവിപ്പിക്കുന്നതും.
ജ്ഞാനരൂപിണിയാകും വിദ്യയായതു മറ്റേ-
താനന്ദപ്രാപ്തിഹേതുഭൂതയെന്നറിഞ്ഞാലും.
മായാകൽപിതം പരമാത്മനി വിശ്വമെടോ!
മായകൊണ്ടല്ലോ വിശ്വമുണ്ടെന്നു തോന്നിക്കുന്നു.
രജ്ജൂഖണ്ഡത്തിങ്കലെപ്പന്നഗബുദ്ധിപോലെ
നിശ്ചയം വിചാരിക്കിലേതുമൊന്നില്ലയല്ലോ.
മാനവന്മാരാൽ കാണപ്പെട്ടതും കേൾക്കായതും
മാനസത്തിങ്കൽ സ്മരിക്കപ്പെടുന്നതുമെല്ലാം
സ്വപ്നസന്നിഭം വിചാരിക്കിലില്ലാതൊന്നല്ലോ
വിഭ്രമം കളഞ്ഞാലും വികൽപമുണ്ടാകേണ്ട.
ജന്മസംസാരവൃക്ഷമൂലമായതു ദേഹം
തന്മൂലം പുത്രകളത്രാദി സംബന്ധമെല്ലാം.
ദേഹമായതു പഞ്ചഭൂതസഞ്ചയമയം
ദേഹസംബന്ധം മായാവൈഭവം വിചാരിച്ചാൽ.
ഇന്ദ്രിയദശകവും മഹങ്കാരവും ബുദ്ധി
മനസ്സും ചിത്തമൂലപ്രകൃതിയെന്നിതെല്ലാം
ഓർത്തു കണ്ടാലുമൊരുമിച്ചിരിക്കുന്നതല്ലോ
ക്ഷേത്രമായതു ദേഹമെന്നുമുണ്ടല്ലോ നാമം.
എന്നിവറ്റിങ്കൽനിന്നു വേറൊന്നു ജീവനതും
നിർണ്ണയം പരമാത്മാ നിശ്ചലൻ നിരാമയൻ.
ജീവാത്മസ്വരൂപത്തെയറിഞ്ഞുകൊൾവാനുള്ള
സാധനങ്ങളെക്കേട്ടുകൊള്ളുക സൗമിത്രേ! നീ.
ജീവാത്മാവെന്നും പരമാത്മാവെന്നതുമോർക്കിൽ
കേവലം പര്യായശബ്ദങ്ങളെന്നറിഞ്ഞാലും.
ഭേദമേതുമേയില്ല രണ്ടുമൊന്നത്രേ നൂനം

ഭദ്രമുണ്ടെന്നു പറയുന്നതജ്ഞന്മാരല്ലോ.
മാനവും ഡംഭം ഹിംസാ വക്രത്വം കാമം ക്രോധം
മാനസേ വെടിഞ്ഞു സന്തുഷ്ടനായ് സദാകാലം
അന്യാക്ഷേപാദികളും സഹിച്ചു സമബുദ്ധ്യാ
മന്യുഭാവവുമകലെക്കളഞ്ഞനുദിനം
ഭക്തി കൈക്കൊണ്ടു ഗുരുസേവയും ചെയ്തു നിജ
ചിത്തശുദ്ധിയും ദേഹശുദ്ധിയും ചെയ്തുകൊണ്ടു
നിത്യവും സൽക്കർമ്മങ്ങൾക്കിളക്കം വരുത്താതെ
സത്യത്തെസ്സമാശ്രയിച്ചാനന്ദസ്വരൂപനായ്
മാനസവചനദേഹങ്ങളെയടക്കിത്ത-
ന്മാനസേ വിഷയസൗഖ്യങ്ങളെച്ചിന്തിയാതെ
ജനനജരാമരണങ്ങളെച്ചിന്തിച്ചുള്ളി-
ലനഹങ്കാരത്വേന സമഭാവനയോടും
സർവാത്മാവാകുമെങ്കലുറച്ച മനസ്സോടും
സർവദാ രാമരാമേത്യമിതജപത്തൊടും
പുത്രദാരാർത്ഥാദിഷു നിസ്നേഹത്വവും ചെയ്തു
സക്തിയുമൊന്നിങ്കലും കൂടാതെ നിരന്തരം
ഇഷ്ടാനിഷ്ടപ്രാപ്തിക്കു തുല്യഭാവത്തോടു സ-
ന്തുഷ്ടനായ് വിവിക്തശുദ്ധസ്ഥലേ വസിക്കേണം
പ്രാകൃതജനങ്ങളുമായ് വസിക്കരുതൊട്ടു-
മേകാന്തേ പരമാത്മജ്ഞാനതൽപരനായി
വേദാന്തവാക്യാർത്ഥങ്ങളവലോകനം ചെയ്തു
വൈദികകർമ്മങ്ങളുമാത്മനി സമർപ്പിച്ചാൽ
ജ്ഞാനവുമകതാരിലുറച്ചു ചമഞ്ഞീടും
മാനസേ വികൽപങ്ങളേതുമേയുണ്ടാകൊല്ലാ.
ആത്മാവാകുന്നതെന്തെന്നുണ്ടോ കേളേതുമെങ്കി-
ലാത്മാവല്ലല്ലോ ദേഹപ്രാണബുദ്ധ്യഹംകാരം
മാനസാദികളൊന്നുമിവറ്റിൽനിന്നു മേലേ

മാനമില്ലാത പരമാത്മാവുതാനേ വേറേ
നിൽപിതു ചിദാത്മാവു ശുദ്ധമവ്യക്തം ബുദ്ധം
തൽപദാത്മാ ഞാനിഹ ത്വൽപദാർത്ഥവുമായി
ജ്ഞാനംകൊണ്ടെന്നെ വഴിപോലെ കണ്ടറിഞ്ഞീടാം
ജ്ഞാനമാകുന്നതെന്നെക്കാട്ടുന്ന വസ്തുതന്നെ.
ജ്ഞാനമുണ്ടാകുന്നതു വിജ്ഞാനംകൊണ്ടുതന്നെ
ഞാനിതന്നെറിവിനു സാധനമാകയാലെ.
സർവത്ര പരിപൂർണ്ണനാത്മാവു ചിദാനന്ദൻ
സർവസത്വാന്തർഗ്ഗതനപരിച്ഛേദ്യനല്ലോ.
ഏകനദ്വയൻ പരനവ്യയൻ ജഗന്മയൻ
യോഗശേനജനഖിലാധാരൻ നിരാധാരൻ
നിത്യസത്യജ്ഞാനാദിലക്ഷണൻ ബ്രഹ്മാത്മകൻ
ബുദ്ധ്യുപാധികളിൽ വേറിട്ടവന്മായാമയൻ
ജ്ഞാനംകൊണ്ടുപഗമ്യൻ യോഗിനാമകോത്മനാം
ജ്ഞാനമാചാര്യശാസ്ത്രൗഘോപദേശൈക്യജ്ഞാനം.
ആത്മനോരേവം ജീവപരയോർമ്മൂലവിദ്യാ
ആത്മനി കാര്യകാരണങ്ങളും കൂടിച്ചേർന്നു
ലയിച്ചീടുമ്പോളുള്ളോരവസ്ഥയല്ലോ മുക്തി
ലയത്തോടാശു വേറിട്ടിരിപ്പതാത്മാവൊന്നേ.
ജ്ഞാനവിജ്ഞാനവൈരാഗ്യത്തോടു സഹിതമാ-
മാനന്ദമായിട്ടുള്ള കൈവല്യസ്വരൂപമി-
തുള്ളവണ്ണമേ പറവാനുമിതറിവാനു-
മുള്ളം നല്ലുണർവുള്ളോരില്ലാരും ജഗത്തിങ്കൽ.
മത്ഭക്തിയില്ലാതവർക്കത്രയും ദുർലഭം കേൾ
മത്ഭക്തികൊണ്ടുതന്നെ കൈവല്യം വരുംതാനും.
നേത്രമുണ്ടെന്നാകിലും കാണ്മതിനുണ്ടു പണി
രാത്രിയിൽ തന്റെ പദം ദീപമുണ്ടെന്നാകിലേ
നേരുള്ള വഴിയറിഞ്ഞീടാവിതവ്വണ്ണമേ

ശ്രീരാമഭക്തിയുണ്ടെന്നാകിലേ കാണായ്‌വരൂ.
ഭക്തനു നന്നായ് പ്രകാശിക്കുമാത്മാവു നൂനം
ഭക്തിക്കു കാരണവുമെന്തെന്നു കേട്ടാലും നീ.
മത്ഭക്തന്മാരോടുള്ള നിത്യസംഗമമതും
മത്ഭക്തന്മാരെക്കനിവോടു സേവിക്കുന്നതും
ഏകാദശ്യാദി വ്രതാനുഷ്ഠാനങ്ങളും പുന-
രാകുലമെന്നിയേ സാധിച്ചുകൊൾകയുമഥ
പൂജനം വന്ദനവും ഭാവനം ദാസ്യം നല്ല
ഭോജനമഗ്നിവിപ്രാണാം കൊടുക്കയുമഥ
മൽക്കഥാപാഠശ്രവണങ്ങൾചെയ്കയും മുദാ
മൽഗുണനാമങ്ങളെക്കീർത്തിച്ചുകൊള്ളുകയും
സന്തതമിത്ഥമെങ്കൽ വർത്തിക്കും ജനങ്ങൾക്കൊ-
രന്തരം വരാതൊരു ഭക്തിയുമുണ്ടായ്‌വരും.
ഭക്തി വർദ്ധിച്ചാൽ പിന്നെ മറ്റൊന്നും വരണ്ടേതി-
ല്ലുത്തമോത്തമന്മാരായുള്ളവരവരല്ലോ.
ഭക്തിയുക്തനു വിജ്ഞാനജ്ഞാനവൈരാഗ്യങ്ങൾ
സദ്യഃ സംഭവിച്ചീടുമെന്നാൽ മുക്തിയും വരും.
മുക്തിമാർഗ്ഗം താവക പ്രശ്നാനുസാരവശാ-
ലുക്തമായതു നിനക്കെന്നാലേ ധരിക്ക നീ.
വക്തവ്യമല്ല നൂനമത്രെയും ഗുഹ്യം മമ
ഭക്തന്മാർക്കൊഴിഞ്ഞുപദേശിച്ചീടരുതല്ലോ.
ഭക്തനെന്നാകിലവൻ ചോദിച്ചീലെന്നാകിലും
വക്തവ്യമവനോടു വിശ്വാസം വരികയാൽ.
ഭക്തിവിശ്വാസശ്രദ്ധായുക്തനാം മർത്ത്യനിതു
നിത്യമായ്പാഠം ചെയ്കിലജ്ഞാനമകന്നുപോം.
ഭക്തിസംയുക്തന്മാരാം യോഗീന്ദ്രന്മാർക്കു നൂനം
ഹസ്തസംസ്ഥിതയല്ലോ മുക്തിയെന്നറിഞ്ഞാലും."

ശൂർപ്പണഖാഗമനം

ഇത്തരം സൗമിത്രിയോടരുളിച്ചെയ്തു പുന-
രിത്തിരിനേരമിരുന്നീടിനോരനന്തരം
ഗൗതമീതീരേ മഹാകാനനേ പഞ്ചവടീ-
ഭൂതലേ മനോഹരേ സഞ്ചരിച്ചീടുന്നൊരു
യാമിനീചരി ജനസ്ഥാനവാസിനിയായ
കാമരൂപിണി കണ്ടാൾ കാമിനി വിമോഹിനി,
പങ്കജധ്വജകുലിശാങ്കുശാങ്കിതങ്ങളായ്
ഭംഗിതേടീടും പദപാതങ്ങളതുനേരം.
പാദസൗന്ദര്യം കണ്ടു മോഹിതയാകയാലെ
കൗതുകമുൾക്കൊണ്ടു രാമാശ്രമമകംപുക്കാൾ.
ഭാനുമണ്ഡലസഹസ്രോജ്ജ്വലം രാമനാഥം
ഭാനുഗോത്രജം ഭവഭയനാശനം പരം
മാനവവീരം മനോമോഹനം മായാമയം
മാനസഭവസമം മാധവം മധുഹരം
ജാനകിയോടുംകൂടെ വാണീടുന്നതു കണ്ടു
മീനകേതനബാണപീഡിതയായാളേറ്റം.
സുന്ദരവേഷത്തോടും മന്ദഹാസവുംപൊഴി-
ഞ്ഞിന്ദിരാവരനോടു മന്ദമായുരചെയ്താൾ:
"ആരെടോ ഭവാൻ? ചൊല്ലീടാരുടെ പുത്രനെന്നും
നേരൊടെന്തിവിടേക്കു വരുവാൻ മൂലമെന്നും,
എന്തൊരു സാദ്ധ്യം ജടാവല്ക്കലാദികളെല്ലാ-
മെന്തിനു ധരിച്ചിതു താപസവേഷമെന്നും.
എന്നുടെ പരമാർത്ഥം മുന്നേ ഞാൻ പറഞ്ഞീടാം
നിന്നോടു നീയെന്നോടു പിന്നെച്ചോദിക്കുമല്ലോ.
രാക്ഷസേശ്വരനായ രാവണഭഗിനി ഞാ-

നാഖ്യയാ ശൂർപ്പണഖ കാമരൂപിണിയല്ലോ
ഖരദൂഷണത്രിശിരാക്കളാം ഭ്രാതാക്കന്മാ–
ർക്കരികേ ജനസ്ഥാനേ ഞാനിരിപ്പതു സദാ.
നിന്നെ ഞാനാരെന്നതുമറിഞ്ഞീലതും പുന–
രെന്നോടു പരമാർത്ഥം ചൊല്ലണം ദയാനിധേ!"
"സുന്ദരി! കേട്ടുകൊൾക ഞാനയോദ്ധ്യാധിപതി–
നന്ദനൻ ദാശരഥി രാമനെന്നല്ലോ നാമം.
എന്നുടെ ഭാര്യയിവൾ ജനകാത്മജാ സീത
ധന്യേ! മൽഭ്രാതാവായ ലക്ഷ്മണനിവനെടോ.
എന്നാലെന്തൊരു കാര്യം നിനക്കു മനോഹരേ!
നിന്നുടെ മനോഗതം ചൊല്ലുക മടിയാതെ."
എന്നതു കേട്ടനേരം ചൊല്ലിനാൾ നിശാചരി ഃ
"എന്നോടുകൂടപ്പോന്നു രമിച്ചുകൊള്ളേണം നീ.
നിന്നെയും പിരിഞ്ഞുപോവാൻ മമ ശക്തി പോരാ
എന്നെ നീ പരിഗ്രഹിച്ചീടണേം മടിയാതെ."
ജാനകിതന്നെക്കടാക്ഷിച്ചു പുഞ്ചിരിപൂണ്ടു
മാനവവീരനവളോടരുൾചെയ്തീടിനാൻഃ
"ഞാനിഹ തപോധനവേഷവുംധരിച്ചോരോ
കാനനംതോറും നടന്നീടുന്നു സദാകാലം.
ജാനകിയാകുമിവളെന്നുടെ പത്നിയല്ലോ
മാനസേ പാർത്താൽ വെടിഞ്ഞീടരുതൊന്നുകൊണ്ടും.
സാപത്ന്യോത്ഭവദുഃഖമെത്രയും കഷ്ടം!കഷ്ടം!
താപത്തെസ്സഹിപ്പതിന്നാളല്ല നീയുമെടോ.
ലക്ഷ്മണൻ മമ ഭ്രാതാ സുന്ദരൻ മനോഹരൻ
ലക്ഷ്മീദേവിക്കുതന്നെയൊക്കും നീയല്ലേലാംകൊണ്ടും.
നിങ്ങളിൽ ചേരുമേറേ നിർണ്ണയം മനോഹരേ!
സംഗവും നിന്നിലേറ്റം വർദ്ധിക്കുമവനെടോ.
മംഗലശീലനനുരൂപനെത്രയും നിന–
ക്കങ്ങു നീ ചെന്നു പറഞ്ഞീടുക വൈകീടാതെ."

എന്നതു കേട്ടനേരം സൗമിത്രിസമീപേ പോയ്-
ച്ചെന്നവളപേക്ഷിച്ചാൾ, ഭർത്താവാകെന്നുതന്നെ
ചൊന്നവളോടു ചിരിച്ചവനുമുരചെയ്താ-
"നെന്നുടെ പരമാർത്ഥം നിന്നോടു പറഞ്ഞീടാം.
മന്നവനായ രാമൻതന്നുടെ ദാസൻ ഞാനോ
ധന്യേ! നീ ദാസിയാവാൻതക്കവളല്ലയല്ലോ.
ചെന്നു നീ ചൊല്ലീടഖിലേശ്വരനായ രാമൻ-
തന്നോടു തവ കുലശീലാചാരങ്ങളെല്ലാം.
എന്നാലന്നേരംതന്നെ കൈക്കൊള്ളുമല്ലോ രാമൻ
നിന്നെ"യന്നെതു കേട്ടു രാവണസഹോദരി
പിന്നയും രഘുകുലനായകനോടു ചൊന്നാ-
"ളെന്നെ നീ പരിഗ്രഹിച്ചീടുക നല്ലൂ നിന-
ക്കൊന്നുകൊണ്ടുമയേൊരു സങ്കടമുണ്ടായ്വരാ.
മന്നവാ! ഗിരിവനഗ്രാമദശേങ്ങൾ തോറും
എന്നോടുകൂടെ നടന്നോരോരോ ഭോഗമല്ലോ-
മന്യോന്യം ചേർന്നു ഭുജിക്കായ്വരുമനാരതം."
ഇത്തരമവളുരചെയ്തതു കേട്ടനേരേ-
മുത്തരമരുൾചെയ്തു രാഘവൻതിരുവടി ഃ
"ഒരുത്തനായാലവനരികേ ശുശ്രൂഷിപ്പാ-
നൊരുത്തി വേണമതിനിവളുണ്ടെനിക്കിപ്പോൾ.
ഒരുത്തി വേണമവനതിനാരെന്നു തിര-
ഞ്ഞിരിക്കുംനേരമിപ്പോൾ നിന്നെയും കണ്ടുകിട്ടി.
വരുത്തും ദൈവമെന്നു കൊതിച്ചാലിനി നിന്നെ
വരിച്ചുകൊള്ളുമവനില്ല സംശയമേതും.ണ
തരിക്കനെന്നിനിക്കാലം കളഞ്ഞീടാതെ ചെൽക
കരത്തെ ഗ്രഹിച്ചീടും കടുക്കനെന്നവനടോ!"
രാഘവവാക്യം കേട്ടു രാവണസഹോദരി
വ്യാകുലചേതസ്സോടും ലക്ഷ്മണാന്തികേ വേഗാൽ
ചെന്നുനിന്നപേക്ഷിച്ചനേരത്തു കുമാരനു-

“മന്നനോടിത്തരം പറഞ്ഞീടൊല്ലാ വെറുതേ നീ.
നിന്നിലില്ലേതുമൊരു കാംക്ഷയെന്നറിക നീ
മന്നവനായ രാമൻതന്നോടു പറഞ്ഞാലും.”
പിന്നെയുമതു കേട്ടു രാഘവസമീപേ പോയ്-
ച്ചെന്നുനിന്നപേക്ഷിച്ചാളാശയാ പലതരം.
കാമവുമാശാഭംഗംകൊണ്ടു കോപവുമതി-
പ്രേമവുമാലസ്യവുംപൂണ്ടു രാക്ഷസിയപ്പോൾ
മായാരൂപവും വേർപെട്ടഞ്ജനശൈലംപോലെ
കായാകാരവും ഘോരദംഷ്ട്രയും കൈക്കൊണ്ടേറ്റം
കമ്പമുൾക്കൊണ്ടു സീതാദേവിയോടടുത്തപ്പോൾ
സംഭ്രമത്തോടു രാമൻ തടുത്തുനിർത്തുംനേരം
ബാലകൻ കണ്ടു ശീഘ്രം കുതിച്ചു ചാടിവന്നു
വാളുറയൂരിക്കാതും മുലയും മൂക്കുമെല്ലാം
ഛേദിച്ചനേരമവളലറി മുറയിട്ട-
നാദത്തെക്കൊണ്ടു ലോകമൊക്കെ മാറ്റൊലിക്കൊണ്ടു.
നീലപർവതത്തിന്റെ മുകളിൽനിന്നു ചാടി
നാലഞ്ചുവഴി വരുമരുവിയാറുപോലെ
ചോരയുമൊലിപ്പിച്ചു കാളരാത്രിയെപ്പോലെ
ഘോരയാം നിശാചാരി വേഗത്തിൽ നടകൊണ്ടാൾ.
രാവണൻതന്റെ വരവുണ്ടിനിയിപ്പോളെന്നു
ദേവദേവനുമരുൾചെയ്തിരുന്നരുളിനാൻ.
രാക്ഷസപ്രവരനായീടിന ഖരൻമുമ്പിൽ
പക്ഷമറ്റവനിയിൽ പർവതം വീണപോലെ
രോദനംചെയ്തു മുമ്പിൽ പതനംചെയ്തു നിജ
സോദരിതന്നെനോക്കിച്ചൊല്ലിനാനാശു ഖരൻ:
“മൃത്യുതൻ വക്ത്രത്തിങ്കൽ സത്വരം പ്രവേശിപ്പി-
ച്ചതത്ര ചൊല്ലാരെന്നെന്നോടത്രയും വിരയെ നീ.”
വീർത്തുവീർത്തേറ്റം വിറച്ചലറിസ്സഗദ്ഗദ-
മാർത്തിപൂണ്ടോർത്തു ഭീത്യാ ചൊല്ലിനാളവളപ്പോൾ:

"മർത്ത്യന്മാർ ദശരഥപുത്രന്മാരിരുവരു-
ണ്ടുത്തമഗുണവാന്മാരത്രയും പ്രസിദ്ധന്മാർ.
രാമലക്ഷ്മണന്മാരെന്നവർക്കു നാമമൊരു
കാമിനിയുണ്ടു കൂടെ സീതയെന്നവൾക്കു പേർ.
അഗ്രജൻനിയോഗത്താലുഗ്രനാമവരജൻ
ഖഡ്ഗനേ ഛേദിച്ചതു മൽകുചാദികളെല്ലാം.
ശൂരനായീടും നീയിന്നവരെക്കൊലചെയ്തു
ചോര നല്കുക ദാഹം തീരുമാറെനിക്കിപ്പോൾ.
പച്ചമാംസവും തിന്നു രക്തവും പാനംചെയ്കി-
ലിച്ഛരവന്നീടും മമ നിശ്ചയമറിഞ്ഞാലും."
എന്നിവ കേട്ടു ഖരൻ കോപത്തോടുരചെയ്താൻഃ
"ദുർന്നയമേറേയുള്ള മാനുഷാധമന്മാരെ
കൊന്നു മൽഭഗിനിക്കു ഭക്ഷിപ്പാൻ കൊടുക്കണ-
മെന്നതിനാശു പതിന്നാലുപേർ പോക നിങ്ങൾ.
നീ കൂടെച്ചെന്നു കാട്ടുക്കൊടുത്തീടന്നാലിവ-
രാകൂതം വരുത്തീടും നിനക്കു മടിയാതെ."
എന്നവളോടു പറഞ്ഞയച്ചാൻ ഖരനേറ്റ-
മുന്നതന്മാരാം പതിന്നാലു രാക്ഷസരെയും.
ശൂലമുൽഗരമുസലാസിചാപഷേുഭിണ്ഡി-
പാലാദി പലവിധമായുധങ്ങളുമായി
ക്രൂദ്ധന്മാരാർത്തുവിളിച്ചുദ്ധതന്മാരായ് ചെന്നു
യുദ്ധസന്നദ്ധന്മാരായടുത്താരതുനേരം.
ബദ്ധവൈരേണ പതിന്നാൽവരുമൊരുമിച്ചു
ശസ്ത്രൗഘം പ്രയോഗിച്ചാർ ചുറ്റുംനിന്നൊരിക്കലെ.
മിത്രഗോത്രാൽഭൂതനാമുത്തമോത്തമൻ രാമൻ
ശത്രുക്കളയച്ചോരു ശസ്ത്രൗഘം വരുന്നേരം
പ്രത്യേകമോരോശരംകൊണ്ടവ ഖണ്ഡിച്ചുടൻ
പ്രത്യർത്ഥിജനത്തെയും വധിച്ചാനോരോന്നിനാൽ.
ശൂർപ്പണഖയുമതു കണ്ടു പടേിച്ചു മണ്ടി-

ബ്ബാഷ്പവും തൂകി ഖരൻമുമ്പിൽവീണലറിനാൾ.
“എങ്ങുപൊയ്ക്കളഞ്ഞിതു നിന്നോടുകൂടെപ്പറ-
ഞ്ഞിങ്ങുനിന്നയച്ചവർ പതിന്നാൽവരും ചൊൽ, നീ.”
“അങ്ങുചെന്നേറ്റനേരം രാമസായകങ്ങൾകൊ-
ണ്ടിങ്ങിനിവരാതവണ്ണം പോയാർ തെക്കോട്ടവർ.”
എന്നു ശൂർപ്പണഖയും ചൊല്ലിനാ,ളതുകേട്ടു
വന്ന കോപത്താൽ ഖരൻ ചൊല്ലിനാനതുനേരം:
“പോരിക നിശാചരർ പതിന്നാലായിരവും
പോരിനു ദൂഷണനുമനുജൻ ത്രിശിരാവും.
ഘോരനാം ഖരനേവം ചൊന്നതു കേട്ടനേരം
ശൂരനാം ത്രിശിരാവും പടയും പുറപ്പെട്ടു.
വീരനാം ദൂഷണനും ഖരനും നടകൊണ്ടു
ധീരതയോടു യുദ്ധം ചെയ്‌വതിന്നുഴറ്റോടെ.
രാക്ഷസപ്പടയുടെ രൂക്ഷമാം കോലാഹലം
കേൾക്കായനേരം രാമൻ ലക്ഷ്മണനോടു ചൊന്നാൻ:
“ബ്രഹ്മാണ്ഡം നടുങ്ങുമാറെന്തൊരു ഘോഷമിതു?
നമ്മോടു യുദ്ധത്തിനു വരുന്നു രക്ഷോബലം.
ഘോരമായിരിപ്പോരു യുദ്ധവുമുണ്ടാമിപ്പോൾ
ധീരതയോടുമത്ര നീയൊരു കാര്യംവേണം.
മൈഥിലിതന്നെയൊരു ഗുഹയിലാക്കിക്കൊണ്ടു
ഭീതികൂടാതെ പരിപാലിക്കവേണം ഭവാൻ.
ഞാനൊരുത്തനേ പോരുമിവരെയൊക്കെക്കൊൽവാൻ
മാനസേ നിനക്കു സന്ദേഹമുണ്ടായീടൊലാ.
മറ്റൊന്നും ചൊല്ലുന്നില്ലെന്നെന്നെയൊണയുമിട്ടു
കറ്റവാർകുഴലിയെ രക്ഷിച്ചുകൊള്ളേണം നീ.”
ലക്ഷ്മീദേവിയേയുംകൊണ്ടങ്ങനെതന്നെയെന്നു
ലക്ഷ്മണൻ തൊഴുതു പോയ് ഗഹ്വരമകംപുക്കാൻ.

ഖരവധം

ചാപബാണങ്ങളെയുമെടുത്തു പരികര-
മാഭോഗാനന്ദമുറപ്പിച്ചു സന്നദ്ധനായി.
നില്ക്കുന്നനേരമോർത്തുവിളിച്ചു നക്തഞ്ചര-
രൊക്കെ വന്നൊരുമിച്ചു ശസ്ത്രൗഘം പ്രയോഗിച്ചാർ.
വൃക്ഷങ്ങൾ പാഷാണങ്ങളെന്നിവകൊണ്ടുമറ്റും
പ്രക്ഷേപിച്ചിതു വേഗാൽ പുഷ്കരനേത്രൻമെയ്മേലേ.
തൽക്ഷണമവയെല്ലാമെയ്തു ഖണ്ഡിച്ചു രാമൻ
രക്ഷോവീരന്മാരെയും സായകാവലി തൂകി
നിഗ്രഹിച്ചതു നിശിതാഗ്രബാണങ്ങൾതന്നാ-
ലഗ്രേ വന്നടുത്തൊരു രാക്ഷസപ്പടയെല്ലാം.
ഉഗ്രനാം സേനാപതി ദൂഷണനതുനേരേ-
മുഗ്രസന്നിഭനായ രാമനോടടുത്തിതു.
തൂകിനാൻ ബാണഗണ,മവറ്റു രഘുവരൻ
വേഗേന ശരങ്ങളാലണ്മണിപ്രായമാക്കി.
നാലു ബാണങ്ങളെയ്തു തുരഗം നാലിനെയും
കാലവേശ്മനി ചേർത്തു സാരഥിയോടുംകൂടെ.
ചാപവും മുറിച്ചു തൽകേതുവും കളഞ്ഞപ്പോൾ
കോപേന തേരേൽനിന്നു ഭൂമിയിൽ ചാടിവീണാൻ.
പിൽപാടു ശതഭാരായസനിർമ്മിതമായ
കൽപറ്റും പരിഘവും ധരിച്ചു വന്നാനവൻ.
തൽബാഹുതന്നെച്ഛേദിച്ചീടിനാൻ ദാശരഥി
തൽപരിഘത്താൽ പ്രഹരിച്ചിതു സീതാപതി.
മസ്തകം പിളർന്നവനുർവിയിൽ വീണു സമ-
വർത്തിപത്തനം പ്രവേശിച്ചിതു ദൂഷണനും.
ദൂഷണൻ വീണനേരം വീരനാം ത്രിശിരസ്സും

രോഷേണ മൂന്നുശരം കൊണ്ടു രാമനെയെയ്താൻ.
മൂന്നും ഖണ്ഡിച്ചു രാമൻ മൂന്നുബാണങ്ങളെയ്താൻ
മൂന്നുമെയ്തുടൻ മുറിച്ചീടിനാൻ ത്രിശിരസ്സും
നൂറുബാണങ്ങളെയ്താനന്നേരം ദാശരഥി
നൂറും ഖണ്ഡിച്ചു പുനരായിരംബാണമെയ്താൻ.
അവയും മുറിച്ചവനയുതം ബാണമെയ്താ–
നവനീപതിവീരനവയും നുറുക്കിനാൻ.
അർദ്ധചന്ദ്രാകാരമായിരിപ്പോരമ്പുതന്നാ–
ലുത്തമാംഗങ്ങൾ മൂന്നും മുറിച്ചു പന്താടിനാൻ.
അന്നേരം ഖരനാദിത്യാഭതേടീടും രഥം–
തന്നിലാമ്മാറു കരയേറി ഞാണൊലിയിട്ടു
വന്നു രാഘവനോടു ബാണങ്ങൾ തൂകീടിനാ,–
നൊന്നിനൊന്നെയ്തു മുറിച്ചീടിനാനവയെല്ലാം.
രാമബാണങ്ങൾകൊണ്ടും ഖരബാണങ്ങൾകൊണ്ടും
ഭൂമിയുമാകാശവും കാണരുതാതെയായി.
നിഷ്ഠുരതരമായ രാഘവശരാസനം
പൊട്ടിച്ചാൻ മുഷ്ടിദേശേ ബാണമെയ്താശു ഖരൻ.
ചട്ടയും നുറുക്കിനാൻ ദേഹവും ശരങ്ങൾകൊ–
ണ്ടൊട്ടൊഴിയാതെ പിളർന്നീടിനാ,നതുനേരം
താപസദേവാദികളായുള്ള സാധുക്കളും
താപമോടയ്യോ! കഷ്ടം! കഷ്ടമെന്നുരചെയ്താർ.
ജയിപ്പൂതാക രാമൻ ജയിപ്പൂതാകയെന്നു
ഭയത്തോടമരരും താപസന്മാരും ചൊന്നാർ.
തല്ക്കാലേ കുംഭോത്ഭവൻതന്നുടെ കയ്യിൽ മുന്നം
ശക്രനാൽ നിക്ഷിപ്തമായിരുന്ന ശരാസനം
തൃക്കയ്യിൽ കാണായ്വന്നിതെത്രയും ചിത്രം ചിത്രം;
മുഖ്യവൈഷ്ണവചാപം കൈക്കൊണ്ടു നില്ക്കുന്നേരം
ദിക്കുകളൊക്കെ നിറഞ്ഞോരു വൈഷ്ണവതേജ–

സ്സുൾക്കൊണ്ടു കാണായ്വന്നു രാമചന്ദ്രനയെപ്പോൾ.
ഖണ്ഡിച്ചാൻ ഖരനുടെ ചാപവും കവചവും
കുണ്ഡലഹാര കിരീടങ്ങളുമരക്ഷണാൽ.
സൂതനക്കൊന്നു തുരഗങ്ങളും തേരും പൊടി–
ച്ചാദിനായകനടുത്തീടിന നേരത്തിങ്കൽ
മററൊരു തേരിൽ കരയറേിനാനാശു ഖരൻ
തറെറന്നു പൊടിച്ചിതു രാഘവനതുമപ്പോൾ.
പിന്നയെും ഗദയുമായടുത്താനാശു ഖരൻ
ഭിന്നമാക്കിനാൻ വിശിഖങ്ങളാലതും രാമൻ.
ഏറിയ കോപത്തോടെ പിന്നെ മററൊരു തേരി–
ലറേിവന്നസ്ത്രപ്രയോഗം തുടങ്ങിനാൻ ഖരൻ.
ഘോരമാമാഗ്നയോസ്ത്രമയെ്തു രഘുവരൻ
വാരുണാസ്ത്രനേ തടുത്തീടിനാൻ ജിതശ്രമം.
പിന്നക്കൌബരേമസ്ത്രമയെ്തതനൈ്ദ്രാസ്ത്രംകൊണ്ടു
മന്നവൻ തടഞ്ഞതു കണ്ടു രാക്ഷസവീരൻ
നരൈ്യതമസ്ത്രം പ്രയോഗിച്ചിതു യുമ്യാസ്ത്രണേ
വീരനാം രഘുപതി തടുത്തുകളഞ്ഞപ്പോൾ
വായവ്യമയച്ചതുമനൈ്ദ്രാസ്ത്രംകൊണ്ടു ജഗ–
ന്നായകൻ തടുത്തതു കണ്ടു രാക്ഷസവീരൻ
ഗാന്ധർവ്വമയച്ചതു ഗൌഹ്യകമസ്ത്രംകൊണ്ടു
ശാന്തമായതു കണ്ടു ഖരനും കോപത്തോടെ
ആസുരമസ്ത്രം പ്രയോഗിച്ചതു കണ്ടു രാമൻ
ഭാസുരമായ ദവൈാസ്ത്രംകൊണ്ടു തടുക്കയാൽ
തീക്ഷ്ണമാമഷൈീകാസ്ത്രമയെ്തതു രഘുപതി
വഷൈ്ണവാസ്ത്രണേ കളഞ്ഞാശു മൂന്നമ്പുതന്നാൽ
സാരഥിതന്നക്കൊന്നു തുരഗങ്ങളക്കൊന്നു
തരേുമപ്പെരേും പൊടിപടുെത്തു കളഞ്ഞപ്പോൾ
യാതുധാനാധിപതി ശൂലവും കക്കൈൊണ്ടതി–

ക്രോധനേ രഘുവരനഠോടടുത്തീടുന്നനരം
ഇന്ദ്രദവൈതമസ്ത്രമയച്ചഠോരളവു ചെ-
ന്നിന്ദ്രാരിതലയറുത്തീടിനാൻ ജഗന്നാഥൻ.
വീണിതു ലങ്കാനഗരോത്തരദ്വാരേ തല
തൂണി പുക്കിതു വന്നു ബാണവുമതുനരേം.
കണ്ടു രാക്ഷസരെല്ലാമാരുടെ തലയെന്നു
കുണ്ഠഭാവനേ നിന്നു സംശയം തുടങ്ങിനാർ.
ഖരദൂഷണത്രിശിരാക്കളാം നിശാചര-
വരരും പതിന്നാലായിരവും മരിച്ചിതു
നാഴിക മൂന്നമേുക്കാൽകൊണ്ടു രാഘവൻതന്നാ,-
ലൂഴിയിൽ വീണാളല്ലോ രാവണഭഗിനിയും.
മരിച്ച നിശാചരർ പതിനാലായിരവും
ധരിച്ചാരല്ലോ ദിവ്യവിഗ്രഹമതുനരേം,
ജ്ഞാനവും ലഭിച്ചിതു രാഘവൻപക്കൽനിന്നു
മാനസേ പുനരവരവേരുമതുനരേം
രാമനെ പ്രദക്ഷിണംചെയ്തുടൻ നമസ്കരി-
ച്ചാമോദംപൂണ്ടു കൂപ്പിസ്തുതിച്ചാർ പലതരംഃ
“നമസ്തേ പാദാംബുജം രാമ! ലോകാഭിരാമ!
സമസ്തപാപഹരം സവേകാഭീഷ്ടപ്രദം.
സമസ്തശേ്വര! ദയാവാരിധേ! രഘുപതേ!
രമിച്ചീടണം ചിത്തം ഭവതി രമാപതേ!
ത്വൽപാദാംബുജം നിത്യം ധ്യാനിച്ചു മുനിജന-
മുത്ഭവമരണദുഃഖങ്ങളകെ്കളയുന്നു
മുൽപാടു മഹശേനത്തെപസ്സുചെയ്തു സന്തോ-
ഷിപ്പിച്ചു ഞങ്ങൾമുമ്പിൽ പ്രത്യക്ഷനായനരേം
‘ഭദേവിഭ്രമം തീർത്തു സംസാരവൃക്ഷമൂല-
ച്ഛേദനകുഠാരമായ് ഭവിക്ക ഭവാ’നിതി
പ്രാർത്ഥിച്ചു ഞങ്ങൾ മഹാദവേനോടതുമൂല-

മോർത്തരുൾചെയ്തു പരമേശ്വരനതുനേരം.
‘യാമിനീചരന്മാരായ് ജനിക്ക നിങ്ങളിനി
രാമനായവതരിച്ചീടുവൻ ഞാനും ഭൂമൗ.
രാക്ഷസദേഹന്മാരാം നിങ്ങളെച്ഛേദിച്ചന്നു-
മോക്ഷവും തന്നീടുവനില്ല സംശയമേതും.’
എന്നരുൾചെയ്തു പരമേശ്വരനതുമൂലം
നിർണ്ണയം മഹാദേവനായതും രഘുപതി.
ജ്ഞാനോപദേശംചെയ്തു മോക്ഷവും തന്നീടണ-
മാനന്ദസ്വരൂപനാം നിന്തിരുവടി നാഥാ!”
എന്നവരപേക്ഷിച്ചനേരത്തു രഘുനാഥൻ
മന്ദഹാസവും പൂണ്ടു സാനന്ദമരുൾചെയ്തുഃ
“വിഗ്രഹേന്ദ്രിയമനഃപ്രാണാഹംകാരാദികൾ-
ക്കൊക്കവേ സാക്ഷിഭൂതനായതു പരമാത്മാ.
ജാഗ്രത്സ്വപ്നാഖ്യാദ്യവസ്ഥാഭേദങ്ങൾക്കും മീതേ
സാക്ഷിയാം പരബ്രഹ്മം സച്ചിദാനന്ദമേകം.
ബാല്യകൗമാരാദികളാഗമാപായികളാം
കാല്യാദിഭേദങ്ങൾക്കും സാക്ഷിയായ്മീതേ നില്ക്കും.
പരമാത്മാവു പരബ്രഹ്മമാനന്ദാത്മകം
പരമം ധ്യാനിക്കുമ്പോൾ കൈവല്യം വന്നുകൂടും.”
ഈവണ്ണമുപദേശംചെയ്തു മോക്ഷവും നല്കി
ദേവദേവേശൻ ജഗൽക്കാരണൻ ദാശരഥി.
രാഘവൻ മൂന്നേമുക്കാൽ നാഴികകൊണ്ടു കൊന്നാൻ
വേഗേന പതിന്നാലുസഹസ്രം രക്ഷോബലം.
സൗമിത്രി സീതാദേവിതന്നോടുംകൂടെ വന്നു
രാമചന്ദ്രനെ വീണു നമസ്കാരവും ചെയ്താൻ.
ശസ്ത്രൗഘനികൃത്തമാം ഭർത്തൃവിഗ്രഹം കണ്ടു
മുക്തബാഷ്പോദം വിദേഹാത്മജ മന്ദംമന്ദം
തൃക്കൈകൾകൊണ്ടു തലോടിപ്പൊറുപ്പിച്ചീടിനാ-

ളൊക്കവേ പുണ്ണുമതിൻ വടുവും വാച്ചീടിനാൾ.
രക്ഷോവീരന്മാർ വീണുകിടക്കുന്നതു കണ്ടു
ലക്ഷ്മണൻ നിജഹൃദി വിസ്മയം തേടീടിനാൻ.
‘രാവണൻതന്റെ വരവുണ്ടിനിയിപ്പോ’ളെന്നു
ദേവദേവനുമരുൾചെയ്തിരുന്നരുളിനാൻ.
പിന്നെ ലക്ഷ്മണൻതന്നെ വൈകാതെ നിയോഗിച്ചാൻ:
‘ചെന്നു നീ മുനിവരന്മാരോടു ചൊല്ലീടണം.
യുദ്ധംചെയ്തതും ഖരദൂഷണത്രിശിരാക്കൾ
സിദ്ധിയെ പ്രാപിച്ചതും പതിന്നാലായിരവും
താപസന്മാരോടറിയിച്ചു നീ വരികെ’ന്നു
പാപനാശനനരുൾചെയ്തയച്ചോരുശേഷം,
സുമിത്രാപുത്രൻ തപോധനന്മാരോടു ചൊന്നാ-
നമിത്രാന്തകൻ ഖരൻ മരിച്ച വൃത്താന്തങ്ങൾ.
ക്രമത്താലിനിക്കാലംവൈകാതെയൊടുങ്ങീടു-
മമർത്ത്യവൈരികളെന്നുറച്ചു മുനിജനം.
പലരുംകൂടി നിരൂപിച്ചു നിർമ്മിച്ചീടിനാർ
പലലാശികൾമായ തട്ടായ്‌വാൻ മൂന്നുപേർക്കും
അംഗുലീയവും ചൂഡാരത്നവും കവചവു-
മംഗേ ചേർത്തീടുവാനായ്ക്കൊടുത്തുവിട്ടീടിനാർ.
ലക്ഷ്മണനവ മൂന്നും കൊണ്ടുവന്നാശു രാമൻ-
തൃക്കാല്ക്കൽവച്ചു തൊഴുതീടിനാൻ ഭക്തിയോടെ.
അംഗുലീയകമെടുത്തംബുജവിലോചന-
നംഗുലത്തിന്മേലിട്ടു, ചൂഡാരത്നവും പിന്നെ
മൈഥിലിതനിക്കു നല്കീടിനാൻ, കവചവും
ഭ്രാതാവുതനിക്കണിഞ്ഞീടുവാനരുളിനാൻ.

ശൂർപ്പണഖാവിലാപം

രാവണഭഗിനിയും രോദനംചെയ്തു പിന്നെ
രാവണനോടു പറഞ്ഞീടുവാൻ നടകൊണ്ടാൾ.
സാക്ഷാലഞ്ജനശൈലംപോലെ ശൂർപ്പണഖയും
രാക്ഷസരാജൻമുമ്പിൽ വീണുടൻമുറയിട്ടാൾ.
മുലയും മൂക്കും കാതും കൂടാതെ ചോരയുമാ-
യലറും ഭഗിനിയോടവനുമുരചെയ്താൻഃ
"എന്തിതു വത്സേ! ചൊല്ലീടെന്നോടു പരമാർത്ഥം
ബന്ധമുണ്ടായതെന്തു വൈരൂപ്യം വന്നീടുവാൻ?
ശക്രനോ കൃതാന്തനോ പാശിയോ കുബേരനോ
ദുഷ്കൃതംചെയ്തതവൻതന്നെ ഞാനൊടുക്കുവൻ.
സത്യംചൊ"ല്ലെന്നനേരമവളുമുരചെയ്താ-
"ളത്രയും മൂഢൻ ഭവാൻ പ്രമത്തൻ പാനസക്തൻ
സ്ത്രീജിതനതിശഠനെന്തറിഞ്ഞിരിക്കുന്നു?
രാജാവെന്നെന്തുകൊണ്ടു ചൊല്ലുന്നു നിന്നെ വൃഥാ?
ചാരചക്ഷുസ്സും വിചാരവുമില്ലതും നിത്യം
നാരീസേവയുംചെയ്തു കിടന്നീടല്ലായ്പോഴും.
കേട്ടതില്ലയോ ഖരദൂഷണത്രിശിരാക്കൾ
കൂട്ടമേ പതിന്നാലായിരവും മുടിഞ്ഞതും?
പ്രഹരാർദ്ധനേ രാമൻ വേഗേനേ ബാണഗണം
പ്രഹരിച്ചൊടുക്കിനാനെന്തൊരു കഷ്ടമോർത്താൽ."
എന്നതു കേട്ടു ചോദിച്ചീടിനാൻ ദശാനന-
നെന്നോടു ചൊല്ലീ'ടവേൻ രാമനാകുന്നതെന്നും
എന്തൊരുമൂലമവൻ കൊല്ലുവാനെന്നുമന്നോ-
ലന്തകൻതനിക്കു നല്കീടുവനവനെ ഞാൻ.'
സോദരി ചൊന്നാളതുകേട്ടു രാവണനോടു

“യാതുധാനാധിപതേ! കേട്ടാലും പരമാർത്ഥം.
ഞാനൊരുദിനം ജനസ്ഥാനദേശത്തിങ്കൽ നി–
ന്നാനന്ദംപൂണ്ടു താനേ സഞ്ചരിച്ചീടുംകാലം
കാനനത്തൂടേ ചെന്നു ഗൗതമീതടം പുക്കേൻ;
സാനന്ദം പഞ്ചവടി കണ്ടു ഞാൻ നില്ക്കുന്നേരം.
ആശ്രമത്തിങ്കൽ തത്ര രാമനെക്കണ്ടേൻ ജഗ–
ദാശ്രയഭൂതൻ ജടാവല്ക്കലങ്ങളും പൂണ്ടു
ചാപബാണങ്ങളോടുമത്രയും തേജസ്സോടും
താപസവേഷത്തോടും ധർമ്മദാരങ്ങളോടും
സോദരനായീടുന്ന ലക്ഷ്മണനോടുംകൂടി
സ്സാദരമിരിക്കുമ്പോളടുത്തുചെന്നു ഞാനും.
ശ്രീരാമോത്സംഗേ വാഴും ഭാമിനിതന്നെക്കണ്ടാൽ
നാരികളവ്വണ്ണം മറ്റില്ലല്ലോ ലോകത്തിങ്കൽ.
ദേവഗന്ധർവ്വനാഗമാനുഷനാരിമാരി–
ലേവം കാണ്മാനുമില്ല കേൾപ്പാനുമില്ല നൂനം.
ഇന്ദിരാദേവിതാനും ഗൗരിയും വാണിമാതു–
മിന്ദ്രാണിതാനും മറ്റുള്ളപ്സരസ്ത്രീവർഗ്ഗവും
നാണംപൂണ്ടൊളിച്ചീടുമവളെ വഴിപോലെ
കാണുമ്പോളനംഗനും ദേവതയവളല്ലോ.
തൽപതിയാകും പുരുഷൻ ജഗൽപതിയെന്നു
കൽപിക്കാം വികൽപമില്ലൽപവുമിതിനിപ്പോൾ.
ത്വൽപത്നിയാക്കീടുവാൻ തക്കവളവളെന്നു
കൽപിച്ചുകൊണ്ടിങ്ങു പോന്നീടുവാനൊരുമ്പെട്ടേൻ.
മൽകുചനാസാകർണ്ണച്ഛേദനം ചെയ്താനപ്പോൾ
ലക്ഷ്മണൻ കോപത്തോടേ രാഘവനിയോഗത്താൽ.
വൃത്താന്തം ഖരനോടു ചെന്നു ഞാനറിയിച്ചേൻ
യുദ്ധാർത്ഥം നക്തഞ്ചരാനീകിനിയോടുമവൻ
രോഷവേഗേന ചെന്നു രാമനോടേറ്റനേരം

നാഴിക മൂന്നമേുക്കാൽകൊണ്ടവനൊടുക്കിനാൻ.
ഭസ്മമാക്കീടും പിണങ്ങീടുകിൽ വിശ്വം ക്ഷണാൽ
വിസ്മയം രാമനുടെ വിക്രമം വിചാരിച്ചാൽ!
കന്നൽനേർമിഴിയാളാം ജാനകിദേവിയിപ്പോൾ
നിന്നുടെ ഭാര്യയാകിൽ ജന്മസാഫല്യം വരും.
ത്വത്സകാശത്തിങ്കലാക്കീടുവാൻ തക്കവണ്ണ-
മുത്സാഹം ചെയ്തീടുകിലത്രയും നന്നു ഭവാൻ.
തത്സാമർത്ഥ്യങ്ങളെല്ലാം പത്മാക്ഷിയാകുമവ-
ളുത്സംഗേ വസിക്കകൊണ്ടാകുന്നു ദേവാരാതേ!
രാമനോടേറ്റാൽ നിൽപാൻ നിനക്കു ശക്തിപോരാ
കാമവൈരിക്കും നേരേ നില്ക്കരുതെതിർക്കുമ്പോൾ.
മോഹിപ്പിച്ചൊരുജാതി മായയാ ബാലന്മാരെ
മോഹനഗാത്രിതന്നെക്കൊണ്ടുപോരികയേയുള്ളു."
സോദരീവചനങ്ങളിങ്ങനെ കേട്ടശേഷം
സാദരവാക്യങ്ങളാലാശ്വസിപ്പിച്ചു തൂർണ്ണം
തന്നുടെ മണിയറതന്നിലങ്ങകംപുക്കാൻ
വന്നതില്ലതേും നിദ്ര ചിന്തയുണ്ടാകമൂലം.
'എത്രയും ചിത്രം ചിത്രമോർത്തോളമിദമൊരു
മർത്ത്യനാൽ മൂന്നമേുക്കാൽ നാഴികനേരംകൊണ്ടു
ശക്തനാം നക്തഞ്ചരപ്രവരൻ ഖരൻതാനും
യുദ്ധവൈദഗ്ദ്ധ്യമേറും സോദരരിരുവരും
പത്തികൾ പതിന്നാലായിരവും മുടിഞ്ഞുപോൽ!
വ്യക്തം മാനുഷനല്ല രാമനെന്നതു നൂനം.
ഭക്തവത്സലനായ ഭഗവാൻ പത്മകേഷണൻ
മുക്തിദാനൈകമൂർത്തി മുകുന്ദൻ മുക്തിപ്രിയൻ
ധാതാവു മുന്നം പ്രാർത്ഥിച്ചോരു കാരണമിന്നു
ഭൂതലേ രഘുകുലേ മർത്ത്യനായ് പിറന്നിപ്പോൾ
എന്നെക്കൊല്ലുവാനൊരുമ്പെട്ടു വന്നാനെങ്കിലോ

ചന്നെു വൈകുണ്ഠരാജ്യം പരിപാലിക്കാമല്ലോ.
അല്ലെങ്കിലന്നെും വാഴാം രാക്ഷസരാജ്യ,മന്നൊ-
ലല്ലലിില്ലൊന്നുകൊണ്ടും മനസി നിരൂപിച്ചാൽ.
കല്യാണപ്രദനായ രാമനോടേല്ക്കുന്നതി-
നല്ലൊജാതിയും മടിക്കണ്ട ഞാനൊന്നുകൊണ്ടും.
ഇത്ഥമാത്മനി ചിന്തിച്ചുറച്ചു രക്ഷോനാഥൻ
തത്വജ്ഞാനത്തോടുകൂടത്യാനന്ദവും പൂണ്ടാൻ.
സാക്ഷാൽ ശ്രീനാരായണൻ രാമനന്നെറിഞ്ഞഥ
രാക്ഷസപ്രവരനും പൂർവ്വവൃത്താന്തമോർത്താൻ. 1150
'വിദ്വഷേബുദ്ധ്യാ രാമൻതന്നെ പ്രാപിക്കയേുള്ളു
ഭക്തികൊണ്ടന്നെിൽ പ്രസാദിക്കയില്ലഖിലശേൻ.'

രാവണമാരീചസംഭാഷണം

ഇത്തരം നിരൂപിച്ചു രാത്രിയും കഴിഞ്ഞിതു
ചിത്രഭാനുവുമുദയാദ്രിമൂർദ്ധനി വന്നു.
തേരതിലേറീടിനാൻ ദേവസഞ്ചയവൈരി
പാരാതെ പാരാവാരപാരമാം തീരം തത്ര
മാരീചാശ്രമം പ്രാപിച്ചീടിനാനതിദ്രുതം
ഘോരനാം ദശാനനൻ കാര്യഗൗരവത്തോടും.
മൗനവുംപൂണ്ടു ജടാവല്ക്കലാദിയും ധരി-
ച്ചാനന്ദാത്മകനായ രാമനെ ധ്യാനിച്ചുള്ളിൽ
രാമരാമേതി ജപിച്ചുറച്ചു സമാധിപൂ-
ണ്ടാമോദത്തോടു മരുവീടിന മാരീചനും
ലൗകികാത്മനാ ഗൃഹത്തിങ്കലാഗതനായ
ലോകോപദ്രവകാരിയായ രാവണൻതന്നെ
കണ്ടു സംഭ്രമത്തോടുമുത്ഥാനം ചെയ്തു പൂണ്ടു-
കൊണ്ടു തന്മാറിലണച്ചാനന്ദാശ്രുക്കളോടും
പൂജിച്ചു യഥാവിധി മാനിച്ചു ദശകണ്ഠൻ
യോജിച്ചു ചിത്തമപ്പോൾ ചോദിച്ചു മാരീചനും:
"എന്തൊരാഗമനമിതേകനായ്ത്തന്നെയൊരു
ചിന്തയുണ്ടെന്നപോലെ തോന്നുന്നു ഭാവത്തിങ്കൽ.
ചൊല്ലുക രഹസ്യമല്ലെങ്കിലോ ഞാനും തവ
നല്ലതു വരുത്തുവാനുള്ളതിൽ മുമ്പനല്ലോ.
ന്യായമായ് നിഷ്കൽമഷമായിരിക്കുന്ന കാര്യം
മായമെന്നിയേ ചെയ്‌വാൻ മടിയില്ലെനിക്കതും."
മാരീചവാക്യമേവം കേട്ടു രാവണൻ ചൊന്നാ-
"നാരുമില്ലെനിക്കു നിന്നെപ്പോലെ മുട്ടുന്നേരം.
സാകേതാധിപനായ രാജാവു ദശരഥൻ

ലോകൈകാധിപനുടെ പുത്രന്മാരായുണ്ടുപോൽ
രാമലക്ഷ്മണന്മാരെന്നിരുവരിതുകാലം
കോമളഗാത്രിയായോരംഗനാരത്നത്തോടും
ദണ്ഡകാരണ്യേ വന്നു വാഴുന്നിത,വർ ബലാ
ലെന്നുടെ ഭഗിനിതൻ നാസികാകുചങ്ങളും
കർണ്ണവും ഛേദിച്ചതു കേട്ടുടൻ ഖരാദികൾ
ചെന്നിതു പതിന്നാലായിരവുമവരെയും
നിന്നു താനേകനായിട്ടെതിർത്തു രണത്തിങ്കൽ
കൊന്നിതു മൂന്നേമുക്കാൽ നാഴികകൊണ്ടു രാമൻ.
തൽപ്രാണേശ്വരിയായ ജാനകിതന്നെ ഞാനു-
മിപ്പോഴേ കൊണ്ടിങ്ങു പോന്നീടുവനേതിന്നു നീ
ഹേമവർണ്ണം പൂണ്ടോരു മാനായ് ചെന്നടവിയിൽ
കാമിനിയായ സീതതന്നെ മോഹിപ്പിക്കേണം.
രാമലക്ഷ്മണന്മാരെയകറ്റി ദൂരത്താക്കൂ
വാമഗാത്രിയെപ്പോൾ കൊണ്ടു ഞാൻ പോന്നീടുവൻ.
നീ മമ സഹായമായിരിക്കിൽ മനോരഥം
മാമകം സാധിച്ചീടുമില്ല സംശയമേതും.”
പംക്തികന്ധരവാക്യം കേട്ടു മാരീചനുള്ളിൽ
ചിന്തിച്ചു ഭയത്തോടുമീവണ്ണമുരചെയ്താൻ:
“ആരുപദേശിച്ചിതു മൂലനാശനമായ
കാരിയം നിന്നോടവൻ നിന്നുടെ ശത്രുവല്ലോ.
നിന്നുടെ നാശം വരുത്തീടുവാനവസരം-
തന്നെപ്പാർത്തിരിപ്പോരു ശത്രുവാകുന്നതവൻ.
നല്ലതു നിനക്കു ഞാൻ ചൊല്ലുവൻ കേൾക്കുന്നാകിൽ
നല്ലതല്ലേതും നിനക്കിത്തൊഴിലറിക നീ.
രാമചന്ദ്രനിലുള്ള ഭീതികൊണ്ടകതാരിൽ
മാമകേ രാജരത്നരമണീരഥാദികൾ
കേൾക്കുമ്പോളതിഭീതനായുള്ള ഞാനോ നിത്യം;

രാക്ഷസവംശം പരിപാലിച്ചുകൊൾക നീയും.
ശ്രീനാരായണൻ പരമാത്മാവുതന്നെ രാമൻ
ജ്ഞാനതിൽ പരമാർത്ഥമറിഞ്ഞേൻ കേൾക്ക നീയും.
നാരദാദികൾ മുനിശ്രേഷ്ഠന്മാർ പറഞ്ഞു പ-
ണ്ടോരോരോ വൃത്താന്തങ്ങൾ കേട്ടേൻ പൗലസ്ത്യപ്രഭോ!
പത്മസംഭവൻ മുന്നം പ്രാർത്ഥിച്ചകാലം നാഥൻ
പത്മലോചനനരുൾചെയ്തിതു വാത്സല്യത്താൽ
എന്തു ഞാൻ വേണ്ടുന്നതു ചൊല്ലുകെന്നതു കേട്ടു
ചിന്തിച്ചു വിധാതാവുമർത്ഥിച്ചു ദയാനിധേ!
'നിന്തിരുവടിതന്നെ മാനുഷവേഷംപൂണ്ടു
പംക്തികന്ധരൻതന്നെക്കൊല്ലണം മടിയാതെ.'
അങ്ങനെതന്നെയെന്നു സമയംചെയ്തു നാഥൻ
മംഗലം വരുത്തുവാൻ ദേവതാപസർക്കെല്ലാം.
മാനുഷനല്ല രാമൻ സാക്ഷാൽ ശ്രീനാരായണൻ-
താനെന്നു ധരിച്ചു സേവിച്ചുകൊള്ളുക ഭക്ത്യാ.
പോയാലും പുരംപൂക്കു സുഖിച്ചു വസിക്ക നീ
മായാമാനുഷൻതന്നെസ്സേവിച്ചുകൊൾക നിത്യം.
എത്രയും പരമകാരുണികൻ ജഗന്നാഥൻ
ഭക്തവത്സലൻ ഭജനീയനീശ്വരൻ നാഥൻ."
മാരീചൻ പറഞ്ഞതു കേട്ടു രാവണൻ ചൊന്നാൻഃ
"നേരേത്രേ പറഞ്ഞതു നിർമ്മലനല്ലോ ഭവാൻ.
ശ്രീനാരായണസ്വാമി പരമൻ പരമാത്മാ-
താനരവിന്ദോത്ഭവൻ തന്നോടു സത്യംചെയ്തു
മർത്ത്യനായ് പിറന്നെന്നെക്കൊല്ലുവാൻ ഭാവിച്ചതു
സത്യസങ്കൽപനായ ഭഗവാൻതാനെങ്കിലോ
പിന്നെയെവ്വണ്ണമല്ലന്നാക്കുവാനാളാരെടോ?
നന്നു നിന്നജ്ഞാനം ഞാനിങ്ങനെയോർത്തീലൊട്ടും
ഒന്നുകൊണ്ടും ഞാനടങ്ങീടുകയില്ല നൂനം

ചെന്നു മൈഥിലിതന്നെക്കൊണ്ടുപോരികവേണം.
ഉത്തിഷ്ഠ മഹാഭാഗ പൊന്മാനായ് ചമഞ്ഞു ചെ-
ന്നത്രയുമകറ്റുക രാമലക്ഷ്മണന്മാരെ.
അന്നേരം തേരിലേറ്റിക്കൊണ്ടിങ്ങു പോന്നീടുവൻ
പിന്നെ നീ യഥാസുഖം വാഴുക മുന്നേപ്പോലെ.
ഒന്നിനി മറുത്തു നീയുരചെയ്യുന്നതാകി-
ലെന്നുടെ വാൾക്കൂണാക്കീടുന്നതുണ്ടിന്നുതന്നെ.”
എന്നതു കേട്ടു വിചാരിച്ചിതു മാരീചനുംഃ
‘നന്നല്ല ദുഷ്ടായുധമേറ്റു നിര്യാണംവന്നാൽ
ചെന്നുടൻ നരകത്തിൽ വീണുടൻ കിടക്കണം,
പുണ്യസഞ്ചയംകൊണ്ടു മുക്തനായ്വരുമല്ലോ
രാമസായകമേറ്റു മരിച്ചാ’ലെന്നു ചിന്തി-
ച്ചാമോദംപൂണ്ടു പുറപ്പെട്ടാലുമെന്നു ചൊന്നാൻഃ
“രാക്ഷസരാജ! ഭവാനാജ്ഞാപിച്ചാലുമെങ്കിൽ
സാക്ഷാൽ ശ്രീരാമൻ പരിപാലിച്ചുകൊൾക പോറ്റി!”
എന്നുരചെയ്തു വിചിത്രാകൃതി കലർന്നൊരു
പൊൻനിറമായുള്ളൊരു മൃഗവേഷവും പൂണ്ടാൻ.
പങ്ക്തികന്ധരൻ തേരിലാമ്മാറു കരേറിനാൻ
ചെന്താർബാണനും തേരിലേറിനാനതുനേരം.
ചെന്താർമാനിനിയായ ജാനകിതന്നെയുള്ളിൽ
ചിന്തിച്ചു ദശാസ്യനുമന്ധനായ് ചമഞ്ഞിതു.
മാരീചൻ മനോഹരമായൊരു പൊന്മാനായി
ചാരുപുള്ളികൾ വെള്ളികൊണ്ടു നേത്രങ്ങൾ രണ്ടും
നീലക്കൽകൊണ്ടു ചേർത്തു മുഗ്ദ്ധഭാവത്തോടോരോ
ലീലകൾ കാട്ടിക്കാട്ടിക്കാട്ടിലുൾപ്പുക്കും പിന്നെ
വേഗേന പുറപ്പെട്ടും തുള്ളിച്ചാടിയുമനു-
രാഗഭാവേന ദൂരെപ്പോയ്നിന്നു കടാക്ഷിച്ചും
രാഘവാശ്രമസ്ഥലോപാന്തേ സഞ്ചരിക്കുമ്പോൾ

രാകേന്ദുമുഖി സീത കണ്ടു വിസ്മയംപൂണ്ടാൾ.

രാവണവിചേഷ്ടിതമറിഞ്ഞു രഘുനാഥൻ
ദേവിയോടരുൾചെയ്താനേകാന്തേ, "കാന്തേ! കേൾ നീ
രക്ഷോനായകൻ നിന്നെക്കൊണ്ടുപോവതിനിപ്പോൾ
ഭിക്ഷുരൂപേണ വരുമന്തികേ ജനകജേ!
നീയൊരു കാര്യം വേണമതിനു മടിയാതെ
മായാസീതയെപ്പർണ്ണശാലയിൽ നിർത്തീടണം.
വഹ്നിമണ്ഡലത്തിങ്കൽ മറഞ്ഞു വസിക്ക നീ
ധന്യേ! രാവണവധം കഴിഞ്ഞുകൂടുവോളം.
ആശ്രയാശങ്കലൊരാണ്ടിരുന്നീടേണം ജഗ-
ദാശ്രയഭൂതേ! സീതേ! ധർമ്മരക്ഷാർത്ഥം പ്രിയേ!"
രാമചന്ദ്രോക്തി കേട്ടു ജാനകീദേവിതാനും
കോമളഗാത്രിയായ മായാസീതയെത്തത്ര
പർണ്ണശാലയിലാക്കി വഹ്നിമണ്ഡലത്തിങ്കൽ
ചെന്നിരുന്നിതു മഹാവിഷ്ണുമായയുമപ്പോൾ.

മാരീചനിഗ്രഹം

മായാനിർമ്മിതമായ കനകമൃഗം കണ്ടു
മായാസീതയും രാമചന്ദ്രനോടുരചെയ്താൾഃ
"ഭർത്താവേ! കണ്ടീലയോ കനകമയമൃഗ-
മത്രയും ചിത്രം ചിത്രം! രത്നഭൂഷിതമിദം.
പടിയില്ലിതിനേതുമത്രയുമടുത്തു വ-
ന്നീടുന്നു മരുക്കമുണ്ടത്രയുമന്നു തോന്നും.
കളിപ്പാനതിസുഖമുണ്ടിതു നമുക്കിന്നു
വിളിച്ചീടുക വരുമന്നു തോന്നുന്നു നൂനം.
പിടിച്ചുകൊണ്ടിങ്ങുപോന്നീടുക വൈകീടാതെ
മടിച്ചീടരുതേതും ഭർത്താവേ! ജഗൽപതേ!"
മൈഥിലീവാക്യം കേട്ടു രാഘവനരുൾചെയ്തു
സോദരൻതന്നോടു "നീ കാത്തുകൊള്ളുകവേണം
സീതയെയവൾക്കൊരു ഭയവുമുണ്ടാകാതെ;
യാതുധാനന്മാരുണ്ടു കാനനംതന്നിലെങ്ങും."
എന്നരുൾചെയ്തു ധനുർബാണങ്ങളെടുത്തുടൻ
ചെന്നിതു മൃഗത്തെക്കയ്ക്കൊള്ളുവാൻ ജഗന്നാഥൻ.
അടുത്തു ചെല്ലുന്നേരം വേഗത്തിലോടിക്കള-
ഞ്ഞെടുത്തുകൂടായെന്നു തോന്നുമപ്പോൾ മന്ദംമന്ദം
അടുത്തുവരു,മപ്പോൾ പിടിപ്പാൻ ഭാവിച്ചീടും,
പടുത്വമോടു ദൂരെക്കുതിച്ചു ചാടുമപ്പോൾ.
ഇങ്ങനെതന്നെയൊട്ടു ദൂരത്തായോരുനേരം
മങ്ങെനെ പിടിക്കുന്നു വേഗമുണ്ടതിനേറ്റം
എന്നുറച്ചാശവിട്ടു രാഘവനൊരുശരം
നന്നായിത്തൊടുത്തുടൻ വലിച്ചു വിട്ടീടിനാൻ.
പൌന്മാനുമതു കൊണ്ടു ഭൂമിയിൽ വീണനേരം

വന്മലപോലെയൊരു രാക്ഷസവേഷംപൂണ്ടാൻ.
മാരീചൻതന്നെയിതു ലക്ഷ്മണൻ പറഞ്ഞതു
നേരെത്രയെന്നു രഘുനാഥനും നിരൂപിച്ചു.
ബാണമേറ്റവനിയിൽ വീണപ്പോൾ മാരീചനും
പ്രാണവേദനയോടു കരഞ്ഞാനയ്യോ പാപം:
"ഹാ! ഹാ! ലക്ഷ്മണ! മമ ഭ്രാതാവേ! സഹോദര!
ഹാ! ഹാ! മേ വിധിബലം പാഹി മാം ദയാനിധേ!"
ആതുരനാദം കേട്ടു ലക്ഷ്മണനോടു ചൊന്നാൾ
സീതയും: "സൗമിത്രേ! നീ ചെല്ലുക വൈകിടാതെ.
അഗ്രജനുടെ വിലാപങ്ങൾ കേട്ടീലേ ഭവാൻ?
ഉഗ്രന്മാരായ നിശാചരന്മാർ കൊല്ലുംമുമ്പെ
രക്ഷിച്ചുകൊൾക ചെന്നു ലക്ഷ്മണ! മടിയാതെ
രക്ഷോവീരന്മാരിപ്പോൾ കൊല്ലുമല്ലെങ്കിലയ്യോ!"
ലക്ഷ്മണനതു കേട്ടു ജാനകിയോടു ചൊന്നാൻ:
"ദുഃഖിയായ്കാര്യേ! ദേവി! കേൾക്കണം മമ വാക്യം.
മാരീചൻതന്നെ പൊന്മാനായ്വന്നതവൻ നല്ല
ചോരനെത്രയുമവേം കരഞ്ഞതവൻതന്നെ.
അന്ധനായ് ഞാനുമിതു കേട്ടു പോയകലുമ്പോൾ
നിന്തിരുവടിയേയും കൊണ്ടുപോയീടാമല്ലോ
പങ്ക്തികന്ധരൻ തനിക്കതിനുള്ളുപായമി-
തെന്തറിയാതെയെരുൾചെയ്യുന്നി,തത്രയല്ല
ലോകവാസികൾക്കാർക്കും ജയിച്ചുകൂടായല്ലോ
രാഘവൻതിരുവടിതന്നെയെന്നറിയണം.
ആർത്തനാദവും മമ ജ്യേഷ്ഠനുണ്ടാകയില്ല
രാത്രിചാരികളുടെ മായയിതറിഞ്ഞാലും
വിശ്വനായകൻ കോപിച്ചീടുകിലരക്ഷണാൽ
വിശ്വസംഹാരംചെയ്വാൻപോരുമെന്നറിഞ്ഞാലും.
അങ്ങനെയുള്ള രാമൻതന്മുഖാംബുജത്തിൽനി-

ന്നങ്ങനെ ദൈന്യനാദം ഭവിച്ചീടുന്നു നാഥേ!"
ജാനകിയതു കേട്ടു കണ്ണുനീർ തൂകിത്തൂകി
മാനസേ വളർന്നൊരു ഖേദകോപങ്ങളോടും
ലക്ഷ്മണൻതന്നെ നോക്കിച്ചൊല്ലിനാളതുനേരം:
"രക്ഷോജാതിയിലത്രേ നീയുമുണ്ടായി നൂനം.
ഭ്രാതൃനാശത്തിനത്രേ കാംക്ഷയാകുന്നു തവ
ചേതസി ദുഷ്ടാത്മാവേ! ഞാനിതോർത്തീലയല്ലോ.
രാമനാശാകാംക്ഷിതനാകിയ ഭരതന്റെ
കാമസിദ്ധ്യർത്ഥമവൻതന്നുടെ നിയോഗത്താൽ
കൂടെപ്പോന്നിതു നീയും രാമനു നാശം വന്നാൽ
ഗൂഢമായെന്നെയും കൊണ്ടങ്ങു ചെല്ലുവാൻ നൂനം.
എന്നുമേ നിനക്കെന്നെക്കിട്ടുകയില്ലതാനു-
മിന്നു മൽപ്രാണത്യാഗംചെയ്‌വേൻ ഞാനറിഞ്ഞാലും.
ചേതസി ഭാര്യാഹരണോദ്യതനായ നിന്നെ-
സ്സോദരബുദ്ധ്യാ ധരിച്ചീല രാഘവനേതും.
രാമനെയൊഴിഞ്ഞു ഞാൻ മറ്റൊരു പുരുഷനെ
രാമപാദങ്ങളാണെ തീണ്ടുകയില്ലയല്ലൊ."
ഇത്തരം വാക്കു കേട്ടു സൗമിത്രി ചെവി രണ്ടും
സത്വരം പൊത്തിപ്പുനരവളോടുരചെയ്താൻ:
"നിനക്കു നാശമടുത്തിരിക്കുന്നിതു പാര-
മെനിക്കു നിരൂപിച്ചാൽ തടുത്തുകൂടാതാനും.
ഇത്തരം ചൊല്ലീടുവാൻ തോന്നിയതെന്തേ ചണ്ഡി!
ധിഗ്ധിഗത്യന്തം ക്രൂരചിത്തം നാരികൾക്കെല്ലാം.
വനദേവതമാരേ! പരിപാലിച്ചുകൊൾവിൻ
മനുവംശാധീശ്വരപത്നിയെ വഴിപോലെ."
ദേവിയെ ദേവകളെബ്ഭരമേൽപിച്ചു മന്ദം
പൂർവജൻതന്നെക്കാണ്മാൻ നടന്നു സൗമിത്രിയും.

സീതാപഹരണം

അന്തരം കണ്ടു ദശകന്ധരൻ മദനബാ-
ണാന്ധനായവതരിച്ചീടിനാനവനിയിൽ.
ജടയും വല്ക്കലവും ധരിച്ചു സന്യാസിയാ-
യുടജാങ്കണേ വന്നുനിന്നിതു ദശാസ്യനും.
ഭിക്ഷുവേഷത്തെപ്പൂണ്ട രക്ഷോനാഥനെക്കണ്ടു
തൽക്ഷണം മായാസീതാദേവിയും വിനീതയായ്
നത്വാ സംപൂജ്യ ഭക്ത്യാ ഫലമൂലാദികളും
ദത്വാ സ്വാഗതവാക്യമുക്ത്വാ പിന്നെയും ചൊന്നാൾ.
അത്രൈവ ഫലമൂലാദികളും ഭുജിച്ചുകൊ-
ണ്ടിത്തിരിനേരമിരുന്നീടുക തപോനിധേ!
ഭർത്താവു വരുമിപ്പോൾ ത്വൽപ്രിയമെല്ലാം ചെയ്യും
ക്ഷുത്തൃഡാദിയും തീർത്തു വിശ്രമിച്ചാലും ഭവാൻ.”
ഇത്തരം മായാദേവീമുഗ്ദ്ധാലാപങ്ങൾ കേട്ടു
സത്വരം ഭിക്ഷുരൂപി സസ്മിതം ചോദ്യംചെയ്താൻഃ
“കമലവിലോചനേ! കമനീയാംഗി! നീയാ-
രമലേ! ചൊല്ലീടു നിൻ കമിതാവാരെന്നതും.
നിഷ്ഠുരജാതികളാം രാക്ഷസരാദിയായ
ദുഷ്ടജന്തുക്കളുള്ള കാനനഭൂമിതന്നിൽ
നീയൊരു നാരീമണി താനേ വാഴുന്നതെ,ന്തോ-
രായുധപാണികളുമില്ലല്ലോ സഹായമായ്.
നിന്നുടെ പരമാർത്ഥമൊക്കവേ പറഞ്ഞാൽ ഞാ-
നെന്നുടെ പരമാർത്ഥം പറയുന്നുണ്ടുതാനും.”
മേദിനീസുതയതുകേട്ടുരചെയ്തീടിനാൾഃ
“മേദിനീപതിവരനാമയോദ്ധ്യാധിപതി
വാട്ടമില്ലാത ദശരഥനാം നൃപാധിപ-

ജ്യേഷ്ഠനന്ദനനായ രാമനത്ഭുതവീര്യൻ–
തന്നുടെ ധർമ്മപത്നി ജനകാത്മജ ഞാനഹോ
ധന്യനാമനുജനു ലക്ഷ്മണനെന്നും നാമം.
ഞങ്ങൾ മൂവരും പിതുരാജ്ഞയാ തപസ്സിനാ–
യിങ്ങു വന്നിരിക്കുന്നു ദണ്ഡകവനംതന്നിൽ.
പതിന്നാലാണ്ടു കഴിവോളവും വണ്ണംതാനു–
മതിനു പാർത്തീടുന്നു സത്യമെന്നറിഞ്ഞാലും.
നിന്തിരുവടിയെ ഞാനറിഞ്ഞീലതേും പുന–
രെന്തിനായെഴുന്നള്ളി ചൊല്ലണം പരമാർത്ഥം."
"എങ്കിലോ കേട്ടാലും നീ മംഗലശീലേ! ബാലേ!
പങ്കജവിലോചനേ! പഞ്ചബാണാധിവാസേ!
പൗലസ്ത്യതനയനാം രാക്ഷസരാജാവു ഞാൻ
ത്രൈലോക്യത്തിങ്കലെന്നെയാരറിയാതെയുള്ളു!
നിർമ്മലേ! കാമപരിതപ്തനായ് ചമഞ്ഞു ഞാൻ
നിന്മൂലമതിന്നു നീ പോരണം മയാ സാകം.
ലങ്കയാം രാജ്യം വാനോർനാട്ടിലും മനോഹരം
കിങ്കരനായേൻ തവ ലോകസുന്ദരി! നാഥേ!
താപസവേഷംപൂണ്ട രാമനാലെന്തു ഫലം?
താപമുൾക്കൊണ്ടു കാട്ടിലിങ്ങനെ നടക്കേണ്ട.
ശരണാഗതനായോരെന്നെ നീ ഭജിച്ചാലു–
മരുണാധരി! മഹാഭോഗങ്ങൾ ഭുജിച്ചാലും."
രാവണവാക്യമേവം കേട്ടതി ഭയത്തോടും
ഭാവവൈവർണ്ണ്യംപൂണ്ടു ജാനകി ചൊന്നാൾ മന്ദം:
"കേവലമടുത്തിതു മരണം നിനക്കിപ്പോ–
ളേവം നീ ചൊല്ലുന്നാകിൽ ശ്രീരാമദേവൻതന്നാൽ.
സോദരനോടുംകൂടി വേഗത്തിൽ വരുമിപ്പോൾ
മേദിനീപതി മമ ഭർത്താ ശ്രീരാമചന്ദ്രൻ.
തൊട്ടുകൂടുമോ ഹരിപത്നിയെശ്ശശത്തിനു?

കഷ്ടമായുള്ള വാഗ്ക്കു ചൊല്ലാതെ ദുരാത്മാവേ!
രാമബാണങ്ങൾകൊണ്ടു മാറിടം പിളർന്നു നീ
ഭൂമിയിൽ വീഴ്വാനുള്ള കാരണമിതു നൂനം."
ഇങ്ങനെ സീതാവാക്യം കേട്ടു രാവണനേറ്റം
തിങ്ങീടും ക്രോധംപൂണ്ടു മൂർച്ഛിതനായന്നേരം
തന്നുടെ രൂപം നേരേ കാട്ടിനാൻ മഹാഗിരി-
സന്നിഭം ദശാനനം വിംശതിമഹാഭുജം
അഞ്ജനശൈലാകാരം കാണായനേരമുള്ളി-
ലഞ്ജസാ ഭയപ്പെട്ടു വനദേവതമാരും.
രാഘവപത്നിയേയും തേരേതിലെടുത്തുവെ-
ച്ചാകാശമാർഗ്ഗേ ശീഘ്രം പോയിതു ദശാസ്യനും.

"ഹാ! ഹാ! രാഘവ! രാമ! സൗമിത്രേ! കാരുണ്യാബ്ധേ!
ഹാ! ഹ! മൽ പ്രാണേശ്വര! പാഹി മാം ഭയാതുരാം."
ഇത്തരം സീതാവിലാപം കേട്ടു പക്ഷീന്ദ്രനും
സത്വരമുത്ഥാനംചെയ്തെത്തിനാൻ ജടായുവും.
"തിഷ്ഠതിഷ്ഠാഗ്രേ മമ സ്വാമിതൻപത്നിയേയും
കട്ടുകൊണ്ടെവിടേക്കു പോകുന്നു മൂഢാത്മാവേ!
അദ്ധ്വരത്തിങ്കൽ ചെന്നു ശുനകൻ മന്ത്രംകൊണ്ടു
ശുദ്ധമാം പുരോഡാശം കൊണ്ടുപോകുന്നപോലെ."
പദ്ധതിമദ്ധ്യേ പരമോദ്ധതബുദ്ധിയോടും
ഗൃദ്ധ്രരാജനുമൊരു പത്രവാനായുള്ളോരു
കുദ്ധ്രരാജനെപ്പോലെ ബദ്ധവൈരേത്തോടതി-
ക്രൂദ്ധനായഗ്രേ ചെന്നു യുദ്ധവും തുടങ്ങിനാൻ.
അബ്ധിയും പത്രാനിലക്ഷുബ്ധമായ് ചമയുന്നി-
തദ്രികളിളകുന്നു വിദ്രുതമതുനേരം.
കാൽനഖങ്ങളെക്കൊണ്ടു ചാപങ്ങൾ പൊടിപെടു-
ത്താനനങ്ങളും കീറിമുറിഞ്ഞു വശംകെട്ടു

തീക്ഷ്ണതുണ്ഡാഗ്രം കൊണ്ടു തേർത്തടം തകർത്തിതു
കാൽക്ഷണംകൊണ്ടു കൊന്നുവീഴ്ത്തിനാനശ്വങ്ങളെ.
രൂക്ഷത പെരുകിയ പക്ഷവാതങ്ങളേറ്റു
രാക്ഷസപ്രവരനും ചഞ്ചലമുണ്ടായ്വന്നു.
യാത്രയും മുടങ്ങി മൽകീർത്തിയുമൊടുങ്ങിയെ-
ന്നാർത്തിപൂണ്ടുഴന്നൊരു രാത്രിചാരീന്ദ്രനപ്പോൾ
ധാത്രീപുത്രിയതെത്തത്ര ധാത്രിയിൽ നിർത്തിപ്പുന-
രോർത്തു തൻ ചന്ദ്രഹാസമിളക്കി ലഘുതരം
പക്ഷിനായകനുടെ പക്ഷങ്ങൾ ഛേദിച്ചപ്പോ-
ളക്ഷിതിതന്നിൽ വീണാനക്ഷമനായിട്ടവൻ.
രക്ഷോനായകൻ പിന്നെ ലക്ഷ്മീദേവിയേയുംകൊ-
ണ്ടക്ഷതചിത്തത്തോടും ദക്ഷിണദിക്കുനോക്കി
മറ്റൊരു തേരിലേറിത്തെറ്റെന്നു നടകൊണ്ടാൻ;
മറ്റാരും പാലിപ്പാനില്ലുറ്റവരായിട്ടെന്നോ-
ർത്തിറ്റിറ്റു വീണീടുന്ന കണ്ണുനീരോടുമപ്പോൾ
കറ്റവാർകുഴലിയാം ജാനകീദേവിതാനും,
'ഭർത്താവുതന്നെക്കണ്ടു വൃത്താന്തം പറഞ്ഞൊഴി-
ഞ്ഞുത്തമനായ നിന്റെ ജീവനും പോകായ്കെ'ന്നു
പൃത്ഥ്വീപുത്രിയും വരം പത്രിരാജനു നല്കി
പൃത്ഥ്വീമണ്ഡലമകന്നാശു മേൽപോട്ടു പോയാൾ.
"അയ്യോ! രാഘവ ജഗന്നായക! ദയാനിധേ!
നീയെന്നെയുപേക്ഷിച്ചതെന്തു ഭർത്താവേ! നാഥാ!
രക്ഷോനായകനെന്നെക്കൊണ്ടിതാ പോയീടുന്നു
രക്ഷിതാവായിട്ടാരുമില്ലെനിക്കയ്യോ! പാവം!
ലക്ഷ്മണാ! നിന്നോടു ഞാൻ പരുഷം ചൊന്നേനല്ലോ
രക്ഷിച്ചുകൊള്ളേണമേ! ദേവരാ! ദയാനിധേ!
രാമ! രാമാത്മാരാമ! ലോകാഭിരാമ! രാമ!
ഭൂമിദേവിയുമെന്നെ വെടിഞ്ഞാളിതുകാലം.
പ്രാണവല്ലഭ! പരിത്രാഹി മാം ജഗൽപതേ!

കൗണപാധിപനന്നെക്കൊന്നു ഭക്ഷിക്കുംമുമ്പേ
സത്വരം വന്നു പരിപാലിച്ചുകൊള്ളേണമേ
സത്വചേതസാ മഹാസത്വവാരിധേ! നാഥ!"
ഇത്തരം വിലാപിക്കുംനേരത്തു ശീഘ്രം രാമ-
ഭദ്രനിങ്ങെത്തുമെന്ന ശങ്കയാ നക്തഞ്ചരൻ
ചിത്തവേഗേന നടന്നീടിനാ,നതുനേരം
പൃത്ഥ്വീപുത്രിയും കീഴ്പ്പോട്ടാശു നോക്കുന്നനേരം
അദ്രിനാഥാഗ്രേ കണ്ടു പഞ്ചവാനരന്മാരെ
വിദ്രുതം വിഭൂഷണസഞ്ചയമഴിച്ചു ത-
ന്നുത്തരീയാർദ്ധഖണ്ഡംകൊണ്ടു ബന്ധിച്ചു രാമ-
ഭദ്രനു കാണ്മാൻ യോഗംവരികെന്നകതാരിൽ
സ്മൃത്വാ കീഴ്പോട്ടു നിക്ഷേപിച്ചിതു സീതാദേവി;
മത്തനാം നക്തഞ്ചരനറിഞ്ഞീലതുമപ്പോൾ.
അബ്ധിയുമുത്തീര്യ തൻപത്തനം ഗത്വാ തൂർണ്ണം
ശുദ്ധാന്തമദ്ധ്യേ മഹാശോകകാനനദേശേ
ശുദ്ധഭൂതലേ മഹാശിംശപാതരുമൂലേ
ഹൃദ്യമാരായ നിജ രക്ഷോനാരികളേയും
നിത്യവും പാലിച്ചുകൊൾകെന്നുറപ്പിച്ചു തന്റെ
വസ്ത്യമുൾപ്പുക്കു വസിച്ചീടിനാൻ ദശാനനൻ.
ഉത്തമോത്തമയായ ജാനകീദേവി പാതി-
വ്രത്യമാശ്രിത്യ വസിച്ചീടിനാളതുകാലം.
വസ്ത്രകേശാദികളുമത്രെയും മലിനമായ്
വക്ത്രവും കുമ്പിട്ടു സന്തപ്തമാം ചിത്തത്തോടും
രാമ രാമേതി ജപധ്യാനനിഷ്ഠയാ ബഹു
യാമിനീചരകുലനാരികളുടെ മദ്ധ്യേ
നീഹാരശീതാതപവാതപീഡയും സഹി-
ച്ചാഹാരാദികളതും കൂടാതെ ദിവാരാത്രം
ലങ്കയിൽ വസിച്ചിതാതങ്കമുൾക്കൊണ്ടു മായാ-
സങ്കടം മനുഷ്യജന്മത്തിങ്കലാർക്കില്ലാത്തു?

സീതാന്വേഷണം

രാമനും മായാമൃഗവധേത്തിക്കൈക്കൊണ്ടൊരു
കാമരൂപിണം മാരീചാസുരമെയ്തു കൊന്നു
വേഗേനേ നടകൊണ്ടാനാശ്രമം നോക്കിപ്പുന-
രാഗമക്കാതലായ രാഘവൻതിരുവടി.
നാലഞ്ചു ശരപ്പാടു നടന്നോരനന്തരം
ബാലകൻവരവീഷദ്ദൂരവേ കാണായ്വന്നു.
ലക്ഷ്മണൻ വരുന്നതു കണ്ടു രാഘവൻതാനു-
മുൾക്കാമ്പിൽ നിരൂപിച്ചു കൽപിച്ചു കരണീയം.
"ലക്ഷ്മണനതേുമറിഞ്ഞീലല്ലോ പരമാർത്ഥ-
മിക്കാലമിവനെയും വഞ്ചിക്കന്നതവേരൂ.
രക്ഷോനായകൻ കൊണ്ടുപോയതു മായാസീതാ
ലക്ഷ്മീദേവിയെയുണ്ടോ മറ്റാർക്കും ലഭിക്കുന്നു?
അഗ്നിമണ്ഡലത്തിങ്കൽ വാഴുന്ന സീതതന്നെ
ലക്ഷ്മണനറിഞ്ഞാലിക്കാര്യവും വന്നുകൂടാ.
ദുഃഖിച്ചുകൊള്ളൂ ഞാനും പ്രാകൃതനെന്നപോലെ
മക്കൈക്കണ്ണിതന്നത്തിരഞ്ഞാശു പോയ് ചല്ലോമല്ലോ
രക്ഷോനായകനുടെ രാജ്യത്തി,ലന്നാൽ പിന്നെ-
ത്തൽക്കുലത്തോടുംകൂടെ രാവണൻതന്നെക്കൊന്നാൽ
അഗ്നിമണ്ഡലേ വാഴും സീതയെസ്സത്യവ്യാജാൽ
കൈക്കൊണ്ടുപോകാമയോദ്ധ്യയ്ക്കു വൈകാതെ, പിന്നെ
അക്ഷയധർമ്മമോടു രാജ്യത്തെ വഴിപോലെ
രക്ഷിച്ചു കിഞ്ചിൽ കാലം ഭൂമിയിൽ വസിച്ചീടാം.
പുഷ്കരോൽഭവനിത്ഥം പ്രാർത്ഥിക്കനിമിത്തമാ-
യർക്കവംശത്തിങ്കൽ ഞാൻ മർത്ത്യനായ്പിറന്നതും.
മായാമാനുഷനാകുമെന്നുടെ ചരിതവും

മായാവഭൈവങ്ങളും കൾേക്കയും ചൊല്ലുകയും
ഭക്തിമാർഗ്ഗണേ ചയ്യേും മർത്ത്യനപ്രയാസനേ
മുക്തിയും സിദ്ധിച്ചീടുമില്ല സംശയമതേും.
ആകയാലിവനയേും വഞ്ചിച്ചു ദുഃഖിപ്പു ഞാൻ
പ്രാകൃതപുരുഷനപ്പെഫലെ"യന്നെകതാരിൽ
നിർണ്ണയിച്ചവരജനഫടേരുൾചയ്െതീടിനാൻഃ
"പർണ്ണശാലയിൽ സീതയ്ക്കാരൊരു തുണയുള്ളൂ?
എന്തിനിങ്ങഫടേ്ടു പഫന്നു ജാനകിതന്നബ്െബലാ-
ലന്െതിനു വടിഞ്ഞു നീ, രാക്ഷസരവളയേും
കണ്ടുപഫകയഫ കൊന്നു ഭക്ഷിച്ചുകളകയഫ
കണ്ടകജാതികൾക്കന്െതഫന്നരുതാത്തതഫർത്താൽ?"
അഗ്രജവാക്യമവേം കടേ്ടു ലക്ഷ്മണൻതാനു-
മഗ്രേ നിന്നുടനുടൻ തൊഴുതു വിവശനായ്
ഗദ്ഗദാക്ഷരമുരചയ്െതിതു ദവേിയുടെ
ദുർഗ്രഹവചനങ്ങൾ ബാഷ്പവും തൂകിത്തൂകി.
"ഹാ! ഹാ! ലക്ഷ്മണ! പരിത്രാഹി! സൗമിത്രേ! ശീഘ്രം
ഹാ! ഹാ! രാക്ഷസനന്െന നിഗ്രഹിച്ചീടുമിപ്പഫൾ
ഇത്തരം നക്തഞ്ചരൻതൻ വിലാപങ്ങൾ കടേ്ടു
മുദ്ധഗാത്രിയും തവ നാദമന്െനുറയ്ക്കയാൽ
അത്യർത്ഥം പരിതാപം കക്കൈകൊണ്ടു വിലാപിച്ചു
സത്വരം ചന്െനു രക്ഷിക്കന്െനന്െനഫടേരുൾചയ്െതു.
'ഇത്തരം നാദം മമ ഭ്രാതാവിനുണ്ടായ്വരാ
ചിത്തമഫഹവും വണേ്ട സത്യമന്െനറിഞ്ഞാലും.
രാക്ഷസനുടെ മായാഭാഷിതമിതു നൂനം
കാൽക്ഷണം പൊറുക്കെ'ന്നു ഞാൻ പലവുരു ചൊന്നനേ്.
എന്നതു കടേ്ടു ദവേി പിന്നയെുമുരചയ്െതാ-
ളന്െനഫടേു പലതരമിന്നവയല്െലാമിപ്പഫൾ
നിന്തിരുമുമ്പിൽനിന്നു ചൊല്ലുവാൻ പണിയന്െനാൽ

സന്താപത്തോടു ഞാനും കർണ്ണങ്ങൾ പൊത്തിക്കൊണ്ടു
ചിന്തിച്ചു ദേവകളെ പ്രാർത്ഥിച്ചു രക്ഷാർത്ഥമായ്
നിന്തിരുമലരടി വന്ദിപ്പാൻ വിടകൊണ്ടേൻ."
"എങ്കിലും പിഴച്ചിതു പോന്നതു സൗമിത്രേ! നീ
ശങ്കയുണ്ടായീടാമോ ദുർവചനങ്ങൾ കേട്ടാൽ?
യോഷമാരുടെ വാക്കു സത്യമെന്നോർക്കുന്നവൻ
ഭോഷനെത്രയുമെന്നു നീയറിയുന്നതില്ലേ?
രക്ഷസാം പരിഷകൾ കൊണ്ടുപോയ്ക്കളകയോ
ഭക്ഷിച്ചുകളകയോ ചെയ്തതെന്നറിഞ്ഞീല."
ഇങ്ങനെ നിനച്ചുടജാന്തർഭാഗത്തിങ്കൽ ചെ-
ന്നങ്ങെങ്ങുമേ നോക്കിക്കാണാഞ്ഞാകുലപ്പെട്ടു രാമൻ
ദുഃഖഭാവവും കൈക്കൊണ്ടെത്രയും വിലാപിച്ചാൻ
നിഷ്കളനാത്മാരാമൻ നിർഗ്ഗുണനാത്മാനന്ദൻ.
"ഹാ! ഹാ! വല്ലഭേ! സീതേ! ഹാ! ഹാ! മൈഥിലീ! നാഥേ!
ഹാ! ഹാ! ജാനകീ! ദേവി! ഹാ! ഹാ! മൽപ്രാണേശ്വരി!
എന്നെ മോഹിപ്പിപ്പതിന്നായ്മറഞ്ഞിരിക്കയോ?
ധന്യേ! നീ വെളിച്ചത്തു വന്നീടു മടിയാതെ."
ഇത്തരം പറകയും കാനനംതോറും നട-
ന്നത്തൽപൂണ്ടന്വേഷിച്ചും കാണാഞ്ഞു വിവശനായ്
"വനദേവതമാരേ! നിങ്ങളുമുണ്ടോ കണ്ടൂ
വനജേക്ഷണയായ സീതയെ സത്യം ചൊൽവിൻ.
മൃഗസഞ്ചയങ്ങളേ! നിങ്ങളുമുണ്ടോ കണ്ടൂ
മൃഗലോചനയായ ജനകപുത്രിതന്നെ?
പക്ഷിസഞ്ചയങ്ങളേ! നിങ്ങളുമുണ്ടോ കണ്ടൂ
പക്ഷ്മളാക്ഷിയെ മമ ചൊല്ലുവിൻ പരമാർത്ഥം.
വൃക്ഷവൃന്ദമേ! പറഞ്ഞീടുവിൻ പരമാർത്ഥം
പുഷ്കരാക്ഷിയെ നിങ്ങളെങ്ങാനുമുണ്ടോ കണ്ടൂ?"
ഇത്ഥമോരോന്നേ പറഞ്ഞെത്രയും ദുഃഖം പൂണ്ടു

സത്വരം നീളത്തിരഞ്ഞ്ഞങ്ങെങ്ങുമേ കണ്ടീലല്ലഹോ.

സർവദൃക് സർവശേ്വരൻ സർവജ്ഞൻ സർവാത്മാവാം

സർവകാരണനനകേനചലൻ പരിപൂർണ്ണൻ

നിർമ്മലൻ നിരാകാരൻ നിരഹംകാരൻ നിത്യൻ

ചിന്മയനഖണ്ഡാനന്ദാത്മകൻ ജഗന്മയൻ. 1580

മായയാ മനുഷ്യഭാവനേ ദുഃഖിച്ചീടിനാൻ

കാര്യമാനുഷൻ മൂഢാത്മാക്കളയെഹൊപ്പിപ്പാനായ്.

തത്വജ്ഞന്മാർക്കു സുഖദുഃഖഭദേങ്ങളൊന്നും

ചിത്തേ തഠോന്നുകയുമില്ല ജ്ഞാനമില്ലായ്കയാൽ.

ജടായുഗതി

ശ്രീരാമദേവനേവം തിരഞ്ഞു നടക്കുമ്പോൾ
തേരഴിഞ്ഞുടഞ്ഞു വീണാകുലമടവിയിൽ.
ശസ്ത്രചാപങ്ങളോടുംകൂടവേ കിടക്കുന്ന-
തത്രയുമടുത്തുകാണായിതു മദ്ധ്യേമാർഗ്ഗം.
അന്നേരം സൗമിത്രിയോടരുളിച്ചെയ്തു രാമൻ:
"ഭിന്നമായോരു രഥം കാൺകെടോ കുമാര! നീ.
തന്വംഗിതന്നെയൊരു രാക്ഷസൻ കൊണ്ടുപോമ്പോ-
ളന്യരാക്ഷസനവനോടു പോർചെയ്തീടിനാൻ.
അന്നേരമഴിഞ്ഞ തേർക്കോപ്പിതാ കിടക്കുന്നു
എന്നു വന്നീടാമവർ കൊന്നാരോ ഭക്ഷിച്ചാരോ?"
ശ്രീരാമനേവം പറഞ്ഞിത്തിരി നടക്കുമ്പോൾ
ഘോരമായൊരു രൂപം കാണായി ഭയാനകം.
"ജാനകിതന്നെത്തിന്നു തൃപ്തനായൊരു യാതു-
ധാനനിക്കിടക്കുന്നതത്ര നീ കണ്ടീലയോ?
കൊല്ലുവനിവനെ ഞാൻ വൈകാതെ ബാണങ്ങളും
വില്ലുമിങ്ങാശു തന്നീടെ"ന്നതു കേട്ടനേരം
വിത്രസ്തഹൃദയനായ്പക്ഷിരാജനും ചൊന്നാൻ:
"വദ്ധ്യനല്ലഹം തവ ഭക്തനായോരു ദാസൻ
മിത്രമത്രെയും തവ താതനു വിശേഷിച്ചും
സ്നിഗ്ദ്ധനായിരിപ്പൊരു പക്ഷിയാം ജടായു ഞാൻ.
ദുഷ്ടനാം ദശമുഖൻ നിന്നുടെ പത്നിതന്നെ-
ക്കട്ടുകൊണ്ടാകാശേ പോകുന്നനേരമറിഞ്ഞു ഞാൻ
പെട്ടെന്നു ചെന്നു തടുത്തവനെ യുദ്ധംചെയ്തു
മുട്ടിച്ചു തേരും വില്ലും പൊട്ടിച്ചുകളഞ്ഞപ്പോൾ
വെട്ടിനാൻ ചന്ദ്രഹാസംകൊണ്ടവൻ ഞാനുമപ്പോൾ

പുഷ്ടവദേനയോടും ഭൂമിയിൽ വീണനേല്ലോ.
നിന്തിരുവടിയക്കെക്കണ്ടൊഴിഞ്ഞു മരിയായ്ക
ന്നിന്ദിരാദേവിയോടു വരവും വാങ്ങിക്കൊണ്ടേൻ.
തൃക്കൺപാർക്കണേമന്നെക്കൃപയാ കൃപാനിധേ!
തൃക്കഴലിണ നിത്യമുൾക്കാമ്പിൽ വസിക്കണേം."
ഇത്തരം ജടായുതൻ വാക്കുകൾ കടേ്ടു നാഥൻ
ചിത്തകാരുണ്യംപൂണ്ടു ചെന്നടുത്തിരുന്നു തൻ–
തൃക്കൈകൾകൊണ്ടു തലോടീടിനാനവനുടൽ
ദുഖാശ്രുപ്ലുതനയനത്തോടും രാമചന്ദ്രൻ.
"ചൊല്ലുചൊല്ലഹോ! മമ വല്ലഭാവൃത്താന്തം നീ"–
യല്ലാമന്നെതു കടേ്ടു ചൊല്ലിനാൻ ജടായുവുംഃ
"രക്ഷോനായകനായ രാവണൻ ദേവിതന്നെ–
ദ്ദക്ഷിണദിശി കൊണ്ടുപോയാനന്നറിഞ്ഞാലും.
ചൊല്ലുവാനില്ല ശക്തി മരണപീഡയാലേ
നല്ലതു വരുവതിനായനുഗ്രഹിക്കണേം.
നിന്തിരുവടിതന്നെക്കണ്ടുകണ്ടിരിക്കവേ
ബന്ധമറേ്റടുംവണ്ണം മരിപ്പാനവകാശം
വന്നതു ഭവൽ കൃപാപാത്രമാകയാലഹം
പുണ്യപൂരുഷ! പുരുഷോത്തമ! ദയാനിധേ!
നിന്തിരുവടി സാക്ഷാൽ ശ്രീമഹാവിഷ്ണു പരാ–
നന്ദാത്മാ പരമാത്മാ മായാമാനുഷരൂപീ
സന്തതമന്തർഭാഗേ വസിച്ചീടുകവേണേം.
നിന്തിരുമേനി ഘനശ്യാമളമഭിരാമം.
അന്ത്യകാലത്തിങ്കലീവണ്ണം കാണായമൂലം
ബന്ധവുമററു മുക്തനായേൻ ഞാനന്നു നൂനം.
ബന്ധുഭാവനേ ദാസനാകിയോരടിയനെ–
ബന്ധൂകസുമസമതൃക്കരതലം തന്നാൽ
ബന്ധുവത്സല! മന്ദം തൊട്ടരുളണേമന്നാൽ

നിൻതിരുമലരടിയോടു ചേർന്നീടാമല്ലോ."
ഇന്ദിരാപതിയതു കേട്ടുടൻ തലോടിനാൻ
മന്ദമന്ദം പൂർണ്ണാത്മാനന്ദം വന്നീടുംവണ്ണം.
അന്നേരം പ്രാണങ്ങളെ ത്യജിച്ചു ജടായുവും
മന്നിടംതന്നിൽ വീണനേരത്തു രഘുവരൻ
കണ്ണുനീർ വാർത്തു ഭക്തവാത്സല്യപരവശാ-
ലർണ്ണോജനേത്രൻ പിതൃമിത്രമാം പക്ഷീന്ദ്രന്റെ
ഉത്തമാംഗത്തെയെടുത്തുത്സംഗസീമ്നി ചേർത്തി-
ട്ടുത്തരകാര്യാർത്ഥമായ് സോദരനോടു ചൊന്നാൻഃ
"കാഷ്ഠങ്ങൾ കൊണ്ടുവന്നു നല്ലൊരു ചിത തീർത്തു
കൂട്ടണമഗ്നിസംസ്കാരത്തിനു വൈകീടാതെ."
ലക്ഷ്മണനതുകേട്ടു ചിതയും തീർത്തീടിനാൻ
തൽക്ഷണം കുളിച്ചു സംസ്കാരവുംചെയ്തു പിന്നെ
സ്നാനവും കഴിച്ചുദകക്രിയാദിയും ചെയ്തു
കാനനേ തത്ര മൃഗം വധിച്ചു മാംസഖണ്ഡം
പുല്ലിന്മേൽവച്ചു ജലാദികളും നല്കീടിനാൻ
നല്ലൊരു ഗതിയവനുണ്ടാവാൻ പിത്രർത്ഥമായ്.
പക്ഷികളിവയെല്ലാം ഭക്ഷിച്ചു സുഖിച്ചാലും
പക്ഷീന്ദ്രനിതുകൊണ്ടു തൃപ്തനായ് ഭവിച്ചാലും.
കാരുണ്യമൂർത്തി കമലേക്ഷണൻ മധുവൈരി-
സാരൂപ്യം ഭവിക്കെന്നു സാദരമരുൾചെയ്തു.
അന്നേരം വിമാനമാരുഹ്യ ഭാസ്വരം ഭാനു-
സന്നിഭം ദിവ്യരൂപംപൂണ്ടൊരു ജടായുവും
ശംഖാരിഗദാപത്മമകുടപീതാംബരാ-
ദ്യങ്കിതരൂപംപൂണ്ട വിഷ്ണുപാർഷദന്മാരാൽ
പൂജിതനായി സ്തുതിക്കപ്പെട്ടു മുനികളാൽ
തേജസാ സകലദിഗ്വ്യാപ്തനായ്ക്കാണായ് വന്നു.
സന്നതഗാത്രത്തോടുമുയരേക്കൂപ്പിത്തൊഴു-
തുന്നതഭക്തിയോടേ രാമനെ സ്തുതിചെയ്താൻഃ

ജടായുസ്തുതി

“അഗണ്യഗുണമാദ്യമവ്യയമപ്രമേയ-
മഖിലജഗൽസൃഷ്ടിസ്ഥിതിസംഹാരമൂലം
പരമം പരാപരമാനന്ദം പരാത്മാനം
വരദമഹം പ്രണതോസ്മി സന്തതം രാമം.
മഹിതകടാക്ഷവിക്ഷേപിതാമരശൂചം
രഹിതാവധിസുഖമിന്ദിരാമനോഹരം
ശ്യാമളം ജടാമകുടോജ്ജ്വലം ചാപശര-
കോമളകരാംബുജം പ്രണതോസ്മ്യഹം രാമം.
ഭൂവനകമനീയരൂപമീഡിതം ശത-
രവിഭാസുരമഭീഷ്ടപ്രദം ശരണദം
സുരപാദപമൂലരചിതനിലയനം
സുരസഞ്ചയസേവ്യം പ്രണതോസ്മ്യഹം രാമം.
ഭവകാനനദവദഹനനാമധേയം
ഭവപങ്കജഭവമുഖദൈവതം ദേവം
ദനുജപതികോടി സഹസ്രവിനാശനം
മനുജാകാരം ഹരിം പ്രണതോസ്മ്യഹം രാമം.
ഭവഭാവനാദൂരം ഭഗവത്സ്വരൂപിണം
ഭവഭീവിരഹിതം മുനിസേവിതം പരം
ഭവസാഗരതരണാംഘ്രിപോതകം നിത്യം
ഭവനാശായാനിശം പ്രണതോസ്മ്യഹം രാമം.
ഗിരിശ ഗിരിസുതാഹൃദയാംബുജവാസം
ഗിരിനായകധരം ഗിരിപക്ഷാരിസേവ്യം
സുരസഞ്ചയദനുജേന്ദ്രസേവിതപാദം
സുരപമണിനിഭം പ്രണതോസ്മ്യഹം രാമം.
പരദാരാർത്ഥപരിവർജ്ജിതമനീഷിണാം
പരപൂരുഷഗുണഭൂതി സന്തുഷ്ടാത്മനാം
പരലോകൈകഹിതനിരതാത്മനാം സേവ്യം

പരമാനന്ദമയം പ്രണതോസ്മ്യഹം രാമം.
സ്മിതസുന്ദരവികസിതവക്ത്രാംഭോരുഹം
സ്മൃതിഗോചരമസിതാംബുദകളേബരം
സിതപങ്കജചാരുനയനം രഘുവരം
ക്ഷിതിനന്ദിനീവരം പ്രണതോസ്മ്യഹം രാമം.
ജലപാത്രൗഘസ്ഥിതരവിമണ്ഡലംപോലെ
സകലചരാചരജന്തുക്കളുള്ളിൽ വാഴും 1700
പരിപൂർണ്ണാത്മാനമദ്വയമവ്യയമകേും
പരമം പരാപരം പ്രണതോസ്മ്യഹം രാമം.
വിധിമാധവ ശംഭുരൂപഭേദേന ഗുണ-
ത്രിതയവിരാജിതം കേവലം വിരാജന്തം
ത്രിദശമുനിജനസ്തുതമവ്യക്തമജം
ക്ഷിതിജാമനോഹരം പ്രണതോസ്മ്യഹം രാമം.
മന്മഥശതകോടി സുന്ദരകളേബരം
ജന്മനാശാദിഹീനം ചിന്മയം ജഗന്മയം
നിർമ്മലം ധർമ്മകർമ്മാധാരമപ്യനാധാരം
നിർമ്മമമാത്മാരാമം പ്രണതോസ്മ്യഹം രാമം." 1710
ഇസ്തുതി കേട്ടു രാമചന്ദ്രനും പ്രസന്നനായ്
പത്രീന്ദ്രൻതന്നോടരുളിച്ചെയ്തു മധുരമായ്:
"അസ്തു തേ ഭദ്രം, ഗച്ഛ പദം മേ വിഷ്ണോഃ പരം
ഇസ്തോത്രമെഴുതിയും പഠിച്ചും കേട്ടുകൊണ്ടാൽ
ഭക്തനായുള്ളവനു വന്നീടും മത്സാരൂപ്യം
പക്ഷീന്ദ്ര! നിന്നെപ്പോലെ മൽപരായണനായാൽ."
ഇങ്ങനെ രാമവാക്യം കേട്ടൊരു പക്ഷിശ്രേഷ്ഠ-
നങ്ങനെതന്നെ വിഷ്ണുസാരൂപ്യം പ്രാപിച്ചുപോയ്
ബ്രഹ്മപൂജിതമായ പദവും പ്രാപിച്ചിതേ
നിർമ്മലരാമനാമം ചൊല്ലുന്ന ജനംപോലെ. 1720

കബന്ധഗതി

പിന്നെ ശ്രീരാമൻ സുമിത്രാത്മജനോടും കൂടി
ഖിന്നനായ് വനാന്തരം പ്രാപിച്ചു ദുഃഖത്തോടും
അന്വഷിച്ചോരോദിശി സീതയെക്കാണായ്കയാൽ
സന്നദ്ധരെയ്യണേ വനമാർഗ്ഗേ സഞ്ചരിക്കുമ്പോൾ
രക്ഷോരൂപത്തോടൊരു സത്വത്തെക്കാണായ്വന്നു
തൽക്ഷണമവേം രാമചന്ദ്രനുമരുൾചെയ്താൻഃ
"വക്ഷസി വദനവും യോജനബാഹുക്കളും
ചക്ഷുരാദികളുമി,ല്ലന്തൊരു സത്വമിദം?
ലക്ഷ്മണ! കണ്ടായോ നീ കണ്ടോളം ഭയമുണ്ടാം
ഭക്ഷിക്കുമിപ്പോളിവൻ നമ്മയെന്നറിഞ്ഞാലും. 1730
പക്ഷിയും മൃഗവുമല്ലതെ്രയും ചിത്രം ചിത്രം!
വക്ഷസി വക്ത്രം കാലും തലയുമില്ലതാനും.
രക്ഷസ്സു പിടിച്ചുടൻ ഭക്ഷിക്കുംമുമ്പേ നമ്മെ
രക്ഷിക്കുംപ്രകാരവും കണ്ടീല നിരൂപിച്ചാൽ.
തത്ഭുതമദ്ധ്യസ്ഥന്മാരായിതു കുമാര! നാം
കൽപിതം ധാതാവിനാലന്തന്നാലതു വരും."
രാഘവനവേം പറഞ്ഞീടിനോരനന്തര–
മാകുലമകന്നൊരു ലക്ഷ്മണനുരചെയ്താൻഃ
"പോരും വ്യാകുലഭാവമന്തിനി വിചാരിപ്പാ–
നോരോരോ കരം ഛേദിക്കണേം നാമിരുവരും." 1740
തൽക്ഷണം ഛേദിച്ചിതു ദക്ഷിണഭുജം രാമൻ
ലക്ഷ്മണൻ വാമകരം ഛേദിച്ചാനതുനേരം
രക്ഷോവീരനുമതി വിസ്മയംപൂണ്ടു രാമ–
ലക്ഷ്മണന്മാരെക്കണ്ടു ചോദിച്ചാൻ ഭയത്തോടെഃ
"മത്ഭുജങ്ങളെച്ഛേദിച്ചീടുവാൻ ശക്തന്മാരാ–

യിബ്ഭുവനത്തിലാരുമുണ്ടായീലിതിൻകീഴിൽ.
അത്ഭുതാകാരന്മാരാം നിങ്ങളാരിരുവരും
സൽപുരുഷന്മാരെന്നു കൽപിച്ചീടുന്നേൻ ഞാനും.
ഘോരകാനനപ്രദേശത്തിങ്കൽ വരുവാനും
കാരണമെന്തു നിങ്ങൾ സത്യം ചൊല്ലുകവേണം."
ഇത്തരം കബന്ധവാക്യങ്ങൾ കേട്ടൊരു പുരു-
ഷോത്തമൻ ചിരിച്ചുടനുത്തരമരുൾചെയ്തു:
"കേട്ടാലും ദശരഥനാമയോദ്ധ്യാധിപതി-
ജ്യേഷ്ഠനന്ദനനഹം രാമനെന്നല്ലോ നാമം.
സോദരനിവൻ മമ ലക്ഷ്മണനെന്നു നാമം
സീതയെന്നുണ്ടു മമ ഭാര്യയായൊരു നാരി.
പോയിതു ഞങ്ങൾ നായാട്ടിന്നതുനേരമെതി-
മായാവി നിശാചരൻ കട്ടുകൊണ്ടങ്ങുപോയാൻ.
കാനനംതോറും ഞങ്ങൾ തിരഞ്ഞുനടക്കുമ്പോൾ
കാണായി നിന്നെയതിഭീഷണവേഷത്തോടും.
പാണികൾകൊണ്ടു തവ വേഷ്ടിതന്മാരാകയാൽ
പ്രാണരക്ഷാർത്ഥം ഛേദിച്ചീടിനേൻ കരങ്ങളും.
ആരെടോ! വികൃതരൂപം ധരിച്ചോരു ഭവാൻ?
നേരോടെ പറകെ"ന്നു രാഘവൻ ചോദിച്ചപ്പോൾ
സന്തുഷ്ടാത്മനാ പറഞ്ഞീടിനാൻ കബന്ധനും:
"നിന്തിരുവടിതന്നേ ശ്രീരാമദേവനെങ്കിൽ
ധന്യനായ്വന്നേനഹം, നിന്തിരുവടിതന്നെ
മുന്നിലാമ്മാറു കാണായ്വന്നൊരു നിമിത്തമായ്.
ദിവ്യനായിരുപ്പോരു ഗന്ധർവനഹം രൂപ-
യൗവനദർപ്പിതനായ് സഞ്ചരിച്ചീടുംകാലം
സുന്ദരീജനമനോധൈര്യവും ഹരിച്ചതി-
സുന്ദരനായോരു ഞാൻ ക്രീഡിച്ചുനടക്കുമ്പോൾ
അഷ്ടാവക്രനെക്കണ്ടു ഞാനപഹസിച്ചിതു

രുഷ്ടനായ്മഹാമുനി ശാപവും നല്കീടിനാൻ.
ദുഷ്ടനായുള്ളോരു നീ രാക്ഷസനായ്പ്പോകെന്നാൻ
തുഷ്ടനായ്പിന്നശ്ശാപാനുഗ്രഹം നല്കീടിനാൻ.
സാക്ഷാൽ ശ്രീനാരായണൻ തന്തിരുവടിതന്നെ
മോക്ഷദൻ ദശരഥപുത്രനായ് ത്രേതായുഗേ
വന്നവതരിച്ചു നിൻ ബാഹുക്കളറുക്കുന്നാൾ
വന്നീടുമല്ലോ ശാപമോക്ഷവും നിനക്കെടോ!
താപസശാപംകൊണ്ടു രാക്ഷസനായോരു ഞാൻ
താപനേ നടന്നീടുംകാലമങ്ങൊരുദിനം
ശതമന്യുവിനെപ്പാഞ്ഞടുത്തനേതിരുഷാ
ശതകോടിയാൽ തലയറുത്തു ശതമഖൻ.
വജ്രമേറ്റിട്ടും മമ വന്നീല മരണമ-
തബ്ജസംഭവൻ മമ തന്നൊരു വരത്തിനാൽ.
വദ്ധ്യനല്ലായ്കമൂലം വൃത്തിക്കു മഹേന്ദ്രനു-
മുത്തമാംഗത്തെ മമ കുക്ഷിയിലാക്കീടിനാൻ.
വക്ത്രപാദങ്ങൾ മമ കുക്ഷിയിലായശേഷം
ഹസ്തയുഗ്മവുമൊരു യോജനായതങ്ങളായ്.
വർത്തിച്ചീടുന്നനേത്ര വൃത്തിക്കു ശക്രാജ്ഞയാ
സത്വസഞ്ചയം മമ ഹസ്തമദ്ധ്യസ്ഥമായാൽ
വക്ത്രണേ ഭക്ഷിച്ചു ഞാൻ വർത്തിച്ചേനിത്രനാളു-
മുത്തമോത്തമ! രഘുനായക! ദയാനിധേ!
വഹ്നിയും ജ്വലിപ്പിച്ചു ദേഹവും ദഹിപ്പിച്ചാൽ
പിന്നെ ഞാൻ ഭാര്യാമാർഗ്ഗമൊക്കവെ ചൊല്ലീടുവൻ."
മേദിനി കുഴിച്ചതിലിന്ധനങ്ങളുമിട്ടു
വീതിഹോത്രനെ ജ്വലിപ്പിച്ചിതു സൗമിത്രിയും.
തത്രവൈ കബന്ധദേഹം ദഹിപ്പിച്ചനേരം
തദ്ദേഹത്തിങ്കൽനിന്നങ്ങുത്ഥിതനായ്ക്കാണായി
ദിവ്യവിഗ്രഹത്തോടും മന്മഥസമാനനായ്

സർവഭൂഷണപരിഭൂഷിതനായന്നരേം
രാമദവേനെ പ്രദക്ഷിണവുംചയ്തു ഭക്ത്യാ
ഭൂമിയിൽ സാഷ്ടാംഗമായ്‌വീണുടൻ നമസ്കാരം
മൂന്നുരുചയ്തു കൂപ്പിത്തഴെുതുനിന്നു പിന്നെ
മാന്യനാം ഗന്ധർവനുമാനന്ദവിവശനായ്
കോൾമയിർക്കൊണ്ടു ഗദ്ഗദാക്ഷരവാണികളാം
കോമളപദങ്ങളാൽ സ്തുതിച്ചുതുടങ്ങിനാൻഃ

കബന്ധസ്തുതി

“നിന്തിരുവടിയുടെ തത്ത്വമിതെന്നൊരുവർക്കും
ചിന്തിച്ചാലറിഞ്ഞുകൂടാവതല്ലെന്നാകിലും
നിന്തിരുവടിതന്നെ സ്തുതിപ്പാൻ തോന്നീടുന്നു
സന്തതം മന്ദത്വംകൊണ്ടെന്തൊരു മോഹം.
അന്തവുമാദിയുമില്ലാതൊരു പരബ്രഹ്മ-
മന്തരാത്മനി തെളിഞ്ഞുണർന്നു വസിക്കേണം.
അന്ധകാരങ്ങളകന്നാനന്ദമുദിക്കേണം
ബന്ധവുമറ്റു മോക്ഷപ്രാപ്തിയുമരുളേണം.
അവ്യക്തമതിസൂക്ഷ്മമായൊരു ഭവദ്രൂപം
സുവ്യക്തഭാവനേ ദേഹദ്വയവിലക്ഷണം
ദൃഗ്രുപമേക,മന്യൻ സകലദൃശ്യം ജഡം
ദുർഗ്രാഹ്യമതാന്മകമാകയാലജ്ഞാനികൾ
എങ്ങനെയറിയുന്നു മാനസവ്യതിരിക്തം
മങ്ങീടാതൊരു പരമാത്മാനം ബ്രഹ്മാനന്ദം!
ബുദ്ധ്യാത്മാഭാസങ്ങൾക്കുളളൈക്യമായതു ജീവൻ
ബുദ്ധ്യാദിസാക്ഷിഭൂതം ബ്രഹ്മമെന്നതും നൂനം.
നിർവികാരബ്രഹ്മണി നിഖിലാത്മനി നിത്യേ
നിർവിഷയാഖ്യേ ലോകമജ്ഞാനമോഹവശാൽ
ആരോപിക്കപ്പെട്ടൊരു തൈജസം സൂക്ഷ്മദേഹം
ഹൈരണ്യമതു വിരാൾപുരുഷനതിസ്ഥൂലം.
ഭാവനാവിഷയമായൊന്നതു യോഗീന്ദ്രാണാം
കേവലം തത്ര കാണായീടുന്നു ജഗത്തെല്ലാം.
ഭൂതമായതും ഭവ്യമായതും ഭവിഷ്യത്തും
ഹേതുനാ മഹത്തത്ത്വാദ്യാവൃത സ്ഥൂലദേഹേ
ബ്രഹ്മാണ്ഡകോശവിരാൾപുരുഷേ കാണാകുന്നു

സന്മയമെന്നപോലെ ലോകങ്ങൾ പതിന്നാലും.
തുംഗനാം വിരാൾപുമാനാകിയ ഭഗവാൻ ത-
ന്നംഗങ്ങളല്ലോ പതിന്നാലു ലോകവും നൂനം.
പാതാളം പാദമൂലം പാർഷ്ണികൾ മഹാതലം
നാഥ! തേ ഗുല്ഫം രസാതലവും തലാതലം
ചാരുജാനുക്കളല്ലോ സുതലം രഘുപതേ!
ഊരുകാണ്ഡങ്ങൾ തവ വിതലമതലവും
ജഘനം മഹീതലം നാഭി തേ നഭസ്ഥലം
രഘുനാഥോരസ്ഥലമായതു സുരലോകം
കണ്ഠദേശം തേ മഹർലോകമെന്നറിയണം
തുണ്ഡമായതു ജനലോകമെന്നതു നൂനം
ശംഖദേശം തേ തപോലോകമിങ്ങതിൻമീതേ
പങ്കജയോനിവാസമാകിയ സത്യലോകം
ഉത്തമാംഗം തേ പുരുഷോത്തമ! ജഗൽപ്രഭോ!
സത്താമാത്രക! മേഘജാലങ്ങൾ കേശങ്ങളും.
ശക്രാദിലോകപാലന്മാരെല്ലാം ഭുജങ്ങൾ തേ
ദിക്കുകൾ കർണ്ണങ്ങളുമശ്വികൾ നാസികയും.
വക്ത്രമായതു വഹ്നി നേത്രമാദിത്യൻതന്നെ
ചിത്രമത്രെയും മനസ്സായതു ചന്ദ്രനല്ലോ.
ഭ്രൂഭംഗമല്ലോ കാലം ബുദ്ധി വാക്പതിയല്ലോ
കോപകാരണമഹങ്കാരമായതു രുദ്രൻ.
വാക്കലെല്ലാം ഛന്ദസ്സുകൾ ദംഷ്ട്രകൾ യമനല്ലോ
നക്ഷത്രപങ്ക്തിയലെല്ലാം ദ്വിജപങ്ക്തികളല്ലോ
ഹാസമായതു മോഹകാരിണി മഹാമായ
വാസനാസൃഷ്ടിസ്തവാപാംഗമോക്ഷണമല്ലോ.
ധർമ്മം നിൻ പുരോഭാഗമധർമ്മം പൃഷ്ഠഭാഗം
ഉന്മേഷനിമേഷങ്ങൾ ദിനരാത്രികളല്ലോ.
സപ്തസാഗരങ്ങൾ നിൻ കുക്ഷിദേശങ്ങളല്ലോ

സപ്തമാരുതന്മാരും നിശ്വാസഗണമല്ലോ.
നദികളെല്ലാം തവ നാഡികളാകുന്നതും
പൃഥിവീധരങ്ങൾപോലസ്ഥികളാകുന്നതും.
വൃക്ഷാദ്യൗഷധങ്ങൾ തേ രോമങ്ങളാകുന്നതും
ത്ര്യക്ഷനാം ദേവൻതന്നെ ഹൃദയമാകുന്നതും.
വൃഷ്ടിയായതും തവ രേതസ്സെന്നറിയണം
പുഷ്ടമാം മഹീപതേ! കേവലജ്ഞാനശക്തി
സ്ഥൂലമായുള്ള വിരാൾപുരുഷരൂപം തവ
കാലേ നിത്യവും ധ്യാനിക്കുന്നവനുണ്ടാം മുക്തി.
നിന്തിരുവടിയൊഴിഞ്ഞില്ല കിഞ്ചന വസ്തു
സന്തതമീദൃഗ്രൂപം ചിന്തിച്ചു വണങ്ങുന്നേൻ.
ഇക്കാലമിതിൽക്കാളും മുഖ്യമായിരിപ്പോന്നി-
തിക്കാണാകിയ രൂപമെപ്പോഴും തോന്നീടണം.
താപസവേഷം ധരാവല്ലഭം ശാന്താകാരം
ചാപേഷുകരം ജടാവല്ക്കലവിഭൂഷണം
കാനനേ വിചിന്വന്തം ജാനകീം സലക്ഷ്മണം
മാനവശ്രേഷ്ഠം മനോജ്ഞം മനോഭവസമം
മാനസേ വസിപ്പതിന്നാലയം ചിന്തിക്കുന്നേൻ
ഭാനുവംശോൽഭൂതനാം ഭഗവൻ! നമോനമഃ
സർവജ്ഞൻ മഹേശ്വരനീശ്വരൻ മഹാദേവൻ
ശർവനവ്യയൻ പരമേശ്വരിയോടുംകൂടി
നിന്തിരുവടിയേയും ധ്യാനിച്ചുകൊണ്ടു കാശ്യാം
സന്തതമിരുന്നരുളീടുന്നു മുക്ത്യർത്ഥമായ്.
തത്രവൈ മുമുക്ഷുക്കളായുള്ള ജനങ്ങൾക്കു
തത്വബോധാർത്ഥം നിത്യം താരകബ്രഹ്മവാക്യം
രാമരാമേതി കനിഞ്ഞുപദേശവും നല്കി-
സ്സോമനാം നാഥൻ വസിച്ചീടുന്നു സദാകാലം.
പരമാത്മാവു പരബ്രഹ്മം നിന്തിരുവടി

പരമേശ്വരനായതറിഞ്ഞു വഴിപോലെ
മൂഢന്മാർ ഭവത്തത്വമെങ്ങനെയറിയുന്നു!
മൂടിപ്പോകയാൽ മഹാമായാമോഹാന്ധകാരേ?
രാമഭദ്രായ പരമാത്മനേ നമോനമഃ
രാമചന്ദ്രായ ജഗത്സാക്ഷിണേ നമോനമഃ.
പാഹി മാം ജഗന്നാഥ! പരമാനന്ദരൂപ!
പാഹി സൗമിത്രിസേവ്യ! പാഹി മാം ദയാനിധേ!
നിന്മഹാമായാദേവിയെന്നെ മോഹിപ്പിച്ചീടാ-
യ്കംബുജവിലോചന! സന്തതം നമസ്കാരം.”
ഇത്ഥമർത്ഥിച്ചു ഭക്ത്യാ സ്തുതിച്ച ഗന്ധർവനോ-
ടുത്തമപുരുഷനാം ദേവനുമരുൾചെയ്തുഃ
“സന്തുഷ്ടനായേൻ തവ സ്തുത്യാ നിശ്ചലഭക്ത്യാ
ഗന്ധർവശ്രേഷ്ഠ! ഭവാൻ മൽപദം പ്രാപിച്ചാലും.
സ്ഥാനം മേ സനാതനം യോഗീന്ദ്രഗമ്യം പര-
മാനന്ദം പ്രാപിക്ക നീ മൽപ്രസാദത്താലെടോ!
അത്രയുമല്ല പുനരൊന്നനുഗ്രഹിപ്പൻ ഞാ-
നിസ്തോത്രം ഭക്ത്യാ ജപിച്ചീടുന്ന ജനങ്ങൾക്കും
മുക്തി സംഭവിച്ചീടുമില്ല സംശയമേതും;
ഭക്തനാം നിനക്കധഃപതനമിനി വരാ.”
ഇങ്ങനെ വരം വാങ്ങിക്കൊണ്ടു ഗന്ധർവശ്രേഷ്ഠൻ
മംഗലം വരുവാനായ്ത്തൊഴുതു ചൊല്ലീടിനാൻഃ
“മുന്നിലാമ്മാറു കാണാം മതംഗാശ്രമം തത്ര
സമ്പ്രാതി വസിക്കുന്നു ശബരീ തപസ്വിനി.
ത്വൽപാദാംബുജഭക്തികൊണ്ടേറ്റം പവിത്രയാ-
യപ്പൊഴും ഭവാനെയും ധ്യാനിച്ചു വിമുക്തയായ്
അവളെച്ചെന്നു കണ്ടാൽ വൃത്താന്തം ചൊല്ലുമവ-
ളവനീസുതതന്നെ ലഭിക്കും നിങ്ങൾക്കെന്നാൽ.”

ശബര്യാശ്രമപ്രവേശം

ഗന്ധർവനേവം ചൊല്ലി മറഞ്ഞോരനന്തരം
സന്തുഷ്ടന്മാരായോരു രാമലക്ഷ്മണന്മാരും
ഘോരമാം വനത്തൂടെ മന്ദം മന്ദം പോയ്ചെന്നു
ചാരുത ചേർന്ന ശബര്യാശ്രമമകംപുക്കാർ.
സംഭ്രവത്തോടും പ്രത്യുത്ഥായ താപസി ഭക്ത്യാ
സമ്പതിച്ചിതു പാദാംഭോരുഹയുഗത്തിങ്കൽ.
സന്തോഷപൂർണ്ണാശ്രുനേത്രങ്ങളോടവളുമാ-
നന്ദമുൾക്കൊണ്ടു പാദ്യാർഘ്യാസനാദികളാലേ
പൂജിച്ചു തൽപാദതീർത്ഥാഭിഷേകവുംചെയ്തു
ഭോജനത്തിനു ഫലമൂലങ്ങൾ നൽകീടിനാൾ.
പൂജയും പരിഗ്രഹിച്ചാനന്ദിച്ചിരുന്നിതു
രാജീവനേത്രന്മാരാം രാജനന്ദനന്മാരും.
അന്നേരം ഭക്തിപൂണ്ടു തൊഴുതു ചൊന്നാളവൾഃ
“ധന്യയായ് വന്നേനഹമിന്നു പുണ്യാതിരേകാൽ.
എന്നുടെ ഗുരുഭൂതന്മാരായ മുനിജനം
നിന്നെയും പൂജിച്ചനേകായിരത്താണ്ടു വാണാർ.
അന്നു ഞാനവരെയും ശുശ്രൂഷിച്ചിരുന്നിതു
പിന്നെപ്പോയ് ബ്രഹ്മപദം പ്രാപിച്ചാരവർകളും.
എന്നോടു ചൊന്നാരവരേതുമേ ഖേദിയാതെ
ധന്യേ! നീ വസിച്ചാലുമിവിടെത്തന്നെ നിത്യം.
പന്നഗശായി പരൻപുരുഷൻ പരമാത്മാ
വന്നവതരിച്ചിതു രാക്ഷസവധാർത്ഥമായ്.
നമ്മെയും ധർമ്മത്തെയും രക്ഷിച്ചുകൊൾവാനിപ്പോൾ
നിർമ്മലൻ ചിത്രകൂടത്തിങ്കൽ വന്നിരിക്കുന്നു.
വന്നീടുമിവിടേക്കു രാഘവനെന്നാലവൻ-

തന്നെയും കണ്ടു ദേഹത്യാഗവും ചെയ്താലും നീ.
വന്നീടുമന്നാൽ മോക്ഷം നിനക്കുമന്നു നൂനം'
വന്നിതവ്വണ്ണം ഗുരുഭാഷിതം സത്യമല്ലോ.
നിന്തിരുവടിയുടെ വരവും പാർത്തുപാർത്തു
നിന്തിരുവടിയയേും ധ്യാനിച്ചു വസിച്ചു ഞാൻ.
ശ്രീപാദം കണ്ടുകൊൾവാൻ മൽഗുരുഭൂതന്മാരാം
താപസന്മാർക്കുപോലും യോഗം വന്നീലയല്ലോ.
ജ്ഞാനമില്ലാത ഹീനജാതിയിലുള്ള മൂഢ
ഞാനിതിനെട്ടുമധികാരിണിയല്ലയല്ലോ.
വാങ്ങ്മനോവിഷയമല്ലാതൊരു ഭവദ്രൂപം
കാണ്മാനുമവകാശം വന്നതു മഹാഭാഗ്യം.
തൃക്കഴലിണ കൂപ്പി സ്തുതിച്ചുകൊൾവാനുമി-
ങ്ങുൾക്കമലത്തിലറിയപ്പോകാ ദയാനിധേ!"
രാഘവനതു കേട്ടു ശബരിയോടു ചൊന്നാ-
"നാകുലംകൂടാതെ ഞാൻ പറയുന്നതു കേൾ നീ.
പൂരുഷസ്ത്രീജാതീനാമാശ്രമാദികളല്ല
കാരണം മമ ഭജനത്തിനു ജഗത്ത്രയേ.
ഭക്തിയൊന്നൊഴിഞ്ഞു മററില്ല കാരണമതേും
മുക്തി വന്നീടുവാനുമില്ല മററതേുമൊന്നും.
തീർത്ഥസ്നാനാദി തപോദാനവദോദ്ധ്യയന-
ക്ഷേത്രോപവാസയാഗാദ്യഖിലകർമ്മങ്ങളാൽ
ഒന്നിനാലൊരുത്തനും കണ്ടുകിട്ടുകയില്ല-
യെന്നെ മൽഭക്തിയൊഴിഞ്ഞൊന്നുകൊണ്ടൊരുനാളും.
ഭക്തിസാധനം സംക്ഷേപിച്ചു ഞാൻ ചൊല്ലീടുവേ-
നുത്തമേ! കേട്ടുകൊൾക മുക്തിവന്നീടുവാനായ്.
മുഖ്യസാധനമല്ലോ സജ്ജനസംഗം, പിന്നെ
മൽക്കഥാലാപം രണ്ടാംസാധനം, മൂന്നാമതും
മൽഗുണരേണം, പിന്നെ മദ്വചോവ്യാഖ്യാതൃത്വം

മൽക്കലാജാതാചാര്യോപാസനമഞ്ചാമതും,
പുണ്യശീലത്വം യമനിയമാദികളോടു-
മന്നെ മുട്ടാതെ പൂജിക്കെന്നുള്ളതാറാമതും,
മന്മന്ത്രോപാസകത്വമേഴാമ,തെട്ടാമതും
മംഗലശീലേ! കേട്ടു ധരിച്ചുകൊള്ളേണം നീ
സർവഭൂതങ്ങളിലും മന്മതിയുണ്ടാകയും
സർവദാ മൽഭക്തന്മാരിൽ പരമാസ്തിക്യവും
സർവബാഹ്യാർത്ഥങ്ങളിൽ വൈരാഗ്യം ഭവിക്കയും
സർവലോകാത്മാ ഞാനെന്നെപ്പോഴുമുറയ്ക്കയും,
മത്തത്ത്വവിചാരം കേളൊമ്പതാമതു ഭദ്രേ!
ചിത്തശുദ്ധിക്കു മൂലമാദിസാധനം നൂനം.
ഉക്തമായിതു ഭക്തിസാധനം നവവിധ-
മുത്തമേ! ഭക്തി നിത്യമാർക്കുള്ളു വിചാരിച്ചാൽ?
തിര്യഗ്യോനിജങ്ങൾക്കെന്നാകിലും മൂഢമാരാം
നാരികൾക്കെന്നാകിലും പൂരുഷനെന്നാകിലും
പ്രേമലക്ഷണയായ ഭക്തി സംഭവിക്കുമ്പോൾ
വാമലോചനേ! മമ തത്ത്വാനുഭൂതിയുണ്ടാം.
തത്ത്വാനുഭവസിദ്ധനായാൽ മുക്തിയും വരും.
തത്ര ജന്മനി മർത്ത്യനുത്തമതപോധനേ!
ആകയാൽ മോക്ഷത്തിനു കാരണം ഭക്തിതന്നെ
ഭാഗവതാഢ്യേ! ഭഗവൽപ്രിയേ! മുനിപ്രിയേ!
ഭക്തിയുണ്ടാകകൊണ്ടു കാണായ്‌വന്നിതു തവ
മുക്തിയുമടുത്തിതു നിനക്കു തപോധനേ!
ജാനകീമാർഗ്ഗമറിഞ്ഞീടിൽ നീ പറയണം
കനേ വാ നീതാ സീതാ മൽപ്രിയാ മനോഹരി?"
രാഘവവാക്യമേവം കേട്ടോരു ശബരിയു-
മാകുലമകലുമാറാദരാലുരചെയ്താൾഃ
"സർവവുമറിഞ്ഞിരിക്കുന്ന നിന്തിരുവടി

സർവജ്ഞനെന്നാകിലും ലോകാനുസരണാർത്ഥം
ചോദിച്ചമൂലം പറഞ്ഞീടുവൻ സീതാദേവി
ഖേദിച്ചു ലങ്കാപുരിതന്നിൽ വാഴുന്നു നൂനം.
കൊണ്ടുപോയതു ദശകണ്ഠനെന്നറിഞ്ഞാലും
കണ്ടിതു ദിവ്യദൃശാ തണ്ടലർമകളെ ഞാൻ.
മുമ്പിലാമ്മാറു കുറഞ്ഞൊന്നു തെക്കോട്ടു ചെന്നാൽ
പമ്പയാം സരസ്സിനെക്കാണാം, തൽപുരോഭാഗേ
പശ്യ പർവ്വതവരമൃശ്യമൂകാഖ്യം, തത്ര
വിശ്വസിച്ചിരിക്കുന്നു സുഗ്രീവൻ കപിശ്രേഷ്ഠൻ
നാലുമന്ത്രികളോടുംകൂടവെ മാർത്താണ്ഡാത്മജൻ;
ബാലിയെപ്പേടിച്ചു സങ്കേതമായനുദിനം;
ബാലിക്കു മുനിശാപം പേടിച്ചു ചെന്നുകൂടാ.
പാലനംചെയ്ത ഭവാനവനെ വഴിപോലെ.
സഖ്യവും ചെയ്തുകൊൾക സുഗ്രീവൻതന്നോടെന്നാൽ
ദുഃഖങ്ങളെല്ലാം തീർന്നു കാര്യവും സാധിച്ചീടും.
എങ്കിൽ ഞാനഗ്നിപ്രവേശംചെയ്തു ഭവൽപാദ–
പങ്കജത്തോടു ചേർന്നുകൊള്ളുവാൻ തുടങ്ങുന്നു.
പാർക്കേണം മുഹൂർത്തമാത്രം ഭവാനത്രൈവ മേ
തീർക്കേണം മായാകൃതബന്ധനം ദയാനിധേ!"
ഭക്തിപൂണ്ടിത്ഥമുക്ത്വാ ദേഹത്യാഗവും ചെയ്തു
മുക്തിയും സിദ്ധിച്ചിതു ശബരിക്കതുകാലം.
ഭക്തവത്സലൻ പ്രസാദിക്കിലിന്നവർക്കെന്നി–
ല്ലതെത്തീടും മുക്തി നീചജാതികൾക്കെന്നാകിലും.
പുഷ്കരനേത്രൻ പ്രസാദിക്കിലോ ജന്തുക്കൾക്കു
ദുഷ്കരമായിട്ടൊന്നുമില്ലെന്നു ധരിക്കേണം.
ശ്രീരാമഭക്തിതന്നെ മുക്തിയെസ്സിദ്ധിപ്പിക്കും
ശ്രീരാമപാദാംബുജം സേവിച്ചുകൊൾക നിത്യം.
ഓരോരോ മന്ത്രതന്ത്രധ്യാനകർമ്മാദികളും

ദൂരസ്സെന്ത്യജിച്ചു തൻഗുരുനാഥപാദശോൽ
ശ്രീരാമചന്ദ്രൻതന്നെ ധ്യാനിച്ചുകൊൾക നിത്യം
ശ്രീരാമമന്ത്രം ജപിച്ചീടുക സദാകാലം.
ശ്രീരാമചന്ദ്രകഥ കേൾക്കയും ചൊല്ലുകയും
ശ്രീരാമഭക്തന്മാരെപ്പൂജിച്ചുകൊള്ളുകയും. 2030
ശ്രീരാമമയം ജഗത്സർവമെന്നുറയ്ക്കുമ്പോൾ
ശ്രീരാമചന്ദ്രൻതന്നോടൈക്യവും പ്രാപിച്ചീടാം.
രാമ! രാമതി ജപിച്ചീടുക സദാകാലം
ഭാമിനി! ഭദ്രേ! പരമേശ്വരി! പത്മേക്ഷണേ!
ഇത്ഥമീശ്വരൻ പരമേശ്വരിയോടു രാമ-
ഭദ്രവൃത്താന്തമരുൾചെയ്തതു കേട്ടനേരം
ഭക്തികൊണ്ടേറ്റം പരവശയായ് ശ്രീരാമങ്കൽ
ചിത്തവുമുറപ്പിച്ചു ലയിച്ചു രുദ്രാണിയും.
പൈങ്കിളിപ്പൈതൽതാനും പരമാനന്ദംപൂണ്ടു
ശങ്കര! ജയിച്ചരുളെന്നിരുന്നരുളിനാൾ.

(ഇത്യദ്ധ്യാത്മരാമായണേ ഉമാമഹേശ്വരസംവാദേ
ആരണ്യകാണ്ഡം സമാപ്തം)

കിഷ്കിന്ധാകാണ്ഡം

ഹരിഃ ശ്രീഗണപതയേ നമഃ അവിഘ്നമസ്തു'

ശാരികപ്പൈതലേ! ചാരുശീലേ! വരി-
കാരോമലേ! കഥാശേഷവും ചൊല്ലു നീ.
ചൊല്ലുവനെങ്കിലനംഗാരി ശങ്കരൻ
വല്ലഭയോടരുൾചെയ്ത പ്രകാരങ്ങൾ.
കല്യാണശീലൻ ദശരഥസൂനു കൗ-
സല്യാതനയനവരജൻതന്നോടും
പമ്പാസരസ്തടം ലോകമനോഹരം
സംപ്രാപ്യ വിസ്മയംപൂണ്ടരുളീടിനാൻ.
ക്രോശമാത്രം വിശാലം വിശദാമൃതം
ക്ലേശവിനാശനം ജന്തുപൂർണ്ണാസ്ഥലം
ഉൽഫുല്ലപത്മകൽഹാരകുമുദ നീ-
ലോൽപലമണ്ഡിതം ഹംസകാരണ്ഡവ
ഷഡ്പദകോകില കുക്കുടകോയഷ്ടി
സർപ്പസിംഹവ്യാഘ്രസൂകരസേവിതം
പുഷ്പലതാപരിവേഷ്ടിതപാദപ-
സൽഫലസേവിതം സന്തുഷ്ടജന്തുകം
കണ്ടു കൗതൂഹലംപൂണ്ടു തണ്ണീർകുടി-
ച്ചിണ്ടലും തീർത്തു മന്ദം നടന്നീടിനാർ.

•ഹനൂമത്സമാഗമം

•സുഗ്രീവസഖ്യം

•വിരോധകാരണം

•ബാലിസുഗ്രീവയുദ്ധം

•ബാലിവധം

•താരോപദേശം

•സുഗ്രീവരാജ്യാഭിഷേകം

•ക്രിയാമാർഗ്ഗോപദേശം

•ഹനൂമൽസുഗ്രീവസംവാദം

•ശ്രീരാമന്റെ വിരഹതാപം

•ലക്ഷ്മണന്റെ പുറപ്പാട്

•സുഗ്രീവൻ ശ്രീരാമസന്നിധിയില്

•സീതാന്വേഷണം

•സ്വയംപ്രഭാഗതി

•സ്വയംപ്രഭാസ്തുതി

•അംഗദാദികളുടെ സംശയം

•സമ്പാതിവാക്യം

•സമുദ്രലംഘനചിന്ത

ഹനൂമത്സമാഗമം

കാലേ വസന്തേ സുശീതളേ ഭൂതലേ
ഭൂലോകപാലബാലന്മാരിരുവരും.
ഋശ്യമൂകാദ്രിപാർശ്വസ്ഥലേ സന്തതം
നിശ്വാസമുൾക്കൊണ്ടു വിപ്രലാപത്തോടും
സീതാവിരഹം പറഞ്ഞു കരകയും
ചൂതായുധാർത്തി മുഴുത്തു പറകയും
ആധികലർന്നു നടന്നടുക്കുംവിധൗ
ഭീതനായ്വന്നു ദിനകരപുത്രനും,
സത്വരം മന്ത്രികളോടും കുതിച്ചു പാ–
ഞ്ഞുത്തുംഗമായ ശൈലാഗ്രമേറീടിനാൻ.
മാരുതിയോടു ഭയനേ ചൊല്ലീടിനാൻഃ
"ആരീ വരുന്നതിരുവർ സന്നദ്ധരായ്?
നേരേ ധരിച്ചു വരിക നീ വേഗേനേ
വീരന്മാരത്രെയുമെന്നു തോന്നും കണ്ടാൽ.
അഗ്രജൻ ചൊൽകയാലെന്നെബ്ബലാലിന്നു
നിഗ്രഹിപ്പാനായ്വരുന്നവരല്ലല്ലീ?
വിക്രമമുള്ളവരത്രെയും, തേജസാ
ദിക്കുകളൊക്കെ വിളങ്ങുന്നു കാൺക നീ.
താപസവേഷം ധരിച്ചിരിക്കുന്നിതു
ചാപബാണാസിശസ്ത്രങ്ങളുമുണ്ടല്ലോ.
നീയൊരു വിപ്രവേഷംപൂണ്ടവരോടു
വായുസുത! ചെന്നു ചോദിച്ചറിയണം.
വക്ത്രനേത്രാലാപഭാവങ്ങൾ കൊണ്ടവർ–
ചിത്തമെന്തെന്നതറിഞ്ഞാൽ വിരവിൽ നീ
ഹസ്തങ്ങൾകൊണ്ടറിയിച്ചീട നമ്മുടെ

ശത്രുക്കളങ്ങെങ്കി,ലതല്ലങ്ങെങ്കിൽ നിന്നുടെ
വക്ത്രപ്രസാദമന്ദസ്മേരസംജ്ഞയാ
മിത്രമെന്നുള്ളതുമെന്നോടു ചൊല്ലണം.'
കർമ്മസാക്ഷിസുതൻ വാക്കുകൾ കേട്ടവൻ
ബ്രഹ്മചാരിവേഷമാലംബ്യ സാദരം
അഞ്ജസാ ചെന്നു നമസ്കരിച്ചീടിനാ–
നഞ്ജനാപുത്രനും ഭർത്ത്യപാദാംബുജം.
കഞ്ജവിലോചനന്മാരായ മാനവ–
കുഞ്ജരന്മാരത്തൊഴുതു വിനീതനായ്,
"അംഗജൻതന്നെജ്ജയിച്ചോരു കാന്തിപൂ–
ണ്ടിങ്ങനെ കാണായ നിങ്ങളിരുവരും
ആരെന്നറികയിലാഗ്രഹമുണ്ടതു
നേരേ പറയണമെന്നോടു സാദരം.
ദിക്കുകളാത്മഭാസൈവ ശോഭിപ്പിക്കു–
മർക്കനിശാകരന്മാരെന്നു തോന്നുന്നു.
ത്രൈലോക്യകർത്തൃഭൂതന്മാർ ഭവാന്മാരെ–
ന്നാലോക്യ ചേതസി ഭാതി സദൈവ മേ.
വിശ്വൈകവീരന്മാരായ യുവാക്കളാ–
മശ്വിനിദേവകളോ മറ്റതെന്നിയേ
വിശ്വൈകകാരണഭൂതന്മാരായോരു
വിശ്വരൂപന്മാരാമീശ്വരന്മാർ നിങ്ങൾ
നൂനം പ്രധാനപുരുഷന്മാർ മായയാ
മാനുഷാകാരണേ സഞ്ചരിക്കുന്നിതു
ലീലയാ ഭൂഭാരനാശനാർത്ഥം പരി–
പാലനത്തിന്നു ഭക്താനാം മഹീതലേ
വന്നു രാജന്യവേഷേണ പിറന്നൊരു
പുണ്യപുരുഷന്മാർ പൂർണ്ണഗുണവാന്മാർ
കർത്തും ജഗൽസ്ഥിതിസംഹാരസർഗ്ഗങ്ങ–

ളുദ്യതൗ ലീലയാ നിത്യസ്വതന്ത്രന്മാർ.
മുക്തി നൽകും നരനാരായണന്മാരെ–
ന്നുൾത്താരിലിന്നു തോന്നുന്നു നിരന്തരം."
ഇത്ഥം പറഞ്ഞു തൊഴുതുനിന്നീടുന്ന
ഭക്തനെക്കണ്ടു പറഞ്ഞു രഘൂത്തമൻ:
"പശ്യ സഖേ വടുരൂപിണം ലക്ഷ്മണ!
നിശ്ശേഷശബ്ദശാസ്ത്രമനേന ശ്രുതം.
ഇല്ലൊരപശബ്ദമെങ്ങുമേ വാക്കിങ്കൽ
നല്ല വയ്യാകരണൻ വടു നിർണ്ണയം."
മാനവവീരനുമപ്പോളരുൾചെയ്തു
വാനരശ്രേഷ്ഠനെ നോക്കി ലഘുതരം:
"രാമനെന്നെന്നുടെ നാമം ദശരഥ–
ഭൂമിപാലനേന്ദ്രതനയ,നിവൻ മമ
സോദരനാകിയ ലക്ഷ്മണൻ, കേൾക്ക നീ
ജാതമോദം പരമാർത്ഥം മഹാമതേ!
ജാനകിയാകിയ സീതയെന്നുണ്ടൊരു
മാനിനിയെന്നുടെ ഭാമിനി കൂടവെ.
താതനിയോഗേന കാനനസീമനി
യാതന്മാരായി തപസ്സുചെയ്തീടുവാൻ.
ദണ്ഡകാരണ്യേ വസിക്കുന്നനാളതി–
ചണ്ഡനായോരു നിശാചരൻ വന്നുടൻ
ജാനകീദേവിയെക്കട്ടുകൊണ്ടീടിനാൻ,
കാനനേ ഞങ്ങൾ തിരഞ്ഞു നടക്കുന്നു.
കണ്ടീലവളെയൊരേടത്തുമിന്നിഹ
കണ്ടുകിട്ടീ നിന്നെ, നീയാരെടോ സഖേ!
ചൊല്ലീടുകെ"ന്നതു കേട്ടൊരു മാരുതി
ചൊല്ലിനാൻ കൂപ്പിത്തൊഴുതു കുതൂഹലാൽ:
സുഗ്രീവനാകിയ വാനരേന്ദ്രൻ പർവ്വ–

താഗ്രേ വസിക്കുന്നിതത്ര രഘുപതേ!
മന്ത്രികളായ് ഞങ്ങൾ നാലുപേരുണ്ടല്ലോ
സന്തതംകൂടപ്പിരിയാതെ വാഴുന്നു.
അഗ്രജനാകിയ ബാലി കപീശ്വര–
നുഗ്രനാട്ടിക്കളഞ്ഞീടിനാൻ തമ്പിയെ.
സുഗ്രീവനുള്ള പരിഗ്രഹം തന്നെയു–
മഗ്രജൻതന്നെ പരിഗ്രഹിച്ചീടിനാൻ.
ഋശ്യമൂകാചലം സങ്കേതമായ്‌വന്നു
വിശ്വാസമോടിരിക്കുന്നിതർക്കാത്മജൻ
ഞാനവൻതന്നുടെ ഭൃത്യനായുള്ളോരു–
വാനരൻ വായുതനയൻ മഹാമതേ!
നാമധേയം ഹനൂമാനഞ്ജനാത്മജ–
നാമയം തീർത്തു രക്ഷിച്ചുകൊള്ളേണമേ!
സുഗ്രീവനോടു സഖ്യം ഭവാനുണ്ടെങ്കിൽ
നിഗ്രഹിക്കാമിരുവർക്കുമരികളെ.
വേലചെയ്യാമതിനാവോളമാശു ഞാ,–
നാലംബനം മറ്റേതിനിക്കില്ല ദൈവമേ!
ഇത്ഥം തിരുമനസ്സെങ്കിലെഴുന്നള്ളു–
കുൾത്താപമെല്ലാമകലും ദയാനിധേ!”
എന്നുണർത്തിച്ചു നിജാകൃതി കൈക്കൊണ്ടു
നിന്നു തിരുമുമ്പിലാമ്മാറു മാരുതി.
“പോക മമ സ്കന്ധമേറീടുവിൻ നിങ്ങ–
ളാകുലഭാവമകലെക്കളഞ്ഞാലും.”
അപ്പോൾ ശബരിതൻ വാക്കുകളോർത്തുക–
ണ്ടുൽപലനേത്രനനുവാദവും ചെയ്തു.

സുഗ്രീവസഖ്യം

ശ്രീരാമലക്ഷ്മണന്മാരെക്കഴുത്തിലാ-
മ്മാറങ്ങെടുത്തു നടന്നിതു മാരുതി
സുഗ്രീവസന്നിധൗ കൊണ്ടുചെന്നീടിനാൻ.
"വ്യഗ്രം കളക നീ ഭാസ്കരനന്ദന!
ഭാഗ്യമഹോ ഭാഗ്യമോർത്തോളമത്രെയും.
ഭാസ്കരവംശസമുത്ഭവന്മാരായ
രാമനും ലക്ഷ്മണനാകുമനുജനും
കാമദാനാർത്ഥമിവിടക്കേഴുന്നള്ളി.
സുഗ്രീവനോടിവണ്ണം പറഞ്ഞദ്രീശ്വ-
രാഗ്രേ മഹാതരുച്ഛായാതലേ തദാ
വിശ്വൈകനായകന്മാരാം കുമാരന്മാർ
വിശ്രാന്തചേതസാ നിന്നരുളീടിനാർ.
വാതാത്മജൻ പരമാനന്ദമുൾക്കൊണ്ടു
നീതിയോടർക്കാത്മജനോടു ചൊല്ലിനാൻ:
"ഭീതി കളക നീ മിത്രഗോത്രേ വന്നു
ജാതന്മാരായോരു യോഗേശ്വരന്മാരീ-
ശ്രീരാമലക്ഷ്മണന്മാരെഴുന്നള്ളിയ-
താരെയും പേടിക്കവേണ്ടാ ഭവാനിനി.
വേഗേന ചെന്നു വന്ദിച്ചു സഖ്യം ചെയ്തു
ഭാഗവതപ്രിയനായ്വസിച്ചീടുക."
പ്രീതനായോരു സുഗ്രീവനുമന്നേരേ-
മാദരപൂർവ്വമുത്ഥായ സസംഭ്രമം
വിഷ്ടപനാഥനിരുന്നരുളീടുവാൻ
വിഷ്ടരാർത്ഥം നല്ല പല്ലവജാലങ്ങൾ
പൊട്ടിച്ചവനിയിലിട്ടാ,നതുനേരേ-

മിഷ്ടനാം മാരുതി ലക്ഷ്മണനുമൊടി-
ച്ചിട്ടതു കണ്ടു സൗമിത്രി സുഗ്രീവനും
പുഷ്ടമോദാലൊടിച്ചിട്ടരുളീടിനാൻ;
തുഷ്ടി പൂണ്ടല്ലാവരുമിരുന്നീടിനാർ
നഷ്ടമായ്വന്നിതു സന്താപസംഘവും.
മിത്രാത്മജനോടു ലക്ഷ്മണൻ ശ്രീരാമ-
വൃത്താന്തമെല്ലാമറിയിച്ചതുനേരം
ധീരനാമാദിത്യനന്ദനൻ മോദേനേ
ശ്രീരാമചന്ദ്രനോടാശു ചൊല്ലീടിനാൻ:
"നാരീമണിയായ ജാനകീദേവിയെ-
യാരാഞ്ഞറിഞ്ഞു തരുന്നുണ്ടു നിർണ്ണയം.
ശത്രുവിനാശനത്തിന്നടിയനൊരു
മിത്രമായ്വലേചയ്യാം തവാജ്ഞാവശാൽ.
ഏതുമിതു നിരൂപിച്ചു ഖേദിക്കരു-
താധികളൊക്കയെകറ്റുവൻ നിർണ്ണയം.
രാവണൻതന്നസെസ്സകുലം വധംചയ്തു
ദേവിയയേുംകൊണ്ടു പോരുന്നതുണ്ടു ഞാൻ.
ഞാനൊരവസ്ഥ കണ്ടനേൊരുനാളതു
മാനവവീര! തെളിഞ്ഞു കടേടീടണം.
മന്ത്രികൾ നാലുപരേും ഞാനുമായച-
ലാന്തേ വസിക്കുന്നകാലമൊരുദിനം
പുഷ്കരനതേരയായോരു തരുണിയെ-
പ്പുഷ്കരമാർഗ്ഗണേ കൊണ്ടുപോയാനൊരു
രക്ഷോവരനതുനരേമസ്സുന്ദരി
രക്ഷിപ്പതിന്നാരുമില്ലാഞ്ഞു ദീനയായ്
രാമരാമതേി മുറയിടുന്നോൾ, തവ
ഭാമിനിതന്നയെവളന്നെതവേരൂ.
ഉത്തമയാമവൾ ഞങ്ങളപെപ്പർവ്വതേ-

ന്ദ്രരോത്തമാംഗദേ കണ്ടനേരം പരവശാൽ
ഉത്തരീയത്തിൽപ്പൊതിഞ്ഞാഭരണങ്ങ-
ളദ്രീശ്വരോപരി നിക്ഷേപണംചെയ്താൾ.
ഞാനതുകണ്ടിങ്ങെടുത്തു സൂക്ഷിച്ചുവെ-
ച്ചേനേതു കാണണമെങ്കിലോ കണ്ടാലും.
ജാനകീദേവിതന്നാഭരണങ്ങളോ
മാനവവീര! ഭവാനറിയാമല്ലോ!"
എന്നു പറഞ്ഞെതടുത്തുകൊണ്ടുവന്നു
മന്നവൻതൻ തിരുമുമ്പിൽ വച്ചീടിനാൻ.
അർണ്ണോജനേത്രനെടുത്തു നോക്കുന്നേരം
കണ്ണുനീർതന്നെ കുശലം വിചാരിച്ചു.
"എന്നെക്കണക്കേ പിരിഞ്ഞിതോ നിങ്ങളും
തന്വംഗിയാകിയ വൈദേഹിയോടയ്യോ!
സീതേ! ജനകാത്മജേ! മമ! വല്ലഭേ!
നാഥേ! നളിനദളായതലോചനേ!"
രോദനം ചെയ്തു വിഭൂഷണസഞ്ചയ-
മാധിപൂർവ്വം തിരുമാറിലമുഴ്ത്തിയും
പ്രാകൃതന്മാരാം പുരുഷന്മാരെപ്പോലെ
ലോകൈകനാഥൻ കരഞ്ഞുതുടങ്ങിനാൻ.
ശോകേന മോഹം കലർന്നു കിടക്കുന്ന
രാഘവനോടു പറഞ്ഞിതു ലക്ഷ്മണൻഃ
"ദുഃഖിയായ്കേതുമേ രാവണൻതന്നെയും
മർക്കടശ്രേഷ്ഠസഹായനേ വൈകാതെ
നിഗ്രഹിച്ചംബുജനേത്രയാം സീതയെ-
ക്കൈക്കൊണ്ടുകൊള്ളാം പ്രസീദ പ്രഭോ! ഹരേ!"
സുഗ്രീവനും പറഞ്ഞാനതു കേട്ടുടൻഃ
"വ്യഗ്രിയായ്കേതുമേ രാവണൻതന്നെയും
നിഗ്രഹിച്ചാശു നൽകീടുവൻ ദേവിയെ-

ക്കകൈക്കൊൾക ധൈര്യം ധരിത്രീപതേ! വിഭോ!"

ലക്ഷ്മണസുഗ്രീവവാക്കുകളിങ്ങനെ

തൽക്ഷണം കേട്ടു ദശരഥപുത്രനും

ദുഃഖവുമൊട്ടു ചുരുക്കി മരുവിനാൻ;

മർക്കടശ്രേഷ്ഠനാം മാരുതിയന്നേരം.

അഗ്നിയേയും ജ്വലിപ്പിച്ചു ശുഭമായ

ലഗ്നവും പാർത്തു ചെയ്യിപ്പിച്ചു സഖ്യവും

സുഗ്രീവരാഘവന്മാരഗ്നിസാക്ഷിയായ്.

സഖ്യവുംചെയ്തു പരസ്പരം കാര്യവും

സിദ്ധിക്കുമെന്നുറച്ചാത്മഖേദം കള–

ഞ്ഞുത്തുംഗമായ ശൈലാഗ്രേ മരുവിനാർ.

ബാലിയും താനും പിണക്കമുണ്ടായതിൻ–

മൂലമെല്ലാമുണർത്തിച്ചരുളീടിനാൻ.

വിരോധകാരണം

പണ്ടു മായാവിയെന്നൊരസുരേശ്വര-
നുണ്ടായിതു മയൻതന്നുടെ പുത്രനായ്.
യുദ്ധത്തിനാരുമില്ലാഞ്ഞു മദിച്ചവ-
നുദ്ധതനായ് നടന്നീടും ദശാന്തരേ
കിഷ്കിന്ധയാം പുരിപുക്കു വിളിച്ചിതു
മർക്കടാധീശ്വരനാകിയ ബാലിയെ.
യുദ്ധത്തിനായ് വിളിക്കുന്നതു കേട്ടതി-
ക്രുദ്ധനാം ബാലി പുറപ്പെട്ടു ചെന്നുടൻ
മുഷ്ടികൾകൊണ്ടു താഡിച്ചതുകൊണ്ടതി-
ദുഷ്ടനാം ദൈത്യനുമ പേടിച്ചു മണ്ടിനാൻ.
വാനരശ്രേഷ്ഠനുമോടിയെത്തീടിനാൻ
ഞാനുമതുകണ്ടു ചെന്നിതു പിന്നാലെ.
ദാനവൻ ചെന്നു ഗുഹയിലുൾപ്പുക്കിതു
വാനരശ്രേഷ്ഠനുമെന്നോടു ചൊല്ലിനാൻഃ
"ഞാനിതിൽപുക്കിവൻതന്നെയൊടുക്കുവൻ
നൂനം വിലദ്വാരി നിൽക്ക നീ നിർഭയം.
ക്ഷീരം വരികിലസുരൻ മരിച്ചീടും
ചോര വരികിലടച്ചു പോയ് വാഴ്ക നീ."
ഇത്ഥം പറഞ്ഞതിൽ പുക്കിതു ബാലിയും
തത്ര വിലദ്വാരി നിന്നേനടിയനും.
പോയിതു കാലമൊരുമാസമെന്നിട്ടു-
മാഗതനായതുമില്ല കപീശ്വരൻ.
വന്നിതു ചോര വിലമുഖതന്നിൽനി-
ന്നനെന്നുള്ളിൽനിന്നു വന്നു പരിതാപവും.
അഗ്രജൻതന്നെ മായാവി മഹാസുരൻ
നിഗ്രഹിച്ചാനെന്നുറച്ചു ഞാനും തദാ
ദുഃഖമുൾക്കൊണ്ടു കിഷ്കിന്ധപുക്കീടിനേൻ;

മർക്കടവീരരും ദുഃഖിച്ചതുകാലം
വാനരാധീശ്വരനായഭിഷേകവും
വാനരനേ്ദ്രന്മാരനിക്കു ചെയ്തീടിനാർ
ചെന്നിതു കാലം കുറഞ്ഞൊരു പിന്നയെും
വന്നിതു ബാലി മഹാബലവാൻ തദാ.
കല്ലിട്ടു ഞാൻ വിലദ്വാരമടച്ചതു
കൊല്ലുവാനെന്നോർത്തു കോപിച്ചു ബാലിയും
കൊല്ലുവാനെന്നോടടുത്തു, ഭയനേ ഞാ–
നെല്ലാടവും പാഞ്ഞിരിക്കരുതാഞ്ഞെങ്ങും
നീളേ നടന്നുഴന്നീടും ദശാന്തരേ
--ബാലി വരികയില്ലത്ര ശാപത്തിനാൽ--
ഋശ്യമൂകാചലേ വന്നിരുന്നീടിനേൻ
വിശ്വാസമോടു ഞാൻ വിശ്വനാഥാ വിഭോ!
മൂഢനാം ബാലി പരിഗ്രഹിച്ചീടിനാ–
നൂഢരാഗം മമ വല്ലഭതന്നയെും.
നാടും നഗരവും പത്നിയുമെന്നുടെ
വീടും പിരിഞ്ഞു ദു:ഖിച്ചിരിക്കുന്നു ഞാൻ.
ത്വൽപാദപങ്കരേുഹസ്പർശകാരണാ–
ലിപ്പോളതീവ സുഖവുമുണ്ടായ്വന്നു."
മിത്രാത്മജോക്തികൾ കട്ടേോരനന്തരം
മിത്രദുഃഖനേ സന്തപ്തനാം രാഘവൻ
ചിത്തകാരുണ്യം കലർന്നു ചൊന്നാൻ, "തവ
ശത്രുവിനെക്കൊന്നു പത്നിയും രാജ്യവും
വിത്തവുമെല്ലാമടക്കിത്തരുവൻ ഞാൻ;
സത്യമിതു രാമഭാഷിതം കവേലം."
മാനവനേ്ദ്രോക്തികൾ കട്ടേു തളിഞ്ഞൊരു
ഭാനുതനയനുമിങ്ങനെ ചൊല്ലിനാൻഃ
"സ്വർല്ലോകനാഥജനാകിയ ബാലിയെ–
ക്കൊല്ലുവാനറേം പണിയുണ്ടു നിർണ്ണയം.

ഇല്ലവനോളം ബലം മറ്റൊരുവനും;
ചൊല്ലുവൻ ബാലിതൻ ബാഹുപരാക്രമം.
ദുന്ദുഭിയാകും മഹാസുരൻ വന്നു കി-
ഷ്കിന്ധാപുരദ്വാരി മാഹിഷവേഷമായ്
യുദ്ധത്തിനായ് വിളിച്ചോരു നേരത്തതി-
ക്രുദ്ധനാം ബാലി പുറപ്പെട്ടു ചെന്നുടൻ
ശൃംഗം പിടിച്ചു പതിപ്പിച്ചു ഭൂമിയിൽ
ഭംഗംവരുത്തിച്ചവിട്ടിപ്പറിച്ചുടൻ
ഉത്തമാംഗത്തെച്ചുഴറ്റിയെറിഞ്ഞിതു
രക്തവും വീണു മതംഗാശ്രമസ്ഥലേ.
'ആശ്രമദോഷം വരുത്തിയ ബാലി പോ-
ന്നൃശ്യമൂകാചലത്തിങ്കൽ വരുന്നാകിൽ
ബാലിയുടെ തല പൊട്ടിത്തെറിച്ചുടൻ
കാലപുരി പുക മദ്വാക്യഗൗരവാൽ.'
എന്നു ശപിച്ചതു കേട്ടു കപീന്ദ്രനു-
മന്നുതുടങ്ങിയിവിടെ വരുവീല.
ഞാനുമതുകൊണ്ടിവിടെ വസിക്കുന്നു
മാനസേ ഭീതികൂടാതെ നിരന്തരം.
ദുന്ദുഭിതന്റെ തലയിതു കാൺകൊരു
മന്ദരംപോലെ കിടക്കുന്നതു ഭവാൻ.
ഇന്നിതെടുത്തെറിഞ്ഞീടുന്ന ശക്തനു
കൊന്നുകൂടും കപിവീരനെ നിർണ്ണയം."
എന്നതു കേട്ടു ചിരിച്ചു രഘൂത്തമൻ
തന്നുടെ തൃക്കാൽപെരുവിരൽകൊണ്ടതു
തന്നെയെടുത്തു മേൽപോട്ടെറിഞ്ഞീടിനാൻ.
ചെന്നു വീണു ദശയോജനപര്യന്തം.
എന്നതു കണ്ടു തെളിഞ്ഞു സുഗ്രീവനും
തന്നുടെ മന്ത്രികളും വിസ്മയപ്പെട്ടു
നന്നുനന്നെന്നു പുകഴ്ന്നു പുകഴ്ന്നവർ

നന്നായ്തൊഴുതു തൊഴുതു നിന്നീടിനാർ.
പിന്നയെുമർക്കാത്മജൻ പറഞ്ഞീടിനാൻഃ
“മന്നവ!! സപ്തസാലങ്ങളിവയല്ലോ.
ബാലിക്കു മൽപിടിച്ചീടുവാനായുള്ള
സാലങ്ങളഴേുമിവയന്നെറിഞ്ഞാലും.
വൃത്രാരിപുത്രൻ പിടിച്ചിളക്കുന്നരേം
പത്രങ്ങളല്ലൊം കൊഴിഞ്ഞുപോമഴേിനും.
വട്ടത്തിൽ നിൽക്കുമിവറേ്റയൊരമ്പയെ്തു
പൊട്ടിക്കിൽ ബാലിയകെ്കൊല്ലായ്വരും ദൃഢം.”
സൂര്യാത്മജോക്തികളീദൃശം കടേ്ടൊരു
സൂര്യാന്വയോൽഭൂതനാകിയ രാമനും
ചാപം കുഴിയകെ്കുലച്ചൊരു സായകം
ശോഭയോടെ തൊടുത്തയെ്തരുളീടിനാൻ.
സാലങ്ങളഴേും പിളർന്നു പുറപ്പടെ്ടു
ശലൈവും ഭൂമിയും ഭദേിച്ചു പിന്നയെും
ബാലം ജ്വലിച്ചു തിരിഞ്ഞുവന്നാശു തൻ-
തൂണീരമമ്പോടു പുക്കോരനന്തരം
വിസ്മിതനായോരു ഭാനുതനയനും
സസ്മിതം കൂപ്പിത്തൊഴുതു ചൊല്ലീടിനാൻ
“സാക്ഷാൽ ജഗന്നാഥനാം പരമാത്മാവു
സാക്ഷിഭൂതൻ നിന്തിരുവടി നിർണ്ണയം.
പണ്ടു ഞാൻ ചയെ്തോരു പുണ്യഫലോദയം-
കൊണ്ടു കാണ്മാനുമനിെക്കു യോഗം വന്നു.
ജന്മമരണനിവൃത്തി വരുത്തുവാൻ
നിർമ്മലന്മാർ ഭജിക്കുന്നു ഭവൽപദം.
മോക്ഷദനായ ഭവാനെ ലഭിക്കയാൽ
മോക്ഷമൊഴിഞ്ഞപക്ഷേിക്കുന്നതില്ല ഞാൻ.
പുത്രദാരാർത്ഥരാജ്യാദി സമസ്തവും
വ്യർത്ഥമത്രേ തവ മായാവിരചിതം.

ആകയാൽ മേ മഹാദേവ! ദേവേശ! മ–
റ്റാകാംക്ഷയില്ല ലോകേശ! പ്രസീദ മേ.
വ്യാപ്തമാനന്ദാനുഭൂതികരം പരം
പ്രാപ്തമേഹമാഹന്ത ഭാഗ്യഫലോദയാൽ,
മണ്ണിനായൂഴി കുഴിച്ചനേരം നിധി–
തന്നെ ലഭിച്ചതുപോലെ രഘൂപതേ!
ധർമ്മദാനവ്രതതീർത്ഥതപഃക്രതു
കർമ്മപൂർത്തഷ്ടേയാദികൾ കൊണ്ടൊരുത്തനും
വന്നുകൂടാ ബഹു സംസാരനാശനം
നിർണ്ണയം ത്വൽപാദഭക്തികൊണ്ടെന്നിയേ.
ത്വൽപാദപത്മാവലോകനം കേവല–
മിപ്പോളകപ്പെട്ടതും ത്വൽകൃപാബലം.
യാതൊരുത്തന്നു ചിത്തം നിന്തിരുവടി–
പാദാംബുജത്തിലിളകാതുറയ്ക്കുന്നു
കാൽക്ഷണംപോലുമന്നാകിലവൻ തനി–
ക്കൊക്ക നീങ്ങീടുമജ്ഞാനമനർത്ഥദം.
ചിത്തം ഭവാങ്കലുറയ്ക്കായ്കിലുമതി–
ഭക്തിയോടെ രാമരാമേതി സാദരം
ചൊല്ലുന്നവന്നു ദുരിതങ്ങൾ വേറേറ്റു
നല്ലനായേറ്റം വിശുദ്ധനാം നിർണ്ണയം.
മദ്യപനെങ്കിലും ബ്രഹ്മഘ്നനെങ്കിലും
സദ്യോ വിമുക്തനാം രാമജപത്തിനാൽ.
ശത്രുജയത്തിലും ദാരസുഖത്തിലും
ചിത്തേയൊരാഗ്രഹമില്ലെനിക്കേതുമേ.
ഭക്തിയൊഴിഞ്ഞു മറ്റൊന്നുമേ വേണ്ടീല
മുക്തി വരുവാൻ മുകുന്ദ! ദയാനിധേ!
ത്വൽപാദഭക്തിമാർഗ്ഗോപദേശംകൊണ്ടു
മൽപാപമുൽപാടയത്രിലോകീപതേ!
ശത്രുമദ്ധ്യസ്ഥമിത്രാദിഭേദഭ്രമം

ചിത്തത്തിൽ നഷ്ടമായ്വന്നിതു ഭൂപതേ!
ത്വൽപാദപത്മാവലോകനംകൊണ്ടെനി-
ക്കുൽപന്നമായിതു കേവലജ്ഞാനവും.
പുത്രദാരാദി സംബന്ധമെല്ലാം തവ-
ശക്തിയാം മായാപ്രഭാവം ജഗൽപതേ!
ത്വൽപാദപങ്കജത്തിങ്കലുറയ്ക്കണേ-
മെപ്പോഴുമുൾക്കാമ്പെനിക്കു രമാപതേ!
ത്വന്നാമസങ്കീർത്തനപ്രിയയാകണേ-
മെന്നുടെ ജിഹ്വാ സദാ നാണമെന്നിയേ.
ത്വച്ചരണാംഭോരുഹങ്ങളിലെപ്പൊഴു-
മർച്ചനംചെയ്യായ്വരിക കരങ്ങളാൽ.
നിന്നുടെ ചാരുരൂപങ്ങൾ കാണായ് വരി-കണ്ണുടെ
കണ്ണുകൾകൊണ്ടു നിരന്തരം.
കർണ്ണങ്ങൾകൊണ്ടു കേൾക്കായ് വരണം സദാ
നിന്നുടെ ചാരുചരിതം ധരാപതേ!
മച്ചരണദ്വയം സഞ്ചരിച്ചീടണ-
മച്യുതക്ഷേത്രങ്ങൾ തോറും രഘുപതേ!
ത്വത്പാദപാംസുതീർത്ഥങ്ങളേൽക്കാകണ-
മെപ്പോഴുമംഗങ്ങൾകൊണ്ടു ജഗത്പതേ!
ഭക്ത്യാനമസ്കരിക്കായ്വരണേം മുഹു-
രുത്തമാഗംകൊണ്ടു നിത്യം ഭവത്പദം.'
ഇത്ഥം പുകഴ്ത്തുന്ന സുഗ്രീവനെ രാഘവൻ
ചിത്തം കുളിർത്തു പിടിച്ചു പുൽകീടിനാൻ.
അംഗസംഗംകൊണ്ടു കൽമഷം വേറേറ
മംഗലാത്മാവായ സുഗ്രീവനെത്തദാ
മായതാ തത്ര മോഹിപ്പിച്ചിതന്നേരം
കാര്യസിദ്ധിയ്ക്കു കരുണാജലനിധി.

ബാലിസുഗ്രീവയുദ്ധം

സത്യസ്വരൂപൻ ചിരിച്ചരുളിച്ചെയ്തു:
"സത്യമത്രേ നീ പറഞ്ഞതെടോ സഖേ!
ബാലിയെച്ചെന്നു വിളിക്ക യുദ്ധത്തിനു
കാലം കളയരുതതേതുമിനിയെടോ!
ബാലിയെക്കൊന്നു രാജ്യാഭിഷേകംചെയ്തു
പാലനംചെയ്തുകൊൾവൻ നിന്നെ നിർണ്ണയം."
അർക്കാത്മജനതു കേട്ടു നടന്നിതു
കിഷ്കിന്ധയാം പുരി നോക്കി നിരാകുലം,
അർക്കകുലോത്ഭവന്മാരായ രാമനും
ലക്ഷ്മണവീരനും മന്ത്രികൾ നാൽവരും.
മിത്രജൻ ചെന്നു കിഷ്കിന്ധാപുരദ്വാരി
യുദ്ധത്തിനായ്‌വിളിച്ചീടിനാൻ ബാലിയെ.
പൃത്ഥ്വീരുഹവും മറഞ്ഞു നിന്നീടിനാർ
മിത്രഭാവനേ രാമാദികളന്നേരം.
ക്രൂദ്ധനാം ബാലിയലറിവന്നീടിനാൻ
മിത്രതനയനും വക്ഷസി കുത്തിനാൻ.
വൃത്രാരിപുത്രനും മിത്രതനയനെ-
പ്പത്തുനൂറാശു വലിച്ചുകുത്തീടിനാൻ.
ബദ്ധരോഷണേ പരസ്പരം തമ്മിലെ
യുദ്ധമതീവ ഭയങ്കരമായിതു.
രക്തമണിഞ്ഞേകരൂപധരന്മാരായ്
ശക്തികലർന്നവരൊപ്പം പൊരുന്നേരം
മിത്രാത്മജനേതു വൃത്രാരിപുത്രനേ-
തിത്ഥം തിരിച്ചറിയാവല്ലൊരുത്തനും.
മിത്രവിനാശനശങ്കയാ രാഘവ-

നസ്ത്രപ്രയയോഗവുംചെയ്തീലതുനരേം.
വൃത്രാരിപുത്രമുഷ്ടിപ്രയോഗംകൊണ്ടു
രക്തവും ഛർദ്ദിച്ചു ഭീതനായോടിനാൻ
മിത്രതനയനും സത്വരമാർത്തനായ്;
വൃത്രാരിപുതനുമാലയംപുക്കിതു.
വിത്രസ്തനായ്വന്നു മിത്രതനയനും
പൃത്ഥ്വീരുഹാന്തികേ നിന്നരുളീടിന
മിത്രാന്വയോൽഭൂതനാകിയ രാമനോ–
ടത്രെയുമാർത്ത്യാ പരുഷങ്ങൾ ചൊല്ലിനാൻ:
“ശത്രുവിനകെക്കൊണ്ടു കൊല്ലിക്കയോ തവ
ചിത്തത്തിലോർത്തതറിഞ്ഞീല ഞാനയ്യോ!
വദ്ധ്യനന്നെന്നാകിൽ വധിച്ചുകളഞ്ഞാലു–
മസ്ത്രണേ മാം നിന്തിരുവടി താൻതന്നെ.
സത്യം പ്രമാണമന്നെന്നോർത്തേ,നതും പുന–
രത്രെയും പാരം പിഴച്ചു ദയാനിധേ!
സത്യസന്ധൻ ഭവാനന്നു ഞാനോർത്തതും
വ്യർത്ഥമത്രേ ശരണാഗതവത്സല!”
മിത്രാത്മജോക്തികളിത്തരമാകുലാൽ
ശ്രുത്വാ രഘൂത്തമനുത്തരം ചൊല്ലിനാൻ
ബദ്ധാശ്രുനേത്രനായാലിംഗനംചെയ്തു:
“ചിത്തേ ഭയപ്പെടായ്കതേും മമ സഖേ!
അത്യന്തരോഷവേഗങ്ങൾ കലർന്നൊരു
യുദ്ധമദ്ധ്യേ ഭവാന്മാരത്തിരിയാഞ്ഞു
മിത്രഘ്നാതിത്വമാശംക്യ ഞാനന്നരേം
മുക്തവാനായതില്ലസ്ത്രം ധരിക്ക നീ.
ചിത്തഭ്രമം വരായ്വാനൊരടയാളം
മിത്രാത്മജ! നിനക്കുണ്ടാക്കുവനിനി.
ശത്രുവായുള്ളോരു ബാലിയസ്സെസത്വരം

യുദ്ധത്തിനായ് വിളിച്ചാലും മടിയാതെ.
വൃത്രവിനാശനപുത്രനാമഗ്രജൻ
മൃത്യുവശഗനെന്നുറച്ചീടു നീ.
സത്യമിദമഹം രാമനെന്നാകിലോ
മിത്ഥ്യയായ്‌വന്നുകൂടാ രാമഭാഷിതം."
ഇത്ഥം സമാശ്വാസ്യ മിത്രാത്മജം രാമ-
ഭദ്രൻ സുമിത്രാത്മജനോടു ചൊല്ലിനാൻ:
"മിത്രാത്മജഗളേ പുഷ്പമാല്യത്തെ നീ
ബദ്ധ്വാ വിരവോടയയ്ക്ക യുദ്ധത്തിനായ്."
ശത്രുഘ്നപൂർവജൻ മാല്യവും ബന്ധിച്ചു
മിത്രാത്മജനെ മോദാലയച്ചീടിനാൻ.

ബാലിവധം

വൃത്രാരിപുത്രനെ യുദ്ധത്തിനായ്ക്കൊണ്ടു
മിത്രാത്മജൻ വിളിച്ചീടിനാൻ പിന്നെയും.
ക്രൂദ്ധനായ് നിന്നു കിഷ്കിന്ധാപുരദ്വാരി
കൃത്വാ മഹാസിംഹനാദം രവിസുതൻ
ബദ്ധരോഷം വിളിക്കുന്ന നാദം തദാ
ശ്രുത്വാതിവിസ്മിതനായയോരു ബാലിയും
ബദ്ധ്വാ പരികരം യുദ്ധായ സത്വരം
ബദ്ധവൈരം പുറപ്പെട്ടോരുനേരത്തു
ഭർത്തുരഗ്രേ ചെന്നു ബദ്ധാശ്രുനേത്രയായ്
മദ്ധ്യേ തടുത്തു ചൊല്ലീടിനാൾ താരയും:
"ശങ്കാവിഹീനം പുറപ്പെട്ടതെ,ന്തഹോ
ശങ്കയുണ്ടുള്ളിലെനിക്കതു കേൾക്ക നീ.
വിഗ്രഹത്തിങ്കൽ പരാജിതനായ്പോയ
സുഗ്രീവനാശു വന്നീടുവാൻ കാരണം
എത്രയും പാരം പരാക്രമമുള്ളോരു
മിത്രമവനുണ്ടു പിന്തുണ നിർണ്ണയം."
ബാലിയും താരയോടാശു ചൊല്ലീടിനാൻ:
"ബാലേ! ബലാലൊരു ശങ്കയുണ്ടാകൊലാ.
കയ്യെയച്ചീടു നീ വൈകരുതേതുമേ
നീയൊരു കാര്യം ധരിക്കണേമോമലേ!
ബന്ധുവായാരുള്ളതോർക്ക സുഗ്രീവനു
ബന്ധമില്ലെന്നോടു വൈരത്തിനാർക്കുമേ.
ബന്ധുവായുണ്ടവനേകനെന്നാകിലോ
ഹന്തവ്യനെന്നാലവനുമറിക നീ.
ശത്രുവായുള്ളവൻ വന്നു ഗൃഹാന്തികേ

യുദ്ധത്തിനായ് വിളിക്കുന്നതും കേട്ടുടൻ
ശൂരനായുള്ള പുരുഷനിരിക്കുമോ
ഭീരുവായുള്ളിലടച്ചതു ചൊല്ലു നീ.
വൈരിയെക്കൊന്നു വിരവിൽ വരുവൻ ഞാൻ
ധീരത കൈക്കൊണ്ടിരിക്ക നീ വല്ലഭേ!”
താരയും ചൊന്നാളതുകേട്ടവനോടു:
“വീരശിഖാമണേ! കേട്ടാലുമെങ്കിൽ നീ.
കാനനത്തിങ്കൽ നായാട്ടിനു പോയിതു
താനേ മമ സുതനംഗദനന്നേരം
കേട്ടോരുദന്തമെന്നോടു ചൊന്നാനതു
കേട്ടിട്ടു ശേഷം യഥോചിതം പോക നീ.
ശ്രീമാൻ ദശരഥനാമയോദ്ധ്യാധിപൻ
രാമനെന്നുണ്ടവൻതന്നുടെ നന്ദനൻ.
ലക്ഷ്മണനാകുമനുജനോടും നിജ–
ലക്ഷ്മീസമയായ സീതയോടുമവൻ
വന്നിരുന്നീടിനാൻ ദണ്ഡകകാനനേ
വന്യാശനനായ്തപസ്സു ചെയ്തീടുവാൻ.
ദുഷ്ടനായുള്ളൊരു രാവണരാക്ഷസൻ
കട്ടുകൊണ്ടാനവൻതന്നുടെ പത്നിയെ.
ലക്ഷ്മണനോടുമവളെയന്വേഷിച്ചു
തൽക്ഷണമൃശ്യമൂകാചലേ വന്നിതു.
മിത്രാത്മജനെയും തത്ര കണ്ടീടിനാൻ
മിത്രമായ്വാഴ്കയെന്നന്യോന്യമൊന്നിച്ചു
സഖ്യവും ചെയ്തുകൊണ്ടാരഗ്നിസാക്ഷിയായ്
ദുഃഖശാന്തിക്കെങ്ങിരുവരുമായുടൻ.
‘വൃത്രാരിപുത്രനെക്കൊന്നു കിഷ്കിന്ധയിൽ
മിത്രാത്മജ! നിന്നെ വാഴിപ്പ’നെന്നൊരു
സത്യവും ചെയ്തുകൊടുത്തിതു രാഘവൻ;

സത്വരമാർക്കതനയനുമന്നരേം,
അന്വഷേണംചയെ്തറിഞ്ഞു സീതാദേവി–
തന്നയെും കാട്ടിത്തരുവ,നന്നെും തമ്മിൽ
അന്യോന്യമവേം പ്രതിജ്ഞയുംചയെ്തിതു
വന്നതിപ്പോളതുകൊണ്ടുതന്നയേവൻ.
വരൈമെല്ലാം കളഞ്ഞാശു സുഗ്രീവനെ
സ്വരൈമായ് വാഴിച്ചുകൊൾകയിളമയായ്.
യാഹി രാമം നീ ശരണമായ് വഗേനേ
പാഹി മാമംഗദം രാജ്യം കുലഞ്ച തേ.”
ഇങ്ങനെ ചൊല്ലിക്കരഞ്ഞു കാലും പിടി–
ച്ചങ്ങനെ താര നമസ്കരിക്കും വിധൗ
വ്യാകുലഹീനം പുണർന്നു പുണർന്നനു–
രാഗവശനേ പറഞ്ഞിതു ബാലിയും:
“സ്ത്രീസ്വഭാവംകൊണ്ടു പേടിയായ്കതേുമേ
നാസ്തി ഭയം മമ വല്ലഭേ! കേൾക്ക നീ.
ശ്രീരാമലക്ഷ്മണന്മാർ വന്നതങ്കിലോ
ചരേുമെന്നോടുമവരെന്നു നിർണ്ണയം
രാമനെ സ്നഹേമെന്നോളമില്ലാർക്കുമേ
രാമനാകുന്നതു സാക്ഷാൽ മഹാവിഷ്ണു
നാരായണൻതാനവതരിച്ചു ഭൂമി–
ഭാരഹരണാർത്ഥമെന്നു കേൾപ്പുണ്ടു ഞാൻ.
പക്ഷഭദേം ഭഗവാനില്ല നിർണ്ണയം
നിർഗ്ഗുണനകേനാത്മാരാമനീശ്വരൻ.
തച്ചരണാംബുജേ വീണു നമസ്കരി–
ച്ചിച്ഛയാ ഞാൻ കൂട്ടിക്കൊണ്ടിങ്ങു പോരുവൻ.
മൽഗൃഹത്തിങ്കലുപകാരവുമറേും
സുഗ്രീവനകേ്കാളുമെന്നക്കൊണ്ടോർക്ക നീ.
തന്നബെ്ഭജിക്കുന്നവനബെ്ഭജിച്ചീടു–

മന്യഭാവം പരമാത്മാവിനില്ലല്ലോ.
ഭക്തിഗമ്യൻ പരമേശ്വരൻ വല്ലഭേ!
ഭക്തിയോ പാർക്കിലന്നോളമില്ലാർക്കുമേ.
ദുഃഖവും നീക്കി വസിക്ക നീ വശ്മേനി
പുഷ്കരലോചനേ! പൂർണ്ണഗുണാംബുധേ!"
ഇത്ഥമാശ്വാസ്യ വൃത്രാരാതിപുത്രനും
ക്രുദ്ധനായ് സത്വരം ബദ്ധ്വാ പരികരം.
നിർഗ്ഗമിച്ചീടിനാൻ യുദ്ധായ സത്വരം
നിഗ്രഹിച്ചീടുവാൻ സുഗ്രീവനെ ക്രുധാ.
താരയുമശ്രുകണങ്ങളും വാർത്തുവാ-
ർത്താരൂഢതാപമകത്തുപുക്കീടിനാൾ.
പല്ലും കടിച്ചലറിക്കൊണ്ടു ബാലിയും
നില്ലുനില്ലെന്നണഞ്ഞോരുനേരം തദാ
മുഷ്ടികൾകൊണ്ടു താഡിച്ചിതു ബാലിയെ
രുഷ്ടനാം ബാലി സുഗ്രീവനെയും തഥാ.
മുഷ്ടി ചുരുട്ടി പ്രഹരിച്ചിരിക്കവേ
കട്ടിയും കാൽകളെ പരസ്പരം താഡനം
തട്ടിയും മുട്ടുകൊണ്ടും തല തങ്ങളിൽ
കൊട്ടിയുമറ്റം പിടിച്ചും കടിച്ചുമ-
ങ്ങൂറ്റത്തിൽ വീണും പിരണ്ടുമുരുണ്ടുമുൾ-
ച്ചീറ്റം കലർന്നു നഖംകൊണ്ടു മാന്തിയും
ചാടിപ്പതിക്കയും കൂടക്കുതിക്കയും
മാടിത്തടുക്കയും കൂടക്കൊടുക്കയും
ഓടിക്കഴിക്കയും വാടി വിയർക്കയും
മാടിവിളിക്കയും കോപിച്ചടുക്കയും
മുഷ്ടിയുദ്ധപ്രയോഗം കണ്ടു നിൽപവർ
ദൃഷ്ടി കുളുർക്കയും വാഴ്ത്തി സ്തുതിക്കയും
കാലനും കാലകാലൻതാനുമുള്ള പോർ

ബാലിസുഗ്രീവയുദ്ധത്തിനന്യെവ്വാ ദ്വന്ദം.
രണ്ടു സമുദ്രങ്ങൾ തമ്മിൽ പൊരുംപോലെ
രണ്ടു ശൈലങ്ങൾ തമ്മിൽ പൊരുംപോലെയും
കണ്ടവരാർത്തുകൊണ്ടാടിപ്പുകഴ്ത്തിയും
കണ്ടീല വാട്ടമൊരുത്തനുമതേുമേ.
അച്ഛൻ കൊടുത്തോരു മാല ബാലിക്കുമു-
ണ്ടച്യുതൻ നൽകിയ മാല സുഗ്രീവനും.
ഭേദമില്ലൊന്നുകൊണ്ടും തമ്മിലങ്ങെങ്കിലും
ഭേദിച്ചിതർക്കതനയനു വിഗ്രഹം.
സാദവുമേറ്റം കലർന്നു സുഗ്രീവനും
ഖേദമോടേ രഘുനാഥനെ നോക്കിയും
അഗ്രജമുഷ്ടിപ്രഹരങ്ങളേൽക്കയാൽ
സുഗ്രീവനേറ്റം തളർച്ചയുണ്ടെന്നതു
കണ്ടു കാരുണ്യം കലർന്നു വേഗേനേ വൈ-
കുണ്ഠൻ ദശരഥനന്ദനൻ ബാലിതൻ
വക്ഷപ്രദേശത്തെ ലക്ഷ്യമാക്കിക്കൊണ്ടു
വൃക്ഷഷണ്ഡം മറഞ്ഞാശു മാഹേന്ദ്രമാ-
മസ്ത്രം തൊടുത്തു വലിച്ചു നിറച്ചുടൻ
വിദ്രുതമാമ്മാറയച്ചരവളീടിനാൻ.
ചെന്നതു ബാലിതൻമാറിൽ തറച്ചള-
വൊന്നങ്ങലറി വീണീടിനാൻ ബാലിയും.
ഭൂമിയുമൊന്നു വിറച്ചിതന്നേരത്തു
രാമനെക്കൂപ്പിസ്തുതിച്ചു മരുൽസുതൻ.
മോഹം കലർന്നു മുഹൂർത്തമാത്രം പിന്നെ
മോഹവും തീർന്നു നോക്കീടിനാൻ ബാലിയും.
കാണായിതഗ്രേ രഘൂത്തമനെത്തദാ
ബാണവും ദക്ഷിണഹസ്തേ ധരിച്ചന്യ-
പാണിയിൽ ചാപവും ചീരവസനവും

തൂണീരവും മൃദുസ്മരേവദനവും
ചാരുജടാമകുടംപൂണ്ടിടംപടെട്ട
മാറിടത്തിങ്കൽ വനമാലയും പൂണ്ടു
ചാർവ്വായതങ്ങളായുള്ള ഭുജങ്ങളും
ദുർവ്വാദളച്ഛവി പൂണ്ട ശരീരവും
പക്ഷഭാഗേ പരിസേവിതന്മാരായ
ലക്ഷ്മണസുഗ്രീവന്മാരെയുമഞ്ജസാ
കണ്ടു ഗർഹിച്ചുപറഞ്ഞിതു ബാലിയു-
മുണ്ടായ കോപഖേദാകുലചേതസാ:
"എന്തു ഞാനൊന്നു നിന്നോടു പിഴച്ചതു-
മെന്തിനെന്നെക്കൊലചെയ്തു വെറുതേ നീ?
വ്യാജേന ചോരധർമ്മത്തെയും കൈക്കൊണ്ടു
രാജധർമ്മത്തെ വെടിഞ്ഞതെന്തിങ്ങനെ?
എന്തൊരു കീർത്തി ലഭിച്ചതിതുകൊണ്ടു
ചിന്തിക്ക രാജകുലോത്ഭവനല്ലോ നീ.
വീരധർമ്മം നിരൂപിച്ചു കീർത്തിക്കണ്ടെങ്കിൽ
നേരേ പൊരുതു ജയിക്കണേമവേനും.
എന്തോന്നു സുഗ്രീവനാൽ കൃതമായതു-
മെന്തു മറേറ്ന്നാൽ കൃതമല്ലയാഞ്ഞതും?
രക്ഷോവരൻ തവ പത്നിയെക്കട്ടതി-
നർക്കാത്മജനശ്ശരണമായ് പ്രാപിച്ചു
നിഗ്രഹിച്ചു ഭവാനെന്നെയെന്നാകിലോ
വിക്രമം മാമകം കേട്ടേറിയുന്നീലേ?
ആരറിയാത്തതു മൂന്നു ലോകത്തിലും
വീരനാമന്നുടെ ബാഹുപരാക്രമം?
ലങ്കാപുരത്തെ ത്രികൂടമൂലത്തൊടും
ശങ്കാവിഹീനം ദശാസ്യനോടുംകൂടെ
ബന്ധിച്ചു ഞാനരനാഴികകൊണ്ടു നി-

ന്നന്തികവേച്ചു തൊഴുതന്നേുമാദരാൽ.
ധർമ്മിഷ്ഠനന്നെു ഭവാനെ ലോകത്തിങ്കൽ
നിർമ്മലന്മാർ പറയുന്നു രഘുപതേ!
ധർമ്മമന്തെന്നു ലഭിച്ചതിതുകൊണ്ടു
നിർമ്മൂലമിങ്ങനെ കാട്ടാളനെപ്പോലെ
വാനരത്തെച്ചതിചയ്തു കൊന്നിട്ടൊരു
മാനമുണ്ടായതന്തെന്നു പറക നീ?
വാനരമാംസമഭക്ഷ്യമത്രേ ബത,
മാനസേ തോന്നിയതന്തിതു ഭൂപതേ!"
ഇത്ഥം ബഹുഭാഷണം ചയ്ത ബാലിയോ-
ടുത്തരമായരുൾചയ്തു രഘൂത്തമൻ;
"ധർമ്മത്തെ രക്ഷിപ്പതിന്നായുധവുമായ്
നിർമ്മത്സരം നടക്കുന്നിതു നീളെ ഞാൻ.
പാപിയായോരധർമ്മിഷ്ഠനാം നിന്നുടെ
പാപം കളഞ്ഞു ധർമ്മത്തെ നടത്തുവാൻ
നിന്നെ വധിച്ചിതു ഞാൻ മോഹബദ്ധനായ്
നിന്നെ നീയതേുമറിയാഞ്ഞതുമടോ.
പുത്രി ഭഗിനി സഹോദരഭാര്യയും
പുത്രകളത്രവും മാതാവുമതേുമേ
ഭദേമില്ലന്നെല്ലോ വദേവാക്യ,മതു
ചതേസി മോഹാൽ പരിഗ്രഹിക്കുന്നവൻ
പാപികളിൽവച്ചുമറേ്റം മഹാപാപി;
താപമവർക്കതിനാലെ വരുമല്ലോ.
മര്യാദ നീക്കി നടക്കുന്നവർകളെ-
ശ്ശൗര്യമേറും നൃപന്മാർ നിഗ്രഹിച്ചഥ
ധർമ്മസ്ഥിതി വരുത്തും ധരണീതലേ
നിർമ്മലാത്മ നീ നിരൂപിക്ക മാനസേ.
ലോകവിശുദ്ധി വരുത്തുവാനായ്ക്കൊണ്ടു

ലോകപാലകന്മാർ നടക്കുമല്ലോടവും.
ഏറപ്പെപ്പറഞ്ഞുപോകായ്കവരോ,ടതും
പാപത്തിനായ്‌വരും പാപികൾക്കറേറവും."
ഇത്ഥമരുൾചെയ്തതക്കെവേ കേട്ടോശു
ചിത്തവിശുദ്ധി ഭവിച്ചു കപീന്ദ്രനും
രാമനെ നാരായണനെന്നറിഞ്ഞുടൻ
താമസഭാവമകന്നു സസംഭ്രമം
ഭക്ത്യാ നമസ്കൃത്യ വന്ദിച്ചു ചൊല്ലിനാ-
നിത്ഥം "മമാപരാധം ക്ഷമിക്കണേമേ!
ശ്രീരാമ! രാമ! മഹാഭാഗ! രാഘവ!
നാരായണൻ നിന്തിരുവടി നിർണ്ണയം.
ഞാനറിയാതെ പറഞ്ഞതെല്ലാം തവ
മാനസേ കാരുണ്യമോടും ക്ഷമിക്കണം.
നിന്തിരുമേനിയും കണ്ടുകണ്ടാശു നി-
ന്നന്തികേ താവകമായ ശരമേറ്റു
ദേഹമുപേക്ഷിപ്പതിന്നു യോഗം വന്ന-
താഹന്ത! ഭാഗ്യമെന്തോന്നു ചൊല്ലാവതും!
സാക്ഷാൽ മഹായോഗിനാമപി ദുർല്ലഭം
മോക്ഷപ്രദം തവ ദർശനം ശ്രീപതേ!
നിൻതിരുനാമം മരിപ്പാൻ തുടങ്ങുമ്പോൾ
സന്താപമുൾക്കൊണ്ടു ചൊല്ലും പുരുഷനു
മോക്ഷം ലഭിക്കുന്നിതാകയാലിന്നു മേ
സാക്ഷാൽ പുരസ്ഥിതനായ ഭഗവാനെ
കണ്ടുകണ്ടമ്പോടു നിന്നുടെ സായകം-
കൊണ്ടു മരിപ്പാനവകാശമിക്കാലം
ഉണ്ടായതെന്നുടെ ഭാഗ്യാതിരേകമി-
തുണ്ടോ പലർക്കും ലഭിക്കുന്നിതീശ്വരാ!
നാരായണൻ നിന്തിരുവടി ജാനകി

താരിൽമാതാവായ ലക്ഷ്മീഭഗവതി
പങ്ക്തി കണ്ഠൻതന്നെ നിഗ്രഹിപ്പാനാശു
പങ്ക്തിരഥാത്മജനായ് ജനിച്ചു ഭവാൻ
പത്മജൻ മുന്നമർത്ഥിക്കയാലന്നെതും
പത്മവിലോചന ഞാനറിഞ്ഞീടിനേൻ.
നിന്നുടെ ലോകം ഗമിപ്പാൻ തുടങ്ങീടു-
മെന്നെയനുഗ്രഹിക്കണോം ഭഗവാനേ!
എന്നോടു തുല്യബലനാകുമംഗദൻ-
തന്നിൽ തിരുവുള്ളമുണ്ടായിരിക്കണം.
അർക്കതനയനുമംഗദബാലനു-
മൊക്കുമനിക്കെന്നു കൈക്കൊൾകവേണമേ!
അമ്പും പറിച്ചു തൃക്കൈകൊണ്ടടിയനെ-
യൻപോടു മെല്ലെത്തലോടുകയും വേണം."
എന്നതു കേട്ടു രഘൂത്തമൻ ബാണവും
ചെന്നു പറിച്ചു തലോടിനാൻ മെല്ലവേ.
മാനവവീരൻ മുഖാംബുജവും പാർത്തു
വാനരദേഹമുപേക്ഷിച്ചു ബാലിയും,
യോഗീന്ദ്രവൃന്ദദുരാപമായുള്ളൊരു
ലോകം ഭഗവൽപദം ഗമിച്ചീടിനാൻ.
രാമനായോരു പരമാത്മനാ ബാലി
രാമപാദം പ്രവേശിച്ചോരനന്തരം
മർക്കടൗഘം ഭയത്തോടോടി വേഗേനേ
പുക്കിതു കിഷ്കിന്ധയായ പുരാജിരേ
ചൊല്ലിനാർ താരയോടാശു കപികളും:
"സ്വർല്ലോകവാസിയായ് വന്നു കപീശ്വരൻ
ശ്രീരാമസായകമേറ്റു രണാജിരേ,
താരേ! കുമാരനെ വാഴിക്ക വൈകാതെ.
ഗോപുരവാതിൽ നാലും ദൃഢം ബന്ധിച്ചു

ഗോപിച്ചു കൊൾക കിഷ്കിന്ധാമഹാപുരം.
മന്ത്രികളോടു നിയോഗിക്ക നീ പരി-
പന്ഥികളുള്ളിൽ കടക്കാതിരിക്കണം."
ബാലി മരിച്ചതു കേട്ടോരു താരയു-
മാലോല വീഴുന്ന കണ്ണുനീരും വാർത്തു
ദുഃഖനേ വക്ഷസി താഡിച്ചു താഡിച്ചു
ഗദ്ഗദവാചാ പറഞ്ഞു പലതരം:
"എന്തിനനിക്കിനി പുത്രനും രാജ്യവു-
മന്തിനു ഭൂതലവാസവും മേ വൃഥാ?
ഭർത്താവുതന്നോടുകൂടവേ മടിയാതെ
മൃത്യുലോകം പ്രവേശിക്കുന്നതുണ്ടു ഞാൻ."
ഇത്ഥം കരഞ്ഞു കരഞ്ഞവൾ ചന്നു തൻ
രക്തപാംസുക്കളണിഞ്ഞു കിടക്കുന്ന
ഭർത്തൃകളേബരം കണ്ടു മോഹംപൂണ്ടു
പുത്രനോടും കൂടയെറേം വിവശയായ്
വീണിതു ചന്നു പാദാന്തികേ താരയും,
കണ്ണേുതുടങ്ങിനാൾ പിന്നപ്പെപലതരം:
"ബാണമയ്തന്നെയും കൊന്നീടു നീ മമ
പ്രാണനാഥന്നു പൊറാ പിരിഞ്ഞാലടോ!
എന്നപ്പെപതിയോടുകൂടയെയയ്ക്കിലോ
കന്യകാദാനഫലം നിനക്കും വരും.
ആരയനാം നിന്നാലനുഭൂതമല്ലയോ
ഭാര്യാവിയോഗജദുഃഖം രഘുപതേ!
വ്യഗ്രവും തീർത്തു രുമയുമായ് വാഴ്ക നീ
സുഗ്രീവ! രാജ്യഭോഗങ്ങളോടും ചിരം."
ഇത്ഥം പറഞ്ഞു കരയുന്ന താരയോ-
ടുത്തരമായരുൾചെയ്തു രഘുവരൻ
തത്ത്വജ്ഞജ്ഞാനോപദേശേ കാരുണ്യനേ
ഭർത്തൃവിയോഗദുഃഖം കളഞ്ഞീടുവാൻ.

താരോപദേശം

“എന്തിനു ശോകം വൃഥാ തവ കേൾക്ക നീ
ബന്ധമില്ലതേുമിതിന്നു മനോഹരേ!
നിന്നുടെ ഭർത്താവു ദേഹമോ ജീവനോ
ധന്യേ! പരമാർത്ഥമെന്നോടു ചൊല്ലു നീ.
പഞ്ചഭൂതാത്മകം ദേഹമേറ്റം ജഡം
സഞ്ചിതം ത്വങ്ങ്മാംസരക്താസ്ഥികളെണ്ടടോ
നിശ്ചേഷ്ടകാഷ്ഠതുല്യം ദേഹമോർക്ക നീ
നിശ്ചയമാത്മാവു ജീവൻ നിരാമയൻ.
ഇല്ല ജനനം മരണവുമില്ല കേ-
ളില്ലലുണ്ടാകായ്കതു നിനച്ചതേുമേ.
നിൽക്കയുമില്ല നടക്കയുമില്ല കേൾ
ദുഃഖവിഷയവുമല്ലതു കേവലം
സ്ത്രീപുരുഷക്ലീബ ഭേദങ്ങളുമില്ല
താപശീതാദിയുമില്ലെന്നറിക നീ.
സർവകൻ ജീവനേകൻ പരനദ്വയ-
നവ്യയനാകാശതുല്യനലേപകൻ
ശുദ്ധമായ് നിത്യമായ് ജ്ഞാനാത്മകമായ
തത്വമോർത്തെന്തു ദുഃഖത്തിനു കാരണം?”
രാമവാക്യാമൃതം കേട്ടോരു താരയും
രാമനോടാശു ചോദിച്ചിതു പിന്നെയും:
“നിശ്ചേഷ്ടകാഷ്ഠതുല്യം ദേഹമായതും
സച്ചിദാത്മ നിത്യനായതു ജീവനും
ദുഃഖസുഖാദി സംബന്ധമാർക്കെന്നുള്ള-
തൊക്കയെരുൾചെയ്കവേണം ദയാനിധേ!”
എന്നതു കേട്ടരുൾചെയ്തു രഘുവരൻ:

"ധന്യേ രഹസ്യമായുള്ളതു കേൾക്ക നീ.
യാതൊരളവു ദേഹേന്ദ്രിയാഹങ്കാര-
ഭേദഭാവനേ സംബന്ധമുണ്ടായ്വരും
അത്രനാളേക്കുമാത്മാവിനു സംസാര-
മെത്തുമവിവേകകാരണാൽ നിർണ്ണയം.
ഓർക്കിൽ മിത്ഥ്യാഭൂതമായ സംസാരവും
പാർക്ക താനേ വിനിവർത്തിക്കയല്ലടോ!
നാനാവിഷയങ്ങളധ്യായമാനനാം
മാനവനങ്ങനെയെന്നതും കേൾക്ക നീ.
മിത്ഥ്യാഗമം നിജ സ്വപ്നേ യഥാ തഥാ
സത്യമായുള്ളതു കേട്ടാലുമങ്കിലോ
നൂനമനാദ്യവിദ്യാബന്ധഹേതുനാ
താനാമഹംകൃതിക്കാശു തൽക്കാര്യമായ്
സംസാരമുണ്ടാമപാർത്ഥകമായതും
മാനസത്തിന്നു ബന്ധം ഭവിക്കുന്നതും
ആത്മമനസ്സമാനത്വം ഭവിക്കയാ-
ലാത്മനസ്തൽലക്ഷ്യതബന്ധം ഭവിക്കുന്നു
രക്താദിസാന്നിദ്ധ്യമുണ്ടാകകാരണം
ശുദ്ധസ്ഫടികേവും തദ്വർണ്ണമായ്വരും
വസ്തുതയാ പാർക്കിലില്ല തദ്രഞ്ജനാ
ചിത്തേ നിരൂപിച്ചു കാൺക നീ! സൂക്ഷമമായ്.
ബുദ്ധീന്ദ്രിയാദി സാമീപ്യമുണ്ടാകയാ-
ലതെതുമാത്മാവിനു സംസാരവും ബലാൽ
ആത്മസ്വലിംഗമായോരു മനസ്സിനെ
താൽപര്യമോടു പരിഗ്രഹിച്ചിട്ടല്ലോ
തത്സ്വഭാവങ്ങളായുള്ള കാമങ്ങളെ-
സ്സത്വാദികളാം ഗുണങ്ങളാൽ ബദ്ധനായ്
സവേിക്കയാലവശത്വം കലർന്നതു

ഭാവിക്കകക്കൊണ്ടു സംസാരമേ വലയുന്നു
ആദൗ മനസ്സോഗുണാൻ സൃഷ്ട്വാ തതസ്തദാ
വദ്ദേം വിധിക്കും ബഹുവിധകർമ്മങ്ങൾ
ശുക്ലരക്താസിതഭ്ഗതികളാ-
യ്മിക്കതും തത്സമാനപ്രഭാവങ്ങളായ്
ഇങ്ങനെ കർമ്മവശനേ ജീവൻ ബലാ-
ലങ്ങെുമാഭൂതപ്ലവം ഭ്രമിച്ചീടുന്നു
പിന്നസെസ്സമസ്തസംഹാരകാലേ ജീവ-
നന്നുമനാദ്യവിദ്യാവശം പ്രാപിച്ചു
തിഷ്ഠത്യഭിനിവശേത്താൽ പുനരഥ
സൃഷ്ടികാലേ പൂർവവാസനയാ സമം
ജായതേ ഭൂയസ്സോ ഘടീയന്ത്രവൽസദാ
മായാബലത്താലതാർക്കൊഴിമടെസ്സേ
യാതൊരിക്കൽ നിജ പുണ്യവിശഷേണ
ചതേസി സത്സംഗതി ലഭിച്ചീടുന്നു,
മത്ഭക്തനായ ശാന്താത്മാവിനു പുന-
രപ്പസ്സോളവന്മതി മദ്വിഷയാ ദൃഢം
ശ്രദ്ധയുമുണ്ടാം കഥാശ്രവണേ മമ
ശുദ്ധസ്വരൂപവിജ്ഞാനവും ജായതേ
സൽഗുരുനാഥ പ്രസാദനേ മാനസേ
മുഖ്യവാക്യാർത്ഥവിജ്ഞാമുണ്ടായ്വരും
ദഹേന്ദ്രിയ മനഃപ്രാണാദികളിൽ നി-
ന്നാഹന്ത! വേറൊന്നു നൂനമാത്മാവിതു
സത്യമാനന്ദമകേം പരമദ്വയം
നിത്യം നിരുപമം നിഷ്കളങ്കം നിർഗ്ഗുണം
ഇത്ഥമറിയുമ്പോൾ മുക്തനാമപ്പൊഴേ
സത്യം മയോദിതം സത്യം മയോദിതം
യാതൊരുത്തൻ വിചാരിക്കുന്നതിങ്ങനെ

ചേതസി സംസാരദുഃഖമവനില്ല.
നീയും മയാ പ്രോക്തമോർത്തു വിശുദ്ധയാ-
യ്മായാവിമോഹം കളക മനോഹരേ!
കർമ്മബന്ധത്തിങ്കൽ നിന്നുടൻ വേർപെട്ടു
നിർമ്മല ബ്രഹ്മണിതന്നെ ലയിക്ക നീ
ചിത്തേ നിനക്കു കഴിഞ്ഞ ജന്മത്തിങ്ക
ലത്രെയും ഭക്തിയുണ്ടങ്ങേകലതുകൊണ്ടു
രൂപവുമേവം നിനക്കു കാട്ടിത്തന്നു
താപമിനിക്കളഞ്ഞാലുമശേഷം നീ
മദ്രൂപമീദൃശ്യം ധ്യാനിച്ചുകൊൾകയും
ചെയ്താൽ നിനക്കു മോക്ഷം വരും നിർണ്ണയം
കൈതവമല്ല പറഞ്ഞതു കേവലം"
ശ്രീരാമവാക്യമാനന്ദനേ കേട്ടോരു
താരയും വിസ്മയം പൂണ്ടു വണങ്ങിനാൾ
മോഹമകന്നു തെളിഞ്ഞിതു ചിത്തവും
ദേഹാഭിമാനജദുഃഖവും പോക്കിനാൾ
ആത്മാനുഭൂതികൊണ്ടാശു സന്തുഷ്ടയാ-
യാത്മബോധേനേ ജീവന്മുക്തയായിനാൾ
മോക്ഷപ്രദനായ രാഘവൻതന്നോടു
കാൽക്ഷണം സംഗമമാത്രണേ താരയും
ഭക്തി മുഴുത്തിട്ടനാദിബന്ധം തീർന്നു
മുക്തയായാളൊരു നാരിയന്നാകിലും
വ്യഗ്രമെല്ലാമകലപ്പോയ്തെളിഞ്ഞിതു
സുഗ്രീവനുമിവ കേട്ടോരനന്തരം
അജ്ഞാനമെല്ലാമകന്നു സൗഖ്യം പൂണ്ടു
വിജ്ഞാനമോടതി സ്വസ്ഥനായാൻ തുലോം.

സുഗ്രീവരാജ്യാഭിഷേകം

സുഗ്രീവനോടരുൾചെയ്താനനന്തരം–
"മഗ്രജപുത്രനാമംഗദൻതന്നെയും
മുന്നിട്ടു സംസ്കാരമാദികർമ്മങ്ങളെ–
പ്പുണ്യാഹപര്യന്തമാഹന്ത ചെയ്ക നീ"
രാമാജ്ഞയാ തെളിഞ്ഞാശു സുഗ്രീവനു–
മാമോദപൂർവമെല്ലാമൊരുക്കിത്തുടങ്ങിനാൻ.
സൗമ്യയായുള്ളോരു താരയും പുത്രനും
ബ്രാഹ്മണരുമമാത്യപ്രധാനന്മാരും
പൗരജനങ്ങളുമായ് നൃപനേന്ദ്രോചിതം
ഭേരീമൃദംഗാദിവാദ്യഘോഷത്തൊടും
ശാസ്ത്രോക്തമാർഗ്ഗേണ കർമ്മം കഴിച്ചഥ
സ്നാത്വാ ജഗാമ രഘൂത്തമസന്നിധൗ
മന്ത്രികളോടും പ്രണമ്യ പാദാംബുജ–
മന്തർമ്മുദാ പറഞ്ഞാൻ കപിപുംഗവൻ:
"രാജ്യത്തെ രക്ഷിച്ചുകൊൾകവേണമിനി
പൂജ്യനാകും നിന്തിരുവടി സാദരം.
ദാസനായുള്ളോരടിയനിനിത്തവ–
ശാസനയും പരിപാലിച്ചു സന്തതം
ദേവദേവേശ! തേ പാദപത്മദ്വയം
സേവിച്ചുകൊള്ളുവാൻ ലക്ഷ്മണനെപ്പോലെ"
സുഗ്രീവവാക്കുകളിത്തരം കേട്ടുട–
നഗ്രേ ചിരിച്ചരുൾചെയ്തു രഘൂത്തമൻ:
"നീ തന്നെ ഞാനതിനില്ലൊരു സംശയം
പ്രീതനായ്പോയാലുമാശു മമാജ്ഞയാ
രാജ്യാധിപത്യം നിനക്കു തന്നേനിനി–

പ്പൂജ്യനായ്ചെന്നഭിഷേകം കഴിക്ക നീ
നൂനമന്യെരു നഗരം പൂകയുമില്ല
ഞാനഹോ പതിന്നാലു സംവത്സരത്തോളം.
സൗമിത്രി ചെയ്യുമഭിഷേകമാദരാൽ
സാമർത്ഥ്യമുള്ള കുമാരനെപ്പിന്നെ നീ
യൗവരാജ്യാർത്ഥമഭിഷേചയ പ്രഭോ!
സർവമധീനം നിനക്കു രാജ്യം സഖേ!
ബാലിയെപ്പോലെ പരിപാലനം ചെയ്തു
ബാലനേയും പരിപാലിച്ചുകൊൾക നീ
അദ്രിശിഖരേ വസിക്കുന്നതുണ്ടു ഞാ-
നദ്യപ്രഭൃതി ചാതുർമ്മാസ്യമാകുലാൽ
പിന്നെ വരിഷം കഴിഞ്ഞാലനന്തര-
മന്വേഷണാർത്ഥം പ്രയത്നങ്ങൾ ചെയ്ക നീ
തന്വംഗിതാനിരിപ്പേടമറിഞ്ഞു വ-
ന്നെന്നോടു ചൊൽകയും വേണം മമ സഖേ!
അത്രനാളും പുരത്തിങ്കൽ വസിക്ക നീ
നിത്യസുഖത്തൊടും ദാരാത്മജൈസ്സമം
രാഘവൻതന്നോടനുജ്ഞയും കൈക്കൊണ്ടു
വേഗേന സൗമിത്രിയോടു സുഗ്രീവനും
ചെന്നു പുരിപുക്കഭിഷേകവും ചെയ്തു
വന്നിതു രാമാന്തികേ സുമിത്രാത്മജൻ
സോദരനോടും പ്രവർഷണാഖ്യേ ഗിരൗ
സാദരം ചെന്നു കരേറീ രഘൂത്തമൻ.
ഉന്നതമൂർദ്ധ്വശിഖരം പ്രവേശിച്ചു
നിന്നനേരമൊരു ഗഹ്വരം കാണായി.
സ്ഫാടികദീപ്തി കലർന്നു വിളങ്ങിന
ഹാടകദേശം മണിപ്രവരോജ്ജ്വലം
വാതവരിഷഹിമാതപവാരണം

പാദപവൃന്ദഫലമൂലസഞ്ചിതം
തത്രവൈ വാസായ രോചയാമാസ സൗ–
മിത്രിണാ ശ്രീരാമഭദ്രൻ മനോഹരൻ
സിദ്ധയോഗീന്ദ്രാദി ഭക്തജനം തദാ
മർത്ത്യവേഷം പൂണ്ട നാരായണൻതന്നെ
പക്ഷിമൃഗാദിരൂപം ധരിച്ചന്വഹം.
പക്ഷിദ്ധ്വജനബെ്ഭജിച്ചു തുടങ്ങിനാർ.
സ്ഥാവരജംഗമജാതികളവേരും
ദവേനക്കണ്ടു സുഖിച്ചു മരുവിനാർ.
രാഘവൻ തത്ര സമാധിവിരതനാ–
യകോന്തദശേ മരുവും ദശാന്തരേ
ഏകദാ വന്ദിച്ചു സൗമിത്രി സസ്പൃഹം
രാഘവനോടു ചോദിച്ചരുളീടിനാൻ:
"കേൾക്കയിലാഗ്രഹം പാരം ക്രിയാമാർഗ്ഗ–
മാഖ്യാഹി മോക്ഷപ്രദം ത്രിലോകീപതേ!
വർണ്ണാശ്രമികൾക്കു മോക്ഷദംപോലതു
വർണ്ണിച്ചരുൾചെയ്കവേണം ദയാനിധേ!
നാരദവ്യാസവിരിഞ്ചാദികൾ സദാ
നാരായണപൂജകൊണ്ടു സാധിക്കുന്നു
നിത്യം പുരുഷാർത്ഥമെന്നു യോഗീന്ദ്രന്മാർ
ഭക്ത്യാ പറയുന്നിതെന്നു കേൾപ്പുണ്ടു ഞാൻ.
ഭക്തനായ് ദാസനായുള്ളോരടിയനു
മുക്തിപ്രദമുപദേശിച്ചരുളണം
ലോകൈകനാഥ! ഭവാനരുൾചെയ്കിലോ
ലോകോപകാരകമാകയുമുണ്ടല്ലോ.
ലക്ഷ്മണനേവമുണർത്തിച്ച നേരത്തു
തൽക്ഷണേ ശ്രീരാമദേവനരുൾചെയ്തു:

ക്രിയാമാർഗ്ഗോപദേശം

"കർമ്മക്ക നീയെങ്കിൽ മൽപൂജാവിധാനത്തി-
നോർക്കിലവസാനമില്ലെന്നറിക നീ.
എങ്കിലും ചൊല്ലുവാനൊട്ടു സംക്ഷേപിച്ചു
നിങ്കലുള്ളോരു വാത്സല്യം മുഴുക്കയാൽ.
തന്നുടെ തന്നുടെ ഗൃഹ്യോക്തമാർഗ്ഗേണ
മന്നിടത്തിങ്കൽ ദ്വിജത്വമുണ്ടായ്‌വന്നാൽ
ആചാര്യനോടു മന്ത്രം കേട്ടു സാദര-
മാചാര്യപൂർവമാരാധിക്ക മാമടോ.
ഹൃൽക്കമലത്തിങ്കലാകിലുമാം പുന-
രഗ്നിഭഗവാങ്കലാകിലുമാമടോ.
മുഖ്യപ്രതിമാദികളിലെന്നാകിലു-
മർക്കങ്കലാകിലുമപ്പി ങ്കലാകിലും
സ്ഥണ്ഡിലത്തിങ്കലും നല്ല സാളഗ്രാമ-
മുണ്ടെങ്കിലോ പുനരുത്തമമത്രയും.
വേദതന്ത്രോക്തങ്ങളായ മന്ത്രങ്ങൾകൊ-
ണ്ടാദരാൽ മൃല്ലേപനാദി വിധിവഴി
കാലേ കുളിക്കവേണം ദേഹശുദ്ധയേ.
മൂലമറിഞ്ഞു സന്ധ്യാവന്ദനമാദിയാം
നിത്യകർമ്മം ചെയ്തുപിന്നെ സ്വകർമ്മണാ.
ശുദ്ധ്യർത്ഥമായ് ചെയ്ക സങ്കൽപമാദിയെ.
ആചാര്യനായതു ഞാനെന്നു കൽപിച്ചു
പൂജിക്ക ഭക്തിയോടെ ദിവസംപ്രതി
സ്നാപനം ചെയ്ക ശിലയാം പ്രതിമാസു
ശോഭനാർത്ഥം ചെയ്കവേണം പ്രമാർജ്ജനം
ഗന്ധപുഷ്പാദ്യങ്ങൾകൊണ്ടു പൂജിപ്പവൻ

ചിന്തിച്ചതൊക്കെ ലഭിക്കുമറിക നീ.
മുഖ്യപ്രതിമാദികളിലലംകാര-
മൊക്കെ പ്രസാദമെനിക്കെന്നറിക നീ
അഗ്നൗ യജിക്ക ഹവിസ്സുകൊണ്ടാദര-
ലർക്കനെ സ്ഥണ്ഡിലത്തിങ്കലെന്നാകിലോ
മുമ്പിലേ സർവ്വപൂജാദ്രവ്യമായവ
സമ്പാദനം ചെയ്തുവേണം തുടങ്ങുവാൻ
ശ്രദ്ധയോടുംകൂടെ വാരിയെന്നാകിലും
ഭക്തനായുള്ളവൻ തന്നാലതിപ്രിയം
ഗന്ധപുഷ്പാക്ഷതഭക്ഷ്യഭോജ്യാദിക-
ളെന്തു പിന്നപ്പെറയേണമോ ഞാനെടോ?
വസ്ത്രതാജിനകശാദ്യങ്ങളാലാസന-
മുത്തമമായതു കൽപിച്ചുകൊള്ളണം
ദേവസ്യ സമ്മുഖേ ശാന്തനായ് ചെന്നിരു-
ന്നാവിർമ്മുദാ ലിപിന്യാസം കഴിക്കണം
ചെയ്ക തത്വന്യാസവും ചെയ്തു സാദരം
തന്നുടെ മുമ്പിൽ വാമേ കലശം വച്ചു
ദക്ഷിണഭാഗേ കുസുമാദികളെല്ലാ-
മക്ഷതഭക്ത്യവൈ സംഭരിച്ചീടണം
അർഗ്ഘ്യപാദ്യപ്രദാനാർത്ഥമായും മധു-
പർക്കാർത്ഥമാചമനാർത്ഥമെന്നിങ്ങനെ
പാത്രചതുഷ്ടയവും വെച്ചുകൊള്ളണം
പരേത്തു മറ്റൊന്നും നിരൂപണം കൂടാതെ
മൽക്കലാം ജീവസംജ്ഞാം തടിദുജ്ജ്വലാം
ഹൃൽക്കമലേ ദൃഢം ധ്യാനിച്ചുകൊള്ളണം
പിന്നെ സ്വദേഹമഖിലം ത്വയാ വ്യാപ്ത-
മെന്നുറയ്ക്കേണമിളക്കവും കൂടാതെ
ആവാഹയേൽ പ്രതിമാദിഷ്ട മൽക്കലാം

ദേവസ്വരൂപമായ് ധ്യാനിക്ക കേവലം
പാദ്യവുമർഗ്ഘ്യം തഥാ മധുപർക്കമി-
ത്യാദ്യൈഃ പുനഃ സ്നാനവസ്ത്രവിഭൂഷണൈഃ
എത്രയുണ്ടുള്ളതുപചാരമെന്നാല-
തത്രയും കൊള്ളാമെനിക്കെന്നതേയുള്ളൂ
ആഗമോക്തപ്രകാരേണ നീരാജനൈ-
ർദ്ധൂപദീപൈർന്നിവേദ്യൈർബ്ബഹുവിസ്തരൈഃ
ശ്രദ്ധയാ നിത്യമായർച്ചിച്ചുകൊള്ളുകിൽ
ശ്രദ്ധയാ ഞാനും ഭുജിക്കുമറിക നീ.
ഹോമമഗസ്ത്യോക്തമാർഗ്ഗേകുണ്ഡാനലേ?
മൂലമന്ത്രംകൊണ്ടു ചെയ്യാ,മുതന്നിയേ
ഭക്ത്യാ പുരുഷസൂക്തം കൊണ്ടുമാമടോ
ചിത്തതാരിങ്കൽ നിനയ്ക്ക കുമാര! നീ.
ഔപാസനാഗ്നൗ ചരുണാ ഹവിഷാ ഥ
സോപാധിനാ ചെയ്ക ഹോമം മഹാമതേ!
തപ്തജാ ബൂനദപ്രഖ്യം മഹാപ്രഭം
ദീപ്താഭരണവിഭൂഷിതം കേവലം
മാമവേ വഹ്നിമദ്ധ്യസ്ഥിതം ധ്യാനിക്ക
ഹോമകാലേ ഹൃദി ഭക്ത്യാ ബുധോത്തമൻ
പാരിഷദാനാം ബലിദാനവും ചെയ്തു
ഹോമശേഷത്തെ സമാപയന്മന്ത്രവിൽ
ഭക്ത്യാ ജപിച്ചു മാം ധ്യാനിച്ചു മൗനിയായ്
വക്ത്രവാസം നാഗവല്ലീദലാദിയും
ദത്വാ മദഗ്രേ മഹൽപ്രീതിപൂർവകം
നൃത്തഗീതസ്തുതിപാഠാദിയും ചെയ്തു
പാദാംബുജേ നമസ്കാരവും ചെയ്തുടൻ
ചേതസി മാമുറപ്പിച്ചു വിനീതനായ്
മദ്ദത്തമാകും പ്രസാദത്തെയും പുന-

രുത്തമാംഗേ നിധായാനന്ദപൂർവകം
'രക്ഷ മാം ഘോരസംസാരാ'ദിതി മുഹു-
രുക്ത്വാ നമസ്കാരവും ചെയ്തനന്തരം
ഉദ്വസിപ്പിച്ചുടൻ പ്രത്യങ്ങ്മഹസ്സിങ്ക-
ലിത്ഥം ദിനമനുപൂജിക്ക മത്സഖേ!
ഭക്തിസംയുക്തനായുള്ള മർത്ത്യൻ മുദാ
നിത്യമേവം ക്രിയായോഗമനുഷ്ഠിക്കിൽ
ദേഹനാശേ മമ സാരൂപ്യവും വരു-
മൈഹികസൗഖ്യങ്ങളെന്തു ചൊല്ലേണമോ?
ഇത്ഥം മയോക്തം ക്രിയായോഗമുത്തമം
ഭക്ത്യാ പഠിക്കതാൻ കേൾക്കതാൻ ചെയ്കിലോ
നിത്യപൂജാഫലമുണ്ടവനേ"ന്നതും
ഭക്തപ്രിയനരുൾചെയ്താനതുനേരം.
ശേഷാംശജാതനാം ലക്ഷ്മണൻതന്നോടേ-
ശേഷമിദമരുൾചെയ്തോരനന്തരം
മായാമയനായ നാരായണൻ പരൻ
മായാമവലംബ്യ ദുഃഖം തുടങ്ങിനാൻ:
"ഹാ! ജനകാത്മജേ! സീതേ! മനോഹരേ!
ഹാ! ജനമോഹിനി! നാഥേ! മമ പ്രിയേ!"
ഏവമാദിപ്രലാപം ചെയ്തു നിദ്രയും
ദേവദേവന്നു വരാതെ ചമഞ്ഞിതു
സൗമിത്രി തന്നുടെ വാക്യാമൃതംകൊണ്ടു
സൗമുഖ്യമോടു മരുവും ചിലനേരം.

ഹനൂമൽസുഗ്രീവസംവാദം

ഇങ്ങനെ വാഴുന്ന കാലമൊരുദിന-
മങ്ങു കിഷ്കിന്ധാപുരത്തിങ്കൽ വാഴുന്ന
സുഗ്രീവനോടു പറഞ്ഞു പവനജ-
നഗ്രേ വണങ്ങിനിന്നകോന്തമാംവണ്ണം:
"കേൾക്ക കപീന്ദ്ര! നിനക്കു ഹിതങ്ങളാം
വാക്കുകൾ ഞാൻ പറയുന്നവ സാദരം.
നിന്നുടെ കാര്യം വരുത്തി രഘൂത്തമൻ
മുന്നമേ സത്യവ്രതൻ പുരുഷോത്തമൻ.
പിന്നെ നീയോ നിരൂപിച്ചീലതേതുമെ-
ന്നനെന്നുടെ മാനസേ തോന്നുന്നിതിന്നഹോ.
ബാലി മഹാബലവാൻ കപിപുംഗവൻ
ത്രൈലോക്യസമ്മതൻ ദേവരാജാത്മജൻ
നിന്നുടെമൂലം മരിച്ചു ബലാ, ലവൻ
മുന്നമേ കാര്യം വരുത്തിക്കൊടുത്തിതു
രാജ്യാഭിഷേകവും ചെയ്തു മഹാജന-
പൂജ്യനായ്താരയുമായിരുന്നീടു നീ.
എത്രനാളുണ്ടിരിപ്പിങ്ങനെയെന്നതും
ചിത്തത്തിലുണ്ടു തോന്നുന്നു ധരിക്ക നീ.
അദ്യ വാ ശ്വോ വാ പരശ്വോഥ വാ തവ
മൃത്യു ഭവിക്കുമതിനില്ല സംശയം
പ്രത്യുപകാരം മറക്കുന്ന പുരുഷൻ
ചത്തതിനൊക്കുമേ ജീവിച്ചിരിക്കിലും
പർവതാഗ്രേ നിജ സോദരൻതന്നോടു-
മൂർവീശ്വരൻ പരിതാപനേ വാഴുന്നു
നിന്നെയും പാർത്തു, പറഞ്ഞ സമയവും

വന്നതും നീയപ്പോ ധരിച്ചതില്ലതേുമേ.
വാനരഭാവനേ മാനിനീസക്തനായ്
പാനവും ചെയ്തു മതിമറന്നന്വഹം
രാപ്പകലുമറിയാതെ വസിക്കുന്ന
കൊപ്പുകളത്രെയും നന്നുനന്നിങ്ങനെ.
അഗ്രജനായ ശക്രാത്മജനപ്പോലെ
നിഗ്രഹിച്ചീടും ഭവാനെയും നിർണ്ണയം."
അഞ്ജനാനന്ദൻതന്നുടെ വാക്കു കേ-
ട്ടഞ്ജസാ ഭീതനായപ്പോരു സുഗ്രീവനും
ഉത്തരമായവൻതന്നോടു ചൊല്ലിനാൻ:
"സത്യമത്രേ നീ പറഞ്ഞതു നിർണ്ണയം.
ഇത്തരം ചൊല്ലുമമാത്യനുണ്ടെങ്കിലോ
പൃത്ഥീശനാപത്തുമെത്തുകയില്ലല്ലോ
സത്വരമെന്നുടെയാജ്ഞയോടും ഭവാൻ
പത്തുദിക്കിങ്കലേക്കുമയച്ചീടണം,
സപ്തദ്വീപസ്ഥിതന്മാരായ വാനര-
സത്തമന്മാരെ വരുത്തുവാനായ് ദ്രുതം
നരേ പതിനായിരം കപിവീരരെ-
പ്പാരാതയയ്ക്ക സന്ദേശപറത്തെ
പക്ഷതിനുള്ളിൽ വരണേം കപികുലം
പക്ഷം കഴിഞ്ഞു വരുന്നതന്നൊകിലോ
വദ്ധ്യനവനതിനില്ലൊരു സംശയം
സത്യം പറഞ്ഞാലിളക്കമില്ലതേുമേ."
അഞ്ജനാപുത്രനോടിത്ഥം നിയോഗിച്ചു
മഞ്ജുളമന്ദിരം പുക്കിരുന്നീടിനാൻ
ഭർത്തൃനിയോഗം പുരസ്കൃത്യ മാരുത-
പുത്രനും വാനരസത്തമന്മാരെയും
പത്തു ദിക്കിന്നുമയച്ചാനഭിമത-

ദത്തപൂർവ്വം, കപീന്ദ്രന്മാരുമന്നരം
വായുവഗേപ്രചാരണേ കപികുല-
നായകന്മാരെ വരുത്തുവാനായ് മുദാ
പോയിതു ദാനമാനാദി തൃപ്തത്മനാ
മായാമാനുഷ്യകാര്യാർത്ഥമതിദ്രുതം.

ശ്രീരാമന്റെ വിരഹതാപം

രാമനും പർവതമൂർദ്ധനി ദുഃഖിച്ചു
ഭാമിനിയോടും പിരിഞ്ഞുവാഴും വിധൗ
താപനേ ലക്ഷ്മണൻ തന്നോടു ചൊല്ലിനാൻ:
“പാപമയ്യോ! മമ! കാൺക! കുമാര! നീ
ജാനകീദേവി മരിച്ചിതോ കുത്രചിൽ
മാനസതാപനേ ജീവിച്ചിരിക്കയോ?
നിശ്ചയിച്ചതേുമറിഞ്ഞതുമില്ലല്ലോ.
കശ്ചിൽ പുരുഷനനെന്നോടു സംപ്രീതനായ്
ജീവിച്ചിരിക്കുന്നിതന്നെു ചൊല്ലീടുകിൽ
കേവലമത്രെയുമിഷ്ടനവൻ മമ.
എങ്ങാനുമുണ്ടിരിക്കുന്നതന്നൊകിൽ ഞാ-
നിങ്ങു ബലാൽ കൊണ്ടുപോരുവൻ നിർണ്ണയം.
ജനാകീദേവിയക്കേടട്ട കള്ളൻതന്നെ
മാനസകോപനേ നഷ്ടമാക്കീടുവൻ.
വംശവും കൂടയെൊടുക്കുന്നതുണ്ടൊരു
സംശയമതേുമിതിനില്ല നിർണ്ണയം.
എന്നെയും കാണാഞ്ഞു ദുഃഖിച്ചിരിക്കുന്ന
നിന്നെ ഞാനന്നിനിക്കാണുന്നു വല്ലഭേ!
ചന്ദ്രാനനേ! നീ പിരിഞ്ഞതു കാരണം
ചന്ദ്രനുമാദിത്യനപ്പോലെയായിതു.
ചന്ദ്ര! ശീതാംശുക്കളാലവളെച്ചന്നു
മന്ദമന്ദം തലോടിത്തലോടിത്തദാ
വന്നാ തടവീടുകന്നെയും സാദരം
നിന്നുടെ ഗോത്രജയല്ലോ ജനകജ.
സുഗ്രീവനും ദയാഹീനനത്രേ തുലോം

ദുഃഖിതനാമെന്നെയും മറന്നാനല്ലോ
നിഷ്കണ്ടകം രാജ്യമാശു ലഭിച്ചവൻ
മൈക്കണ്ണിമാരോടുകൂടി ദിവാനിശം
മദ്യപാനാസക്തചിത്തനാം കാമുകൻ
വ്യക്തം കൃതഘ്നനത്രേ സുമിത്രാത്മജ!
വന്നു ശരൽക്കാലമെന്നതുകണ്ടവൻ
വന്നീലയല്ലോ പറഞ്ഞവണ്ണം സഖേ!
അന്വേഷണംചെയ്തു സീതാധിവാവു-
മിന്നടേമെന്നറിഞ്ഞീടുവാനായവൻ.
പൂർവ്വോപകാരിയാമെന്നെ മറക്കയാൽ
പൂർവ്വനവൻ കൃതഘ്നന്മാരിൽ നിർണ്ണയം
ഇഷ്ടരായുള്ള ജനത്തെ മറക്കുന്ന
ദുഷ്ടരിൽ മുമ്പുണ്ടു സുഗ്രീവനോർക്ക നീ.
കിഷ്കിന്ധയോടും ബന്ധുക്കളോടും കൂടെ
മർക്കടശ്രേഷ്ഠനെ നിഗ്രഹിച്ചീടുവൻ
അഗ്രജമാർഗ്ഗം ഗമിക്കണേമിന്നിനി-
സ്സുഗ്രീവനുമതിനില്ലൊരു സംശയം".
ഇത്ഥമരുൾചെയ്ത രാഘവനോടതി-
ക്രുദ്ധനായോരു സൗമിത്രി ചൊല്ലീടിനാൻ:
"വദ്ധ്യനായോരു സുഗ്രീവനെസ്സത്വരം
ഹത്വാ വിടകൊൾവനദ്യ തവാന്തികം
ആജ്ഞാപയാശു മാ"മെന്നു പറഞ്ഞിതു
പ്രാജ്ഞനായോരു സുമിത്രാതനയനും
ആദായ ചാപതൂണീരഖഡ്ഗങ്ങളും
ക്രോധനേ ഗന്തുമഭ്യുദ്യതം സോദരം
കണ്ടു രഘുപതി ചൊല്ലിനാൻ പിന്നെയു-
"മുണ്ടൊന്നു നിന്നോടിനിയും പറയുന്നു
ഹന്തവ്യനല്ല സുഗ്രീവൻ മമ സഖി

കിന്തു ഭയപ്പടുതീടുകനെ്നേ വരൂ.
'ബാലിയപ്പോലെ നിനക്കും വിരവോടു
കാലപുരത്തിന്നു പോകാമറിക നീ'
ഇത്ഥമവനോടു ചെന്നു ചൊന്നാലതി-
നുത്തരം ചൊല്ലുന്നതും കേട്ടുകൊണ്ടു നീ
വേഗേനേ വന്നാലതിന്നനുരൂപമാ-
മാകൂതമോർത്തു കർത്തവ്യമനന്തരം".

ലക്ഷ്മണന്റെ പുറപ്പാട്

അഗ്രജന്മാജ്ഞയാ സൌമിത്രി സത്വരം
സുഗ്രീവരാജ്യം പ്രതി നടന്നീടിനാൻ
കിഷ്കിന്ധയോടും ദഹിച്ചുപോമിപ്പൊഴേ
മർക്കടജാതികളെന്നു തോന്നും വണ്ണം
വിജ്ഞാനമൂർത്തി സർവ്വജ്ഞനാകുല-
നജ്ഞാനിയായുള്ള മാനുഷനെപ്പോലെ
ദുഃഖസുഖാദികൾ കൈക്കൊണ്ടു വർത്തിച്ചു
ദുഷ്കൃതശാന്തി ലോകത്തിനുണ്ടാക്കുവാൻ
മുന്നം ദശരഥൻ ചെയ്ത തപോബലം
തന്നുടെ സിദ്ധി വർത്തിക്കെടുപ്പാനും
പങ്കജസംഭവനാദികൾക്കുണ്ടായ
സങ്കടം തീർത്തു രക്ഷിച്ചു കൊടുപ്പാനും
മാനുഷവേഷം ധരിച്ചു പരാപര-
നാനന്ദമൂർത്തി ജഗന്മയനീശ്വരൻ
നാനാജനങ്ങളും മായയാ മോഹിച്ചു
മാനസമജ്ഞാനസംയുക്തമാകയാൽ
മോക്ഷം വരുത്തുന്നതെങ്ങനെ ഞാനെന്നു
സാക്ഷാൽ മഹാവിഷ്ണു ചിന്തിച്ചു കല്പിച്ചു
സർവ്വജഗന്മാ്യാനാശിനിയാകിയ
ദിവ്യകഥയെ പ്രസിദ്ധയാക്കൂ യഥാ
രാമനായ് മാനുഷവ്യാപാരജാതയാം
രാമായണാഭിധാമാനന്ദദായിനീം
സർക്കഥാമിപ്രപഞ്ചത്തിങ്കലൊക്കവെ
വിഖ്യാതയാക്കുവാനാനന്ദപൂരുഷൻ
ക്രോധവും മോഹവും കാമവും രാഗവും

ഖദ്യോതാദിയും വ്യവഹാരാർത്ഥസിദ്ധയേ
തത്തൽക്രിയാകാലദശേഛോചിതം നിജ-
ചിത്തേ പരിഗ്രഹിച്ചീടിനാനീശ്വരൻ
സത്വാദികളാം ഗുണങ്ങളിൽത്താനനു-
രക്തനപ്പോലെ ഭവിയ്ക്കുന്നു നിർഗ്ഗുണൻ
വിജ്ഞാനമൂർത്തിയാം സാക്ഷി സുഖാത്മകൻ
വിജ്ഞാനശക്തിമാനവ്യക്താനദ്വയൻ
കാമാദികളാലവിലിപ്തനവ്യയൻ
വ്യോമവദ് വ്യാപ്തനനന്തനനാമയൻ
ദിവ്യമുനീശ്വരന്മാർ സനകാദികൾ
സർവ്വാത്മകനച്ചിലരറിഞ്ഞീടുവോർ
നിർമ്മലാത്മാക്കളായുള്ള ഭക്തന്മാർക്കു
സംയക്പ്രബോധമുണ്ടാമന്നു ചൊല്ലുന്നു
ഭക്തചിത്താനുസാരണേ സഞ്ജായതേ
മുക്തിപ്രദൻ മുനിവൃന്ദനിഷേവിതൻ
കിഷ്കിന്ധയാം നഗരാന്തികം പ്രാപിച്ചു
ലക്ഷ്മണനും ചെറു ഞാണൊലിയിട്ടിതു
മർക്കടന്മാരവനെക്കണ്ടു പേടിച്ചു
ചക്രുഃ കിലുകിലശബ്ദം പരവശാൽ
വപ്രോപരി പാഞ്ഞു കല്ലും മരങ്ങളും
വിഭ്രമത്തോടു കയ്യിൽ പിടിച്ചവേരും
പേടിച്ചു മൂത്രമലങ്ങൾ വിസർജ്ജിച്ചു
ചാടിത്തുടങ്ങിനാരങ്ങുമിങ്ങും ദ്രുതം
മർക്കടക്കൂട്ടത്തെയൊക്കെയൊടുക്കുവാ-
നുൾക്കാമ്പിലഭ്യുദ്യതനായ സൗമിത്രി
വില്ലും കുഴിയക്കുലച്ചു വലിച്ചിതു
ഭല്ലൂകവൃന്ദവും വല്ലാതെയായിതു
ലക്ഷ്മണനാഗതനായതറിഞ്ഞഥ

തൽക്ഷണമംഗദനോടിവന്നീടിനാൻ
ശാഖാമൃഗങ്ങളെയൊട്ടിക്കളഞ്ഞു താ-
നകേനായ്ച്ചെന്നു നമസ്കരിച്ചീടിനാൻ
പ്രീതനായാശ്ലേഷവും ചെയ്തവനോടു
ജാതമോദം സുമിത്രാത്മജൻ ചൊല്ലിനാൻ
'ഗച്ഛ വത്സ ത്വം പിതൃവ്യനെക്കണ്ടു ചൊ-
ല്ലിച്ചെയ്ത കാര്യം പിഴയ്ക്കുമെന്നാശു നീ
ഇച്ഛയായുള്ളതും ചെയ്തു മിത്രത്തെ വ-
ഞ്ചിച്ചാലനർത്ഥമവിളംബിതം വരും
ഉഗ്രനാമഗ്രജനെന്നോടരുൾചെയ്തു
നിഗ്രഹിച്ചീടുവാൻ സുഗ്രീവനെ ക്ഷണാൽ
അഗ്രജമാർഗ്ഗം ഗമിയ്ക്കണമെന്നുണ്ടു
സുഗ്രീവനുൾക്കാമ്പിലെങ്കിലതേ വരൂ
എന്നരുൾചെയ്തതു ചെന്നു പറക'ന്നു
ചൊന്നതു കേട്ടൊരു ബാലിതനയനും
തന്നുള്ളിലുണ്ടായ ഭീതിയോടുമവൻ
ചെന്നു സുഗ്രീവനെ വന്ദിച്ചു ചൊല്ലിനാൻ
'കോപനേ ലക്ഷ്മണൻ വന്നിതാ നിൽക്കുന്നു
ഗോപുരദ്വാരി പുറത്തുഭാഗത്തിനി
കാപേയഭാവം കളഞ്ഞു വന്ദിക്ക ചെ-
ന്നപത്തതല്ലായ്കിലുണ്ടായ്വരും ദൃഢം'
സന്ത്രസ്തനായ സുഗ്രീവനതു കേട്ടു
മന്ത്രിപ്രവരനാം മാരുതി തന്നോടു
ചിന്തിച്ചു ചൊല്ലിനാനംഗദനോടുകൂ-
ടന്തികേ ചെന്നു വന്ദിക്ക സൗമിത്രിയെ
സാന്ത്വനം ചെയ്തു കൂട്ടിക്കൊണ്ടു പോരിക
ശാന്തനായോരു സുമിത്രാതനയനെ'
മാരുതിയെപ്പറഞ്ഞവേമയച്ചഥ

താരയോടർക്കാത്മജൻ പറഞ്ഞീടിനാൻ
'താരാധിപാനനേ! പോകേണമാശു നീ
താരേ! മനോഹരേ! ലക്ഷ്മണൻ തന്നുടെ
ചാരത്തു ചെന്നു കോപത്തെശ്ശമിപ്പിക്ക
സാരസ്യസാരവാക്യങ്ങളാൽ പിന്നെ നീ
കൂട്ടിക്കൊണ്ടിങ്ങുപോന്നെന്നെയും വേഗേനേ
കാട്ടിക്കലുഷഭാവത്തെയും നീക്കണം'
ഇത്ഥമർക്കാത്മജ വാക്കുകൾ കേട്ടവൾ
മദ്ധ്യകക്ഷ്യാം പ്രവേശിച്ചു നിന്നീടിനാൾ
താരാതനയനും മാരുതിയും കൂടി
ശ്രീരാമസോദരൻ തന്നെ വണങ്ങിനാർ
ഭക്ത്യാകുശലപ്രശ്നങ്ങളും ചെയ്തു സൗ-
മിത്രിയോടഞ്ജനാനന്ദനൻ ചൊല്ലിനാൻ
'എന്തു പുറത്തുഭാഗേ നിന്നരുളുവാ-
നന്തഃപുരത്തിലാമ്മാറെഴുന്നള്ളണം
രാജദാരങ്ങളെയും നഗരാഭയും
രാജാവു സുഗ്രീവനെയും കനിവോടു
കണ്ടു പറഞ്ഞാലനന്തരം നാഥനെ-
ക്കണ്ടു വണങ്ങിയാൽ സാദ്ധ്യമെല്ലാം ദ്രുതം'
ഇത്ഥം പറഞ്ഞു കയ്യും പിടിച്ചാശു സൗ-
മിത്രിയോടും മന്ദമന്ദം നടന്നിതു
യൂഥപന്മാർ മരുവീടും മണിമയ-
സൌധങ്ങളും പുരീശോഭയും കണ്ടുക-
ണ്ടാനന്ദമുൾക്കൊണ്ടു മദ്ധ്യകക്ഷ്യാ ചെന്നു
മാനിച്ചു നിന്നനേരത്തു കാണായ്വന്നു
താരേശതുല്യമുഖിയായ മാനിനീ
താരാ ജഗന്മനോമോഹിനി സുന്ദരി
ലക്ഷ്മീസമാനയായ് നിൽക്കുന്നതന്നേരം

ലക്ഷ്മണൻ തന്നെ വണങ്ങ്ങി വിനീതയായ്
മന്ദസ്മിതം പൂണ്ടു ചൊന്നാളഹോ 'തവ
മന്ദിരമായതിതെന്നറിഞ്ഞീലയോ?
ഭക്തനായതെ്രയുമുത്തമനായ് തവ
ഭൃത്യനായോരു കപീന്ദ്രനോടിങ്ങനെ
കോപമുണ്ടായാലവനന്തൊരു ഗതി?
ചാപല്യമേറുമിജ്ജാതികൾക്കോർക്കണം
മർക്കടവീരൻ ബഹുകാലമുണ്ടല്ലോ
ദുഃഖമനുഭവിച്ചീടുന്നു ദീനനായ്
ഇക്കാലമാശു ഭവൽകൃപയാ പരി-
രക്ഷിതനാകയാൽ സൗഖ്യം കലർന്നവൻ
വാണാനതും വിപരീതമാക്കീടായ്ക-
വണേം ദയാനിധേ! ഭക്തപരായണ!
നാനാദിഗന്തരം തോറും മരുവുന്ന
വാനരന്മാരെ വരുത്തുവാനായവൻ
പത്തു സഹസ്രം ദൂതന്മാരെ വിട്ടിതു
പത്തുദിക്കിന്നും കപികുലപ്രൗഢരും
വന്നു നിറഞ്ഞതു കാൺകിവിടപ്പെപുന-
രൊന്നിനും ദണ്ഡമിനിയില്ല നിർണ്ണയം
നക്തഞ്ചരകുലമൊക്കയൊടുക്കുവാൻ
ശക്തരത്രേ കപിസത്തമന്മാരെല്ലാം
പുത്രകളത്രമിത്രാന്വിതനാകിയ
ഭൃത്യനാം സുഗ്രീവനെക്കണ്ടവനുമായ്
ശ്രീരാമദേവപാദാംബുജം വന്ദിച്ചു
കാര്യവുമാശു സാധിക്കാമറിഞ്ഞാലും'
താരാവചനമവേം കേട്ടു ലക്ഷ്മണൻ
പാരാതെ ചെന്നു സുഗ്രീവനെയും കണ്ടു
സത്രപം വിത്രസ്തനായ സുഗ്രീവനും

സത്വരമുത്ഥാനവും ചെയ്തു വന്ദിച്ചു
മത്തനായ് വിഹ്വലിതക്ഷേണനാം കപി–
സത്തമനെക്കണ്ടു കോപനേ ലക്ഷ്മണൻ
മിത്രാത്മജനോടു ചൊല്ലിനാൻ നീ രഘു–
സത്തമൻ തന്നെ മറന്നതെന്തിങ്ങനെ?
വൃത്രാരിപുത്രനെക്കൊന്ന ശരമാര്യ–
പുത്രൻ കരസ്ഥിതമെന്നുമറിക നീ
അഗ്രജമാർഗ്ഗം ഗമിക്കയിലാഗ്രഹം
സുഗ്രീവനുണ്ടെന്നു നാഥനരുൾചെയ്തു
ഇത്തരം സൗമിത്രി ചൊന്നതു കേട്ടതി–
നുത്തരം മാരുത പുത്രനും ചൊല്ലിനാൻ
'ഇത്ഥമരുൾചെയ്വതിനെന്തു കാരണം
ഭക്തനേറ്റം പുരുഷോത്തമങ്കൽ കപി–
സത്തമനോർക്കിൽ സുമിത്രാത്മജനിലും
സത്യവും ലംഘിയ്ക്കയില്ല കപീശ്വരൻ
രാമകാര്യാർത്ഥമുണർന്നിരിക്കുന്നിതു
താമസമെന്നിയേ വാനരപുംഗവൻ
വിസ്മൃതനായിരുന്നീടുകയല്ലതേും
വിസ്മയമാമ്മാറു കണ്ടീലയോ ഭവാൻ?
വഗേനേ നാനാദിഗന്തരത്തിങ്കൽ നി–
ന്നാഗതന്മാരായ വാനരവീരരെ?
ശ്രീരാമകാര്യമശേഷേണേ സാധിക്കു–
മാമയമെന്നിയേ വാനരനായകൻ'
മാരുതി ചൊന്നതു കേട്ടു സൗമിത്രിയു–
മാരൂഢലജ്ജനായ് നിൽക്കും ദശാന്തരേ
സുഗ്രീവനർഗ്ഘ്യപാദ്യാദനേ് പൂജ–
ചെയ്തഗ്രഭാഗേ വീണും വീണ്ടും വണങ്ങിനാൻ
'ശ്രീരാമദാസോസോഹമാഹന്ത! രാഘവ–

കാരുണ്യലശേനേരെ രക്ഷിതനദ്യ ഞാൻ
ലോകത്രയത്തെ ക്ഷണാർദ്ധമാത്രം കൊണ്ടു
രാഘവൻ തന്നെ ജയിക്കുമല്ലോ ബലാൽ
സർവോർത്ഥമോർക്കിൽ സഹായമാത്രം ഞങ്ങ-
ളവേരും തൻ നിയോഗത്തെ വഹിയ്ക്കുന്നു'
അർക്കാത്മജൻ മൊഴി കേട്ടു സൗമിത്രിയും-
മുൾക്കാമ്പഴിഞ്ഞവനോടു ചൊല്ലീടിനാൻ
'ദുഃഖനേ ഞാൻ പരുഷങ്ങൾ പറഞ്ഞതു-
മൊക്കെ ക്ഷമിയ്ക്ക മഹാഭാഗനല്ലോ നീ
നിങ്കൽ പ്രണയമധികമുണ്ടാകയാൽ
സങ്കടം കൊണ്ടു പറഞ്ഞിതു ഞാനെടോ!
വൈകാതെ പോക വനത്തിനു നാമിനി
രാഘവൻ താനേ വസിയ്ക്കുന്നതുമെടോ.

സുഗ്രീവൻ ശ്രീരാമസന്നിധിയിൽ

'അങ്ങനെ തന്നെ പുറപ്പെടുകെങ്കിൽ നാ-
മിങ്ങിനിപ്പാർക്കയില്ലെ'ന്നു സുഗ്രീവനും
തേരിൽ കരേറി സുമിത്രാത്മജനുമായ്
ഭേരീമൃദംഗശംഖാദി നാദത്തോടും
അഞ്ജനാപുത്ര നീലാംഗദാദ്യരെല്ലാ-
മഞ്ജസാ വാനരസേനയോടും തദാ
ചാമരശ്വേതോത്തപത്രവ്യജനവാൻ
സാമരസൈന്യനഖണ്ഡലനെപ്പോലെ
രാമൻ തിരുവടിയെച്ചെന്നു കാണ്മതി-
നാമോദമോടു നടന്നു കപിവരൻ
ഗഹ്വരദ്വാരി ശിലാതലേ വാഴുന്ന
വിഹ്വലമാനസം ചീരാജിനധരം
ശ്യാമം ജടാമകുടോജ്ജ്വലം മാനവം
രാമം വിശാലവിലോലവിലോചനം
ശാന്തം മൃദുസ്മിതചാരുമുഖാംബുജം
കാന്താവിരഹസന്തപ്തം മനോഹരം
കാന്തം മൃഗപക്ഷി സഞ്ചയസേവിതം
ദാന്തം മുദാ കണ്ടു ദൂരാല് കപിവരന്
തേരില്നിന്നാശു താഴത്തിറങ്ങീടിനാന്
വീരനായോരു സൗമിത്രിയോടും തദാ
ശ്രീരാമപാദാരവിന്ദാന്തികേ വീണു
പൂരിച്ച ഭക്ത്യാ നമസ്കരിച്ചീടിനാന്
ശ്രീരാമദേവനും വാനരവീരനെ-
ക്കാരുണ്യമോടു ഗാഢം പുണര്ന്നീടിനാന്
'സൗഖ്യമല്ലീ ഭവാനെ'ന്നുരചെയ്തുട-
നൈക്യഭാവേന പിടിച്ചിരുത്തീടിനാന്
ആതിഥ്യമായുള്ള പൂജയും ചെയ്തള-
വാദിത്യപുത്രനും പ്രീതിപൂണ്ടാന് തുലോം

സീതാന്വേഷണം

ഭക്തിപരവശനായ സുഗ്രീവനും
ഭക്തപ്രിയനോടുണർത്തിച്ചിതന്നേരം
'വന്നു നിൽക്കുന്ന കപികുലത്തെക്കനി-
ഞ്ഞെന്നു തൃക്കൺപാർത്തരുളേണമാദരാൽ
തൃക്കാൽക്കൽ വലേചയെത്തീടുവാൻ തക്കോരു
മർക്കടവീരരിക്കാണായതൊക്കവേ
നാനാകുലാചലസംഭവന്മാരിവർ
നാനാസരിദ്ദ്വീപശൈലനിവാസികൾ
പർവ്വതതുല്യശരീരികളവേരു-
മുർവ്വീപതേ!കാമരൂപികളത്രയും
ഗർവ്വം കലർന്ന നിശാചരന്മാരുടെ
ദുർവ്വീര്യമെല്ലാമടക്കുവാൻ പോന്നവർ
ദേവാംശസംഭന്മാരിവരാകയാൽ
ദേവാരികളെയൊടുക്കുമിവരിനി
കേചിൽ ഗജബലന്മാരതിലുണ്ടുതാൻ
കേചിൽ ദശഗജശക്തിയുള്ളോരുണ്ട്
കേചിദമിതപരാക്രമമുള്ളവർ
കേചിന്മൃഗേന്ദ്രസമന്മാരറിഞ്ഞാലും
കേചിന്മഹേന്ദ്രനീലോപലരൂപികൾ
കേചിൽകനകസമാനശരീരികൾ
കേചന രക്താന്തനേത്രം ധരിച്ചവർ
കേചന ദീർഘവാലന്മാരഥാപരേ
ശുദ്ധസ്ഫടികസങ്കാശശരീരികൾ
യുദ്ധവൈദഗ്ദ്ധ്യമിവരോളമില്ലാർക്കും
നിങ്കഴൽപ്പങ്കജത്തിങ്കലുറച്ചവർ

സംഖ്യയില്ലാതൊളമുണ്ടു കപിബലം
മൂലഫലദലപക്വശനന്മാരായ്
ശീലഗുണമുള്ള വാനരന്മാരിവർ
താവകജ്ഞാകാരികളന്നെു നിർണ്ണയം
ദവേദവേശേ! രഘുകുലപുംഗവ!
ഋക്ഷകുലാധിപനായുള്ള ജാംബവാൻ
പുഷ്കരസംഭവപുത്രനിവനല്ലോ
കോടിഭല്ലൂകവൃന്ദാധിപതി മഹാ–
പ്രൗഢിമതി ഹനൂമാനിവനന്നുെടെ
മന്ത്രിവരൻ മഹാസത്വപരാക്രമൻ
ഗന്ധവാഹാത്മജനീശാശംസംഭവൻ
നീലൻ ഗജൻ ഗവയൻ ഗവാക്ഷൻ ദീർഘ–
വാലധിപൂണ്ടവൻ മൈന്ദൻ വിവിദനും
കസേരിമാരുതി താതൻ മഹാബലി
വീരൻ പ്രമാഥി ശരഭൻ സുഷണേനും
ശൂരൻ സുമുഖൻ ദധിമുഖൻ ദുർമ്മുഖൻ
ശ്വതേൻ വലീമുഖനും ഗന്ധമാദനൻ
താരൻ വൃഷഭൻ നളൻ വിനതൻ മമ
താരാതനയനാമംഗദനിങ്ങനെ
ചൊല്ലുള്ള വാനരവംശരാജാക്കന്മാർ
ചൊല്ലുവാനാവതല്ലാതൊളമുണ്ടല്ലോ
വണേ്ടുന്നതന്തെന്നിവരോടരുൾചയ്ക
വണേമന്നൊലിവർ സാധിക്കുമൊക്കവെ'
സുഗ്രീവവാക്യമിത്ഥം കടേ്ടു രാഘവൻ
സുഗ്രീവനപ്പെിടിച്ചാലിംഗനം ചയ്തു
സന്തോഷപൂർണ്ണാശ്രുനതേ്രാംബുജത്തോടു–
മന്തർഗ്ഗതമരുൾചയ്തിതു സാദരം
'മൽക്കാര്യഗൗരവം നിങ്കലു നിർണ്ണയ–

മുൾക്കാമ്പിലപേർത്തു കർത്തവ്യം കുരുഷ്വനീ
ജാനകീമാർഗ്ഗണാർത്ഥം നിയോഗിക്ക നീ
വാനരവീരരെ നാനാദിശി സഖേ!'
ശ്രീരാമവാക്യമൃതം കേട്ടു വാനര-
വീരനയച്ചിതു നാലു ദിക്കിങ്കലും
'നൂറായിരം കപിവീരന്മാർ പോകണ-
മോരോ ദിശി പടനായകന്മാരൊടും
പിന്നെ വിശേഷിച്ചു ദക്ഷിണദിക്കിന-
ത്യുന്നതന്മാർ പലരും പോയ്ത്തിരയണം
അംഗദൻ ജാംബവാൻ മൈന്ദൻ വിവിദനും
തുംഗൻ നളനും ശരഭൻ സുഷേണനും
വാതാത്മജൻ ശ്രീഹനുമാനുമായ് ചെന്നു
ബാധയൊഴിഞ്ഞുടൻ കണ്ടു വന്നീടണം
അത്ഭുതഗാത്രിയെ നീളത്തിരഞ്ഞിങ്ങു
മുപ്പതു നാളിനകത്തു വന്നീടണം
ഉല്പലപത്രാക്ഷിതന്നെയും കാണാതെ
മുപ്പതുനാൾ കഴിഞ്ഞിങ്ങു വരുന്നവൻ
പ്രാണാന്തികം ദണ്ഡമാശു ഭുജിക്കണ-
മേണാങ്കശേഖരൻ തന്നാണെ നിർണ്ണയം'
നാലുകൂട്ടത്തോടുമിത്ഥം നിയോഗിച്ചു
കാലമേ പോയാലുമെന്നയച്ചീടിനാൻ
രാഘവൻ തന്നെത്തൊഴുതരികേ ചെന്നു
ഭാഗവതോത്തമനുമിരുന്നീടിനാൻ
ഇത്ഥം കപികൾ പുറപ്പെട്ട നേരത്തു
ഭക്ത്യാ തൊഴുതിതു വായുതനയനും
അപ്പോളവനെ വരേ വിളിച്ചാദരാ-
ലത്ഭുതവിക്രമൻ താനുമരുൾ ചെയ്തു
'മാനസേ വിശ്വാസമുണ്ടാവതിന്നു നീ

ജാനകി കയ്യിൽ കൊടുത്തീടിതു സഖേ!
രാമനാമാങ്കിതമാമംഗുലീയകം
ഭാമിനിയ്ക്കുള്ളിൽ വികല്പം കളവാനായ്
എന്നുടെ കാര്യത്തിനഭേർക്കിൽ പ്രമാണം നീ-
യന്നിയേ മറ്റാരുമില്ലന്നു നിർണ്ണയം'
പിന്നയെടയാളവാകുമരുൾചയ്തു
മന്നവൻ പൊയാലുമന്നയച്ചീടിനാൻ
ലക്ഷ്മീഭഗവതിയാകിയ സീതയാം
പുഷ്കരപത്രാക്ഷിയക്കണ്ടുപായൊരു
രക്ഷോവരനായ രാവണൻ വാഴുന്ന
ദക്ഷിണദിക്കുനോക്കിക്കപിസഞ്ചയം
ലക്ഷവും വൃത്രാരിപുത്രതനയനും
പുഷ്കരസംഭവപുത്രനും നീലനും
പുഷ്കരബാന്ധവശിഷ്യനും മറ്റുള്ള
മർക്കടസനോപതികളുമായ് ദ്രുതം
നാനാനഗനഗരഗ്രാമദശേങ്ങൾ
കാനനരാജ്യപുരങ്ങളിലും തഥാ
തത്ര തത്രവൈ തിരഞ്ഞുതിരഞ്ഞതി-
സത്വരം നീളെ നടക്കും ദശാന്തരേ
ഗന്ധവാഹാത്മജനാദികളൊക്കവേ
വിന്ധ്യാചലാടവി പുക്കു തിരയുമ്പോൾ
ഘോരമൃഗങ്ങളയും കൊന്നുതിന്നുന്നതി-
ക്രൂരനായോരു നിശാചരവീരനെ-
ക്കണ്ടു വഗേത്തടെടുത്താരിതു ദശ-
കണ്ഠനന്നോർത്തു കപിവരന്മാരല്ലാം
നിഷ്ഠൂരമായുള്ള മുഷ്ടിപ്രഹരണേ
ദുഷ്ടനപെപ്പടെട്ടന്നു നഷ്ടമാക്കീടിനാൻ
പംക്തിമുഖനല്ലിവനന്നു മാനസേ
ചിന്തിച്ചു പിന്നയും വഗേനേ പൊയവർ

സ്വയംപ്രഭാഗതി

അന്ധകാരാരണ്യമാശുപുക്കീടിനാ-
രന്തരാ ദാഹവും വർദ്ധിച്ചിതറേറവും
ശുഷ്കകണ്ഠോഷ്ഠതാലു പ്രദേശത്തൊടും
മർക്കടവീരരുണങ്ങിവരുണ്ടൊരു
ജിഹ്വയോടും നടക്കുന്ന നേരത്തൊരു
ഗഹ്വരം തത്രകാണായി വിധിവശാൽ
വല്ലീതൃണഗണാച്ഛന്നമായോന്നതി-
ലല്ലയല്ലീ ജലമെന്നോർത്തുനിൽക്കുമ്പോൾ
ആർദ്ദ്രപക്ഷക്രൗഞ്ചഹംസാദി പക്ഷിക-
ളൂർദ്ധ്വദേശേ പറന്നാരതിൽ നിന്നുടൻ
പക്ഷങ്ങളിൽ നിന്നു വീണു ജലകണം
മർക്കടന്മാരുമതു കണ്ടു കൽപിച്ചാർ
'നല്ല ജലമതിലുണ്ടന്നു നിർണ്ണയ-
മെല്ലാവരും നാമിതിലിറങ്ങീടുക'
എന്നു പറഞ്ഞോരു നേരത്തു മാരുതി
മുന്നിലിറങ്ങിനാൽ മററുള്ളവർകളും
പിന്നാലെ തന്നിലിറങ്ങി നടക്കുമ്പോൾ
കണ്ണുകാണാഞ്ഞതിരുട്ടുകൊണ്ടന്നേരേ-
മന്യോന്യമെത്തു കയ്യും പിടിച്ചാകുലാൽ
ഖിന്നതയോടും നടന്നുനടന്നു പോയ്-
ച്ചെന്നാരതീവദൂരം തത്ര കണ്ടിതു
മുന്നിലാമ്മാറതിധന്യദേശസ്ഥലം
സ്വർണ്ണമയം മനോമോഹനം കാണ്മവർ-
കണ്ണിനുമറേറമാനന്ദകരം പരം
വാപികളുണ്ടു മണിമയവാരിയാ-

ലാപൂർണ്ണകളായതീവ വിശദമായ്
പക്വഫലങ്ങളാൽ നമ്രങ്ങളായുള്ള
വൃക്ഷങ്ങളുണ്ടു കൽപ്ദ്രുമതുല്യമായ്
പൂയ്ഷസാമ്യമധുദ്രോണസംയുത
പയേ ഭക്ഷ്യാന്നസഹിതങ്ങളായുള്ള
വസ്ത്യങ്ങളുണ്ടു പലതരം തത്രവൈ
വസ്ത്രരത്നാദി പരിഭൂഷിതങ്ങളായ്
മാനസമോഹനമായ ദിവ്യസ്ഥലം
മാനുഷവർജ്ജിതം ദവേഗഹോപമം
തത്രഗഹേ മണികാഞ്ചനവിഷ്ടരേ
ചിത്രകൃതി പൂണ്ടു കണ്ടോരൊരുത്തിയെ
യോഗം ധരിച്ചു ജടവൽക്കലം പൂണ്ടു
യോഗിനി നിശ്ചലധ്യാനനിരതയായ്
പാവകജ്വാലാസമാഭകലർന്നതി-
പാവനയായ മഹാഭാഗയെക്കണ്ടു
തൽക്ഷണേ സന്തോഷപൂർണ്ണ മനസ്സോടു
ഭക്തിയും ഭീതിയും പൂണ്ടു വണങ്ങിനാർ
ശാഖാമൃഗങ്ങളെക്കണ്ടു മോദം പൂണ്ടു
യോഗിനി താനുമവരോടു ചൊല്ലിനാൾ
'നിങ്ങളാരാകുന്നതന്നെു പറയണ-
മിങ്ങു വന്നീടുവാൻ മൂലവും ചൊല്ലണം
എങ്ങനെ മാർഗ്ഗമറിഞ്ഞുവാറന്നെതു-
മങ്ങിനിപ്പോകുന്നതന്നെു പറയണം'
എന്നിവ കേട്ടൊരു വായുതനയനും
നന്നായ് വണങ്ങി വിനീതനായ് ചൊല്ലിനാൻ
'വൃത്താന്തമൊക്കവേ കേട്ടാലുമങ്കിലോ
സത്യമൊഴിഞ്ഞു പറയുമാറില്ല ഞാൻ
ഉത്തരകോസലത്തിങ്കലയോദ്ധ്യയെ-

ന്നുത്തമമായുണ്ടൊരു പുരി ഭൂതലേ
തത്രവൈ വാണു ദശരഥനാം നൃപൻ
പുത്രരുമുണ്ടായ് ചമഞ്ഞിതു നാലുപേർ
നാരായണസമൻ ജ്യേഷ്ഠനവർകളിൽ
ശ്രീരാമനാകുന്നതെന്നുമറിഞ്ഞാലും
താതാജ്ഞയാ വനവാസാർത്ഥമായവൻ
ഭ്രാതാവിനോടും ജനകാത്മജയായ
സീതയാം പത്നിയോടും വിപിനസ്ഥലേ
മോദേന വാഴുന്ന കാലമൊരു ദിനം
ദുഷ്ടനായുള്ള ദശാസ്യനിശാചരൻ
കട്ടുകൊണ്ടാശു പോയീടിനാൻ പത്നിയെ
രാമനും ലക്ഷ്മണനാകുമനുജനും
ഭാമിനിതന്നെത്തിരഞ്ഞു നടക്കുമ്പോൾ
അർക്കാത്മജനായ സുഗ്രീവനെക്കണ്ടു
സഖ്യവും ചെയ്തിതു തമ്മിലന്യോന്യമായ്
എന്നതിന്നഗ്രജനാകിയ ബാലിയെ-
ക്കൊന്നു സുഗ്രീവനു രാജ്യവും നൽകിനാൻ
ശ്രീരാമനുമതിൽ പ്രത്യുപകാരമാ-
യാരാഞ്ഞു സീതയെക്കണ്ടു വരികെന്നു
വാനരനായകനായ സുഗ്രീവനും
വാനരന്മാരെയയച്ചിതല്ലോടവും
ദക്ഷിണദിക്കിലന്വേഷിപ്പതിനൊരു
ലക്ഷം കപിവരന്മാരുണ്ടു ഞങ്ങളും
ദാഹം പൊറാഞ്ഞു ജലകാംക്ഷയാ വന്നു
മോഹേന ഗഹ്വരം പുക്കിതറയാതെ
ദൈവവശാലിവിടെപ്പോന്നു വന്നിഹ
ദേവിയെക്കാണായതും ഭാഗ്യമത്രെയും
ആരെന്നതും ഞങ്ങളേതുമറിഞ്ഞീല

നരേയേരുൾ ചയ്യേകവണേമതും ശുഭേ!'
യാേഗിനിതാനുമതു കടേട്ടവരാേടു
വഗേന മന്ദസ്മിതം പൂണ്ടു ചാെല്ലിനാൾ
'പക്വഫലമൂലജാലങ്ങളാെക്കവേ
ഭക്ഷിച്ചമൃതപാനം ചയ്യേതു തൃപ്തരായ്
ബുദ്ധി തളിഞ്ഞു വരുവിനെന്നാൽ മമ
വൃത്താന്തമാദിയേ ചാെല്ലിത്തരുവൻ ഞാൻ'
എന്നതു കടേട്ടവർ മൂലഫലങ്ങളും
നന്നായ് ഭുജിച്ചു മധുപാനവും ചയ്യേതു
ചിത്തം തളിഞ്ഞു ദവേീസമീപം പുക്കു
ബദ്ധാഞ്ജലി പൂണ്ടു നിന്നാേരനന്തരം
ചാരുസ്മിതപൂർവ്വമഞ്ജസാ യാേഗിനി
മാരുതിയാേടു പറഞ്ഞു തുടങ്ങിനാൾ
'വിശ്വവിമാേഹനരൂപിണിയാകിയ
വിസ്വകർമ്മാത്മജാ ഹമോ മനാേഹരീ
നൃത്തഭദേം കണ്ടു സന്തുഷ്ടനാക്കിനാൾ
മുഗ്ദ്ധനേ്ദുശഖേരൻ തന്നയെതുമൂലം
ദിവ്യപുരമിദം നൽകിനാനീശ്വരൻ
ദിവ്യസംവത്സരാണാമയുതായുതം
ഉത്സവം പൂണ്ടു വസിച്ചാളിഹ പുരാ
തത്സഖി ഞാനിഹ നാമ്നാ സ്വയമ്പ്രഭാ
സന്തതം മാേക്ഷാമപക്ഷേിച്ചിരിപ്പാെരു
ഗന്ധർവ്വപുത്രി സദാ വിഷ്ണു തൽപരാ
ബ്രഹ്മലാേകം പ്രവശേിച്ചിതു ഹമേയും
നിർമ്മലഗാത്രിയുമന്നാേടു ചാെല്ലിനാൾ
'സന്തതം നീ തപസ്സും ചയ്യേതിരിക്കടൊേ
ജന്തുക്കളത്ര വരികയുമില്ലല്ലാേ
ത്രതോയുഗേ വിഷ്ണു നാരായണൻ ഭുവി

ജാതനായീടും ദശരഥ പുത്രനായ്
ഭൂഭാരനാശനാർത്ഥം വിപിനിസ്ഥലേ
ഭൂപതി സഞ്ചരിച്ചീടും ദശാന്തരേ
ശ്രീരാമപത്നിയെക്കട്ടുകൊള്ളുമതി-
ക്രൂരനായീടും ദശാനനനക്കാലം
ജാനകീദേവിയെയന്വേഷണത്തിനായ്
വാനരന്മാർ വരും നിൻ ഗുഹാമന്ദിരേ
സൽക്കരിച്ചീടവരെ പ്രീതിപൂണ്ടു നീ
മർക്കടന്മാർക്കുപകാരവും ചെയ്തു പോയ്
ശ്രീരാമദേവനെക്കണ്ടു വണങ്ങുക
നാരായണസ്വാമി തന്നെ രഘൂത്തമൻ
ഭക്ത്യാപരനെ സ്തുതിച്ചാൽ വരും തവ
മുക്തിപദം യോഗിഗമ്യം സനാതനം
ആകയാൽ ഞാനിനി ശ്രീരാമദേവനെ
വേഗേന കാണ്മതിന്നായ്ക്കൊണ്ടു പോകുന്നു
നിങ്ങളെ നേരേ പെരുവഴി കൂട്ടുവൻ
നിങ്ങളെല്ലാവരും കണ്ണടച്ചീടുവിൻ'
ചിത്തം തെളിഞ്ഞവർ കണ്ണടച്ചീടിനാർ
സത്വരം പൂർവ്വസ്ഥിതാടവി പുക്കിതു
ചിത്രം വിചിത്രം വിചിത്രമെന്നോർത്തവർ
പദ്ധതിയൂടെ നടന്നു തുടങ്ങിനാർ

സ്വയംപ്രഭാസ്തുതി

യോഗിനിയും ഗുഹാവാസമുപേക്ഷിച്ചു
യോഗേശസന്നിധിപുക്കാളതിദ്രുതം
ലക്ഷ്മണ സുഗ്രീവസേവിതനാകിയ
ലക്ഷ്മീശനെക്കണ്ടു കൃത്വാ പ്രദക്ഷിണം
ഭക്ത്യാ സഗദ്ഗദം രോമാഞ്ചസംയുതം
നത്വാ മുഹുർമ്മുഹുസ്തുത്വ ബഹുവിധം
'ദാസീ തവാഹം രഘുപതേ രാജേന്ദ്ര!
വാസുദേവ! പ്രഭോ! രാമ! ദയാനിധേ!
കാണ്മതിന്നായ്ക്കൊണ്ടു വന്നനേിവിടെ ഞാൻ
സാമ്യമില്ലാത ജഗൽപതേ! ശ്രീപതേ!
ഞാനനേകായിരം സംവത്സരം തവ
ധ്യാനനേ നിത്യം തപസ്സു ചെയ്തീടിനേൻ
ത്വദ്രൂപസന്ദർശനാർത്ഥം തപോബല-
മദ്യവൈ നൂനം ഫലിതം രഘുപതേ!
ആദ്യനായോരു ഭവന്തം നമസ്യാമി
വേദ്യനല്ലാരാലുമേ ഭവാൻ നിർണ്ണയം
അന്തർബ്ബഹിഃസ്ഥിതം സർവ്വഭൂതേഷ്വപി
സന്തമലക്ഷ്യമാദ്യന്തഹീനം പരം
മായായവനികാച്ഛന്നനായ് വാഴുന്ന
മായാമയനായ മാനുഷവിഗ്രഹൻ
അജ്ഞാനികളാലറിഞ്ഞുകൂടാതൊരു
വിജ്ഞാനമൂർത്തിയല്ലോ ഭവാൻ കേവലം
ഭാഗവതന്മാർക്കു ഭക്തിയോഗാർത്ഥമായ്
ലോകശേമുഖ്യാമരൗഘമർത്ഥിയ്ക്കയാൽ
ഭൂമിയിൽ വന്നവതീർണ്ണനാം നാഥനെ-

ത്താമസിയായ ഞാനന്തെറിയുന്നതും!
സച്ചിന്മയം തവ തത്ത്വം ജഗത്ത്രയേ
കശ്ചിൽ പുരുഷനറിയും സുകൃതിനാം
രൂപം തവദേം സദാ ഭാതു മാനസേ
താപസാന്തഃസ്ഥിതം താപത്രയാപഹം
നാരായണ തവ ശ്രീപാദദർശനം
ശ്രീരാമ! മോക്ഷൈകദർശനം കേവലം
ജന്മമരണഭീതാനാമദർശനം
സന്മാർഗ്ഗദർശനം വേദാന്തദർശനം
പുത്രകളത്രമിത്രാർത്ഥവിഭൂതികളെൻ-
ണ്ടത്രെയും ദർപ്പിതരായുള്ള മാനുഷർ
രാമരാമേതി ജപിക്കയില്ലന്നുമേ
രാമനാമം മേ ജപിയ്ക്കായ്വരണേമേ!
നിത്യം നിവൃത്തഗുണത്രയമാർഗ്ഗായ
നിത്യായ നിഷ്കിഞ്ചനാർത്ഥായ തേ നമഃ
സ്വാത്മാഭിരാമായ നിർഗ്ഗുണായ ത്രിഗു-
ണാത്മനേ സീതാഭിരാമായ തേ നമഃ
വേദാത്മകം കാമരൂപിണമീശാന-
മാദിമദ്ധ്യാന്തവിവർജ്ജിതം സർവ്വത്ര
മന്യേ സമം ചരന്തം പുരുഷം പരം
നിന്നെ നിനക്കൊഴിഞ്ഞാർക്കറിഞ്ഞീടാവു?
മർത്ത്യവിഡംബനം ദേവ! തേ ചേഷ്ടിതം
ചിത്തേ നിരൂപിക്കിലന്തെറിയാവതും?
ത്വന്മായയാ പിഹിതാത്മാക്കൾ കാണുന്നു
ചിന്മയനായ ഭവാനബ്ബഹുവിധം
ജന്മവും കർത്തൃത്വവും ചെറുതില്ലാത
നിർമ്മലാത്മാവാം ഭവാനവസ്ഥാന്തരേ
ദേവതിര്യങ്മനുജാദികളിൽ ജനി-

ച്ചവേമാദ്യങ്ങളാം കർമ്മങ്ങൾ ചെയ്‌വതും
നിന്മഹാമായാവിഡംബനം നിർണ്ണയം
കൽമഷഹീന! കരുണാനിധേ! വിഭോ!
മദ്ദേനിതന്നിൽ വിചിത്രവേഷേത്തൊടും
ജാതനായ് കർമ്മങ്ങൾ ചെയ്യുന്നതും ഭവാൻ
ഭക്തരായുള്ള ജനങ്ങൾക്കു നിത്യവും
ത്വൽക്കഥാപീയൂഷപാനസിദ്ധിക്കെന്നു
ചൊല്ലുന്നിതു ചിലർ മറ്റും ചിലരിഹ
ചൊല്ലുന്നിതു ഭുവി കോസലഭൂപതി-
തന്നുടെ ഘോരതപോബലസിദ്ധയേ
നിർണ്ണയമെന്നു ചിലർ പറയുന്നിതു
കൗസല്യയാൽ പ്രാർത്ഥമാനനായിട്ടിഹ
മൈഥിലീഭാഗ്യസിദ്ധിക്കെന്നിതു ചിലർ
സ്രഷ്ടാവുതാനപക്ഷിയ്ക്കയാൽ വന്നിഹ
ദുഷ്ടനിശാചരവംശമൊടുക്കുവാൻ
മർത്ത്യനായ്‌വന്നു പിറന്നിതു നിർണ്ണയം
പൃത്ഥ്വിയിലെന്നു ചിലർ പറയുന്നിതു
ഭൂപാലപുത്രനായ് വന്നു പിറന്നിതു
ഭൂഭാരനാശത്തിന്നെന്നിതു ചിലർ
ധർമ്മത്തെ രക്ഷിച്ചധർമ്മത്തെ നീക്കുവാൻ
കർമ്മസാക്ഷീകുലത്തിങ്കൽ പിറന്നിതു
ദേവശത്രുക്കളെ നിഗ്രഹിച്ചൻപൊടു
ദേവകളെപ്പരിപാലിച്ചുകൊള്ളുവാൻ
എന്നു ചൊല്ലുന്നിതു ദിവ്യമുനിജന-
മൊന്നും തിരിച്ചറിയാവതുമല്ല മേ
യാതൊരുത്തൻ ത്വൽക്കഥകൾ ചൊല്ലുന്നതു-
മാദരവോടു കേൾക്കുന്നതും നിത്യമായ്
നൂനം ഭവാർണ്ണവത്തെക്കടന്നീടുവോൻ

കാണാമവനു നിൻ പാദപങ്കരേുഹം
ത്വന്മഹാമായാഗുണബദ്ധനാകയാൽ
ചിന്മയമായ ഭവത്സ്വരൂപത്തെ ഞാൻ
എങ്ങനെയുള്ളവണ്ണമറിഞ്ഞീടുന്ന-
തങ്ങെനെ ചൊല്ലിസ്തുതിക്കുന്നതുമഹം!
ശ്യാമളം കോമളം ബാണധനുർദ്ധരം
രാമം സഹോദരസേവിതം രാഘവം
സുഗ്രീവമുഖ്യകപികുലസേവിത-
മഗ്രേ ഭവന്തം നമസ്യാമി സാമ്പ്രതം
രാമായ രാമഭദ്രായ നമോ നമോ
രാമചന്ദ്രായ നമസ്തേ നമോ നമഃ'
ഇങ്ങനെ ചൊല്ലി സ്വയംപ്രഭയും വീണു
മംഗലവാചാ നമസ്കരിച്ചീടിനാൾ
മുക്തിപ്രദനായ രാമൻ പ്രസന്നനായ്
ഭക്തയാം യോഗിനിയോടരുളിച്ചെയ്തു
'സന്തുഷ്ടനായനേഹം തവ ഭക്തികൊ-
ണ്ടനെ്താേന്നു മാനസേ കാംക്ഷിതം ചൊല്ലു നീ?'
എന്നതു കേട്ടവളും പറഞ്ഞീടിനാൾ
'ഇന്നു വന്നു മമ കാംക്ഷിതമൊക്കവെ
യത്രകുത്രാപി വസിക്കിലും ത്വൽപാദ-
ഭക്തിക്കിളക്കമുണ്ടാകാതിരിയ്ക്കണം
ത്വൽപാദഭക്തഭൃത്യഷ്വേു സംഗം പുന-
രുൾപൂവിലപ്പോഴുമുണ്ടാകയും വേണം
പ്രാകൃതന്മാരാം ജനങ്ങളിൽ സംഗമ-
മകേദാ സംഭവിച്ചീടായ്ക മാനസേ
രാമരാമേതി ജപിയ്ക്കായ് വരണേമ
രാമപാദേ രമിക്കണേമനെ്മാനസം
സീതാസുമിത്രാത്മജാന്വിതം രാഘവം

പീതവസ്ത്രം ചാപബാണാസനധരം
ചാരുമകുട കടകകടിസൂത്ര-
ഹാരമകരമണിമയകുണ്ഡല-
നൂപുരഹമോംഗദാദി വിഭൂഷണ-
ശോഭിതരൂപം വസിക്ക മേ മാനസേ
മറ്റനിയ്ക്കതേുമേ വണ്ടോ വരം വിഭോ!
പറ്റായ്ക ദുസ്സംഗമുള്ളിലൊരിക്കലും'
ശ്രീരാമദേവേനതു കേട്ടവളോടു
ചാരുമന്ദസ്മിതം പൂണ്ടരുളിച്ചെയ്തു
'ഏവം ഭവിക്ക നിനക്കു മഹാഭാഗേ!
ദേവീ നീ പോക ബദര്യാശ്രമസ്ഥലേ
തത്രവൈ നിത്യമെന്നെ ധ്യാനവും ചെയ്തു
മുക്ത്വാ കളേബരം പഞ്ചഭൂതാത്മകം
ചേരുമെങ്കൽ പരമാത്മനി കേവലേ
തീരും ജനനമരണദുഃഖങ്ങളും'
ശ്രുത്വാ രഘൂത്തമവാക്യാമൃതം മുദാ
ഗത്വാ തദൈവ ബദര്യാശ്രമസ്ഥലേ
ശ്രീരാമദേവനെ ധ്യാനിച്ചിരുന്നുടൻ
നാരായണപദം പ്രാപിച്ചിതവ്യയം

അംഗദാദികളുടെ സംശയം

മർക്കടസഞ്ചയം ദേവിയെയൊരാഞ്ഞു
വൃക്ഷഷണ്ഡേഷു വസിക്കും ദശാന്തരേ
എത്രദിവസം കഴിഞ്ഞിതെന്നും ധരാ-
പുത്രിയെയെങ്ങുമേ കണ്ടുകിട്ടായ്കയും
ചിന്തിച്ചു ഖേദിച്ചു താരാസുതൻ നിജ-
ബന്ധുക്കളായുള്ളവരോടു ചൊല്ലിനാൻ
'പാതാളമുൾപുക്കുഴന്നു നടന്നു നാ-
മേതുമറിഞ്ഞീല വാസരം പോയതും
മാസമതീതമായ് വന്നിതു നിർണ്ണയം
ഭൂസുതയെക്കണ്ടറിഞ്ഞതുമില്ല നാം
രാജനിയോഗമനുഷ്ഠിയാതെ വൃഥാ
രാജധാനിയ്ക്കു നാം ചെല്ലുകിലെന്നുമേ
നിഗ്രഹിച്ചീടുമതിനില്ല സംശയം
സുഗ്രീവശാസനം നിഷ്ഫലമായ് വരാ
പിന്നെ വിശേഷിച്ചു ശത്രുതനയനാ-
മെന്നെ വധിയ്ക്കുമതിനില്ലൊരന്തരം
എന്നിലവന്നൊരു സമ്മതമെന്തുള്ള-
തെന്നെ രക്ഷിച്ചതു രാമൻ തിരുവടി
രാമകാര്യത്തെയും സാധിയാതെ ചെൽകിൽ
മാമകജീവനം രക്ഷിയ്ക്കയില്ലവൻ
മാതാവിനോടു സമാനയാകും നിജ-
ഭ്രാതാവുതന്നുടെ ഭാര്യയെ നിസ്ത്രപം
പ്രാപിച്ചു വാഴുന്ന വാനരപുംഗവൻ
പാപി ദുരാത്മാവിവനെന്തരുതാത്തതും?
തൽപാർശ്വദേശേ ഗമിയ്ക്കുന്നതില്ല ഞാ-

നിപ്പപാേളിവിടെ മരിക്കുന്നതെയോുള്ളു
വല്ലപ്രകാരവും നിങ്ങൾ പഠോയ്ക്കൊൾകെന്നു
ചൊല്ലിക്കരയുന്ന നരേം കപികളും
തുല്യദുഃഖനേ ബാഷ്പം തുടച്ചൻപോടു
ചൊല്ലിനാർ മിത്രഭാവത്തോടു സത്വരം
'ദുഃഖിക്കരുതൊരു ജാതിയുമിങ്ങെനെ
രക്ഷിപ്പതിനുണ്ടു ഞങ്ങളറിക നീ
ഇന്നും നാം പഠോന്ന ഗുഹയിലകം പുക്കു
നന്നായ് സുഖിച്ചു വസിക്കാം വയം ചിരം
സർവ്വസൗഭാഗ്യസമന്വിതമായൊരു
ദിവ്യപുരമതു ദവേലാേകാേപമം
ആരാലുമില്ലൊരുനാളും ഭയം സഖേ!
തരയേ പഠോക നാം വകൈരുതതേുമേ'
അംഗദൻ തന്നോടിവണ്ണം കപികുല-
പുംഗവന്മാർ പറയുന്നതു കേൾക്കയാൽ
ഇംഗിതജ്ഞൻ നയകോവിദൻ വാതജ-
നംഗദനത്തെഴുകിപ്പറഞ്ഞീടിനാൻ
'എന്തൊരു ദുർവ്വിചാരം? യോഗ്യമല്ലിദ-
മന്ധകാരങ്ങൾ നിനയായ്വിനാരുമേ
ശ്രീരാമനേറ്റം പ്രിയൻ ഭവാനെന്നുടെ-
താരാസുതനെന്നു തന്മാനസേ സദാ
പാരം വളർന്നൊരു വാത്സല്യമുണ്ടതു
നരേേ ധരിച്ചീല ഞാനൊഴിഞ്ഞാരുമേ
സൗമിത്രിയക്കെ്കാളതിപ്രിയൻ നീ തവ
സാമർത്ഥ്യവും തിരുവുള്ളത്തിലുണ്ടടൊ!
പ്രമേത്തിനതേുമിളക്കമുണ്ടായ്വരാ
ഹമേത്തിനുണ്ടോ നിറക്കേടേകപ്പടെ്ടാ?
ആകയാൽ ഭീതി ഭവാനൊരുനാളുമേ

രാഘവൻ പക്കൽനിന്നുണ്ടായ്വരാ സഖേ!
ശാഖാമൃഗാധിപനായാ സുഗ്രീവനും
ഭാഗവതോത്തമൻ വൈരമില്ലാരിലും
വ്യാകുലമുള്ളിലുണ്ടാകരുതേതുമേ
നാകാധിപാത്മജനന്ദന! കേളിദം
ഞാനും തവ ഹിതത്തിങ്കൽ പ്രസക്തനെ-
ജ്ഞാനികൾ വാക്കു കേട്ടേതും ഭ്രമിയ്ക്കൊലാ
ഹാനി വരായ്വാൻ ഗുഹയിൽ വസിയ്ക്കെന്നു
വാനരൗഘം പറഞ്ഞീലയോ ചൊല്ലു നീ
രാഘവാസ്ത്രത്തിന്നഭേധ്യമായൊന്നുമേ
ലോകത്രയത്തിങ്കലില്ലെന്നറിക നീ
അൽപമതികൾ പറഞ്ഞു ബോധിപ്പിച്ചു
ദുർബ്ബോധമുണ്ടായ് ചമയരുതാരുമേ
ആപത്തു വന്നടുത്തീടുന്ന കാലത്തു
ശോഭിയ്ക്കയില്ലെടോ സജ്ജനഭാഷിതം
ദുർജ്ജനത്തെക്കുറിച്ചുള്ള വിശ്വാസവും
സജ്ജനത്തോടു വിപരീതഭാവവും
ദേവദ്വിജകുലധർമ്മവിദ്വേഷവും
പൂർവ്വബന്ധുക്കളിൽ വാച്ചൊരു വൈരവും
വർദ്ധിച്ചു വർദ്ധിച്ചു വംശനാശത്തിനു
കർത്തൃത്വവും തനിക്കായ് വന്നുകൂടുമേ
അത്യന്തഗുഹ്യം രഹസ്യമായുള്ളൊരു
വൃത്താന്തമമ്പോടു ചൊല്ലുവൻ കേൾക്ക നീ
ശ്രീരാമദേവൻ മനുഷ്യനല്ലോർക്കെടോ!
നാരായണൻ പരമാത്മാ ജഗന്മയൻ
മായാഭഗവതി സാക്ഷാൽ മഹാവിഷ്ണു-
ജായാ സകലജഗന്മോഹകാരിണി
സീതയാകുന്നതു ലക്ഷ്മണനും ജഗ-

ദാധാരഭൂതനായുള്ള ഫണീശ്വരൻ
ശേഷൻ ജഗത്സ്വരൂപൻ ഭുവി മാനുഷ-
വേഷമായ് വന്നു പിറന്നതയോദ്ധ്യയിൽ
രക്ഷോഗണത്തെയൊടുക്കി ജഗത്ത്രയ-
രക്ഷവരുത്തുവാൻ പണ്ടു വിരിഞ്ചനാൽ
പ്രാർത്ഥിതനാകയാൽ പാർത്ഥിവപുത്രനായ്
മാർത്താണ്ഡഗോത്രത്തിലാർത്തപരായണൻ
ശ്രീകണ്ഠസേവ്യൻ ജനാർദ്ദനൻ മാധവൻ
വൈകുണ്ഠവാസി മുകുന്ദൻ ദയാപരൻ
മർത്ത്യനായ് വന്നിങ്ങവതരിച്ചീടിനാൻ
ഭൃത്യവർഗ്ഗം നാം പരിചരിച്ചീടുവാൻ
ഭർത്തൃനിയോഗനേ വാനരവേഷമായ്
പൃത്ഥ്വിയിൽ വന്നു പിറന്നിരിയ്ക്കുന്നതും
പണ്ടു നാമേറ്റം തപസ്സുചെയ്തീശനെ-
ക്കന്റു വണങ്ങ്ങി പ്രസാദിച്ചു മാധവൻ
തന്നുടെ പാരിഷദന്മാരുടെ പദം
തന്നതിപ്പോഴും പരിചരിച്ചിന്നിയും
വൈകുണ്ഠലോകം ഗമിച്ചു വാണീടുവാൻ
വൈക്ലേബ്ടതതേുമില്ലെന്നറിഞ്ഞീടു നീ'
അംഗദനോടിവണ്ണം പവനാത്മജൻ
മംഗലവാക്കുകൾ ചൊല്ലിപ്പലതരം
ആശ്വസിപ്പിച്ചുടൻ വിന്ധ്യാചലം പുക്കു
കാശ്യപീപുത്രിയെ നോക്കി നോക്കി ദ്രുതം
ദക്ഷിണവാരിധിതീരം മനോഹരം
പുക്കു മഹേന്ദ്രാചലേന്ദ്രപദം മുദാ
ദുസ്തരമേറ്റമഗാധം ഭയങ്കരം
ദുഷ്പ്രാപമാലോക്യ മർക്കടസഞ്ചയം
വൃത്രാരിപുത്രാത്മജാദികളൊക്കയും

ത്രസ്തരായത്യാകുലം പൂണ്ടിരുന്നുടൻ
ചിന്തിച്ചു ചിന്തിച്ചു മന്ത്രിച്ചിതന്യോന്യ-
'മനെ്തിനിച്ചയെ്‌വതു സന്തതമോർക്ക നാം
ഗഹ്വരം പുക്കു പരിഭ്രമിച്ചത്രെയും
വിഹ്വലന്മാരായ് കഴിഞ്ഞിതു മാസവും
തണ്ടാരിൽമാതിനെ കണ്ടീല നാം ദശ-
കണ്ഠനെയും കണ്ടു കിട്ടീല കുത്രചിൽ
സുഗ്രീവനും തീക്ഷ്ണദണ്ഡനത്രേ തുലോം
നിഗ്രഹിച്ചീടുമവൻ നമ്മെ നിർണ്ണയം
ക്രുദ്ധനായുള്ള സുഗ്രീവൻ വധിക്കയിൽ
നിത്യോപവാസേന മൃത്യു ഭവിപ്പതു
മുക്തിയ്ക്കു നല്ലു നമുക്കു പാർത്തോള്'മെ-
ന്നിത്ഥം നിരൂപിച്ചുറച്ചു കപികുലം
ദർഭ വിരിച്ചു കിടന്നിതെല്ലാവരും
കൽപിച്ചതിങ്ങനെ നമ്മെയെന്നോർത്തവർ

സമ്പാതിവാക്യം

അപ്പോൾ മഹനേന്ദ്രാചലനേന്ദ്രഗുഹാന്തരാൽ
ഗൃദ്ധ്രം പുറത്തു പതുക്കപ്പെപ്പുറപ്പെട്ടു
വൃദ്ധനായുള്ളോരു ഗൃദ്ധ്രപ്രവരനും
പൃത്ഥ്വീധരപ്രവരോത്തുംഗരൂപനായ്
ദൃഷ്ട്വാ പരക്കക്കെക്കിടക്കും കപികളെ
തുഷ്ട്യാ പറഞ്ഞിതു ഗൃദ്ധ്രകുലാധിപൻ
'പക്ഷമില്ലാതൊരെനിയ്ക്കു ദൈവം ബഹു-
ഭക്ഷണം തന്നതു ഭാഗ്യമല്ലോ ബലാൽ
മുമ്പിൽ മുമ്പിൽ പ്രാണഹാനിവരുന്നതു
സമ്പ്രീതി പൂണ്ടു ഭക്ഷിക്കാമനുദിനം'
ഗൃദ്ധ്രവാക്യം കടേട്ടു മർക്കടൗഘം പരി-
ത്രസ്തരായന്യോന്യമാശു ചൊല്ലീടിനാൻ
'അദ്രീന്ദ്രതുല്യനായോരു ഗൃദ്ധ്രാധിപൻ
സത്വരം കൊത്തിവിഴുങ്ങ്ങുമല്ലോരയെും
നിഷ്ഫലം നാം മരിച്ചീടുമാറായിതു
കൽപിതമാർക്കും തടുക്കരുതതേുമേ
നമ്മാലൊരുകാര്യവും കൃതമായീല
കർമ്മദോഷങ്ങൾ പറയാവതന്നെതഹോ!
രാമകാര്യത്തയെും സാധിച്ചതില്ല നാം
സ്വാമിയുടെ ഹിതവും വന്നതില്ലല്ലോ
വ്യർത്ഥമിവനാൽ മരിക്കന്നെു വന്നതു-
മത്രെയും പാപികളാകതന്നേ വയം
നിർമ്മലനായ ധർമ്മാത്മാ ജടായുതൻ
നന്മയോർത്തോളം പറയാവതല്ലല്ലോ
വർണ്ണിപ്പതിന്നു പണിയുണ്ടവനുടെ

പുണ്യമഹോർത്താൽ മറ്റൊരുത്തർക്കു കിട്ടുമഹോ?
ശ്രീരാമകാര്യാർത്ഥമാശു മരിച്ചവൻ
ചേരുമാറായിതു രാമപദാംബുജേ
പക്ഷിയെന്നാകിലും മോക്ഷം ലഭിച്ചിതു
പക്ഷീന്ദ്രവാഹനാനുഗ്രഹം വിസ്മയം'
വാനരഭാഷിതം കേട്ടു സമ്പാതിയും
മാനസാനന്ദം കലർന്നു ചോദിച്ചിതു
'കർണ്ണപീയൂഷസമാനമാം വാക്കുകൾ
ചൊന്നതാരിന്നു ജടായുവെന്നിങ്ങനെ?
നിങ്ങളാരെന്തു പറയുന്നിതന്യോന്യ-
മിങ്ങു വരുവിൻ ഭയപ്പെടായ്കേതുമേ'
ഉമ്പർകോൻ പൗത്രനുമൻപോടതു കേട്ടു
സമ്പാതിതന്നുടെ മുമ്പിലാമ്മാറു ചെ-
ന്നംഭോജലോചനൻതൻ പാദപങ്കജം
സംഭാവ്യ സമ്മോദമുൾക്കൊണ്ടു ചൊല്ലിനാൻ
'സൂര്യകുലജാതനായ ദശരഥ-
നാര്യപുത്രൻ മഹാവിഷ്ണു നാരായണൻ
പുഷ്കരനേത്രനാം രാമൻതിരുവടി
ലക്ഷ്മണനായ സഹോദരനോടു നിജ-
ലക്ഷ്മിയാം ജാനകിയോടും തപസ്സിനായ്
പുക്കിതു കാനനം താതാജ്ഞയാ പുരാ
കട്ടുകൊണ്ടീടിനാൻ തൽക്കാലമത്രെയും
ദുഷ്ടനായുള്ള ദശമുഖൻ സീതയെ
ലക്ഷ്മണനും കമലക്ഷേണനും പിരി-
ഞ്ഞക്ഷോണിപുത്രി മുറയിട്ടതു കേട്ടു
തൽക്ഷണം ചെന്നു തടുത്തു യുദ്ധം ചെയ്താ-
നക്ഷണദാചരനോടു ജടായുവാം
പക്ഷിപ്രവരനതിനാൽ വലഞ്ഞൊരു

രക്ഷോവരൻ നിജ ചന്ദ്രഹാസം കൊണ്ടു
പക്ഷവും വെട്ടിയറുത്താനതുനേരം
പക്ഷീന്ദ്രനും പതിച്ചാൽ ധരണീതലേ
ഭർത്താവിനെക്കണ്ടു വൃത്താന്തമൊക്കവേ
സത്യം പറഞ്ഞൊഴിഞ്ഞെന്നുമേ നിന്നുടെ
മൃത്യു വരായ്കെന്നനുഗ്രഹിച്ചാൾ ധരാ–
പുത്രിയും തൽ പ്രസാദേന പക്ഷീന്ദ്രനും
രാമനെക്കണ്ടു വൃത്താന്തമറിയിച്ചു
രാമസായൂജ്യം ലഭിച്ചിതു ഭാഗ്യവാൻ
അർക്കകുലോത്ഭവനാകിയ രാമനു–
മർക്കജനോടഗ്നിസാക്ഷികമാംവണ്ണം
സഖ്യവും ചെയ്തുടൻ കൊന്നിതു ബാലിയെ
സുഗ്രീവനായ്ക്കൊണ്ടു രാജ്യവും നൽകിനാൻ
വാനരാധീശ്വരനായ് സുഗ്രീവനും
ജാനകിയെത്തിരഞ്ഞാശു കണ്ടീറ്റുവാൻ
ദിക്കുകൾ നാലിലും പോകെന്നയച്ചിതു
ലക്ഷം കപിവരന്മാരയെോരോ ദിശി
ദക്ഷിണദിക്കിനു പോന്നിതു ഞങ്ങളും
രക്ഷോവരനെയും കണ്ടതില്ലെങ്ങുമേ
മുപ്പതുനാളിനകത്തു ചെന്നീടായ്കി–
ലപ്പോളവരെ വധിയ്ക്കും കപിവരൻ
പാതാളമുൾപ്പുക്കു വാസരം പോയതു–
മേതുമറിഞ്ഞീല ഞങ്ങളതുകൊണ്ടു
ദർഭവിരിച്ചു കിടന്നു മരിപ്പതി–
ന്നപ്പോൾ ഭവാനെയും കണ്ടുകിട്ടീ ബലാൽ
ഏതാനുമുണ്ടറിഞ്ഞിട്ടു നീയെങ്കിലോ
സീതാവിശേഷം പറഞ്ഞു തരണേമേ
ഞങ്ങളുടെ പരമാർത്ഥവൃത്താങ്ങ–

ളിങ്ങനെയെുള്ളതെന്നു നീയറിഞ്ഞീടടെോ!'

താരയേവാക്കുകൾ കേട്ടു സമ്പാതിയു-

മാരൂഢമോദമവനോടു ചൊല്ലിനാൻ

'ഇഷ്ടനാം ഭ്രാതാവെനിയ്ക്കു ജടായു ഞാ-

നൊട്ടുനാളുണ്ടവനോടു പിരിഞ്ഞതും

ഇന്നനകോയിരം വത്സരം കൂടി ഞാ-

നെന്നുടെ സോദരൻ വാർത്ത കേട്ടീടിനേൻ

എന്നുടെ സോദരനായുദകക്രിയ-

യ്ക്കന്നെയെടുത്തു ജലാന്തികേ കൊണ്ടുപോയ്

നിങ്ങൾ ചെയ്യിപ്പിനുദകകർമ്മാദികൾ

നിങ്ങൾക്കു വാക്സഹായം ചെയ്വനാശു ഞാൻ'

അപ്പോളവനെയെടുത്തു കപികളു-

മബ്ധി തീരത്തു വെച്ചീടിനാനാദരാൽ

തത്സലിലേ കുളിച്ചഞ്ജലിയും നൽകി

വത്സനാം ഭ്രാതാവിനായ്ക്കൊണ്ടു സാദരം

സ്വസ്ഥാനദേശേത്തിരുത്തിനാർ പിന്നെയു-

മുത്തമന്മാരായ വാനരസഞ്ചയം

സ്വസ്ഥനായ് സമ്പാതി ജാനകി തന്നുടെ

വൃത്താന്തമാശു പറഞ്ഞു തുടങ്ങിനാൻ

'തുംഗമായീടും ത്രികൂടാചലോപരി

ലങ്കാപുരിയുണ്ടു മദ്ധ്യേ സമുദ്രമായ്

തത്ര മഹാശോകകാനനേ ജാനകി

നക്തഞ്ചരീജനമദ്ധ്യേ വസിയ്ക്കുന്നു

ദൂരമൊരു നൂറു യോജനയുണ്ടതു

നേരേ നമുക്കു കാണാം ഗൃദ്ധ്രനാകയാൽ

സാമർത്ഥ്യമാർക്കതു ലംഘിപ്പതിന്നവൻ

ഭൂമിതനൂജയെക്കണ്ടുവരും ധ്രുവം

സോദരനെക്കൊന്ന ദുഷ്ടനെക്കൊല്ലണ-

മതേരൊരു ജാതിയും പക്ഷവുമില്ല മ േ
യത്നനേ നിങ്ങൾ കടക്കണമാശു പ ോയ്
രത്നാകരം പിന്നെ വന്നു രഘൂത്തമൻ
രാവണൻ തന്നയെും നിഗ്രഹിയ്ക്കും ക്ഷണാ-
ലവേമിതിന്നു വഴിയന്െനു നിർണ്ണയം
'രത്നാകരം ശതയോജനവിസ്തൃതം
യത്നനേ ചാടിക്കടന്നു ലങ്കാപുരം
പുക്കു വദൈഹേിയക്കെ്കണ്ടു പറഞ്ഞുട-
നിക്കരചെ്ചാടിക്കടന്നു വരുന്നതും
തമ്മിൽ നിരൂപിക്ക നാ,മന്െനരൊരുമിച്ചു
തമ്മിലന്യോന്യം പറഞ്ഞുതുടങ്ങിനാർ
സമ്പാതിതന്നുടെ പൂർവ്വവൃത്താന്തങ്ങ-
ളമ്പോടു വാനരന്മാരോടു ചൊല്ലിനാൻ
'ഞാനും ജടായുവാം ഭ്രാതാവുമായ് പുരാ
മാനനേ ദർപ്പിതമാനസന്മാരുമായ്
വഗേബലങ്ങൾ പരീക്ഷിപ്പതിന്നതി-
വഗേം പറന്നിതു മൽേപ്പോട്ടു ഞങ്ങളും
മാർത്താണ്ഡമണ്ഡലപര്യന്തമുൽപതി-
ച്ചാർത്തരായ് വന്നു ദിനകരരശ്മിയാൽ
തൽക്ഷണേ തീയും പിടിച്ചിതനുജനു
പക്ഷപുടങ്ങളി,ലപ്പോളവനെ ഞാൻ
രക്ഷിപ്പതിന്നുടൻ പിന്നിലാക്കീടിനൻേ
പക്ഷം കരിഞ്ഞു ഞാൻ വീണിതു ഭൂമിയിൽ
പക്ഷദ്വയത്തോടു വീണാനനുജനും
പക്ഷികൾക്കാശ്രയം പക്ഷമല്ലോ നിജം
വിന്ധ്യാചലന്ദ്രേശിരസി വീണീടിനേ-
നന്ധനായ് മൂന്നു ദിനം കിടന്നീടിനൻേ
പ്രാണശഷേത്താലുണർന്നോരു നരേത്തു

കാണായിതു ചിറകും കരിഞ്ഞങ്ങനെ
ദിഗ്ഭ്രമം പൂണ്ടു ദേശങ്ങളറിയാഞ്ഞു
വിഭ്രാന്തമാനസനായുഴന്നങ്ങനെ
ചെന്നനേൻ നിശാകരതാപസന്തന്നുടെ
പുണ്യാശ്രമത്തിനു പൂർണ്ണഭാഗ്യോദയാൽ
കണ്ടു മഹാമുനി ചൊല്ലിനാനന്നോടു
പണ്ടു കണ്ടുള്ളൊരറിവുനിമിത്തമായ്
'എന്തു സമ്പാതേ! വിരൂപനായ് വന്നതി-
നന്തുമൂലമിതാരാലകപ്പെട്ടതും?
എത്രയും ശക്തനായോരു നിനക്കിന്നു
ദഗ്ദ്ധമാവാനന്തു പക്ഷം പറക നീ'
എന്നതു കേട്ടു ഞാനന്നുടെ വൃത്തന്ത-
മൊന്നൊഴിയാതെ മുനിയോടു ചൊല്ലിനേൻ
പിന്നെയും കൂപ്പിത്തൊഴുതി ചോദിച്ചിതു
'സന്നമായ് വന്നു ചിറകും ദയാനിധേ!
ജീവനത്തെദ്ധരിക്കേണ്ടുമുപായമി-
ന്നവേമന്നന്നോടു ചൊല്ലിത്തരണേമേ!'
എന്നതു കേട്ടു ചിരിച്ചു മഹാമുനി
പിന്നെദ്ദയാവശനായരുളിച്ചെയ്തു
'സത്യമായുള്ളതു ചൊല്ലുന്നതുണ്ടു ഞാൻ
കൃത്യം നിനക്കൊത്തവണ്ണം കുരുഷ്വ നീ
ദേഹം നിമിത്തമീ ദുഃഖമറിക നീ
ദേഹമോർക്കിൽ കർമ്മസംഭവം നിർണ്ണയം
ദേഹത്തിലുള്ളോരഹംബുദ്ധി കൈക്കൊണ്ടു
മോഹാദാഹംകൃതികർമ്മങ്ങൾ ചെയ്യുന്നു
മിഥ്യയായുള്ളോരവിദ്യാസമുത്ഭവ-
വസ്തുവായുള്ളോന്നഹങ്കാരമോർക്ക നീ
ചിച്ഛായയോടു സംയുക്തമായ് വർത്തതേ

തപ്തമായുള്ളോരയഃപിണ്ഡാവൽ സദാ
തനേ ദഹേത്തിന്നു താദാത്മ്യയോഗനേ
താനൊരു ചതേനവാനായ് ഭവിയ്ക്കുന്നു
ദഹോേഹമന്നെുള്ള ബുദ്ധിയുണ്ടായ് വരു-
മാഹന്ത! നൂനമാത്മാവിനു മായയാ
ദഹോേഹമദ്യവൈ കർമ്മകർത്താഹമി-
ത്യാഹന്ത! സങ്കൽപ്യ സർവ്വദാ ജീവനും
കർമ്മങ്ങൾ ചയ്തു ഫലങ്ങളാൽ ബദ്ധനായ്
സമ്മോഹമാർന്നു ജനനമരണമാം
സംസാരസൗഖ്യദുഃഖാദികൾ സാധിച്ചു
ഹംസപദങ്ങൾ മറന്നു ചമയുന്നു
മൽേപാേട്ടുമാശു കീഴ്പാേട്ടും ഭ്രമിച്ചതി
താൽപര്യവാൻ പുണ്യപാപാത്മകഃസ്വയം
'എത്രയും പുണ്യങ്ങൾ ചയ്തനേ്‍ വളര ഞാൻ
വിത്താനുരൂപണേ യജ്ഞദാനാദികൾ
ദുർഗ്ഗതി നീക്കിസ്സുഖിച്ചു വസിക്കണം
സ്വർഗ്ഗം ഗമി്ച്ചന്നെു കൽപ്പിച്ചിരിക്കവ
മൃത്യു ഭവിച്ചു സുഖിച്ചു വാഴും വിധൗ
ഉത്തമാംഗം കൊള്ളവീഴുമധോഭുവി
പുണ്യമൊടുങ്ങിയാലിന്ദുതന്മണ്ഡല
ചന്നെു പതിച്ചു നീഹാരസമതേനായ്
ഭൂമൗ പതിച്ചു ശാല്യാദികളായ്ഭവി-
ച്ചാമോദമുൾക്കൊണ്ടു വാഴും ചിരതരം
പിന്നപ്പെുരുഷൻ ഭുജിയ്ക്കുന്ന ഭോജ്യങ്ങൾ-
തന്ന ചതുർവിധമായ് ഭവിയ്ക്കും ബലാൽ
എന്നതിലൊന്നു രതേസ്സായ് ചമഞ്ഞതു
ചന്നെു സീമന്തിനിയോനിയിലായ്വരും
യോനിരക്തത്താേടു സംയുക്തമായ്വന്നു

താനമേ ജരായുപരിവഷ്ടേിതവുമാം
ഏകദിനമേ കലർന്നു കലലമാ-
മക്കീഭവിച്ചാലതും പിന്നെ മല്ലെവനെ
പഞ്ചരാത്രം കൊണ്ടു ബുദ്ബുദാകാരമാം
പഞ്ചദിനം കൊണ്ടു പിന്നെ യഥാക്രമം
മാംസപേശിത്വം ഭവിക്കുമതിന്നതു
മാസാർദ്ധകാലമേ പിന്നെയും മല്ലെവമേ
പേശിരുധിരപരിപ്ലുതമായ്‌വരു-
മാശു തസ്യാമങ്കുരോൽപത്തിയും വരും
പിന്നെയൊരു പഞ്ചവിംശതി രാത്രിയാൽ
പിന്നെയൊരു മൂന്നുമാസമേ സന്ധിക-
ളംഗങ്ങൾതോറും ക്രമണേ ഭവിച്ചിടു-
മംഗുലീജാലവും നാലുമാസത്തിനാൽ
ദന്തങ്ങളും നഖപംക്തിയും ഗുഹ്യവും
സന്ധിയ്ക്കും നാസികാകർണ്ണനത്രേങ്ങളും
പഞ്ചമാസംകൊണ്ടു, ഷഷ്ഠമാസേ പുനഃ
കിഞ്ചനപോലും പിഴയാതെ ദേഹിനാം
കർണ്ണയോഃ ഛിദ്രം ഭവിയ്ക്കുമതിസ്ഫുടം
പിന്നെ മേഢ്രോപസ്ഥനാഭിപായുക്കളും
സപ്തമേ മാസി ഭവിയ്ക്കും പുനരുടൻ
ഗുപ്തമായോരു ശിരഃകേശരോമങ്ങൾ
അഷ്ടമേ മാസി ഭവിയ്ക്കും പുനരപി
പുഷ്ടമായീടും ജഠരസ്ഥലാന്തരേ
ഒൻപതാം മാസേ വളരും ദിനംപ്രതി
കമ്പം കരചരണാദികൾക്കും വരും
പഞ്ചമമോസി ചതൈന്യവാനായ് വരു-
മഞ്ജസാ ജീവൻ ക്രമണേ ദിനേ ദിനേ
നാഭിസൂത്രാൽപരന്ധ്രണേ മാതാവിനാൽ

സാപക്ഷേമായ ഭുക്താന്നരസത്തിനാൽ
വർദ്ധതേ ഗർഭഗമായ പിണ്ഡം മുഹുർ–
മൃത്യു വരാ നിജ കർമ്മബലത്തിനാൽ
പൂർവ്വജന്മങ്ങളും കാമങ്ങളും നിജം
സർവ്വകാലം നിരൂപിച്ചു നിരൂപിച്ചു
ദുഃഖിച്ചു ജാഠരവഹ്നിപ്രതപ്തനായ്–
താൽക്കാരണങ്ങൾ പറഞ്ഞു തുടങ്ങിനാൻ
'പത്തുനൂറായിരം യോനികളിൽ ജനി–
ച്ചതെ്ര കർമ്മങ്ങളനുഭവിച്ചനേഹം
പുത്രദാരാർത്ഥബന്ധുക്കൾ സംബന്ധവു–
മതെ്രനൂറായിരം കോടി കഴിഞ്ഞിതു
നിത്യ കുടുംബഭരണൈകസക്തനായ്
വിത്തമന്യായമായാർജ്ജിച്ചിതന്വഹം
വിഷ്ണുസ്മരണവും ചെയ്തുകൊണ്ടീല ഞാൻ
കൃഷ്ണ കൃഷ്ണേതി ജപിച്ചീലൊരിക്കലും
തഫലമല്ലേമനുഭവിച്ചീടുന്നി–
തിപ്പോളിവിടക്കിടന്നു ഞാനിങ്ങനെ
ഗർഭപാത്രത്തിൽനിന്നന്നു ബാഹ്യസ്ഥലേ
കൽപ്പോടനെിയ്ക്കു പുറപ്പെട്ടുകൊള്ളാവൂ?
ദുഷ്കർമ്മമൊന്നുമേ ചെയ്യുന്നതില്ല ഞാൻ
സർകർമ്മജാലങ്ങൾ ചെയ്യുന്നതയേുള്ളു.
നാരായണസ്വാമിതന്നയെൊഴിഞ്ഞു മ–
റ്റാരെയും പൂജിക്കയില്ല ഞാനന്നുമേ
ഇത്യാദി ചിന്തിച്ചു ചിന്തിച്ചു ജീവനും
ഭക്ത്യാ ഭഗവൽസ്തുതി തുടങ്ങീടിനാൻ
പത്തുമാസം തികയും വിധൗ ഭൂതലേ
ചിത്തതാപനേ പിറക്കും വിധിവശാൽ
സൂതിവാതത്തിൻ ബലത്തിനാൽ ജീവനും

ജാതനാം യഷോനിരന്ധ്രണേ പീഡാന്വിതം
പാല്യമാനഷോപി മാതാപിതാക്കന്മാരാൽ
ബാല്യാദി ദുഃഖങ്ങളന്തെു ചൊല്ലാവതും?
യൗവനദുഃഖവും വാർദ്ധക്യദുഃഖവും
സർവ്വവുമഷോർത്തഷോളമതേും പണൊറാ സഖേ!
നിന്നാലനുഭൂതമായുള്ളതന്തെിനു
വർണ്ണിച്ചു ഞാൻ പറയുന്നു വൃഥാ ബലാൽ?
ദഹേഷോഹമന്തെുള്ള ഭാവനയാ മഹാ-
മഷോഹനേ സൗഖ്യദുഃഖങ്ങളുണ്ടാകുന്നു
ഗർഭവാസാദി ദുഃഖങ്ങളും ജന്തുവർ-
ഗ്ഗഷോത്ഭവനാശവും ദഹേമൂലം സഖേ!
സ്ഥൂലസൂക്ഷ്മാത്മകദഹേദ്വയാൽ പരം
മലേയേിരിപ്പതാത്മാ പരൻ കവേലൻ
ദഹോദികളിൽ മമത്വമുപകേ്ഷിച്ചു
മഷോഹമകന്നാത്മജ്ഞാനിയായ് വാഴ്കനീ
ശുദ്ധം സദാ ശാന്തമാത്മാനമവ്യയം
ബുദ്ധം പരബ്രഹ്മമാനന്ദമദ്വയം
സത്യം സനാതനം നിത്യം നിരുപമം
തത്ത്വമകേം പരം നിർഗ്ഗുണം നിഷ്കളം
സച്ചിന്മയം സകലാത്മകമീശ്വര-
മച്യുതം സർവ്വജഗന്മയം ശാശ്വതം
മായാവിനിർമ്മുക്തമന്തെറിയുന്നരേം
മായാവിമഷോഹമകലുമല്ലോവനും
പ്രാരബ്ധകർമ്മവശോനുരൂപം ഭുവി
പാരമാർത്ഥ്യാത്മനാ വാഴുക നീ സഖേ!
മറ്റൊരുപദശേവും പറയാം തവ
ചറെ്റു ദുഃഖം മനക്കാമ്പിലുണ്ടാകൊലാ
ത്രതോയുഗേ വന്നു നാരായണൻ ഭുവി

ജാതനായീടും ദശരഥപുത്രനായ്
നക്തഞ്ചരനേന്ദ്രനെ നിഗ്രഹിച്ചൻപോടു
ഭക്തജനത്തിനു മുക്തി വരുത്തുവാൻ
ദണ്ഡകാരണ്യത്തിൽ വാഴും വിധൌ ബലാൽ
ചണ്ഡനായുള്ള ദശാസ്യനാം രാവണൻ
പുണ്ഡരീകോത്ഭൂതയാകിയ സീതയെ
പണ്ഡിതന്മാരായ രാമസൌമിത്രികൾ
വേർപെടട്ടിരിക്കുന്ന നേരത്തു വന്നു ത-
ന്നാപത്തിനായ്ക്കട്ടുകൊണ്ടുപോം മായയാ
ലങ്കയിൽ കൊണ്ടുവച്ചീടും ദശാന്തരേ
പങ്കജലോചനയത്തിരഞ്ഞീടുവാൻ
മർക്കടരാജനിയോഗാൽ കപികുലം
ദക്ഷിണവാരിധി തീരദശേ വരും
തത്ര സമാഗമം നിന്നോടു വാനരർ-
ക്കത്തുമൊരു നിമിത്തനേ നിസ്സംശയം
എന്നാലവരോടു ചൊല്ലിക്കൊടുക്ക നീ
തന്വംഗി വാഴുന്ന ദശേം ദയാവശാൽ
അപ്പോൾ നിനക്കു പക്ഷങ്ങൾ നവങ്ങളാ-
യുത്ഭവിച്ചീടുമതിനില്ല സംശയം'
എന്നപ്പറഞ്ഞു ബോധിപ്പിച്ചിതിങ്ങനെ
മുന്നം നിശാകരനായ മഹാമുനി
വന്നതു കാണ്മിൻ ചിറകുകൾ പുത്തനാ-
യന്നേ വിചിത്രമേ! നന്നുനന്നത്രയും
ഉത്തമതാപസന്മാരുടെ വാക്യവും
സത്യമല്ലാതെ വരികയില്ലന്നുമേ
ശ്രീരാമദേവകഥാമൃതമാഹാത്മ്യ-
മാരാലുമോർത്താലറിയാവതല്ലതേും
രാമനാമാമൃതത്തിന്നു സമാനമായ്

മാമകമേ മാനസമേ മററു തേനേന്നീലഹോ
നല്ലതു മനേ്മൽ വരണേമേ നിങ്ങൾക്കു
കല്യാണഗ്രാത്രിയക്കെകണ്ടുകിട്ടണേമേ!
നന്നായതിപ്രയത്നം ചെയ്കിലർണ്ണവ–
മിന്നുതന്നെ കടക്കായ്‌വരും നിർണ്ണയം
ശ്രീരാമനാമസ്മൃതികൊണ്ടു സംസാര–
വാരാന്നിധിയക്കെടക്കുന്നിതവേരും
രാമഭാര്യാലഭോകനാർത്ഥമായ് പോകുന്ന
രാമഭക്തന്മാരാം നിങ്ങൾക്കൊരിയ്ക്കലും
സാഗരത്തക്കെടന്നീടുവാനതേുമൊ–
രാകുലമുണ്ടാകയില്ലൊരു ജാതിയും'
എന്നു പറഞ്ഞു പറന്നു മറഞ്ഞിത–
ത്യുന്നതനായ സമ്പാതി വിഹായസാ

സമുദ്രലംഘനചിന്ത

പിന്നെക്കപിവരന്മാർ കൗതുകത്തോടു-
മന്യോന്യമാശു പറഞ്ഞു തുടങ്ങിനാർ
ഉഗ്രം മഹാനക്രചക്രഭയങ്കര-
മഗ്രേ സമുദ്രമാലോക്യ കപികുലം
'എങ്ങനെ നാമിതിനെക്കടക്കുന്നവാ-
റെങ്ങും മറുകര കാണ്മാനുമില്ലല്ലോ
ആവതല്ലാത്തതു ചിന്തിച്ചു ഖേദിച്ചു
ചാവതിനെന്തവകാശം കപികളേ!'
ശക്രതനയതനൂജനാമംഗദൻ
മർക്കടനായകന്മാരോടു ചൊല്ലിനാൻ
'എത്രയും വേഗബലമുള്ള ശൂരന്മാർ
ശക്തിയും വിക്രമവും പാരമുണ്ടല്ലോ
നിങ്ങളെല്ലാവർക്കുമെന്നാലിവരിൽ വ-
ച്ചിങ്ങുവന്നെന്നോടൊരുത്തൻ പറയണം
ഞാനിതിനാളെന്നവനല്ലോ നമ്മുടെ
പ്രാണനെ രക്ഷിച്ചുകൊള്ളുന്നതും ദൃഢം
സുഗ്രീവരാമസൗമിത്രികൾക്കും ബഹു
വ്യഗ്രം കളഞ്ഞു രക്ഷിയ്ക്കുന്നതുമവൻ'
അംഗദനിങ്ങനെ ചൊന്നതു കേട്ടവർ
തങ്ങളിൽത്തങ്ങളിൽ നോക്കിനാരവേരും
ഒന്നും പറഞ്ഞീലൊരുത്തരുമംഗദൻ
പിന്നെയും വാനരന്മാരോടു ചൊല്ലിനാൻ
'ചിത്തേ നിരൂപിച്ചു നിങ്ങളുടെ ബലം
പ്രത്യേകമുച്യതാമുദ്യോഗപൂർവ്വകം'
ചാടാമെനിയ്ക്കു ദശയോജന വഴി

ചാടാമിരുപതനിക്കന്നൊരു കപി
മുപ്പതു ചാടാമനിക്കന്നപരനു-
മപ്പടി നാൽപതാമന്നു മറ്റവേനും
അൻപതറുപതഴുപതുമാമന്നു-
മൺപതു ചാടാമനിക്കന്നൊരുവനും
തൊണ്ണൂറു ചാടുവാൻ ദണ്ഡമില്ലകേനെ-
ന്നർണ്ണവമോ നൂറു യോജനയുണ്ടല്ലോ
ഇക്കണ്ട നമ്മിലാർക്കും കടക്കാവത-
ല്ലിക്കടൽ മർക്കടവീരരേ നിർണ്ണയം
മുന്നം ത്രിവിക്രമൻ മൂന്നു ലോകങ്ങളും
ഛന്നമായ് മൂന്നടിയായളക്കും വിധൗ
യൗവനകാലേ പെരുമ്പറയും കൊട്ടി
മൂവഴേുവട്ടം വലത്തു വച്ചീടിനേൻ
വാർദ്ധക്യഗ്രസ്തനായനേിദാനീം ലവ-
ണാബ്ധി കടപ്പാനുമില്ല വേഗം മമ
ഞാനിരുപത്തൊന്നു വട്ടം പ്രദക്ഷിണം
ദാനവാരിയ്ക്കു ചയ്തേേൻ ദശമാത്രയാ
കാലസ്വരൂപനാമീശ്വരൻ തന്നുടെ
ലീലകളോർത്തോളമത്ഭുതമത്രയും'
ഇത്ഥമജാത്മജൻ ചൊന്നതു കട്ടേതി-
നുത്തരം വൃത്രാരിപൗത്രനും ചൊല്ലിനാൻ
'അങ്ങോട്ടു ചാടാമനിയ്ക്കന്നു നിർണ്ണയ-
മിങ്ങോട്ടു പോരുവാൻ ദണ്ഡമുണ്ടാകിലാം'
'സാമർത്ഥ്യമില്ല മറ്റാർക്കുമന്നാകിലും
സാമർത്ഥ്യമുണ്ടു ഭവാനിതിനങ്കിലും
ഭൃത്യജനങ്ങളയയ്ക്കയില്ലന്നുമേ
ഭൃത്യരിലകേനുണ്ടാമന്നതേ വേരൂ'
'ആർക്കുമയേില്ല സാമർത്ഥ്യമനശനം

ദീക്ഷിച്ചു തന്നെ മരിക്ക നല്ലൂ വയം'
താരയേനവേം പറഞ്ഞശേഷമനന്തരം
സാരസസംഭവനന്ദനൻ ചൊല്ലിനാൻ
'എന്തു ജഗൽപ്രാണനന്ദനനിങ്ങനെ
ചിന്തിച്ചിരിക്കുന്നതേതും പറയാതെ?
കുണ്ഠനായ്ത്തന്നെയിരുന്നുകളകയോ?
കണ്ടീല നിന്നെയൊഴിഞ്ഞു മറ്റാരെയും
ദാക്ഷായണീഗർഭപാത്രസ്ഥനായൊരു
സാക്ഷാൽ മഹാദേവബീജമല്ലോ ഭവാൻ
പിന്നെ വാതാത്മജനാകയുമു,ണ്ടവൻ–
തന്നോടു തുല്യൻ ബലവേഗമോർക്കിലോ
കേസരിയക്കൊന്നു താപം കളഞ്ഞൊരു
കേസരിയാകിയ വാനരനാഥനു
പുത്രനായഞ്ജന പെറ്റുളവായൊരു
സത്വഗുണപ്രധാനൻ ഭവാൻ കേവലം
അഞ്ജനാഗർഭച്യുതനായവനിയി–
ലഞ്ജസാ ജാതനായ് വീണനേരം ഭവാൻ
അഞ്ഞൂറു യോജന മേൽപോട്ടു ചാടിയ–
തും ഞാനറിഞ്ഞിരിക്കുന്നിതു മാനസേ
ചണ്ഡകിരണനുദിച്ചു പൊങ്ങുന്നേരം
മണ്ഡലം തന്നെതുടുതുടെക്കണ്ടു നീ
പക്വമെന്നോർത്തു ഭക്ഷിപ്പാനടുക്കയാൽ
ശക്രനുടെ വജ്രമേറ്റു പതിച്ചതും
ദുഃഖിച്ചു മാരുതൻ നിന്നെയും കൊണ്ടുപോയ്–
പുക്കിതു പാതാളമപ്പോൾ ത്രിമൂർത്തികൾ
മുപ്പത്തുമുക്കോടി വാനവർ തമ്മൊടും
ഉൽപലസംഭവപുത്രവർഗ്ഗത്തോടും
പ്രത്യക്ഷമായ് വന്നനുഗ്രഹിച്ചീടിനാർ

മൃത്യുവരാ ലോകനാശം വരുമ്പൊഴും
കൽപാന്തകാലത്തുമില്ല മൃതിയെന്നു
കൽപിച്ചതിന്നിളക്കം വരാ നിർണ്ണയം
ആമ്നായസാരാർത്ഥമൂർത്തികൾ ചൊല്ലിനാർ
നാമ്നാ ഹനുമാനിവനെന്നു സാദരം
വജ്രം ഹനുവിങ്കലേറ്റു മുറികയാ-
ലച്ചരിത്രങ്ങൾ മറന്നിതോ മാനസേ?
നിൻ കയ്യിലല്ലയോ തന്നതു രാഘവ-
നംഗുലീയമതുമെന്തിനെന്നോർക്ക നീ!
ത്വൽ ബലവീര്യവേഗങ്ങൾ വർണ്ണിപ്പതി-
നിപ്രപഞ്ചത്തിങ്കലാർക്കുമാമല്ലെടോ'
ഇത്ഥം വിധിസുതൻ ചൊന്ന നേരം വായു-
പുത്രനുമുത്ഥായ സത്വരം പ്രീതനായ്
ബ്രഹ്മാണ്ഡമാശു കുലുങ്ങുമാറൊന്നവൻ
സമ്മദാൽ സിംഹനാദം ചെയ്തരുളിനാൻ
വാമനമൂർത്തിയെപ്പോലെ വളർന്നവൻ
ഭൂമിധരാകാരനായ്നിന്നു ചൊല്ലിനാൻ
'ലംഘനം ചെയ്തു സമുദ്രത്തെയും പിന്നെ
ലങ്കാപുരത്തെയും ഭസ്മമാക്കി ക്ഷണാൽ
രാവണനെക്കുലത്തോടുമൊടുക്കി ഞാൻ
ദേവിയേയും കൊണ്ടുപോരുവനിപ്പൊഴേ
അല്ലായ്കിലോ ദശകണ്ഠനെബ്ബന്ധിച്ചു
മല്ലെവേ വാമകരത്തിലെടുത്തുടൻ
കൂടത്രയത്തോടു ലങ്കാപുരത്തെയും
കൂടെ വലത്തു കരത്തിലാക്കിക്കൊണ്ടു
രാമാന്തികേ വച്ചു കൈതൊഴുതീടുവൻ
രാമാംഗുലീയമെൻ കയ്യിലുണ്ടാകയാൽ'
മാരുതി വാക്കു കേട്ടോരു വിധിസുത-

നാരൂഢകൗതുകം ചൊല്ലിനാൻ പിന്നെയും
'ദേവിയെക്കണ്ടു തിരികെ വരിക നീ
രാവണനോടെതിർത്തീടുവാൻ പിന്നെയാം
നിഗ്രഹിച്ചീടും ദശാസ്യനെ രാഘവൻ
വിക്രമം കാട്ടുവാനന്നേരമാമല്ലോ
പുഷ്കരമാർഗ്ഗേണ പോകും നിനക്കൊരു
വിഘ്നം വരായ്ക! കല്യാണം ഭവിക്ക! തേ
മാരുതദേവനുമുണ്ടരികേ തവ
ശ്രീരാമകാര്യാർത്ഥമായല്ലോ പോകുന്നു'
ആശിർവ്വചനവും ചെയ്തു കപികുല-
മാശു പോകെന്നു വിധിച്ചോരനന്തരം
വേഗേന പോയ് മഹേന്ദ്രത്തിൻ മുകളേറി
നാഗാരിയെപ്പോലെ നിന്നു വിളങ്ങിനാൻ

ഇത്ഥം പറഞ്ഞറിയിച്ചോരു തത്തയും
ബദ്ധമോദത്തോടിരുന്നിതക്കാലമേ

(ഇത്യദ്ധ്യാത്മരാമായണേ ഉമാമഹേശ്വരസംവാദേ
കിഷ്കിന്ധാകാണ്ഡം സമാപ്തം)

സുന്ദരകാണ്ഡം

ഹരിഃ ശ്രീ ഗണപതയേ നമഃ

അവിഘ്നമസ്തു

സകലശുകകുല വിമലതിലകിത കളേബരേ!

സാരസ്യപീയൂഷ സാരസർവ്വസ്വമേ

കഥയ മമ കഥയ മമ കഥകളതിസാദരം

കാകുൽസ്ഥലീലകൾ കേട്ടാൽ മതിവരാ

കിളിമകളോടതിസരസമിതി രഘുകുലാധിപൻ

കീർത്തി കേട്ടീടുവാൻ ചോദിച്ചനന്തരം

കളമൊഴിയുമഴകിനൊടു തെഴുതുചൊല്ലീടിനാൾ

കാരുണ്യമൂർത്തിയെച്ചിന്തിച്ചു മാനസേ

ഹിമശിഖരി സുതയൊടുചിരിച്ചു ഗംഗാധര-

നങ്കിലോ കേട്ടു കൊൾകെന്നരുളിച്ചെയ്തു

- സമുദ്രലംഘനം
- മാർഗ്ഗവിഘ്നം
- ലങ്കാലക്ഷ്മീമോക്ഷം
- സീതാദർശനം
- രാവണന്റെ പുറപ്പാട്
- രാവണന്റെ ഇച്ഛാഭംഗം
- സീതാഹനുമൽസംവാദം
- ലങ്കാമർദ്ദനം
- ഹനൂമദ്ബന്ധനം
- ഹനുമാന്റെ ഹിതോപദേശം
- ലങ്കാദഹനം
- ഹനുമാന്റെ പ്രത്യാഗമനം

സമുദ്രലംഘനം

ലവണജലനിധിശതകയോജനാവിസ്തൃതം
ലംഘിച്ചുലങ്കയിൽ ചെല്ലുവാൻ മാരുതി
മനുജപരിവൃഢചരണനളിനയുഗളം മുദാ
മാനസേ ചിന്തിച്ചുറപ്പിച്ചു നിശ്ചലം
കപിവരരോടമിതബല സഹിതമുരചെയ്തിതു
കണ്ടുകൊൾവിൻ നിങ്ങളെങ്കിലെല്ലാവരും
മമജനകസദൃശനഹ മതിചപലമംബരേ
മാനനേപോകുന്നിതാശരശോലയേ
അജതനയതനയശരസമമധിക സാഹസാ-
ലദവൈപശ്യാമിരാമപത്നീമഹം
അഖിലജഗധധിപനോടു വിരവോടറിയിപ്പനി-
ങ്ങദ്യ കൃതാർത്ഥനായന്റേ കൃതാർത്ഥോസ്മ്യഹം
പ്രണതജനബഹുജനനമരണ ഹരനാമകം
പ്രാണപ്രയാണകാലേ നിരൂപിപ്പവൻ
ജനിമരണജലനിധിയെ വിരവോടുകടക്കുമ-
ജ്ജന്മനാ കിം പുനസ്തസ്യ ദൂതോസ്മ്യഹം
തദനു മമ ഹൃദി സപദി രഘുപതിരനാരതം
തസ്യാംഗുലീയവുമുണ്ടു ശിരസി മേ
കിമപി നഹി ഭയമുദധി സപദിതരിതും;നിങ്ങൾ
കീശപ്രവരരേ! ഖേദിയായ്കതേുമേ
ഇതിപവനതനയനുരചെയ്തു വാലും നിജ-
മറ്റേമുയർത്തിപ്പരത്തി കരങ്ങളും
അതിവിപുല ഗളതലവുമാർജ്ജവമാക്കിനി-
നാകുഞ്ചിതാംഘ്രിയായൂർദ്ധ്വനയനനായ്
ദശവദനപുരിയിൽ നിജ ഹൃദയവുമുറപ്പിച്ചു
ദക്ഷിണദിക്കുമാലോക്യ ചാടീടിനാൻ

മാർഗ്ഗവിഘ്നം

പതഗപതിരിവ പവനസുതനഥ വിഹായസാ
ഭാനുബിംബാഭയാ പോകും ദശാന്തരേ
അമരസമുദയമനിലതനയ ബലവേഗങ്ങ-
ളാലോക്യ ചൊന്നാർ പരീക്ഷണാർത്ഥം തദാ
സുരസയൊടു പവനസുതസുഖഗതി മുടക്കുവാൻ
തൂർണ്ണം നടന്നിതു നാഗജനനിയും
ത്വരിതമനിലജ മതിബലങ്ങളറിഞ്ഞതി-
സൂക്ഷ്മദൃശാ വരികന്നെതു കേട്ടവൾ
ഗഗനപഥി പവനസുത ജവഗതി മുടക്കുവാൻ
ഗർവ്വണേ ചെന്നു തത്സന്നിധൌ മവിനാൾ
കഠിനതരമലറിയവളവനൊടുര ചെയ്തിതു
"കണ്ടീലയോ ഭവാനനന്നെകെക്കപിവര!
ഭയരഹിതമിതുവഴി നടക്കുന്നവർകളെ
ഭക്ഷിപ്പതിന്നുമാം കൽപ്പിച്ചതീശ്വരൻ
വിധിവിഹിതമശനമിതു നൂനമദ്യ ത്വയാ
വീരാ! വിശപ്പനിക്കറേ്മുണ്ടോർക്ക നീ
മമവദന കുഹരമതിൽ വിരവിനൊടു പൂക നീ
മറ്റൊന്നുമോർത്തു കാലം കളയാകടോ!"
സരസമിതി രഭസതരമതനു സുരസാഗിരം
സാഹസാൽ കേട്ടനിലാത്മജൻ ചൊല്ലിനാൻ:
"അഹമഖിലജഗദധിപനമര ഗുരുശാസനാ-
ലാശു സീതാന്വഷേണത്തിന്നു പോകുന്നു
അവളെ നിശിചരപുരിയിൽ വിരവിനൊടു ചെന്നുക-
ണ്ടദ്യ വാ ശ്വോ വാ വരുന്നതുമുണ്ടു ഞാൻ
ജനക നരപതിദുഹിതൃ ചരിതമഖിലം ദ്രുതം

ചന്നെു രഘുപതിയോടറിയിച്ചു ഞാൻ
തവവദന കുഹരമതിലപഗത ഭയാകുലം
താല്പര്യമുൾക്കൊണ്ടു വന്നു പുക്കീടുവൻ
അന്യതമകതളിരിലൊരു പൊഴുതുമറിവീലഹ-
മാശു മാർഗ്ഗം ദേഹി ദേവീ നമോസ്തുതേ"
തദനു കപികുലവരനൊടവളുമുര ചെയ്തിതു
"ദാഹവും ക്ഷുത്തും പൊറുക്കരുതേതുമേ"
"മനസി തവ സുദൃഢമിതി യദി സപദി സാദരം
വാ പിളർന്നീടെ"ന്നു മാരുതി ചൊല്ലിനാൻ
അതിവിപുലമുടലുമൊരു യോജനായാമമാ-
യാശുഗ നന്ദനൻ നിന്നതു കണ്ടവൾ
അതിലധികതര വദന വിവരമൊടനാകുല-
മത്ഭുതമായഞ്ചു യോജനാവിസ്തൃതം
പവനതനയനുമതിനു ഝടിതി ദശയോജന
പരിമിതി കലർന്നു കാണായോരനന്തരം
നിജമനസി ഗുരുകുതുകമൊടു സുരസയും തദാ
നിന്നാളിരുപതു യോജനവായുവുമായ്
മുഖകുഹരമതിവിപുലമിതി കരുതി മാരുതി
മുപ്പതുയോജനവണ്ണമായ് മേവിനാൻ
അലമലമിതയമമലനരുതു ജയമാർക്കുമെ-
ന്നൻപതുയോജന വാ പിളർന്നീടിനാൾ
അതുപൊഴുതു പവനസുതനതി കൃശശരീരനാ-
യംഗുഷ്ഠതുല്യനായുൾപ്പുക്കരുളിനാൻ
തദനുലഘുതരമവനുമുരുതരതപോ ബലാൽ
തത്ര പുറത്തു പുറപ്പെട്ടു ചൊല്ലിനാൻ:
"ശൃണു സുമുഖി! സുരസുഖപരേ! സുരസേ! ശുഭേ!
ശുദ്ധേ! ഭുജംഗമാതാവേ! നമോസ്തുതേ
ശരണമിഹ ചരണസരസിജയുഗളമവേ തേ

ശാന്തരേ ശരണ്യരേ! നമസ്തനേമരോസ്തുതേ!"
പ്ലവഗപരിവൃഢവചന നിശമനദശാന്തരേ
പർേത്തും ചിരിച്ചു പറഞ്ഞു സുരസയും:
"വരികതവജയമതി സുഖനേപരോയ്ചന്നെു നീ
വല്ലഭാവൃത്താന്തമുള്ളവണ്ണം മുദാ
രഘുപതിയരോടഖിലമറിയിക്ക തൽ കരോപനേ
രക്ഷരോഗണത്തയെുമരൊക്കയെരൊടുക്കണം
അറിവതിനുതവ ബലവിവകേവഗോദിക-
ളാദിതയേന്മാരയച്ചുവന്നനേഹം"
നിജചരിതമഖിലമവളവനരൊടറിയിച്ചു പരോയ്
നിർജ്ജരലരോകം ഗമിച്ചാൾ സുരസയും.
പവനസുതനഥഗഗനപഥി ഗരുഡതുല്യനായ്
പാഞ്ഞുപാരാവാരമീതരേ ഗമിക്കുമ്പരോൾ
ജലനിധിയുമചലവരനരോടു ചരൊല്ലീടിനാൻ:
"ചന്നെു നീ സൽക്കരിക്കണേം കപീന്ദ്രനന
സഗരനരപതിതനയരന്നെന വളർക്കയാൽ
സാഗരമന്നെുചരൊല്ലുന്നിതല്ലൊവരും
തദഭിജനഭവനറിക രാമൻ തിരുവടി
തസ്യകാര്യാർത്ഥമായ് പരോകുന്നതുമിവൻ
ഇടയിലരൊരു പതനമവനില്ല തൽക്കാരണാ-
ലിച്ഛരയാപരൊങ്ങിത്തളർച്ച തീർത്തീടണം
മണികനകമയനമലനായ മനൈാകവും
മാനുഷവഷേം ധരിച്ചു ചരൊല്ലീടിനാൻ
ഹിമശിഖരിതനയനഹമറിക കപിവീര! നീ-
യന്നെ്മലേിരുന്നു തളർച്ചയും തീർക്കടരോ!
സലിലനിധി സരഭസമയയ്ക്കയാൽ വന്നുഞാൻ
സാദവും ദാഹവും തീർത്തുപരൊയ്ക്കരൊൾകടരോ!
അമൃതസമജലവുമതിമധുരമധുപൂരവു-

മാർദ്രപക്വങ്ങളും ഭക്ഷിച്ചുകൊൾക നീ"
അലമലമിതരുതരുതു രാമകാര്യാർത്ഥമാ-
യാശു പോകും വിധൌ പാർക്കരുതങ്ങെുമേ
പെരുവഴിയിലശനശയനങ്ങൾ ചെയ്കെന്നതും
പേർത്തുമറ്റൊന്നു ഭാവിക്കയെന്നുള്ളതും
അനുചിതമറിക രഘുകുലതിലക കാര്യങ്ങ-
ളൻപോടു സാധിച്ചൊഴിഞ്ഞരുതൊന്നുമേ
വിഗതഭയമിനിവിരവൊടിന്നു ഞാൻ പോകുന്നു
ബന്ധുസൽക്കാരം പരിഗ്രഹിച്ചനേഹം
പവനസുതനിവയുമുരചെയ്തു തൻ കൈകളാൽ
പർവ്വതാധീശ്വരനത്തലോടീടിനാൻ
പുനരവനുമനിലസമമുഴറി നടകൊണ്ടിതു
പുണ്യജനനേന്ദ്രപുരം പ്രതി സംഭ്രമാൽ
തദനു ജലനിധിയിലതിഗംഭീരദശോലയേ
സന്തതം വാണഴും ഛായഗ്രഹണിയും
സരിദധിപനുപരിപരിചൊടു പോകുന്നവൻ
തൻനിഴലാശു പിടിച്ചു നിർത്തീടിനാൾ
അതുപൊഴുതു മമഗതിമുടക്കിയതാരെന്ന-
തന്തരാപാർത്തുകീഴ്പോട്ടു നോക്കീടിനാൻ
അതിവിപുലതരഭയകരാഗിയെ ക്കണ്ടള-
വംഘ്രിപാതനേ കൊന്നീടിനാൻ തൽക്ഷണേ
നിഴലതുപിടിച്ചു നിർത്തിക്കൊന്നു തിന്നുന്ന
നീചയാം സിംഹികയക്കൊന്നനന്തരം
ദശവദനപുരിയിൽ വിരവോടുപോയീടുവാൻ
ദക്ഷിണദിക്കുനോക്കിക്കുതിച്ചീടിനാൻ
ചരമഗിരി ശിരസി രവിയും പ്രവശേിച്ചിതു
ചാരുലങ്കാ ഗോപുരാഗ്രേ കപീന്ദ്രനും
ദശവദന നഗരമതി വിമല വിപുല സ്ഥലം

ദക്ഷിണ വാരിധി മദ്ധ്യേ മനോഹരം

ബഹുലഫല കുസുമ ദലയുതവിടപിസങ്കുലം

വല്ലീകുലാവൃതം പക്ഷിമൃഗാന്വിതം

മണി കനക മയമമരപുര സദൃശമംബുധി

മദ്ധ്യേ ത്രികൂടാചലോപരി മാരുതി

കമലമകൾ ചരിതമറിവതിന്നു ചെ-

ന്നൻപോടു കണ്ടിതു ലങ്കാനഗരം നിരുപമം

കനകവിരചിതമതിൽ കിടങ്ങും പലതരം

കണ്ടുകടപ്പാൻ പണിയന്നെന്നു മാനസേ

പരവശതയൊടു ഝടിതി പലവഴി നിരൂപിച്ചു

പത്മനാഭൻ തന്നെ ധ്യാനിച്ചു മേവിനാൻ

നിശിതമസി നിശിചരപുരേ കൃശരൂപനായ്

നിർജ്ജനദശേ കടപ്പനന്നോർത്തവൻ

നിജമനസി നിശിചരകുലാരിയെ ധ്യാനിച്ചു

നിർജ്ജരവൈരിപുരം ഗമിച്ചീടിനാൻ

പ്രകൃതിചപലനുമധിക ചപലമചലം മഹൽ

പ്രാകാരവും മുറിച്ചാകാരവും മറ-

ച്ചവനിമകളടിമലരുമകതളിരിലോർത്തു കൊ

ണ്ടഞ്ജനാനന്ദനനഞ്ജസാ നിർഭയം.

ലങ്കാലക്ഷ്മീമോക്ഷം

ഉടൽ കടുകിനൊടു സമമിടത്തു കാൽ മുമ്പിൽ വ-
ച്ചുള്ളിൽ കടപ്പാൻ തുടങ്ങും ദശാന്തരേ
കഠിനതരമലറിയൊരു രജനിചരി വേഷമായ്-
കാണായിതാശു ലങ്കാ ശ്രീയയെയും തദാ
"ഇവിടെ വരുവതിനു പറകെന്തുമൂലം ഭവാ-
നേകനായ് ചോരനോ ചൊല്ലു നിൻ വാഞ്ഛിതം
അസുരസുര നര പശുമൃഗാദി ജന്തുക്കൾ മ-
റ്റാർക്കുമേ വന്നുകൂടാ ഞാനറിയാതെ
ഇതിപരുഷവചനമൊടണഞ്ഞു താഡിച്ചിതെ-
ന്നേറെ രോഷേണ താഡിച്ചു കപീന്ദ്രനും
രഘുകുലജ വരസചിവ വാമമുഷ്ടി പ്രഹാ-
രേണ പതിച്ചു വമിച്ചിതു ചോരയും
കപിവരനൊടവളുമെഴുന്നേറ്റു ചൊല്ലീടിനാൾ:
"കണ്ടേനെടോ തവ ബാഹുബലം സഖേ!
വിധിവിഹിതമിതു മമ പുരൈവ ധാതാവു താൻ
വീരാ! പറഞ്ഞിതെന്നോടിതു മുന്നമേ
സകല ജഗധിപതി സനാതനൻ
മാധവൻ സാക്ഷാൽ മഹാവിഷ്ണുമൂർത്തി നാരായണൻ
കമലദല നയന നവനിയിലവതരിക്കു മുൾ-
ക്കാരുണ്യമോടഷ്ടവിംശതിപര്യയേ
ദശരഥനൃപതിതനയനായ് മമ പ്രാർത്ഥനാൽ
ത്രേതായുഗേ ധർമ്മദേവരക്ഷാർത്ഥമായ്
ജനകനൃപവരനു മകളായ് നിജമായയും
ജാതയാം പംക്തിമുഖ വിനാശത്തിനായ്
സരസിരുഹനയനനടവിയിലഥ തപസ്സിനായ്

സഭ്രാതൃഭാര്യനായ് വാഴും ദശാന്തരേ
ദശവദനനവനിമകളെയുമപഹരിച്ചുടൻ
ദക്ഷിണ വാരിധി പുക്കിരിക്കുന്ന നാൾ
സപദി രഘുവരനൊടരുണജനു സാചിവ്യവും
സംഭവിക്കും പുനസ്സുഗ്രീവശാസനാൽ
സകലദിശി കപികൾ തിരവാൻ നടക്കുന്നതിൽ
സന്നദ്ധനായ് വരുമേകൻ തവാന്തികേ
കലഹമവനൊടു ഝടിതി തുടരുമളവത്രെയും
കാതരയായ് വരും നീയെന്നു നിർണ്ണയം
രണനിപുണനൊടു ഭവതി താഡനവും കൊണ്ടു
രാമദൂതന്നു നൽകേണമനുജ്ഞയും
ഒരു കപിയൊടൊരു ദിവസമടി ഝടിതി കൊൾകിൽ നീ-
യോടി വാങ്ങിക്കൊള്ളുകെന്നു വിരിഞ്ചനും
കരുണയൊടുഗതകപടമായ് നിയോഗിക്കയാൽ
കാത്തിരുന്നേനിവിടം പല കാലവും
രഘുപതിയൊടിനിയൊരിടരൊഴികെ നടകൊൾക നീ
ലങ്കയും നിന്നാൽ ജിതയായിതിന്നെടോ!
നിഖില നിശിചര കുലപതിക്കു മരണവും
നിശ്ചയമേറ്റമടുത്തു ചമഞ്ഞിതു
ഭഗവദനുചര! ഭവതു ഭാഗ്യം ഭവാനിനി-
പ്പാരാതെ ചെന്നു കണ്ടീടുക ദേവിയെ
ത്രിദശകുലരിപുദശമുഖാന്തഃപുരവരേ
ദിവ്യ ലീലാവനേ പാദപസംകുലേ
നവകുസുമ ഫലസഹിത വിടപിയുത ശിംശപാ
നാമവൃക്ഷത്തിൻ ചുവട്ടിലതിശുചാ
നിശിചരികൾ നടുവിലഴലൊടുമരുവിടുന്നെടോ!
നിർമ്മല ഗാത്രിയാം ജാനകി സന്തതം
ത്വരിതമവൾ ചരിതമുടനവനൊടറിയിക്ക പോ-

യംബുധിയും കടന്നംബരാന്തേ ഭവാൻ
അഖില ജഗദധിപതി രഘൂത്തമൻ പാതുമാ-
മസ്തുതേ സ്വസ്തിരത്യുത്തമാേത്തംസമേ!
ലഘുമധുര വചനമിതി ചൊല്ലി മറഞ്ഞിതു
ലങ്കയിൽ നിന്നു വാങ്ങീ മലർമങ്കയും

സീതാദർശനം

ഉദകനിധി നടുവിൽ മരുവും ത്രികൂടാദ്രിമേ-
ലുല്ലംഘിതബ്ധേമൊ പവനാത്മജന്മനാ
ജനക നരപതി വരമകൾക്കും ദശാസ്യനും
ചെമ്മേ വിറച്ചിതു വാമഭാഗം തുലോം
ജനക നരപതി ദുഹിതൃവരനു ദക്ഷാംഗവും
ജാതനെന്നാകിൽ വരും സുഖദുഃഖവും
തദനു കപികുലപതി കടന്നിതു ലങ്കയിൽ
താനതി സൂക്ഷ്മശരീരനായ് രാത്രിയിൽ
ഉദിതരവികിരണരുചി പൂണ്ടൊരു ലങ്കയി-
ലൊക്കത്തിരഞ്ഞാനൊരേടമൊഴിയാതെ
ദശവദന മണി നിലയമായിരിക്കും മമ
ദേവിയിരിപ്പേടമെന്നോർത്തു മാരുതി
കനകമണി നികരവിരചിത പുരിയിലെങ്ങുമേ
കാണാഞ്ഞു ലങ്കാവചനമോർത്തീടിനാൻ
ഉടമയൊടു മസുരപുരി കനിവിനൊടു ചൊല്ലിയോ-
രുദ്യാനദേശേ തിരഞ്ഞുതുടങ്ങിനാൻ
ഉപവനവുമമൃതസമസലിലയുതവാപിയു-
മുത്തുംഗ സൌധങ്ങളും ഗോപുരങ്ങളും
സഹജ സുത സചിവ ബലപതികൾ ഭവനങ്ങളും
സൌവർണ്ണ സാലധ്വജ പതാകങ്ങളും
ദശവദന മണിഭവനശോഭ കാണും വിധൌ
ദിക്പാലമന്ദിരം ധിക്കൃതമായ് വരും
കനകമണിരചിത ഭവനങ്ങളിലെങ്ങുമേ
കാണാഞ്ഞു പിന്നെയും നീളെ നോക്കും വിധൌ
കുസുമചയ സുരഭിയൊടു പവനനതിഗൂഢമായ്

കൂടതെ്തടഞ്ഞു കൂട്ടിക്കൊണ്ടു പരേയുടൻ
ഉപവനവുമുരുതരതരു പ്രവരങ്ങളു–
മുന്നതമായുള്ള ശിംശപാവൃക്ഷവും
അതിനികടമഖില ജഗദീശ്വരി തന്നയെു–
മാശുഗനാശു കാട്ടിക്കൊടുത്തീടിനാൻ
മലിനതര ചികുരവസനം പൂണ്ടു ദീനയായ്
മൈഥിലി താൻ കൃശഗാത്രിയായതെ്രയും
ഭയ വിവശമവനിയിലുരുണ്ടും സദാഹൃദി
ഭർത്താവു തന്നെ നിനച്ചു നിനച്ചലം
നയന ജല മനവരതമൊഴുകിയൊഴുകിപ്പതി–
നാമത്തെ രാമ രാമതേി ജപിക്കയും
നിശിചരികൾ നടുവിലഴലൊടു മരുവുമീശ്വരി
നിത്യസ്വരൂപിണിയക്കെ്കണ്ടു മാരുതി
വിടപിവരശിരസി നിബിഡച്ഛദാന്തർഗ്ഗതൻ
വിസ്മയം പൂണ്ടു മറഞ്ഞിരുന്നീടിനാൻ
ദിവസകരകുലപതി രഘൂത്തമൻ തന്നുടെ
ദവേിയാം സീതയക്കെ്കണ്ടു കപിവരൻ
കമലമകളഖില ജഗദീശ്വരി തന്നുടൽ
കണ്ടനേ് കൃതാർത്ഥോസ്മ്യഹം കൃതാർത്ഥോസ്മ്യഹം
ദിവസകരകുലപതി രഘൂത്തമൻ കാര്യവും
ദീനതയന്നെിയേ സാധിച്ചിതിന്നു ഞാൻ.

രാവണന്റെ പുറപ്പാട്

ഇതിപലവുമക തളിരിലോർത്ത കപിവര
നിത്തിരി നേരമിരിക്കും ദശാന്തരേ
അസുരകുലവര നിലയനത്തിൻ പുറത്തുനി-
ന്നാശു ചില ഘോഷശബ്ദങ്ങൾ കേൾക്കായി
കിമിദമിതി സപദി കിസലയച നിലീനനാ-
യ്ക്കീടവദ്ദേഹം മറച്ചു മരുവിനാൻ
വിബുധകുലരിപു ദശമുഖൻ വരവത്രെയും
വിസ്മയത്തോടു കണ്ടു കപികുഞ്ജരൻ
അസുരസുര നിശിചരവരാംഗനാ വൃന്ദവു-
മത്ഭുതമായുള്ള ശൃംഗാരവേഷവും
ദശവദനനനവരതമകതളിരിലുണ്ടു തൻ
ദേഹനാശം ഭവിക്കുന്നതെന്നീശ്വരാ!
സകല ജഗദധിപതി സനാതനൻ സന്മയൻ
സാക്ഷാൽ മുകുന്ദനേയും കണ്ടു കണ്ടു ഞാൻ
നിശിതരശരശകലിതാംഗനായ്കവേലേ
നിർമ്മലനായ ഭഗവൽ പദാംബുജേ
വരദനജനനമരുമമൃതാനന്ദപൂർണ്ണമാം
വൈകുണ്ഠ രാജ്യമെനിക്കന്നു കിട്ടുന്നു
അതിനു ബത! സമയമിദമിതി മനസി കരുതി ഞാ-
നംഭോജ പുത്രിയെക്കൊണ്ടു പോന്നീടിനേൻ
അതിനുമൊരുപരിഭവമൊടുഴറി വന്നീലവ-
നായുർവിനാശകാലം നമുക്കാഗതം
ശിരസി മമ ലിഖിതമിഹ മരണസമയദൃഢം
ചിന്തിച്ചു കണ്ടാലതിനില്ല ചഞ്ചലം
കമലജനുമറിയരുതു കരുതുമളവേതുമേ

കാലസ്വരൂപനാമീശ്വരൻ തന്മതം
സതതമകതളിരിലിവ കരുതി രഘുനാഥനെ
സ്വാത്മനാ ചിന്തിച്ചു ചിന്തിച്ചിരിക്കവേ
കപികൾ കുലവരനവിടെയാശു ചെല്ലും മുമ്പേ
കണ്ടിതു രാത്രിയിൽ സ്വപ്നം ദശാനനൻ
രഘുജനകതിലക വചനേന രാത്രൌ വരും
കശ്ചിൽ കപിവരൻ കാമരൂപാന്വിതൻ
കൃപയോടൊരു കൃമിസദൃശ സൂക്ഷ്മശരീരനായ്
കൃത്സ്നം പുരവരമന്വിഷ്യ നിശ്ചലം
തരുനികര വരശിരസി വന്നിരുന്നാദരാൽ
താർമകൾ തന്നെയും കണ്ടു രാമോദന്തം
അഖിലമവളോടു ബത! പറഞ്ഞടയാളവു–
മാശുകൊടുത്തുടനാശ്വസിപ്പിച്ചു പോം
അതു പൊഴുതിലവനറിവതിന്നു ഞാൻ ചെന്നു ക–
ണ്ടാധി വളർത്തുവൻ വാങ്മയാസ്ത്രങ്ങളാൽ
രഘുപതിയൊടതുമവനശേഷമറിയിച്ചു
രാമനുമിങ്ങു കോപിച്ചുടനേവരും
രണശിരസി സുഖമരണമതിനിശിതമായുള്ള
രാമശരമേറ്റെനിക്കും വരും ദൃഢം
പരമഗതി വരുവതിനു പരമൊരുപദേശമാം
പന്ഥാവിതു മമ പാർക്കയില്ലേതുമേ
സുരനിവഹമതിബലവശാൽ സത്യമായ്‌വരും
സ്വപ്നം ചിലർക്കു ചിലകാലമൊക്കണം
നിജമനസി പലവുമിതി വിരവൊടു നിരൂപിച്ചു
നിശ്ചിത്യ നിർഗ്ഗമിച്ചീടിനാൻ രാവണൻ
കനകമണി വലയ കടകാംഗദ നൂപുര–
കാഞ്ചീമുഖാഭരണാരാവമന്തികേ
വിവശതര ഹൃദയ മൊടു കേട്ടു നോക്കും വിധൌ

വിസ്മയമാമ്മാറു കണ്ടു പുരഭേുവി
വിബുധരി പുനിശിചരകുലാധിപൻ തൻ വര-
വതെ്രയും ഭീതയായ് വന്നിതു സീതയും
ഉരസിജവുമുരു തുടകളാൽ മറച്ചാധിപൂ-
ണ്ടുത്തമാംഗം താഴ്ത്തി വപേഥുഗാത്രിയായ്
നിജരമണ നിരുപമ ശരീരം നിരാകുലം
നിർമ്മലം ധ്യാനിച്ചിരിക്കും ദശാന്തരേ
ദശവദന നയുഗശരപരവശതയാസമം
ദവേീസമീപേ തഴെുതിരുന്നീടിനാൻ. 330

രാവണന്റെ ഇച്ഛാഭംഗം

അനുസരണ മധുര രസവചന വിഭവങ്ങളാ-
ലാനന്ദരൂപിണിയോടു ചൊല്ലീടിനാൻ
"ശൃണു സുമുഖി! തവ ചരണ നളിനദാസോസ്മ്യഹം
ശോഭനശീലേ! പ്രസീദ പ്രസീദ മേ
നിഖില ജഗദധിപമസുരശേമാലോക്യമാം
നിന്നിലേ നീ മറഞ്ഞെന്തിരുന്നീടുവാൻ
ത്വരിതമതി കുതുകമൊടുമൊന്നു നോക്കീടുമാം
ത്വദ്ഗത മാനസനന്നറികന്നെ നീ
ഭവതി തവ രമണപി ദശരഥതനൂജനെ-
പ്പാർത്താൽ ചിലർക്കു കാണാം ചിലപ്പോഴടോ!
പല സമയമഖിലദിശി നന്നായ്ത്തിരകിലും
ഭാഗ്യവതാമപി കണ്ടുകിട്ടാപരം
സുമുഖി! ദശരഥതനയനാൽ നിനക്കതേുമേ-
സുന്ദരീ കാര്യമില്ലന്നെു ധരിക്ക നീ
ഒരു പൊഴുതുമവനു പുനരൊന്നിലുമാശയി-
ല്ലോർത്താലൊരു ഗുണമില്ലവനോമലേ!
സുദൃഢമനവരതമുപഗുഹനം ചെയ്കിലും
സുഭ്രൂ സുചിരമരികേ വസിക്കിലും
തവ ഗുണ സമുദയമലിവോടു ഭുജിക്കിലും
താല്പരിയം നിന്നിലില്ലവനതേുമേ
ശരണമവനൊരുവരുമൊമൊരിക്കലുമില്ലിനി
ശക്തിവിഹീനൻ വരികയുമില്ലല്ലോ
കിമപി നഹി ഭവതി കരണീയം ഭവതിയാൽ
കീർത്തിഹീനൻ കൃതഘ്നൻ തുലോം നിർമ്മമൻ
മദരഹിതനറിയരുതു കരുതുമളവാർക്കുമേ-

മാനഹീനൻ പ്രിയേ! പണ്ഡിതമാനവാൻ
നിഖിലവനചരനിവഹ മദ്ധ്യസ്ഥിതൻ ഭൃശം
നിഷ്കിഞ്ചനപ്രിയൻ ഭേദഹീനാത്മകൻ
ശ്വപചനുമൊരവനിസുരവരനുമവനൊക്കുമി-
ശ്വാക്കളും ഗോക്കളും ഭേദമില്ലതേതുമേ.
ഭവതിയെയുമൊരു ശബരതരുണിയെയുമാത്മനാ-
പാർത്തു കണ്ടാലവനില്ലഭേദം പ്രിയേ!
ഭവതിയെയുമക തളിരിലവിഹ മറന്നിതു
ഭർത്താവിനെപ്പാർത്തിരുന്നതിനിമതി
ത്വയിവിമുഖനവന നിശമതിനുനഹി സംശയം
ത്വദ്ദാസദാസോഹമദ്യ ഭജസ്വ മാം
കരഗതമൊരമലമണി വരമുടനുപേക്ഷിച്ചു
കാചത്തെയെന്തു കാംക്ഷിക്കുന്നിതോമലേ!
സുരദിതിജദനുഭുജഗാപ്സരോ ഗന്ധർവ-
സുന്ദരീ വർഗ്ഗം പരിചരിക്കും മുദാ
നിയതമതിഭയ സഹിതമ മിത ബഹുമാനനേ
നീ മല്പരിഗ്രഹമായ് മരുവീടുകിൽ
കളയരുതു സമയമിഹ ചെറുതു വെറുതേ മമ
കാന്തേ! കളത്രമായ് വാഴ്ക നീ സന്തതം
കളമൊഴികൾ പലരുമിഹ വിടുപണികൾ ചെയ്യുമ-
ക്കാലനും പേടിയുണ്ടെന്നെ മനോഹരേ!
പുരുഷഗുണമിഹ മനസി കരുതു പുരുഹൂതനാൽ
പൂജ്യനാം പുണ്യപുമാനെന്നറികമാം
സരസമനുസര സദയമയി തവവശാനുഗം
സൌജന്യ സൌഭാഗ്യ സാരസർവസ്വമേ!
സരസിരുഹമുഖി! ചരണകമലപതിതോസ്മ്യഹം
സന്തതം പാഹിമാം പാഹിമാം പാഹിമാം"
വിവിധമിതി ദശവദനനനുസരണപൂർവ്വകം
വീണു തൊഴുതപേക്ഷിച്ചോരനന്തരം

ജനകജയുമവനൊടതിനിടയിലൊരു പുൽക്കൊടി
ജാതരോഷം നുള്ളിയിട്ടു ചൊല്ലീടിനാൾ;
"സവിതൃകുലതിലകനിലതീവഭീത്യാ ഭവാൻ
സംന്യാസിയാ വന്നിരുവരും കാണാതെ
സഭയമതി വിനയമൊടു ശു നീവഹവിരദ്ധ്വരേ-
സാഹസത്തോടുമാം കട്ടു കൊണ്ടീലയോ? 390
ദശവദന! സുദൃഢമനുചിതമിതു നിനയ്ക നീ
തല്ഫലം നീതാനനുഭവിക്കും ദ്രുതം
ദശരഥനിശിതരശരദലിതവപുഷാ ഭവാൻ
ദേഹം വിനാ യമലോകം പ്രവേശിക്കും
രഘുജനന തിലകനൊരു മനുജനിതി മാനസേ
രാക്ഷസരാജ! നിനക്കുതോന്നും ബലാൽ
ലവണജലനിധിയെ രഘുകുലതിലകനശ്രമം
ലംഘനം ചെയ്യുമതിനില്ല സംശയം
ലവസമയമൊടു നിശിത വിശിഖ പരിപാതനേ
ലങ്കയും ഭസ്മമാക്കീടുമരക്ഷണാൽ
സഹജസുതസചിവ ബലപതികളൊടു കൂടവേ
സന്നമാം നിന്നുടെ സൈന്യവും നിർണ്ണയം
അവനവ നിപുണഭരനവനിഭരനാശനൻ
അദ്യധാതാവപേക്ഷിച്ചതു കാരണം
അവതരണമവനിതലമതിലതിദയാപര-
നാശു ചെയ്തീടിനാൻ നിന്നയെടുക്കുവാൻ
ജനകനൃപവരനു മകളായ് പിറന്നനേഹം
ചെമ്മേയേതിന്നൊരു കാരണഭൂതയായ്
അറിക തവമനസി പുനരിനി വിരവിനൊടു വ-
ന്നാശു മാം കൊണ്ടുപോം നിന്നയെും കൊന്നവൻ"
ഇതിമിഥില നൃപതിമകൾ പരുഷവചനങ്ങൾ കേ-
ട്ടറേറവും ക്രുദ്ധനായോരു ദശാനനൻ
അതിചപലകരഭുവി കരാളം കരവാള-

മാശുഭൂപുത്രിയക്കെക്കൊല്ലുവാനൊങ്ങിനാൻ
അതുപൊഴുതിലതികരുണയൊടു മയതനൂജയു-
മാത്മഭർത്താരം പിടിച്ചടക്കീടിനാൾ!
"ഒഴികൊഴിക ദശവദന! ശൃണു മമ വചോ ഭവാ-
നൊല്ലാതകാര്യമരോരായ്ക മൂഢപ്രഭോ!
ത്യജമനുജതരുണിയയെരുടയവരുമന്നിയേ
ദീനയായ് ദുഃഖിച്ചതീവ കൃശാംഗിയായ്
പതിവിരഹപരവശതയൊടുമിഹ പരാലയേ
പാർത്തു പാതിവ്രത്യമാലംബ്യ രാഘവം
പകലിരവു നിശിചരികൾ പരുഷവചനം കടേട്ടു
പാരം വശം കെട്ടിരിക്കുന്നതുമിവൾ
ദുരിതമിതിലധികമിഹ നഹി നഹി സുദുർമ്മതേ!
ദുഷ്കീർത്തി ചേരുമോ വീരപുംസാം വിഭോ!
സുരദനുജദിതിജഭുജഗാപ്സരോഗന്ധർവ-
സുന്ദരീ വർഗ്ഗം നിനക്കു വശഗതം"
ദശമുഖനുമധികജളനാശു മണ്ഡോദരീ
ദാക്ഷിണ്യവാക്കുകൾ കടേട്ടു സലജ്ജനായ്
നിശിചരികളൊടു സദയമവനുമുരചയ്തിതു!
"നിങ്ങൾ പറഞ്ഞു വശത്തു വരുത്തുവിൻ
ഭയജനന വചനമനുസരണ വചനങ്ങളും
ഭാവവികാരങ്ങൾ കൊണ്ടും ബഹുവിധം
അവനിമകളകതളിരഴിച്ചങ്കലാക്കുവി-
നൻപോടു രണ്ടുമാസം, പാർപ്പനിന്നിയും"
ഇതിരജനിചരികളൊടു ദശവദനനും പറ-
ഞ്ഞീർഷ്യയോടന്തഃപുരം പുക്കു മേവിനാൻ
അതികഠിന പരുഷതര വചനശരമേൽക്കയാ-
ലാത്മാവു ഭേദിച്ചിരുന്നിതു സീതയും
"അനുചിതമിതല മലമടങ്ങുവിൻ നിങ്ങളെ"-
ന്നപ്പോൾ ത്രിജടയുമാശു ചൊല്ലീടിനാൾ

“ശൃണുവചനമിതു മമ നിശാചരസ്ത്രീകളേ!
ശീലാവതിയെ നമസ്കരിച്ചീടുവിൻ
സുഖരഹിത ഹൃദയമൊടുറങ്ങിനേ നോട്ടു ഞാൻ
സ്വപ്നമാഹന്ത! കണ്ടേനി ദാനീം ദൃഢം
അഖില ജഗദധിപനഭിരാമനാം രാമനു–
മരൊവതോപരി ലക്ഷ്മണവീരനും
ശരനികരപരി പതന ദഹനകണജാലേന
ശങ്കാവിഹീനം ദഹിപ്പിച്ചു ലങ്കയും
രണശിരസി ദശമുഖനെ നിഗ്രഹിച്ചശ്രമം
രാക്ഷസരാജ്യം വിഭീഷണനും നൽകി
മഹിഷിയെയുമഴകിനൊടു മടിയിൽ വച്ചൊദരാൽ
മാനിച്ചു ചെന്നയോദ്ധ്യാപുരം മേവിനാൻ
കുലിശധരരിപു ദശമുഖൻ നഗ്നരൂപിയായ്
ഗോമയമായ മഹാഹൃദം തന്നിലേ
തിലരസവുമുടൽ മുഴുവനലിനൊടണിഞ്ഞുടൻ
ധൃത്വാ നളദമാല്യം നിജമൂർദ്ധനി
നിജസഹജ സചിവസുത സൈന്യസമേതനായ്
നിർമ്മഗ്നായ്ക്കണ്ടു വിസ്മയം തേടിനേൻ
രജനിചരകുലപതി വിഭീഷണൻ ഭക്തനായ്
രാമപാദാബ്ജവും സേവിച്ചു മേവിനാൻ
കലുഷതകൾ കളവിനിഹ രാക്ഷസ സ്ത്രീകളേ!
കണ്ടുകൊള്ളാമിതു സത്യമത്രേ ദൃഢം.
കരുണയൊടു വയമതിനുകതിപയ ദിനം മുദാ
കാത്തുകൊള്ളണേമിവളെ നിരാമയം”
രജനിചര യുവതികളിതി തൃജടാ വചോ–
രീതി കേട്ടത്ഭുത ഭീതി പൂണ്ടീടിനാർ
മനസി പരവശതയൊടുറങ്ങിനാരേവരും
മാനസേ ദുഃഖം കലർന്നു വൈദേഹിയും.

സീതാഹനുമൽസംവാദം

ഉഷസി നിശിചരികളിവരുടലു മമ ഭക്ഷിക്കു-
മുറ്റവരായിട്ടൊരുത്തരുമില്ലമേ
മരണമിഹ വരുവതിനുമൊരു കഴിവു കണ്ടീല
മാനവ വീരനുമെന്നെ മറന്നിതു
കളവനിഹ വിരവിനൊടു ജീവനുമദ്യ ഞാൻ
കാകുത്സ്ഥനും കരുണാഹീനനത്രെയും
മനസി മുഹുരിവ പലതുമോർത്തു സന്താപേന
മന്ദമന്ദമഴുനറ്റേറു നിന്നാകുലാൽ
തരളതരഹൃദയമൊടു ഭർത്താരമോർത്തോർത്തു
താണു കിടന്നൊരു ശിംശപാ ശാഖയും
സഭയപരവശ തരളമാലംബ്യ ബാഷ്പവും
സന്തതം വാർത്തു വിലാപം തുടങ്ങിനാൻ
"ജഗദമലനയനരവികുലോത്ഭവ ദശരഥൻ
ജാതനായാനവൻ തന്നുടെ പുത്രരായ്
രതിരമണതുല്യരായ് നാലുപേരുണ്ടിതു
രാമഭരതസൗമിത്രി ശത്രുഘ്നന്മാർ
രജനിചരകുലനിധന ഹേതുഭൂതൻ പിതു-
രാജ്ഞയാ കാനനം തന്നിൽ വാണീടിനാൻ
ജനകനൃപസുതയുമവരജനുമായ് സാദരം
ജാനകീദേവിയത്രെത്ര ദശാനനൻ
കപടയതി വേഷമായ്ക്കട്ടു കൊണ്ടീടിനാൻ
കാണാഞ്ഞു ദുഃഖിച്ചു രാമനും തമ്പിയും
വിപിനഭുവി വിരവൊടു തിരഞ്ഞുനടക്കുമ്പോൾ
വീണുകിടക്കും ജടായുവിനെക്കണ്ടു
പരമഗതിപുനരവനു നൽകിയമ്മാല്യവൽ

പർവ്വതപാർശ്വേ നടക്കുംവിധൌ തദാ
തരണിസുതനൊടു സപദി സഖ്യവും ചെയ്തിതു
സത്വരം കൊന്നിതു ശക്രസുതനയെും
തരണിതനയനുമഥ കപീന്ദ്രനായ് വന്നിതു
തൽ പ്രത്യുപകാരമാശു സുഗ്രീവനും
കപിവരരെ വിരവിനൊടു നാലുദിക്കിങ്കലും
കണ്ടുവരുവാനയച്ചാരനന്തരം
പുനരവരിലൊരുവനഹമത്ര വന്നീടിനേൻ
പുണ്യവാനായ സമ്പാതി തൻ വാക്കിനാൽ
ജലനിധിയുമൊരു ശതക യോജനാവിസ്തൃതം
ചെമ്മേ കുതിച്ചു ചാടിക്കടന്നീടിനേൻ
രജനിചരപുരിയിൽ മുഴുവൻ തിരഞ്ഞനേഹം
രാത്രിയിലത്ര താതാനുഗ്രഹവശാൽ
തരുനികരവരമരിയ ശിംശപാവൃക്ഷവും
തന്മൂലദശേ ഭവതിയയേും മുദാ
കനിവിനൊടു കണ്ടു കൃതാർഥനായനേഹം
കാമലാഭാൽ കൃതകൃത്യനായീടിനേൻ
ഭഗവദനുചരിലഹമഗ്രസേരൻ മമ
ഭാഗ്യമഹോ! മമ ഭാഗ്യം നമോസ്തുതേ"
പ്ലവഗകുലവരനിതി പറഞ്ഞടങ്ങീടിനാൻ
പിന്നയെിളകാതിരുന്നാനരക്ഷണം
"കിമിതി രഘുകുലവരചരിത്രം ക്രമണേ മേ
കീർത്തിച്ചിതാകാശമാർഗ്ഗേ മനോഹരം
പവനനുരു കൃപയൊടു പറഞ്ഞു കേൾപ്പിക്കയോ
പാപിയാമെന്നുടെ മാനസ ഭ്രാന്തിയോ?
സുചിരതരമൊരുപൊഴുതുറങ്ങാതെ ഞാനിഹ
സ്വപ്നമോ കാണ്മാനവകാശമില്ലല്ലോ
സരസതരപതിചരിതമാശു കർണ്ണാമൃതം

സത്യമായ് വന്നിതാവൂ മമ ദൈവമേ!
ഒരു പുരുഷനിതു മമപറഞ്ഞ്ഞുവന്നെന്നാകില-
ത്യുത്തമൻ മുമ്പിൽ മേ കാണായ് വരണേമേ“
ജനകനൃപദുഹിതൃവചനം കേട്ടു മാരുതി
ജാതമോദം മന്ദമന്ദമിറങ്ങ്ങിനാൻ
വിനയമോടുമവനിമകൾ ചരണ നളിനാന്തികേ
വീണു നമസ്കരിച്ചാൻ ഭക്തിപൂർവ്വകം
തൊഴുതു ചെറുതകലയെവനാശു നിന്നീടിനാൻ
തുഷ്ട്യാ കലപിംഗതുല്യശരീരനായ്
ഇവിടെ നിശിചരപതി വലീ മുഖവേഷമാ-
യെന്നെ മോഹിപ്പിപ്പതിന്നു വരികയോ
ശിവ ശിവ! കിമിതി കരുതി മിഥിലാ നൃപപുത്രിയും
ചേതസി ഭീതി കലർന്നു മരുവിനാൾ
കുസൃതി ദശമുഖനു പെരുതെന്നു നിരൂപിച്ചു
കുമ്പിട്ടിരുന്നിതു കണ്ടു കപീന്ദ്രനും
“ശരണമിഹ ചരണസരസിജമഖിലനായികേ!
ശങ്കിക്കവേണ്ട കുറഞ്ഞൊന്നുമെന്നെ നീ
തവസചിവനഹമിഹ തഥാവിധനല്ലഹോ!
ദാസോസ്മി കോസലേന്ദ്രസ്യ രാമസ്യ ഞാൻ
സുമുഖി! കപികുലതിലകനായ സൂര്യാത്മജൻ
സുഗ്രീവഭൃത്യൻ ജഗല്പ്രാണ നന്ദനൻ
കപടമൊരുവരൊടുമൊരു പൊഴുതു മറിയുന്നീല
കർമ്മണാ വാചാ മനസാപി മാതാവേ!”
പവനസുതമധുരതര വചനമതു കേട്ടുടൻ
പത്മാലയദേവി ചോദിച്ചിതാദരാൽ
“ഋതമൃജുമൃദുസ്ഫുടവർണ്ണ്ണവാക്യം തെളി-
ഞ്ഞിങ്ങനെ ചൊല്ലുന്നവർ കുറയും തുലോം
സദയമിഹ വദ മനുജവാനരജാതികൾ

തങ്ങളിൽ സംഗതി സംഭവിച്ചീടുവാൻ
കലിതരുചി ഗഹനഭുവി കാരണമെന്തെടോ!
കാരുണ്യവാരാന്നിധേ! കപികുഞ്ജര!
തിരുമനസി ഭവതി പരികെ പ്രമേനുണ്ടന്നെന്ന–
തന്നോടു ചൊന്നതിൻ മൂലവും ചൊല്ലു നീ.”
“ശൃണുസുമുഖി! നിഖിലമഖിലശേ വൃത്താന്തവും
ശ്രീരാമദവേനാണെ സത്യമോമലേ!
ഭവതി പതിവചനമവലംബ്യ രണ്ടംഗമാ–
യാശ്രയാശങ്കലുമാശ്രമത്തിങ്കലും
മരുവിനതു പൊഴുതിലൊരു കനകമൃഗമാലോക്യ
മാനിനു പിന്നേ നടന്നു രഘുപതി
നിശിതതരവിശിഖഗണചാപവുമായ് ചെന്നു
നീചനാം മാരീചനെക്കൊന്നു രാഘവൻ
ഉടനുടലുമുലയ മുഹുരുടജഭുവി വന്നപോ–
തുണ്ടായ വൃത്താന്തമോ പറയാവതോ?
ഉടനവിടയെവിടയെടവിയിലടയ നോക്കിയു–
മൊട്ടു കരഞ്ഞു തിരഞ്ഞുഴലും വിധൌ
ഗഹനഭുവി ഗഗനചരപതി ഗരുഡസന്നിഭൻ
കണ്ണേുകിടക്കും ജടായുവിനെക്കണ്ടു
അവനുമഥ തവ ചരിതമഖിലമറിയിയിച്ചള–
വാശു കൊടുത്തിതു മുക്തിപക്ഷീന്ദ്രനും
പുനരടവികളിലവരജനേ സാകംദ്രുതം
പുക്കു തിരഞ്ഞു കബന്ധഗതി നൽകി
ശബരി മരുവിന മുനിവരാശ്രമേ ചെന്നുടൻ
ശാന്താത്മകൻ മുക്തിയും കൊടുത്തീടിനാൻ
അഥ ശബരിവിമലവചനനേ പോന്നൃശ്യമൂ–
കാദ്രിപ്രവരപാർശ്വേ നടക്കും വിധൌ
തപനസുതനിരുവരെയുമഴകിനൊടു കണ്ടതി–

താല്പര്യമുൾക്കൊണ്ടയച്ചിതന്നെത്തദാ
ബത! രവികുലോത്ഭവന്മാരുടെ സന്നിധൌ
ബ്രഹ്മചാരീവേഷമാലംബ്യ ചെന്നു ഞാൻ
നൃപതികുലവരഹൃദയമഖിലവുമറിഞ്ഞതി
നിർമ്മലന്മാരെച്ചുമലിലെടുത്തുടൻ
തരണിസുതനികടഭുവികൊണ്ടു ചെന്നീടിനേൻ
സഖ്യം പരസ്പരം ചെയ്യിച്ചിതാശു ഞാൻ
ദഹനനെയുമഴകിനൊടു സാക്ഷിയാക്കിക്കൊണ്ടു
ദണ്ഡമിരുവർക്കുമാശു തീർത്തീടുവാൻ
തരണിസുതഗൃഹിണിയെ ബലാലടക്കിക്കൊണ്ട-
താരാപതിയെ വധിച്ചു രഘുവരൻ
ദിവസകരതനയനു കൊടുത്തിതു രാജ്യവും;
ദേവിയെയാരാഞ്ഞു കാണ്മാൻ കപീന്ദ്രനും
പ്ലവഗകുലപരിവൃഢരെ നാലു ദിക്കിങ്കലും
പ്രത്യേകമേകൈകലക്ഷം നിയോഗിച്ചാൻ
അതുപൊഴുതു രഘുപതിയുമലിവൊടരികേ വിളി-
ച്ചംഗുലീയം മമകൈയിൽ നൽകീടിനാൻ
ഇതു ജനകനൃപതി മകൾ കയ്യിൽ കൊടുക്ക നീ
എന്നുടെ നാമാക്ഷരാന്വിതം പിന്നെയും
സപദിതവ മനസിഗുരുവിശ്വാസസിദ്ധയേ
സാദരം ചൊന്നാനടയാളവാക്യവും
അതുഭവതി കരതളിരിലിനി വിരവിൽ നൽകുവ
നാലോകയാലോകയാനന്ദപൂർവ്വകം"
ഇതി മധുരതരമനിലതനയനുരചെയ്തുട
നിന്ദിരാദേവിതൻ കയ്യിൽ നൽകീടിനാൻ
പുനരധികവിനയമൊടു തൊഴുതുതൊഴുതാദരാ-
ല്പിന്നോക്കിൽ വാണുവണങ്ങി നിന്നീടിനാൻ
മിഥിലനൃപ സുതയുമതുകണ്ടതി പ്രീതയായ്

മന്മേലൊഴുകുമാനന്ദ ബാഷ്പാകുലാൽ
രമണമിവ നിജശിരസി കനിവിനൊടു ചേർത്തിതു
രാമനാമാങ്കിതമംഗുലീയം മുദാ
പ്ലവഗകുല പരിവൃഢ! മഹാമതിമാൻ ഭവാൻ
പ്രാണദാതാ മമപ്രീതികാരീ ദൃഢം
ഭഗവതി പരാത്മനി ശ്രീനിധൗ രാഘവേ
ഭക്തനതീവ വിശ്വാസ്യൻ ദയാപരൻ
പലഗുണവുമുടയവരയെയൊഴികെ മറ്റാരയേും
ഭർത്താവയയ്ക്കയുമില്ല മത്സന്നിധൗ
മമ സുഖവുമനുദിനമിരിക്കും പ്രകാരവും
മല്പരിതാപവും കണ്ടുവല്ലോ ഭവാൻ
കമലദലനയനനകതളിരിലിനി മാംപ്രതി
കാരുണ്യമുണ്ടാം പരിചറിയിക്ക നീ
രജനിചരവര നശനമാക്കുമന്നെക്കൊണ്ടു
രണ്ടുമാസം കഴിഞ്ഞാലന്നു നിർണ്ണയം
അതിനിടയിൽ വരുവതിനു വേലചെയ്തീടുനീ
അത്രനാളും പ്രാണനദ്ധരിച്ചീടുവൻ
ത്വരിതമിഹദശമുഖനെ നിഗ്രഹിച്ചന്നുടെ
ദുഃഖം കളഞ്ഞുരക്ഷിക്കന്നു ചൊല്ലുനീ
അനിലതനയനുമഖിലജനനി വചനങ്ങൾ കേ-
ട്ടാകുലം തീരുവാനാശു ചൊല്ലീടിനാൻ
അവനിപതി സുതനൊടടിയൻ ഭവദ്വാർത്തക-
ളങ്ങുണർത്തിച്ചു കൂടുന്നതിൻ മുന്നമേ
അവരനുജനുമഖിലകപികുലബലവുമായ് മുതി-
ർന്നാശു വരുമതിനില്ലൊരു സംശയം
സുതസചിവ സഹജസഹിതം ദശഗ്രീവനെ
സൂര്യാത്മജാലായത്തിന്നയയ്ക്കും ക്ഷണാൽ
ഭവതിയയെുമതികരുണമഴകിനൊടു വീണ്ടു നിൻ

ഭർത്താവയയോദ്ധ്യയ്ക്കഴെുന്നള്ളുമാദരാൽ"
ഇതിപവനസുത വചനമുടമയൊടു കട്ടേപോ-
തിനിന്ദിരാദവേി ചോദിച്ചരുളീടിനാൾ
"ഇഹവിതതജലനിധിയെ നിഖിലകപിസനേയൊ-
ടതേൊരുജാതി കടന്നുവരുന്നതും
മനുജപരിവൃഢനയെുമവരജനയെുമൻപോടു
മറ്റുള്ളവാനര സൈന്യെത്തയേും ക്ഷണാൽ
മമ ചുമലിൽ വിരവിനൊടടേുത്തു കടത്തുവൻ
മൈഥിലീ! കിംവിഷാദം വൃഥാ മാനസേ
ലഘുതരമമിത രജനിചരകുലമശഷേണേ
ലങ്കയും ഭസ്മമാക്കീടുമനാകുലം
ദ്രുതമതിനു സുതനു! മമദഹേ്യനുജ്ഞാമിനി-
ദ്രോഹം വിനാ ഗമിച്ചീടുവനോമലേ!
വിരഹ കലുഷിതമനസി രഘുവരനു മാം പ്രതി
വിശ്വാസമാശു വന്നീടുവനായ് മുദാ
തരിക സരഭസമൊരടയാളവും വാക്യവും
താവകം ചൊല്ലുവാനായരുൾ ചയെ്യണം"
ഇതിപവനതനയവചനനേ വദൈഹേിയു-
മിത്തിരിനരേം വിചാരിച്ചു മാനസേ
ചികുരഭരമതിൽ മരുവുമമല ചൂഡാമണി
ചിന്മയി മാരുതി കയ്യിൽ നൽകീടിനാൾ
"ശൃണുതനയ! പുനരൊരടയാളവാക്യം ഭവാൻ
ശ്രുത്വാ ധരിച്ചു കർണ്ണേ പറഞ്ഞീടു നീ
സപദിപുനരതു പൊഴുതു വിശ്വാസമന്നെുടെ
ഭർത്താവിനുണ്ടായ് വരുമന്നെു നിർണ്ണയം
ചിരമമിതസുഖമൊടുരു തപസി ബഹുനിഷ്ഠയാ
ചിത്രകൂടാചലത്തിങ്കൽ വാഴുംവിധൌ
പലലമതു പരിചിനൊടുണക്കുവാൻ ചിക്കി ഞാൻ

പാർത്തതും കാത്തിരുന്നീടും ദശാന്തരേ
തിരുമുടിയുമഴകിനൊടുമടിയിൽ മമ വച്ചുടൻ
തീർത്ഥപാദൻ വിരവോടുറങ്ങീടിനാൻ
അതുപൊഴുതിലതി പലലശകലങ്ങൾ കൊത്തീടിനാൻ
ഭക്ഷിച്ചു കൊള്ളുവാനെന്നോർത്തു ഞാൻ തദാ
പരുഷതരമുടനുടനെടുത്തെറിഞ്ഞീടിനേൻ
പാഷാണജാലങ്ങൾ കൊണ്ടതു കൊണ്ടവൻ
വപുഷി മമ ശിതചരണനഖരതുണ്ഢങ്ങളാൽ
വായ്പോടു കീറിനാനേറെക്കുപിതനായ്
പരമ പുരുഷനുമുടനുണർന്നു നോക്കും വിധൌ
പാരമൊലിക്കുന്ന ചോരകണ്ടാകുലാൽ
തൃണകുശകലമതികുപിതനായെടുത്തശ്രമം
ദിവ്യാസ്ത്രമന്ത്രം ജപിച്ചയച്ചീടിനാൻ
സഭയമവനഖിലദിശി പാഞ്ഞുനടന്നിതു
സങ്കടം തീർത്തു രക്ഷിച്ചു കൊണ്ടീടുവാൻ
അമരപതി കമലജഗിരീശ മുഖ്യന്മാർക്കു-
മാവതല്ലെന്നയച്ചോരവസ്ഥാന്തരേ
രഘുതിലകനടി മലരിവശമൊടു വീണിതു
രക്ഷിച്ചു കൊള്ളണേമെന്നെക്കൃപാനിധേ!
അപരമൊരു ശരണമിഹ നഹി നഹി നമോസ്തുതേ
ആനന്ദമൂർത്തേ! ശരണം നമോസ്തുതേ
ഇതിസഭയമടിമലരിൽ വീണു കണ്ടീടിനാ-
നിന്ദ്രാത്മജനാം ജയന്തനുമന്നരേം
സവിതൃകുലതിലകനഥ സസ്മിതം ചൊല്ലിനാൻ
സായകം നിഷ്ഫലമാകയില്ലെന്നുമേ
അതിനു തവ നയനമതിലൊന്നുപോ നിശ്ചയ-
മന്തരമില്ല നീ പൊയ്ക്കൊൾക നിർഭയം
ഇതിസദയമനു ദിവസമെന്നെ രക്ഷിച്ചവ-

നിന്നുപേക്ഷിച്ചതെന്തെന്നുടെ ദുഷ്കൃതം
ഒരു പിഴയുമൊരു പൊഴുതിലവനോടു ചെയ്തീല ഞാ-
നോർത്താലിതെന്നുടെ പാപമേ കാരണം”
വിവിധമിതി ജനകനൃപദുഹിതൃവചനം കേട്ടു
വീരനാം മാരുതപുത്രനും ചൊല്ലിനാൻ
“ഭവതി പുനരിവിടെ മരുവീടുന്നതേതുമേ
ഭർത്താവറിയാക കൊണ്ടുവരാഞ്ഞതും
ഝടിതി വരുമിനി നിശിചരൌഘവും ലങ്കയും
ശാഖാമൃഗാവലി ഭസ്മാക്കും ദൃഢം”
പവനസുതവചനമിതി കേട്ടു വൈദേഹിയും
പാരിച്ച മോദേന ചോദിച്ചരുളിനാൾ!
“അധികകൃശതനുരിഹ ഭവാൻ കപിവീരരു-
മീവണ്ണമുള്ളവരല്ലയോ ചൊല്ലു നീ
നിഖില നിശിചരരചലനിഭവിപുലമൂർത്തികൾ
നിങ്ങളവരോടെതിർക്കുന്നതെങ്ങനെ?”
പവനജനുമവനിമകൾ തുല്യനായ് നിന്നാതിദ്രുതം
അഥമിഥിലനൃപതിസുതയോടു ചൊല്ലീടിനാ-
നഞ്ജനാപുത്രൻ പ്രഭഞ്ജനനന്ദനൻ!
“ഇതു കരുതുക കമലരിലിങ്ങനെയുള്ളവ-
രിങ്ങിരുപത്തൊന്നു വെള്ളം പടവരും”
പവനസുത മൃദുവചനമിങ്ങനെ കേട്ടുടൻ
പത്മപത്രാക്ഷിയും പാർത്തു ചൊല്ലീടിനാൾ !
“അതിവിമലനമിത ബലനാശര വംശത്തി-
നന്തകൻ നീയതിനന്തരമില്ലടോ!
രജനിവിരവൊടു കഴിയുമിനിയുഴറുകെങ്കിൽ നീ
രാക്ഷസസ്ത്രീകൾ കാണാതെ നിരാകുലം
ജലനിധിയുമതിചപലമിന്നേ കടന്നങ്ങു-
ചെന്നു രഘുവരനെ കാൺകനന്ദന!

മമചരിതമഖിലമറിയിച്ചു ചൂഡാരത്ന-
മാശു തൃക്കയ്യിൽ കൊടുക്ക വിരയേ നീ
വിരവിനൊടു വരിക രവിസുതനു മുരു സന്യൈവും
വീരപുമാന്മാരിരുവരുമായ് ഭവാൻ
വഴിയിലൊരു പിഴയുമുപരോധമന്നെിയേ
വായുസുതാ! പോകനല്ലവണ്ണം ധ്രുവം"
വിനയഭയകുതുക ഭക്തി പ്രമോദാന്വിതം
വീരൻ നമസ്കരിച്ചീടിനാനന്തികേ
പ്രിയവചനസഹിതനഥ ലോക മാതാവിനെ-
പ്പിന്നയെും മൂന്നു വലത്തു വച്ചീടിനാൻ
"വിട തരിക ജനനീ! വിടകൊൾവാനടിയനു
വഗേനേ ഖദേംവിനാ വാഴ്ക സന്തതം"
ഭവതു ശുഭമയി തനയ! പഥി തവ നിരന്തരം
ഭർത്താരമാശു വരുത്തീടുകത്ര നീ
സുഖമൊടിഹ ജഗതി സുചിരം ജീവ ജീവ നീ
സ്വസ്ത്യസ്തു പുത്ര! തസ്യേുസ്ഥിരശക്തിയും"
അനിലതനയനുമഖില ജനനിയൊടു സാദരം
ആശീർവചനമാദായ പിൻവാങ്ങിനാൻ.

ലങ്കാമർദ്ദനം

ചെറുതകലയെയൊരു വിടപിശിഖിരവുമമർന്നവൻ
ചിന്തിച്ചുകണ്ടാൻ മനസി ജിതശ്രമം
പരപുരിയിലൊരു നൃപതികാര്യാർത്ഥമായതി-
പാടവമുള്ളൊരു ദൂതം നിയോഗിച്ചാൽ
സ്വയമതിനൊരഴിനിലയൊഴിഞ്ഞു സാധിച്ചഥ
സ്വസ്വാമി കാര്യത്തിനന്തരമെന്നിയേ
നിജഹൃദയചതുരതയൊടപരമൊരു കാര്യവും
നീതിയോടേ ചെയ്തു പോമവനുത്തമൻ
അതിനു മുഹുരഹമഖില നിശിചരകുലശേനെ-
യൻപോടു കണ്ടു പറഞ്ഞു പോയീടണം
അതിനു പരുവഴിയുമിതു സുദൃഢമിതി ചിന്ത ചെ-
യ്താരാമമൊക്കെപ്പൊടിച്ചു തുടങ്ങിനാൻ
മിഥിലനൃപമകൾ മരുവുമതിവിമല ശിംശപാ-
വൃക്ഷമൊഴിഞ്ഞുളളതൊക്കെത്തകർത്തവൻ
കുസുമദലഫലസഹിതഗുൽമവല്ലീതരു-
ക്കൂട്ടങ്ങൾ പൊട്ടിയലറി വീഴും വിധൌ
ജനനിവഹഹയ ജനന നാദഭേദങ്ങളും
ജംഗമജാതികളായ പതത്രികൾ
അതിഭയമൊടഖിലദിശിദിശി ഖലു പറന്നുടൻ
ആകാശമൊക്കെപ്പരന്നൊരു ശബ്ദവും
രജനിചരപുരി ഝടിതി കീഴ്മേൽ മറിച്ചിതു
രാമദൂതൻ മഹാവീര്യപരാക്രമൻ
ഭയമൊടതു പൊഴുതു നിശിചരികളുമുണർന്നിതു
പാർത്തനേരം കപിവീരനെക്കാണായി
“ഇവനമിത ബലസഹിതനിടിനികരമൊച്ചയു-

മനെന്തൊരു ജന്തുവിതനെന്തിനു വന്നതും?
സുമുഖി! തവനികടഭുവി നിന്നു വിശേഷങ്ങൾ
സുന്ദരഗാത്രി ! ചൊല്ലീലയോ ചൊല്ലടോ!
മനസി ഭയമധികമിവനെക്കണ്ടു ഞങ്ങൾക്കു
മർക്കടാകാരം ധരിച്ചിരിക്കുന്നതും
നിശിതമസി വരുവതിനു കാരണമെന്തു ചൊൽ
നീയറിഞ്ഞീലയോ ചൊല്ലിവനാരടോ”
“രജനിചരകുലരചിതമായകളൊക്കവേ
രാത്രിഞ്ചരന്മാർക്കൊഴിഞ്ഞറിയാവതോ?
ഭയമിവനെ നികടഭുവി കണ്ടുമന്മാനസേ
പാരം വളരുന്നതെന്താവതീശ്വരാ!”
അവനിമകളവരൊടിതു ചൊന്ന നേരത്തവ-
രാശു ലങ്കേശ്വരനോടു ചൊല്ലീടിനാർ
“ഒരു വിപിനചരനമിതബലനചലസന്നിഭ-
നുദ്യാനമൊക്കപ്പൊടിച്ചു കളഞ്ഞിതു
പൊരുവതിനു കരുതിയവനപഗത ഭയാകുലം
പൊട്ടിച്ചിതു ചൈത്യപ്രാസാദമൊക്കവേ
മുസലധരനനിശമതു കാക്കുന്നവരെയും
മുൽപ്പെട്ടു തച്ചുകൊന്നീടിനാനശ്രമം
ഭുവനമതിലൊരുവരെയുമവനു ഭയമില്ലഹോ
പോയീലവനവിടുന്നിനിയും പ്രഭോ!”
ദശവദനനിതി രജനിചരികൾ വചനം കേട്ടു
ദന്ദശൂകോപമക്രോധവിവശനായ്
“ഇവനിവിടെ നിശിതമസി ഭയമൊഴിയെ വന്നവ-
നേതുമെളിയവനല്ലെന്നു നിർണ്ണയം
നിശിതശരകുലിശ മുസലാദ്യങ്ങൾ കൈക്കൊണ്ടു
നിങ്ങൾ പോകാശു നൂറായിരം വീരന്മാർ”
നിശിചരകുലാധിപാജ്ഞാകാരന്മാരതി

നിർഭയം ചെല്ലുന്നതുകണ്ടു മാരുതി
ശിഖരികുലമൊടുമവനി മുഴുവനിളകുംവണ്ണം
സിംഹനാദം ചെയ്തതു കേട്ടു രാക്ഷസർ
സഭയതരഹൃദയമഥ മോഹിച്ചുവീണിതു
സംഭ്രമത്തോടെടുത്തീടിനാർ പിന്നെയും
ശിതവിശിഖ മുഖനിഖില ശസ്ത്രജാലങ്ങളെ
ശീഘ്രം പ്രയോഗിച്ചനേരം കപീന്ദ്രനും
മുഹുരുപരി വിരവിനൊടുയർന്നു ജിതശ്രമം
മുദ്ഗരം കൊണ്ടു താഡിച്ചൊടുക്കീടിനിനാൻ
നിയുതനിശിചരനിധനനിശമന ദശാന്തരേ
നിർഭരം ക്രുദ്ധിച്ചു നക്തഞ്ചരനേന്ദ്രനും
അഖിലബലപതിവരരിലവൈരച്ചെല്ലുകെ-
ന്നത്യന്തരോഷാൽ നിയോഗിച്ചനന്തരം
പരമരണ നിപുണനൊടെതിർത്തു പഞ്ചത്വവും
പഞ്ചസ്നേനാധിപന്മാർക്കും ഭവിച്ചിതു
തദനുദശവദനുനുദിതക്രുധാ ചൊല്ലിനാൻ
“തദ്ബലമത്ഭുതം മദ്ഭയോദ്ഭൂതിതം
പരിഭവമൊടമിതബല സഹിതമപി ചെന്നൊരു
പഞ്ചസേനാധിപന്മാർ മരിച്ചീടിനാർ
ഇവനെ മമനികട ഭുവിത്ധടിതിസഹജീവനോ-
ടിങ്ങു ബന്ധിച്ചു കൊണ്ടന്നു വച്ചീടുവാൻ
മഹിതമതിബല സഹിതമഴുവരൊരുമിച്ചുടൻ
മന്ത്രിപുത്രന്മാർ പുറപ്പെടുവിൻ ഭൃശം”
ദശവദനവച നിശമനബല സമന്വിതം
ദണ്ഡമുസലഖഡ്ഗഷേു ചാപാദികൾ
കഠിനതരമലറി നിജകരമതിലടുത്തുടൻ
കർബുരനേന്ദ്രന്മാരടുത്താർ കപീന്ദ്രനും
ഭുവനതലമുലയമുഹുരലറി മരുവും വിധൌ

ഭൂരിശസ്ത്രം പ്രയോഗിച്ചാരനുക്ഷണം
അനിലജനുമവരെ വിരവോടു കൊന്നീടിനാ-
നാശുലോഹസ്തംഭ താഡനത്താലഹോ!
നിജസചിവതനയരെഴുവരുമമിത സൈന്യവും
നിർജ്ജരലോകം ഗമിച്ചതു കേൾക്കയാൽ
മനസിദശമുഖനുമുരുതാപവും ഭീതയും
മാനവും ഖേദവും നാണവും തേടിനാൻ
"ഇനിയൊരുവനിവനൊടു ജയിപ്പതിനില്ലമ-
റ്റിങ്ങനെ കണ്ടീല മറ്റു ഞാനാരെയും
ഇവരൊരുവരതിരിടുകിലസുരസുരജാതിക-
ളങ്ങുമനേൽക്കുമാറില്ല ജഗത്ത്രയേ
അവർ പലരുമൊരു കപിയൊടേറ്റു മരിച്ചിത-
ങ്ങയ്യോ! സുകൃതം നശിച്ചിതുമാമകം"
പലവുമിതി കരുതിയൊരു പരവശത കൈക്കൊണ്ടു
പാരം തളർന്നൊരു താതനോടാദരാൽ
വിനയമൊടു തൊഴുതിളയമകനുമുരചെയ്തിതു
വീരപുംസാമിദം യോഗ്യമല്ലതേുമേ
അലമമലമിതറികിലനുചിതമഖില ഭൂഭൃതാ-
മാത്മഖേദം ധൈര്യശൗര്യതേജോഹരം
അരിവരനെ നിമിഷമിഹ കൊണ്ടുവരുവനെ"-
ന്നക്ഷകുമാരനും നിർഗ്ഗമിച്ചീടിനാൻ
കപിവരനുമതുപൊഴുതു തോരണമേറിനാൻ
കാണായിതക്ഷകുമാരനെസ്സന്നിധൌ
ശരനികരശകലിത ശരീരനായ് വന്നിതു
ശാഖാമൃഗാധിപൻ താനുമതുനേരം
മുനിവിനൊടു ഗഗനഭുവി നിന്നു താണാശു ത-
ന്മൂർദ്ധനി മുദ്ഗരം കൊണ്ടെറിഞ്ഞീടിനാൻ
ശക്തനാമക്ഷകുമാരൻ മനോഹരൻ

വിബുധകുലരിപു നിശിചരാധിപൻ രാവണൻ
വൃത്താന്തമാഹന്ത കേട്ടു ദുഃഖാർത്തനായ്
അമരപതിജിതമമിതബലസഹിതമാത്മജ-
മാത്മഖേദത്തോടണച്ചു ചൊല്ലീടിനാൻ
"പ്രിയതനയ! ശൃണുവചനമിഹ തവ സഹോദരൻ
പ്രേതാധിപാലയം പുക്കിതു കേട്ടീലേ
മമ സുതനെ രണശിരസി കൊന്ന കപീന്ദ്രനെ
മാർത്താണ്ഡജാലയത്തിന്നയച്ചീടുവാൻ
ത്വരിതമഹതുല ബലമോടു പോയീടുവൻ
ത്വൽ കനിഷ്ഠോദകം പിന്നെ നൽകീടുവൻ"

ഹനൂമദ്ബന്ധനം

ഇതിജനകവചന മലിവോടു കേട്ടാദരാ
ലിന്ദ്രജിത്തും പറഞ്ഞീടിനാൻ തൽക്ഷണേ:
"ത്യജ മനസി ജനക! തവശോകം മഹാമതേ!
തീർത്തുകൊൾവൻ ഞാൻ പരിഭവമൊക്കവേ
മരണവിരഹിതനവനതിനില്ല സംശയം
മറ്റൊരുത്തൻ ബലാലത്ര വന്നീടുമോ!
ഭയമവനുമരണകൃതമില്ലെന്നു കാൺകിൽ ഞാൻ
ബ്രഹ്മാസ്ത്രമെയ്തു ബന്ധിച്ചു കൊണ്ടീടുവൻ
ഭുവനതലമഖിലമരവിന്ദോത്ഭവാദിയാം
പൂർവ്വദേവാരികൾ തന്നവരത്തിനാൽ
വലമഥനമപിയുധി ജയിച്ച നമ്മോടൊരു
വാനരൻ വന്നെതിരിട്ടതു മത്ഭുതം!
അതുകരുതുമളവിലിഹ നാണമാമത്രെയും
ഹന്തുമശക്യോപി ഞാനവിളംബിതം
കൃതിഭിരപി നികൃതിഭിരപി ഛത്മനാപി വാ
കൃച്ഛ്രേണ ഞാൻ ത്വൽ സമീപേ വരുത്തുവൻ

സപദി വിപദുപഗതമിഹ പ്രമദാകൃതം
സമ്പദ്വിനാശകരം പരം നിർണ്ണയം
സസുഖമിഹ നിവസ മയി ജീവതി ത്വം വൃഥാ
സന്താപമുണ്ടാക്കരുതു കരുതു മാം“
ഇതി ജനകനൊടു നയഹിതങ്ങൾ സൂചിപ്പിച്ചുട–
നിന്ദ്രജിത്തും പുറപ്പെട്ടു സന്നദ്ധനായ്
രഥകവചവിശിഖധനുരാദികൾ കൈക്കൊണ്ടു
രാമദൂതം ജതേുമാശു ചന്നെീടിനാൻ
ഗരുഡനിഭനഥ ഗഗനമുല്പതിച്ചീടിനാൻ
ഗർജ്ജനപൂർവ്വകം മാരുതി വീര്യവാൻ
ബഹുമതിയുമകതളിരിൽ വന്നു പരസ്പരം
ബാഹുബലവീര്യവഗേങ്ങൾ കാൺകയാൽ
പവനസുതശിരസി ശരമഞ്ചുകൊണ്ടയ്തിതു
പാകാരിജിത്തായ പഞ്ചാസ്യവിക്രമൻ
അഥസപദി ഹൃദി വിശിഖമട്ടെു കൊണ്ടയ്തു മ–
റ്റാറാറുബാണം പദങ്ങളിലും തദാ
ശിതവിശിഖമധികതരമൊന്നു വാൽ മലേയ്തു
സിംഹനാദനേ പ്രപഞ്ചം കുലുക്കിനാൻ
തദനു കപികുലതിലകനമ്പു കൊണ്ടാർത്തനായ്
സ്തംഭനേ സൂതനക്കൊന്നിതു സത്വരം
തുരഗയുതരഥവുമഥഝടിതി പൊടിയാക്കിനാൻ
ദൂരത്തു ചാടിനാൻ മഘേനിനാദനും
അപരമൊരു രഥ മധിക വിതതമുടനറേി വ–
ന്നസ്ത്രശസ്ത്രൌഘവരിഷം തുടങ്ങിനാൻ
രുഷിതമതി ദശവദനതനയ ശരപാതനേ
രോമങ്ങൾ നന്നാലു കീറി കപീന്ദ്രനും
അതിനുമൊരുകടുെതിയവനില്ലന്നെു കാൺകയാ–
ലംഭോജസംഭവബാണമയ്തീടിനാൻ

അനിലജനുമതിനെ ബഹുമതിയൊടുടനാദരി–
ച്ചാഹന്ത! മോഹിച്ചു വീണിതു ഭൂതലേ
ദശവദനസുതനനിലതനയനെ നിബന്ധിച്ചു
തൻപിതാവിൻ മുമ്പിൽ വച്ചു വണങ്ങിനാൻ
പവനജനു മനസിയൊരു പീഡയുണ്ടായീല
പണ്ടു ദേവന്മാർ കൊടുത്ത വരത്തിനാൽ
നളിനദലനേത്രനാം രാമൻ തിരുവടി
നാമാമൃതം ജപിച്ചീടും ജനം സദാ
അമലഹൃദി മധുമഥന ഭക്തിവിശുദ്ധരാ–
യജ്ഞാനകർമ്മകൃത ബന്ധനം ക്ഷണാൽ
സുചിരവിരചിതമപി വിമുച്യ ഹരിപദം
സുസ്ഥിരം പ്രാപിക്കുമില്ലൊരു സംശയം
രഘുതിലകചരണയുഗമകതളിരിൽ വച്ചൊരു
രാമദൂതന്നു ബന്ധം ഭവിച്ചീടുമോ?
മരണജനിമയ വികൃതി ബന്ധമില്ലാതോർക്കു
മറ്റുള്ള ബന്ധനം കൊണ്ടെന്തു സങ്കടം?
കപടമതികലിത കരചരണ വിവശത്വവും
കാട്ടിക്കിടന്നു കൊടുത്തോരനന്തരം
പലരുമതികുതുകമൊടു നിശിചരണമണഞ്ഞുടൻ
പാശഖണ്ഡനേ ബന്ധിച്ചതു കാരണം
ബലമിയലുമമരരിപു കെട്ടിക്കിടന്നെഴും
ബ്രഹ്മാസ്ത്ര ബന്ധനം വേർപെട്ടിതപ്പോഴേ
വ്യഥയുമവനകതളിരിലില്ലയെന്നാകിലും
ബദ്ധനെന്നുള്ള ഭാവം കളഞ്ഞീലവൻ
നിശിചരരെടുത്തു കൊണ്ടാർത്തു പോകും വിധൌ
നിശ്ചലനായ്ക്കിടന്നാൻ കാര്യഗൌരവാൽ
അനിലജനെ നിശിചരകുലാധിപൻ മുമ്പിൽ വ–
ച്ചാദിതയോധിപാരാതി ചൊല്ലീടിനാൻ

“അമിത നിശിചരവരരെ രണശിരസി കൊന്നവ-
നാശു വിരിഞ്ചാസ്ത്ര ബദ്ധനായീടിനാൻ
ജനക! തവ മനസി സചിവന്മാരുമായിനി-
ച്ചമ്മേ വിചാര്യ കാര്യം നീ വിധീയതാം
പ്ലവഗകുലവരനറിക സാമാന്യനല്ലിവൻ
പ്രത്യർത്ഥി വർഗ്ഗത്തിനെല്ലാമൊരന്തകൻ.
നിജതനയ വചനമിതി കേട്ടു ദശാനനൻ
നിൽക്കും പ്രഹസ്തനോടോർത്തു ചൊല്ലീടിനാൻ:
ഇവനിവിടെ വരുവതിനു കാരണമെന്തെന്നു-
മങ്ങു നിന്നത്ര വരുന്നതെന്നുള്ളതും
ഉപവനവുമനിശമതു കാക്കുന്നവരെയു-
മൂക്കോടെ മറ്റുള്ള നക്തഞ്ചരരെയും
ത്വരിതമതി ബലമൊടു തകർത്തു പൊടിച്ചതും
തൂമയോടാരുടെ ദൂതനെന്നുള്ളതും
ഇവനൊടിനി വിരവിനൊടു ചോദിക്ക നീയെന്നു-
മിന്ദ്രാരി ചൊന്നതു കേട്ടു പ്രഹസ്തനും
പവനസുതനൊടു വിനയതനയസഹിതമാദരാൽ
പപ്രച്ഛ” നീയാരയച്ചു വന്നൂ കപേ!
നൃപസദസികഥയ മമ സത്യം മഹാമതേ!
നിന്നയെഴിച്ചു വിടുന്നുണ്ടു നിർണ്ണയം
ഭയമഖിലമകതളിരിൽ നിന്നുകളഞ്ഞാലും
ബ്രഹ്മസഭയ്ക്കൊക്കു മിസ്സഭ പാർക്ക നീ
അനൃത വചനവു മലമധർമ്മ കർമ്മങ്ങളു-
മത്ര ലങ്കേശ രാജ്യത്തിങ്കലില്ലെടോ!”
നിഖില നിശിചരകുല ബലാധിപൻ ചോദ്യങ്ങൾ
നീതിയോടേ കേട്ടുവായുതനയനും
മനസി രഘുകുലവരനെ മുഹുരപി നിരൂപിച്ചു
മന്ദഹാസേന മന്ദതരം ചൊല്ലിനാൻ:

ഹനുമാന്റെ ഹിതോപദേശം

“സ്ഫുട വചനമതിവിശദ മിതി ശൃണു ജലപ്രഭോ!
പൂജ്യനാം രാമദൂതൻ ഞാനറിക നീ
ഭുവനപതി മമപതി പുരന്ദരപൂജിതൻ
പുണ്യപുരുഷൻ പുരുഷോത്തമൻ പരൻ
ഭുജഗകുലപതിശയനമലനഖിലേശ്വരൻ
പൂർവ്വദേവാരാതി ഭുക്തിമുക്തിപ്രദൻ
പുരമഥനഹൃദയമണിനിലയനനിവാസിയാം
ഭൂതേശസേവിതൻ ഭൂതപഞ്ചാത്മകൻ
ഭുജകുലരിപുമണിരഥദ്ധ്വജൻ മാധവൻ
ഭൂപതിഭൂതിവിഭൂഷണസമ്മിതൻ
നിജജനകവചനമതുസത്യമാക്കീടുവാൻ
നിർമ്മലൻ കാനനത്തിന്നു പുറപ്പെട്ടു
ജനകജയുമവരജനുമായ് മരുവുന്ന നാൾ
ചെന്നു നീ ജാനകിയെക്കട്ടുകൊണ്ടീലേ
തവ മരണമിഹവരുവതിന്നൊരു കാരണം
താമരസോത്ഭവകല്പിതം കേവലം
തദനു ദശരഥതനയനും മതംഗാശ്രമേ
താപനേ തമ്പിയുമായ് ഗമിച്ചീടിനാൻ
തപനതനയനോടനലസാക്ഷിയായ് സഖ്യവും
താല്പര്യമുൾക്കൊണ്ടു ചെയ്തോരനന്തരം
അമരപതിസുതനെയൊരു ബാണേന കൊന്നുട
നർക്കാത്മജന്നു കിഷ്കിന്ധയും നൽകീടിനാൻ
അടിമലരിലവനമനമഴകിനൊടു ചെയ്തവ-
നാധിപത്യം കൊടുത്താധി തീർത്തീടിനാൻ
അതിനവനുമവനിതനയാന്വേഷണത്തിനാ-

യാശകൾ തഴേറുമകേക്കൈ നൂറായിരം
പ്ലവഗകുലപരിവൃഢരെ ലഘുതരമയച്ചതി-
ലകേനഹമിഹവന്നു കണ്ടീടിനൻ
വനജവിടപികളയെുടനുടനിഹ തകർത്തതും
വാനരവംശ പ്രകൃതിശീലം വിഭോ!
ഇകലിൽ നിശിചരവരരയെഒക്കെ മുടിച്ചതു-
മന്നെ വധിപ്പതിന്നായ് വന്ന കാരണം
മരണഭയമകതളിരിലില്ലയാതഭേുവി
മറ്റൊരു ജന്തുക്കളില്ലന്നെു നിർണ്ണയം
ദശവദന ! സമരഭുവി ദഹേരക്ഷാർത്ഥമായ്
ത്വദ്ഭൃത്യവർഗ്ഗത്തെ നിഗ്രഹിച്ചനേഹം
ദശനിയുതശതവയസി ജീർണ്ണമന്നൊകിലും
ദഹേികൾക്കറേ്റം പ്രിയം ദഹേമഔർക്ക നീ
തവ തനയകരഗളിത വിധിവിശിഖപാശനേ
തത്ര ഞാൻ ബദ്ധനായനേഒരു കാൽക്ഷണം
കമലഭവമുഖസുരവരപ്രഭാവനേ മഭേ
കായത്തിനതേുമഭേ പീഡയുണ്ടായ്വരാ
പരിഭവമഒരു പഒഴുതു മരണവുമകപ്പടൊ
ബദ്ധഭാവനേ വന്നീടിനനേത്ര ഞാൻ
അതിനുമിതുപഒഴുതിലഒരു കാരണമുണ്ടുകഭേ-
ളദ്‌യഹിതം തവ വക്തുമുദ്യുക്തനായ്
അകതളിരിലറിവു കുറയുന്നവർക്കറേ്റമു
ള്ളജ്ഞാനമഒക്കെ നീക്കണേം ബുധജനം
അതുജഗതി കരുതു കരുണാത്മനാം ധർമ്മമന്നെ-
ന്നാത്മഭോപദശേമജ്ഞാനിനാം മഭോക്ഷദം
മനസി കരുതുക ഭുവനഗതിയെ വഴിയഭേവാൻ
മഗ്നനായീടഒലാ മഭോഹമഹാം ബുധഔ
ത്യജമനസി ദശവദന! രാക്ഷസീം ബുദ്ധിയെ

ദൈവീം ഗതിയസ്സമാശ്രയിച്ചീടു നീ
അതു ജനനമരണ ഭയനാശിനീ നിർണ്ണയ-
മന്യയായുള്ളതു സംസാര കാരിണി
അമൃതഘനവിമലപരമാത്മബോധോചിത-
മത്യുത്തമാന്വയോദ് ഭൂതനല്ലോ ഭവാൻ
കളക തവ ഹൃദി സപദി തത്ത്വബോധനേ നീ
കാമകോപദ്വേഷലോഭമോഹാദികൾ
കമലഭവസുതതനയ നന്ദനനാകയാൽ
കർബുരഭാവം പരിഗ്രഹിയായ്ക നീ
ദനുജസുര മനുജഖഗമൃഗഭുജഗഭേദേനേ
ദേഹാത്മബുദ്ധിയസ്സന്ത്യജിച്ചീടു നീ
പ്രകൃതിഗുണപരവശതയാ ബദ്ധനായ്വരും
പ്രാണദേഹേങ്ങളാത്മാവല്ലറികടോ!
അമൃതമയനജനമലനദ്വയനവ്യയ-
നാനന്ദപൂർണ്ണനകേൻ പരൻ കേവലൻ
നിരുപമമനമയേനവ്യക്തൻ നിരാകുലൻ
നിർഗ്ഗുണൻ നിഷ്കളങ്കൻ നിർമ്മമൻ നിർമ്മലൻ
നിഗമവരനിലയനനന്തനാദ്യൻ വിഭു
നിത്യൻ നിരാകാരനാത്മാ പരബ്രഹ്മം
വിധിഹരിഹരാദികൾക്കും തിരിയാതവൻ
വേദാന്തവേദ്യനവേദ്യനജ്ഞാനിനാം
സകലജഗദിദമറിക മായാമയം പ്രഭോ!
സച്ചിന്മയം സത്യബോധം സതാതനം
ജഡമഖിലജഗദിദമനിത്യമറിക നീ
ജന്മജരാമരണാദി ദുഃഖാന്വിതം
അറിവതിനു പണിപരമ പുരുഷ മറിമായങ്ങ-
ളാത്മാനമാത്മനാ കണ്ടു തളിക നീ
പരമഗതി വരുവതിനു പരമൌരുപദേശവും

പാർത്തുകേട്ടീടു ചൊല്ലിത്തരുന്നുണ്ടു ഞാൻ
അനവരതമകതളിരിലമിതഹരിഭക്തികൊ–
ണ്ടാത്മവിശുദ്ധി വരുമെന്നു നിർണ്ണയം
അകമലരുമഘമകലുമളവതി വിശുദ്ധമാ–
യാശു തത്ത്വജ്ഞാനവുമുദിക്കും ദൃഢം
വിമലതര മനസി ഭഗവത്തത്ത്വ വിജ്ഞാന–
വിശ്വാസകവേലാനന്ദാനുഭൂതിയാൽ
രജനിചരവനദഹനമന്ത്രാക്ഷരദ്വയം
രാമരാമേതി സദിവ ജപിക്കയും
രതി സപദി നിജഹൃദി വിഹായ നിത്യം മുദാ
രാമപാദ ധ്യാനമുള്ളിലുറയ്ക്കയും
അറിവുചെറുതകതളിരിലൊരു പുരുഷനുണ്ടെങ്കി–
ലാഹന്ത! വേണ്ടുന്നതാകയാലാശു നീ
ഭജഭവ ഭയാപഹം ഭക്തലോകപ്രിയം
ഭാനുകോടിപ്രഭം വിഷ്ണുപദാംബുജം
മധുമഥനചരണസരസിജയുഗളമാശു നീ
മൌഢ്യം കളഞ്ഞു ഭജിച്ചുകൊണ്ടീടെടോ!
കുസൃതികളുമിനി മനസി കനിവൊടു കളഞ്ഞു വൈ–
കുണ്ഠലോകം ഗമിപ്പാൻ വഴിനോക്കു നീ
പരധന കളത്രമോഹേന നിത്യം വൃഥാ
പാപമാർജ്ജിച്ചു കീഴ്പോട്ടു വീണിടൊലാ
നളിനദലനയനമഖിലേശ്വരം മാധവം
നാരായണം ശരണാഗത വത്സലം
പരമപുരുഷം പരമാത്മാനമദ്വയം
ഭക്തിവിശ്വാസേന സേവിക്ക സന്തതം
ശരണമിതി ചരണകമലേ പതിച്ചീടെടോ!
ശത്രുഭാവത്തെ ത്യജിച്ചു സന്തുഷ്ടനായ്
കലുഷമനവധി ഝടിതി ചെയ്തിതെന്നാകിലും

കാരുണ്യമീവണ്ണമില്ല മറ്റാർക്കുമഹോ
രഘുപതിയെ മനസി കരുതുകിലവനു ഭൂതലേ
രണ്ടാമതുണ്ടാകയില്ല ജന്മം സഖേ!
സനകമുഖമുനികൾ വചനങ്ങളിതഹോർക്കടെഹോ
സത്യം മയോക്തം വിരിഞ്ചാദി സമ്മതം"
അമൃതസമവചനമിതിപവനതനയോദിത-
മത്യന്തരോഷേണ കേട്ടു ദശാനനൻ
നയനമിരുപതിലുമഥ കനൽ ചിതറുമാറുടൻ
നന്നായുരുട്ടിമിഴിച്ചു ചൊല്ലീടിനാൻ
തിലസദൃശമിവനെയിനി വെട്ടിനുറുക്കുവിൻ
ധിക്കാരമിത്ര കണ്ടീല മറ്റാർക്കുമേ
മമ നികടഭുവി വടിവൊടൊപ്പമിരുന്നു മാം
മറ്റൊരു ജന്തുക്കളിങ്ങനെ ചൊല്ലുമോ?
ഭയവുമൊരുവിനയവുമിവന്നു കാണ്മാനില്ല
പാപിയായോരു ദുഷ്ടാത്മാശഠനിവൻ
കഥയമമ കഥയമ രാമനെന്നാരു ചൊൽ?
കാനനവാസി, സുഗ്രീവനെന്നാരെടോ?
അവരെയുമനന്തരം ജാനകി തന്നെയു-
മത്യന്ത ദുഷ്ടനാം നിന്നെയും കൊല്ലുവൻ"
ദശവദന വചനമിതി കേട്ടു കോപം പൂണ്ടു
ദന്തം കടിച്ചു കപീന്ദ്രനും ചൊല്ലിനാൻ!
"നിനവു തവ മനസി പെരുതത്രയും നന്നു നീ
നിന്നോടെതിരൊരു നൂറുനൂറായിരം
രജനിചരകുലപതികളായ് ഞളിഞ്ഞുള്ളൊരു
രാവണന്മാരൊരുമിച്ചതിർത്തീടിലും
നിയതമിതുമമ ചെറുവിരല്ക്കു പോരാ പിന്നെ
നീയന്തു ചെയ്യുന്നിതന്നോടു കശ്മല!"
പവനസുത വചനമിതു കേട്ടു ദശാസ്യനും

പാർശ്വസ്ഥിതന്മാരോടാശു ചൊല്ലീടിനാൻ!
"ഇവിടെ നിശിചരരൊരുവരായുധപാണിയാ-
യില്ലയോ കള്ളനെക്കൊല്ലുവാൻ ചൊല്ലുവിൻ"
അതുപൊഴുതിലൊരുവനവനോടടുത്തീടിനാ-
നപ്പോൾ വിഭീഷണൻ ചൊല്ലിനാൻ മെല്ലവേ!
"അരുതരുതു ദുരിതമിതു ദൂതനെക്കൊല്ലുകെ-
ന്നാർക്കടുത്തൂ നൃപന്മാർക്കു ചൊല്ലീടുവിൻ
ഇവനെ വയമിവിടെ വിരവോടു കൊന്നീടിനാ-
ലെങ്ങനെയെങ്ങറിയുന്നിതു രാഘവൻ
അതിനുപുനരിവനൊരടയാളമുണ്ടാക്കിനാ-
മങ്ങയയ്ക്കണമേതല്ലോ നൃപോചിതം ?"
ഇതിസദസി ദശവദന സഹജവചനനേ താ-
നെങ്കിലതങ്ങനെ ചെയ്കെന്നു ചൊല്ലിനാൻ.

ലങ്കാദഹനം

വദനമപി കരചരണമല്ല ശൌര്യാസ്പദം
വാനശ്ന്മാർക്കു വാൽമേൽ ശൌര്യമാകുന്നു
വയമതിനുഝടിതി വസനനേ വാൽ വേഷ്ടിച്ചു
വഹ്നികൊളുത്തിപ്പുരത്തിലെല്ലാടവും
രജനിചരപരിവൃഢരെടുത്തു വാദ്യം കൊട്ടി-
രാത്രിയിൽ വന്നൊരു കള്ളനെന്നിങ്ങനെ
നിഖിലദിശി പലരുമിഹ കേൾക്കുമാറുച്ചത്തിൽ
നീളെ വിളിച്ചു പറഞ്ഞുനടത്തുവിൻ
കുലഹതകനിവനറികനിസ്തേജനെന്നു തൻ-
കൂട്ടത്തിൽ നിന്നു നീക്കീടും കപികുലം
ദശവദന വചനമിതു കേട്ടുരക്ഷാകുലം
ദീനത കൈവിട്ടു വാതാത്മജന്റെ വാൽ
തിലരസഘൃതാദി സംസിതവസ്ത്രങ്ങളാൽ
തീവ്രം തെരുതെരെച്ചുറ്റും ദശാന്തരേ
അതുലബല നചലതരമവിടെ മരുവീടിനാ-
നത്യായത സ്ഥൂലമായിതുവാൽ തദാ-
വസനഗണമഖിലവുമൊടുങ്ങിച്ചമഞ്ഞിതു-
വാലുമതീവ ശേഷിച്ചിതു പിന്നെയും
നിഖിലനിലയന നിഹിതപട്ടാംബരങ്ങളും
നീളെത്തിരഞ്ഞു കൊണ്ടന്നു ചുറ്റീടിനാർ.
അതുമുടനൊടുങ്ങി വാൽശേഷിച്ചു കണ്ടള-
വങ്ങുമിങ്ങും ചെന്നുകൊണ്ടുവന്നീടിനാർ
തിലജഘൃത സുസ്നേഹസംസിതവസ്ത്രങ്ങൾ
ദിവ്യപട്ടാംശുക ജാലവും ചുറ്റിനാർ
നികൃതി പെരുതിവനു വസനങ്ങളില്ലൊന്നിനി

സ്നേഹവുമെല്ലാമൊടുങ്ങീതശേഷവും
അലമലമിതമലനിവനത്രെയും ദിവ്യനി–
താർക്കു തോന്നീ വിനാശത്തിനെന്നാർ ചിലർ
അനലമിഹവസനമിതി നനലമിനിവാലധി–
ക്കാശു കൊളുത്തുവിൻ വൈകരുതേതുമേ
പുനരവരുമതു പൊഴുതു തീകൊളുത്തീടിനാർ
പുച്ഛാഗ്രദേശേ പുരന്ദരാരാദികൾ
ബലസഹിതമബലമിവരജ്ജുഖണ്ഡം കൊണ്ടു–
ബധ്വാ ദൃഢതരം ധൃത്വാ കപിവരം
കിതവമതികളുമിതൊരു കള്ളനെന്നിങ്ങനെ
കൃത്വാരവമരം ഗത്വാപുരവരം
പറകളെയുമുടനറഞ്ഞറഞ്ഞങ്ങനെ
പശ്ചിമദ്വാരദേശേ ചെന്നനന്തരം
പവനജനുമതികൃശശരീരനായീടിനാൻ
പാശവുമപ്പോൾ ശിഥിലമായ് വന്നിതു
ബലമൊടവനതിചപലമചലനിഭ ഗാത്രനായ്
ബന്ധവും വേർപെട്ടു മേൽപ്പോട്ടുപൊങ്ങിനാൻ
ചരമഗിരിഗോപുരാഗ്രേ വായുവേഗേന
ചാടിനാൻ വാഹകന്മാരെയും കൊന്നവൻ
ഉഡുപതിയൊടുരസുമടവുയരമിയലുന്നര–
ത്നോത്തുംഗ സൌധാഗ്രമേറി മേവീടിനാൻ
ഉദവസിതനികരമുടനുടനുടനുപരിവേഗമോ–
ടുല്പ്ലുത്യ പിന്നെയുമുല്പ്ലുത്യ സത്വരം
കനക മണിമയനിലയമഖിലമനിലാത്മജൻ
കത്തിച്ചു കത്തിച്ചു വർദ്ധിച്ചിതഗ്നിയും
പ്രകൃതിചപലതയൊടവനചലമോരോ മണി–
പ്രാസാദജാലങ്ങൾ ചുട്ടുതുടങ്ങിനാൻ
ഗജതുരഗരഥബലപദാതികൾ പംക്തിയും

ഗമ്യങ്ങളായുള്ള രമ്യഹർമ്മ്യങ്ങളും
അനലശിഖകളുമനിലസുതഹൃദയവും തളി-
ഞ്ഞാഹന്ത! വിഷ്ണുപദം ഗമിച്ചൂതഥാ
വിബുധപതിയോടു നിശിചരാലയം വന്നൊരു
വൃത്താന്തമല്ലാമറിയിച്ചു കൊള്ളുവാൻ
അഹമഹമികാധിയാ പാവകജ്വാലക-
ളംബരത്തോളമുയർന്നു ചെന്നൂ മുദാ
ഭുവനതലഗതവിമല ദിവ്യരത്നങ്ങളാൽ
ഭൂതിപരിപൂർണ്ണമായുള്ള ലങ്കയും
പുനരനിലസുതനിതി ദഹിപ്പിച്ചതെങ്കിലും
ഭൂതി പരിപൂർണ്ണമായ് വന്നിതത്ഭുതം
ദശവദനസഹജ ഗൃഹമെന്നിയേ മറ്റുള്ള
ദേവാരിഗേഹങ്ങൾ വെന്തുകൂടീജവം
രഘുകുലപതി പ്രിയഭൃത്യനാം മാരുതി
രക്ഷിച്ചുകൊണ്ടാൻ വിഭീഷണമന്ദിരം
കനകമണിമയനിലയനികരമതുവെന്തോരോ
കാമിനീവർഗ്ഗം വിലാപം തുടങ്ങിനാർ
ചികുരഭരവസനചരണാദികൾ വെന്താശു
ജീവനും വേർപെട്ടു ഭൂമൌ പതിക്കയും
ഉടലുരുകിയുരുകിയുടനുഴറിയലറിപ്പാഞ്ഞു-
മുന്നതമായ സൌധങ്ങളിലേറിയും
ദഹനനുടനവിടെയുമടുത്തു ദഹിപ്പിച്ചു
താഴത്തുവീണു പിടഞ്ഞുമരിക്കയും
മമതനയ! രമണ! ജനക! പ്രാണനാഥ! ഹാ
മാമകം കർമ്മമയ്യോ! വിധി ദൈവമേ!
മരണമുടനുടലുരുകിമുറുകി വരികെന്നതു
മാററുവാനാരുമില്ലയ്യോ! ശിവശിവ!
ദുരിതമിതുരജനിചരവരവിരചിതം ദൃഢം

മററൊരു കാരണമില്ലിതിനതേുമഭ
പരധനവുമമിതപരദാരങ്ങളും ബലാൽ
പാപി ദശാസ്യൻ പരിഗ്രഹിച്ചാൻ തുലോം
അറികിലനുചിതമതുമദനേ ചയ്തീടായ്വി–
നാരുമതിന്റെ ഫലമിതു നിർണ്ണയം
മനുജതരുണിയയൊരു മഹാപാപി കാമിച്ചു
മറ്റുള്ളവർക്കുമാപത്തായിതിങ്ങനെ.
സുകൃതദുരിതങ്ങളും കാര്യമകാരവും
സൂക്ഷിച്ചുചയ്തുകൊള്ളണേം ബുധജനം
മദനശ്രപരവശതയൊടു ചപലനായിവൻ
മാഹാത്മ്യമുള്ളപതിവ്രതമാരയെും
കരബലമൊടനുദിനമണഞ്ഞു പിടിച്ചതി
കാമിചാരിത്രഭ്മ്ഗം വരുത്തീടിനാൻ
അവർ മനസി മരുവിന തപോമയപാവക
നദ്യ രാജ്യമേ പിടിപെട്ടിതു കവേലം
നിശിചരികൾ ബഹുവിധമൊരോന്നേ പറകയും
നിൽക്കും നിലയിലേ വന്നെുമരിക്കയും
ശരണമിഹ കിമിതി പലവഴിയുമുടനോടിയും
ശാഖികൾ വന്നെുമുറിഞ്ഞുടൻ വീഴ്കയും
രഘുകുലവരഷേ്ടദൂതൻ ത്രിയാമാചര–
രാജ്യമഴെുന്നൂറു യോജനയും ക്ഷണാൽ
സരസബഹുവിഭവയുതഭോജനം നൽകിനാൻ
സന്തുഷ്ടനായിതു പാവകദവേനും
ലഘുതരമനിലതനയനമൃതനിധി തന്നിലേ
ലാഗുലവും തച്ചു തീ പൊലിച്ചീടിനാൻ
പവനജനെ ദഹനനപി ചുട്ടതില്ലതേുമെ
പാവകനിഷ്ടസഖനാക കാരണം
പതിനിരതയാകിയ ജാനകീദവേിയാൽ

പ്രാർത്ഥിതനാകയാലും കരുണാവശാൽ
അവനിതനയാകൃപാവവൈഭവമത്ഭുത-
മത്യന്തശീതളനായിതു വഹ്നിയും
രജനിചരകുലവിപിന പാവകനാകിയ
രാമനാമസ്മൃതി കൊണ്ടു മഹാജനം
തനയധനദാരമോഹാർത്തരന്നോകിലും
താപത്രയാനലനക്കേടന്നീടുന്ന
തദഭിമതകാരിയായുള്ള ദൂതന്നു സ-
ന്താപം പ്രകൃതാനലനേ ഭവിക്കുമോ?
ഭവതിയദിമനുജജനം ഭുവിസാമ്പ്രതം
പങ്കജലോചനനെ ഭജിച്ചീടുവിൻ
ഭുവനപതി ഭുജഗപതിശയന ഭജനം ഭുവി
ഭൂതദവൈാത്മ സംഭൂതതാപാപഹം
തദനുകപികുലവരനുമവനി തനയാപദം
താണുതൊഴുതു നമസ്കൃത്യ ചൊല്ലിനാൻ
അഹമിനിയുമുഴറി നടകൊള്ളുവനക്കര-
യ്ക്കാജ്ഞാപ യാശുഗച്ഛാമി രാമാന്തികം
രഘുവരനുമവരജനുമരുണജനുമായ് ദ്രുത-
മാഗമിച്ചീടുമനന്തസന്തോഷം
മനസി തവ ചെറുതു പരിതാപമുണ്ടാകൊലാ
മദ്ഭരം കര്യമിഞ്ഞീഅനകാത്മജേ!
തൊഴുതമിതവിനയമിതി ചൊന്നവന്തന്നോടു
ദുഃഖമുൾക്കൊണ്ടു പറഞ്ഞിതു സീതയും:
"മമരമണചരിതമുരചെയ്ത നിന്നെക്കണ്ടു
മാനസതാപമകന്നിതു മാമകം
കഥമിനിയുമഹമിഹ വസാമിശോകേനേ മൽ
കാതവൃത്താന്ത ശ്രവണസൗഖ്യം വിനാ"
ജനകനൃപദു ഹിതൃഗിരമിങ്ങനെ കേട്ടവൻ

ജാതാനുകമ്പം തൊഴുതു ചൊല്ലീടിനാൻ
"കളകശുചമിനി വിരഹമലമതിനുടൻ മമ
സ്കന്ധമാരോഹ ക്ഷണേന ഞാൻ കൊണ്ടുപോയ്
തവരമണസവിധമുപഗമ്യ യോജിപ്പിച്ചു
താപംശേഷേ മദ്വ്യഥ തീർത്തീടുവൻ
പവനസുത വചനമിതി കേട്ടു വൈദേഹിയും
പാരം പ്രസാദിച്ചു പാർത്തുചൊല്ലീടിനാൾ
അതിനുതവകരുതു മളവില്ലൊരു ദണ്ഡമെ-
ന്നാത്മനിവന്നിതു വിശ്വസമദ്യ മേ
ശുഭചരിതനതിബലമൊടാശു ദിവ്യാസ്ത്രേണ
ശോഷണേ ബന്ധനാദ്യൈരപി സാഗരം
കപികുല ബലനേകടന്നു ജഗത്രയ
കണ്ടകനെക്കൊന്നു കൊണ്ടുപോകാശു മാം
മറിവൊടൊരു നിശി രഹസി കൊണ്ടുപോയാലതു
മല്പ്രാണനാഥ കീർത്തിക്കു പോരാ ദൃഢം
രഘുകുലജവരനിവിടെവന്നു യുദ്ധം ചെയ്തു
രാവണനെക്കൊന്നു കൊണ്ടു പോയ്ക്കൊള്ളുവാൻ
അതിരഭസമയിതനയ! വേലചെയ്തീടു നീ-
യത്ര നാളും ധരിച്ചീടുവൻ ജീവനെ"
ഇതിസദയ മവനൊടരുൾ ചെയ്തയച്ചീടിനാ-
ളിന്ദിരാദേവിയും, പിന്നെ വാതാത്മജൻ
തൊഴുതഖില ജനനിയൊടു യാത്ര വഴങ്ങിച്ചു
തൂർണ്ണം മഹാർണ്ണവം കണ്ടു ചാടീടിനാൻ.

ഹനുമാന്റെ പ്രത്യാഗമനം

ത്രിഭുവനമുലയെ മുഹുരൊന്നലറീടിനാൻ
തീവ്രനാദംകടേട്ടു വാനരസംഘവും
കരുതുവിനിതൊരു നിനദമാശു കൾേക്കായതും
കാര്യമാഹന്ത സാധിച്ചുവരുന്നിതു
പവനസുതനതിനുനഹി സംശയം മാനസേ
പാർത്തുകാൺകൊച്ച കടേട്ടാലറിയാമതും
കപി നിവഹമിതി ബഹുവിധം പറയുംവിധൊ-
കാണായി തദ്രിശിരസി വാതാത്മജം
“കപിനിവഹവീരരേ! കണ്ടിതു സീതയെ
കാകുൽസ്ഥവീരനനുഗ്രഹത്താലഹം
നിശിചര വരാലയമാകിയ ലങ്കയും
നിശ്ശേഷമുദ്യാനവും ദഹിപ്പിച്ചിതു
വിബുധകുല വൈരിയാകും ദശഗ്രീവനെ
വിസ്മയമമ്മാറു കണ്ടുപറഞ്ഞിതു
ഝടിതി ദശരഥസുതനൊടിക്കഥ ചൊല്ലുവാൻ
ജാംബവദാദികളേ നടന്നീടുവിൻ”
അതുപൊഴുതു പവനതനയനെയുമവരാദരി-
ച്ചാലിംഗ്യ ഗാഢമാചുംബ്യവാലാഞ്ചലം
കുതുകമൊടു കപിനിചയമനിലജനെമുന്നിട്ടു-
കൂട്ടമിട്ടാർത്തു വിളിച്ചു പോയീടിനാർ
പ്ലവഗകുലപരിവൃഢരുമുഴറി നടകൊണ്ടു പോയ്
പ്രസ്രവണാചലം കണ്ടുമേവീടിനാർ
കുസുമദലഫലമധുലതാതരുപൂർണ്ണമാം
ഗുൽമസമാവൃതം സുഗ്രീവപാലിതം
ക്ഷുധിതപരിപീഡിതരായ കപികുലം

ക്ഷുദ്വിനാശാർത്ഥമാർത്ത്യാ പറഞ്ഞീടിനാർ
ഫലനികര സഹിതമിഹ മധുരമധുപൂരവും
ഭക്ഷിച്ചുദാഹവും തീർത്തുനാമൊക്കവേ
തരണിസുത സവിധമുപഗമ്യവൃത്താന്തങ്ങൾ
താമസം കൈവിട്ടുണർത്തിക്കസാദരം
അതിനനുവദിച്ചരുളണേമെന്നാശ പൂ-
ണ്ടംഗദനോടാപക്ഷിച്ചോരനന്തരം
അതിനവനുമവരൊടുടനാജ്ഞയച്ചെയ്കയാ-
ലാശു മഹുവനം പുക്കിതെല്ലാവരും
പരിചൊടതിമധുരമധുപാനവും ചെയ്തവർ
പക്വഫലങ്ങൾ ഭക്ഷിക്കും ദശാന്തരേ
ദധിമുഖനുമനിശമതുപാലനം ചെയ്വിതു-
ദാനമാനനേ സുഗ്രീവസ്യശാസനാൽ
ദധിവദനവചനമൊടു നിയതമതുകാക്കുന്ന-
ദണ്ഡധരന്മാരടുത്തു തടുക്കയാൽ
പവനസുതമുഖകപികൾ മുഷ്ടിപ്രഹാരണേ-
പാഞ്ഞാർ ഭയപ്പെട്ടവരുമതിദ്രുതം
ത്വരിതമഥ ദധിമുഖനുമാശു സുഗ്രീവനെ-
ത്തൂർണ്ണമാലോക്യ വൃത്താന്തങ്ങൾ ചൊല്ലിനാൻ
തവമധുവനത്തിനു ഭംഗം വരുത്തിനാർ
താരയേനാദികളായ കപിബലം
സുചിരമതു തവ കരുണയാ പരിപാലിച്ചു
സുസ്ഥിരമാധിപത്യനേ വാണനേഹം
വലമഥനസുതതനയനാദികളൊക്കവേ
വന്നു മദ്ഭൃത്യജനത്തെയും വന്നെന്നുടൻ
മധുവനവുമിതുപൊഴുതഴിച്ചിതെന്നിങ്ങനെ
മാതുലവാക്യമാകർണ്യ സുഗ്രീവനും
നിജമനസി മുഹുരപി വളർന്ന സന്തോഷണേ

നിർമ്മലാത്മാ രാമനോടു ചൊല്ലീടിനാൻ
പവനതനയാദികൾ കാര്യവും സാധിച്ചു
പാരം തളിഞ്ഞുവരുന്നിതു നിർണ്ണയം
മധുവനമതല്ലയെന്നാകിലെന്നെ ബഹു-
മാനിയാതേ ചെന്നു കാൺകയില്ലാരുമേ
അവരെ വിരവൊടു വരുവതിന്നുചൊല്ലങ്ങു ചെ-
ന്നാത്മനി ഖേദിക്കവേണ്ടാ വൃഥാ ഭവാൻ
അവനുമതുകേട്ടുഴറിച്ചെന്നു ചൊല്ലിനാ-
നഞ്ജനാപുത്രാദികളോടു സാദരം
അനിലതനയാംഗദ ജാംബവദാദിക-
ളഞ്ജസാ സുഗ്രീവഭാഷിതം കേൾക്കയാൽ
പുനരവരുമതുപൊഴുതുവാച്ച സന്തോഷേണ-
പൂർണ്ണവേഗം നടന്നാശു ചെന്നീടിനാർ
പുകൾപെരിയപുരുഷമണി രാമൻ തിരുവടി
പുണ്യപുരുഷൻ പുരുഷോത്തമൻപരൻ
പുരമഥനഹൃദിമരുവുമഖില ജഗദീശ്വരൻ
പുഷ്കരനേത്രൻ പുരന്ദരസേവിതൻ
ഭുജഗപതിശയനനമലൻ ത്രിജഗൽപരി-
പൂർണ്ണൻ പുരുഹൂതസോദരൻ മാധവൻ
ഭുജഗകുലഭൂഷണാരാധിതാംഘ്രിദ്വയൻ
പുഷ്കരസംഭവപൂജിതൻ നിർഗ്ഗുണൻ
ഭുവനപതി മഖപതി സതാംപതി മല്പതി
പുഷ്കരബാന്ധവപുത്രപ്രിയസഖി
ബുധജനഹൃദിസ്ഥിതൻ പൂർവദേവാരാതി
പുഷ്കരബാന്ധവവംശസമുത്ഭവൻ
ഭുജബലവതാംവരൻ പുണ്യജനകാത്മകൻ
ഭൂപതിനന്ദനൻ ഭൂമിജാവല്ലഭൻ
ഭുവനതലപാലകൻ ഭൂതപഞ്ചാത്മകൻ

ഭൂരിഭൂതിപ്രദൻ പുണ്യജനാർച്ചിതൻ
ഭുജഭവകുലാധിപൻ പുണ്ഡരീകാനനൻ
പുഷ്പബാണോപമൻ ഭൂരികാരുണ്യവാൻ
ദിവസകരപുത്രനും സൗമിത്രിയും മുദാ-
ദിഷ്ടപൂർണ്ണം ഭജിച്ചന്തികേ സന്തതം
വിപിനഭുവിസുഖതരമിരിക്കുന്നതുകണ്ടു-
വീണുവണങ്ങിനാർ വായുപുത്രാദികൾ
പുനരഥഹരീശ്വരൻ തന്നെയും വന്ദിച്ചു-
പൂർണ്ണമോദം പറഞ്ഞാനഞ്ജനാത്മജൻ
കനിവിനൊടു കണ്ടനേഹം ദവേയതെത്തത്ര-
കർബ്ബുരേന്ദ്രാലയേ സങ്കടമെന്നിയേ
കുശലവുമുടൻ വിചാരിച്ചിതു താവകം
കൂടസെ്സുമിത്രാതനയനും സാദരം
ശിഥിലതരചികുരമൊടശോകവനികയിൽ
ശിംശപാമൂലദേശേ വസിച്ചീടിനാൾ
അനശനമൊടതികൃശശരീരനായന്വഹ-
മാശരനാരീപരിവൃതയായ് ശുചാ
അഴല്പരെുകിമറുകി ബഹുബാഷ്പവും വാർത്തു-
വാർത്തയയ്യോ! സദാ രാമരാമതേിമന്ത്രവും
മുഹുരപി ജപിച്ചു ജപിച്ചു വിലപിച്ചു
മുഗ്ദ്ധാംഗിമവേുന്ന നരേത്തു ഞാൻ തദാ
അതികൃശശരീരനായ് വൃക്ഷശാഖാദശാന്തരേ
ആനന്ദമുൾക്കൊണ്ടിരുന്നനേനാകുലം
തവചരിതമമൃതസമമഖിലമറിയിച്ചഥ
തമ്പിയോടും നിന്തിരുവടി തന്നൊടും
ചറെുതുടജഭുവി രഹിതയായ് മവേും വിധൗ
ചന്നെു ദശാനനൻ കൊണ്ടങ്ങുപോയതും
സവിതൃസുതനൊടു ഝടിതി സഖ്യമുണ്ടായതും

സംക്രന്ദനാത്മജൻ തന്നെ വധിച്ചതും
ക്ഷിതിദുഹിതുരന്വേഷണാർത്ഥം കപീന്ദ്രനാൽ
കീശഘൗഘമാശു നിയുക്തമായീടിനാർ
അഹമവരിലൊരുവനിവിടേയ്ക്കു വന്നീടിനേ-
നർണ്ണവം ചാടിക്കടന്നതിവിദ്രുതം
രവിതനയസചിവനഹമാശുഗനന്ദനൻ
രാമദൂതൻ ഹനുമാനെന്നു നാമവും
ഭവതിയെയുമിഹ ത്ധടിതി കണ്ടുകൊണ്ടനേഹം
ഭാഗ്യമാഹന്ത ഭാഗ്യം കൃതാർത്ഥോസ്മ്യഹം
ഫലിതമഖിലം മയാദ്യപ്രയാസം ഭൃശം
പത്മജാലോകനം പാപവിനാശനം
മമവചനമിതിനിഖിലമാകർണ്ണ്യജാനകി
മന്ദമന്ദം വിചാരിച്ചിതു മാനസേ
ശ്രവണയുഗളാമൃതം കനേ മേ ശ്രാവിതം
ശ്രീമതാമഗ്രസേരനവൻ നിർണ്ണയം
മമ നയനയുഗളപഥമായാതു പുണ്യവാൻ
മാനവവീര പ്രസാദനേ ദൈവമേ!
വചനമിതിമിഥിലതനയോദിതം കേട്ടു ഞാൻ
വാനരാകാരണേ സൂക്ഷ്മശരീരനായ്
വിനയമൊടു തൊഴുതടിയിൽ വീണു വണങ്ങിനേൻ
വിസ്മയത്തോടു ചോദിച്ചിതു ദേവിയും
അറിവതിനു പറക നീയാരെന്നതെന്നോട്-
ത്യാദിവൃത്താന്തം വിവരിച്ചനന്തരം
കഥിതമഖിലം മയാദേവവൃത്താന്തങ്ങൾ
കഞ്ജദളാക്ഷിയും വിശ്വസിച്ചീടിനാൾ
അതുപൊഴുതിലകതളിരിലഴൽകളവതിന്നു ഞാ-
നംഗുലീയം കൊടുത്തീടിനനോദരാൽ
കരതളിരിലതിനെ വിരവോടു വാങ്ങിത്തദാ-

കണ്ണുനീർകൊണ്ടു കഴുകിക്കളഞ്ഞുടൻ
ശിരസി ദൃശി ഗളഭുവി മുലത്തടത്തിങ്കലും
ശീഘ്രമണച്ചു വിലപിച്ചിതറേറവും
പവനസുത! കഥയമമ ദുഃഖമെല്ലാം ഭവാൻ
പത്മാക്ഷനോടു നീ കണ്ടിതല്ലോ സഖേ!
നിശിചരികളനുദിനമുപദ്രവിക്കുന്നതും
നീയങ്ങുചെന്നുചൊല്കെന്നു ചൊല്ലീടിനാൾ
തവചരിതമഖിലമലിവോടുണർത്തിച്ചു ഞാൻ
തമ്പിയോടും കപിസേനയോടുംദ്രുതം
വയമവനിപതിയെ വിരവോടുകൂട്ടിക്കൊണ്ടു
വന്നുദശാസ്യകുലവും മുടിച്ചുടൻ
സകുതുകമയോദ്ധ്യാപുരിക്കാശുകൊണ്ടുപോം
സന്താപമുള്ളിലുണ്ടാകരുതേതുമേ
ദശരഥസുതന്നു വിശ്വാസാർത്ഥമായിനി-
ദ്ദേഹി മേ ദേവി ചിഹ്നം ധന്യമാദരാൽ
പുനരൊരടയാളവാക്കും പറഞ്ഞീടുക
പുണ്യപുരുഷനു വിശ്വാസസിദ്ധയേ
അതുമവനിസുതയൊടഹമിങ്ങനെ ചൊന്നള-
വാശു ചൂഡാരത്നമാദരാൽ നൽകിനാൾ
കമലമുഖി കനിവിനൊടു ചിത്രകൂടാചലേ
കാന്തനുമായ് വസിക്കുന്നാളൊരുദിനം
കഠിനതരനഖരനിക്രണേ പീഡിച്ചൊരു
കാകവൃത്താന്തവും ചൊൽകെന്നു ചൊല്ലിനാൾ
തദനുപലതരമിവപറഞ്ഞും കരഞ്ഞുമുൾ-
ത്താപം കലർന്നു മരുവും ദശാന്തരേ
ബഹുവിധചോവിഭാവനേ ദുഃഖം തീർത്തു
ബിംബാധരിയെയുമാശ്വസിപ്പിച്ചു ഞാൻ
വിടയുമുടനഴകൊടുവഴങ്ങിച്ചു പോന്നിതു

വേഗേന പിന്നെ മറ്റൊന്നു ചെയ്തേനഹം
അഖിലനിശിചരകുലപതിക്കഭീഷ്ടാസ്പദ-
മാരമമൊക്കെത്തകർത്തേനതിന്നുടൻ
പരിഭവമൊടടൽ കരുതിവന്ന നിശാചര
പാപികളെക്കൊലചെയ്തേനസംഖ്യകം
ദശവദനസുതനെ മുഹുരക്ഷകുമാരനെ
ദണ്ഡധരാലയത്തിന്നയച്ചീടിനേൻ
അഥ ദശമുഖാത്മജബ്രഹ്മാസ്ത്രബദ്ധനാ-
യാശരാധീശനെക്കണ്ടു പറഞ്ഞു ഞാൻ
ലഘുതരമശേഷം ദഹിപ്പിച്ചിതു ബത!
ലങ്കാപുരം പിന്നെയും ദേവിതൻപദം
വിഗതഭയമടിയിണ വണങ്ങി വാങ്ങിപ്പോന്നു
വീണ്ടും സമുദ്രവും ചാടിക്കടന്നു ഞാൻ
തവചരണനളിനമധുനൈവ വന്ദിച്ചിതു
ദാസൻ ദയാനിധേ! പാഹിമാം! പാഹിമാം!”
ഇതിപവനസുതവചനമാഹന്ത! കേട്ടള-
വിന്ദിരാകാന്തനും പ്രീതിപൂണ്ടീടിനാൻ
“സുരജനദുഷ്കരം കാര്യം കൃതംത്വയാ-
സുഗ്രീവനും പ്രസാദിച്ചിതുകേവലം
സദയമുപകാരമിച്ചെയ്തതിന്നാദരാൽ
സർവ്വസ്വവും മമ തന്നേൻ നിനക്കു ഞാൻ
പ്രണയമനസാ ഭവാനാൽ കൃതമായതിൻ
പ്രത്യുപകാരം ജഗത്തിങ്കലില്ലെടോ!
പുനരപിരമാവരൻ മാരുതപുത്രനെ”
പൂർണ്ണമോദം പുണർന്നീടിനാനാദരാൽ
ഉരസിമുഹുരപിമുഹുരണച്ചു പുൽകീടിനാ-
നോർക്കെടോ! മാരുതപുത്രഭാഗ്യോദയം
ഭുവനതലമതിലൊരുവനിങ്ങനെയില്ലഹോ

പൂർണ്ണപുണ്യൌഘസൌഭാഗ്യമുണ്ടായടോ!

പരമശിവനിതിരഘുകുലാധിപൻ തന്നുടെ

പാവനമായ കഥയരുൾ ചെയ്തതും 1470

ഭഗവതി ഭവാനി പരമേശ്വരി കേട്ടു

ഭക്തിപരവശയായ് വണങ്ങീടിനാൾ

കിളിമകളുമതി സരസമിങ്ങനെ ചൊന്നതു

കേട്ടു മഹാലോകരും തെളിയണമേ 1474

ഇത്യദ്ധത്മരാമായണേ ഉമാമഹേശ്വരസംവാദേ സുന്ദരകാണ്ഡം
സമാപ്തം

യുദ്ധകാണ്ഡം

ഹരിഃ ശ്രീ ഗണപതയേ നമഃ

അവിഘ്നമസ്തു

നാരായണ! ഹരേ! നാരായണ! ഹരേ!
നാരായണ! ഹരേ! നാരായണ! ഹരേ!
നാരായണ! രാമ! നാരായണ! രാമ!
നാരായണ! രാമ! നാരായണ! ഹരേ!
രാമ! രമാരമണ! ത്രിലോകീപതേ!
രാമ! സീതാഭിരാമ! ത്രിദശപ്രഭോ!
രാമ! ലോകാഭിരാമ! പ്രണവാത്മക!
രാമ! നാരായണാത്മാരാമ! ഭൂപതേ!
രാമകഥാമൃതപാനപൂർണ്ണാനന്ദ-
സാരാനുഭൂതിക്കു സാമ്യമില്ലേതുമേ
ശാരികപ്പൈതലേ! ചൊല്ലുചൊല്ലിന്നിയും
ചാരുരാമായണയുദ്ധം മനോഹരം
ഇത്ഥമാകർണ്യ കിളിമകൾ ചൊല്ലിനാൾ
ചിത്തം തെളിഞ്ഞു കേട്ടീടുവിനെങ്കിലോ
ചന്ദ്രചൂഡൻ പരമേശ്വരനീശ്വരൻ
ചന്ദ്രികാമന്ദസ്മിതം പൂണ്ടരുളിനാൻ
ചന്ദ്രാനനേ! ചെവിതന്നു മുദാ രാമ-
ചന്ദ്രചരിതം പവിത്രം ശൃണുപ്രിയേ!

•ശ്രീരാമാദികളുടെ നിശ്ചയം

•ലങ്കാവിവരണം

•യുദ്ധയാത്ര

•രാവണാദികളുടെ ആലോചന

•ദേവേന്ദ്രസ്തുതി

•അയോദ്ധ്യയിലേക്കുള്ള യാത്ര

•ഹനൂമദ്ഭരതസംവാദം

•അയോദ്ധ്യാപ്രവേശം

•രാജ്യാഭിഷേകം

•വാനരാദികൾക്ക് ഭഗവാൻ കൊടുത്ത അനുഗ്രഹം

•ശ്രീരാമന്റെ രാജ്യഭാരഫലം

•രാമായണമാഹാത്മ്യം

ശ്രീരാമാദികളുടെ നിശ്ചയം

ശ്രീരാമചന്ദ്രൻ ഭുവനൈകനായകൻ
താരകബ്രഹ്മാത്മകൻ കരുണാകരൻ
മാരുതി വന്നു പറഞ്ഞതു കേട്ടുള്ളി-
ലാരൂഢമോദാലരുൾ ചെയ്തിതാദരാൽ!
"ദേവകളാലുമസാദ്ധ്യമായുള്ളൊന്നു
കേവലം മാരുതി ചെയ്തതോർക്കും വിധൌ
ചിത്തേ നിരൂപിക്കപോലുമശക്യമാ-
മബ്ധി ശതയോജനായതമശ്രമം
ലംഘിച്ചു രാക്ഷസവീരരേയും കൊന്നു-
ലങ്കയും ചുട്ടുപൊള്ളിച്ചിതു വിസ്മയം
ഇങ്ങനെയുള്ള ഭൃത്യന്മാരൊരുത്തനു-
മെങ്ങുമൊരുനാളുമില്ലെന്നു നിർണ്ണയം
എന്നെയും ഭാനുവംശത്തെയും ലക്ഷ്മണൻ-
തന്നെയും മിത്രാത്മജനെയും കേവലം
മൈഥിലിയെക്കണ്ടു വന്നതുകാരണം
വാതാത്മജൻ പരിപാലിച്ചിതു ദൃഢം.
അങ്ങനെയായതെല്ലാമിനിയുമുട-
നെങ്ങനെ വാരിധിയെക്കടന്നീടുന്നു
നക്രമകരചക്രാദി പരിപൂർണ്ണ-
മുഗ്രമായുള്ള സമുദ്രം കടന്നുപോയ്
രാവണനെപ്പടയോടുമൊടുക്കി ഞാൻ
ദേവിയെയെന്നു കാണുന്നിതു ദൈവമേ!"

രാമവാക്യം കേട്ടു സുഗ്രീവനും പുന-
രാമയം തീരുമാറാശു ചൊല്ലീടിനാൻ:

“ലംഘനം ചെയ്തു സമുദ്രത്തെയും ബത!
ലങ്കയും ഭസ്മീകരിച്ചവിളംബിതം
രാവണൻ തന്നെസ്സകുലം കൊലചെയ്തു
ദേവിയെയും കൊണ്ടുപോരുന്നതുണ്ടു ഞാൻ
ചിന്തയുണ്ടാകരുതേതുമേ മാനസേ-
ചിന്തയാകുന്നതു കാര്യവിനാശിനി
ആരാലുമോർത്താൽ ജയിച്ചുകൂടാതൊരു
ശൂരരിക്കാണായ വാനരസഞ്ചയം
വഹ്നിയിൽ ചാടണമെന്നു ചൊല്ലീടിലും
പിന്നെയാമെന്നു ചൊല്ലുന്നവരല്ലിവർ
വാരിധിയെക്കടപ്പാനുപായം പാർക്ക-
നേരമിനിക്കളയാതെ രഘുപതേ!
ലങ്കയിൽ ചെന്നുനാം പുക്കിതെന്നാകിലോ
ലങ്കേശനും മരിച്ചാനെന്നു നിർണ്ണയം.
ലോകത്രയത്തിങ്കലാരതിർക്കുന്നിതു-
രാഘവ! നിൻ തിരുമുമ്പിൽ മഹാരണേ
അസ്ത്രേണശോഷണം ചെയ്ക ജലധിയെ-
സത്വരം സേതുബന്ധിക്കിലുമാം ദൃഢം
വല്ല കണക്കിലുമുണ്ടാം ജയം തവ-
നല്ല നിമിത്തങ്ങൾ കാൺക രഘുപതേ!”
ഭക്തിശക്ത്യന്വിതമിത്രപുത്രോക്തിക-
ളിത്ഥമാകർണ്യ കാകുൽസ്ഥനും തൽക്ഷണേ
മുമ്പിലാമ്മാറു തൊഴുതുനിൽക്കും വായു-
സംഭവനോടു ചോദിച്ചരുളീടിനാൻ:

ലങ്കാവിവരണം

ലങ്കാപുരത്തിങ്കലുള്ള വൃത്താന്തങ്ങൾ
ശങ്കാവിഹീനമന്നെന്നോടറിയിക്ക നീ
കോട്ടമതിൽകിടങ്ങ്ങനെന്നിവയൊക്കവേ
കാട്ടിത്തരികവേണം വചസാ ഭവാൻ'
എന്നതു കേട്ടു തൊഴുതു വാതാത്മജൻ
നന്നായ്ത്തെളിഞ്ഞുണർത്തിച്ചരുളീടിനാൻ:
'മധ്യേ സമുദ്രം ത്രികൂടാചലം വളർ–
ന്നത്യുന്നതമതിൻമൂർദ്ധ്നി ലങ്കാപുരം
പ്രാണഭയമില്ലയാത ജനങ്ങൾക്കു
കാണാം കനകവിമാനസമാനമായ്.
വിസ്താരമുണ്ടങ്ങ്ങഴുന്നൂറു യോജന
പുത്തൻകനകമതിലതിൻചുററുമേ
ഗോപുരം നാലുദിക്കികലുമുണ്ടതി–
ശോഭിതമായതിനഴേനിലകളും
അങ്ങ്ങനതെന്നയെതിനുള്ളിനുള്ളിലായ്
പൊങ്ങ്ങും മതിലുകളഴേുണ്ടൊരുപോലെ
ഏഴിനും നന്നാലു ഗോപുരപംക്തിയും
ചൂഴവുമായിരുപത്തെട്ടു ഗോപുരം
എല്ലാററിനും കിടങ്ങ്ങുണ്ടങ്ങാധമായ്
ചൊല്ലുവാൻവലേ യന്ത്രപ്പാലപംക്തിയും
അണ്ടർകോൻദിക്കിലഗെ്ഗോപുരം കാപ്പതി–
നുണ്ടു നിശാചരന്മാർപതിനായിരം.
ദക്ഷിണഗോപുരം രക്ഷിച്ചുനിൽക്കുന്ന
രക്ഷോവരരുണ്ടു നൂറായിരം സദാ
ശക്തരായ് പശ്ചിമഗോപുരം കാക്കുന്ന

നക്തഞ്ചരരുണ്ടു പത്തുനൂറായിരം
ഉത്തരഗോപുരം കാത്തുനില്പാനതി-
ശക്തരായുണ്ടൊരു കോടി നിശാചരർ.
ദിക്കുകൾനാലിലുമുള്ളതിലർദ്ധമു-
ണ്ടുഗ്രതയോടു നടുവു കാത്തീടുവാൻ
അന്തഃപുരം കാപ്പതിന്നുമുണ്ടത്രപരേ
മന്ത്രശാലയ്ക്കുണ്ടതിലിരട്ടിജ്ജനം.
ഹാടകനിർമ്മിതഭോജനശാലയും
നാടകശാല നടപ്പന്തൽപിന്നയെും
മജ്ജനശാലയും മദ്യപാനത്തിനു
നിർജ്ജനമായുള്ള നിർമ്മലശാലയും
ലങ്കാവിരചിതാലങ്കാരഭദേമാ-
തങ്കാപഹം പറയാവല്ലന്തനും
തല്പുരം തന്നിൽനീളതേ്തിരഞ്ഞനേഹം
മല്പിതാവിൻനിയോഗനേ ചനെ്നനേ്ബലാൽ
പുഷ്പിതോദ്യാനദശേ മനോമോഹനേ
പത്മജാദവേിയയേും കണ്ടു കൂപ്പിനനേ്
അംഗുലീയം കൊടുത്താശു ചൂഡാരത്ന-
മിങ്ങു വാങ്ങിക്കൊണ്ടടയാളവാക്യവും
കടേ്ടു വിടവഴങ്ങിച്ചു പുറപ്പടെ്ടു
കാട്ടിയനേ്പിന്നകെ്കുറഞ്ഞൊരവിവകേം.
ആരാമമൊക്കെ തകർത്തതു കാക്കുന്ന
വീരരയെൊക്കെ ക്ഷണനേ കൊന്നീടിനനേ്.
രക്ഷോവരാത്മജനാകിയ ബാലക-
നക്ഷകുമാരനവനയെും കൊന്നു ഞാൻ
എന്നു വണേ്ടാ ചുരുക്കിപ്പറഞ്ഞീടുവാൻ
മന്നവ! ലങ്കാപുരത്തിങ്കലുള്ളതിൽ
നാലൊന്നു സന്യൈമൊടുക്കിവഗേനേ പോയ്

കാലദേ ദശമുഖനെക്കണ്ടു ചൊല്ലിനേൻ
നല്ലതല്ലെല്ലാം പിന്നെ, രാവണൻകോപനേ
ചൊല്ലിനാൻതന്നിടെ ഭൃത്യരോ'ടിപ്പൊഴേ
കൊല്ലുക വകൈൊതിവനെ'യന്നൊന്നനേരം
കൊല്ലുവാൻവന്നവരോടു വിഭീഷണൻ
ചൊല്ലിനാനഗ്രജൻതന്നോടുമാദരാൽ:
'കൊല്ലുമാറില്ല ദൂതന്മാരെയൊരുമേ
ചൊല്ലുള്ള രാജധർമ്മങ്ങളറിഞ്ഞവർ
കൊല്ലാതെയയ്ക്കടയാളപ്പെടുത്തതു
നല്ലതാകുന്നതെ'ന്നപ്പോൾദശാനനൻ
ചൊല്ലിനാന് വാലധിക്കഗ്നി കൊളുത്തുവാൻ
സസ്നേഹവാസസാ പുച്ഛം പൊതിഞ്ഞവ-
രഗ്നികൊളുത്തിനാരപ്പോളടിയനും
ചുട്ടുപൊട്ടിച്ചനേിരുനൂറു യോജന
വട്ടമായുള്ള ലങ്കാപുരം സത്വരം
മന്നവ! ലങ്കയിലുള്ള പടയ്ല് നാ-
ലൊന്നുമൊടുക്കിനേൻത്വല്പ്രസാദത്തിനാൽ.
ഒന്നുകൊണ്ടുമിനിക്കാലവിളംബനം
നന്നല്ല പോക പുറപ്പെടുകാശു നാം.
യുദ്ധസന്നദ്ധരായ് ബദ്ധരോഷം മഹാ-
പ്രസ്ഥാനമാശു കുരു ഗുരുവിക്രമം
സംഖ്യയില്ലാതോളമുള്ള മഹാകപി-
സംഘനേ ലങ്കാപുരിക്കു ശങ്കാപഹം
ലംഘനം ചെയ്തു നക്തഞ്ചരനായക-
കിങ്കരന്മാരെ ക്ഷണനേ പിതൃപതി-
കിങ്കരന്മാർക്കു കൊടുത്തു ദശാനന-
ഹുങ്കൃതിയും തീർത്തു സംഗരാന്തേ ബലാൽ
പങ്കജനേത്രയെക്കൊണ്ടുപോരാം വിഭോ!
പങ്കജനേത്ര! പരംപുരുഷ! പ്രഭോ!

യുദ്ധയാത്ര

അഞ്ജനാനന്ദനൻ വാക്കുകൾകേട്ടഥ
സഞ്ജാതകൌതുകം സംഭാവ്യ സാദരം
അഞ്ജസാ സുഗ്രീവനോടരുൾചെയ്തിതു
കഞ്ജവിലോചനനാകിയ രാഘവൻ:
'ഇപ്പോൾവിജയമുഹൂർത്തകാലം പട-
യ്ക്കുൽപ്പന്നമോദം പുറപ്പടുകവേരും.
നക്ഷത്രമുത്രമതും വിജയപ്രദം
രക്ഷോജനർക്ഷമാം മൂലം ഹതിപ്രദം
ദക്ഷിണനേത്രസ്ഫുരണവുമുണ്ടു മേ
ലക്ഷണമെല്ലാം നമുക്കു ജയപ്രദം
സൈന്യമെല്ലാം പരിപാലിച്ചു കൊള്ളണം
സൈന്യാധിപനായ നീലൻമഹാബലൻ
മുമ്പും നടുഭാഗവുമിരുഭാഗവും
പിൻപടയും പരിപാലിച്ചുകൊള്ളുവാൻ
വമ്പരാം വാനരന്മാരെ നിയോഗിക്ക
രംഭപ്രമാഥിപ്രമുഖരായുള്ളവർ
മുൻപിൽഞാൻമാരുതികണ്ഠവുമേറി മൽ
പിമ്പേ സുമിത്രാത്മജനംഗദോപരി
സുഗ്രീവനെന്നപ്പിരിയാതരികവേ
നിർഗ്ഗമിച്ചീടുക മറ്റുള്ള വീരരും
നീലൻഗജൻഗവയൻഗവാക്ഷൻബലി
ശൂലിസമാനനാം മൈന്ദൻവിവിദനും
പങ്കജസംഭവസൂനു സുഷേണനും
തുംഗൻനളനും ശതബലി താരനും
ചൊല്ലുള്ള വാനരനായകന്മാരോടു

ചൊല്ലുവാനാവതല്ലാതൊരു സൈന്യവും
കൂടിപ്പുറപ്പെടുകതേുമഭ വക്കൈരു-
താടലുണ്ടാകരുതാർക്കും വഴിക്കടൊ!'
ഇത്ഥമരുൾചെയ്തു മർക്കടസൈനിക-
മദ്ധ്യേ സഹോദരനോടും രഘുപതി
നക്ഷത്രമണ്ഡലമദ്ധ്യേ വിളങ്ങുന്ന
നക്ഷത്രനാഥനും ഭാസ്കരദേവനും
ആകാശമാർഗ്ഗേ വിളങ്ങുന്നതുപോലെ
ലോകനാഥന്മാർതെളിഞ്ഞു വിളങ്ങിനാർ.
ആർത്തു വിളിച്ചു കളിച്ചു പുളച്ചു ലോ-
കാർത്തി തീർത്തീടുവാൻമർക്കടസഞ്ചയം
രാത്രിഞ്ചരശേ്വരരാജ്യം പ്രതി പര-
മാസ്ഥയാ വേഗാൽനടന്നുതുടങ്ങിനാർ.
രാത്രിയിലൊക്കെ നിറഞ്ഞു പരന്നൊരു
വാർദ്ധി നടന്നങ്ങടുക്കുന്നതുപോലെ
ചാടിയുമോടിയുമോരോ വനങ്ങളിൽ
തേടിയും പക്വഫലങ്ങൾഭുജിക്കയും
ശൈലവനനദീജാലങ്ങൾപിന്നിട്ടു
ശൈലശരീരികളായ കപികുലം
ദക്ഷിണസിന്ധുതന്നുത്തരതീരവും
പുക്കു മഹേന്ദ്രാചലാന്തികേ മേവിനാർ
മാരുതിതന്നുടെ കണ്ഠദേശേനിന്നു
പാരിലിറങ്ങി രഘുകുലനാഥനും
താരേയകണ്ഠമമർന്ന സൌമിത്രിയും
പാരിലിഴിഞ്ഞു വണങ്ങിനാനഗ്രജം
ശ്രീരാമലക്ഷ്മണന്മാരും കപീന്ദ്രരും
വാരിധി തീരം പ്രവേശിച്ചനന്തരം
സൂര്യനും വാരിധിതന്നുടെ പശ്ചിമ-

തീരം പ്രവേശിച്ചതപ്പോൾനൃപാധിപൻ
സൂര്യാത്മജനോടരുൾചെയ്തിതാശു 'നാം
വാരിയുമുത്തു സന്ധ്യാവന്ദനംചെയ്തു
വാരാന്നിധിയക്കേടപ്പാനുപായവും
ധീരരായുള്ളവരൊന്നിച്ചു മന്ത്രിച്ചു
പാരാതെ കല്പിക്കവേണമിനിയുടൻ
വാനരസൈന്യത്തെ രക്ഷിച്ചുകൊള്ളണം
സേനാധിപന്മാർകൃശാനുപുത്രാദികൾ
രാത്രിയിൽമായാവിശാരദന്മാരായ
രാത്രിഞ്ചരന്മാരുപദ്രവിച്ചീടുവോർ'
ഏവമരുൾചെയ്തു സന്ധ്യയും വന്ദിച്ചു
മേവിനാൻപർവതാഗ്രേ രഘുനാഥനും
വാനരവൃന്ദം മകരാലയം കണ്ടു
മാനസേ ഭീതി കലർന്നു മരുവിനാർ
നക്രചക്രൗഘ ഭയങ്കരമത്യേരയു-
മുഗ്രം വരുണാലയം ഭീമനിസ്വനം
അത്യുന്നതതരംഗാഢ്യമഗാധമി-
തുത്തരണം ചെയ്വതിന്നരിതാർക്കുമേ
ഇങ്ങനെയുള്ള സമുദ്രം കടന്നു ചെ-
ന്നങ്ങെങ്ങനെ രാവണൻതന്നെ വധിക്കുന്നു?
ചിന്താപരവശന്മാരായ് കപികളു-
മന്ധബുദ്ധ്യാ രാമപാർശ്വേ മരുവിനാർ
ചന്ദ്രനുമപ്പോഴുദിച്ചു പൊങ്ങീടിനാൻ
ചന്ദ്രമുഖിയെ നിരൂപിച്ചു രാമനും
ദുഃഖം കലർന്നു വിലാപം തുടങ്ങിനാ-
നൊക്കെ ലോകത്തെയനുകരിച്ചീടുവാൻ
ദുഃഖഹർഷഭയക്രോധലോഭാദികൾ
സൗഖ്യമദമോഹകാമജന്മാദികൾ

അജ്ഞാനലിംഗത്തിനുള്ളവയങ്ങെനെ
സുജ്ഞാനരൂപനായുള്ള ചിദാത്മനി
സംഭവിക്കുന്നു വിചാരിച്ചു കാൺകിലേ
സംഭവിക്കുന്നിതു ദഹോഭിമാനിനാം
കിം പരമാത്മനി സൗഖ്യദുഃഖാദികൾ
സമ്പ്രസാദത്തിങ്കലില്ല രണ്ടതുമേ
സമ്പ്രതി നിത്യമാനന്ദമാത്രം പരം
ദുഃഖാദിസർവ്വവും ബുദ്ധിസംഭൂതങ്ങൾ
മുഖ്യനാം രാമൻപരാത്മാ പരംപുമാൻ
മായാഗുണങ്ങളിൽസംഗതനാകയാൽ
മായവിമോഹിതന്മാർക്കു തോന്നും വൃഥാ.
ദുഃഖിയെന്നും സുഖിയെന്നുമെല്ലാമതു-
മൈക്കയെഓർത്താലബുധന്മാരുടെ മതം.

രാവണാദികളുടെ ആലോചന

അക്കഥ നിൽക്ക ദശരഥപുത്രരു-
മർക്കാത്മജാദികളായ കപികളും
വാരാന്നിധിക്കു വടക്കേക്കര വന്നു
വാരിധിപോലെ പരന്നോരനന്തരം
ശങ്കാവിഹീനം ജയിച്ചു ജഗത്രയം
ലങ്കയിൽവാഴുന്ന ലങ്കേശ്വരൻതദാ
മന്ത്രികൾതമ്മെ വരുത്തി വിരവോടു
മന്ത്രനികേതനം പുക്കിരുന്നീടിനാൻ
ആദിതേയാസുരനേന്ദ്രാദികൾക്കുമരു-
താതൊരു കർമ്മങ്ങൾമാരുതി ചെയ്തതും
ചിന്തിച്ചു ചിന്തിച്ചു നാണിച്ചു രാവണൻ
മന്ത്രികളോടു കേൾപ്പിച്ചാനവസ്ഥകൾ:
'മാരുതി വന്നിവിടെച്ചെയ്ത കർമ്മങ്ങ-
ളാരുമറിയാതിരിക്കയുമല്ലല്ലോ
ആർക്കും കടക്കരുതാതൊരു ലങ്കയി-
ലൂക്കോടുവന്നകംപുക്കൊരു വാനരൻ
ജാനകി തന്നെയും കണ്ടു പറഞ്ഞൊരു
ദീനതകൂടാതഴിച്ചാനുപവനം
നക്തഞ്ചരന്മാരെയും വധിച്ചനിന്നുടെ
പുത്രനാമക്ഷകുമാരനെയും കൊന്നു
ലങ്കയും ചുട്ടുപൊട്ടിച്ചു സമുദ്രവും
ലംഘനം ചെയ്തൊരു സങ്കടമന്നിയേ
സ്വവസ്ഥനായ് പോയതോർത്തോളം നമുക്കുള്ളി-
ലത്രെയും നാണമാമില്ലൊരു സംശയം
ഇപ്പോൾകപികുലസേനയും രാമനു-

മബ്ധിതന്നുത്തരതീരേ മരുവുന്നഭേർ.
കർത്തവ്യമന്െതു നമ്മാലിനിയന്െന്നതും
ചിത്തേ നിരൂപിച്ചു കല്പിക്ക നിങ്ങളും.
മന്ത്രവിശാരദന്മാർനിങ്ങളന്െനുടെ
മന്ത്രികൾചൊന്നതു കടേ്ടതു മൂലമായ്
വന്നീലഭൊരാപത്തിനിയും മമ ഹിതം
നന്നായ് വിചാരിച്ചു ചൊല്ലുവിൻവൈകാതെ.
എന്നുടെ കണ്ണുകളാകുന്നതും നിങ്ങ-
ളന്െനിലേ സ്നേഹവും നിങ്ങൾക്കചഞ്ചലം.
ഉത്തമം മദ്ധ്യമം പിന്നതേധമവു-
മിത്ഥം ത്രിവിധമായുള്ള വിചാരവും
സാദ്ധ്യമിദ,മിദം ദുസ്സാദ്ധ്യമാ,മിദം
സാദ്ധ്യമല്ലന്െനുള്ള മൂന്നു പക്ഷങ്ങളും
കടേ്ടാൽപലർക്കുമൊരുപഭോലെ മാനസേ
വാട്ടമൊഴിഞ്ഞു തഭോന്നീടുന്നതും മുദാ
തമ്മിലന്യഭോന്യം പറയുന്ന നരേത്തു
സമ്മതം മാമകം നന്നുനന്നീദൃശം.
എന്നുറച്ചൊന്നിച്ചു കല്പിച്ചതുത്തമം
പിന്നെ രണ്ടാമതു മദ്ധ്യമം ചൊല്ലുവാൻ
ഓരഭോ തരം പറഞ്ഞൂനങ്ങളുള്ളതു
തീരുവാനായ് പ്രതിപാദിച്ചനന്തരം
നല്ലതിതന്െനകൈമത്യമായവേനു-
മുള്ളിലുറച്ചു കല്പിച്ചു പിരിവതു
മദ്ധ്യമമായുള്ള മന്ത്രമതന്െനിയേ
ചിത്താഭിമാനനേ താൻതാൻപറഞ്ഞതു
സാധിപ്പതിനു ദുസ്തർക്കം പറഞ്ഞതു
ബാധിച്ചു മററവേനും പറഞ്ഞീർഷ്യയാ
കാലുഷ്യചതേസാ കലിച്ചുകൂടാതെ

കാലവും ദീർഘമായിട്ടു പരസ്പരം
നിന്ദയും പൂണ്ടു പിരിയുന്ന മന്ത്രമഹോ
നിന്ദ്യനായുള്ളോനധമമതത്രേയും
എന്നാലിവിടെ നമുക്കെന്തു നല്ലതെ-
ന്നന്നൊന്നിച്ചു നിങ്ങൾവിചാരിച്ചു ചൊല്ലുവിൻ'
ഇങ്ങനെ രാവണൻചൊന്നതു കേട്ടള-
വിംഗിതജ്ഞന്മാര് നിശാചരർചൊല്ലിനാർ:
'നന്നുനന്നത്രേയുമോർത്തോളമുള്ളിലി-
തിന്നൊരു കാര്യവിചാരമുണ്ടായതും
ലോകങ്ങളെല്ലാം ജയിച്ച ഭവാനിന്നൊ-
രാകുലമെന്തു ഭവിച്ചതു മാനസേ?
മർത്ത്യനാം രാമങ്കൽനിന്നു ഭയം തവ
ചിത്തേ ഭവിച്ചതുമത്രേയുമത്ഭുതം!
വൃത്രാരിയപ്പുരാ യുദ്ധേ ജയിച്ചുടൻ
ബദ്ധ്വാ വിനിക്ഷിപ്യ പത്തനേ സത്വരം
വിശ്രുതയായൊരു കീർത്തി വളർത്തതും
പുത്രനാം മേഘനിനാദനതോർക്ക നീ
വിത്തേശനപ്പുരായുദ്ധമദ്ധ്യേഭവാൻ
ജിത്വാ ജിതശ്രമം പോരും ദശാന്തരേ
പുഷ്പകമായ വിമാനം ഗ്രഹിച്ചതു-
മത്ഭുതമത്രേയുമോർത്തുകണ്ടോളവും
കാലനെപ്പോരിൽജയിച്ച ഭവാനുണ്ടോ
കാലദണ്ഡത്താലൊരു ഭയമുണ്ടാകൂ?
ഹുങ്കാരമാത്രണേതന്നെ വരുണനെ
സംഗരത്തിങ്കൽജയിച്ചീലയോ ഭവാൻ?
മറ്റുള്ള ദേവകളപ്പറയണേമഹോ
പറ്റലരാരു മറ്റുള്ളാതു ചൊല്ലു നീ!
പിന്നെ മയനാം മഹാസുരൻപടേിച്ചു

കന്യകാരത്നത്തെ നൽകീലയൊ-തവ?
ദാനവന്മാർകരംതന്നു പൊറുക്കുന്നു
മാനവന്മാരെക്കൊണ്ടെന്തു ചൊല്ലേണമോ?
കലൈാസശൈലമിളക്കിയെടുത്തുട-
നാലോലമമ്മാനമാടിയകാരണം
കാലാരി ചന്ദ്രഹാസത്തെ നൽകീലയോ
മൂലമുണ്ടോ വിഷാദിപ്പാൻമനസി തേ?
ത്രൈലോക്യവാസികളെല്ലാം ഭവൽബല-
മാലോക്യ ഭീതികലർന്നു മരുവുന്നു
മാരുതി വന്നിവിടെച്ചെയ്ത കർമ്മങ്ങൾ
വീരരായുള്ള നമുക്കോക്കിൽനാണമാം
നാമൊന്നുപേക്ഷിക്കകാരണാലതേുമൊ-
രാമയമെന്നിയേ പോയ്ക്കൊണ്ടതുമവൻ
ഞങ്ങളാരാനുമറിഞ്ഞാകിലെന്നുമേ-
യങ്ങവൻജീവനോടേ പോകയില്ലല്ലോ.'
ഇത്ഥം ദശമുഖനോടേറിയിച്ചുടൻ
പ്രത്യേകമോരോ പ്രതിജ്ഞയും ചൊല്ലിനാർ:
'മാനമോടിന്നിനി ഞങ്ങളിലേകനെ
മാനസേ കല്പിച്ചയയ്ക്കുന്നതാകിലോ
മാനുഷജാതികളില്ല ലോകത്തിങ്കൽ
വാനരജാതിയുമില്ലെന്നതും വരും
ഇന്നൊരു കാര്യവിചാരമാക്കിപ്പല-
രൊന്നിച്ചുകൂടി നിരൂപിക്കയെന്നതും
എത്രയും പാരമിളപ്പം നമുക്കതു-
മുൾത്താരിലോർത്തരുളേണം ജഗൽപ്രഭോ!'
നക്തഞ്ചരവരരിത്ഥം പറഞ്ഞള-
വുൾത്താപമൊട്ടു കുറഞ്ഞു ദശാസ്യനും.

രാവണ കുംഭകർണ്ണ സംഭാഷണം

നിദ്രയും കൈവിട്ടു കുംഭകർണ്ണൻ തദാ
വിദ്രുതമഗ്രജൻ തന്നെ വണങ്ങിനാൻ
ഗാഢ ഗാഢം പുണർന്നൂഢമോദം നിജ
പീഠമതിന്മേലിരുത്തിദ്ദശാസ്യനും
വൃത്താന്തമെല്ലാമവരജൻ തന്നോടു
ചിത്താനുരാഗണേ കേൾപ്പിച്ചനന്തരം
ഉൾത്താരിലുണ്ടായ ഭീതിയോടുമവൻ
നക്തഞ്ചരാധീശ്വരനോടു ചൊല്ലിനാൻ
"ജീവിച്ചു ഭൂമിയിൽ വാഴ്കന്നെതിൽ മമ
ദവേത്വമാശു കിട്ടുന്നതു നല്ലതും
ഇപ്പോൾ ഭവാൻ ചെയ്ത കർമ്മങ്ങളൊക്കയും
ത്വൽ പ്രാണഹാനിക്കുതന്നെ ധരിക്ക നീ
രാമൻ ഭവാനെ ക്ഷണം കണ്ടുകിട്ടുകിൽ
ഭൂമിയിൽ വാഴ്വാനയയ്ക്കയില്ലന്നെുമേ
ജീവിച്ചിരിക്കയിലാഗ്രഹമുണ്ടെങ്കിൽ
സവേിച്ചുകൊള്ളുക രാമനെ നിത്യമായ്
രാമൻ മനുഷ്യനല്ലകേ സ്വരൂപനാം
ശ്രീമാൻ മഹാവിഷ്ണു നാരായണൻ പരൻ
സീതയാകുന്നതു ലക്ഷ്മീഭഗവതി
ജാതയായാൾ തവനാശം വരുത്തുവാൻ
മോഹനേ നാദഭദേം കടേ്ടു ചന്നെുടൻ
ദഹേനാശം മൃഗങ്ങൾക്കു വരുന്നിതു
മീനങ്ങളെല്ലാം രസത്തിങ്കൽ മോഹിച്ചു
താനേ ബളിശം വിഴുങ്ങി മരിക്കുന്നു
അഗ്നിയകെ്കണ്ടു മോഹിച്ചു ശലഭങ്ങൾ

മഗ്നമായ് മൃത്യുഭവിക്കുന്നിതവ്വണ്ണം
ജാനകിയക്കെണ്ടു മോഹിക്ക കാരണം
പ്രാണവിനാശം ഭവാനുമകപ്പെടും
നല്ലതല്ലതേുമനിക്കിതന്നെന്നുള്ളതു-
മുള്ളിലറിഞ്ഞിരിക്കുന്നതന്നെനാകിലും
ചൊല്ലുമതിങ്കൽ മനസ്സതിൻ കാരണം
ചൊല്ലുവൻ മുന്നം കഴിഞ്ഞ ജന്മത്തിലേ
വാസനകൊണ്ടതു നീക്കരുതാർക്കുമേ-
ശാസനയാലു മടങ്ങുകയില്ലതു
വിജ്ഞാനമുള്ള ദിവ്യന്മാർക്കുപോലുമ-
റ്റജ്ഞാനികൾക്കോ പറയണ്ടേതില്ലല്ലോ
കാട്ടിയതല്ലൊമപനയം നീയതു
നാട്ടിലുള്ളോർക്കുമാപത്തിനായ് നിർണ്ണയം
ഞാനിതിനിന്നിനി രാമനയേും മറ്റു
വാനരന്മാരയെൊമൊക്കയെൊടുക്കുവൻ
ജാനകിതന്നയെനുഭവിച്ചീടു നീ
മാനസേ ഖേദമുണ്ടാകരുതതേുമേ
ദേഹത്തിനന്തരം വന്നുപോം മുന്നമേ
മോഹിച്ചതാഹന്ത! സാധിച്ചുകൊൾക നീ
ഇന്ദ്രിയങ്ങൾക്കു വശനാം പുരുഷനു
വന്നീടുമാപത്തു നിർണ്ണയമോർത്തു കാൺ
ഇന്ദ്രിയനിഗ്രഹമുള്ള പുരുഷനു
വന്നുകൂടും നിജ സൗഖ്യങ്ങളൊക്കവേ"
ഇന്ദ്രാരിയാം കുംഭകർണ്ണോക്തി കടേ്ടള-
വിന്ദ്രജിത്തും പറഞ്ഞീടിനാനാദരാൽ
"മാനുഷനാകിയ രാമനയേും മറ്റു
വാനരന്മാരയെൊമൊക്കയെൊടുക്കി ഞാൻ
ആശുവരുവനനുജ്ഞയചെ്ചയെ്കില-"
നാശരാധീശ്വരനോടു ചൊല്ലീടിനാൻ.

രാവണ വിഭീഷണ സംഭാഷണം

അന്നേരമാഗതനായ വിഭീഷണൻ
ധന്യൻനിജാഗ്രജൻതന്നെ വണങ്ങിനാൻ.
തന്നരികത്തങ്ങിരുത്തിദ്ദശാനനൻ
ചൊന്നാനവനോടു പഥ്യം വിഭീഷണൻ:
'രാക്ഷസാധീശ്വര! വീര! ദശാനന!
കേൾക്കണമെന്നുടെ വാക്കുകളിന്നു നീ.
നല്ലതു ചൊല്ലണമെല്ലാവരും തനി-
ക്കുള്ളാവരോടു ചൊല്ലുള്ള ബുധജനം
കല്യാണമെന്തു കുലത്തിനെന്നുള്ളതു-
മെല്ലാവരുമൊരുമിച്ചു ചിന്തിക്കണം
യുദ്ധത്തിനാരുള്ളതോർക്ക നീ രാമനോ-
ടിത്രിലോകത്തിങ്കൽനക്തഞ്ചരാധിപ?
മത്തനുന്മത്തൻപ്രഹസ്തൻവികടനും
സുപ്തഘ്നയജ്ഞാന്തകാദികളും തഥാ
കുംഭകർണ്ണൻജംബുമാലി പ്രജംഘനും
കുംഭൻനികുംഭനകമ്പനൻകമ്പനൻ
വമ്പൻമഹോദരനും മഹാപാർശ്വനും
കുംഭഹനും ത്രിശിരസ്സതികായനും
ദേവാന്തകനും നരാന്തകനും മറ്റു-
ദേവാരികൾവജ്രദംഷ്ട്രാദി വീരരും
യൂപാക്ഷനും ശോണിതാക്ഷനും പിന്നെ വി-
രൂപാക്ഷ ധൂമ്രാക്ഷനും മകരാക്ഷനും
ഇന്ദ്രനെസ്സംഗരേ ബന്ധിച്ച വീരനാ-
മിന്ദ്രജിത്തിന്നുമാമല്ലവനോടടോ!
നേരേ പൊരുതു ജയിപ്പതിനാരുമേ

ശ്രീരാമനോടു കരുതായ്ക മാനസേ.
ശ്രീരാമനായതു മാനുഷനല്ല കേ-
ളാരെന്നറിവാനുമാമല്ലൊരുവനും.
ദേവേന്ദ്രനുമല്ല വഹ്നിയുമല്ലവൻ
വൈവസ്വതനും നിരൃതിയുമല്ല കേൾ
പാശിയുമല്ല ജഗൽപ്രാണനല്ല വി-
ത്തേശനുമല്ലവനീശാനനുമല്ല
വേധാവുമല്ല ഭുജംഗാധിപനുമ-
ല്ലാദിത്യരുദ്രവസുക്കളുമല്ലവൻ.
സാക്ഷാൽമഹാവിഷ്ണു നാരായണൻപരൻ
മോക്ഷദൻസൃഷ്ടിസ്ഥിതിലയകാരണൻ
മുന്നം ഹിരണ്യാക്ഷനെക്കൊലചെയ്തവൻ
പന്നിയായ്, മന്നിടം പാലിച്ചുകൊള്ളുവാൻ.
പിന്നെ നരസിംഹരൂപം ധരിച്ചിട്ടു
കൊന്നു ഹിരണ്യകശിപുവാം വീരനെ.
ലോകൈകനായകൻവാമനമൂർത്തിയായ്
ലോകത്രയം ബലിയോടു വാങ്ങീടിനാൻ.
കൊന്നാനിരുപത്തൊരു തുട രാമനായ്
മന്നവന്മാരെ,യസുരാംശമാകയാൽ
അന്നന്നസുരരെയൊക്കെയൊടുക്കുവാൻ
മന്നിലവതരിച്ചീടും ജഗന്മയൻ.
ഇന്നു ദശരഥപുത്രനായ് വന്നിതു
നിന്നെയൊടുക്കുവാനെന്നറിഞ്ഞീടു നീ
സത്യസങ്കല്പനാമീശ്വരൻതന്മതം
മിഥ്യയായ് വന്നുകൂടായെന്നു നിർണ്ണയം
എങ്കിലെന്തിന്നു പറയുന്നതെന്നൊരു
ശങ്കയുണ്ടാകിലതിന്നു ചൊല്ലീടുവൻ
സേവിപ്പവർക്കഭയത്തെക്കൊടുപ്പൊരു

ദവേനവൻകരുണാകരൻകവേലൻ
ഭക്തപ്രിയൻപരമൻപരമശേ്വരൻ
ഭുക്തിയും മുക്തിയും നൽകും ജനാർദ്ദനൻ
ആശ്രിതവത്സലനംബുജലോചന-
നീശ്വരനിന്ദിരാവല്ലഭൻകശേവൻ,
ഭക്തിയോടും തൻതിരുവടിതൻപദം
നിത്യമായ് സവേിച്ചുകൊൾക മടിയാതെ.
മൈഥിലീദവേിയക്കെണ്ടക്കൊടുത്തു തൽ
പാദാംബുജത്തിൽനമസ്കരിച്ചീടുക.
കതൈെഴുതാശു രക്ഷിക്കന്നെു ചൊല്ലിയാൽ
ചയ്െതപരാധങ്ങളല്ലൊം ക്ഷമിച്ചവൻ
തൻപദം നൽകീടുമവേനും നമ്മുടെ
തമ്പുരാനോളം കൃപയില്ല മറ്റാർക്കും.
കാ്ടകംപുക്ക നരേത്തതിബാലകൻ
താടകയക്കെൊലചയ്െതാനൊരമ്പിനാൽ
കൌശികൻതന്നുടെ യാഗരക്ഷാർത്ഥമായ്
നാശം സുബാഹുമുഖ്യന്മാർക്കു നൽകിനാൻ.
തൃക്കാലടിവച്ചു കല്ലാമഹല്യയ്ക്കു
ദുഷ്കൃതമല്ലൊമൊടുക്കിയതോർക്ക നീ
ത്ര്യെംബകം വില്ലു ഖണ്ഡിച്ചു സീതയാം
മയ്യൽമിഴിയാളയെും കണ്ടുപോകുമ്പോൾ
മാർഗ്ഗമദ്ധ്യേ കുഠാരായുധനാകിയ
ഭാർഗ്ഗവന്തന്നജ്ഞ്ജയിച്ചതുമത്ഭുതം
പിന്ന വിരാധനക്കെൊന്നുകളഞ്ഞതും
ചന്നെ ഖരാദികളക്കെൊല ചയ്െതതും
ഉന്നതനാകിയ ബാലിയക്കെൊന്നതും
മന്നവനാകിയ രാഘവനല്ലയോ?
അർണ്ണവം ചാടിക്കടന്നിവിടകേ്കു വ-

ന്നർണ്ണയോജനതേരയക്കെക്കണ്ടു പറഞ്ഞുടൻ
വഹ്നിക്കു ലങ്കാപുരത്തസെസ്സമർപ്പിച്ചു
സന്നദ്ധനായ്പ്പയോയ മാരുതി ചയ്തതും
ഒന്നഴൊഴിയാതയെശ്രിഞ്ഞിരിക്കെ തവ
നന്നുനന്നാഹന്ത! തോന്നുന്നിതങ്ങേനെ!
നന്നല്ല സജ്ജനത്തോടു വരൈരം വൃഥാ.
തന്വംഗിതന്നെക്കൊടുക്ക മടിയാതെ.
നഷ്ടമതികളായീടുമമാത്യന്മാ–
രിഷ്ടം പറഞ്ഞു കൊല്ലിക്കുമതോർക്ക നീ
കാലപുരം ഗമിയാതിരിക്കണ്ടുകിൽ
കാലം വകൈകൊതെ കൊടുക്ക വദൈദേഹിയെ
ദുർബലനായുള്ളവൻപ്രബലൻതന്നോ–
ടുൾപ്പൂവിൽമത്സരംവച്ചു തുടങ്ങിയാൽ
പില്പാടു നാടും നഗരവും സനേയും
തല്പ്രാണനും നശിച്ചീടുമരക്ഷണാൽ.
ഇഷ്ടം പറയുന്ന ബന്ധുക്കളാരുമേ
കഷ്ടകാലത്തിങ്കലില്ലന്നെു നിർണ്ണയം.
തന്നുടെ ദുർന്നയംകൊണ്ടു വരുന്നതി–
നിന്നു നാമാളല്ല പോകന്നെു വർപടെട്ടു
ചന്നെു സവേിക്കും പ്രബലനെ ബന്ധുക്ക–
ളന്നരേമോർത്താൽഫലമില്ല മന്നവ!
രാമശരമേറ്റു മൃത്യു വരുന്നരേ–
മാമയമുള്ളിലനിെക്കുണ്ടതുകൊണ്ടു
നരേ പറഞ്ഞുതരുന്നതു ഞാനിനി
താരാർമകളെ കൊടുക്ക വകൈീടാതെ.
യുദ്ധമേറ്റുള്ള പടയും നശിച്ചുട–
നർത്ഥവുമല്ലൊമൊടുങ്ങിയാൽമാനസേ
മാനിനിയക്കെക്കൊടുക്കാമന്നെു തോന്നിയാൽ

സ്ഥാനവുമില്ല കണ്ടുപ്പതിനതോർക്ക നീ.
മുമ്പിലയേുള്ളിൽവിചാരിച്ചു കൊള്ളണം
വമ്പനോടേറ്റാൽവരും ഫലമവേനും.
ശ്രീരാമനോടു കലാം തുടങ്ങ്ങിയാ-
ലാരും ശരണമില്ലനെ്നതറിയണം.
പങ്കജനതേ്രനസെ്സവേിച്ചു വാഴുന്നു
ശങ്കരനാദികളനെ്നതുമോർക്ക നീ
രാക്ഷസരാജ! ജയിക്ക ജയിക്ക നീ
സാക്ഷാൽമഹശേ്വരനോടു പിണങ്ങ്ങൊലാ
കൊണ്ടൽനർേവർണ്ണനു ജാനകീദവേിയെ-
കൊണ്ടകെ്കൊടുത്തു സുഖിച്ചു വസിക്ക നീ
സംശയമനെ്നിയ നേൽകുക ദവേിയെ
വംശം മുടിച്ചു കളയായ്ക വണേമ!േ'
ഇത്ഥം വിഭീഷണൻപിന്നയെും പിന്നയെും
പത്ഥ്യമായുള്ളതു ചൊന്നതു കട്േടൊരു
നക്തഞ്ചരാധിപനായ ദശാസ്യനും
ക്രുദ്ധനായ് സോദരനോടു ചൊല്ലീടിനാൻ:
'ശത്രുക്കളല്ല ശത്രുക്കളാകുന്നതു
മിത്രഭാവത്തോടരികേ മരുവിന
ശത്രുക്കൾശത്രുക്കളാകുന്നതവേനും
മൃത്യു വരുത്തുമവരനെ്നു നിർണ്ണയം.
ഇത്തരമനെ്നോടു ചൊല്ലുകിലാശു നീ
വധ്യനാമനെ്നാലതിനില്ല സംശയം.'
രാത്രിഞ്ചരാധിപനിത്തരം ചൊന്നള-
വോർത്താൻവിഭീഷണൻഭാഗവതോത്തമൻ:
'മൃത്യുവശഗതനായ പുരുഷനു
സിദ്ധൌഷധങ്ങളുമേൽക്കയിലതേുമ.േ
പോരുമിവനോടിനി ഞാൻപറഞ്ഞതു

പൌരുഷംകൊണ്ടു നീക്കാമോ വിധിമതം?
ശ്രീരാമദേവപാദാംബോജമെന്നി മ-
റ്റാരും ശരണമെനിക്കില്ല കേവലം.
ചെന്നു തൃക്കാൽക്കൽവീണന്തികേ സന്തതം
നിന്നു സേവിച്ചുകൊൾവൻജന്മമുള്ള നാൾ.'
സത്വരം നാലമാത്യന്മാരുമായവ-
നിത്ഥം നിരൂപിച്ചുറച്ചു പുറപ്പെട്ടു.
ദാരധനാലയമിത്ര ഭൃത്യൌഘവും
ദൂരെ പരിത്യജ്യ, രാമപാദാംബുജം
മാനസത്തിങ്കലുറപ്പിച്ചു തുഷ്ടനായ്
വീണുവണങ്ങിനാനഗ്രജൻതൻപദം
കോപിച്ചു രാവണൻചൊല്ലിനാനന്നേരം-
'മാപത്തെനിക്കു വരുത്തുന്നതും ഭവാൻ.
രാമനെച്ചെന്നു സേവിച്ചുകൊണ്ടാലുമെ-
രാമയമിങ്ങതിനില്ലെന്നു നിർണ്ണയം.
പോകായ്കിലോ മമ ചന്ദ്രഹാസത്തിനി-
ന്നേകാന്തഭോജനമായ്വരും നീയടോ!'
എന്നതു കേട്ടു വിഭീഷണൻചൊല്ലിനാ-
'നെന്നുടെ താതനു തുല്യനല്ലോ ഭവാൻ
താവകമായ നിയോഗമനുഷ്ഠിപ്പ-
നാവതല്ലാമതു സൌഖ്യമല്ലോ മമ
സങ്കടം ഞാൻമൂലമുണ്ടാകരുതതേ-
മെങ്കിലോ ഞാനിതാ വേഗേനേ പോകുന്നു,
പുത്രമിത്രാർത്ഥകളത്രാദികളോടു-
മത്ര സുഖിച്ചു സുചിരം വസിക്ക നീ
മൂലവിനാശം നിനക്കു വരുത്തുവാൻ
കാലൻദശരഥമന്ദിരേ രാമനായ്
ജാതനായാൻജനകാലയേ കാലിയും

സീതാഭിധാനനേ ജാതയായീടിനാൾ
ഭൂമിഭാരം കളഞ്ഞീടുവാനായ് മുതിർ
ന്നാമമോദമോടിങ്ങു വന്നാരിരുവരും.
എങ്ങനെ പിന്നെ ഞാൻചൊന്ന ഹിതോക്തിക-
ളങ്ങു ഭവാനുള്ളിലേൽക്കുന്നതു പ്രഭോ!
രാവണൻതന്നെ വധിപ്പാനവനിയിൽ
ദേവൻവിധാതാവപേക്ഷിച്ച കാരണം
വന്നു പിറന്നിതു രാമനായ് നിർണ്ണയം
പിന്നെയെതിന്നന്യഥാത്വം ഭവിക്കുമോ?
ആശരവംശവിനാശം വരുംമുമ്പേ
ദാശരഥിയെ ശരണം ഗതോസ്മി ഞാൻ.'

വിഭീഷണന്റെ ശരണപ്രാപ്തി

രാവണൻതൻനിയോഗനേ വിഭീഷണൻ
ദേവദേവേശപാദാബ്ജസേവാർത്ഥമായ്
ശോകം വിനാ നാലമാത്യരുമായുട-
നാകാശമാർഗ്ഗേ ഗമിച്ചാനതിദ്രുതം
ശ്രീരാമദേവനിരുന്നരുളുന്നതിൻ
നേരേ മുകളിൽനിന്നുച്ചൈസ്തരമവൻ
വ്യക്തവർണ്ണനേചൊല്ലീടിനാനത്രെയും
ഭക്തിവിനയവിശുദ്ധമതിസ്ഫുടം:
'രാമ! രമാരമണ! ത്രിലോകീപതേ!
സ്വാമിൻജയ ജയ! നാഥ! ജയ ജയ!
രാജീവനേത്ര! മുകുന്ദ! ജയ ജയ!
രാജശിഖാമണേ! സീതാപതേ! ജയ!
രാവണൻതന്നുടെ സോദരൻഞാൻതവ
സേവാർത്ഥമായ് വിടകൊണ്ടേൻദയാനിധേ!
ആമ്നായമൂർത്തേ! രഘുപതേ! ശ്രീപതേ!
നാമ്നാ വിഭീഷണൻത്വൽഭക്തസേവകൻ
'ദേവിയെക്കട്ടതനുചിതം നീ'യെന്നു
രാവണനോടു ഞാൻനല്ലതു ചൊല്ലിയേൻ.
ദേവിയെ ശ്രീരാമനായ്ക്കൊണ്ടു നൽകുകെ-
ന്നാവോലമറ്റേം പറഞ്ഞേൻപലതരം
വിജ്ഞാനമാർഗ്ഗമെല്ലാമുപദേശിച്ചെ-
തജ്ഞാനിയാകയാലറ്റേതില്ലതേുമേ.
പഥ്യമായുള്ളതു ചൊല്ലിയതറ്റേമ-
പഥ്യമായ് വന്നിതവന്നു വിധിവശാൽ.
വാളുമായെന്നെ വധിപ്പാനടുത്തിതു

കാളഭുജംഗവേഗേനേ ലങ്കശേ്വരൻ
മൃത്യുഭയത്താലടിയനുമത്രെയും
ചിത്താകുലതയാ പാഞ്ഞുപാഞ്ഞിങ്ങിഹ
നാലമാത്യന്മാരുമായ് വിടകൊണ്ടനേകാ-
രാലംബനം മറ്റനിക്കില്ല ദൈവമേ!
ജന്മമരണമോക്ഷാർത്ഥം ഭവച്ചര-
ണാംബുജം മേ ശരണം കരുണാംബുധേ!'
ഇത്ഥം വിഭീഷണവാക്യങ്ങൾകടേട്ടള-
വുത്ഥായ സുഗ്രീവനും പറഞ്ഞീടിനാൻ:
'വിശ്വശേ! രാക്ഷസൻമായാവിയത്രെയും
വിശ്വാസയോഗ്യനല്ലന്നതു നിർണ്ണയം.
പിന്നെ വിശഷേിച്ചു രാവണരാക്ഷസൻ
തന്നുടെ സോദരൻവിക്രമമുള്ളവൻ
ആയുധപാണിയായ് വന്നാനമാത്യരും
മായാവിശാരദന്മാരന്നു നിർണ്ണയം.
ഛിദ്രം കുറഞ്ഞൊന്നു കാൺകിലും നമ്മുടെ
നിദ്രയിലണ്ടെ്കിലും നിഗ്രഹിച്ചീടുമേ.
ചിന്തിച്ചുടൻനിയോഗിക്ക കപികളെ
ഹന്തവ്യനിന്നിവനില്ലൊരു സംശയം.
ശത്രുപക്ഷത്തിങ്കലുള്ള ജനങ്ങളെ
മിത്രമന്നോർത്തുടൻവിശ്വസിക്കുന്നതിൽ
ശത്രുക്കളത്തെന്നെ വിശ്വസിച്ചീടുന്ന-
തുത്തമമാകുന്നതന്നതോർക്കണേമേ.
ചിന്തിച്ചു കണ്ടിനി നിന്തിരുവുള്ളത്തി-
ലന്തെന്നഭിമതമന്നരുൾചെയ്യണം'
മറ്റുള്ള വാനരവീരരും ചിന്തിച്ചു
കുറ്റംവരായ്വാൻപറഞ്ഞാർപലതരം
അന്നേരമേുത്ഥായ വന്ദിച്ചു മാരുതി

ചൊന്നാൻ 'വിഭീഷണനുത്തമനത്രെയും
വന്നു ശരണം ഗമിച്ചവൻതന്നെ നാം
നന്നു രക്ഷിക്കുന്നതെന്നെന്നുടെ മതം
നക്തഞ്ചരാന്വയത്തിങ്കൽജനിച്ചവർ
ശത്രുക്കളവരേവരുമെന്നു വന്നീടുമോ?
നല്ലവരുണ്ടാമവരിലുമെന്നുള്ള-
തെല്ലാവരും നിരൂപിച്ചുകൊള്ളണേമേ!
ജാതിനാമാദികൾക്കല്ല ഗുണഗണ-
ഭേദമെന്നത്രേ ബുധന്മാരുടെ മതം
ശാശ്വതമായുള്ള ധർമ്മം നൃപതികൾ
ക്കാശ്രിതരക്ഷണമെന്നു ശാസ്ത്രോക്തിയും.'
ഇത്ഥം പലരും പലവിധം ചൊന്നവ
ചിത്തേ ധരിച്ചരുൾചെയ്തു രഘുപതി:
'മാരുതി ചൊന്നതുപപന്നമത്രെയും
വീര! വിഭാകരപുത്ര! വരികെടോ
ഞാൻപറയുന്നതു കേൾപ്പിനെല്ലാവരും
ജാംബവദാദി നീതിജ്ഞവരന്മാരേ!
ഉർവ്വീശനായാലവനാശ്രിതന്മാരെ
സർവ്വശോ രക്ഷചെയ്‌രുനശ്ശ്വപചാനപി
രക്ഷിയാഞ്ഞാലവൻബ്രഹ്മഹാ കേവലം
രക്ഷിതാവശ്വമേധം ചെയ്ത പുണ്യവാൻ
എന്നു ചൊല്ലുന്നിതു വേദശാസ്ത്രങ്ങളിൽ
പുണ്യപാപങ്ങളറിയരുതേതുമേ
മുന്നമൊരു കപോതം നിജ പേടയോ-
ടൊന്നിച്ചൊരു വനംതന്നിൽമേവീടിനാൻ.
ഉന്നതമായൊരു പാദപാഗ്രേ തദാ
ചെന്നൊരു കാട്ടാളനെയ്തു കൊന്നീടിനാൻ
തന്നുടെ പക്ഷിണിയസ്സുരതാന്തരേ

വന്നൊരു ദുഃഖം പൊറാഞ്ഞു കരഞ്ഞവൻ
തന്നെ മറന്നിരുന്നീടും ദശാന്തരേ
വന്നിതു കാറ്റും മഴയും, ദിനേശനും
ചെന്നു ചരമാബ്ധിതന്നിൽമറഞ്ഞിതു,
ഖിന്നനായ്‌വന്നു വിശന്നു കിരാതനും
താനിരിക്കുന്ന വൃക്ഷത്തിൻമുരടതിൽ
ദീനതയോടു നിൽക്കുന്ന കാട്ടാളനെ-
കണ്ടു കരുണകലർന്നു കപോതവും
കൊണ്ടുവന്നാശു കൊടുത്തിതു വഹ്നിയും
തന്നുടെ കയ്യിലിരുന്ന കപോതിയെ
വഹ്നിയ്യിലിട്ടു ചുട്ടാശു തിന്നീടിനാൻ
എന്നതു കൊണ്ടു വിശപ്പടങ്ങീടാഞ്ഞു
പിന്നെയും പീഡിച്ചിരിക്കും കിരാതനു
തന്നുടെ ദേഹവും നൽകിനാനമ്പോടു
വഹ്നിയിൽവീണു കിരാതാശനാർത്ഥമായ്.
അത്രപോലും വേണമാശ്രിതരക്ഷണം
മർത്ത്യനെന്നാലോ പറയേണ്ടതില്ലല്ലോ
എന്നെശ്ശരണമെന്നോർത്തിങ്ങു വന്നവ-
നെന്നുമഭയം കൊടുക്കുമതേയുള്ളു.
പിന്നെ വിശേഷിച്ചുമൊന്നു കടേടീടുവി-
നെന്നെച്ചതിപ്പതിനാരുമില്ലങ്ങുമേ.
ലോകപാലന്മാരെയും മറ്റു കാണായ
ലോകങ്ങളെയും നിമേഷമാത്രകൊണ്ടു
സൃഷ്ടിച്ചു രക്ഷിച്ചു സംഹരിച്ചീടുവാ-
നൊട്ടുമേ ദണ്ഡമെനിക്കില്ല നിശ്ചയം,
പിന്നെ ഞാനാരെബ്ഭയപ്പെടുന്നു മുദാ
വന്നീടുവാൻചൊല്ലവനെ മടിയാതെ.
വ്യഗ്രിയായ്കതേുമിതു ചൊല്ലി മാനസേ

സുഗ്രീവ! നീ ചെന്നവനെ വരുത്തുക.
എന്നശേശ്ശരണംഗമിക്കുന്നവർക്കു ഞാ-
നന്നെന്നുമഭയം കൊടുക്കുമതിദ്രുതം.
പിന്നെയവർക്കൊരു സംസാരദുഃഖവും
വന്നുകൂടാ നൂനമെന്നുമറിക നീ.
ശ്രീരാമവാക്യാമൃതം കേട്ടു വാനര-
വീരൻവിഭീഷണൻതന്നെ വരുത്തിനാൻ
ശ്രീരാമപാദാന്തികേ വീണു സാഷ്ടാംഗ-
മാരൂഢമോദം നമസ്കരിച്ചീടിനാൻ.
രാമം വിശാലാക്ഷമിന്ദീവരദള-
ശ്യാമളം കോമളം ബാണധനുർദ്ധരം
സോമബിംബാഭപ്രസന്നമുഖാംബുജം
കാമദം കാമോപമം കമലാവരം
കാന്തം കരുണാകരം കമലേക്ഷണം
ശാന്തം ശരണ്യം വരേണ്യം വരപ്രദം
ലക്ഷ്മണസംയുതം സുഗ്രീവമാരുതി-
മുഖ്യകപികുലസേവിതം രാഘവം
കണ്ടുകൂപ്പിത്തൊഴുതേറ്റം വിനീതനാ-
യുണ്ടായ സന്തോഷമോടും വിഭീഷണൻ
ഭക്തപ്രിയനായ ലോകൈകനാഥനെ
ഭക്തിപരവശനായ് സ്തുതിച്ചീടിനാൻ:
'ശ്രീരാമ! സീതാമനോഹര! രാഘവ!
ശ്രീരാമ! രാജേന്ദ്ര! രാജീവലോചന!
ശ്രീരാമരാക്ഷസവംശവിനാശന!
ശ്രീരാമപാദാംബുജേ നമസ്തേ സദാ.
ചണ്ഡാംശുഗോത്രോത്ഭവായ നമോനമ-
ശ്ചണ്ഡകോദണ്ഡധരായ നമോ നമഃ
പണ്ഡിതഹൃൽപുണ്ഡരീകചണ്ഡാംശവേ

ഖണ്ഡപരശുപ്രിയായ നമോ നമഃ
രാമായ സുഗ്രീവമിത്രായ കാന്തായ
രാമായ നിത്യമനന്തായ ശാന്തായ
രാമായ വേദാന്തവേദ്യായ ലോകാഭി-
രാമായ രാമഭദ്രായ നമോ നമഃ
വിശ്വോത്ഭവസ്ഥിതിസംഹാരഹേതവേ
വിശ്വായ വിശ്വരൂപായ നമോ നമഃ
നിത്യായ സത്യായ ശുദ്ധായതേ നമഃ
ഭക്തപ്രിയായ ഭഗവതേ രാമായ
മുക്തിപ്രദായ മുകുന്ദായതേ നമഃ
വിശ്വേശനാം നിന്തിരുവടിതാനല്ലോ
വിശ്വോത്ഭവസ്ഥിതിസംഹാരകാരണം
സന്തതം ജംഗമാജംഗമഭൂതങ്ങ-
ളന്തർബ്ബഹിർവ്യാപ്തനാകുന്നതും ഭവാൻ.
നിന്മഹാമായയാ മൂടിക്കിടക്കുമാ-
നിർമ്മലമാം പരബ്രഹ്മമജ്ഞാനിനാം
തന്മൂലമായുള്ള പുണ്യപാപങ്ങളാൽ
ജന്മമരണങ്ങളുണ്ടായ്‌വരുന്നിതും
അത്രനാളേക്കും ജഗത്തൊക്കവേ ബലാൽ
സത്യമായ് തോന്നുമതിനില്ല സംശയം
എത്രനാളേക്കറിയാതെയിരിക്കുന്നി-
തദ്വയമാം പരബ്രഹ്മം സനാതനം
പുത്രദാരാദി വിഷയങ്ങളിലതി-
സക്തികലർന്നു രമിക്കുന്നിതന്വഹം.
ആത്മാവിനെയറിയായ്കയാൽനിർണ്ണയ-
മാത്മനി കാണണേമാത്മാനമാത്മനാ
ദുഃഖപ്രദം വിഷയേന്ദ്രിയസംയോഗ-
മൊക്കയെുമോർത്താലൊടുക്കമനാത്മനാ

ആദികാലേ സുഖമന്നെു തോന്നിക്കുമ-
തതേും വിവകേമില്ലാതവർമാനസേ.
ഇന്ദ്രാഗ്നിധർമ്മരക്ഷോവരുണാനില-
ചന്ദ്രരുദ്രാജാഹിപാദികളൊക്കയെും.
ചിന്തിക്കിലോ നിന്തിരുവടി നിർണ്ണയ-
മന്തവുമാദിയുമില്ലാത ദവൈമേ!
കാലസ്വരൂപനായീടുന്നതും ഭവാൻ
സ്ഥൂലങ്ങളിൽവച്ചതിസ്ഥൂലനും ഭവാൻ
നൂനമണുവിങ്കൽനിന്നണിയാൻഭവാൻ
മാനമില്ലാത മഹത്തത്ത്വവും ഭവാൻ
സർവലോകാനാം പിതാവായതും ഭവാൻ
ദർവ്വീകരനേദ്രശയന! ദയാനിധേ!
ആദിമ്ദ്ധ്യാന്തവിഹീനൻപരിപൂർണ്ണ-
നാധാരഭൂതൻപ്രപഞ്ചത്തിനീശ്വരൻ
അച്യുതനവ്യയനവ്യക്തനദ്വയൻ
സച്ചിൽപുരുഷൻപുരുഷോത്തമൻപരൻ
നിശ്ചലൻനിർമ്മമൻനിഷ്കളൻനിർഗ്ഗുണൻ
നിശ്ചയിച്ചാർക്കുമറിഞ്ഞുകൂടാതവൻ.
നിർവികാരൻനിരാകാരൻനിരീശ്വരൻ
നിർവികല്പൻനിരൂപാശ്രയൻശാശ്വതൻ
ഷഡ്ഭാവഹീനൻപ്രകൃതി പരൻപുമാൻ.
സൽഭാവയുക്തൻസനാതനൻസർവ്വഗൻ
മായാമനുഷ്യൻമനോഹരൻമാധവൻ
മായാവിഹീനൻമധുകടൈഭാന്തകൻ
ഞാനിഹ ത്വൽപാദഭക്തിനിശ്രണേിയെ-
സ്സാനന്ദമാശു സമ്പ്രാപ്യ രഘുപതേ!
ജ്ഞാനയോഗാഖ്യസൌധം കരറേിടുവാൻ
മാനസേ കാമിച്ചു വന്നേൻജഗൽപതേ!

സീതാപതേ! രാമ! കാരുണികോത്തമ!
യാതുധാനാന്തക! രാവണാരേ! ഹരേ!
പാദാംബുജം നമസ്തേ ഭവസാഗര-
ഭീതനാമെന്നെ രക്ഷിച്ചുകൊള്ളണമേ!'
ഭക്തിപരവശനായ് സ്തുതിച്ചീടിന
ഭക്തനെക്കണ്ടു തെളിഞ്ഞു രഘൂത്തമൻ
ഭക്തപ്രിയൻപരമാനന്ദമുൾക്കൊണ്ടു
മുഗ്ദ്ധസ്മിതപൂർവ്വമവേമരുൾചെയ്തു:
'ഇഷ്ടമായുള്ള വരത്തെ വരിക്ക സ-
ന്തുഷ്ടനാം ഞാൻവരദാനൈകതൽപരൻ
ഒട്ടുമേ താപമൊരുത്തനെന്നെക്കണ്ടു-
കിട്ടിയാൽപിന്നെയുണ്ടാകയില്ലോർക്ക നീ.'
രാമവാക്യാമൃതം കേട്ടു വിഭീഷണ-
നാമോദമുൾക്കൊണ്ടുണർത്തിച്ചരുളിനാൻ:
'ധന്യനായേൻകൃതകൃത്യനായേനഹം
ധന്യാകൃതേ കൃതകാമനായേനഹം
ത്വൽപാദപത്മാവലോകനംകൊണ്ടു ഞാ-
നിപ്പോൾവിമുക്തനായേനില്ല സംശയം
മത്സമനായൊരു ധന്യനില്ലൂഴിയിൽ
മത്സമനായൊരു ശുദ്ധനുമില്ലഹോ!
മത്സമനായ് മറ്റൊരുവനുമില്ലിഹ
ത്വത്സ്വരൂപം മമ കാണായകാരണാൽ.
കർമ്മബന്ധങ്ങൾനശിപ്പതിനായിനി
നിർമ്മലമാം ഭവദ്ജ്ഞാനവും ഭക്തിയും
ത്വദ്ധ്യാനസൂക്ഷ്മവും ദേഹി മേ രാഘവ!
ചിത്തേ വിഷയസുഖാശയില്ലേതുമേ.
ത്വൽപാദപങ്കജഭക്തിരേവാസ്തു മേ
നിത്യമിളക്കമൊഴിഞ്ഞു കൃപാനിധേ!'

ഇത്ഥമാകർണ്യ സമ്പ്രീതനാം രാഘവൻ
നക്തഞ്ചരാധിപൻതന്നോടരുൾചെയ്തു:
'നിത്യം വിഷയവിരക്തരായ് ശാന്തരായ്
ഭക്തി വളർന്നതിശുദ്ധമതികളായ്
ജ്ഞാനികളായുള്ള യോഗികൾമാനസേ
ഞാനിരിപ്പൂ മമ സീതയുമായ് മുദാ.
ആകയാലെന്നെയും ധ്യാനിച്ചു സന്തതം
വാഴ്ക നീയെന്നാൽനിനക്കു മോക്ഷം വരും.
അത്രയുമല്ല നിന്നാൽകൃതമായൊരു
ഭക്തികരസ്തോത്രമത്യന്തശുദ്ധനായ്
നിത്യവും ചൊൽകയും കേൾക്കയും ചെയ്കിലും
മുക്തി വരുമതിനില്ലൊരു സംശയം.'
ഇത്ഥമരുൾചെയ്തു ലക്ഷ്മണൻതന്നോടു
ഭക്തപ്രിയനരുൾചെയ്തിതു സാദരം:
'എന്നെക്കനിവോടുകണ്ടതിന്റെ ഫല-
മിന്നു തന്നെ വരുത്തണേമതിന്നു നീ
ലങ്കാധിപനിവനെന്നഭിഷേകവും
ശങ്കാവിഹീനമൻപോടു ചെയ്തീടുക
സാഗരവാരിയും കൊണ്ടുവന്നീടുക
ശാഖാമൃഗാധിപന്മരുമായ് സത്വരം
അർക്കചന്ദ്രന്മാരുമാകാശഭൂമിയും
മൽക്കഥയും ജഗത്തിങ്കലുള്ളന്നിവൻ
വാഴ്ക ലങ്കാരാജ്യമവേം മമാജ്ഞയാ
ഭാഗവതോത്തമനായ വിഭീഷണൻ.'
പങ്കജനേത്രവാക്യം കേട്ടു ലക്ഷ്മണൻ
ലങ്കാപുരാധിപത്യാർത്ഥമഭിഷേകേ-
മൻപോടു വാദ്യഘോഷണേ ചെയ്തീടിനാൻ.
വമ്പരാം വാനരാധീശ്വരന്മാരുമായ്

സാധുവാദനേ മുഴങ്ങ്ങി ജഗത്ത്രയം
സാധുജനങ്ങ്ങളും പ്രീതിപൂണ്ടീടിനാർ.
ആദിതയേഷോത്തമന്മാർപുഷ്പവൃഷ്ടിയു–
മാധിവരേിട്ടു ചയ്തീടിനാരാദരാൽ.
അപ്സരസ്ത്രീകളും നൃത്തഗീതങ്ങ്ങളാ–
ലപ്പുരുഷഷോത്തമനബെ്ഭജിച്ചീടിനാർ.
ഗന്ധർവകിന്നരകിംപുരുഷന്മാരു–
മന്തർമ്മുദാ സിദ്ധവിദ്യാധരാദിയും
ശ്രീരാമചന്ദ്രനെ വാഴ്ത്തിസ്തുതിച്ചിതു
ഭരേിനിനാദം മുഴക്കിനാരുമ്പരും.
പുണ്യജനശേ്വരനായ വിഭീഷണൻ
തന്നപ്പെുണർന്നു സുഗ്രീവനും ചൊല്ലിനാൻ:
പാരഴേു രണ്ടിനും നാഥനായ് വാഴുമീ
ശ്രീരാമകിങ്കരന്മാരിൽമുഖ്യൻഭവാൻ.
രാവണനിഗ്രഹത്തിന്നു സഹായവു–
മാവഷോളമാശു ചയ്യേണം ഭവാനിനി.
കവേലം ഞങ്ങ്ങളും മുൻനടക്കുന്നുണ്ടു
സവേയാ സിദ്ധിക്കുമറേ്മനുഗ്രഹം.'
സുഗ്രീവവാക്യമാകർണ്യ വിഭീഷണ–
നഗ്രഥേ ചിരിച്ചവനഷോടു ചൊല്ലീടിനാൻ:
'സാക്ഷാൽജഗന്മയനാമഖിലശേ്വരൻ
സാക്ഷിഭൂതൻസകലത്തിന്നുമാകയാൽ
എന്തു സഹായനേ കാര്യമവിടക്കേു
ബന്ധുശത്രുക്കളന്നെുള്ളതുമില്ല കള്േ.
ഗൂഢസ്ഥനാനന്ദപൂർണ്ണനകോത്മകൻ
കൂടസ്ഥനാശ്രയം മററാരുമില്ലടെഷോ!
മൂഢത്വമത്രഥേ നമുക്കു തഷോന്നുന്നതു
ഗൂഢത്രിഗുണഭാവനേ മായാബലാൽ

തദ്വശന്മാരൊക്കെ നാമെന്നറിഞ്ഞുകൊ

ണ്ടദ്വയഭാവനേ സവേിച്ചുകൊൾക നാം.'

നക്തഞ്ചരപ്രവരോക്തികൾകടേ്ടൊരു

ഭക്തനാം ഭാനുജനും തളിഞ്ഞീടിനാൻ.

ശുകബന്ധനം

രക്ഷോവരനായ രാവണൻ ചൊൽകയാൽ
തൽക്ഷണേ വന്നു ശുകനാം നിശാചരൻ
പുഷ്കരേ നിന്നു വിളിച്ചു ചൊല്ലീടിനാൻ
മർക്കടരാജനാം സുഗ്രീവനോടിദം:
“രാക്ഷസാധീശ്വരൻ വാക്കുകൾ കേൾക്ക നീ
ഭാസ്കരസൂനോ! പ്രാകാരമവാരുധേ! 876
ഭാനുതനയനാം ഭാഗധേയാംബുധേ!
വാനരരാജമഹാകുലസംഭവ!
ആദിതേയേന്ദ്രസുതാനുജനാകയാൽ
ഭ്രാതൃസമാനൻ ഭവാൻ മമ നിർണ്ണയം
നിന്നോടു വൈരമെനിക്കതേതുമില്ലതേതുമേ
രാജകുമാരനാം രാമഭാര്യാമഹം
വ്യാജനേകൊണ്ടുപോന്നനേതിനനെന്തുതേ?
മർക്കടസേനയോടു മതിവിദ്രുതം
കിഷ്കിന്ധയാം നഗരിക്കു പൊയ്ക്കൊൾക നീ 880
ദേവാദികളാലുമപ്രാപ്യമായൊന്നു
കേവലമെന്നുടെ ലങ്കാപുരമെടോ!
അല്പസാരന്മാർ മനുഷ്യരുമത്രെയും
ദുർബ്ബലന്മാരായ വാനരയൂഥവും
എന്തൊന്നു കാട്ടുന്നതെന്നോടിവിടെ വ-
ന്നന്ധകാരം നിനച്ചിടായ്ക നീ വൃഥാ”
ഇത്ഥം ശുകോക്തികൾ കേട്ടു കപികുല-
മുത്തായ ചാടിപ്പിടിച്ചാരതിദ്രുതം
മുഷ്ടിപ്രഹരങ്ങളേറ്റു ശുകനതി
ക്ലിഷ്ടനായേറ്റം കരഞ്ഞു തുടങ്ങിനാൻ : 890

“രാമരാമ! പ്രഭോ! കാരുണ്യവാരിധേ!
രാമ! നാഥ! പരിത്രാഹി രഘുപതേ!
ദൂതരെക്കൊല്ലുമാറില്ല പണ്ടാരുമേ
നാഥ! ധർമ്മത്തെരക്ഷിച്ചുകൊള്ളണമേ
വാനരന്മാരെ നിവാരണം ചെയ്താശു–
മാനവവീര! ഹതോഹം പ്രപാഹി മാം”
ഇത്ഥം ശുകപരിവദേനം കേട്ടൊരു
ഭക്തപ്രിയൻ വരദൻ പുരുഷോത്തമൻ
വാനരന്മാരെ വിലക്കിനാനന്നേര–
മാനന്ദമുൾക്കൊണ്ടുയർന്നു ശുകൻ തദാ
ചൊല്ലിനാൻ സുഗ്രീവനോടു ഞാനനെന്തെന്നു
ചൊല്ലേണ്ടതങ്ങു ദശഗ്രീവനോടതു
ചൊല്ലീടുകെന്ന”തു കേട്ടു സുഗ്രീവനും
ചൊല്ലിനാനാശു ശുകനോടുസത്വരം:
“ചൊല്ലുള്ള ബാലിയെപ്പോലെ ഭവാനെയും
കൊല്ലണമാശു സപുത്ര ബലാന്വിതം
ശ്രീരാമപത്നിയെക്കട്ടുകൊണ്ടീടിന
ചോരനേയും കൊന്നു ജാനകി തന്നെയും
കൊണ്ടുപോകണമെനിക്കു കിഷ്കിന്ധയ്ക്കു
രണ്ടില്ലതിനെന്നു ചെന്നു ചൊല്ലീടു നീ”
അർക്കാത്മജോക്തികൾ കേട്ടു തെളിഞ്ഞള–
വർക്കാന്വയോത്ഭവൻ താനുമരുൾ ചെയ്തു:
വാനരന്മാരേ! ശുകനെ ബന്ധിച്ചുകൊ–
ണ്ടൂനമൊഴിഞ്ഞത്ര കാത്തുകൊണ്ടീടുവിൻ
ഞാനുരചെയ്തയേയയ്കാവിതെന്ന”തു–
മാനന്ദമോടരുൾ ചെയ്തു രഘുവരൻ
വാനരന്മാരും പിടിച്ചുകെട്ടിക്കൊണ്ടു
ദീനത കൈവിട്ടു കാത്തുകൊണ്ടീടിനാർ

ശാർദ്ദൂലവിക്രമം പൂണ്ട കപിബലം
ശാർദ്ദൂലനായ നിശാചരൻ വന്നു ക-
ണ്ടാർത്തനായ് രാവണനോടു ചൊല്ലീടിനാൻ
വാർത്തകളുള്ളവണ്ണമതു കേട്ടൊരു
രാത്രിഞ്ചരശ്വേരനാകിയ രാവണ-
നാർത്തിപൂണ്ടേറ്റവും ദീർഘചിന്താന്വിതം
ചീർത്തഖദേത്തോടു ദീർഘമായേറ്റവും-
വീർത്തുപായങ്ങ്ങൾ കാണാഞ്ഞിരുന്നീടിനാൻ.

സേതുബന്ധനം

തൽക്കാലമർക്കകുലോത്ഭവൻരാഘവ-
നർക്കാത്മജാദി കപിവരന്മാരൊടും
രക്ഷോവരനാം വിഭീഷണൻതന്നൊടും
ലക്ഷ്മണനോടും വിചാരം തുടങ്ങിനാൻ:
'എന്തുപായം സമുദ്രം കടപ്പാനെന്നു
ചിന്തിച്ചു കല്പിക്ക നിങ്ങളെല്ലാരുമായ്.'
എന്നരുൾചെയ്തതു കേട്ടവരേവരു-
മൊന്നിച്ചുകൂടി നിരൂപിച്ചുചൊല്ലിനാർ:
'ദേവപ്രവരനായോരു വരുണനെ-
സ്സേവിക്കവേണമെന്നാൽവഴിയും തരും.'
എന്നതു കേട്ടരുൾചെയ്തു രഘുവരൻ:
'നന്നതു തോന്നിയതങ്ങനെതന്നെ'യെ-
ന്നർണ്ണവതീരേ കിഴക്കുനോക്കിത്തൊഴു-
തർണ്ണോജലോചനനാകിയ രാഘവൻ
ദർഭ വിരിച്ചു നമസ്കരിച്ചീടിനാ-
നത്ഭുതവിക്രമൻഭക്തിപൂണ്ടത്രെയും
മൂന്നഹോരാത്രമുപാസിച്ചതങ്ങനെ
മൂന്നു ലോകത്തിനും നാഥനാമീശ്വരൻ
ഏതുമിളകീല വാരിധിയുമതി-
ക്രോധനേ രക്താന്തനേത്രനാം നാഥനും
'കൊണ്ടുവാ ചാപബാണങ്ങൾനീ ലക്ഷ്മണ
കണ്ടു കൊണ്ടാലും മമ ശരവിക്രമം.
ഇന്നു പെരുവഴി മീളുന്നതല്ലങ്കി-
ലർണ്ണവം ഭസ്മമാക്കിച്ചമച്ചീടുവൻ.
മുന്നം മദീയ പൂർവന്മാർവളർത്തതു-

മിന്നു ഞാനില്ലാതയൊക്കുവൻനിർണ്ണയം
സാഗരമന്നെന്നുള്ള പേരും മറന്നുള്ളി-
ലാകുലമന്നിയേ വാഴുകിലന്നുമേ
നഷ്ടമാക്കീടുവൻവെള്ളം, കപികുലം
പുഷ്പമഭേദം പാദചാരണേ പോകണം.'
എന്നരുൾചെയ്തു വില്ലും കുഴിയക്കുല-
ച്ചർണ്ണവത്തോടേർഉൾചെയ്തു രഘുവരൻ:
'സർവ്വഭൂതങ്ങളും കണ്ടുകൊള്ളണേമന്റെ
ദുർവ്വാരമായ ശിലീമുഖവിക്രമം
ഭസ്മമാക്കീടുവൻവാരാന്നിധിയെ ഞാൻ
വിസ്മയമല്ലെവരും കണ്ടു നിൽക്കണം.'
ഇത്ഥം രഘുവരൻവാക്കു കേട്ടേന്നരേം
പൃത്ഥ്വീരുഹങ്ങളുംകാനനജാലവും
പൃഥ്വിയും കൂടവെ വിറച്ചു ചമഞ്ഞിതു,
മിത്രനും മങ്ങി; നിറഞ്ഞു തിമിരവു-
മബ്ധിയും ക്ഷോഭിച്ചു, മിട്ടാൽകവിഞ്ഞു വ-
ന്നുത്തുംഗമായ തരംഗാവലിയൊടും
ത്രസ്തങ്ങളായ്പരിതപ്തങ്ങളായ് വന്നി-
തത്യുഗ്രനക്രമതിമിത്ധഷാദ്യങ്ങളും.
അപ്പോൾഭയപ്പെട്ടു ദിവ്യരൂപത്തോടു-
മപ്പതി ദിവ്യാഭരണസമ്പന്നനായ്
പത്തുദിക്കും നിറഞ്ഞോരു കാന്ത്യാ നിജ-
ഹസ്തങ്ങളിൽപരിഗൃഹ്യ രത്നങ്ങളും
വിത്രസ്തനായ് രാമപാദാന്തികേ വച്ചു
സത്രപം ദണ്ഡനമസ്കാരവും ചെയ്തു
രക്താന്തലോചനനാകിയ രാമനെ
ഭക്ത്യാ വണങ്ങി സ്തുതിച്ചാൻപലതരം
ത്രാഹി മാം ത്രാഹി മാം ത്രൈലോക്യപാലക!

ത്രാഹി മാം ത്രാഹി മാം വിഷ്ണോ ജഗൽപതേ
ത്രാഹി മാം ത്രാഹി മാം പൌലസ്ത്യനാശന!
ത്രാഹി മാം ത്രാഹി മാം രാമ! രമാപതേ!
ആദികാലേ തവ മായാഗുണവശാൽ
ഭൂതങ്ങളബ്ഭവാൻസൃഷ്ടിച്ചതുനരേം
സ്ഥൂലങ്ങളായുള്ള പഞ്ചഭൂതങ്ങളെ–
ക്കാലസ്വരൂപനാകും നിന്തിരുവടി
സൃഷ്ടിച്ചിതരേറം ജഡസ്വഭാവങ്ങളാ–
യ്ക്കഷ്ടമതാർക്കു നീക്കാവൂ തവ മതം?
പിന്നെ വിശേഷിച്ചതിലും ജഡത്വമായ്–
ത്തന്നെ ഭവാൻപുനരന്നെ നിർമ്മിച്ചതും
മുന്നേ ഭവന്നിയോഗസ്വഭാവത്തയി–
ന്നന്യഥാ കർത്തുമാരുള്ളതു ശക്തരായ്?
താമസോത്ഭൂതങ്ങളായുള്ള ഭൂതങ്ങൾ
താമസശീലമായ് തന്നേ വരൂ വിഭോ!
താമസമല്ലോ ജഡത്വമാകുന്നതും
കാമലോഭാദികളും താമസഗുണം
മായാരഹിതനായ് നിർഗുണനായ നീ
മായാഗുണങ്ങളെയംഗീകരിച്ചപ്പോൾ
വൈരാജനാമവാനായ് ചമഞ്ഞൂ ഭവാൻ
കാരണപൂരുഷനായ് ഗുണാത്മാവുമായ്.
അപ്പോൾവിരാട്ടിങ്കൽനിന്നു ഗുണങ്ങളാ–
ലുല്പന്നരായിതു ദേവാദികൾതദാ.
തത്ര സത്വത്തിങ്കൽനിന്നല്ലോ ദേവകൾ
തദ്രജോഭൂതങ്ങളായ് പ്രജേശാദികൾ
തത്തമോത്ഭൂതനായ് ഭൂതപതിതാനു–
മുത്തമപൂരുഷ! രാമ! ദയാനിധേ!
മായയായ് ഛന്നനായ് ലീലാമനുഷ്യനായ്

മായാഗുണങ്ങളക്കൈക്കൊണ്ടനാരതം
നിർഗ്ഗുണനായ് സദാ ചിദ്ഘനനായൊരു
നിഷ്കളനായ് നിരാകാരനായിങ്ങനെ
മോക്ഷദനാം നിന്തിരുവടി തന്നെയും
മൂർഖനാം ഞാനങ്ങെനയെറിഞ്ഞീടുന്നു?
മൂർഖജനങ്ങൾക്കു സന്മാർഗ്ഗപ്രാപക-
മോർക്കിൽപ്രഭൂണാം ഹ്തം ദണ്ഡമായതും
ദുഷ്ടപശൂനാം യഥാ ലകുടം തഥാ
ദുഷ്ടാനുശാസനം ധർമ്മം ഭവാദൃശാം
ശ്രീരാമദേവം പരം ഭക്തവത്സലം
കാരണപൂരുഷം കാരുണ്യസാഗരം
നാരായണം ശരണ്യം പുരുഷോത്തമം
ശ്രീരാമമീശം ശരണം ഗതോസ്മി ഞാൻ
രാമചന്ദ്രാഭയം ദേഹി മേ സന്തതം
രാമ! ലങ്കാമാർഗ്ഗമാശു ദദാമി തേ.'
ഇത്ഥം വണങ്ങി സ്തുതിച്ച വരുണനോ-
ടുത്തമപൂരുഷന്താനുമരുൾചെയ്തു:
'ബാണം മദീയമമോഘമതിന്നിഹ
വേണമൊരു ലക്ഷ്യമന്നെതതിനുള്ളതും?
വാട്ടമില്ലാതൊരു ലക്ഷ്യമതിന്നു നീ
കാട്ടിത്തരണേമനിക്കു വാരാന്നിധേ!'
അർണ്ണവനാഥനും ചൊല്ലിനാനന്നേര-
മന്യൂനകാരുണ്യസിന്ധോ! ജഗൽപതേ!
ഉത്തരസ്യാം ദിശി മത്തീരഭൂതലേ
ചിത്രദ്രുമകുല്യദേശം സുഭിക്ഷദം
തത്ര പാപാത്മാക്കളുണ്ടു നിശാചര-
രത്രയും പാരമുപദ്രവിച്ചീടുന്നോർ.
വേഗാലവിടേക്കയയ്ക്ക ബാണം തവ

ലോകോപകാരകമാമതു നിർണ്ണയം'
രാമനും ബാണമയച്ചാനതുനേര-
മാമയം തടേീടുമാഭീരമണ്ഡലം
എല്ലാമൊടുക്കി വഗേനേ ബാണം പോന്നു
മല്ലെവേ തൂണീരവും പുക്കിതാദരാൽ
ആഭീരമണ്ഡലമൊക്കെ നശിക്കയാൽ
ശോഭനമായ് വന്നു തൽപ്രദശേം തദാ
തൽക്കൂലദശേവുമന്നുതൊട്ടതെ്രയും
മുഖ്യജനപദമായ് വന്നിതപ്പൊഴും.
സാഗരം ചൊല്ലിനാൻസാദരമന്നരേ-
'മാകുലമന്യെേ മജ്ജലേ സത്വരം
സതേു ബന്ധിക്ക നളനാം കപിവര-
നതേുമവനൊരു ദണ്ഡമുണ്ടായ്വരാ.
വിശ്വകർമ്മാവിൻമകനവനാകയാൽ
വിശ്വശില്പക്രിയാതൽപരനതെ്രയും
വിശ്വദുരിതാപഹാരിണിയായ് തവ
വിശ്വമല്ലൊം നിറഞ്ഞീടുന്ന കീർത്തിയും
വർദ്ധിക്കു' മന്നെു പറഞ്ഞു തൊഴുതുട-
നബ്ധിയും മല്ലെ മറഞ്ഞരുളീടിനാൻ
സന്തുഷ്ടനായൊരു രാമചന്ദ്രൻതദാ
ചിന്തിച്ചു സുഗ്രീവലക്ഷ്മണന്മാരൊടും
പ്രാജ്ഞനായീടും നളനെ വിളിച്ചുട-
നാജ്ഞയും ചയ്െതിതു സതേുസംബന്ധനേ
തൽക്ഷണേ മർക്കടമുഖ്യനാകും നളൻ
പുഷ്കരനതേ്രനെ വന്ദിച്ചു സത്വരം
പർവ്വതതുല്യശരീരികളാകിയ
ദുർവ്വാരവീര്യമിയന്ന കപികളും
സർവ്വദിക്കിങ്കലുംനിന്നു സരഭസം

പർവ്വതപാഷാണപാദപജാലങ്ങൾ
കൊണ്ടുവരുന്നവ വാങ്ങിത്തരുതരെ
കുണ്ഠവിഹീനം പടുത്തുതുടങ്ങിനാൻ.
നൂറേ ശതയോജനായതമായുട-
നീരഞ്ചു യോജന വിസ്താരമാം വണ്ണം
ഇത്ഥം പടുത്തു തുടങ്ങും വിധൌ രാമ-
ഭദ്രനാം ദാശരഥി ജഗദീശ്വരന്
വ്യോമകേശം പരമേശ്വരം ശങ്കരം
രാമേശ്വരമെന്ന നാമമരുൾചെയ്തു:
'യാതൊരു മർത്ത്യനിവിടെ വന്നാദരാൽ
സേതുബന്ധം കണ്ടു രാമേശ്വരനെയും
ഭക്ത്യാ ഭജിക്കുന്നിതപ്പോളവൻബ്രഹ്മ-
ഹത്യാദി പാപങ്ങളോടു വേർപെട്ടതി-
ശുദ്ധനായ് വന്നു കൂടും മമാനുഗ്രഹാൽ
മുക്തിയും വന്നീടുമില്ലൊരു സംശയം
സേതുബന്ധത്തിങ്കൽമജ്ജനവും ചെയ്തു
ഭൂതേശനാകിയ രാമേശ്വരനെയും
കണ്ടുവണങ്ങിപ്പുറപ്പെട്ടു ശുദ്ധനായ്-
കുണ്ഠത കൈവിട്ടു വാരണാസി പുക്കു
ഗംഗയിൽസ്നാനവും ചെയ്തു ജിതശ്രമം
ഗംഗാസലിലവും കൊണ്ടുവന്നാദരാൽ
രാമേശ്വരന്നഭിഷേകവും ചെയ്തഥ
ശ്രീമൽസമുദ്രേ കളഞ്ഞു തൽഭാരവും
മജ്ജനംചെയ്യുന്ന മർത്ത്യനന്നോടു സാ-
യൂജ്യം വരുമതിനില്ലൊരു സംശയം.'
എന്നരുൾചെയ്തിതു രാമൻതിരുവടി
നന്നായ് തൊഴുതു സേവിച്ചിതെല്ലാവരും.
വിശ്വകർമ്മാത്മജനാം നളനും പിന്നെ

വിശ്വാസമോടു പടുത്തുതുടങ്ങിനാൻ
വിദ്രുതമദ്രിപാഷാണതരുക്കളാ-
ലദ്ദിനമേ തീർന്നു പതിനാലു യോജന
തീർന്നിതിരുപതു യോജന പിറ്റന്നേനാൾ
മൂന്നാം ദിനമിരുപത്തൊന്നു യോജന
നാലാം ദിനമിരുപത്തിരണ്ടായതു-
പോലെയിരുപത്തിമൂന്നുമഞ്ചാം ദിനം
അഞ്ചുനാൾകൊണ്ടു ശതയോജനായതം
ചഞ്ചലമെന്നിയേ തീർത്തോരനന്തരം
സേതുവിന്മലേ നടന്നു കപികളു-
മാതങ്കഹീനം കടന്നുതുടങ്ങിനാർ.
മാരുതികണ്ഠമേ കരറേി രഘൂത്തമൻ,
താരയേകണ്ഠമേ സുമിത്രാതനയനും
ആരുഹ്യ ചെന്നു സുബലോചലമുക-
ളേറിനാർവാനരസേനയോടും ദ്രുതം.
ലങ്കാപുരാലോകനാശയാ രാഘവൻ
ശങ്കാവിഹീനം സുബലോചലോപരി
സംപ്രാപ്യ നോക്കിയ നേരത്തു കണ്ടിതു
ജംഭാരിതൻപുരിക്കൊത്ത ലങ്കാപുരം.
സ്വർണ്ണമയദ്ധ്വജപ്രാകാരതോരണ-
പൂർണ്ണമനോഹരം പ്രാസാദസങ്കുലം
കൈലാസശൈലേന്ദ്രസന്നിഭഗോപുര-
ജാലപരിഘശതഘ്നീസമന്വിതം
പ്രാസാദമൂർദ്ധ്നി വിസ്തീർണ്ണദേശേ മുദാ
വാസവതുല്യപ്രഭാവനേ രാവണൻ
രത്നസിംഹാസനേ മന്ത്രിഭിസ്സംകുലേ
രത്നദണ്ഡാതപത്രരൈരുപശോഭിതേ
ആലവട്ടങ്ങളും വഞ്ചാമരങ്ങളും

ബാലത്തരുണിമാരക്കൊണ്ടു വീയിച്ചു
നീലശലൈാഭം ദശകിരീടോജ്ജ്വലം
നീലമഘോപമം കണ്ടു രഘൂത്തമൻ
വിസ്മയം കൈക്കൊണ്ടു മാനിച്ചു മാനസേ
സസ്മിതം വാനരന്മാരോടു ചൊല്ലിനാൻ:
'മുന്നേ നിബദ്ധനായോരു ശുകാസുരൻ
തന്നെ വിരവോടയയ്ക്ക മടിയാതെ
ചെന്നു ദശഗ്രീവനോടു വൃത്താന്തങ്ങ-
ളൊന്നൊഴിയാതെയറിയിക്ക വൈകാതെ.'
എന്നരുൾചെയ്തതു കേട്ടു തൊഴുതവൻ
ചെന്നു ദശാനനൻതന്നെ വണങ്ങിനാൻ.

രാവണശുകസംവാദം

പംക്തിമുഖനുമവനോടു ചോദിച്ചാ-
'നെന്തു നീവകൈുവാൻ കാരണം ചൊൽകടോ!
വാനരേന്ദ്രന്മാരറിഞ്ഞു പിടിച്ചഭി-
മാനവിരോധം വരുത്തിയതാരോ? തവ
ക്ഷീണഭാവം കലർന്നീടുവാൻ കാരണം
മാനസേ ഖേദം കളഞ്ഞു ചൊല്ലീടടോ.'
രാത്രിഞ്ചരേന്ദ്രോക്തി കേട്ടു ശുകൻ പര-
മാർത്ഥം ദശാനനനോടൂ ചൊല്ലീടിനാൻ:
'രാക്ഷസരാജപ്രവര! ജയ ജയ!
മോക്ഷോപദേശമാർഗണേ ചൊല്ലീടുവൻ.
സിന്ധുതന്നുത്തരതീരോപരി ചെന്നൊ-
രന്തരമന്നെയേ ഞാൻ തവ വാക്യങ്ങൾ
ചൊന്നനേരത്തവരെന്നെപ്പിടിച്ചുടൻ
കൊന്നുകളവാൻ തുടങ്ങും ദശാന്തരേ
'രാമരാമപ്രഭോ! പാഹി പാഹീ' തി ഞാ-
നാമയം പൂണ്ടു കരഞ്ഞ നാദം കേട്ടു
ദൂതനവെദ്ധ്യനയപ്പിനയപ്പിനെ-
ന്നാദരവോടരുൾ ചെയ്തു ദയാപരൻ.
വാനരന്മാരുമയച്ചാരതുകൊണ്ടു
ഞാനും ഭയം തീർന്നു നീളേ നടന്നുടൻ
വാനര സൈന്യമെല്ലാം കണ്ടുപോന്നിതു
മാനവവീരനനുജ്ഞയാ സാദരം.
പിന്നെ രഘൂത്തമനെന്നോടു ചൊല്ലിനാൻ:
'ചെന്നു രാവണൻ തന്നോടു ചൊല്ലുക
സീതയെ നൽകിടുകെന്നുകി,ലല്ലായ്കി-

ലതേുമേ വകൈൊതെ യുദ്ധം തുടങ്ങുക.
രണ്ടിലുമൊന്നുഴറിച്ചെയ്തു കൊള്ളണം
രണ്ടും കണക്കനിക്കെന്നു പറയണം.
എന്തുബലം കൊണ്ടു സീതയെ കട്ടു കൊ-
ണ്ടന്ധനായ്പ്പോയിവന്നിരുന്നുകൊണ്ടു ഭവാൻ
പോരുമതിനു ബലമങ്ങെിലന്നോടു
പോരിനായ്ക്കൊണ്ട് പുറപ്പെടുകാശുനീ.
ലങ്കാപുരവും നിശാചര സേനയും
ശങ്കാവിഹീനം ശരങ്ങളെക്കൊണ്ടു ഞാൻ
ഒക്കപ്പൊടിപെടുത്തന്നുള്ളിൽ വന്നിങ്ങു
പുക്കൊരുദോഷവുമാശു തീർത്തീടുവൻ.
നക്തഞ്ചരകുലശ്രേഷ്ഠൻ ഭവാനൊരു
ശക്തനെന്നാകിൽ പുറപ്പെടുകാശു നീ.'
എന്നരുളിച്ചെയ്തിരുന്നരുളീടിനാൻ
നിന്നുടെ സോദരൻ തന്നോടു കൂടവേ,
സുഗ്രീവലക്ഷ്മണൻ മാരോടുമൊന്നിച്ചു
നിഗ്രഹിപ്പാനായ് ഭവന്തം രണാങ്കണേ.
കണ്ടുകൊണ്ടാലുമസംഖ്യം ബലം ദശ-
കണ്ഠപ്രഭോ!കപിപുംഗപാലിതം.
പർവതസന്നിഭന്മാരായവാനര-
രുർവികുലുങ്ങവെ ഗർജ്ജനവും ചെയ്തു
സർവലോകങ്ങളും ഭസ്മമാക്കീടുവാൻ
ഗർവം കലർന്നു നിൽക്കുന്നിതു നിർഭയം
സംഖ്യയുമാർക്കും ഗണിക്കാവതില്ലിഹ
സംഖ്യാവതംവരനായ കുമാരനും
ഹുങ്കാരമാകിയ വാനരസേനയിൽ
സംഘപ്രധാനന്മാരെ കേട്ടു കൊള്ളുക
ലങ്കാപുരത്തെയും നോക്കി നോക്കി ദ്രുതം

ശങ്കാവിഹീനമലറിനിൽക്കുന്നവർ
നൂറായിരം പടയോടും രിപുക്കളെ
നീറാക്കുവാനുഴറ്റോടെ വാൽ പൊങ്ങിച്ചു
കാലനും പടിച്ചു മണ്ടുമവനോടൂ
നീലനാം സേനാപതി വഹ്നി നന്ദനൻ.
അംഗദനാകുമിളയരാജാവതി-
നങ്ങതു പത്മകിഞ്ജൽക്കസമപ്രഭൻ
വാൽകൊണ്ടുഭൂമിയിൽ തച്ചുതച്ചങ്ങനെ
ബാലിതൻ നന്ദന ദ്രിശ്യംഗോപമൻ
തല്പാർശ്വസീമ്നിനിൽക്കുന്നതു വാതജൻ
ത്വല്പുത്രഘാതകൻ രാമചന്ദ്രപ്രിയൻ
സുഗ്രീവനോടു പറഞ്ഞു നിൽക്കുന്നവ-
നുഗ്രഹനാം ശ്വതേൻ രജതസമപ്രഭൻ
രംഭനങ്ങേതേവൻ മുമ്പിൽ നിൽക്കുന്നവൻ
വമ്പനായുള്ള ശരഭൻ മഹബലൻ.
മൈന്ദനങ്ങതേവൻ തമ്പി വിവിദനും
വൃന്ദാരകവൈദ്യനന്ദനന്മാരല്ലൊ.
സേതുകർത്താവാം നളനതിനങ്ങതു
ബോധമറ്റേും വിശ്വകർമ്മാവുതൻ മകൻ
താരൻ പനസൻ കുമുദൻ വിനതനും
വീരൻ വൃഷഭൻ വികടൻ വിശാലനും
മാരുതി തൻപിതാവാകിയ കേസരി
ശൂരനായീടും പ്രമാഥി ശതബലി
സാരനാം ജാംബവാനും വഗേദർശിയും
വീരൻ ഗജനും ഗവയൻ ഗവാക്ഷനും
ശൂരൻ ദധിമുഖൻ ജ്യോതിർമ്മുഖനതി-
ഘോരൻ സുമുഖനും ദുർമ്മുഖൻ ഗോമുഖൻ,
ഇത്യാദി വാനര നായകന്മാരെ ഞാൻ

പ്രത്യക്ഷമെങ്ങനെ ചൊല്ലുന്നതും പ്രഭോ!
ഇത്തരം വാനരനായകന്മാരറു-
പത്തേഴുകോടിയുണ്ടുള്ളതറിഞ്ഞാലും
ഉള്ളം തെളിഞ്ഞു പോർക്കായിരുപത്തൊന്നു
വെള്ളം പടയുമുണ്ടുള്ളതവർക്കെല്ലാം
ദേവാരികളെയൊടുക്കുവാനായ് വന്ന
ദേവാംശസംഭവന്മാരിവരേവരും,
ശ്രീരാമദേവനും മാനുഷനല്ലാദി-
നാരായണനാം പരൻ പുരുഷോത്തമൻ.
സീതയാകുന്നതു യോഗമായാദേവി
സോദരൻ ലക്ഷ്മണനായതനന്തനും
ലോകമാതാവും പിതാവും ജനകജാ-
രാഘവന്മാരെന്നറിക വഴിപോലെ.
വൈരമവരോടു സംഭവിച്ചീടുവാൻ
കാരണമെന്തെന്നോർക്ക നീ മാനസേ.
പഞ്ചഭൂതാത്മകമായ ശരീരവും
പഞ്ചത്വമാശു ഭവിക്കുമല്ലാവനും
പഞ്ചപഞ്ചാത്മകതത്ത്വങ്ങളേക്കൊണ്ടു
സഞ്ചിതം പുണ്യപാപങ്ങളാൽ ബദ്ധമായ്
ത്വങ്മാംസമേദോസ്ഥിമൂത്രമലങ്ങളാൽ
സമ്മേളിതമതിദുർഗ്ഗന്ധമത്രെയും
ഞാനെന്നഭാവമതിങ്കലുണ്ടായ് വരും
ജ്ഞാനമില്ലാത്തജനങ്ങൾക്കതോർക്ക നീ.
ഹന്ത ജഡാത്മകമായ കായത്തിങ്ക-
ലെന്തൊരാസ്ഥാ ഭവിക്കുന്നതും ധീമതാം
യാതൊന്നുമൂലമാം ബ്രഹ്മഹത്യാദിയാം
പാതകകൌഘങ്ങൾ കൃതങ്ങളാകുന്നതും
ഭോഗഭോക്താവായ ദേഹം ക്ഷണം കൊണ്ടു

രോഗാദിമൂലമായ് സമ്പതിക്കും ദൃഢം.
പുണ്യപാപങ്ങളോടും ചേർന്നു ജീവനും
വന്നു കൂടുന്നു സുഖദുഃഖബന്ധനം.
ദേഹത്തെ ഞാനെന്നു കല്പിച്ചു കർമ്മങ്ങൾ
മോഹത്തിനാലവശത്വനേ ചെയ്യുന്നു
ജന്മമരണങ്ങളുമതുമൂലമായ്
സമ്മോഹിത്നമാർക്കു വന്നു ഭവിക്കുന്നു
ശോകജരാമരണാദികൾ നീക്കുവാ-
നാകയാൽ ദേഹോഭിമാനം കളക നീ.
ആത്മാവു നിർമ്മലനവ്യയനദ്വയ-
മാത്മാനമാത്മനാ കണ്ടു തളിക നീ.
ആത്മാവിനെ സ്മരിച്ചീടുക സന്തത-
മാത്മനി തന്നെ ലയിക്ക നീ കേവലം
പുത്രദാരാർത്ഥഗൃഹാദിവസ്തുക്കളിൽ
സക്തികളഞ്ഞു വിരക്തനായ് വാഴുക.
സൂകരാശ്വാദി ദേഹങ്ങളിലാകിലും
ഭോഗം നരകാദികളിലുമുണ്ടല്ലൊ.
ദേഹം വിവേകോഢ്യമായതും പ്രാപിച്ചി-
താഹന്ത! പിന്നെ ദ്വിജത്വവും വന്നിതു.
കർമ്മഭൂവാമത്ര ഭാരതഖണ്ഡത്തിൽ
നിർമ്മലം ബ്രഹ്മജന്മം ഭവിച്ചീടിനാൽ
പിന്നെയുണ്ടാകുമോ ഭോഗത്തിലാഗ്രഹം
ധന്യനായുള്ളവനോർക്കമഹാമതെ!
പൌലസ്ത്യപുത്രനാം ബ്രാഹ്മണാഢ്യൻ ഭവാൻ
ത്രൈലോക്യസമ്മതൻ ഘോരതപോധനൻ
എന്നിരിക്കെ പുനരജ്ഞാനിയപ്പോലെ
പിന്നെയും ഭോഗാഭിലാഷമെന്തിങ്ങനെ?
ഇന്നുതുടങ്ങി സമസ്ത സംഗങ്ങളും

നന്നായ് പരിത്യജിച്ചീടുക മാനസേ
രാമനത്തെന്നെ സമാശ്രയിച്ചീടുക
രാമനാകുന്നതാത്മപരനദ്വയൻ.
സീതയെ രാമനുകണ്ടൊണ്ടക്കൊടുത്തു തൽ–
പാദപത്മാനിചരനായ് ഭവിക്ക നീ.
സർവ്വപാപങ്ങളിൽ നിന്നു വിമുക്തനായ്
ദിവ്യമാംവിഷ്ണുലോകം ഗമിക്കായ് വരും
അല്ലായ്കിലാശു കീഴ്പോട്ടു കീഴ്പോട്ടു പോയ്–
ച്ചലെല്ലും നരകത്തിലില്ലൊരു സംശയം
നല്ലതത്രെ ഞാൻ നിനക്കു പറഞ്ഞതു
നല്ലജനത്തോടു ചോദിച്ചു കൊൾകടൊ.
രാമരാമതേി രാമതേി ജപിച്ചുകൊ–
ണ്ടാമയം വറിട്ടു സാധിക്ക മോക്ഷവും
സത്സംഗമത്തോടു രാമചന്ദ്രം ഭക്ത–
വത്സലം ലോകശരണ്യം ശരണദം
ദവേം മരതകകാന്തികാന്തം രമാ–
സവേിതം ചാപബാണായുധം രാഘവം
സുഗ്രീവസവേിതം ലക്ഷ്മണസംയുതം
രക്ഷാനിപുണം വിഭീഷണസവേിതം
ഭക്ത്യാനിരന്തരം ധ്യാനിച്ചു കൊൾകിലോ
മുക്തിവന്നീടുമതിനില്ല സംശയം.'
ഇത്ഥം ശുകവാകയമജ്ഞാനനാശനം
ശ്രുത്വാ ദശാസ്യനും ക്രോധതാമ്രാക്ഷനായ്
ദഗ്ദ്ധനായ്പ്പോകും ശുകനന്നെു തോന്നുമാ–
റാത്യന്തരോഷണേ നോക്കിയുരചയെ്താൻ:
'ഭൃത്യനായുള്ള നീയാചാര്യനപ്പോലെ
നിസ്ത്രപം ശിക്ഷചൊൽവാനന്തെു കാരണം?
പണ്ടുനീചയെ്തൊരുപകാരമോർക്കയാ–

ലുണ്ടു കാരുണ്യമനിക്കതു കൊണ്ടു ഞാൻ
ഇന്നു കൊല്ലുന്നതില്ലന്നു കല്പിച്ചിതൻ
മുന്നിൽ നിന്നാശു മറയത്തു പോക നീ
കേട്ടാൽ പൊറുക്കരുതതൊരു വാക്കുകൾ
കേട്ടു പൊറുപ്പാൻ ക്ഷമയുമനിക്കില്ല.
എന്നുടെ മുന്നിൽ നീ കാൽക്ഷണം നിൽക്കിലോ
വന്നു കൂടും മരണം നിനക്കിന്നുമേ.'
എന്നതു കേട്ടു പേടിച്ചു വിറച്ചവൻ
ചെന്നു തന്മന്ദിരം പുക്കിരിന്നീടിനാൻ.

ശുകന്റെ പൂർവ്വവൃത്താന്തം

ബ്രാഹ്മണശ്രേഷ്ഠൻ പുരാ ശുകൻ നിർമ്മലൻ
ബ്രാഹ്മണ്യവും പരിപാലിച്ചു സന്തതം
കാനനത്തിങ്കൽ വാനപ്രസ്ഥനായ് മഹാ
ജ്ഞാനികളിൽ പ്രധാനിത്യവും കക്കൈകൊണ്ടു
ദേവകൾക്കഭ്യുതയാർത്ഥമായ് നിത്യവും
ദേവാരികൾക്കു വിനാശത്തിനായ്ക്കൊണ്ടും
യാഗാദികർമ്മങ്ങൾ ചെയ്തുമവേടിനാൻ,
യോഗം ധാരിച്ചു പരബ്രഹ്മ നിഷ്ഠയാ.
വൃന്ദാരകാഭ്യുദയാർത്ഥിയായ് രാക്ഷസ–
നിന്ദാപരനായ് മരുവും ദശാന്തരെ
നിർജ്ജരവരൈികുലശ്രേഷ്ഠനാകിയ
വജ്രദംഷ്ടൻ മഹാദുഷ്ടനിശാചരൻ
എന്തൊന്നു നല്ലു ശുകാപകാരത്തിനെ–
ന്നനന്തരവും പാർത്തു പാർത്തിരിക്കും വിധൌ.
കുംഭോത്ഭവനാമഗസ്ത്യൻ ശുകാശ്രമേ
സമ്പ്രാപ്തനായാനൊരു ദിവസം ബലാൽ
സംപൂജിതനാമഗസ്ത്യതപോധനൻ
സംഭോജനാർത്ഥം നിയന്ത്രിതനാകയാൽ
സ്നാതും ഗതേ മുനൌ കുംഭോത്ഭവ തദാ
യാതുധാനാധിപൻ വജ്രദംഷ്ട്രാസുരൻ
ചെന്നാനഗസ്ത്യരൂപം ധരിച്ചന്തരാ
ചൊന്നാൻ ശുകനോടു മന്ദഹാസാന്വിതം,
'ഒട്ടുനാളുണ്ടു മാംസംകൂട്ടിയുണ്ടിട്ടു
മൃഷ്ടമായുണ്ണണേമിന്നു നമുക്കടൊ!
ഛാഗമാംസം വണേമല്ലൊ കറി മമ

ത്യാഗിയല്ലഹൊ ഭവാൻ ബ്രാഹ്മണസത്തമൻ.'
എന്നളവേ ശുകൻ പത്നിയോടും തഥാ
ചൊന്നാനതങ്ങിനെയെന്നവളും ചൊന്നാൾ.
മദ്ധ്യേശുകപത്നിവേഷം ധരിച്ചവൻ
ചിത്തമോഹം വളർത്തീടിനാൻ മായയാ.
മർത്ത്യമാംസം വിളമ്പിക്കൊടുത്തമ്പോടു
തത്രവൈ വജ്രദംഷ്ട്രൻ മറഞ്ഞീടിനാൻ
മർത്ത്യമാംസംകണ്ടു മൈത്രാവരുണിയും
ക്രുദ്ധനായ് ക്ഷിപ്രംശുകനെശ്ശപിച്ചതു:
'മർത്തരെബ്ഭക്ഷിച്ചു രാക്ഷസനായിനി
പൃത്ഥ്വിയിൽ വാഴുക മത്തപോവൈഭവാൽ.'
ഇത്ഥം ശപിച്ചിതു കേട്ടു ശുകൻ താനു-
'മത്രയും ചിത്രമിതെന്തൊരു കാരണം;
മാംസോത്തരം ഭുജിക്കേണമിനിക്കെന്നു
ശാസനചെയ്തതും മറ്റാരുമല്ലല്ലൊ
പിന്നെയെതിനു കോപിച്ചുശപിച്ചതു-
മെന്നുടെ ദുഷ്കർമ്മമെന്നേ പറയാവൂ.'
'ചൊല്ലുചൊല്ലെന്തു പറഞ്ഞതു നീ സഖേ!
നല്ല വൃത്താന്തമിതെന്നോടു ചൊല്ലണം!'
എന്നതു കേട്ടു ശുകനുമഗസ്ത്യനോ-
ടന്നേരമാശു സത്യം പറഞ്ഞീടിനാൻ:
'മജ്ജനത്തിന്നെഴുന്നള്ളിയ ശേഷമി-
തിജ്ജനത്തോടും വീണ്ടും വന്നരുൾ ചെയ്തു
വ്യഞ്ജനം മാംസസമന്വിതം വേണമെ-
ന്നഞ്ജസാ ഞാനതു കേട്ടിതു ചെയ്തതും
ഇത്ഥം ശുകോക്തികൾ കേട്ടൊരഗസ്ത്യനും
ചിത്തേ മുഹൂർത്തം വിചാരിച്ചരുളിനാൻ.
വൃത്താന്തമുൾക്കാമ്പുകൊണ്ടു കണ്ടോരള-

വുൾത്താപമോടരുൾ ചെയ്താനഗസ്ത്യനും:
'വഞ്ചിതന്മാരായ് വയം ബത! യാമിനീ-
സഞ്ചാരികളിതു ചെയ്തതു നിർണ്ണയം.
ഞാനുമതിമൂഢനായ്ച്ചമഞ്ഞേൻ ബലാ-
ലൂനം വരാ വിധിതന്മതമെന്നുമേ
മിഥ്യയായ് വന്നുകൂടാമമ ഭാഷിതം
സത്യപ്രധാനനല്ലോ നീയുമാകയാൽ.
നല്ലതു വന്നു കൂടും മേലിൽ നിർണ്ണയം
കല്യാണമായ് ശാപമോക്ഷവും നല്കുവൻ.
ശ്രീരാമപത്നിയെ രാവണൻ കൊണ്ടുപോ-
യാരാമസീമനി വച്ചു കൊള്ളും ദൃഢം.
രാവണഭൃത്യനായ് നീയും വരും ചിരം
കേവലം നീയവനിഷ്ടനായും വരും
രാഘവൻ വാനരസേനയുമായ് ചെന്നൊ-
രാകുലമെന്നിയേ ലങ്കാപുരാന്തികേ
നാലുപുറവും വളഞ്ഞിരിക്കുന്നൊരു-
കാലമവസ്ഥയറിഞ്ഞു വന്നീടുവാൻ
നിന്നെയയക്കും ദശാനനനന്നു നീ
ചെന്നു വണങ്ങുക രാമനെസ്സാദരം
പിന്നെ വിശേഷങ്ങളൊന്നിഴിയാതെ പോയ്-
ച്ചെന്നു ദശമുഖൻ തന്നോടു ചൊല്ലുക
രാവണനാത്മതത്ത്വോപദേശം ചെയ്തു
ദേവപ്രിയനായ് വരും പുനരാശു നീ.
രാക്ഷസഭാവമശേഷമുപേക്ഷിച്ചു
സാക്ഷാൽ ദ്വിജത്വവും വന്നുകൂടും ദൃഢം.'
ഇത്ഥമനുഗ്രഹിച്ചു കലശോത്ഭവൻ
സത്യം തപോധനവാക്യം മനോഹരം.

മാല്യവാന്റെ വാക്യം

ചാരനായൊരു ശുകൻ പോയനന്തരം
ഘോരനാം രാവണൻ വാഴുന്ന മന്ദിരേ
വന്നിതു രാവണമാതാവുതൻ പിതാ–
ഖിന്നനായ് രാവണനെക്കണ്ടു ചൊല്ലുവാൻ
സൽക്കാരവും കുശലപ്രശ്നവും ചെയ്തു
രക്ഷോവരനുമിരുത്തി യഥോചിതം
കൈകസീതാതൻ മതിമാൻ വിനീതിമാൻ
കൈകസീനന്ദനൻ തന്നോടു ചൊല്ലീടിനാൻ
"ചൊല്ലുവൻ ഞാൻ തവ നല്ലതു പിന്നെ നീ–
യെല്ലാം നിനക്കൊത്തപോലെയനുഷ്ഠിക്ക
ദുർന്നിമിത്തങ്ങളീ ജാനകി ലങ്കയിൽ
വന്നതിൽപ്പിന്നെപ്പലതുണ്ടു കാണുന്നു
കണ്ടീലയോ നാശഹേതുക്കളായ് ദശ–
കണ്ഠപ്രഭോ? നീ നിരൂപിക്ക മാനസേ
ദാരുണമായിടി വെട്ടുന്നിതന്വഹം
ചോരയും പെയ്യുന്നിതുഷ്ണമായെത്രയും
ദേവലിംഗങ്ങളിളകി വിയർക്കുന്നു
ദേവിയാം കാളിയും ഘോരദംഷ്ട്രാന്വിതം
നോക്കുന്ന ദിക്കിൽ ചിരിച്ചു കാണാകുന്നു
ഗോക്കളിൽ നിന്നു ഖരങ്ങൾ ജനിക്കുന്നു
മൂഷികൻ മാർജ്ജാരനോടു പിണങ്ങുന്നു
രോഷാൽ നകുലങ്ങളോടുമവ്വണ്ണമേ
പന്നഗജാലം ഗരുഡനോടും തഥാ
നിന്നെതിർത്തീടാൻ തുടങ്ങുന്നു നിശ്ചയം
മുണ്ഡനായേറ്റം കരാളവികടനായ്

വർണ്ണവും പിംഗലകൃഷ്ണമായ് സന്തതം
കാലനെയുണ്ടു കാണുന്നിതെല്ലാടവും
കാലമാപത്തിനുള്ളോന്നിതു നിർണ്ണയം
ഇത്തരം ദുർന്നിമിത്തങ്ങളുണ്ടായതി-
നത്രവൈ ശാന്തിയെച്ചെയ്തു കൊള്ളേണമേ
വംശത്തെ രക്ഷിച്ചുകൊള്ളുവാനേതുമേ
സംശയമെന്നിയേ സീതയെക്കൊണ്ടുപോയ്
രാമപാദേ വച്ചു വന്ദിക്ക വൈകാതെ
രാമനാകുന്നതു വിഷ്ണു നാരായണൻ
വിദ്വേഷമെല്ലാം ത്യജിച്ചു ഭജിച്ചുകൊൾ-
കദ്വയനാം പരമാത്മാനമവ്യയം
ശ്രീരാമപാദപോതം കൊണ്ടു സംസാര-
വാരാന്നിധിയെക്കടക്കുന്നു യോഗികൾ
ഭക്തികൊണ്ടന്തഃകരണവും ശുദ്ധമായ്
മുക്തിയെ ജ്ഞാനികൾ സിദ്ധിച്ചു കൊള്ളുന്നു
ദുക്ഷ്ടനാം നീയും വിശുദ്ധനാം ഭക്തികൊ-
ണ്ടൊട്ടുമേ കാലം കളയാതെ കണ്ടു നീ
രാക്ഷസവംശത്തെ രക്ഷിച്ചുകൊള്ളുക
സാക്ഷാൽ മുകുന്ദനെസ്സേവിച്ചു കൊള്ളുക
സത്യമത്രേ ഞാൻ പറഞ്ഞതു കേവലം
പഥ്യം നിനക്കിതു ചിന്തിക്ക മാനസേ”
സാന്ത്വനപൂർവ്വം ദശമുഖൻ തന്നോടു
ശാന്തനാം മാല്യവാൻ വംശരക്ഷാർത്ഥമായ്
ചൊന്നതുകേട്ടു പൊറാഞ്ഞു ദശമുഖൻ
പിന്നെയമ്മാല്യവാൻ തന്നോടു ചൊല്ലിനാൻ:
“മാനവനായ കൃപണനാം രാമനെ
മാനസേ മാനിപ്പതിനെന്തു കാരണം?
മർക്കടാലംബനം നല്ല സാമർത്ഥ്യമെ-

ന്നുൾക്കാമ്പിലഭേർക്കുന്നവൻ ജളനത്രെയും
രാമൻ നിയഭേഗിക്കയാൽ വന്നിതന്നൊഭേടു
സാമപൂർവ്വം പറഞ്ഞൂ ഭവാൻ നിർണ്ണയം
നരേത്തേ പഭേയാലുമിന്നി വഭേണ്ടുന്ന നാൾ
ചാരത്തു ചൊല്ലിവിടുന്നുണ്ടു നിർണ്ണയം
വൃദ്ധൻ ഭവാനതിസ്നിഗ്ദ്ധനാം മിത്രമി-
ത്യുക്തികൾ കടേ്ടാൻ പൊറുത്തുകൂടാ ദൃഢം"
ഇത്ഥം പറഞ്ഞമാത്യന്മാരുമായ് ദശ-
വക്ത്രനും പ്രാസാദമൂർദ്ധനി കരറിനാൻ

യുദ്ധാരംഭം

വാനര സനേയും കണ്ടകമമബേഹു-
മാനവും കൈക്കൊണ്ടിരിക്കും ദശാന്തരെ
യുദ്ധത്തിനായ് രജനീചരവീരരെ-
സ്സത്വരം തത്ര വരുത്തി വാഴും വിധൌ
രാവണനെക്കണ്ടു കോപിച്ചുരാഘവ-
ദവേനും സൌമിത്രിയോടു വിൽ വാങ്ങിനാൻ
പത്തുകിരീടവും കൈകളിരുപതും
വൃത്രനോടൊത്ത ശരീരവും ശൌര്യവും
പത്തു കിരീടങ്ങളും കുടയും നിമി-
ഷാർദ്ധനേ ഖണ്ഡിച്ചനരേത്തു രാവണൻ
നാണിച്ചു താഴത്തിറങ്ങി ഭയം കൊണ്ടു
ബാണത്തെ നോക്കിച്ചരിച്ചീടിനാൻ.
മുഖ്യപ്രഹസ്തപ്രമുഖപ്രവരന്മാ-
രൊക്കവേ വന്നു തൊഴുതോരനന്തരം
'യുദ്ധമറേ്റീടുവിൻ കോട്ടയിൽപ്പുക്കട-
ച്ചത്യന്തഭീത്യാ വസിക്കയില്ലത്ര നാം.'
ഭരേീമൃദംഗഢക്കാപണവാനാക-
ദാരുണ ഗോമുഖാദ്യങ്ങൾ വാദ്യങ്ങളും
വാരണാശ്വോഷ്ട്രഖരഹരി ശാർദ്ദൂല-
സരൈിഭസ്യന്ദനമുഖ്യയാനങ്ങളിൽ
ഖഡ്ഗശൂലഷേുചാപപ്രാസാതോമര-
മുൽഗരയഷ്ടി ശക്തിച്ഛുരികാദികൾ
ഹസ്തേ ധരിച്ചുകൊണ്ടസ്തഭീത്യാ ജവം
യുദ്ധാസന്നദ്ധരായുദ്ധതബുദ്ധിയോ-
ടബ്ധികളദ്രികളുർവ്വിയും തൽക്ഷണ-

മുദ്ധൂതമായിതു സത്യലോകത്തോളം
വജ്രഹസ്താശയിൽ പുക്കാൻ പ്രഹസ്തനും
വജ്രദംഷ്ട്രൻ തഥാ ദക്ഷിണദിക്കിലും
ദുശ്ച്യവനാരിയാം മഘേനാദൻ തദാ
പശ്ചിമഗോപുരദ്വാരി പുക്കീടിനാൻ.
മിത്ര വർഗ്ഗാമാത്യഭൃത്യജനത്തൊടു–
മുത്തരദ്വാരി പുക്കാൻ ദശവക്ത്രനും
നീലനും സനേയും പൂർവദിഗ്ഗോപുരേ
ബാലിതനയനും ദക്ഷിണഗോപുരേ
വായുതനയനും പശ്ചിമഗോപുരെ
മായാമനുഷ്യനാമാദിനാരായണൻ
മിത്രതനയസൗമിത്രീവിഭീഷണ–
മിത്രസംയുക്തനായുത്തരദിക്കിലും
ഇത്ഥമുറപ്പിച്ചു രാഘവരാവണ–
യുദ്ധം പ്രവൃത്തമായ് വന്നു വിചിത്രമായ്.
ആയിരം കോടിമഹാകോടികളോടു–
മായിരമർബുദമായിരം ശംഖങ്ങൾ
ആയിരം പുഷ്പങ്ങളായിരം കല്പങ്ങ–
ആയിരം ലക്ഷങ്ങളായിരം ദണ്ഡങ്ങൾ
ആയിരം ധൂളികളായിരമായിരം
തോയാകരപ്രളയങ്ങളെന്നിങ്ങനെ
സംഖ്യകളോടു കലർന്ന കപിബലം
ലങ്കാപുരത്തെ വളഞ്ഞാലതിദ്രുതം.
പൊട്ടിച്ചടർത്ത പാഷാണങ്ങളക്കേകൊണ്ടും
മുഷ്ടികൾകൊണ്ടും മുസലങ്ങളക്കേകൊണ്ടും
ഉർവ്വീരുഹം കൊണ്ടും ഉർവ്വീധരം കൊണ്ടും
സർവതോ ലങ്കാപുരം തകർത്തീടിനാർ.
കോട്ടമതിലും കിടങ്ങും തകർത്തുടൻ

കൂട്ടമിട്ടാർത്തുവിളിച്ചടുക്കുന്നരേം
വൃഷ്ടിപോലെ ശരജാലം പൊഴിക്കയും
വെട്ടുകൊണ്ടററു പിളർന്നു കിടക്കയും
അസ്ത്രങ്ങൾ ശസ്ത്രങ്ങൾ ചക്രങ്ങൾ ശാക്തിക-
ളർദ്ധചന്ദ്രാകാരമായുള്ള പത്രികൾ
ഖഡ്ഗങ്ങൾ ശൂലങ്ങൾ കുന്തങ്ങളീട്ടികൾ
മുൽഗരപംക്തികൾ ഭിണ്ഡിപാലങ്ങളും
തോമരദണ്ഡം മുസലങ്ങൾ മുഷ്ടികൾ
ചാമീകരപ്രഭപൂണ്ട ശതഘ്നികൾ
ഉഗ്രങ്ങളായ വജ്രങ്ങളിവ കൊണ്ടു
നിഗ്രഹിച്ചീടിനാർ നക്തഞ്ചരന്ദ്രരും.
ആർത്തി മുഴുത്തു ദശാസ്യനവസ്ഥകൾ
പേർത്തുമറിവതിനായയച്ചീടിനാൻ
ശാർദ്ദൂലനാദിയാം രാത്രിഞ്ചരന്മാരെ
രാത്രിയിൽ ചെന്നാലവരും കപികളായ്.
മർക്കടന്ദ്രന്മാരറിഞ്ഞു പിടിച്ചടി-
ച്ചുൽക്കടരോഷണേ കൊൽവാൻ തുടങ്ങുമ്പോൾ
ആർത്തനാദം കേട്ടുരാഘവനും കരു-
ണാർദ്രബുദ്ധ്യാ കൊടുത്താനഭയം ദ്രുതം.
ചെന്നവരും ശുകസാരണരെപ്പോലെ
ചൊന്നതു കേട്ടു വിഷാദേണേ രാവണൻ
മന്ത്രിച്ചുടൻ വിദ്യുജ്ജിഹ്വനുമായ് ദശ-
കന്ധരൻ മൈഥിലി വാഴുമിടം പുക്കാൻ.
രാമശിരസ്സും ധനുസ്സുമിതെന്നുടൻ
വാമാക്ഷിമുന്നിലാമ്മാറു വച്ചീടിനാൻ
ആയോധനേ കൊന്നു കൊണ്ടുപോന്നേനെന്നു
മായയാ നിർമ്മിച്ചു വച്ചതുകണ്ടപ്പോൾ
സത്യമെന്നോർത്തു വിലാപിച്ചു മോഹിച്ചു

മുഗ്ദ്ധാംഗി വീണുകിടക്കും ദശാന്തരേ
വന്നനൊരു ദൂതൻ വിരവൊടു രാവണൻ–
തന്നയേും കൊണ്ടുപോന്നീടിനാനനന്തരം
വൈദേഹി തന്നോടു ചൊന്നാൾ സരമയും:
'ഖേദമശേഷമകലക്കളക നീ
എല്ലാം ചതിയന്നു തറീടിതൊക്കവേ
നല്ലവണ്ണം വരും നാലുനാളുള്ളിലി–
ങ്ങില്ലൊരു സംശയം കല്യാണദേവതേ!
വല്ലഭൻ കൊല്ലും ദശാസ്യനെ നിർണ്ണയം.'
ഇത്ഥം സരമാസരസവാക്യം കടേട്ടു
ചിത്തം തളിഞ്ഞിരുന്നീടിനാൻ സീതയും.
മംഗലദേവതാവല്ലഭാജ്ഞാവശാ–
ലംഗദൻ രാവണൻ തന്നോടു ചൊല്ലിനാൻ:
'ഒന്നുകിൽ സീതയെ കൊണ്ടുവന്നെന്നുടെ
മുന്നിലാമ്മാറൂവച്ചീടുക വൈകാതെ.
യുദ്ധത്തിനാശുപുറപ്പടെുകല്ലായ്കി–
ലത്തൽ പൂണ്ടുള്ളിലടച്ചങ്ങിരിക്കിലും
രാക്ഷസസേനയേും ലങ്കാനഗരവും
രാക്ഷസരാജനാം നിന്നോടു കൂടവേ
സംഹരിച്ചീടുവാൻ ബാണമയ്തെന്നുള്ള
സിംഹനാദം കടേട്ടതില്ലയൊ രാവണ!
ജ്യാനാത ഘോഷവും കടേട്ടതില്ലെ ഭവാൻ?
നാണം നിനക്കതേുമില്ലയോ മാനസേ?'
ഇത്ഥമധിക്ഷപേവാക്കുകൾ കടേട്ടതി–
ക്രുദ്ധനായോരു രാത്രീഞ്ചരവീരനും
വൃത്രാരിപുത്രതനയനക്കൊൾകന്നു
നക്തഞ്ചരാധിപന്മാരോടു ചൊല്ലിനാൻ.
ചന്നു പിടിച്ചാർ നിശാചര വീരരും

കണ്ടൊന്നു ചുഴററിയറിഞ്ഞാൻ കപീന്ദ്രനും
പിന്നയെപ്രാസാദവും തകർത്തീടിനാ-
നന്നൊന്നു കുതിച്ചങ്ങുയർന്നു വഗേനേ പോയ്
മന്നവൻ തന്നത്തൊഴുതു വൃത്താന്തങ്ങ-
ളൊന്നൊഴിയാതയെുണർത്തിനാനംഗദൻ
പിന്നസെസ്സുഷണേൻ കുമുദൻ നളൻ ഗജൻ
ധന്യൻ ഗവയൻ ഗവാക്ഷൻ മരുത്സുതൻ
എന്നിവരാദിയാം വാനരവീരന്മാർ
ചന്നെു ചുഴന്നു കിടങ്ങും നിരത്തിനാർ.
കല്ലും മലയും മരവും ധരിച്ചാശു
നില്ലു നില്ലന്നെു പറഞ്ഞടുക്കുന്നരേം
ബാണചാപങ്ങളും വാളും പരിചയും
പ്രാണഭയം വരും വണ്മെഴു കുന്തവും
ദണ്ഡങ്ങളും മുസലങ്ങൾ ഗദകളും
ഭിണ്ഡിപാലങ്ങളും മുൽഗരജാലവും
ചക്രങ്ങളും പരിഘങ്ങളുമീട്ടികൾ
സുക്രചകങ്ങളും മററുമിത്രാദികൾ
ആയുദ്ധമല്ലൊമടെുത്തു പിടിച്ചുകൊ-
ണ്ടായധേനത്തിന്നടുത്താരരക്കരും.
വാരണനാദവും വാജികൾ നാദവും
രാക്ഷസരാർക്കയും സിംഹനാദങ്ങളും
രൂക്ഷതയറേും കപികൾനിനാദവും
തിങ്ങി മുഴങ്ങിപ്പുഴങ്ങി പ്രപഞ്ചവു-
മങ്ങെുമിടതൂർന്നു മാററൊലിക്കൊണ്ടു തേ
ജംഭാരിമുമ്പാം നിലിമ്പരും കിന്നര-
കിം പുരുഷോരേഗഗുഹ്യക സംഘവും
ഗന്ധർവ്വസിദ്ധവിദ്യാധരചാരണാ-
ദ്യരീക്ഷാന്തരേ സഞ്ചരിക്കും ജനം

നാരദാദികളായ മുനികളും
ഘോരമായുള്ള ദുഃഖം കണ്ടു കൊള്ളുവാൻ
നാരികളോടും വിമാനയാനങ്ങളി-
ലരുഹ്യ പുഷ്കരാന്തരേ നിറഞ്ഞീടിനാർ.
തുംഗനാമിന്ദ്രജിത്തറേറാനതുനരേ-
മംഗദൻ തന്നോടേതിന്നു കപീന്ദ്രനും
സുതനെക്കൊന്നു തരേും തകർത്താൻ മഘേ-
നാദനും മറ്റൊരു തരേിലേറീടിനാൻ.
മാരുതി തന്നെ വൽകൊണ്ടു ചാട്ടീടിനാൻ
ധീരനാകും ജംബുമാലി നിശാചരൻ
സാരഥി തന്നോടു കൂടവേ മാരുതി
തരേും തകർത്തവനെക്കൊന്നലറിനാൻ.
മിത്രതനയൻ പ്രഹസ്തനോടേറ്റിതു
മിത്രാരിയോടു വിഭീക്ഷണവീരനും
നീലൻ നികുംഭനോടേറ്റാൻ തപനനെ-
കാലപുരത്തിന്നയച്ചാൻ മഹാഗജൻ.
ലക്ഷ്മണനേറ്റാൻ വിരൂപാക്ഷനോടഥ
ലക്ഷ്മീപതിയാം രഘുത്തമൻ തന്നോടു
രക്ഷധ്വജാഗ്നിധ്വജാദികൾ പത്തുപരേ
തൽക്ഷണേ പോർചയ്തു പുക്കാർ സുരാലയം.
വാനരന്മാർക്കു ജയം വന്നിതന്നരേം
ഭാനുവും വാരിധിതന്നിൽ വീണീടിനാൻ.
ഇന്ദ്രാത്മജാത്മജനോടേറ്റു തോറ്റു പോ-
യിന്ദ്രജിത്തംബരാന്തരേ മറഞ്ഞീടിനാൻ
നാഗസ്ത്രമയ്തു മോഹിപ്പിച്ചിതു ബത
രാഘവന്മാരയേും വാനരന്മാരയെും
വന്ന കപികളയെും നരന്മാരയെു-
മൊന്നൊഴിയാതെ ജയിച്ചനേിതന്നെവൻ

വന്നെപ്പരുമ്പറ കൊട്ടിച്ചു മളേിച്ചു
ചന്നു ലങ്കാപുരം തന്നിൽ മവേടിനാൻ.
താപസവൃന്ദവും ദവേസമൂഹവും
താപം കലർന്നു വിഭീഷണവീരനും
ഹാ! ഹാ! വിഷാദനേ ദുഃഖവിഷണ്ണരായ്
മോഹിതന്മാരായ് മരുവും ദശാന്തരേ
സപ്തദീപങ്ങളും സപ്താർണ്ണവങ്ങളും
സപ്താചലങ്ങളുമുൾക്ഷോഭമാം വണ്ണം
സപ്താശ്വകോടിതജോമയനായ് സുവർ-
ണ്ണാദ്രിപോലേ പവനാശനനാശനൻ
അബ്ധിതോയം ദ്വിധാ ഭിത്വാ സ്വപക്ഷയു-
ഗ്മോദ്ധൂതലോകത്രയത്തോടതിദ്രുതം
നാഗാരി രാമപാദം വണങ്ങീടിനാൻ
നാഗാസ്ത്രബന്ധനം തീർന്നിതു തൽക്ഷണേ.
ശാഖാ മൃഗങ്ങളുമസ്ത്രനിർമ്മുക്തരായ്
ശോകവും തീർന്നു തളിഞ്ഞു വിളങ്ങിനാർ
ഭക്തപ്രിയൻ മുദാപക്ഷിപ്രവരനെ
ബദ്ധാസമ്മോദമനുഗ്രഹം നൽകിനാൻ.
കൂപ്പിത്തൊഴുതനുവാദവും കൈക്കൊണ്ടു
മൽേപ്പോട്ടു പോയ് മറഞ്ഞീടിനാൻ താർക്ഷ്യനും
മുന്നതേിലും ബലവീര്യവഗേങ്ങൾ പൂ-
ണ്ടുന്നതന്മാരാം കപിവരന്മാരല്ലൊം
മന്നവൻ തൻ നിയോഗനേ മരങ്ങളും
കുന്നും മലയുമടുെത്തറിഞ്ഞീടിനാർ.
വന്നശത്രുക്കളക്കെൊന്നു മമാത്മജൻ
മന്ദിരം പുക്കിരിക്കുന്നതിൽ മുന്നമേ
വന്നാരവരുമിങ്ങന്തെൊരു വിസ്മയം
നന്നുനന്നത്രെയുമന്നെ പറയാവൂ.

ചെന്നറിഞ്ഞീടുവിനന്തെന്തൊരു ഘോഷമി'-
തെന്നു ദശാനനൻ ചൊന്നനേരമനന്തരം
ചെന്നു ദൂതന്മാരറിഞ്ഞു ദശാനനൻ
തന്നോടു ചൊല്ലിനാർ വൃത്താന്തമൊക്കവേ.
'വീര്യബലവേഗവിക്രമം കൈക്കൊണ്ടു
സൂര്യാത്മജാദികളായ കപികുലം
ഹസ്തങ്ങൾതോറുമലാതവും കൈക്കൊണ്ടു
ഭിത്തിതന്നുത്തമാംഗത്തിന്മേൽ നിലുന്നോർ
നാണമുണ്ടങ്കിൽ പുറത്തു പുറപ്പെടു-
കാണുങ്ങളെങ്കിലന്നാർത്തു പറകയും
കേട്ടതില്ലേ ഭവാ'നെന്നവർ ചൊന്നതു
കേട്ടു ദശാസ്യനും കോപേന ചൊല്ലിനാൻ:
'മാനവന്മാരെയുമേറ്റം മദമുള്ള
വാനരന്മാരെയും കൊന്നൊടുക്കീടുവാൻ
പോകധൂമ്രാക്ഷൻ പടയോടു കൂടവേ
വേഗേന യുദ്ധം ജയിച്ചു വരിക നീ'
ഇത്ഥമനുഗ്രഹം ചെയ്തയച്ചാനതി-
ക്രുദ്ധനാം ധൂമ്രാക്ഷനും നടന്നീടിനാൻ.
ഉച്ചൈസ്തരമായ വാദ്യഘോഷത്തോടും
പശ്ചിമഗോപുരത്തൂടെ പുറപ്പെട്ടാൻ
മാരുതിയോടതിർത്താനവനും ചെന്നു
ദാരുണമായിതു യുദ്ധവുമേറ്റവും.
ബലസിവന്മഴു കുന്തം ശരാസനം
ശൂലം മുസലം പരിഘഗദാദികൾ
കൈക്കൊണ്ടു വാരണവാജിരഥങ്ങളി-
ലുൾക്കരുത്തോടേറി രാക്ഷസവീരരും
കല്ലും മരവും മലയുമായ് പർവ്വത-
തുല്യശരീരികളായ കപികളും

തങ്ങളിലന്റേറു പഞ്ഞൊരുതു മരിച്ചിതന്നെ-
ട്ടങ്ങുമിങ്ങും മഹാവീരരായുള്ളവർ.
ചോരയുമാറായൊഴുകീ പലവഴി
ശൂരപ്രവരനാം മാരുതി തൽക്ഷണേ
ഉന്നതമായൊരു കുന്നിൻ കൊടുമുടി-
തന്നെയെടർത്തടിത്തന്നെറിഞ്ഞീടിനാൻ.
തേരിൽ നിന്നാശു ഗദയുമെടുത്തുടൻ-
പാരിലാമ്മാറു ധൂമ്രാക്ഷനും ചാടിനാൻ
തേരും കുതിരകളും പൊടിയായിതു
മാരുതിക്കുള്ളിൽ വർദ്ധിച്ചിതു കോപവും
രാത്രിഞ്ചരരെയൊടുക്കിത്തുടങ്ങിനാ-
നാർത്തി മുഴുത്തതു കണ്ടു ധൂമ്രാക്ഷനും
മാരുതിയെഗ്ഗദകൊണ്ടടിച്ചീടിനാൻ
ധീരതയോ,ടതിനാകുലമെന്നിയേ
പാരം വളർന്നൊരുകോപവിവശനായ്
മാരുതി രണ്ടാമതന്നെറിഞ്ഞീടിനാൻ
ധൂമ്രാക്ഷനറേുകൊണ്ടുമ്പർപുരത്തിങ്ക-
ലാമ്മാറു ചെന്നു സുഖിച്ചു വാണീടിനാൻ.
ശേഷിച്ച രാക്ഷസർ കോട്ടയിൽ പുക്കിതു
ഘോഷിച്ചിതംഗനമാർ വിലാപങ്ങളും.
വൃത്താന്തമാഹന്ത! കേട്ടു ദശാസ്യനും
ചിത്തതാപത്തോടു പിന്നെയും ചൊല്ലിനാൻ:
'വജ്രഹസ്താരി പ്രബലൻ മഹാബലൻ
വജ്രദംഷ്ട്രൻ തന്നെ പോക യുദ്ധത്തിനായ്
മാനുഷവാനരന്മാരെ ജയിച്ചഭി-
മാനകീർത്ത്യാ വരികെ'ന്നയച്ചീടിനാൻ.
ദക്ഷിണഗോപുരത്തൂടെ പുറപ്പെട്ടു
ശക്രാത്മജാത്മജനോടെതിർത്തീടിനാൻ

ദുർന്നിമിത്തങ്ങളുണ്ടായതനാദൃത്യ
ചനെന്നു കപികളോടേറ്റു മഹാബലൻ
വൃക്ഷശിലാശൈലവൃഷ്ടികൊണ്ടേറ്റവും
രക്ഷോവരന്മാർ മരിച്ചു മഹാരണേ.
ഖഡ്ഗശസ്ത്രാസ്ത്രശക്ത്യാദികളേറ്റേറ്റു
മർക്കടന്മാരും മരിച്ചാരസംഖ്യമായ്,
പത്തംഗയുക്തമായുള്ള പെരുമ്പട
നക്തഞ്ചരന്മാർക്കു നഷ്ടമായ് വന്നിതു
രക്തനദികളൊലിച്ചു പലവഴി
നൃത്തം തുടങ്ങി കബന്ധങ്ങളും ബലാൽ
താരയേനും വജ്രദംഷ്ട്രനും തങ്ങളിൽ
ഘോരമായേറ്റം പിണങ്ങിനിൽക്കും വിധൗ
വാളും പറിച്ചുടൻ വജ്രദംഷ്ട്രൻ ഗള–
നാദം മുറിച്ചറിഞ്ഞീടിനാനംഗദൻ.
അക്കഥകേട്ടാശു നക്തഞ്ചരാധിപൻ
ഉൾക്കരുത്തേറുമകമ്പനൻ തന്നെയും
വൻപടയോടുമയച്ചാനതു നേരം
കമ്പമുണ്ടായിതു മേദിനിക്കന്നേരം
ദുശ്ച്യവനാരിപ്രവനകമ്പനൻ
പശ്ചിമഗോപുരത്തൂടെ പുറപ്പെട്ടാൻ.
വായു തനയനോടേറ്റവനും നിജ–
കായം വെടിഞ്ഞു കാലാലയം മേവിനാൻ.
മാരുതിയെ സ്തുതിച്ചു മാലോകരും
പാരം ഭയം പെരുത്തു ദശകണ്ഠനും
സഞ്ചരിച്ചാൻ നിജ രാക്ഷസസേനയിൽ
പഞ്ചദ്വയാസ്യനും കണ്ടാനതുനേരം
രാമശേ്വരത്തോടു സേതുവിന്മേലുമാ–
രാമദശോന്തം സുബേലാചലോപരി

വാനരസേനേ പരന്നതും കണ്ടുട്ടക-
ലൂനമായ് വന്നതും കണ്ടതേരനന്തരം
'ക്ഷിപ്രം പ്രഹസ്തനെക്കൊണ്ടുവരിക'ന്നു
കല്പിച്ചനേരമവൻ വന്നു കൂപ്പിനാൻ
'നീയറിഞ്ഞീലയോ വൃത്താന്തമൊക്കവേ
നായകന്മാർ പടക്കാരുമില്ലായ്കയോ?
ചൊല്ലുന്ന ചൊല്ലുന്ന രാക്ഷസവീരരെ-
ക്കൊല്ലുന്നതും കണ്ടീങ്ങിരിക്കയില്ലിങ്ങു നാം.
ഞാനോ ഭവാനോ കനിഷ്ഠനോ പോർ ചെയ്തു
മാനുഷവാനരന്മാരെയൊടുക്കുവാൻ
പോകുന്നതാരെന്നു ചൊൽ'കെന്നു കേട്ടവൻ
'പോകുന്നതിന്നു ഞാ'നെന്നു കൈകൂപ്പിനാൻ
തന്നുടെ മന്ത്രികൾ നാലുപേരുള്ളവർ
ചെന്നു നാലംഗപ്പടയും വരുത്തിനാർ.
നാലൊന്നു ലങ്കയിലുള്ള പടയ്ക്കല്ലോ-
മാലംബനാം പ്രഹസ്തൻ മഹാരഥൻ.
കുംഭഹനും മഹാനാദനും ദുർമ്മുഖൻ
ജംഭാരി വൈരിയാം വീരൻ സമുന്നതൻ
ഇങ്ങനെയുള്ളൊരു മന്ത്രികൾ നാല്വരും
തിങ്ങിന വൻപടയോടും നടന്നിതു.
ദുർന്നിമിത്തങ്ങളുണ്ടായിതു കണ്ടവൻ-
തന്നകതാരിലുറച്ചു സന്നദ്ധനായ്
പൂർവപുരദ്വാരദേശേപുറപ്പെട്ടു
പാവകപുത്രനോടേറ്റേരനന്തരം
മർക്കടന്മാർ ശിലാവൃക്ഷാചലം കൊണ്ടു
രക്ഷോഗണത്തെയൊതുക്കിത്തുടങ്ങിനാർ
ചക്രഖഡ്ഗപ്രാസ ശക്തിശസ്ത്രാസ്ത്രങ്ങൾ
മർക്കടന്മാർക്കേറ്റൊക്കമെരിക്കുന്നു.

ഹസ്തിവരന്മാരുമശ്വങ്ങളും ചത്തു
രക്തംനദികളായൊക്കയെഴെലിക്കുന്നു.
അംഭോജസംഭവനന്ദനൻ ജാംബവാൻ
കുംഭഹനുവിനയും ദുർമ്മുഖനയും
കൊന്നുമഹാനാദനയും സമുന്നതൻ–
തന്നയെും പിന്നെ പ്രഹസ്തൻ മഹാരഥൻ
നീലനോടേറ്റുടൻ ദ്വന്ദയുദ്ധം ചെയ്തു
കാലപുരിപുക്കിരുന്നരുളീടിനാൻ.
സനോപതിയും പടയും മരിച്ചതു
മാനിയാം രാവണൻ കേട്ടു കോപാന്ധനായ്.

യുദ്ധത്തിൽ രാവണന്റെ പുറപ്പാട്

'ആരെയും പോരിന്നയയ്ക്കുന്നതില്ലിനി
നേരെ പോരുതുജയിക്കുന്നതുണ്ടല്ലോ.
നമ്മോടുകൂടെയുള്ളോർ പോന്നീടുക
നമ്മുടെ തേരുംവരുത്തുകെന്നാ'നവൻ
വെണ്മതിപോലെ കുടയും പിടിപ്പിച്ചു
പൊന്മയമായൊരു തേരിൽക്കരേറിനാൻ
ആലവട്ടങ്ങളും വെൺചാമരങ്ങളും
നീലത്തഴകളും മുത്തുക്കുടകളും
ആയിരം വാജികളെക്കൊണ്ടുപൂട്ടിയ
വായുവേഗം പൂണ്ടതേരിൽ കരേറി
മേരുശീഖരങ്ങൾ പോലെകിരീടങ്ങൾ
ഹാരങ്ങളാദിയാമാഭരണങ്ങളും
പത്തുമുഖമിരുപതു കൈകളും
ഹസ്തങ്ങളിൽ ചാപബാണായുദ്ധങ്ങളും
നീലാദ്രിപോലെ നിശാചരനായകൻ
കോലാഹലത്തോടുകൂടെപ്പുറപ്പെട്ടാൻ.
ലങ്കയിലുള്ളമഹാരഥരന്മാരെല്ലാം
ശങ്കാരഹിതം പുറപ്പെട്ടാരന്നേരം.
മക്കളും മന്ത്രിമാർ തമ്പിമാരും മരു-
മക്കളും ബന്ധുക്കളും സൈന്യപാലരും
തിക്കിത്തിരക്കിവടക്കുഭാഗത്തുള്ള
മുഖ്യമാം ഗോപുരത്തോടെ തെരുതെരെ
വിക്രമമേറിയ നക്തഞ്ചരന്മാരെ
യൊക്കപ്പുറത്തുഭുവി കണ്ടു രഘുവരൻ
മന്ദസ്മിതം ചെയ്തു നത്രോന്തസംജ്ഞയാ

മന്ദം വിഭീഷണൻ തന്നോടരുൾ ചെയ്തു:
'നല്ലവീരന്മാർ വരുന്നതു കാണെടോ!
ചൊല്ലേണമെന്നോടിവരെയഥാഗുണം'
എന്നതു കേട്ടുവിഭീഷണരാഘവൻ-
തന്നോടു മന്ദസ്മിതം ചെയ്തു ചൊല്ലിനാൻ:
ബാണചാപത്തോടുബാലാർക്ക കാന്തി പൂ-
ണ്ടാനക്കഴുത്തിൽ വരുന്നതകമ്പനൻ
സിംഹധ്വജം പൂണ്ടതേരിൽ കരയേറി
സിംഹപരാക്രമൻ ബാണചാപത്തൊടും
വന്നവനിന്ദ്രജിത്താകിയ രാവണ-
നന്ദനൻ തന്നെ മുന്നം ജയിച്ചാനവൻ
ആയോധനത്തിനു ബാണചാപങ്ങൾ പൂ-
ണ്ടായതമായൊരു തേരിൽ കരയേറി
കായം വളർന്നു വിഭൂഷണം പൂണ്ടതി-
കായൻ വരുന്നതു രാവണാന്തത്മകൻ
പൊന്നണിഞ്ഞാനക്കഴുത്തിൽ വരുന്നവ-
നുന്നതനേറ്റം മഹോദര മന്നവ!
വാജിമേലേറിപ്പരിഘം തിരിപ്പവ-
നാജി ശൂരനേന്ദ്രൻ വിശാലൻ നരാന്തകൻ.
വെള്ളേരുതിൻ മുകളേറി ത്രിശൂലവും
തുള്ളിച്ചിരിക്കുന്നവൻ ത്രിശിരസ്സല്ലോ
രാവണൻ തന്മകൻ മറ്റേതിനങ്ങതോ
ദേവാന്തകൻ തേരിൽ വന്നിതു മന്നവ!
കുംഭകർണ്ണാത്മജൻ കുംഭമങ്ങതേവൻ
തമ്പി നികുംഭൻ പരിഘായുധനല്ലോ.
ദേവകുലാന്തകനാകിയ രാവണ-
നവരോടും നമ്മെ വെൽവാൻ പുറപ്പെട്ടു.'
ഇത്ഥം വിഭീഷണൻ ചൊന്നതു കേട്ടേതി-

നുത്തരം രാഘവൻ താനുമരുൾ ചെയ്തു:
'യുദ്ധേ ദശമുഖനക്കൊലചെയ്തുടൻ
ചിത്തകോപം കളഞ്ഞീടുവതിന്നു ഞാൻ'
എന്നരുൾ ചെയ്തു നിന്നരുളുന്നരേം
വന്ന പടയോടു ചൊന്നാൻ ദശാസ്യനും:
'എല്ലാവരും നാമൊഴിച്ചു പോന്നാലവർ
ചെല്ലുമകത്തു കടന്നൊരുഭാഗമേ
പാർത്തു ശത്രുക്കൾ കടന്നുകൊള്ളും മുന്നേ
കാത്തുകൊൾവിൻ നിങ്ങൾ ചെന്നു ലങ്കാപുരം.
യുദ്ധത്തിനിന്നു ഞാൻ പോരുമിവരോടൂ
ശക്തിയില്ലായ്കയില്ലിതിനതേുമേ.'
ഏവം നിയോഗിച്ചനരേം നിശാചരരവേരും
ചെന്നു ലങ്കാപുരം മേവിനാർ.
വൃന്ദാദികാരാതി രാവണൻ വാനര-
വൃന്ദത്തയെയ്തുയറെയ്തങ്ങ തള്ളിവിട്ടീടിനാൻ.
വാനരനേന്ദ്രന്മാരഭയം തരികന്നെു
മാനവനേന്ദ്രൻ കാൽക്കൽ വീണിരന്നീടിനാർ
വില്ലും ശരങ്ങളുമാശു കൈക്കൊണ്ടു കൌ-
സല്യാതനയനും പോരിനൊരുമിച്ചാൻ.
'വമ്പനായുള്ള്ഓരിവനോടു പോരിനു
മുമ്പിലടിയനനുഗ്രഹം നൽകണം'.
എന്നുസൌമിത്രിയും ചെന്നിരന്നീടിനാൻ
മന്നവൻ താനുമരുൾ ചെയ്തതിന്നരേം:
വൃത്രാരിയും പോരിൽ വിവസ്ത്രനായ് വരും
നക്തഞ്ചരനേന്ദ്രനോടേറ്റോലറിക നീ
മായയുമുണ്ടറേം നിശാചരർക്കേറ്റേവും
ന്യായവുമൊണ്ടിവർക്കാർക്കുമൊരിക്കലും
ചന്ദ്രചൂഡപ്രിയനാകയെുമുണ്ടവൻ

ചന്ദ്രഹാസാഖ്യമാം വാളുമുണ്ടായുധം
എല്ലാം നിരൂപിച്ചു ചിത്തമുറപ്പിച്ചു
ചലെല്ലണേമല്ലഌ കലഹത്തിനെ’ന്നലെല്ലാം
ശിക്ഷിച്ചരുൾചെയ്തയച്ചപോരനന്തരം
ലക്ഷ്മണനും തൊഴുതാശു പിൻ വാങ്ങിനാൻ
ജാനകിചോരനക്കെണ്ടൊരു നരേത്തു
വാനരനായകനായൊരു മാരുതി
തരേത്തടം തന്നിൽ കുതിച്ചു വീണീടിനാ–
നാർത്തനായ് വന്നു നിശാചരനാഥനും.
ദക്ഷിണഹസ്തവുമഞോങ്ങിപ്പറഞ്ഞിതു;
രക്ഷോവരനോടൂമാരുതപുത്രനും:
നിർജ്ജരന്മാരയേും താപസന്മാരയേും
സജ്ജനമായ മററുള്ള ജനത്തയേും
നിത്യമുപദ്രവുക്കുന്നനിനക്കു വ–
ന്നതെത്തുമാപത്തു കപികുലത്താലടെഃ!
നിന്നയേടീച്ചുകൊൽ വാൻ വന്നുനിൽക്കുന്നൊ–
രന്നെയൊഴിച്ചുകൊൽ വീരനന്നാകിൽ നീ
വിക്രമമറിയ നിന്നുടെ പുത്രനാ–
മക്ഷകുമാരനക്കൊന്നതു ഞാനടെഃ.’
എന്നുപറഞ്ഞോന്നടിച്ചാൻ കപീന്ദ്രനും
നന്നായ് വിറച്ചുവീണാൻ ദശകണ്ഠനും
പിന്നയെുണർന്നു ചൊന്നാനിവിടക്കേിന്നു
വന്ന കപികളിൽ നല്ലനല്ലോ ഭവാൻ
‘നന്മയന്തൊയതെന്നിക്കിന്നതൈുകൊണ്ടു
നമ്മുടെ തല്ലുകൊണ്ടാൽ മറ്റൊരുവരും
മൃത്യുവരാതെ ജീവിപ്പവരില്ലല്ലൊ
മൃത്യുവന്നീല നിനക്കതുകൊണ്ടുഞാൻ
എത്രയും ദുർബലനന്നുവന്നീ നമ്മി–

ലിത്തിരി നേരമിന്നും പൊരുതീടണം'
എന്നനേരത്തൊന്നടിച്ചാൻ ദശാനനൻ
പിന്നെ മോഹിച്ചു വീണാൻ കപിശ്രേഷ്ഠനും
നീലനന്നേരം കുതികൊണ്ടുരാവണ-
ന്മലേ കരേറി കിരീടങ്ങൾ പത്തിലും
ചാടിക്രമേണ നൃത്തം തുടങ്ങീടിനാൻ;
പാടിത്തുടങ്ങിനാൻ രാവണനും തദാ.
പാവകാസ്ത്രം കൊണ്ടു പാവകപുത്രനെ
രാവണനയെ്ത്തുടൻ തള്ളിവിട്ടീടിനാൻ
തൽ ക്ഷണകോപിച്ചു ലക്ഷ്മണൻ വേഗേന
രക്ഷോവരനെ ചെറുത്താനതു നേരം
ബാണഗണത്തെ വർഷിച്ചാനിരുവരും
കാണരുതാതെ ചമഞ്ഞിതു പോർക്കളം
വില്ലുമുറിച്ചുകളഞ്ഞിതു ലക്ഷ്മണ-
നല്ലൽ മുഴുത്തുനിന്നു ദശകണ്ഠനും.
പിന്നെ മയൻ കൊടുത്തൊരു വേൾ സൗമിത്രി-
തന്നുടെ മാറിലാമ്മാറു ചാട്ടീടിനാൻ.
അസ്ത്രങ്ങൾ കൊണ്ടു തടുക്കരുതാഞ്ഞു സൗ-
മിത്രിയും ശക്തിയേറ്റാശു വീണീടിനാൻ.
ആടലായ് വീണകുമാരനെച്ചെന്നെടു-
ത്തീടുബാനാശു ഭാവിച്ചു ദശാനനൻ.
കൈലാസശൈലമെടുത്ത ദശാസ്യനു
ബാലശരീരമിളക്കരുതാഞ്ഞിതു.
രാഘവൻ തന്നുടെ ഗൗരവമോർത്തതി-
ലാഘവം പൂണ്ടിതു രാവണവീരനും
കണ്ടുനിൽക്കുന്നൊരു മാരുതപുത്രനും
മണ്ടിയണഞ്ഞൊന്നടിച്ചാൻ ദശാസ്യനെ
ചോരയും ഛർദ്ദിച്ചു തേരിൽ വീണാനവൻ

മാരുതി താനും കുമാരനെ തൽക്ഷണേ
പുഷ്പസമാനമെടുത്തുകൊണ്ടാദരാൽ
ചിൽ പുരുഷൻ മുമ്പിൽ വച്ചു വണങ്ങിനാൻ
മാറും പിരിഞ്ഞു ദശമുഖൻ കയ്യിലാ-
മ്മാറു പുക്കു മയദത്തമാം ശക്തിയും.
ത്രൈലൈക്യനായകനാകിയ രാമനും
പൌലസ്ത്യനോടൂ യുദ്ധം തുടങ്ങിനാൻ:
'പംക്തിമുഖനോടു യുദ്ധത്തിനന്നെുടെ
കണ്ഠമേറിക്കൊണ്ടു നിന്നരുളിക്കൊൾക
കുണ്ഠതയെന്നിയേ കോൽക ദശാസ്യനെ.'
മാരുതി ചൊന്നതു കേട്ടു രഘുത്തമ-
നാരുഹ്യ തൽ കണ്ഠദേശേ വിളങ്ങിനാൻ
ചൊന്നാൻ ദശാനനൻ തന്നോടു രാഘവൻ:
'നിന്നയെടുത്തു കാണ്മാൻ കൊതിച്ചേൻ തുലോം.
ഇന്നതിനാശു യോഗം വന്നിതാകയാൽ
നിന്നയേും നിന്നോടു കൂടെ വന്നോരേയും
കൊന്നു ജഗത്രയം പാലിച്ചു കൊള്ളുവ-
നന്നെുടെ മുന്നിലരക്ഷണം നില്ലു നീ.'
എന്നരുൾ ചെയ്തു ശസ്ത്രാസ്ത്രങ്ങൾ തൂകിനാ-
നൊന്നിനൊന്നൊപ്പമെയ്താൻ ദശവക്ത്രനും.
ഘോരമായ് വന്നിതു പോരുമന്നേരത്തു
വാരാന്നിധിയുമിളകി മറിയുന്നു.
മാരുതി തന്നയെുമെയ്തുമുറിച്ചിതു
ശൂരനായോരു നിശാചര നായകൻ
ശ്രീരാമദേവനും കോപം മുഴുത്തതി-
ധീരത കൈക്കൊണ്ടെടുത്തൊരു സായകം
രക്ഷോവരനുടെ വക്ഷപ്രദേശത്തെ
ലക്ഷ്യമാക്കി പ്രയോഗിച്ചാനതിദ്രുതം,

ആലസ്യമായിതു ബാണമഠേറ്റന്നരേം
പൌലസ്ത്യചാപവും വീണിതു ഭൂതലേ.
നക്തഞ്ചരാധിപനായ ദശാസ്യനു
ശക്തിക്ഷയം കണ്ടു സത്വരം രാഘവൻ
തരേും കൌടിയും കുടയും കുതിരയും
ചാരുകിരീടങ്ങളും കളഞ്ഞീടിനാൻ
സാരഥിതന്നയെും കൌന്നു കളഞ്ഞള-
വാരൂഢതാപനേ നിന്നു ദശാസ്യനും
രാമനും രാവണൻ തന്നഠേടരുൾ ചയ്െതാ-
'നാമയം പാരം നിനക്കുണ്ടു മാനസേ.
പഠേയാലുമിന്നു ഭയപ്പടൊയ്കതേുമേ.
നീയിനി ലങ്കയിൽച്ചനെ്നങ്ങിരുന്നാലും
ആയുധവാഹനത്തഠേടൌരുമ്പടെ്ടുകൌ-
ണ്ടായഠേധനത്തിനു നാളെ വരണേം നീ.'
കാകുലസ്ഥവാക്കുകൾ കടേ്ടു ഭയപ്പടെ്ടു
വഗേത്തിലങ്ങു നടന്നു ദശാനനൻ.
രാഘവാസ്ത്രം തുടരതെ്തുടർന്നുണ്ടനെ്നൌ-
രാകുലം പൂണ്ടു തിരിഞ്ഞു നഠേക്കിത്തുലഠേം
വപേഥുഗാത്രനായ് മന്ദിരം പ്രാപിച്ചു
താപമുണ്ടായതു ചിന്തിച്ചു മവേിനാൻ.

കുംഭകർണ്ണന്റെ നീതിവാക്യം

മാനവേന്ദ്രൻ പിന്നെ ലക്ഷ്മണൻ തന്നെയും
വാനരരാജനാമർക്കാത്മജനെയും
രാവണബാണ വിദാരിതന്മാരായ
പാവകപുത്രാദി വാനരന്മാരെയും
സിദ്ധൌഷധം കൊണ്ടു രക്ഷിച്ചു തന്നുടെ
സിദ്ധാന്തമെല്ലാമരുൾ ചെയ്തു മേവിനാൻ
രാത്രിഞ്ചരേന്ദ്രനും ഭൃത്യജനത്തൊടു
പേർത്തും നിജാർത്തികളോർത്തു ചൊല്ലീടിനാൻ:-
"നമ്മുടെ വീര്യ ബലങ്ങളും കീർത്തിയും
നന്മയുമർത്ഥപുരുഷകാരാദിയും
നഷ്ടമായ് വന്നിതൊടുങ്ങി സുകൃതവും
കഷ്ടകാലം നമുക്കാഗതം നിശ്ചയം
വേധാവു താനുമനാരണ്യ ഭൂപനും
വേദവതിയും മഹാനന്ദികേശനും
രംഭയും പിന്നെ നളകൂബരാദിയും
ജംഭാരിമുമ്പാം നിലിമ്പവരന്മാരും
കുംഭോൽഭവാദികളായ മുനികളും
ശംഭുപ്രണയിനിയാകിയ ദേവിയും
പുഷ്ടതപോബലം പൂണ്ടു പാതിവ്രത്യ-
നിഷ്ഠയോടെ മരുവുന്ന സതികളും
സത്യമായ് ചൊല്ലിയ ശാപവചസ്സുകൾ
മിഥ്യയായ് വന്നു കൂടായെന്നു നിർണ്ണയം
ചിന്തിച്ചു കാൺമിൻ നമുക്കിനിയും പുന-
രെന്തോന്നു നല്ലൂ, ജയിച്ചു കൊൾവാനഹോ!
കാലാരിതുല്യനാകും കുംഭകർണ്ണനെ-

ക്കാലം കളയാതുണർത്തുക നിങ്ങൾ പോയ്
ആറുമാസം കഴിഞ്ഞെന്നിയുണർന്നീടു-
മാറില്ലുറങ്ങിത്തുടങ്ങീട്ടവനുമി-
ന്നൊൻപതു നാളേ കഴിഞ്ഞതുള്ളൂ നിങ്ങ-
ളൻപോടുണർത്തുവിൻ വല്ലപ്രകാരവും"
രാക്ഷസരാജനിയോഗേന ചെന്നോരോ-
രാക്ഷസരെല്ലാമൊരുമ്പെട്ടുണർത്തുവാൻ
ആനകദുന്ദുഭിമുഖ്യവാദ്യങ്ങളു-
മാനതരേ കാലാൾ കുതിരപ്പടകളും
കുംഭകർണ്ണോരസി പാഞ്ഞുമാർത്തും ജഗത്-
കമ്പം വരുത്തിനാരെന്തൊരു വിസ്മയം!
കുംഭസഹസ്രം ജലം ചൊരിഞ്ഞീടിനാർ
കുംഭകർണ്ണ ശ്രവണാന്തരേ പിന്നെയും
കുംഭിവരന്മാരെക്കൊണ്ടു നാസാരന്ധ്ര-
സംഭൂതരോമം പിടിച്ചു വലിപ്പിച്ചും
തുമ്പിക്കരമറ്റലറിയുമാനകൾ
ജംഭാരിവൈരിക്കു കമ്പമില്ലതേുമേ
ജ്രുംഭാസമാരംഭമോടുമുണർന്നിതു
സംഭ്രമിച്ചോടിനാരശരവീരരും
കുംഭസഹസ്രം നിറച്ചുള്ള മദ്യവും
കുംഭസഹസ്രം നിറച്ചുള്ള രക്തവും
സംഭോജ്യമന്നവും കുന്നുപോലെ കണ്ടൊ-
രിമ്പം കലർന്നെഴുന്നേറ്റിരുന്നീടിനാൻ
ക്രവ്യങ്ങളാദിയായ് മറ്റുപജീവന-
ദ്രവ്യമെല്ലാം ഭുജിച്ചാനന്ദചിത്തനായ്
ശുദ്ധാചമനവും ചെയ്തിരിക്കും വിധൌ
ഭൃത്യജനങ്ങളും വന്നു വണങ്ങിനാൻ
കാര്യങ്ങളെല്ലാമറിയിച്ചുണർത്തിയ-

കാരണവും കേട്ടു പംക്തികണ്ഠാനുജൻ
'എങ്കിലോ വൈരികളെക്കൊല ചെയ്തു ഞാൻ
സങ്കടം തീർത്തു വരുവ' നെന്നിങ്ങനെ
ചൊല്ലിപ്പുറപ്പെട്ടനേരം മഹോദരൻ
മെല്ലത്തൊഴുതു പറഞ്ഞാനതുനേരം:
'ജ്യേഷ്ഠനെക്കണ്ടു തൊഴുതു വിടവാങ്ങി
വാട്ടം വരാതെ പൊയ്ക്കൊള്ളുക നല്ലതു"
ഏവം മഹോദരൻ ചൊന്നതു കേട്ടവൻ
രാവണൻ തന്നെയും ചെന്നു വണങ്ങിനാൻ
ഗാഢമായാലിംഗനം ചെയ്തിരുത്തീടിനാ-
നൂഢമോദം നിജ സോദരൻ തന്നെയും
'ചിത്തേ ധരിച്ചതില്ലോർക്ക നീ കാര്യങ്ങൾ
വൃത്താന്തമെങ്കിലോ കേട്ടാലുമിന്നെടോ:
സോദരി തന്നുടെ നാസകുചങ്ങളെ
ച്ഛേദിച്ചതിന്നു ഞാൻ ജാനകീദേവിയെ
ശ്രീരാമലക്ഷ്മണന്മാരറിയാതെ ക-
ണ്ടാരാമ സീമ്നി കൊണ്ടന്നു വച്ചീടിനേൻ
വാരിധിയിൽ ചിറ കെട്ടിക്കടന്നവൻ
പോരിന്നു വാനരസേനയുമായ് വന്നു
കൊന്നാൻ പ്രഹസ്താദികളെപ്പലരെയു-
മെന്നെയുമെയ്തു മുറിച്ചാൻ ജിതശ്രമം
കൊല്ലാതെ കൊന്നയച്ചാനതു കാരണ-
മല്ലൽ മുഴുത്തു ഞാൻ നിന്നെയുണർത്തിനേൻ
മാനവന്മാരെയും വാനരന്മാരെയും
കൊന്നു നീയെന്നെ രക്ഷിച്ചു കൊള്ളണമേ'
എന്നതു കേട്ടു ചൊന്നാൻ കുംഭകർണ്ണനും
'നന്നു നന്നെത്രയും നല്ലതേ നല്ലു കേൾ
നല്ലതും തീയതും താനറിയാത്തവൻ

നല്ലതറിഞ്ഞു ചൊല്ലുന്നവൻ ചൊല്ലുകൾ
നല്ലവണ്ണം കേട്ടുകൊള്ളുകിലും നന്ന-
തല്ലാതവർക്കുണ്ടോ നല്ലതുണ്ടാകുന്നു?
'സീതയെ രാമനു നൽകുക'ന്നിങ്ങനെ
സോദരൻ ചൊന്നാനതിനു കോപിച്ചു നീ
ആട്ടിക്കളഞ്ഞതു നന്നുനന്നോർത്തു കാൺ,
നാട്ടിൽ നിന്നാശു വാങ്ങീ ഗുണമൊക്കവേ
നല്ലവണ്ണം വരും കാലമില്ലെന്നതും
ചൊല്ലാമതുകൊണ്ടതും കുറ്റമല്ലടോ!
നല്ലതൊരുത്തരാലും വരുത്താവത-
ല്ലല്ലൽ വരുത്തുമാപത്തണയുന്ന നാൾ
കാലദശാവസ്ഥകളും നയങ്ങളും
മൂലവും വൈരികൾ കാലവും വീര്യവും
ശത്രുമിത്രങ്ങളും മദ്ധ്യസ്ഥപക്ഷവു-
മർത്ഥപുരുഷകാരാദി ഭേദങ്ങളും
നാലുപായങ്ങളുമാറുനയങ്ങളും
മേലിൽ വരുന്നതുമൊക്കെ നിരൂപിച്ചു'
പത്ഥ്യം പറയുമമാത്യനുണ്ടെങ്കിലോ
ഭർതൃസൗഖ്യം വരും, കീർത്തിയും വർദ്ധിയ്ക്കും
ഇങ്ങനെയുള്ളൊരമാത്യധർമ്മം വെടി-
ഞ്ഞങ്ങനെ രാജാവിനിഷ്ടമെന്നാലതു
കർണ്ണസുഖം വരുമാറുപറഞ്ഞു കൊ-
ണ്ടന്വഹമാത്മാഭിമാനവും ഭാവിച്ചു
മൂലവിനാശം വരുമാറു നിത്യവും
മൂഢരായുള്ളോരമാത്യജനങ്ങളിൽ
നല്ലതു കാകോളമെന്നതു ചൊല്ലുവോ-
രല്ലൽ വിഷമുണ്ടവർക്കന്നിയില്ലല്ലോ
മൂഢരാം മന്ത്രികൾ ചൊല്ലു കേട്ടീടുകിൽ

നാടുമായുസ്സും കുലവും നശിച്ചു പോം
നാദഭേദം കേട്ടു മോഹിച്ചു ചെന്നു ചേർ-
ന്നാധി മുഴുത്തു മരിക്കും മൃഗകുലം
അഗ്നിയെക്കണ്ടു മോഹിച്ചു ശാലഭങ്ങൾ
മഗ്നരായഗ്നിയിൽ വീണു മരിക്കുന്നു
മത്സ്യങ്ങളും രസത്തിങ്കൽ മോഹിച്ചു ചെ-
ന്നത്തൽ പെടുന്നു ബളിശം ഗ്രസിക്കയാൽ
ആഗ്രഹമൊന്നിങ്കലേറിയാലാപത്തു-
പോക്കുവാനാവതല്ലാതവണ്ണം വരും
നമ്മുടെ വംശത്തിനും നല്ല നാട്ടിനു-
മുന്മൂലനാശം വരുത്തുവാനായല്ലോ
ജാനകി തന്നിലൊരാശയുണ്ടായതും
ഞാനറിഞ്ഞനേതു രാത്രീഞ്ചരാധിപ!
ഇന്ദ്രിയങ്ങൾക്കു വശനായിരിപ്പവ-
നെന്നുമാപത്തൊഴിഞ്ഞില്ലെന്നു നിർണ്ണയം
ഇന്ദ്രിയഗ്രാമം ജയിച്ചിരിക്കുന്നവ-
നൊന്നുകൊണ്ടും വരാ നൂനമാപത്തുകൾ
നല്ലതല്ലെന്നറിഞ്ഞിരിക്കബ്ബലാൽ
ചെല്ലുമൊന്നിങ്കലൊരുത്തനഭിരുചി
പൂർവ്വജന്മാർജ്ജിത വാസനയാലതി-
നാവതല്ലതേുമതിൽ വശനായ് വരും
എന്നാലതിങ്കൽ നിന്നാശുമനസ്സിനെ-
ത്തന്നുടെ ശാസ്ത്രവിവേകോപദേശങ്ങൾ
കൊണ്ടുവിധേയമാക്കിക്കൊണ്ടിരിപ്പവ-
നുണ്ടോ ജഗത്തിങ്കലാരാനുമോർക്ക നീ?
മുന്നം വിചാരകാലേ ഞാൻ ഭവാനോടു-
തന്നെ പറഞ്ഞതില്ലേ ഭവിഷ്യത് ഫലം?
ഇപ്പോളുപഗതമായ്‌വന്നതീശ്വര -

കൽപ്പിതമാർക്കും തടുക്കാവതല്ലല്ലോ
മാനുഷനല്ല രാമൻ പുരുഷോത്തമൻ
നനാജഗന്മയൻ നാരയണൻ പരൻ
സീതയാകുന്നതു യോഗമായാദേവി
ചേതസി നീ ധരിച്ചീടുകെന്നിങ്ങനെ
നിന്നോടു തന്നെ പറഞ്ഞുതന്നീലയോ
മന്നവ!മുന്നമേയെന്നതതോരാഞ്ഞതും?
ഞാനൊരുനാൾ വിശാലയാം യഥാസുഖം
കാനനാന്തേ നരനാരായണാശ്രമേ
വാഴുന്നനേരത്തു നാരദനപ്പരി-
തോഷണേ കണ്ടു നമസ്കരിച്ചീടിനേൻ
ഏതൊരുദിക്കിൽ നിന്നാഗതനായിതെ-
ന്നാദരവോടരുൾ ചെയ്ക മഹാമുനേ!
എന്തൊരു വൃത്താന്തമുള്ളൂ ജഗത്തിങ്ക-
ലന്തരം കൂടാതരുൾചെയ്ക, യെന്നെല്ലാം
ചോദിച്ച നേരത്തു നാരദനെന്നോടു
സാദരം ചൊന്നാനുദന്തങ്ങളൊക്കവേ
‘രാവണപീഡിതന്മാരായ് ചമഞ്ഞൊരു-
ദേവകളും മുനിമാരുമൊരുമിച്ചു
ദേവദേവേശനാം വിഷ്ണുഭഗവാനെ-
സേവിച്ചുണർത്തിച്ചു സങ്കടമൊക്കവേ
ത്രിലോക്യകണ്ടകനാകിയ രാവണൻ
പൌലസ്ത്യപുത്രനതീവദുഷ്ടൻ ഖലൻ
ഞങ്ങളെയെല്ലാമുപദ്രവിച്ചീടുന്നി-
തെങ്ങുമിരിക്കരുതാതെചമഞ്ഞിതു
മർത്ത്യനാലെന്നിയേ മൃത്യുവില്ലെന്നതു
മുക്തം വിരിഞ്ചനാൽ മുന്നമേ കല്പിതം
മർത്ത്യനായ് തന്നെ പിറന്നു ഭവാനിനി

സത്യധർമ്മങ്ങളെ രക്ഷിക്ക വേണമേ'
ഇത്ഥമുണർത്തിച്ചനേരം മുകുന്ദനും
ചിത്തകാരുണ്യം കലർന്നരുളിച്ചെയ്തു:
'പൃത്ഥ്വിയിൽ ഞാനയോദ്ധ്യായാം ദശരഥ-
പുത്രനായ് വന്നു പിറന്നിനിസ്സത്വരം
നക്തഞ്ചരാധിപൻ തന്നെയും നിഗ്രഹി-
ച്ചത്തൽ തീർത്തീടുവനിത്രിലോകത്തിങ്കൽ
സത്യസങ്കൽപ്പനാമീശ്വരൻ തന്നുടെ
ശക്തിയോടും കൂടി രാമനായ് വന്നതും
നിങ്ങളെയെല്ലാമൊടുക്കുമവനിനി
മംഗലം വന്നുകൂടും ജഗത്തിങ്കലും'
എന്നരുൾ ചെയ്തു മറഞ്ഞു മഹാമുനി
നന്നായ് നിരൂപിച്ചു കൊൾക നീ മാനസേ
'രാമൻ പരബ്രഹ്മമായ സനാതനൻ
കോമളനിന്ദീവരദളശ്യാമളൻ
മായാമാനുഷ്യവേഷം പൂണ്ട രാമനെ-
ക്കായേനേ വാചാ മനസാ ഭജിക്ക നീ
ഭക്തി കണ്ടാൽ പ്രസാദിക്കും രഘൂത്തമൻ
ഭക്തിയല്ലോ മഹാജ്ഞാനമാതാവെടോ!
ഭക്തിയല്ലോ സതാം മോക്ഷപ്രദായിനി
ഭക്തിഹീനന്മാർക്കു കർമ്മവും നിഷ്ഫലം
സംഖ്യയില്ലാതോളമുണ്ടവതാരങ്ങൾ
പങ്കജനേത്രനാം വിഷ്ണുവിനങ്ങേിലും
സംഖ്യാവതാം മതം ചൊല്ലുവൻ നിന്നുടെ
ശങ്കയെല്ലാമകലെക്കളഞ്ഞീടുവാൻ
രാമാവതാരസമമല്ലാതൊന്നുമേ
നാമജപത്തിനാലേ വരും മോക്ഷവും
ജ്ഞാനസ്വരൂപനാകുന്ന ശിവൻ പരൻ

മാനുഷാകാരനാം രാമനാകുന്നതും
താരകബ്രഹ്മമെന്നത്രെ ചൊല്ലുന്നതും
ശ്രീരാമദേവനെത്തന്നെ ഭജിക്ക നീ
രാമനെത്തന്നെ ഭജിച്ചുവിദ്വജ്ജന--
മാമയം നൽകുന്ന സംസാരസാഗരം
ലംഘിച്ചു രാമപാദത്തെയും പ്രാപിച്ചു
സങ്കടം തീർത്തുകൊള്ളുന്നിതു സന്തതം
ശുദ്ധതത്വന്മാർ നിരന്തരം രാമനെ-
ച്ചിത്താംബുജത്തിങ്കൽ നിത്യവും ധ്യാനിച്ചു
തച്ചരിത്രങ്ങളും ചൊല്ലി നാമങ്ങളു-
മുച്ചരിച്ചാത്മാനമാത്മാനാകണ്ടു ക-
ണ്ടച്യുതനോടു സായൂജ്യവും പ്രാപിച്ചു
നിശ്ചലാനന്ദേ ലയിക്കുന്നിതന്വഹം
മായാവിമോഹങ്ങളെല്ലാം കളഞ്ഞുടൻ
നീയും ഭജിച്ചുകൊൾകാനന്ദമൂർത്തിയെ.'

കുംഭകർണ്ണവധം

സഹോദരനവേം പറഞ്ഞതു കേട്ടതികർക്രാധം
മുഴുത്തു ദശാസ്യനും ചൊല്ലിനാൻ
"ജ്ഞാനോപദേശമെനിക്കു ചെയ്‌വാനല്ല
ഞാനിന്നുണർത്തി വരുത്തി, യഥാസുഖം
നിദ്രയെ സേവിച്ചുകൊൾക, നീയത്രയും
ബുദ്ധിമാനെന്നതുമന്നറിഞ്ഞനേഹം
വേദശാസ്ത്രങ്ങളും കേട്ടുകൊള്ളാമിനി
ഖേദമകന്നു സുഖിച്ചുവാഴുന്ന നാൾ
ആമെങ്കിലാശു ചെന്നായോധനം ചെയ്തു
രാമാദികളെ വധിച്ചു വരിക നീ"
അഗ്രജൻവാക്കുകളിത്തരം കേട്ടളവുഗ്രനാം
കുംഭകർണ്ണനൻ നടന്നീടിനാൻ
വ്യഗ്രവും കൈവിട്ടു യുദ്ധേ രഘൂത്തമൻ
നിഗ്രഹിച്ചാൽ വരും മോക്ഷമെന്നോർത്തവൻ
പ്രകാരവും കടന്നുത്തുംഗശൈലരാജാകാര
മോടേലറിക്കൊണ്ടതിദ്രുതം
ആയിരംഭാരമിരുമ്പുകൊണ്ടുള്ള
തന്നായുധമായുള്ള ശൂലവും കൈക്കൊണ്ടു
വാനരസേനയിൽ പുക്കോരുനേരത്തു
വാനരവീരരെല്ലവരുമോടിനാർ
കുംഭകർണ്ണൻതൻ വരവു കണ്ടാകുലാൽ
സംഭ്രമം പൂണ്ടു വിഭീഷണൻതന്നോടു
"വൻപുള്ള രാക്ഷസനവേനിവൻ
പറകംബരത്തോളമുയരമുണ്ടത്ഭുതം!"
ഇത്ഥം രഘൂത്തമൻ ചോദിച്ചളവതിനുത്തരമാശു

വിഭീഷണൻ ചൊല്ലിനാൻ

“രാവണസോദരൻ കുംഭകർണ്ണൻ മമ

പൂർവജനത്രെയും ശക്തിമാൻ ബുദ്ധിമാൻ

ദേവകുലാന്തകൻ നിദ്രാവശനിവനാവതി

ല്ലാർക്കുമറ്റോൽ ജയച്ചീടുവാൻ

തച്ചരിത്രങ്ങളെല്ലാമറിയിച്ചു ചെന്നിച്ചര്യാ

പൂർവജൻ കാൽക്കൽ വീണീടിനാൻ

ഭ്രാതാ വിഭീഷണൻ ഞാൻ ഭവത്ഭക്തിമാൻ

പ്രീതിപൂണ്ടന്നെയെനുഗ്രഹിക്കണേമേ!

സീതയെ നൽകുക രാഘവനന്നു

ഞാനാദരപൂർവ്വമാവോളമപേക്ഷിച്ചേൻ

ഖഡ്ഗവും കൈക്കൊണ്ടു നിഗ്രഹിച്ചീടുവാ

നുഗ്രതയോടുമടുത്തതു കണ്ടു ഞാൻ

ഭീതനായ് നാലമാത്യന്മാരുമായ് പോന്നു

സീതാപതിയശ്ശരണമായ് പ്രാപിച്ചേൻ“

ഇത്ഥം വിഭീഷണവാക്കുകൾ കേട്ടവൻ

ചിത്തം കുളുർത്തു പുണർന്നാനനുജനെ

പിന്നെപ്പുറത്തു തലോടിപ്പറഞ്ഞിതു:

“ധന്യനല്ലോ ഭാവാനില്ല കില്ലതുമേ

ജീവിച്ചിരിക്ക പലകാലമൂഴിയുൽ

സേവിച്ചുകൊൾക രാമപാദാംബുജം

നമ്മുടെ വംശത്തെ രക്ഷിപ്പതിന്നു നീ

നിർമ്മലൻ ഭാഗവതോത്തമനത്രെയും

നാരായണപ്രിയനത്രെയും നീയെന്നു

നാരദൻ തന്നെ പറഞ്ഞുകേട്ടേനേഹം

മായാമയമിപ്രപഞ്ചമല്ലെ,മിനിപ്പോ

യാലുമെങ്കിൽ നീ രാമപാദാന്തികേ“

എന്നതു കേട്ടേഭിവാദ്യവും ചെയ്തതിഖിന്നനായ്

ബാഷ്പവും വാർത്തു വാങ്ങീടിനാൻ
രാമപാർശ്വം പ്രാപ്യ ചിന്താവിവശനായ്
ശ്രീമാൻ വിഭീഷണൻ നിൽക്കും ദശാന്തരേ
ഹസ്തപാദങ്ങളാൽ മർക്കടവീരരെ
ക്രുദ്ധനായൊക്കെ മുടിച്ചുതുടങ്ങിനാൻ
പടേിച്ചടുത്തുകൂടാഞ്ഞു കപികളുമോടി
ത്തുടങ്ങിനാർ നാനാദിഗന്തരേ
മത്തഹസ്തീന്ദ്രനെപ്പോലെ കപികളെ
പ്പത്തുനൂറായിരം കൊന്നാനരക്ഷണാൽ
മർക്കടരാജനതുകണ്ടൊരു മല
കൈക്കൊണ്ടെറിഞ്ഞതു മാറിൽത്തടുത്തവൻ
കുത്തിനാൻ ശൂലമെടുത്തതുകൊണ്ടതിവിത്ര
സ്തനായ്‌വീണു മോഹിച്ചിതർക്കജൻ
അപ്പോളവനെയുമൂക്കോടെടുത്തുകൊണ്ടു
ല്പന്നമോദം നടന്നു നിശാചരൻ
യുദ്ധേ ജയിച്ചു സുഗ്രീവനെയും കൊണ്ടു
നക്തഞ്ചരേശ്വരൻ ചെല്ലുന്ന നേരത്തു
നാരീജനം മഹാപ്രാസാദമേറിനിന്നാരൂഢമോദം
പനിനീരിൽ മുക്കിയ മാല്യങ്ങളും
കളഭങ്ങളും തൂകിനാരാലസ്യമാശു
തീർന്നീടുവാനാദരാൽ
മർക്കടരാജനതേറ്റു മോഹം വെടിഞ്ഞുൽ
ക്കടരോഷേണ മൂക്കും ചെവികളും
ദന്തനഖങ്ങളെക്കൊണ്ടു മുറിച്ചു
കൊണ്ടന്തരീക്ഷേ പാഞ്ഞുപോന്നാനതിദ്രുതം
ക്രോധവുമേറ്റമഭിമാനഹാനിയും
ഭീതിയുമുൾക്കൊണ്ടു രക്താഭിഷിക്തനായ്
പിന്നെയും വീണ്ടും വരുന്നതു കണ്ടതി

സന്നദ്ധനായടുത്തു സുമിത്രാത്മജൻ
പർവ്വതത്തിന്മേൽ മഴപെഴിയുംവണ്ണം
ദുർവ്വാരബാണഗണം പെഴിച്ചീടിനാൻ
പത്തുനൂറായിരം വാനരന്മാരയെും
വക്ത്രത്തിലാക്കിയടയ്ക്കുമവനുടൻ
കർണ്ണനാസാവിലത്തൂടേ പുറപ്പടെും
പിന്നയെും വാരിവിഴുങ്ങുമവൻ തദാ
രക്ഷഃേവരനുമന്നരേം നിരൂപിച്ചു
ലക്ഷമണൻ തന്നയെുപക്ഷേിച്ചു സത്വരം
രാഘവന്തന്നഃേടടുത്താനതു കണ്ടു വഗേനേ
ബാണം പെഴിച്ചു രഘൂത്തമൻ
ദക്ഷിണഹസ്തവും ശൂലവും രാഘവൻ
തൽക്ഷണേ ബാണമയെ്താശു ഖണ്ഡിക്കയായ്
യുദ്ധാങ്കണേ വീണു വാനരവൃന്ദവും
നക്തഞ്ചരന്മാരുമെട്ടുമരിച്ചിതു
വാമഹസ്തേ മഹാസാലവും കകെണ്ടു
രാമനഃേടറേ്മടുത്തു നിശാചരൻ
ഇന്ദ്രാസ്ത്രമയെ്തു ഖണ്ഡിച്ചാനതു വീണു
മിന്ദ്രാരികൾ പലരും മരിച്ചീടിനാർ
ബദ്ധകഃേപത്തഃേടലറിയടുത്തിതു
നക്തഞ്ചരാധിപൻ പിന്നയെുമന്നരേം
അർദ്ധചന്ദ്രാകാരമായ രണ്ടമ്പുകണ്ടു
ത്തുംഗപാദങ്ങളും മുറിച്ചീടിനാൻ

നാരദസ്തുതി

സിദ്ധഗന്ധർവ്വ വിദ്യാധരഗുഹ്യക-
യക്ഷഭുജംഗാപ്സരോവൃന്ദവും
കിന്നരചാരണ കിമ്പുരുഷന്മാരും
പന്നഗതാപസ ദേവസമൂഹവും
പുഷ്പവർഷം ചെയ്തു ഭക്ത്യാപുകഴ്ത്തിനാർ
ചില്പുരുഷം പുരുഷോത്തമമദ്വയം 2230
ദേവമുനീശ്വരൻ നാരദനും തദാ
സേവോർത്ഥമമ്പോടവതരിച്ചീടിനാൻ
രാമം ദശരഥനന്ദനമുല്പല-
ശ്യാമളം കോമളം ബാണധനുർദ്ധരം
പൂർണ്ണചന്ദ്രാനനം കാരുണ്യപീയൂഷ-
പൂർണ്ണസമുദ്രം മുകുന്ദം സദാശിവം
രാമം ജഗദഭിരാമമാത്മാരാമ-
മാമോദമാർന്നു പുകഴ്ന്നു തുടങ്ങിനാൻ
സീതാപതേ! രാമ! രാജേന്ദ്ര! രാഘവ!
ശ്രീധര! ശ്രീനിധേ! ശ്രീപുരുഷോത്തമ! 2290
ശ്രീരാമ! ദേവദേവേശ! ജഗന്നാഥ!
നാരായണാഖിലാധാര! നമോസ്തുതേ
വിശ്വസാക്ഷിൻ! പരമാത്മൻ! സനാതന!
വിശ്വമൂർത്തേ! പരബ്രഹ്മമേ! ദൈവമേ!
ദുഃഖസുഖാദികളെല്ലാമനുദിനം
കൈക്കൊണ്ടുമായയാ മാനുഷാകാരനായ്
ശുദ്ധതത്ത്വജ്ഞനായ് ജ്ഞാനസ്വരൂപനായ്
സത്യസ്വരൂപനായ് സർവ്വലോകേശനായ്
സത്വങ്ങളുള്ളിലെജ്ജീവസ്വരൂപനായ്

സത്വപ്രധാനഗുണപ്രിയനായ് സദാ
വ്യക്തനായവ്യക്തനായതി സ്വസ്ഥനായ്
നിഷ്കളങ്കനായ് നിരാകാരനായിങ്ങനെ
നിർഗ്ഗുണനായ് നിഗമാന്തവാക്യാർത്ഥമായ്
ചിദ്ഘനതമാവായ് ശിവനായ് നിരീഹനായ്
ചക്ഷുരുന്മീലനകാലത്തു സൃഷ്ടിയും
ചക്ഷുർന്നിമീലനം കൊണ്ടു സംഹാരവും
രക്ഷയും നാനാവിധാവതാരങ്ങളാൽ
ശിക്ഷിച്ചു ധർമ്മത്തെയും പരിപാലിച്ചു
നിത്യം പുരുഷപ്രകൃതി കാലാഖ്യനായ്
ഭക്തപ്രിയനാം പരമാത്മനേ നമഃ
യാതൊരാത്മാവിനെക്കാണുന്നിതെപ്പൊഴും
ചേതസി താപസേന്ദ്രന്മാർ നിരാശയാ
തത്സ്വരൂപത്തിനായ്ക്കൊണ്ടു നമസ്കാരം
ചിത്സ്വരൂപപ്രഭോ! നിത്യം നമോസ്തുതേ
നിർവികാരം വിശുദ്ധജ്ഞാനരൂപിണം
സർവലോകാധാരമാദ്യം നമോനമഃ
ത്വല്പ്രസാദം കൊണ്ടൊഴിഞ്ഞു മറ്റൊന്നിനാൽ
ത്വദ്ബോധമുണ്ടായ് വരികയുമില്ലല്ലോ
ത്വല്പാദപത്മങ്ങൾ കണ്ടു സേവിപ്പതി-
ന്നിപ്പോളെനിക്കവകാശമുണ്ടായതും
ചില്പുരുഷ! പ്രഭോ! നിങ്കൃപാവൈഭവ-
മെപ്പോഴുമെന്നുള്ളിൽ വാഴ്ക ജഗൽപ്പതേ!
കോപകാമദ്വേഷമത്സരകാർപ്പണ്യ-
ലോഭമോഹാദി ശത്രുക്കളുണ്ടാകയാൽ
മുക്തിമാർഗ്ഗങ്ങളിൽ സഞ്ചരിച്ചീടുവാൻ
ശക്തിയുമില്ല നിൻ മായാബലവശാൽ
ത്വൽക്കഥാപീയൂഷപാനവും ചെയ്തുകൊ-

ണ്ടുൾക്കാമ്പിൽ നിന്നെയും ധ്യാനിച്ചനാരതം
ത്വല്പൂജയും ചെയ്തു നാമങ്ങളുച്ചരി-
ച്ചിപ്രപഞ്ചത്തിങ്കലൊക്കെ നിരന്തരം
നിൻ ചരിതങ്ങളും പാടിവിശുദ്ധനായ്
സഞ്ചരിപ്പാനായനുഗ്രഹിക്കേണമേ
രാജരാജേന്ദ്ര! രഘുകുലനായക!
രാജീവലോചന! രാമ! രമാപതേ!
പാതിയും പോയിതു ഭൂഭാരമിന്നു നീ
ബാധിച്ച കുംഭകർണ്ണൻ തന്നെക്കൊൽകയാൽ
ഭോഗീന്ദ്രനാകിയ സൌമിത്രിയും നാളെ
മേഘനിനാദനെക്കൊല്ലുമയോധനേ
പിന്നെ മറ്റെന്നാൾ ദശഗ്രീവനെബ്ഭവാൻ
കൊന്നു ജഗത്രയം രക്ഷിച്ചുകൊള്ളുക.
ഞാനിനി ബ്രഹ്മലോകത്തിനു പോകുന്നു
മാനവവീര! ജയിക്ക ജയിക്ക നീ"
ഇത്ഥം പറഞ്ഞു വണങ്ങിസ്തുതിച്ചതി-
ഭക്തിമാനാകിയ നാരദനും തദാ
രാഘവനോടനുവാദവും കൈക്കൊണ്ടു
വേഗേന പോയ്മറഞ്ഞീടിനാനന്നേരം.

അതികായവധം

സിദ്ധഗന്ധർവ്വവിദ്യാധരഗുഹ്യകയക്ഷ
ഭുജംഗഖഗാപ്സരരോവൃന്ദവും
കിന്നരചാരണ കിമ്പുരുഷന്മാരും
പന്നഗതാപസ ദേവസമൂഹവും
പുഷ്പവർഷം ചെയ്തു ഭക്ത്യാ പുകഴ്ത്തിനാർ
ചില്പുരുഷൻ പുരുഷോത്തമമദ്വയം
ദേവമുനീശ്വരൻ നാരദനും തദാ
സർവ്വാർത്ഥ മമ്പരാേടവതരിച്ചീടിനാൻ
രാമം ദശരഥനന്ദനമുല്പലശ്യാമളം
കോമളം ബാണധനുർദ്ധരം
പൂർണ്ണചന്ദ്രാനനം കാരുണ്യപീയൂഷ
പൂർണ്ണസമുദ്രം മുകുന്ദം സദാശിവം
രാമം ജഗദഭിരാമമാത്മാരാമമാ
മോദമർന്നു പുകഴ്ന്നു തുടങ്ങിനാൻ:
“സീതാപതേ! രാമ! രാജേന്ദ്ര! രാഘവ!
ജഗന്നാഥ! നാരായണാ! ഖിലാധാരാ! നമോസ്തുതേ
വിശ്വസാക്ഷിൻ!പരമാത്മനൻ സനാതന!
വിശ്വമൂർത്തേ! പരബ്രഹ്മമേ! ദൈവമേ!
ദുഃഖസുഖാദികളല്ലാമനുദിനം കൈക്കൊണ്ടു
മായാ മാനുഷാകാരനായ്
ശുദ്ധതത്ത്വജ്ഞനായ് ജ്ഞാനസ്വരൂപനായ്
സത്യസ്വരൂപനായ് സർവ്വലോകേശനായ്
സത്വങ്ങളുള്ളിലേ ജീവസ്വരൂപനായ്
സത്വപ്രധാനഗുണപ്രിയനായ് സദാ
വ്യക്തനായവ്യക്തനായതിസ്വസ്ഥനായ്

നിഷ്കളനായ് നിരാകാരനായിങ്ങനെ
നിർഗ്ഗുണനായ് നിഗമാന്തവാക്യാർത്ഥമായ്
ചിൽഘനാത്മാവായ് ശിവനായ് നിരീഹനായ്
ചക്ഷുരുന്മീലനകാലത്തു സൃഷ്ടിയും
ചക്ഷുർന്നിമീലനംകൊണ്ടു സംഹാരവും
രക്ഷയും നാനാവിധാവതാരങ്ങളാൽ ശിക്ഷിച്ചു
ധർമ്മത്തെയും പരിപാലിച്ചു
നിത്യം പുരുഷപ്രകൃതികാലാഖ്യനായ്
ഭക്തപ്രിയനാം പരമാത്മനേ നമഃ
യാതൊരാത്മാവിനെക്കാണുന്നിതപ്പൊഴും
ചേതസി താപസനേന്ദ്രന്മാർ നിരാശയാ
തത്സ്വരൂപത്തിനായ്ക്കൊണ്ടു നമസ്കാരം
ചിത്സ്വരൂപ! പ്രഭോ! നിത്യം നമോസ്തുതേ
നിർവ്വികാരം വിശുദ്ധജ്ഞാനരൂപിണം
സർവ്വലോകാധാരമാദ്യം നമോ നമഃ
ത്വല്പ്രസാദം കൊണ്ടൊഴിഞ്ഞു മറ്റൊന്നിനാൽ
ത്വൽബോധമുണ്ടായ്വരികയുമില്ലല്ലോ
ത്വല്പാദപത്മങ്ങൾ കണ്ടു സവേിപ്പതിനി
പ്പോളെനിക്കവകാശമുണ്ടായതും
ചില്പുരുഷ!പ്രഭോ!നിൻകൃപാവൈഭവമെ
പ്പോഴുമെന്നുള്ളിൽ വാഴ്ക ജഗല്പതേ!
കോപകാമദ്വേഷമത്സരകാർപ്പണ്യലോഭ
മോഹാദി ശത്രുക്കളുണ്ടാകയാൽ
മുക്തിമാർഗ്ഗങ്ങളിൽ സഞ്ചരിച്ചീടുവാൻ
ശക്തിയുമില്ല നിന്മായാബലവശാൽ
ത്വൽക്കഥാപീയൂഷപാനവും ചെയ്തു
കൊണ്ടുൾക്കാമ്പിൽ നിന്നെയും ധ്യാനിച്ചനാരതം
ത്വല്പൂജയും ചെയ്തു നാമങ്ങളുച്ച്രിച്ചിപ്ര

പഞ്ചത്തിങ്കലശൊക്കെ നിരന്തരം
നിൻചരിതങ്ങളും പാടി വിശുദ്ധനായ്
സഞ്ചരിപ്പാനായനുഗ്രഹിക്കണേമേ!
രാജരാജനേന്ദ്ര! രഘുകുലനായക!
രാജീവലോചന! രാമ! രമാപതേ!
പാതിയും പോയിതു ഭൂഭാരമിന്നു നീ ബാധിച്ച
കുംഭകർണ്ണൻതന്നെക്കൊൽകയാൽ
ഭോഗീന്ദ്രനാകിയ സൌമിത്രിയും നാളെ
മേഘനിനാദനെക്കൊല്ലുമായോധനേ
പിന്നെ മറ്റെന്നാൾ ദശഗ്രീവനെബ്ഭവാൻ
കൊന്നു ജഗത്രയം രക്ഷിച്ചുകൊള്ളുക
ഞാനിനി ബ്രഹ്മലോകത്തിനു പോകുന്നു
മാനവവീര! ജയിക്ക ജയിക്ക നീ
ഇത്ഥം പറഞ്ഞു വണങ്ങി സ്തുതിച്ചതി
ഭക്തിമാനാകിയ നാരദനും തദാ
രാഘവനോടനുവാദവും കൈക്കൊണ്ടു
വേഗേനേ പോയ്മറഞ്ഞീടിനാനന്നരം

ഇന്ദ്രജിത്തിന്റെ വിജയം

'മക്കളും തമ്പിമാരും മരുമക്കളു-
മുൾക്കരുത്തറേും പടനായകന്മാരും
മന്ത്രികളും മരിച്ചീടിനാരരേറ്വെ-
രനെ്തിനി നല്ലതു ശങ്കര! ദവൈമേ!'
ഇത്ഥം വിലാപിച്ച നരേത്തു ചനെ്നിന്ദ്ര-
ജിത്തും നമസ്കരിച്ചീടിനാൻ താതനെ
'ഖദേമുണ്ടാകരുതതേുമേ മാനസേ
താതനു ഞാനിഹ ജീവിച്ചിരിക്കവേ
ശത്രുക്കളക്കെണൌലചയെ്തു വരുന്നതു-
ണ്ടത്തലും തീർത്തിങ്ങിരുന്നരുളണേമേ!
സ്വസ്ഥനായ് വാഴുക ചിന്തയും കവൈിട്ടു
യുദ്ധേ ജയിപ്പാനനുഗ്രഹിക്കണേമേ!'
എന്നതു കടേ്ടു തനയനയേും പുണർ-
'ന്നനെ്നേ സുഖമേ ജയിച്ചു വരിക നീ'
വമ്പനാം പുത്രനും കുമ്പിട്ടു താതനെ-
ത്തൻപടയണൊടും നടന്നു തുടങ്ങിനാൻ
ശംഭുപ്രസാദം വരുത്തുവാനായ്ച്ചനെ്നു
ജംഭാരിജിത്തും നികുംഭില പുക്കിതു
സംഭാരജാലവും സംപാദ്യ സാദരം
സംഭാവ്യ ഹണേമമാരംഭിച്ചിതന്നരേം
രക്തമാല്യാംബര ഗന്ധാനുലപേന-
യുക്തനായ്ത്തത്ര ഗുരൂപദശോന്വിതം
ഭക്തിപൂണ്ടുജ്ജ്വലിപ്പിച്ചഗ്നിദവേനെ
ശക്തി തനിയ്ക്കു വർദ്ധിച്ചുവരുവാനായ്
നക്തഞ്ചരാധിപപുത്രനുമതെ്രയും

വ്യക്തവർണ്ണസ്വരമന്ത്രപുരസ്കൃതം
കർത്തവ്യമായുള്ള കർമ്മം കഴിച്ചഥ
ചിത്രഭാനുപ്രസാദത്താലതിദ്രുതം
ശസ്ത്രാസ്ത്രചാപരഥാദികളോടുമ-
ന്തർദ്ധാനവിദ്യയും ലബ്ധ്വാ നിരാകുലം
ഹോമസമാപ്തി വരുത്തിപ്പുറപ്പെട്ടു
രാമാദികളോടു പോരിനായാശരൻ
പോർക്കളം പുക്കോരുനേരം കപികളും
രാക്ഷസരച്ചെറുത്താർത്തടുത്തീടിനാർ
മേഘജാലം വരിഷിക്കുന്നതുപോലെ
മേഘനാദൻ കണ തൂകിത്തുടങ്ങിനാൻ
പാഷാണപർവ്വതവൃക്ഷാദികൾകൊണ്ടു
ഭീഷണന്മാരായ വാനരവീരരും
ദാരുണമായ് പ്രഹരിച്ചുതുടങ്ങിനാർ
വാരണവാജിപദാതിരഥികളും
അന്തകൻതൻ പുരിയിൽച്ചെന്നു പുക്കവർ-
ക്കന്തം വരുന്നതു കണ്ടൊരു രാവണി
സന്താപമോടുമന്തർദ്ധാനവും ചെയ്തു
സന്തതം തൂകിനാൻ ബ്രഹ്മാസ്ത്രസഞ്ചയം
വൃക്ഷങ്ങൾ വന്നു മുറിഞ്ഞു വീഴുംവണ്ണ-
മൃക്ഷപ്രവരന്മാർ വീണു തുടങ്ങിനാർ
വമ്പരാം മർക്കടന്മാരുടെ മെയ്യിൽ വ-
ന്നമ്പതും നൂറുമിരുനൂറുമഞ്ഞൂറും
അമ്പുകൾ കൊണ്ടു പിളർന്നു തെരുതെരെ-
ക്കമ്പം കലർന്നു മോഹിച്ചു വീണീടിനാർ
അമ്പതുബാണം വിവിദനേറ്റൂ പുന-
രൊമ്പതും മൈന്ദനുമഞ്ചുഗജൻമേലും
തൊണ്ണൂറുബാണം നളനും തറച്ചിത-

വണ്ണമറേറു ഗന്ധമാദനൻ മയെയ്യിലും
ഈരഞ്ഞമ്പതറേറിതു നീലനും മുപ്പതു-
മീരഞ്ചു ബാണങ്ങൾ ജാംബവാൻമയെയ്യിലും
ആറു പനസനു, മഴേു വിനത,നീ-
രാറു സുഷേണേനുമടെട്ടു കുമുദനും
ആറഞ്ചു ബാണമൃഷഭനും, കസേരി-
ക്കാറുമഞൊരമ്പതുംകൂടടെ വന്നറേറിതു
പത്തുശതബലിക്കഞൊമ്പതു ധൂമ്രനും
പത്തുമഞൊരടെട്ടും പ്രമാഥിയ്ക്കുമറേറിതു
പത്തും പുനരിരുപത്തഞ്ചുമറേറിതു
ശക്തിയറേും വഗേദർശി,ക്കതുപഞാലെ
നാൽപതുകഞൊണ്ടു ദധിമുഖൻമയെയ്യിലും
നാൽപത്തിരണ്ടു ഗവാക്ഷനുമറേറിതു
മൂന്നു ഗവയനുമഞ്ചു ശരഭനും
മൂന്നുമഞൊരു നാലുമറേു സുമുഖനും
ദുർമ്മുഖനറേറിതിരുപത്തിനാലമ്പു
സമ്മാനമായറുപത്തഞ്ചു താരനും
ജ്യഞാതിർമ്മുഖനുമറുപതറേു, പുന-
രാതങ്കമഞാടമ്പതഗ്നിവദനനും
അംഗദൻമലേഴുപത്തഞ്ചു കഞൊണ്ടിതു-
തുംഗനാം സുഗ്രീവനറേു ശരശതം
ഇത്ഥം കപികുലനായകന്മാരറു-
പത്തഴേു കഞാടിയും വീണിതു ഭൂതലേ
മർക്കടന്മാരിരുപത്തഞൊന്നു വള്ളേവു-
മർക്കതനയനും വീണഞാരനന്തരം
ആവതില്ലതേുമിതിന്നു നമുക്കനെ്നു
ദവേദവേന്മാരുമന്യഞാന്യമന്നരേം
വ്യാകുലം പൂണ്ടു പറഞ്ഞുനിൽക്കേ, രുഷാ

രാഘവന്മാരെയുമെയ്തു വീഴ്ത്തീടിനാൻ
മേഘനാദൻ മഹാവീര്യവൃതധരൻ
ശോകവിഷണ്ണമായ് നിശ്ചലമായിതു
ലോകവും കൂണപാധീശജയത്തിനാ-
ലാഖണ്ഡലാരിയും ശംഖനാദം ചെയ്തു
വേഗേന ലങ്കയിൽ പുക്കിരുന്നീടിനാൻ
ലേഖസമൂഹവും മാഴ്കീ ഗതാശയാ

ഔഷധത്തിനായി ഹനൂമാന്റെ ഗമനം

കൈകെസീനന്ദനനായ വിഭീഷണൻ
ഭാഗവതോത്തമൻ ഭക്തപരായണൻ
പോക്കുവൻ മലേിലാപത്തു ഞാനന്നെന്നോർത്തു
പോർക്കളം കൈവിട്ടു വാങ്ങ്ങി നിന്നീടിനാൻ
കൊള്ളിയും മിന്നിക്കിടക്കുന്നതിൽ പ്രാണ–
നുള്ളവരാരന്നെറിയണേമന്നെന്നോർത്തു
നോക്കി നോക്കിസ്സഞ്ചരിച്ചു തുടങ്ങ്ങിനാ–
നാക്കമറ്റേും വായുപുത്രനുമന്നരേം
ആരിനിയുള്ളതൊരു സഹായത്തിനെ–
ന്നാരായ്കവണേമന്നെന്നോർത്തവനും തദാ
ശാഖാമൃഗങ്ങ്ങൾ കിടക്കുന്നവർകളിൽ
ചാകാതവരിതിലാരന്നെ്നു നോക്കുവാൻ
ഏകാകിയായ് നടക്കുന്നനരേം തത്ര
രാഘവഭക്തൻ വിഭീഷണനകെ്കണ്ടു
തമ്മിലന്യോന്യമറിഞ്ഞു ദുഃഖം പൂണ്ടു
നിർമ്മലന്മാർ നടന്നീടിനാർ പിന്നയെും
പാഥോജസംഭവനന്ദനൻ ജാംബവാൻ
താതനനുഗ്രഹം കൊണ്ടു മോഹം തീർന്നു
കണ്ണുമിഴിപ്പനരുതാഞ്ഞിരിക്കുമ്പോൾ
ചന്നെു വിഭീഷണൻ ചോദിച്ചിതാദരാൽ
'നിന്നുടെ ജീവനുണ്ടോ കപിപുംഗവ?
നന്നായിതങ്ങെ്കിൽ നീയന്നെന്നയെറിഞ്ഞിതോ?
'കണ്ണു മിഴിച്ചുകൂടാ രുധിരം കൊണ്ടു
നിന്നുടെ വാക്കു കടേ്ടുള്ളിൽ വിഭാതി മേ
രാക്ഷസരാജൻ വിഭീഷണനന്നെതു
സാക്ഷാൽ പരമാർത്ഥമന്നെേടു ചൊല്ലുക'

'സത്യം വിഭീഷണനായതു ഞാനടൈടോ!
സത്യമതേ' പുനരതന്നെതു കടേട്ടവൻ
ചോദിച്ചിതാശരാധീശ്വരൻതന്നോടു
'ബോധമുണ്ടല്ലോ ഭവാനറേറമാകയാൽ
മേഘനാദാസ്ത്രങ്ങളറേറു മരിച്ചൊരു
ശാഖാമൃഗങ്ങളിൽ നമ്മുടെ മാരുതി
ജീവനോടേ പുനരങ്ങൊനുമുണ്ടങ്കി-
ലാവതല്ലാം തിരയണേമിനിയടൈടോ!'
ചോദിച്ചിതാശു വിഭീഷണ'നന്തെടൈടോ
വാതാത്മജനിൽ വാത്സല്യമുണ്ടായതും?
രാമസൗമിത്രിസുഗ്രീവാംഗദാദിക-
ളാമവരവേരിലും വിശേഷിച്ചു നീ
ചോദിച്ചതന്തു സമീരണപുത്രനെ
മോദിച്ചതന്തവനക്കുറിച്ചേറവും?'
'എങ്കിലോ കേൾക്ക നീ മാരുതിയുണ്ടങ്കിൽ
സങ്കടമില്ല മറ്റാർക്കുമറിഞ്ഞാലും
മാരുതപുത്രൻ മരിച്ചിതന്നാകിൽ മ-
റ്റാരുമില്ലൊക്കെ മരിച്ചതിനൊക്കുമേ'
സാരസസംഭവപുത്രവാക്യം കടേട്ടു
മാരുതിയും ബഹുമാനിച്ചു സാദരം
'ഞാനിതല്ലോ മരിച്ചീല'ന്നവൻകാലക്ക-
ലാമോദമുൾക്കൊണ്ടു വീണു വണങ്ങിനാൻ
ഗാഢമായാശ്ലേഷവും ചെയ്തു ജാംബവാൻ
കൂടത്തെലയിൽ മുകർന്നു ചൊല്ലീടിനാൻ
'മേഘനാദാസ്ത്രങ്ങളറേറു മരിച്ചൊരു
ശാഖാമൃഗങ്ങളെയും പിന്നെ നമ്മുടെ
രാഘവന്മാരെയും ജീവിച്ചിരുത്തുവാ-
നാകുന്നവരാരുമില്ല നീയന്നിയേ
പോകവണേം നീ ഹിമവാനെയും കട-

ന്നാകുലമറ്റു കലൈാസശലൈത്തോളം
കലൈാസസന്നിധിയിങ്കലൃഷഭാദ്രി–
മലേുണ്ടു ദിവ്യൗഷധങ്ങളറികനീ
നാലുണ്ടു ദിവ്യൗഷധങ്ങളവറ്റിനു
നാലിനും നാമങ്ങളും കടേ്ടുകൊള്ളുക
മുമ്പിൽ വിശല്യകരണിയന്നൊന്നടോ
പിമ്പു സന്ധാനകരണി മൂന്നാമതും
നല്ല സുവർണ്ണകരണി നാലാമതും
ചൊല്ലുവൻ ഞാൻ മൃതസഞ്ജീവനി സഖേ!
രണ്ടു ശൃംഗങ്ങളുയർന്നു കാണാമവ–
രണ്ടിനും മദ്ധ്യേ മരുന്നുകൾ നിൽപതും
ആദിത്യനോളം പ്രഭയുണ്ടു നാലിനും
വദേസ്വരൂപങ്ങളന്നുമറിക നീ
വാരാന്നിധിയും വനങ്ങൾ ശലൈങ്ങളും
ചാരുനദികളും രാജ്യങ്ങളും കട–
ന്നാരാൽ വരിക മരുന്നുകളും കൊണ്ടു
മാരുതനന്ദന! പോക നീ വകൈാതെ'
ഇത്ഥം വിധിസുതൻ വാക്കുകൾ കടേ്ടവൻ
ഭക്ത്യാ തൊഴുതു മാഹന്ദ്രേമറേീടിനാൻ
മരേുവിനോളം വളർന്നു ചമഞ്ഞവൻ
വാരാന്നിധിയും കുലപർവ്വതങ്ങളും
ലങ്കയും രാക്ഷസരും വിറയ്ക്കും വണ്ണം
ശങ്കാരഹിതം കരുത്തോടലറിനാൻ
വായുവഗേനേ കുതിച്ചുയർന്നംബരേ
പോയവൻ നീഹാരശലൈവും പിന്നിട്ടു
വരൈിഞ്ചമണ്ഡവും ശങ്കരശലൈവും
നരേേ ധരാനദിയുമളകാപുരം
മരേുഗിരിയുമൃഷഭാദ്രിയും കണ്ടു
മാരുതി വിസ്മയപ്പപെട്ടു നോക്കീടിനാൻ

കാലനേമിയുടെ പുറപ്പാട്

മാരുതനന്ദനനൗഷധത്തിനന്നങ്ങു
മാരുതവേഗേന പോയതറിഞ്ഞൊരു
ചാരവരന്മാർനിശാചരാധീശനോ-
ടാരുമറിയാതെ ചെന്നു ചൊല്ലീടിനാർ.
ചാരവാക്യം കേട്ടു രാത്രിഞ്ചരാധിപൻ
പാരം വിചാരം കലർന്നു മരുവിനാൻ
ചിന്താവശനായ് മുഹൂർത്തമിരുന്നള-
വന്തർഗ്ഗൃഹത്തിങ്കൽനിന്നു പുറപ്പെട്ടു
രാത്രിയിലാരും സഹായവും കൂടാതെ
രാത്രിഞ്ചരാധിപൻകാലനേമീഗൃഹം
പ്രാപിച്ചളവധി വിസ്മയം പൂണ്ടവ-
നാമോദപൂർണ്ണം തൊഴുതു സന്ത്രസ്തനായ്
അർഘ്യാദികൾകൊണ്ടു പൂജിച്ചു ചോദിച്ചാ-
'നർക്കോദയം വരും മുമ്പേ ലഘുതരം
ഇങ്ങെഴുന്നള്ളുവാനെന്തൊരു കാരണ-
മിങ്ങനെ മറ്റുള്ളകമ്പടി കൂടാതെ?'
ദുഃഖനിപീഡിതനാകിയ രാവണ-
നക്കാലനേമിതന്നോടു ചൊല്ലീടിനാൻ:
'ഇക്കാലവൈഭവമെന്തു ചൊല്ലാവതു-
മൊക്കെ നിന്നോടു ചൊൽവാനത്ര വന്നതും
ശക്തിമാനാകിയ ലക്ഷ്മണനെന്നുടെ
ശക്തിയേറ്റാശു വീണിടിനാൻഭൂതലേ
പിന്നെ വിരിഞ്ചാസ്ത്രമെയ്തു മമാത്മജൻ
മന്നവന്മാരെയും വാനരന്മാരെയും
കൊന്നു രണാങ്കണം തന്നിൽവീഴ്ത്തീടിനാൻ.

വന്നെപ്പറയുമടിപ്പിച്ചിതാത്മജൻ.
ഇന്നു ജീവിപ്പിച്ചുകൊള്ളുവാൻമാരുത-
നന്ദനനൌഷധത്തിന്നു പോയീടിനാൻ.
ചെന്നു വിഘ്നം വരുത്തണമതിന്നു നീ.
നിന്നോടുപായവും ചൊല്ലാമതിന്നെടോ!
താപസനായ് ചെന്നു മാർഗ്ഗമദ്ധ്യേ പുക്കു
പാപവിനാശനമായുള്ള വാക്കുകൾ
ചൊല്ലി മോഹിപ്പിച്ചു കാലവിളംബനം
വല്ല കണക്കിലും നീ വരുത്തീടണം.
താമസവാക്കുകൾകേട്ടനേരം കാല-
നമിയും രാവണൻതന്നോടു ചൊല്ലിനാൻ:
സാമവേദജ്ഞ! സർവ്വജ്ഞ! ലങ്കേശ്വര!
സാമമാന്നുടെ വാക്കു കേൾക്കണമേ!
നിന്നെക്കുറിച്ചു മരിപ്പതിനിക്കാല-
മെന്നുള്ളിലേതും മടിയില്ല നിശ്ചയം.
മാരീചനെക്കണക്കെ മരിപ്പാൻമന-
താരിലെനിക്കതേുമില്ലൊരു ചഞ്ചലം.
മക്കളും തമ്പിമാരും മരുമക്കളും
മക്കളുടെ നല്ല മക്കളും ഭൃത്യരും
ഒക്കെ മരിച്ചു നീ ജീവിച്ചിരുന്നിട്ടു
ദുഃഖമൊഴിഞ്ഞെന്തൊരു ഫലമുള്ളതും?
എന്തു രാജ്യം കൊണ്ടും പിന്നെയൊരു ഫലം?
എന്തു ഫലം തവ ജാനകിയെക്കൊണ്ടും?
ഹന്ത! ജഡാത്മകമായ ദേഹം കൊണ്ടു-
മെന്തു ഫലം തവ ചിന്തിച്ചു കാൺകെടോ!
സീതയെ രാമനു കൊണ്ടക്കൊടുത്തു നീ
സോദരനായ്ക്കൊണ്ടു രാജ്യവും നൽകുക.
കാനനംതന്നിൽമുനിവേഷവും പൂണ്ടു

മാനസശുദ്ധിയോടുംകൂടി നിത്യവും
പ്രത്യുഷസ്യുസ്ത്ഥായ ശുദ്ധതോയെ കുളി–
ച്ചത്യന്തഭക്തിയോടർക്കോദയം കണ്ടു
സന്ധ്യാനമസ്കാരവും ചെയ്തു ശീഘ്രമേ–
കാന്തേ സുഖാസനം പ്രാപിച്ചു തുഷ്ടനായ്
സർവ്വവിഷയസംഗങ്ങളും കൈവിട്ടു
സർവ്വേന്ദ്രിയങ്ങളും പ്രത്യാഹരിച്ചുടൻ
ആത്മനി കണ്ടുകണ്ടാത്മാനമാത്മനാ
സ്വാത്മോദയംകൊണ്ടു സർവ്വലോകങ്ങളും
സ്ഥാവരജംഗമജാതികളായുള്ള
ദേവതിര്യങ്ങ്മനുഷ്യാദി ജന്തുക്കളും
ദേഹബുദ്ധീന്ദ്രിയാദ്യങ്ങളും നിത്യനാം
ദേഹി സർവ്വത്തിനുമാധാരമെന്നതും
ആബ്രഹ്മസ്തംബപര്യന്തമായെന്തോന്നു
താല്പര്യമുൾക്കൊണ്ടു കണ്ടതും കേട്ടതും
ഒക്കെ പ്രകൃതിയെന്നത്രേ ചൊല്ലപ്പെടും
സൽഗുരുമായയെന്നും പറഞ്ഞീടുന്നു.
ഇക്കണ്ട ലോകവൃക്ഷത്തിന്നനേകധാ
സർഗ്ഗസ്ഥിതിവിനാശങ്ങൾക്കും കാരണം
ലോഹിതശ്വേതകൃഷ്ണാദി മയങ്ങളാം
ദേഹങ്ങളെ ജനിപ്പിക്കുന്നതും മായാ.
പുത്രഗണം കാമക്രോധാദികളെല്ലാം
പുത്രികളും തൃഷ്ണഹിംസാദികളടോ.
തന്റെ ഗുണങ്ങളെക്കൊണ്ടു മോഹിപ്പിച്ചു
തന്റെ വശത്താക്കുമാത്മാവിനെയവൾ.
കർത്തൃത്വഭോക്തൃത്വമുഖ്യഗുണങ്ങളെ
നിത്യമാത്മാവാകുമീശ്വരൻതങ്കലേ
ആരോപണം ചെയ്തു തന്റെ വശത്താക്കി

നരേ നിരന്തരം ക്രീഡിച്ചുകൊള്ളുന്നു.
ശുദ്ധനാത്മാ പരനകേനവളോടു
യുക്തനായ് വന്നു പുറത്തു കാണുന്നിതു
തന്നുടയൊത്മാവിനത്തൊൻമറക്കുന്നി–
തന്വഹം മായാഗുണവിമോഹത്തിനാൽ.
'ബോധസ്വരൂപനായോരു ഗുരുവിനാൽ
ബോധിതനായാൽനിവൃത്തനേ്ദ്രിയനുമായ്
കാണുന്നിതാത്മാവിനെ സ്പഷ്ടമായ് സദാ
വണ്ണേുന്നതല്ലാമവനു വന്നൂ തദാ.
ദൃഷ്ട്വാ പ്രകൃതിഗുണങ്ങളോടാശു വരേ
പടെട്ടു ജീവമുക്തനായ് വരും ദഹേിയും.
നീയുമവേം സദാത്മാനം വിചാരിച്ചു
മായാഗുണങ്ങളിൽനിന്നു വിമുക്തനായ്
അദ്യപ്രഭൃതി വിമുക്തനാത്മാവിതി–
ജ്ഞാത്വാ നിരസ്താശയാ ജിതകാമനായ്
ധ്യാനനിരതനായ് വാഴുകന്നൊൽവരു–
മാനന്ദമതേും വികല്പമില്ലോർക്ക നീ.
ധ്യാനിപ്പതിന്നു സമർത്ഥനല്ലങ്കെിലോ
മാനസേ പാവനേ ഭക്തിപരവശേ
നിത്യം സഗുണനാം ദവേനയൊശ്രയി–
ച്ചത്യന്തശുദ്ധ്യാ സ്വബുദ്ധ്യാ നിരന്തരം
ഹൃൽപത്മകർണ്ണികാമദ്ധ്യേ സുവർണ്ണ പീ–
ഠോൽപലേ രത്നഗണാഞ്ചിതേ നിർമ്മലേ
ശ്ല്ഷ്ണേ മൃദുതരേ സീതയാസംസ്ഥിതം
ലക്ഷ്മണസവേിതം ബാണധനുർദ്ധരം
വീരാസനസ്ഥം വിശാലവിലോചന–
മരൊവതീതുല്യപീതാംബരധരം
ഹാരകിരീടകയേൂരാംഗദാംഗുലീ–

യഴോരു രത്നാഞ്ചിത കുണ്ഡലനൂപുര
ചാരുകടക കടിസൂത്ര കൌസ്തുഭ
സാരസമാല്യവനമാലികാധരം
ശ്രീവത്സവക്ഷസം രാമം രമാവരം
ശ്രീവാസുദദവം മുകുന്ദം ജനാർദ്ദനം
സർവ്വഹൃദിസ്ഥിതം സർവശേ്വരം പരം
സർവ്വവന്ദ്യം ശരണാഗതവത്സലം
ഭക്ത്യാ പരബ്രഹ്മയുക്തനായ് ധ്യാനിക്കിൽ
മുക്തനായ് വന്നുകൂടും ഭവാൻനിർണ്ണയം.
തച്ചരിത്രം കടേ്ടുകൌൾകയും ചൌൽകയു-
മുച്ചരിച്ചും രാമരാമതേി സന്തതം
ഇങ്ങനെ കാലം കഴിച്ചുകൌള്ളുന്നാകി-
ലങ്ങെനെ ജന്മങ്ങൾപിന്നയെുണ്ടാകുന്നു?
ജന്മജന്മാന്തരത്തിങ്കലുമുള്ളഴോരു
കൽമഷമൌക്കെ നശിച്ചുപഴോം നിശ്ചയം.
വരൈം വടിഞ്ഞതിഭക്തിസംയുക്തനായ്
ശ്രീരാമദവേനത്തെന്നെ ഭജിക്ക നീ
ദവേം പരിപൂർണ്ണമകേം സദാ ഹൃദി-
ഭാവിതം ഭാവരൂപം പുരുഷം പരം
നാമരൂപാദിഹീനം പുരാണം ശിവം
രാമമവേം ഭജിച്ചീടു നീ സന്തതം.'
രാക്ഷസനേ്ദ്രൻകാലനമേി പറഞ്ഞൌരു
വാക്കുകൾപീയൂഷതുല്യങ്ങൾകശേ്ക്കയാൽ
ക്രഴോധതാമ്രാക്ഷനായ് വാളുമായ് തൽഗളം
ഛദേിപ്പതിന്നൌരുമ്പടെട്ടു ചൌല്ലീടിനാൻ:
'നിന്നെ വടെട്ടിക്കളഞ്ഞിട്ടിനിക്കാര്യങ്ങൾ
പിന്നയെല്ലൊം വിചാരിച്ചുകൌള്ളാമടൈഴോ!'
കാലനമേിക്ഷണദാചരനന്നരേം

മൂലമല്ലെല്ലാം വിചരിച്ചു ചൊല്ലീടിനാൻ:
'രാക്ഷസരാജ! ദുഷ്ടാത്മൻ! മതിമതി
രൂക്ഷതാഭാവമിതുകൊണ്ടു കിം ഫലം?
നിന്നുടെ ശാസനം ഞാനനുഷ്ഠിപ്പന-
തെന്നുടെ സൽഗതിക്കെന്നു ധരിക്ക നീ.
സത്യസ്വരൂപത്തെ വഞ്ചിപ്പതിന്നു ഞാ-
നദ്യ സമുദ്യുക്തനായേൻമടിയാതെ.'
എന്നു പറഞ്ഞു ഹിമാദ്രിപാർശ്വേ ഭൃശം
ചെന്നിരുന്നാൻമുനിവേഷമായ് തൽക്ഷണേ

കാലനമേിവധം

കാണായിതാശ്രമം മായാവിരചിതം
നാനാമുനിജനസവേിതമായതും
ശിഷ്യജനപരിചാരകസംയുത-
മൃഷ്യാശ്രമം കണ്ടു വായുതനയനും
ചിന്തിച്ചു നിന്നാ 'നിവിടയെരൊരാശ്രമ-
മന്െതുമൂലം? പണ്ടു കണ്ടിടട്ടുമില്ല ഞാൻ.
മാർഗ്ഗവിഭ്രംശം വരികയോ? കവേല-
മഠോർക്കണമൻെമനോവിഭ്രമമല്ലല്ലീ?
നാനാപ്രകാരവും താ്പസനകെ്കണ്ടു
പാനീയപാനവും ചയെ്തു ദാഹം തീർത്തു
കാണാം മഹൗഷധം നിൽക്കുമത്യുന്നതം
ദ്രോണാചലം രഘുപുംഗവാനുഗ്രഹാൽ.'
ഇത്ഥം നിരൂപിച്ചൊരു യോജനായതം
വിസ്താരമാണ്ട മായശ്രമമശ്രമം
രംഭാപനസഖർജ്ജുരകരോമ്രാദി
സമ്പൂർണ്ണമത്യച്ഛതോയവാപീയുതം
കാലനമേിത്രിയാമാചാരനും തത്ര
ശാലയില്വൃത്വിക്സദസ്യാദികളോടും
ഇന്ദ്രയാഗം ദൃഢമാമ്മാറനുഷ്ഠിച്ചു
ചന്ദ്രചൂഡപ്രസാദം വരുത്തീടുവാൻ
ഭക്ത്യാ ശിവപൂജയും ചയെ്തു വാഴുന്ന
നക്തഞ്ചരനേ്ദ്രനാം താപസശ്രഷേ്ഠനെ
വീണു നമസ്കാരവും ചയെ്തുടൻജഗൽ
പ്രാണതനയനുമിങ്ങ്ങനെ ചൊല്ലിനാൻ:
'രാമദൂതോഹം ഹനുമാനിനി മമ

നാമം പവനജനഞ്ജനാനന്ദനൻ
രാമകാര്യാർത്ഥമായ് ക്ഷീരാംബുരാശിക്കു
സാമോദമിന്നു പോകുന്നു തപോനിധേ!
ദേഹരക്ഷാർത്ഥമിവിടേക്കു വന്നിതു
ദാഹം പൊറാഞ്ഞു തണ്ണീർകുടിച്ചീടുവാൻ
എങ്ങു ജലസ്ഥലമെന്നരുൾചെയ്യണ-
മെങ്ങുമേ പാർക്കരുതെന്നെൻമനോഗതം.'
മാരുതി ചൊന്നതു കേട്ടു നിശാചരൻ
കാരുണ്യഭാവം നടിച്ചു ചൊല്ലീടിനാൻ:
'മാമകമായ കമണ്ഡലുസ്ഥം ജല-
മാമയം തീരുവോളം കുടിച്ചീടുക.
പക്വഫലങ്ങളും ഭക്ഷിച്ചനന്തരം
ദുഃഖം കളഞ്ഞു കുറഞ്ഞൊന്നുറങ്ങുക.
ഏതും പരിഭ്രമിക്കേണ്ട ഭവാനിനി-
ബ്ഭൂതവും ഭവ്യവും മേലിൽഭവിപ്പതും.
ദിവ്യദൃശാ കണ്ടറിഞ്ഞിരിക്കുന്നിതു
സുവ്യക്തമായതുകൊണ്ടു ചൊല്ലീടുവൻ.
വാനരന്മാരും സുമിത്രാതനയനും
മാനവവീരനിരീക്ഷിതരാകയാൽ
മോഹവും തീർന്നെഴുന്നേറ്റിതെല്ലാവരു-
മാഹവത്തിന്നൊരുമിച്ചുനിന്നീടിനാർ.'
ഇത്ഥമാകർണ്യ ചൊന്നാൻകപിപുംഗവ-
'നത്രയും കാരുണ്യശാലിയല്ലോ ഭവാൻ.
പാരം പൊരുതു മേ ദാഹമതുകൊണ്ടു
പോരാ കമണ്ഡലുസംസ്ഥിതമാം ജലം.'
വായുതനയനവേ ചൊന്ന നേരത്തു
മായാവിരചിതനായ വടുവിനെ
തോയാകരം ചെന്നു കാട്ടിക്കൊടുക്കെന്നു

ഭൂയോ മുദാ കാലനേമിയും ചൊല്ലിനാൻ.
'നേത്രനിമീലനം ചെയ്തു പാനീയവും
പീത്വാ മമാന്തികം പ്രാപിക്ക സത്വരം.
എന്നാൽനിനക്കൗഷധം കണ്ടുകിട്ടുവാ-
നിന്നു നല്ലോരു മന്ത്രോപദേശം ചെയ്‌വൻ.'
എന്നതു കേട്ടു വിശ്വാസേന മാരുതി
ചെന്നാനയച്ച വടുവിനോടും മുദാ
കണ്ണുമടച്ചു വാപീതടം പ്രാപിച്ചു
തണ്ണീർകുടിപ്പാൻതുടങ്ങും ദശാന്തരേ
വന്നു ഭയങ്കരിയായ മകരിയു-
മുന്നതനായ മഹാകപിവീരനെ
തിന്നുകളവാനൊരുമ്പെട്ട നേരത്തു
കണ്ണും മിഴിച്ചു കപീന്ദ്രനും നോക്കിനാൻ;
വക്ത്രം പിളർന്നു കണ്ടോരു മകരിയെ
ഹസ്തങ്ങൾകൊണ്ടു പിളർന്നാൻകപിവരൻ
ദേഹമുപേക്ഷിച്ചു മേല്പോട്ടു പോയിതു
ദേഹിയും മിന്നൽപോലെ തദത്യത്ഭുതം.
ദിവ്യവിമാനദേശേ കണ്ടിതന്നേരം
ദിവ്യരൂപത്തൊടു നാരീമണിയെയും
ചേതോഹരാംഗിയാമപ്സരസ്ത്രീമണി
വാതാത്മജനോടു ചൊന്നാളതുനേരം:
'നിന്നുടെ കാരുണ്യമുണ്ടാകയാലെനി-
ക്കിന്നു വന്നൂ ശാപമോക്ഷം കപിവര!
മുന്നമൊരപ്സരസ്ത്രീ ഞാ,നൊരു മുനി-
തന്നുടെ ശാപേന രാക്ഷസിയായതും
ധന്യമാലീതി മേ നാമം മഹാമതേ!
മാന്യനാം നീയിനിയൊന്നു ധരിക്കണം
അത്ര പുൺയാശ്രമേ നീ കണ്ട താപസൻ

നക്തഞ്ചരൻകാലനമേി മഹാഖലൻ.
രാവണപ്രേരിതനായ് വന്നിരുന്നവൻ
താവകമാർഗ്ഗവിഘ്നം വരുത്തീടുവാൻ
താപസവേഷം ധരിച്ചിരിക്കുന്നിതു
താപസദേവഭൂദേവാദി ഹിംസകൻ
ദുഷ്ടനെ വേഗം വധിച്ചുകളഞ്ഞിനി-
പ്പുഷ്ടമോദം ദ്രോണപർവ്വതം പ്രാപിച്ചു
ദിവ്യൌഷധങ്ങളുംകൊണ്ടങ്ങു ചെന്നിനി
ക്രവ്യാദവംശമശേഷമൊടുക്കുക.
ഞാനിനി ബ്രഹ്മലോകത്തിനു പോകുന്നു
വാനരവീര! കുശലം ഭവിക്ക തേ.'
പോയാളിവണ്ണം പറഞ്ഞവൾ, മാരുതി
മായാവിയാം കാലനേമിതന്നന്തികേ
ചെന്നാ്, നവനോടു ചൊന്നാനസുരനും:
'വന്നീടുവാനിത്ര വൈകിയതെന്തെടോ?
കാലമിനിക്കളയാതെ വരിക നീ
മൂലമന്ത്രോപദേശം ചെയ്വനാശു ഞാൻ.
ദക്ഷിണയും തന്നഭിവാദ്യവും ചെയ്ക
ദക്ഷനായ് വന്നുകൂടും ഭവാൻനിർണ്ണയം.'
തൽക്ഷണേ മുഷ്ടിയും ബദ്ധ്വാ ദൃഢതരം
രക്ഷഃപ്രവരോത്തമാംഗേ കപിവരൻ
ഒന്നടിച്ചാനതുകൊണ്ടവനും തദാ
ചെന്നു പുക്കീടിനാൻധർമ്മരാജാലയം

ദിവ്യൗഷധഫലം

ക്ഷീരാർണ്ണവത്തെയും ദ്രോണാചലത്തെയും
മാരുതി കണ്ടു വണങ്ങി നോക്കും വിധൌ
ഔഷധാവാസമൃഷഭാദ്രിയും കണ്ടി-
തൌഷധമൊന്നുമേ കണ്ടതുമില്ലല്ലോ.
കാണാഞ്ഞു കോപിച്ചു പർവ്വതത്തെപ്പറി-
ച്ചണോങ്കബിംബംകണക്കപ്പെിടിച്ചവൻ
കൊണ്ടുവന്നൻപോടു രാഘവൻമുമ്പിൽവ-
ച്ചിണ്ടൽതീർത്തീടിനാൻവമ്പടയ്ക്കന്നരേം
കൊണ്ടൽനരേർവർണ്ണനും പ്രീതിപൂണ്ടാൻനീല-
കണ്ഠനുമാനന്ദമായ് വന്നിതറേ്റവും
ഔഷധത്തിൻകാററു തട്ടിയ നേരത്തു
ദോഷമകന്നെഴുന്നേറ്റിതെല്ലാവരും.
'മുന്നമിരുന്നവണ്ണംതന്നെയൊക്കണ-
മിന്നുതന്നെ ശൈലമില്ലൊരു സംശയം
അല്ലായ്കിലങ്ങെനെ രാത്രിഞ്ചരബലം
കൊല്ലുന്നിതെന്നരുൾചെയ്തോരനന്തരം
കുന്നുമെടുത്തുയർന്നാൻകപിപുംഗവൻ.
വന്നാനരനിമിഷംകൊണ്ടു പിന്നെയും
യുദ്ധേ മരിച്ച നിശാചരന്മാരുടൽ
നക്തഞ്ചരേന്ദ്രനിയോഗനേ രാക്ഷസർ
വാരാന്നിധിയിലിട്ടീടിനാരന്നതു-
കാരണം ജീവിച്ചതില്ല രക്ഷോഗണം.

മേഘനാദവധം

രാഘവന്മാരും മഹാകപിവീരരും
ശോകമകന്നു തെളിഞ്ഞു വാഴുംവിധൌ
മർക്കടനായകന്മാരോടു ചൊല്ലിനാ–
നർക്കതനയനുമംഗദനും തദാ:
'നിൽക്കരുതാരും പുറത്തിനി വാനര–
രൊക്കക്കെക്കടക്ക മുറിക്ക മതിലുകൾ.
വയ്ക്ക ഗൃഹങ്ങളിലൊക്കവേ കൊള്ളിയും
വൃക്ഷങ്ങളൊക്കെ മുറിക്ക തരുതരെ.
കൂപതടാകങ്ങൾതൂർക്ക കിടങ്ങുകൾ
ഗോപുരദ്വാരാവധി നിരത്തീടുക.
മിക്കതുമൊക്കയൊടുങ്ങി നിശാചര–
രുൾക്കരുത്തുള്ളവരിന്നുമുണ്ടെങ്കിലോ
വന്നേതുപൊറാഞ്ഞാൽപുറത്തു പുറപ്പെടു–
മന്തകൻവീട്ടിന്നയയ്ക്കാമനുക്ഷണം.'
എന്നതു കേട്ടവർകൊള്ളിയും കൈക്കൊണ്ടു
ചെന്നു തരുതരെ വച്ചുതുടങ്ങിനാർ.
പ്രാസാദഗോപുരഹർമ്മ്യഗഹേങ്ങളും
കാസീസകാഞ്ചനരൂപ്യതാമ്രങ്ങളും
ആയുധശാലകളാഭരണങ്ങളു–
മായതനങ്ങളും മജ്ജനശാലയും
വാരണവൃന്ദവും വാജിസമൂഹവും
തേരുകളും വന്നേതുവന്നേതുവീണീടുന്നു.
സ്വർഗ്ഗലോകത്തോളമത്തെി ദഹനനും
ശക്രനോടങ്ങറിയിപ്പാനനാകുലം
മാരുതി ചുട്ടതിലേറേ നന്നായ് ചമ–

ച്ചരൊരു ലങ്കാപുരം ഭൂതിയായ് വന്നിതു.
രാത്രിഞ്ചരസ്ത്രീകൾവന്നെത്തലറിപ്പാഞ്ഞു-
മാർത്തിമുഴുത്തു തരുതരെച്ചാകയും
മാർത്താണ്ഡഗോത്രജനാകിയ രാഘവൻ
കൂർത്തുമൂർത്തുള്ള ശരങ്ങൾപൊഴിക്കയും
ഗോത്രാരിജിത്തും ജയിച്ചതുമത്രെയും
പാർത്തോളമത്ഭുതമന്നു പറകയും
രാത്രിഞ്ചരന്മാർനിലവിളിഘോഷവും
രാത്രിഞ്ചരസ്ത്രീകൾകഴേുന്ന ഘോഷവും
വാനരന്മാർനിന്നലറുന്ന ഘോഷവും
മാനവനേന്ദ്രൻധനുർജ്ജ്യാനാദഘോഷവും
ആനകൾവന്നെത്തലറീടുന്ന ഘോഷവും
ദീനതപൂണ്ട തുരഗങ്ങൾനാദവും
സന്തതം തിങ്ങി മുഴങ്ങിച്ചമഞ്ഞിതു
ചിന്ത മുഴുത്തു ദശാനനവീരനും
കുംഭകർണ്ണാത്മജന്മാരിൽമുമ്പുള്ളൊരു
കുംഭനോടാശു നീ പോകന്നെന്നും ചൊല്ലിനാൻ.
തമ്പിയായുള്ള നികുംഭനുമന്നരേം
മുമ്പിൽഞാനന്നു മുതിർന്നു പുറപ്പെട്ടാൻ.
കമ്പനൻതാനും പ്രജംഘനുമത്രെയും
വൻപുള്ള യൂപാക്ഷനും ശോണിതാക്ഷനും
വൻപടയോടും പുറപ്പെട്ടു ചന്നെള-
വിമ്പം കലർന്നടുത്താർകപിവീരരും.
രാത്രിയിലാർത്തങ്ങടുത്തു പൊരുതൊരു
രാത്രിഞ്ചരന്മാർതരുതരെച്ചാകയും
കൂർത്ത ശസ്ത്രാസ്ത്രങ്ങൾകൊണ്ടു കപികളും
ഗാത്രങ്ങൾഭദേിച്ചു ധാത്രിയിൽവീഴ്കയും
ഏററുപിടിച്ചുമടിച്ചുമിടിച്ചു മ-

ങ്ങറേറം കടിച്ചും പൊടിച്ചും പരസ്പരം
ചീററം മുഴുത്തു പറിച്ചും മരാമരം
തോററുപോകായ്കന്നു ചൊല്ലിയടുക്കയും
വാനരരാക്ഷസന്മാർപൊരുതാരഭി-
മാനം നടിച്ചും ത്യജിച്ചും കളബേരം
നാലഞ്ചുനാഴികനേരം കഴിഞ്ഞപ്പോൾ
കാലപുരിപുക്കിതറേറ രക്ഷോഗണം.
കമ്പനൻ വൻപോടെടുത്താനതുനേരേ-
മമ്പുകൊണ്ടററമകന്നു കപികളും.
കമ്പംകലർന്നൊഴിച്ചാരതു കണ്ടഥ
ജംഭാരിനന്ദനപുത്രനും കോപിച്ചു
കമ്പൻതന്നെ വധിച്ചോരനന്തരം
പിമ്പേ തുടർന്നങ്ങടുത്താൻപ്രജംഘനും
യൂപാക്ഷനും തഥാ ശോണിതനേത്രനും
കോപിച്ചടുത്താരതുനേരമംഗദൻ
കോണപന്മാർമൂവരോടും പൊരുതതി-
ക്ഷീണനായ് വന്നിതു ബാലിതനയനും.
മൈന്ദനുമാശു വിവിദനുമായ്ത്തത്ര
മന്ദതേരം വന്നടുത്താരതുനേരം.
കൊന്നാൻപ്രജംഘനെത്താരയേനുമഥ
പിന്നയെവ്വണ്ണം വിവിദൻമഹാബലൻ
കൊന്നിതു ശോണിതനേത്രനെയുമഥ
മൈന്ദനും യൂപാക്ഷനെക്കൊന്നു വീഴ്ത്തിനാൻ
നക്തഞ്ചരവരന്മാരവർനാൽവരും
മൃത്യുപുരം പ്രവേശിച്ചോരനന്തരം
കുംഭനണഞ്ഞു ശരം പൊഴിച്ചീടിനാൻ
വമ്പരാം വാനരന്മാരൊക്കെ മണ്ടിനാർ
സുഗ്രീവനും തരേിലമ്മാറു ചാടി വീ-

ണുഗ്രതയോടവൻ വിൽകളഞ്ഞീടിനാൻ.
മുഷ്ടിയുദ്ധംചെയ്ത നേരത്തു കുംഭനെ-
പ്പെട്ടെന്നെടുത്തെറിഞ്ഞീടിനാനബ്ധിയിൽ.
വാരാന്നിധിയും കലക്കിമറിച്ചതി-
ഘോരനാം കുംഭൻകരേറിവന്നീടിനാൻ.
സൂര്യാത്മജനുമതു കണ്ടു കോപിച്ചു
സൂര്യാത്മജാലയത്തിന്നയച്ചീടാൻ.
സുഗ്രീവനഗ്രജനെക്കൊന്നനേരമ-
ത്യുഗ്രൻനികുംഭൻപരിഘവുമായുടൻ
സംഹാരരുദ്രനെപ്പോലെ രണാജിരേ
സിംഹനാദം ചെയ്തടുത്താനതുനേരം.
സുഗ്രീവനെപ്പിന്നിലിട്ടു വാതാത്മജ-
നഗ്രേ ചെറുത്താൻനികുംഭനെത്തൽക്ഷണേ.
മാരുതിമാറിലടിച്ചാൻനികുംഭനും
പാരിൽനുറുങ്ങി വീണു തൽപരിഘവും.
ഉത്തമാംഗത്തെപ്പറിച്ചെറിഞ്ഞാനതി-
ക്രുദ്ധനായോരു ജഗൽപ്രാണപുത്രനും
പടേിച്ചു മണ്ടിനാർശേഷിച്ച രാക്ഷസർ
കൂടെത്തുടർന്നടുത്താർകപിവീരരും,
ലങ്കയിൽപുക്കടച്ചാരവരും ചെന്നു
ലങ്കേശനോടറിയിച്ചാരവസ്ഥകൾ.
കുംഭാദികൾമരിച്ചോരുദന്തം കേട്ടു
ജംഭാരിവൈരിയും ഭീതിപൂണ്ടീടിനാൻ.
പിന്നെ ഖരാത്മജനാം മകരാക്ഷനോ-
ടന്യൂനകോപേന ചൊന്നാൻദശാനനൻ:
'ചെന്നു നീ രാമാദികളെജ്ജയിച്ചിങ്ങു
വന്നീടു' കെന്നനേരം മകരാക്ഷനും
തന്നുടെ സൈന്യസമേതം പുറപ്പെട്ടു

സന്നാഹമോടുമടുത്തു രണാങ്കണേ
പന്നഗതുല്യങ്ങളായ ശരങ്ങളെ
വഹ്നികീലാകാരമായ് ചൊരിഞ്ഞീടിനാൻ.
നിന്നുകൂടാഞ്ഞു ഭയപ്പെട്ടു വാനരർ
ചെന്നഭയം തരികെന്നു രാമാന്തികേ
നിന്നു പറഞ്ഞതു കേട്ടളവേ രാമ–
ചന്ദ്രനും വില്ലും കുഴിയക്കെകുലച്ചുടൻ
വില്ലാളികളിൽമുമ്പുള്ളവൻതന്നോടു
നില്ലെന്നണഞ്ഞു ബാണങ്ങൾതൂകീടിനാൻ.
ഒന്നിനൊന്നൊപ്പമെയ്താൻമകരാക്ഷനും
ഭിന്നമായീ ശരീരം കമലാക്ഷനും
അന്യോന്യമൊപ്പം പൊരുതു നിൽക്കുന്നേര–
മൊന്നു തളർന്നു ചമഞ്ഞു ഖരാത്മജൻ.
അപ്പോൾകൊടിയും കുടയും കുതിരയും
തൽപാണിതന്നിലിരുന്നൊരു ചാപവും
തേരും പൊടിപെടുത്താനയ്തു രാഘവൻ
സാരഥിതന്നെയും കൊന്നാനതുനേരം.
പാരിലാമ്മാറു ചാടിശൂലവുംകൊണ്ടു
പാരമടുത്ത മകരാക്ഷനെത്തദാ
പാവകാസ്ത്രംകൊണ്ടു കണ്ഠവും ഛേദിച്ചു
ദേവകൾക്കാപത്തുമൊട്ടു തീർത്തീടിനാൻ.
രാവണിതാനതറിഞ്ഞു കോപിച്ചു വ–
ന്നവേരെയും പൊരുതാശു പുറത്താക്കി
രാവണനോടറിയിച്ചാനതു കേട്ടു
ദേവകുലാന്തകനാകിയ രാവണൻ
ഈരേഴുലോകം നടുങ്ങുംപടി പരി–
ചാരകന്മാരോടുകൂടിപ്പുറപ്പെട്ടാൻ.
അപ്പോളതു കണ്ടു മേഘനിനാദനും

തൽപാദയുഗ്മം പണിഞ്ഞു ചൊല്ലീടിനാൻ:
'ഇപ്പോളെടിയനരികളെ നിഗ്രഹി-
ച്ചുൾപ്പൂവിലുണ്ടായ സങ്കടം പോക്കുവൻ
അന്തഃപുരം പുക്കിരുന്നരുളീടുക
സന്താപമുണ്ടാകരുതിതുകാരണം.'
ഇത്ഥം പറഞ്ഞു പിതാവിനെ വന്ദിച്ചു
വൃത്രാരിജിത്തും പുറപ്പെട്ടു പോരിനായ്.
യുദ്ധ്യോദ്യമം കണ്ടു സൗമിത്രി ചെന്നു കാ-
കുൽസ്ഥനോടിത്ഥമുണർത്തിച്ചരുളിനാൻ:
'നിത്യം മറഞ്ഞുനിന്നിങ്ങനെ രാവണ-
പുത്രൻകപിവരന്മാരെയും നമ്മെയും
അസ്ത്രങ്ങളെയ്തുടനന്തം വരുത്തുന്ന-
തെത്രനാളേക്കു പൊറുക്കണമിങ്ങനെ?
ബ്രഹ്മാസ്ത്രമെയ്തു നിശാചരന്മാർകുല-
മുന്മൂലനാശം വരുത്തുക സത്വരം.'
സൗമിത്രി ചൊന്ന വാക്കിങ്ങനെ കേട്ടഥ
രാമഭദ്രസ്വാമി താനുമരുൾചെയ്തു:
'ആയോധനത്തിങ്കലോടുന്നവരോടു-
മായുധം പോയവരോടും വിശേഷിച്ചു
നേരേ വരാതവരോടും, ഭയം പൂണ്ടു
പാദാന്തികേ വന്നു വീഴുന്നവരോടും
പ്രൈതാമഹാസ്ത്രം പ്രയോഗിക്കരുതെടോ!
പാതകമുണ്ടാമതല്ലായ്കിലവേനും
ഞാനിവനോടു പോർചെയ്വനെല്ലാവരും
ദീനതയെന്നിയേ കണ്ടുനിന്നീടുവിൻ.'
എന്നരുൾചെയ്തു വില്ലും കുലച്ചന്തികേ
സന്നദ്ധനായതു കണ്ടൊരു രാവണി
തൽക്ഷണേ ചിന്തിച്ചു കല്പിച്ചു ലങ്കയിൽ

പ്പുക്കു മായാസീതയതെന്തരേൽവച്ചുടൻ
പശ്ചിമഗോപുരത്തൂടെ പുറപ്പെട്ടു
നിശ്ചലനായ് നിന്നനേരം കപികളും
തേരിൽമായാസീതയെക്കണ്ടു ദുഃഖിച്ചു
മാരുതിതാനും പരവശനായിതു
വാനരവീരരെല്ലാവരും കാണവേ
ജാനകീ ദേവിയെ വെട്ടിനാൻനിർദ്ദയം.
'അയ്യോ! വിഭോ! രാമരാമേ' തി വാവിട്ടു
മയ്യൽമിഴിയാൾമുറവിളിച്ചീടിനാൾ.
ചോരയും പാരിൽപരന്നതിതു കണ്ടു
മാരുതി ജാനകിയെന്നു തേറീടിനാൻ.
'ശോഭയില്ലതേും നമുക്കിനി യുദ്ധത്തി-
നാപത്തിതിൽപരമെന്തുള്ളതീശ്വര!
നാമിനി വാങ്ങുക; സീതാവധം മമ
സ്വാമി തന്നോടുണർത്തിപ്പാൻകപികളേ!'
ശാഖാമൃഗാധിപന്മാരെയും വാങ്ങിച്ചു
ശോകാതുരനായ മാരുതനന്ദനൻ
ചൊല്ലുന്നതു കേട്ടു രാഘവനും തദാ
ചൊല്ലിനാൻജാംബവാൻതന്നോടു സാകുലം:
'മാരുതിയെന്തുകൊണ്ടിങ്ങോട്ടു പോന്നിതു!
പോരിൽപുറംതിരിഞ്ഞീടുമാറില്ലവൻ.
നീകൂടെയെങ്ങു ചെന്നീടുക സത്വരം
ലോകശേനന്ദന! പാർക്കരുതേതുമേ.'
ഇത്ഥമാകർണ്യ വിധിസുതനും കപി-
സത്തമന്മാരുമായ് ചെന്നു ലഘുതരം.
'എന്തു കൊണ്ടിങ്ങു വാങ്ങിപ്പോന്നിതു ഭവാൻ?
ബന്ധമെന്തങ്ങോട്ടുതന്നെ നടക്ക നീ.'
എന്നനേരം മാരുതാത്മജൻചൊല്ലിനാ-

'നിന്നു പഠിച്ചു വാങ്ങീടുകയല്ല ഞാൻ.
ഉണ്ടൊരവസ്ഥയുണ്ടായിട്ടതിപ്പഴേ
ചെന്നു ജഗൽസ്വാമിയോടുണർത്തിക്കണം.
പോരിക നീയുമിങ്ങോട്ടിനി'യെന്നുടൻ
മാരുതി ചൊന്നതു കേട്ടവൻതാനുമായ്
ചെന്നു തൊഴുതുണർത്തിച്ചിതു മൈഥിലി-
തന്നുടെ നാശവൃത്താന്തമപ്പേരുമേ.
ഭൂമിയിൽവീണു മോഹിച്ചു രഘൂത്തമൻ
സൗമിത്രി താനുമന്നേരം തിരുമുടി
ചെന്നു മടിയിലെടുത്തു ചേർത്തീടിനാൻ,
മന്നവൻതൻപദമഞ്ജനാപുത്രനും
ഉത്സംഗസീമനി ചേർത്താനതു കണ്ടു
നിസ്സംജ്ഞരായൊക്കെ നിന്നൂ കപികളും
ദുഃഖം കെടുപ്പതിനായുള്ള വാക്കുക-
ളൊക്കപ്പറഞ്ഞു തുടങ്ങീ കുമാരനും.
എന്തൊരു ഘോഷമുണ്ടായതെന്നാത്മനി
ചിന്തിച്ചവിടേക്കു വന്നു വിഭീഷണൻ.
ചോദിച്ച നേരം കുമാരൻപറഞ്ഞിതു
മാതരിശ്വാത്മജൻചൊന്ന വൃത്താന്തങ്ങൾ.
'കയ്യിണ കൊട്ടിച്ചിരിച്ചു വിഭീഷണ-
നയ്യോ! കുരങ്ങന്മാരെന്തറിഞ്ഞൂ വിഭോ!
ലോകേശ്വരിയായ ദേവിയെക്കൊല്ലുവാൻ
ലോകത്രയത്തിങ്കലാരുമുണ്ടായ് വരാ.
മായനിപുണനാം മേഘനിനാദനി-
ക്കാര്യമനുഷ്ഠിച്ചതെന്തിനെന്നാശു കേൾ.
മർക്കടന്മാർചെന്നുപദ്രവിച്ചീടാതെ
തക്കത്തിലാശു നികുംഭിലയിൽചെന്നു
പുക്കുടൻതന്നുടെ ഹോമം കഴിപ്പതി-

നായ്ക്കളൊണ്ടു കണ്ടതോരുപായമത്യത്ഭുതം.
ചന്നെിനി ഹതോമം മുടക്കണമല്ലായ്കി-
ലന്നെുമവനരെ വധിക്കരുതാർക്കുമരേ.
രാഘവ! സ്വാമിൻ! ജയജയ മാനസ-
വ്യാകുലം തീർന്നഴെുന്നരേൽക്ക ദയാനിധര!
ലക്ഷ്മണനുമടിയനും കപികുല-
മുഖ്യപ്രവരരുമായിട്ടു പതോകണം;
ഓർത്തു കാലം കളഞ്ഞീടരുതതേുമരേ
യാത്രയയയ്ക്കണേ' മന്നെു വിഭീഷണൻ
ചൊന്നതു കടേ്ടളവാലസ്യവും തീർന്നു
മന്നവൻപതോവാനനുജ്ഞ നൽകീടിനാൻ.
വസ്തുവൃത്താന്തങ്ങളല്ലൊം ധരിച്ച നരേ-
രത്തു കൃതാർത്ഥനായ് ശ്രീരാമഭദ്രനും
സതോദരൻതന്നയെും രാക്ഷസപുംഗവ-
സതോദരൻതന്നയെും വാനരന്മാരയെും
ചന്നെു ദശഗ്രീവനന്ദനൻതന്നയെും
കൊന്നെു വരികനെ്നനുഗ്രഹം നൽകിനാൻ.
ലക്ഷ്മണനതോടും മഹാകപിസനേയെും
രക്ഷതോവരനും നടന്നാരതുനരേം
മനെ്ദൻവിവിദൻസുഷണേൻനളൻനീല-
നിന്ദ്രാത്മജാത്മജന്കസേരി താരനും
ശൂരൻവൃഷഭൻശരഭൻവിനതനും
വീരൻപ്രമാഥി ശതബലി ജാംബവാൻ
വാതാത്മജൻവഗേദർശി വിശാലനും
ജ്യതോതിർമ്മുഖൻസുമുഖൻബലിപുംഗവൻ
ശ്വതേൻ, ദധിമുഖനഗ്നിമുഖൻഗജൻ
മദേുരൻധ്രൂമൻഗവയൻഗവാക്ഷനും
മറ്റുമിത്യാദി ചൊല്ലുള്ള കപികളും

മുറ്റും നടന്നിതു ലക്ഷ്മണൻതന്നൊടും.
മുന്നിൽനടന്നു വിഭീഷണൻതാനുമായ്
ചെന്നു നികുംഭിലപുക്കു നിറഞ്ഞിതു
നക്തഞ്ചരവരന്മാരച്ചുഴലവേ
നിർത്തി ഹോമം തുടങ്ങീടിനാൻരാവണി.
കല്ലും മലയും മരവുമെടുത്തുകൊ-
ണ്ടല്ലാവരുമായടുത്തു കപികളും
എറ്റുമേറ്റം കൊണ്ടു വീണു തുടങ്ങിനാ-
രറ്റമില്ലാതോരോ രാക്ഷസവീരരും.
മുറ്റുകയില്ല ഹോമം നമുക്കിങ്ങിനി-
പ്പററലരച്ചെറ്റെകറ്റിയൊഴിഞ്ഞെന്നു
കല്പിച്ചു രാവണി വില്ലും ശരങ്ങളും
കല്പോടെടുത്തു പോരിന്നടുത്തീടിനാൻ
വന്നു നികുംഭിലയാൽത്തലമലേറി
നിന്നു ദശാനനപുത്രനുമന്നേരം
കണ്ടു വിഭീഷണൻസൗമിത്രി തന്നോടു
കുണ്ഠത തീർത്തു പറഞ്ഞുതുടങ്ങിനാൻ:
'വീര കഴിഞ്ഞില ഹോമമിവനെങ്കിൽ
നേരേ വളിച്ചത്തു കണ്ടുകൂടാ ദൃഢം.
മാരുതനന്ദനൻതന്നോടു കോപിച്ചു
നേരിട്ടു വന്നതു കണ്ടതില്ലേ ഭവാൻ?
മൃത്യുസമയമടുത്തിതിവന്നിനി
യുദ്ധം തുടങ്ങുക വൈകരുതേതുമേ.'
ഇത്ഥം വിഭീഷണൻചൊന്ന നേരത്തു സൗ-
മിത്രിയുമസ്ത്രശസ്ത്രങ്ങൾതൂകിടിനാൻ.
പ്രത്യസ്ത്രശസ്ത്രങ്ങൾകൊണ്ടു തടുത്തിന്ദ്ര-
ജിത്തുമത്യർത്ഥമസ്ത്രങ്ങളെയ്തീടിനാൻ.
അപ്പോൾകഴുത്തിലറ്റുത്തു മരുൽസുത-

നുല്പന്നമമോദം കുമാരനസെസ്സാദരം.
ലക്ഷ്മണപാർശ്വേ വിഭീഷണനകെക്കണ്ടു
തൽക്ഷണം ചൊന്നാൻദശാനനപുത്രനും
'രാക്ഷസജാതിയിൽവന്നു പിറന്ന നീ
സാക്ഷാൽപിതൃവ്യനല്ലോ മമ കവേലം
പുത്രമിത്രാദി വർഗ്ഗത്തയെടുക്കുവാൻ
ശത്രുജനത്തിനു ഭൃത്യനായിങ്ങനെ
നിത്യവും വലേ ചെയ്യുന്നതോർത്തീടിനാ-
ലത്രയും നന്നുനന്നെന്നതേ ചൊല്ലാവൂ.
ഗോത്രവിനാശം വരുത്തും ജനങ്ങള്ക്കു
പാർത്തുകണ്ടോളം ഗതിയില്ല നിർണ്ണയം.
ഊർദ്ധ്വലോകപ്രാപ്തി സന്തതികൊണ്ടത്രേ
സാധ്യമാകുന്നതന്നെല്ലോ ബുധമതം.
ശാസ്ത്രജ്ഞനാം നീ കുലത്തയെടുക്കുവാ-
നാസ്ഥയാ വലേചെയ്യുന്നതുമത്ഭുതം.'
എന്നതു കടേട്ടു വിഭീഷണൻചൊല്ലിനാൻ;
'നന്നു നീയും നിൻപിതാവുമറിക നീ
വംശം മുടിക്കുന്നതിന്നു നീയതേുമേ
സംശയമില്ല വിചാരിക്ക മാനസേ.
വംശത്തെ രക്ഷിച്ചുകൊള്ളുവനിന്നു ഞാ-
നംശുമാലീകുലനായകാനുഗ്രഹാൽ.'
ഇങ്ങനെ തമ്മിൽപറഞ്ഞുനിൽക്കുന്നരേം
മങ്ങാതെ ബാണങ്ങൾതൂകി കുമാരനും
എല്ലാമതയ്തു മുറിച്ചുകളഞ്ഞഥ
ചൊല്ലിനാനാശു സൗമിത്രി തന്നോടവൻ.
'രണ്ടുദിനം മമ ബാഹുപരാക്രമം
കണ്ടതില്ലേ നീ കുമാരാ വിശഷേിച്ചും?
കണ്ടുകൊൾകല്ലായ്കിലിന്നു ഞാൻനിന്നുടൽ

കൊണ്ടു ജന്തുക്കൾക്കു ഭക്ഷണമാകുവൻ'
ഇത്ഥം പറഞ്ഞെഴു ബാണങ്ങൾകൊണ്ടു സൌ-
മിത്രിയുടയെുടൽകീറിനാനറേവും.
പത്തു ബാണം വായുപുത്രനയെല്പിച്ചു
സത്വരം പിന്നെ വിഭീഷണൻതന്നയും
നൂറു ശരമയ്തു വാനരവീരരു-
മറേ മുറിഞ്ഞു വശംകടെട്ടു വാങ്ങിനാർ.
തൽക്ഷണേ ബാണം മഴപൊഴിയുംവണ്ണം
ലക്ഷ്മണൻതൂകിനാൻശക്രാരിമേനിമേൽ.
വൃത്രാരിജിത്തും ശരസഹസ്രണേ സൌ-
മിത്രികവചം നുറുക്കിയിട്ടീടിനാൻ.
രക്താഭിഷിക്തശരീരികളായിതു
നക്തഞ്ചരനും സുമിത്രാതനയനും.
പാരമടുത്തഞ്ചു ബാണം പ്രയോഗിച്ചു
തരേും പൊടിച്ചു കുതിരകളക്കൊന്നു
സാരഥിതന്റെ തലയും മുറിച്ചതി-
സാരമായോരു വില്ലും മുറിച്ചീടിനാൻ.
മറ്റൊരു ചാപമടുത്തു കുലച്ചവ-
നറ്റമില്ലാതോളം ബാനങ്ങൾതൂകിനാൻ.
പിന്നെ മൂന്നമ്പയെ്തതും മുറിച്ചീടിനാൻ.
മന്നവൻപംക്തികണ്ഠാത്മജനന്നരേം
ഊറ്റമായോരു വില്ലും കുഴിയകെ്കുല-
ച്ചറേ്മടുത്തു ബാണങ്ങൾതൂകീടിനാൻ.
സത്വരം ലങ്കയിൽപുക്കു തരേും പൂട്ടി
വിദ്രുതം വന്നിതു രാവണപുത്രനും
ആരുമറിഞ്ഞീല പോയതു വന്നതും
നാരദൻതാനും പ്രശംസിച്ചിതന്നരേം.
ഘോരമായുണ്ടായ സംഗരം കണ്ടൊരു

സാരസസംഭവനാദികൾചൊല്ലിനാർ:
'പണ്ടു ലോകത്തിങ്കലിങ്ങനെയുള്ള പോ-
രുണ്ടായതില്ലിനിയുണ്ടാകയുമില്ല.
കണ്ടാലുമീദൃശം വീരപുരുഷന്മാ-
രുണ്ടോ ജഗത്തിങ്കൽമറ്റിവരെപ്പോലെ.'
ഇത്ഥം പലരും പ്രശംസിച്ചു നില്പതിൻ
മദ്ധ്യേ ദിവസത്രയം കഴിഞ്ഞൂ ഭൃശം.
വാസരം മൂന്നു കഴിഞ്ഞോരനന്തരം
വാസവ ദൈവതമസ്ത്രം കുമാരനും
ലാഘവം ചേർന്നു കരണേ സന്ധിപ്പിച്ചു
രാഘവൻതൻപദാംഭോരുഹം മാനസേ
ചിന്തിച്ചുറപ്പിച്ചയച്ചാനതു ചെന്നു
പംക്തികണ്ഠാത്മജൻകണ്ഠവും ഛേദിച്ചു
സിന്ധുജലത്തിൽമുഴുകി വിശുദ്ധമാ-
യന്തരാ തൂണിയിൽവന്നു പുക്കൂ ശരം.
ഭൂമിയിൽവീണിതു രാവണിതന്നുട-
ലാമയം തീർന്നിതു ലോകത്രയത്തിനും
സന്തുഷ്ടമാനസന്മാരായ ദേവകൾ
സന്തതം സൗമിത്രിയെ സ്തുതിച്ചീടിനാർ.
പുഷ്പങ്ങളും വരിഷിച്ചാരുടനുട-
നപ്സരസ്ത്രീകളും നൃത്തം തുടങ്ങിനാർ.
നക്ഷത്രങ്ങളായിരവും വിളങ്ങീ തദാ
ഗോത്രാരിതാനും പ്രസാദിച്ചിതേറ്റവും.
താപമകന്നു പുകഴ്ന്നുതുടങ്ങിനാർ
താപസന്മാരും ഗഗനചരന്മാരും
ദുന്ദുഭി നാദവും ഘോഷിച്ചിതേറ്റമാ-
നന്ദിച്ചിതാശു വിരിഞ്ചനുമന്നേരം.
ശങ്കാവിഹീനം ചെറുഞാണൊലിയിട്ടു

ശംഖും വിളിച്ചുടൻസിംഹനാദംചെയ്തു
വാനരന്മാരുമായ് വേഗേന സൌമിത്രി
മാനവേന്ദ്രൻചരണാംബുജം കൂപ്പിനാൻ.
ഗാഢമായാലിംഗനം ചെയ്തു രാഘവ-
നൂഢമോദം മുകർന്നീടിനാൻമൂർദ്ധനി
ലക്ഷ്മണനോടു ചിരിച്ചരുളിച്ചെയ്തു:
'ദുഷ്കരമത്രെയും നീ ചെയ്ത കാരിയം
രാവണി യുദ്ധേ മരിച്ചതു കാരണം
രാവണൻതാനും മരിച്ചാനറിക നീ
ക്രുദ്ധനായ് നമ്മോടു യുദ്ധത്തിനായ് വരും
പുത്രശോകത്താലിനി ദശഗ്രീവനും.'

രാവണന്റെ വിലാപം

ഇത്ഥമന്യോന്യം പറഞ്ഞിരിയ്ക്കുന്നേരം
പുത്രൻ മരിച്ചതു കേട്ടൊരു രാവണൻ
വീണിതു ഭൂമിയിൽ മോഹം കലർന്നതി-
ക്ഷീണനായ് പിന്നെ വിലാപം തുടങ്ങിനാൻ:
'ഹാ ഹാ കുമാര! മണ്ഡോദരീനന്ദന!
ഹാ ഹാ സുകുമാര! വീര! മനോഹര!
മത്ക്കർമ്മദോഷങ്ങളെന്തു ചൊല്ലാവതു
ദുഃഖമിതെന്നു മറക്കാവതുള്ളിൽ ഞാൻ!
വിണ്ണവർക്കും ദ്വിജന്മാർക്കും മുനിമാർക്കു-
മിന്നു നാന്നായുറങ്ങീടുമാറായിതു
നമ്മെയും പേടിയില്ലാർക്കുമിനി മമ-
ജന്മവും നിഷ്ഫലമായ് വന്നിതീശ്വര!'
പുത്രഗുണങ്ങൾ പറഞ്ഞും നിരൂപിച്ചു-
മത്തൽ മുഴുത്തു കരഞ്ഞു തുടങ്ങിനാൻ
'എന്നുടെ പുത്രൻ മരിച്ചതു ജാനകി-
തന്നുടെ കാരണമെന്നതു കൊണ്ടു ഞാൻ
കൊന്നവൾ തന്നുടെ ചോര കുടിച്ചൊഴി-
ഞ്ഞെന്നുമേ ദുഃഖമടങ്ങുകയില്ല മേ!'
ഖഡ്ഗവുമോങ്ങിച്ചിരിച്ചലറിത്തത്ര-
നിർഗമിച്ചീടിനാൻ ക്രുദ്ധനാം രാവണൻ
സീതയും ദുഷ്ടനാം രാവണനെക്കണ്ടു
ഭീതയായെത്രയും വേപഥു ഗാത്രിയായ്
ഹാ! രാമ! രാമ! രാമേതി ജപത്തോടു-
മാരാമദേശേ വസിക്കും ദശാന്തരേ
ബുദ്ധിമാനായ സുപാർശ്വൻ നയജ്ഞനെ-

ത്യുത്തമൻ കർബ്ബുരസത്തമൻ വൃത്തവാൻ
രാവണനൻ തന്നതെത്തടുത്തു നിർത്തിപ്പറ-
യാവതലെല്ലാം പറഞ്ഞീടിനാൻ നീതികൾ:
'ബ്രഹ്മകുലത്തിൽ ജനിച്ച ഭവാനിഹ
നിർമലനനെന്നു ജഗത്ത്രയസമ്മതം
താവകമായ ഗുണങ്ങൾ വർണ്ണിപ്പതി-
നാവതല്ലഹോർക്കിൽ ഗുഹനുമനന്തനും
ദവേദവേശ്വരനായ പുരവൈരി-
സവേകന്മാരിൽ പ്രധാനനല്ലോ ഭവാൻ
പൌലസ്ത്യനായ കുബരേ സഹോദരൻ
ത്രലൈോക്യവന്ദ്യനാം പുണ്യജനാധിപൻ
സാമവദേജ്ഞൻ സമസ്തവിദ്യാലയൻ
വാമദവോധിവാസാത്മാ ജിതനേദ്രിയൻ
വദേവിദ്യാവ്രതസ്നാനപരായണൻ
ബോധവാൻ ഭാർഗ്ഗവശിഷ്യൻ വിനയവാൻ
എന്നിരിക്കെ ബ്ഭവാനിന്നു യുദ്ധാന്തരേ
നന്നുനന്നതെ്രയുമഹോർത്തു കൽപ്പിച്ചതും
സ്ത്രീവധമാകിയ കർമ്മത്തിനാശു നീ
ഭാവിച്ചതും തവ ദുഷ്ക്കീർത്തിവർദ്ധനം
രാത്രിഞ്ചരനേദ്രപ്രവരപ്രഭോ! മയാ-
സാർദ്ധം വിരവോടു പോരിക പോരിനായ്
മാനവന്മാരെയും വാനരന്മാരെയും
മാനനേ പോർചയെ്തു കൊന്നു കളഞ്ഞു നീ
ജാനകീദവേിയെ പ്രാപിച്ചുകൊള്ളുക
മാനസതാപവും ദൂരനെീക്കീടുക"
നീതിമാനായ സുപാർശ്വൻ പറഞ്ഞതു
യാതുധാനാധിപൻ കടേട്ടു സന്തുഷ്ടനായ്
ആസ്ഥനമണ്ഡപ ചെന്നിരുന്നതെ്രയു-

മാസ്ഥയാ മന്ത്രികളോടും നിരൂപിച്ചു
ശിഷ്ടരായുള്ള നിശാചരന്മാരുമായ്
പുഷ്ടരോഷം പുറപ്പെട്ടിതു പോരിനായ്
ചെന്നു രക്ഷോബലം രാമനോടേറ്റേറ്റ-
വന്നൊഴിയാതെയൊടുക്കിനാൻ രാമനും
മന്നവൻ തന്നോടെതിർത്തിതു രാവണൻ
നിന്നു പോർ ചെയ്താനഭേദമായ് നിർഭയം
പിന്നെ രഘൂത്തമൻ ബാണങ്ങളെയ്തെയ്തു
ഭിന്നമാക്കീടിനാൻ രാവണദേഹവും
പാരം മുറിഞ്ഞു തളർന്നു വശം കെട്ടു
ധീരതയും വിട്ടുവാങ്ങി ദശാനനൻ
പോരുമിനി മമ പോരുമെന്നോർത്തതി-
ഭീരുവായ് ലങ്കാപുരം പുക്കനന്തരം.

രാവണന്റെ ഹോമവിഘ്നം

ശുക്രനപ്പെച്ചനെന്നു നമസ്കരിച്ചത്രയും
ശുഷ്കവദനനായ് നിന്നു ചൊല്ലീടിനാൻ:
'അർക്കാത്മജാദിയാം മർക്കടവീരരു-
മർക്കാന്വയോത്ഭൂതനാകിയ രാമനും
ഒക്കയെയൊരുമിച്ചു വാരിധിയും കട-
ന്നിക്കരെ വന്നു ലങ്കാപുരം പ്രാപിച്ചു
ശക്രാരിമുഖ്യനിശാചരന്മാരെയു-
മൊക്കയൊടുക്കി ഞാനേകാകിയായിതു
ദുഃഖവുമുൾക്കൊണ്ടിരിക്കുമാറായിതു
സത്ഗുരോ! ഞാൻ തവ ശിഷ്യനല്ലോ വിഭോ!'
വിജ്ഞാനിയാകിയ രാവണനാലിതി-
വിജ്ഞാപിതനായ ശുക്രമഹാമുനി
രാവണനോടുപദേശിച്ചി'തെങ്കിൽ നീ
ദേവതമാരെ പ്രസാദം വരുത്തുക
ശീഘ്രമൊരു ഗുഹയും തീർത്തു ശത്രുക്കൾ
തോൽക്കും പ്രകാരമതിരഹസ്യസ്ഥലേ
ചെന്നിരുന്നാശു നീ ഹോമം തുടങ്ങുക;
വന്നുകൂടും ജയ, മെന്നാൽ നിനക്കെടോ!
വിഘ്നം വരാതെ കഴിഞ്ഞുകൂടുന്നാകി-
ലഗ്നികുണ്ഡത്തിങ്കൽനിന്നു പുറപ്പെടും
ബാണതൂണീര ചാപാശ്വ രഥാദികൾ
വാനവരാലുമജയ്യനാം പിന്നെ നീ
മന്ത്രം ഗ്രഹിച്ചുകൊൾകെന്നോടു സാദര-
മന്തരമെന്നിയേ ഹോമം കഴിക്ക നീ'
ശുക്രമുനിയോടു മൂലമന്ത്രം കേട്ടു

രക്ഷോഗണാധിപനാകിയ രാവണൻ
പന്നഗലോകസമാനമായ് തീർത്തിതു
തന്നുടെ മന്ദിരം തന്നിൽ ഗുഹാതലം
ദിവ്യമാം ഹവ്യഗവ്യാദി ഹോമായ സ-
ദ്രവ്യങ്ങൾ തത്ര സമ്പാദിച്ചുകൊണ്ടവൻ
ലങ്കാപുരദ്വാരമൊക്കെ ബന്ധിച്ചതിൽ
ശങ്കാവിഹീനമകംപുക്കു ശുദ്ധനായ്
ധ്യാനമുറപ്പിച്ചു തൽഫലം പ്രാർത്ഥിച്ചു
മൌനവും ദീക്ഷിച്ചു ഹോമം തുടങ്ങിനാൻ
വ്യോമമാർഗ്ഗത്തോളമുത്ഥിതമായൊരു
ഹോമധൂപം കണ്ടു രാവണസോദരൻ
രാമചന്ദ്രന്നു കാട്ടിക്കൊടുത്തീടിനാൻ
'ഹോമം തുടങ്ങീ ദശാനനൻ മന്നവ!
ഹോമം കഴിഞ്ഞുകൂടീടുകിലന്നുമേ
നാമവനോടു തോറ്റീടും മഹാരണേ
ഹോമം മുടക്കുവാനായയച്ചീടുക
സാമോദമാശു കപികുലവീരരെ'
ശ്രീരാമസുഗ്രീവശാസനം കൈക്കൊണ്ടു
മാരുതപുത്രാംഗദാദികളൊക്കവേ
നൂറുകോടിപ്പടയോടും മഹാമതി-
ലേറിക്കടന്നങ്ങു രാവണമന്ദിരം
പുക്കു പുരപാലകന്മാരെയും കൊന്നു-
മർക്കടവീരരൊരുമിച്ചനാകുലം
വാരണവാജിരഥങ്ങളെയും പൊടി-
ച്ചാരാഞ്ഞു തത്ര ദശാസ്യഹോമസ്ഥലം
വ്യാജാൽ സരമ നിജ കരസംജ്ഞയാ
സൂചിച്ചിതു ദശഗ്രീവഹോമസ്ഥലം
ഹോമഗുഹാദ്വാരബന്ധനപാഷാണ-

മാമയഹീനം പഞോടിപടെുത്തംഗദൻ
തത്രഗുഹയിലകമ്പുക്കനരേത്തു
നക്തഞ്ചരനേന്ദ്രനക്കൊണായിതന്തികേ
മറ്റുള്ളവർകളുമംഗദാനുജ്ഞയാ
തഞ്ഞേന്നുചഞ്ഞേന്നു ഗുഹയിലിറങ്ങിനാർ
കണ്ണുമടച്ചുടൻ ധ്യാനിച്ചിരിക്കുമ-
പ്പുണ്യജനാധിപനക്കണ്ടു വാനരർ
താഡിച്ചു താഡിച്ചു ഭൃത്യജനങ്ങളെ-
പ്പീഡിച്ചുകഞ്ഞൾകയും സംഭാരസഞ്ചയം
കുണ്ഡത്തിലഞൊക്കയെഞൊരിക്കലമ ഹഞോമിച്ചു
ഖണ്ഡിച്ചിതു ലഘുമഖേലാജാലവും
രാവണൻ കയ്യിലിരുന്ന മഹാസ്രുവം
പാവനി ശ്രീഘ്രം പിടിച്ചു പറിച്ചുടൻ
താഡനം ചയ്താനതു കഞോണ്ടു സത്വരം
ക്രീഡയാ വാനരശ്രഷ്ഠൻ മഹാബലൻ
ദന്തങ്ങൾ കഞോണ്ടും നഖങ്ങൾ കഞോണ്ടും ദശ-
കന്ധരവിഗ്രഹം കീറിനാനറേവും
ധ്യാനത്തിനതേുമിളക്കമുണ്ടായീല
മാനസമ രാവണനും ജയകാംക്ഷയാ
മണ്ഡഞോദരിയപെ്പിടിച്ചു വലിച്ചു തൻ-
മണ്ഡനമല്ലൊം നുറുക്കിയിട്ടീടിനാൻ
വിസ്രസ്തനീവിയായ് കഞ്ചുകഹീനയായ്
വിത്രസ്തയായ് വിലാപം തുടങ്ങീടിനാൾ:
'വാനരന്മാരുടമ തല്ലുകഞോണ്ടീടുവാൻ
ഞാനനെന്തു ദുഷ്ക്രുതം ചയ്തതു ദമൈവമമ!
നാണം നിനക്കില്ലയഞോ രാക്ഷസമശ്വര?
മാനം ഭവാനഞോളമില്ല മറ്റാർക്കുമമ
നിന്നുടമ മുൻപിലിട്ടാശു കപിവര-

രന്നെത്തലമുടിചുറ്റിപ്പിടിപടെട്ടു
പാരിലിഴയ്ക്കുന്നതും കണ്ടിരിപ്പതു
പഠോരമേ പരിഭവമഠോർക്കിൽ ജളമതമേ!
എന്തിനായ്ക്കഠൊണ്ടു നിൻ ധ്യാനവും ഹഠോമവു–
മന്തർഗ്ഗതമിനിയന്നെതഠോന്നു ദുർമതമേ!
ജീവിതാശാ തമേ ബലീയസീ മാനസമേ
ഹാ! വിധിവദൈവമതെത്രയുമത്ഭുതം
അർദ്ധം പുരുഷനു ഭാര്യയല്ലഠോ ഭുവി;
ശത്രുക്കൾ വന്നവളപ്പെിടിച്ചതെത്രയും
ബദ്ധപ്പടുത്തുന്നതും കണ്ടിരിക്കയിൽ
മൃത്യുഭവിക്കുന്നതുത്തമമവേനും
നാണവും പത്നിയും വണ്ടേീലവന്നു തൻ
പ്രാണഭയം കഠൊണ്ടു മൂഢൻ മഹാഖലൻ'
ഭാര്യാവിലാപങ്ങൾ കടേ്ടു ദശാനനൻ
ധൈര്യമകന്നു തൻ വാളുമായ് സത്വരം
അംഗദൻ തന്നഠോടടുത്താനതു കണ്ടു
തുംഗശരീരികളായ കപികളും
രാത്രിഞ്ചരശേ്വരപത്നിയയേുമയ–
ച്ചാർത്തുവിളിച്ചു പുറത്തു പഠോന്നീടിനാർ
ഹഠോമശഷേം മുടക്കിവയമന്നെു രാ–
മാന്തികമേ ചന്നെു കതൈഠൊഴുതീടിനാർ
മണ്ഡഠോദരിയഠോടനുസരിച്ചന്നരേം
പണ്ഡിതനായ ദശാസ്യനും ചഠൊല്ലിനാൻ:
'നാഥമേ! ധരിക്ക ദവൈഠാധീനമഠൊക്കയെും
ജാതനായാൽ മരിക്കുന്നതിൻ മുന്നമമേ
കൽപ്പിച്ചതല്ലൊമനുഭവിച്ചീടണ–
മിപ്പഠോളനുഭവമിത്തരം മാമകം
ജ്ഞാനമാശ്രിത്യ ശഠോകം കളഞ്ഞിടൂ നീ

ജ്ഞാനവിനാശനം ശോകമറിക നീ
അജ്ഞാനസംഭവം ശോകമാകുന്നതു-
മജ്ഞാനജാതമഹങ്കാരമായതും
നശ്വരമായ ശരീരാദികളിലേ
വിശ്വാസവും പുനരജ്ഞാനസംഭവം
ദേഹമൂലം പുത്രദാരാദിബന്ധവും
ദേഹിക്കു സംസാരവുമതു കാരണം
ശോകഭയക്രോധലോഭമോഹസ്പൃഹാ-
രാഗഹർഷാദി ജരമൃത്യുജന്മങ്ങൾ
അജ്ഞാനജങ്ങളഖിലജന്തുക്കൾക്കു-
മജ്ഞാനമല്ലോമകലെക്കളക നീ
ജ്ഞാനസ്വരൂപനാത്മാ പരനദ്വയ-
നാനന്ദപൂർണ്ണസ്വരൂപനലപേകൻ
ഒന്നിനോടില്ല സംയോഗമതിന്നു മ-
റ്റൊന്നിനോടില്ല വിയോഗമൊരിക്കലും
ആത്മാനമിങ്ങനെ കണ്ടു തെളിഞ്ഞുട-
നാത്മനി ശോകം കളക നീ വല്ലഭേ!
ഞാനിനി ശ്രീരാമലക്ഷ്മണന്മാരെയും
വാനരന്മാരെയും കൊന്നു വന്നീടുവൻ
അല്ലായ്കിലോ രാമസായകമേറ്റു കൈ-
വല്യവും പ്രാപിപ്പനില്ലൊരു സംശയം
എന്നെ രാമൻ കൊല ചെയ്യുകിൽ സീതയെ-
ക്കൊന്നു കളഞ്ഞുടനെന്നോടുകൂടവേ
പാവകന്തങ്കൽ പതിച്ചു മരിക്ക നീ
ഭാവനയോടുമെന്നാൽ ഗതിയും വരും'
വ്യഗ്രിച്ചതുകേട്ടു മണ്ഡോദരിയും ദ-
ശഗ്രീവനോടുപറഞ്ഞാളതുനേരം
'രാഘവനെജ്ജയിപ്പാനരുതാർക്കുമേ

ലോകത്രയത്തിങ്കലെന്നു ധരിക്ക നീ
സാക്ഷാൽ പ്രധാനപുരുഷോത്തമനായ
മോക്ഷദൻ നാരായണൻ രാമനായതും
ദേവൻ മകരാവതാരമനുഷ്ഠിച്ചു
വൈവസ്വതമനു തന്നെ രക്ഷിച്ചതും
രാജീവലോചനൻ മുന്നമൊരു ലക്ഷ–
യോജന വിസ്തൃതമായൊരു കൂർമ്മമായ്
ക്ഷീരസമുദ്രമഥനകാലേ പുരാ
ഘോരമാം മന്ഥരം പൃഷ്ഠേ ധരിച്ചതും
പന്നിയായ് മുന്നം ഹിരണ്യാക്ഷനെക്കൊന്നു
മന്നിടം തേറ്റമേൽ വച്ചു പൊങ്ങിച്ചതും
ഘോരനായോരു ഹിരണ്യകശിപുതൻ
മാറിടം കൈനഖം കൊണ്ടു പിളർന്നതും
മൂന്നടി മണ്ണു ബലിയോടു യാചിച്ചു
മൂലോകവും മൂന്നടിയായളന്നതും
ക്ഷത്രിയരായ് പിറന്നോരസുരന്മാരെ
യുദ്ധേ വധിപ്പതിനായ് ജമദഗ്നിതൻ
പുത്രനായ് രാമനാമത്തെ ധരിച്ചതും
പൃത്ഥ്വീപതിയായ രാമനിവൻ തന്നെ
മാർത്താണ്ഡവംശേ ദശരഥപുത്രനായ്
ധാത്രീസുതാവരനാകിയ രാഘവൻ
നിന്നെ വധിപ്പാൻ മനുഷ്യനായ് ഭൂതലേ
വന്നുപിറന്നതുമെന്നു ധരിയ്ക്ക നീ
പുത്രവിനാശം വരുത്തുവാനും തവ
മൃത്യു ഭവിപ്പാനുമായ് നീയവനുടെ
വല്ലഭയെക്കട്ടുകൊണ്ടുപോന്നു വൃഥാ
നിർല്ജ്ജനാകയാൽ മൂഢ! ജളപ്രഭോ!
വൈദേഹിയെക്കൊടുത്തീടുക രാമനു

സഹോദരനായ്ക്കൊണ്ടുരാജ്യവും നൽകുക

രാമൻ കരുണാകരൻ പുനരത്രെയും

നാമിനിക്കാനനം വാഴ്ക തപസ്സിനായ്'

മണ്ഡോദരീവാക്കു കേട്ടൊരു രാവണൻ

ചണ്ഡപരാക്രമൻ ചൊന്നാനതു നേരം:

പുത്രമിത്രാമാത്യസഹോദരന്മാരെയും

മൃത്യുവരുത്തി ഞാനേകനായ് കാനനേ

ജീവിച്ചിരിക്കുന്നതും ഭംഗിയല്ലെടോ

ഭാവിച്ചവണ്ണം ഭവിക്കയില്ലെന്നുമേ

രാഘവൻ തന്നോടെതിർത്തു യുദ്ധം ചെയ്തു

വൈകുണ്ഠരാജ്യമനുഭവിച്ചീടുവൻ'

രാമരാവണയുദ്ധം

ഇത്ഥം പറഞ്ഞു യുദ്ധത്തിനൊരുമ്പെട്ടു
ബദ്ധമോദം പുറപ്പെട്ടിതു രാവണൻ
മൂലബലാദികൾ സംഗരത്തിന്നു തൽ-
കാലേ പുറപ്പെട്ടു വന്നിതു ഭൂതലേ
ലങ്കാധിപന്നു സഹായമായ് വേഗേന
സംഖ്യയില്ലാത ചതുരംഗസേനയും
പത്തു പടനായകന്മാരുമൊന്നിച്ചു
പത്തുകഴുത്തനകെക്കൂപ്പിപ്പുറപ്പെട്ടാർ
വാരാധിപോലെ പരന്നു വരുന്നതു
മാരുതിമുമ്പാം കപികൾ കണ്ടത്തെയും
ഭീതി മുഴുത്തു വാങ്ങീടുന്നതു കണ്ടു
നീതിമാനാകിയ രാമനും ചൊല്ലിനാൻ
'വാനരവീരരേ! നിങ്ങളിവരോടു
മാനം നടിച്ചുചെന്നേൽക്കരുതാരുമേ
ഞാനിവരോടു പോർചെയ്തൊടുക്കീടുവ-
നാനന്ദമുൾക്കൊണ്ടു കണ്ടുകൊൾകവേരും'
എന്നരുൾചെയ്തു നിശാചരസേനയിൽ
ചെന്നു ചാടീടിനാനേകനാമീശ്വരൻ
ചാപബാണങ്ങളും കൈക്കൊണ്ടു രാഘവൻ
കോപേന ബാണജാലങ്ങൾ തൂകീടിനാൻ
എത്ര നിശാചരരുണ്ടു വന്നേറ്റതി-
ങ്ങത്ര രാമന്മാരുമുണ്ടെന്നതുപോലെ
രാമമയമായ് ചമഞ്ഞിതു സംഗ്രാമ-
ഭൂമിയുമന്നേതൊരു വൈഭവമന്നേരം
'എന്നോടുതന്നേ പൊരുന്നിതു രാഘവ-'

നന്നെന്നു തോന്നീ രജനീചരർക്കൊക്കവെ
ദ്വാദശനാഴികനേരമൊരുപോലെ
യാതുധാനാവലിയോടു രഘൂത്തമൻ
അസ്ത്രം വരിഷിച്ചനേരമാർക്കും തത്ര
ചിത്തേ തിരിച്ചറിയായതില്ലതേതുമേ
വാസരരാത്രി നിശാചരവാനര
മേദിനി വാരിധി ശൈലവനങ്ങളും
ഭേദമില്ലാതെ ശരങ്ങൾ നിറഞ്ഞിതു
മേദുരന്മാരായ രാക്ഷസവീരരും
ആനയും തേരും കുതിരയും കാലാളും
വീണു മരിച്ചു നിറഞ്ഞിതു പോർക്കളം
കാളിയും കൂളികളും കബന്ധങ്ങളും
കാളനിശീഥിനിയും പിശാചങ്ങളും
നായും നരിയും കഴുകകൾ കാകങ്ങൾ
പേയും പെരുത്തു ഭയങ്കരമാംവണ്ണം
രാമചാപത്തിൻ മണിതൻ നിനാദവും
വ്യോമമാർഗേ തുടരെത്തുടരെ കേട്ടു
ദേവഗന്ധർവ്വയക്ഷാപ്സരോവൃന്ദവും
ദേവമുനീന്ദ്രനാം നാരദനും തദാ
രാഘവൻ തന്നെ സ്തുതിച്ചുതുടങ്ങിനാ-
രാകാശചാരികളാനന്ദപൂർവ്വകം
ദ്വാദശ നാഴികകൊണ്ടു നിശാചരർ
മേദിനിതന്നിൽ വീണീടിനാരൊക്കവേ
മേഘേത്തിനുള്ളിൽനിന്നർക്കബിംബംപോലെ
രാഘവൻതന്നെയും കാണായിതന്നേരം
ലക്ഷ്മണൻതാനും വിഭീഷണനും പുന-
രർക്കതനയനും മാരുതപുത്രനും
മറ്റുള്ള വാനരവീരരും വന്ദിച്ചു

ചുറ്റും നിറഞ്ഞിതു രാഘവനന്നേരം
മർക്കടനായകന്മാരോടരുൾചെയ്തി–
'തിക്കണക്കേ യുദ്ധമാശു ചെയ്തീടുവാൻ
നാരായണനും പരമേശ്വരനുമൊഴി–
ഞ്ഞാരുമില്ലെന്നു കേൾപ്പുണ്ടു ഞാൻ മുന്നമേ'
രാക്ഷസരാജ്യം മുഴുവനതുനേരം
രാക്ഷസസ്ത്രീകൾ മുറവിളികൂട്ടിനാർ
'താത! സഹോദര! നന്ദന! വല്ലഭ!
നാഥ! നമുക്കവലംബനമാരയ്യോ!
വൃദ്ധയായേറ്റം വിരൂപയായുള്ളൊരു
നക്തഞ്ചരാധിപസോദരി രാമനെ
ശ്രദ്ധിച്ചകാരണമാപത്തിതൊക്കവെ
വർദ്ധിച്ചു വന്നതു മറ്റില്ല കാരണം
ശൂർപ്പണഖയ്ക്കെന്തു കുറ്റമതിൽപരം
പപ്പേപരുമാളല്ലയോ ദശകന്ധരൻ!
ജാനകിയെക്കൊതിച്ചാശു കുലം മുടി–
ച്ചാനൊരു മൂഢൻ മഹാപാപി രാവണൻ
അർദ്ധപ്രഹരമാത്രണേ ഖരാദിയെ
യുദ്ധേ വധിച്ചതും വൃത്രാരിപുത്രനെ
മൃത്യുവരുത്തി, വാഴിച്ചു സുഗ്രീവനെ
സത്വരം വാനരന്മാരെയയച്ചതും
മാരുതി വന്നിവിടെച്ചെയ്ത കർമ്മവും
വാരിധിയിൽ ചിറകെട്ടിക്കടന്നതും
കണ്ടിരിക്കെ നന്നു തോന്നുന്നതെത്രയു–
മുണ്ടോ വിചാരമാപത്തിങ്കലുണ്ടാവൂ?
സിദ്ധമല്ലായ്കിൽ വിഭീഷണൻ ചൊല്ലിനാൻ
മത്തനായന്നതും ധിക്കരിച്ചീടിനാൻ
ഉത്തമൻ നല്ല വിവേകി വിഭീഷണൻ

സത്യവ്രതൻ മേലിൽ നന്നായ്‌വരുമവൻ
നീചനിവൻ കുലമൊക്കെ മുടിപ്പതി-
നാചരിച്ചാനിതു തന്മരണത്തിനും
നല്ല സുതന്മാരെയും തമ്പിമാരെയും
കൊല്ലിച്ചു മറ്റുള്ളമാത്യജനത്തെയും
എല്ലാമനുഭവിച്ചീടുവാൻ പണ്ടുതാൻ
വല്ലായ്മചെയ്തതുമെല്ലാം മറന്നിതോ?
ബ്രഹ്മസ്വമായതും ദേവസ്വമായതും
നിർമ്മരിയാദമടക്കിനാനേറ്റവും
നാട്ടിലിരിക്കും പ്രജകളെ പീഡിച്ചു
കാട്ടിലാക്കിച്ചമച്ചീടിനാൻ കശ്മലൻ
അർത്ഥമന്യായനേ നിത്യമാർജ്ജിക്കയും
മിത്രജനത്തെ വെറുത്തു ചമയ്ക്കയും
ബ്രാഹ്മണരെക്കൊലചെയ്കയും മറ്റുള്ള
ധാർമ്മികന്മാർമുതലൊക്കയെടക്കിയും
പാരം ഗുരുജനദോഷവുമുണ്ടിവ-
നാരെയുമില്ല കൃപയുമൊരിക്കലും
ഇമ്മഹാപാപി ചെയ്തോരു കർമ്മത്തിനാൽ
നമ്മെയും ദുഃഖിക്കുമാറാക്കിനാനിവൻ'
ഇത്ഥം പുരസ്ത്രീജനത്തിൻ വിലാപങ്ങൾ
നക്തഞ്ചരാധിപൻ കേട്ടു ദുഃഖാർത്തനായ്
'ശത്രുക്കളെക്കൊന്നൊടുക്കുവാനിന്നിനി
യുദ്ധത്തിനാശു പുറപ്പെടുകേണ്ടിൽ നാം'
എന്നതു കേട്ടു വിരൂപാക്ഷനുമതിൻ-
മുന്നമേ മഹോദരനും മഹാപാർശ്വനും
ഉത്തരഗോപുരത്തൂടേ പുറപ്പെട്ടു
ശസ്ത്രങ്ങൾ തൂകിത്തുടങ്ങിനാരേറ്റവും
ദുർന്നിമിത്തങ്ങളുണ്ടായതനാദരി-

ച്ചുന്നതനായ നിശാചരനായകൻ
ഗോപുരവാതിൽ പുറപ്പെട്ടു നിന്നിതു
ചാപലമന്നെിയേ വാനരവീരരും
രാക്ഷസരോടതിർത്താരതുകണ്ടറ്റേ-
മൂക്കോടടുത്തു നിശാചരവീരരും
സുഗ്രീവനും വിരൂപാക്ഷനും തങ്ങളി-
ലുഗ്രമാം വണ്ണം പൊരുതാനതുനേരം
വാഹനമാകിയ വാരണവീരനെ-
സ്സാഹസം കൈക്കൊണ്ടു വാനരരാജനും
കൊന്നതു കണ്ടു വിരൂപവിലോചനൻ
ചന്നെിതു വാളും പരിചയും കൈക്കൊണ്ടു
കുന്നുകൊണ്ടൊന്നെറിഞ്ഞാൻ കപിരാജനും
നന്നായിതന്നെു വിരൂപാക്ഷനുമഥ
വെട്ടിനാൻ വാനരനായകവക്ഷസി
പുഷ്ടകോപത്തോടു മർക്കടരാജനും
നറ്റെിമലേയൊന്നടിച്ചാനതു കൊണ്ടവൻ
തറ്റെന്നെു കാലപുരം പുക്കുമവിനാൻ
തരേിലറേിക്കൊണ്ടടുത്താൻ മഹോദരൻ
തരേും തകർത്തു സുഗ്രീവനവനെയും
മൃത്യുപുരത്തിനയച്ചതു കണ്ടതി-
ക്രുദ്ധനായ് വന്നടുത്താൻ മഹാപാർശ്വനും
അംഗദൻ കൊന്നാനവനെയുമന്നേരം
പൊങ്ങും മിഴികളോടാശരാധീശനും
പോർമദത്തോടുമടുത്തു കപികളെ
താമസാസ്ത്രംകൊണ്ടു വീഴ്ത്തിനാനൂഴിയിൽ
രാമനുമനൈ്ദ്രാസ്ത്രമയ്തെു തടുത്തിതു
താമസാസ്ത്രത്തെയുമപ്പോൾ ദശാസനൻ
ആസുരമസ്ത്രമയ്തൊനതു വന്നള-

വാതുരന്മാരായിതാശു കപികളും
വാരണസൂകര കുക്കുട ക്രോഷ്ടുക-
സാരമയോരഗ സരൈിഭ വായസ-
വാനര സിംഹ രുരു വൃക കാക ഗൃ-
ദ്ധ്രാനനമായ് വരുമാസുരാസ്ത്രാത്മകം
മുൽഗര പട്ടസ ശക്തി പരശ്വധ-
ഖഡ്ഗശൂല പ്രാസ ബാണായുധങ്ങളും
രൂക്ഷമായ് വന്നു പരന്നതു കണ്ടള-
വാഗ്നയേമസ്ത്രമയെ്താൻ മനുവീരനും
ചണ്ടകനൽക്കൊള്ളികൾ മിന്നൽ നക്ഷത്രങ്ങൾ
തിങ്കളുമാദിത്യനഗ്നിയന്നെിത്തരം
ജ്യോതിർമ്മയങ്ങളായ് ചന്നെു നിറഞ്ഞള-
വാസുരമസ്ത്രവും പോയ് മറഞ്ഞു ബലാൽ
അപ്പോൾ മയൻ കൊടുത്തൊരു ദിവ്യാസ്ത്രമ-
യ്തുൽപതേരായുധം കാണായിതന്തികേ
ഗാന്ധർവ്വമസ്ത്രം പ്രയോഗിച്ചതിനയെും
ശാന്തമാക്കീടിനാൻ മാനവവീരനും
സൗര്യാസ്ത്രമയെ്താൻ ദശാനനന്നരേം
ധരൈ്യണേ രാഘവൻ പ്രത്യസ്ത്രമയെ്തതും
ഖണ്ഡിച്ചനരേമാഖണ്ഡലവരൈിയും
ചണ്ഡകരാംശുസമങ്ങളാം ബാണങ്ങൾ
പത്തുകൊണ്ടയെ്തു മർമ്മങ്ങൾ ഭദ്രേിച്ചള-
വുത്തമപൂരുഷനാകിയ രാഘവൻ
നൂറുശരങ്ങളയെ്താനതു കൊണ്ടുടൽ-
കീറി മുറിഞ്ഞിതു നക്തഞ്ചരനേ്ദ്രനും
ലക്ഷ്മണനഴേുശരങ്ങളാലൂക്കോടു
തൽക്ഷണേ കതേു ഖണ്ഡിച്ചു വീഴ്ത്തീടിനാൻ
അഞ്ചു ശരമയെ്തു സൂതനയെും കൊന്നു

ചഞ്ചലഹീനം മുറിച്ചിതു ചാപവും
അശ്വങ്ങളഗെ്ഗദകൊണ്ടു വിഭീഷണൻ
തച്ചുകൊന്നാനതുനരേം ദശാനനൻ
ഭൂതലേ ചാടിവീണാശു വേൽകൊണ്ടതി-
ക്രോധാൽ വിഭീഷണനെ പ്രയോഗിച്ചിതു
ബാണങ്ങൾ മൂന്നുകൊണ്ടയെ്തു മുറിച്ചിതു
വീണിതു മൂന്നു നുറുങ്ങി മഹീതലേ
അപ്പോൾ വിഭീഷണനക്കൊല്ലുമാറവൻ
കൽപിച്ചു മുന്നം മയൻ കൊടുത്തോരു വേൽ
കയ്ക്കൊണ്ടു ചാട്ടുവാനോങ്ങിയ നരേത്തു
ലക്ഷ്മണൻ മുൽപുക്കു ബാണങ്ങളയെ്തിതു
നക്തഞ്ചരാധിപൻ തന്നുടലൊക്കവേ
രക്തമണിഞ്ഞു മുറിഞ്ഞു വലഞ്ഞുടൻ
നിൽക്കും ദശാസനൻ കോപിച്ചു ചൊല്ലിനാൻ
ലക്ഷ്മണൻ തന്നോടു 'നന്നു നീയതെ്രയും
രക്ഷിച്ചവാറു വിഭീഷണനെത്തദാ
രക്ഷിക്കിൽ നന്നു നിന്നെപ്പുനരെന്നുടെ
ശക്തി വരുന്നതു കണ്ടാലുമിന്നൊരു
ശക്തനാകിൽ ഭവാൻ ഖണ്ഡിയ്ക്ക വേലിതും'
എന്നു പറഞ്ഞു വഗേനേ ചാട്ടീടിനാൻ
ചെന്നു തറച്ചിതു മാറത്തു ശക്തിയും
അസ്ത്രങ്ങൾ കൊണ്ടു തടുക്കരുതാഞ്ഞുടൻ
വിത്രസ്തനായ് തത്ര വീണു കുമാരനും
വേൽകൊണ്ടു ലക്ഷ്മണൻ വീണതു കണ്ടുള്ളിൽ
മാൽകൊണ്ടു രാമനും നിന്നു വിഷണ്ണനായ്
ശക്തി പറപ്പതിന്നാർക്കും കപികൾക്കു
ശക്തി പോരാഞ്ഞു രഘുകുലനായകൻ
തൃക്കൈകൾ കൊണ്ടു പിടിച്ചു പറിച്ചുട-

നുൾക്കക്ഷേപമോടു മുറിച്ചറിഞ്ഞീടിനാൻ
മിത്രതനയ സുഷണേ ജഗൽപ്രാണ-
പുത്രാദികളോടരുൾചെയ്തിതാദരാൽ
'ലക്ഷ്മണൻ തന്നുടെ ചുറ്റുമിരുന്നിനി
രക്ഷിച്ചുകൊൾവിൻ വിഷാദിക്കരുതേതും
ദുഃഖസമയമല്ലിപ്പോളുഴറ്റോടു
രക്ഷോവരനെ വധിയ്ക്കുന്നതുണ്ടു ഞാൻ
കല്യാണമുൾക്കൊണ്ടു കണ്ടുകൊൾവിൻ നിങ്ങ-
ളല്ലെല്ലവരുമിന്നു മൽക്കരകൗശലം
ശക്രാത്മജനെ വധിച്ചതും വഗേത്തി-
ലർക്കാത്മജാദികളോടുമൊരുമിച്ചു
വാരിധിയിൽ ചിറകെട്ടിക്കടന്നതും
പോരിൽ നിശാചരന്മാരെ വധിച്ചതും
രാവണനിഗ്രഹസാദ്ധ്യമായിട്ടവൻ
കവേലമിപ്പോളഭിമുഖനായിതു
രാവണനും ബത! രാഘവനും കൂടി
മവേുക ഭൂമിയിലന്നെുള്ളതല്ലിനി
രാത്രിഞ്ചരനേന്ദ്രനക്കേൊല്ലുവാൻ നിർണ്ണയം
മാർത്താണ്ഡവംശത്തിലുള്ളവനാകിൽ ഞാൻ
സപ്തദീപങ്ങളും സപ്താംബുധികളും
സപ്താചലങ്ങളും സൂര്യചന്ദ്രന്മാരും
ആകാശഭൂമികളന്നെിവയുള്ള നാൾ
പോകാതെ കീർത്തിവർദ്ധിയ്ക്കുംപരിചു ഞാൻ
ആയോധനേ ദശകണ്ഠനക്കൊല്വനൊ-
രായുധപാണിയന്നൊകിൽ നിസ്സംശയം
ദവോസുരോരഗചാരണതാപസ-
രവേരും കണ്ടറിയണേം മമ ബലം.'
ഇത്ഥമരുൾചെയ്തു നക്തഞ്ചരനേന്ദ്രനോ-

ടസ്ത്രങ്ങളെയ്തു യുദ്ധം തുടങ്ങീടിനാൻ
തത്സമം ബാണം നിശാചരാധീശനു-
മുത്സാഹമുൾക്കൊണ്ടു തൂകിത്തുടങ്ങിനാൻ
രാഘവരാവണന്മാർതമ്മിലിങ്ങനെ
മേഘങ്ങൾ മാരി ചൊരിയുന്നതുപോലെ
ബാണഗണം പൊഴിച്ചീടുന്നതുനേരം
ഞാണൊലികൊണ്ടു മുഴങ്ങി ജഗത്ത്രയം
സോദരൻ വീണു കിടക്കുന്നതോർത്തുള്ളി-
ലാധി മുഴുത്തു രഘുകുലനായകൻ
താരേയതാതനോടേവമരുൾചെയ്തു
'ധീരതയില്ല യുദ്ധത്തിനതേും മമ
ഭൂതലേ വാഴ്കയിൽ നല്ലതെനിക്കിനി
ഭ്രാതാവുതന്നോടുകൂടെ മരിപ്പതും
വിൽപിടിയും മുറുകുന്നതില്ലതേുമേ
കെൽപുമില്ലതെ ചമഞ്ഞു നമുക്കിഹ
നിൽപാനുമതേുമരുതു മനസ്സിനും
വിഭ്രമമേറിവരുന്നിതു മേൽക്കുമേൽ
ദുഷ്ടനെക്കൊൽവാനുപായവും കണ്ടീല
നഷ്ടമായ് വന്നിതു മാനവും മാനസേ'
ഏവമരുൾചെയ്തനേരം സുഷേണനും
ദേവദേവൻതന്നൊടാശു ചൊല്ലീടിനാൻ
'ദേഹത്തിനതേും നിറം പകർന്നീലൊരു
മോഹമത്രേ കുമാരന്നെന്നു നിർണ്ണയം
എന്നുണർത്തിച്ചനിലാത്മജൻ തന്നോടു
പിന്നെ നിരൂപിച്ചു ചൊന്നാൻ സുഷേണനും
'മുന്നെക്കണക്കേ വിശല്യകരണിയാ-
കുന്നമരുന്നിന്നു കൊണ്ടുവന്നീടുക'
എന്നളവേ ഹനുമാനും വിരവോടു

ചന്നെു മരുന്നതും കൊണ്ടുവന്നീടിനാൻ
നസ്യവും ചെയ്തു സുഷേണൻ കുമാരനാ-
ലസ്യവും തീർന്നു തെളിഞ്ഞു വിളങ്ങിനാൻ
പിന്നെയുമൗഷധശൈലം കപിവരൻ
മുന്നമിരുന്നവണ്ണം തന്നെയാക്കിനാൻ
മന്നവൻതന്നെ വണങ്ങിനാൻ തമ്പിയും
നന്നായ് മുറുകെപ്പുണർന്നിതു രാമനും
'നിന്നുടെ പാരവശ്യം കാൺകകാരണ-
മെന്നുടെ ധൈര്യവും പോയിതു മാനസേ'
എന്നതുകേട്ടുരചെയ്തു കുമാരനു-
'മൊന്നു തിരുമനസ്സിങ്കലുണ്ടാകണം
സത്യം തപോധനന്മാരോടു ചെയ്തതും
മിഥ്യയായ് വന്നുകൂടായെന്നു നിർണ്ണയം
ത്രൈലോക്യകണ്ടകനാമിവനെക്കൊന്നു
പാലിച്ചുകൊൾക ജഗത്ത്രയം വൈകാതെ'
ലക്ഷ്മണൻ ചൊന്നതു കേട്ടു രഘൂത്തമൻ
രക്ഷോവരനോടെതിർത്താനതിദ്രുതം
തേരുമൊരുമിച്ചു വന്നു ദശാസ്യനും
പോരിനു രാഘവനോടെതിർത്തീടിനാൻ
പാരിൽ നിന്നിക്ഷ്വാകുവംശതിലകനും
തേരിൽനിന്നാശരവംശതിലകനും
പോരതി ഘോരമായ് ചെയ്തോരു നേരത്തു
പാരമിളപ്പം രഘൂത്തമനുണ്ടെന്നു
നാരദനാദികൾ ചൊന്നതു കേൾക്കയാൽ
പാരം വളർന്നൊരു സംഭ്രമത്തോടുടൻ
ഇന്ദ്രനും മാതലിയോടു ചൊന്നാൻ 'മമ
സ്യന്ദനം കൊണ്ടക്കൊടുക്ക നീ വൈകാതെ
ശ്രീരാഘവന്നു ഹിതം വരുമാറു നീ

തേരും തളിച്ചു കൊടുക്ക മടിയാതെ'
മാതലിതാനതു കേട്ടുടൻ തേരുമായ്
ഭൂതലം തന്നിലിഴഞ്ഞു ചൊല്ലീടിനാൻ
'രാവണനോടു സമരത്തിനിന്നു ഞാൻ
ദേവേന്ദ്രശാസനയാ വിടകൊണ്ടിതു
തേരേതിലാശു കരേറുക പോരിനായ്
മാരുതതുല്യവേഗേനേ നടത്തുവൻ'
എന്നതു കേട്ടു രഥത്തെയും വന്ദിച്ചു
മന്നവൻ തേരിലാമ്മാറു കരേറിനാൻ
തന്നോടു തുല്യനായ് രാഘവനെക്കണ്ടു
വിണ്ണിലാമ്മാറെന്നു നോക്കി ദശാസനൻ
പമേഴപോലെ ശരങ്ങൾ തൂകീടിനാൻ
രാമനും ഗാന്ധർവ്വമസ്ത്രമെയ്തീടിനാൻ
രാക്ഷസമസ്ത്രം പ്രയോഗിച്ചതുനേരം
രാക്ഷസരാജനും രൂക്ഷമായതെ്രയും
ക്രൂരനാഗങ്ങളാമസ്ത്രത്തെ മാറ്റുവാൻ
ഗാരുഡമസ്ത്രമെയ്തു രഘുനാഥനും
മാതലിമേലും ദശാസനൻ ബാണങ്ങ-
ളെയ്തു കൊടിയും മുറിച്ചു കളഞ്ഞിതു
വാജികൾക്കും ശരമേറ്റമേറ്റു പുന-
രാജിയും ഘോരമായ്‌വന്നു രഘുവരൻ
കൈകൊൽ തളർന്നു തേർത്തട്ടിൽനിൽക്കും വിധൗ
കൈകസീനന്ദനനായ വിഭീഷണൻ
ശോകാതിരേകം കലർന്നു നിന്നീടിനാൻ
ലോകരുമേറ്റം വിഷാദം കലർന്നിതും
കാലപുരത്തിനയപ്പനേിനിയെന്നു
ശൂലം പ്രയോഗിച്ചിതാശരാധീശനും
അസ്ത്രങ്ങൾകൊണ്ടു തടപൊറാഞ്ഞോർത്തുടൻ

വൃത്രാരിതന്നുടടെ തരേലിരുന്നതൊരു
ശക്തിയടെുത്തയച്ചൂ രഘുനാഥനും
പത്തു നുറുങ്ങി വീണു തത്ര ശൂലവും
നക്തഞ്ചരനേന്ദ്രനുടടെ തുരഗങ്ങളെ-
ശ്ശസ്ത്രങ്ങൾകൊണ്ടു മുറിച്ചിതു രാഘവൻ
സാരഥി തരേും തിരിച്ചടിച്ചാർത്തനായ്
പോരിലൊഴിച്ചു നിർത്തീടിനാനന്നരേം
ആലസ്യമൊട്ടകന്നോരു നരേം തത്ര-
പൗലസ്ത്യനും സൂതനോടു ചൊല്ലീടിനാൻ
'എന്തിനായ്ക്കൊണ്ടു നീ പിന്തിരിഞ്ഞു ബലാ-
ലന്ധനായ് ഞാനത്ര ദുർബ്ബലനാകയോ?
കൂടലരോടതെിർത്താൽ ഞാനൊരുത്തനോ-
ടൊടിയൊളിച്ചവാറന്നെു കണ്ടൂ ഭവാൻ?
നീയല്ല സൂതനനെിക്കിനി രാമനു
നീയതിബാന്ധവനന്നെറിഞ്ഞനേഹം'
ഇത്ഥം നിശാചാധീശൻ പറഞ്ഞതി-
നുത്തരം സാരഥി സത്വരം ചൊല്ലിനാൻ
'രാമനെ സ്നഹേമുണ്ടായിട്ടുമല്ല മ-
ത്സ്വാമിയെ ദ്വഷേമുണ്ടായിട്ടുമല്ല മേ
രാമനോടറേ്റു പൊരുതിനിൽക്കുന്നരേ-
മാമയം പൂണ്ടു തളർന്നതു കണ്ടു ഞാൻ
സ്നഹേം ഭവാനക്കെുറിച്ചറേ്റമാകയാൽ
മോഹമകലുവോളം പോർക്കളം വിട്ടു
ദൂരെ നിന്നാലസ്യമല്ലോം കളഞ്ഞിനി-
പ്പോരിന്നടുക്കണമന്നെു കൽപിച്ചത്രെ
സാരഥിതാനറിയണേം മഹാരഥ-
ന്മാരുടടെ സാദവും വാജികൾസാദവും
വരൈികൾക്കുള്ള ജയാജയകാലവും

പാരിൽ നിമ്നോന്നതദേശവിശേഷവും

എല്ലാമറിഞ്ഞു രഥം നടത്തുന്നവ-

നല്ലോ നിപുണനായുള്ള സൂതൻ പ്രഭോ!'

എന്നതു കേട്ടു തെളിഞ്ഞഥ രാവണ-

നൊന്നു പുണർന്നാശു കൈവളയും കൊടു-

'ത്തിന്നിനിത്തേരടുത്താശു കൂട്ടീടുക

പിന്നോക്കമില്ലിനിയൊന്നുകൊണ്ടുമെടോ!

ഇന്നോടു നാളെയോടൊന്നു തിരിഞ്ഞിടും

മന്നവനോടുള്ള പോരെന്നറിക നീ'

സൂതനും തേരതിവേഗേനേ പൂട്ടിനാൻ

ക്രോധം മുഴുത്തങ്ങടുത്തിതു രാമനും

തങ്ങളിലേറ്റമണഞ്ഞു പൊരുതള-

വങ്ങുമിങ്ങും നിറയുന്നു ശരങ്ങളാൽ

അഗസ്ത്യപ്രവേശവും ആദിത്യസ്തുതിയും

അങ്ങനെയുള്ള പോർ കണ്ടുനിൽക്കുന്നേരം-
മങ്ങനെയെന്നറിഞ്ഞീലഗസ്ത്യൻ തദാ
രാഘവൻതന്നരികിലിറങ്ങിനിന്നീടിനാ-
നാകാശദേശാൽ പ്രഭാകരസന്നിഭൻ
വന്ദിച്ചു നിന്നു രഘുകുലനാഥനാ-
നന്ദമിയന്നരുൾചെയ്താനഗസ്ത്യനും
'അഭ്യുദയം നിനക്കാശു വരുത്തുവാ-
നിപ്പോഴിവിടേയ്ക്കു വന്നിതു ഞാനെടോ!
താപത്രയവും വിഷാദവും തീർന്നുപോ-
മാപത്തു മറ്റുള്ളവയുമകന്നുപോം
ശത്രുനാശം വരും രോഗവിനാശനം
വർദ്ധിയ്ക്കുമായുസ്സു സൽക്കീർത്തിവർദ്ധനം
നിത്യമാദിത്യഹൃദയമാം മന്ത്രമി-
തുത്തമമത്രെയും ഭക്ത്യാ ജപിയ്ക്കെടോ!
ദേവാസുരോരഗചാരണ കിന്നര-
താപസഗുഹ്യകയക്ഷരക്ഷോഭൂത-
കിംപുരുഷാപ്സരോ മാനുഷാദ്യന്മാരും
സമ്പ്രതി സൂര്യനെത്തന്നെ ഭജിപ്പതും
ദേവകളാകുന്നതാദിത്യനാകിയ
ദേവനത്രേ പതിന്നാലു ലോകങ്ങളും
രക്ഷിപ്പതും നിജ രശ്മികൾകൊണ്ടവൻ
ഭക്ഷിപ്പതുമവൻ കൽപകാലാന്തരേ
ബ്രഹ്മനും വിഷ്ണുവും ശ്രീമഹാദേവനും
ഷൺമുഖൻതാനും പ്രജാപതി വൃന്ദവും

ശക്രനും വൈശ്വാനരനും കൃതാന്തനും
രക്ഷോവരനും വരുണനും വായുവും
യക്ഷാധിപനുമീശാനനും ചന്ദ്രനും
നക്ഷത്രജാലവും ദിക്കരിവൃന്ദവും
വാരണവക്ത്രനുമാര്യനും മാരനും
താരാഗണങ്ങളും നാനാ ഗ്രഹങ്ങളും
അശ്വിനീപുത്രരുമഷ്ടവസുക്കളും
വിശ്വദേവന്മാരും സിദ്ധരും സാദ്ധ്യരും
നാനാ പിതൃക്കളും പിന്നെ മനുക്കളും
ദാനവന്മാരുമുരഗസമൂഹവും
വാരമാസർത്തുസംവത്സരകൽപാദി
കാരകനായതും സൂര്യനിവൻതന്നെ
വേദാന്തവേദ്യനാം വേദാത്മകനിവൻ
വേദാർത്ഥവിഗ്രഹൻ വേദജ്ഞസേവിതൻ
പൂഷാ വിഭാകരൻ മിത്രൻ പ്രഭാകരൻ
ദോഷാകരാത്മകൻ ത്വഷ്ടാ ദിനകരൻ
ഭാസ്കരൻ നിത്യനഹസ്കരനീശ്വരൻ
സാക്ഷിസവിതാ സമസ്തലോകേക്ഷണൻ
ഭാസ്വാൻ വിവസ്വാൻ നഭസ്വാൻ ഗഭസ്തിമാൻ
ശാശ്വതൻ ശംഭു ശരണ്യൻ ശരണദൻ
ലോകശിശിരാരി ഘോരതിമിരാരി
ശോകാപഹാരി ലോകാലോകവിഗ്രഹൻ
ഭാനു ഹിരണ്യഗർഭൻ ഹിരണ്യനേദ്രിയൻ
ദാനപ്രിയൻ സഹസ്രാംശു സനാതനൻ
സപ്താശ്വനർജ്ജുനാശ്വൻ സകലേശ്വരൻ
സുപ്തജനാവബോധപ്രദൻ മംഗലൻ
ആദിത്യനർക്കനരുണനനന്തഗൻ
ജ്യോതിർമ്മയൻ തപനൻ സവിതാ രവി

വിഷ്ണു വികർത്തനൻ മാർത്താണ്ഡനംശുമാ-
നുഷ്ണകിരണൻ മിഹിരൻ വിരോചനൻ
പ്രദ്യോതനൻ പരൻ ഖദ്യോതനുദ്യോത-
നദ്വയൻ വിദ്യാവിനോദൻ വിഭാവസു
വിശ്വസൃഷ്ടിസ്ഥിതിസംഹാരകാരണൻ
വിശ്വവന്ദ്യൻ മഹാവിശ്വരൂപൻ വിഭു
വിശ്വവിഭാവനൻ വിശ്വൈകനായകൻ
വിശ്വാസഭക്തിയുക്താനാം ഗതിപ്രദൻ
ചണ്ഡകിരണൻ തരണി ദിനമണി
പുണ്ഡരീകപ്രബോധപ്രദനര്യമാ
ദ്വാദശാത്മാ പരമാത്മാ പരാപര-
നാദിതേയൻ ജഗദാദിഭൂതൻ ശിവൻ
ഖദേവിനാശനൻ കവേലാത്മാവിന്ദു-
നാദാത്മകൻ നാരദാദി നിഷേവിതൻ
ജ്ഞാനസ്വരൂപനജ്ഞാനവിനാശനൻ
ധ്യാനിച്ചുകൊൾക നീ നിത്യമിദ്ദേവനെ

ആദിത്യഹൃദയം

സന്തതം ഭക്ത്യാ നമസ്കരിച്ചീടുക
സന്താപനാശകരായ നമോനമഃ
അന്ധകാരാന്തകാരായ നമോനമഃ
ചിന്താമണേ! ചിദാനന്ദായ നമോനമഃ
നീഹാരനാശകായ നമോനമഃ
മോഹവിനാശകരായ നമോനമഃ
ശാന്തായ രൌദ്രായ സൌമ്യായ ഘോരായ
കാന്തിമതാംകാന്തിരൂപായ തേ നമഃ
സ്ഥവരജംഗമാചാര്യായ തേ നമോ
ദേവായ വിശ്വൈക സാക്ഷിണേ തേ നമഃ
സത്യപ്രധാനായ തത്ത്വായ തേ നമഃ
സത്യസ്വരൂപായ നിത്യം നമോനമഃ
ഇത്ഥമാദിത്യഹൃദയം ജപിച്ചു നീ
ശത്രുക്ഷയം വരുത്തീടുക സത്വരം"
ചിത്തം തെളിഞ്ഞഗസ്ത്യോക്തി കേട്ടത്രയും
ഭക്തി വർദ്ധിച്ചു കാകുത്സ്ഥനും കൂപ്പിനാൻ
പിന്നെ വിമാനവുമേറി മഹാമുനി
ചെന്നു വീണാധരോപാന്തേ മരുവിനാൻ.

രാവണവധം

രാഘവൻ മാതലിയോടേരുളിച്ചെയ്തി-
'താകുലമെന്നിയെ തേർ നടത്തീടു നീ'
മാതലി തേരതിവേഗേന കൂട്ടിനാ-
നതേുമേ ചഞ്ചലമില്ല ദശാസ്യനും
മൂടി പൊടികൊണ്ടു ദിക്കുമുടനിട-
കൂടി ശരങ്ങളുമെന്തൊരു വിസ്മയം.
രാത്രിഞ്ചരന്റെ കൊടിമരം ഖണ്ഡിച്ചു
ധാത്രിയിലിട്ടു ദശരഥപുത്രനും
യാധുധാനാധിപൻ വാജികൾ തമ്മെയും
മാതലിതന്നെയുമേറെയെയ്തീടിനാൻ
ശൂലം മുസലം ഗദാദികളും മൽക്കു-
മലേ പൊഴിച്ചിതു രാക്ഷസരാജനും
സായകജാലം പൊഴിച്ചവയും മുറി-
ച്ചായോധനത്തിന്നടുത്തിനു രാമനും
ഏററമണഞ്ഞുമകന്നും വലംവച്ചു-
മേററുമിടംവച്ചുമൊട്ടു പിൻവാങ്ങിയും
സാരഥിമാരുടെ സൗത്യകൗശല്യവും
പോരാളികളുടെ യുദ്ധകൗശല്യവും
പണ്ടുകീഴിൽ കണ്ടതില്ല നാമീവണ്ണ-
മുണ്ടാകയുമില്ലിവണ്ണമിനി മേലിൽ
എന്നു ദേവാദികളും പുകഴ്ത്തീടിനാർ
നന്നുനന്നെന്നു തെളിഞ്ഞിതു നാരദൻ
പൗലസ്ത്യരാഘവന്മാർതൊഴിൽ കാൺകയാൽ
ത്രൈലോക്യവാസികൾ ഭീതിപൂണ്ടീടിനാർ
വാതമടങ്ങി മറഞ്ഞിതു സൂര്യനും

മദേനിതാനും വിറച്ചിതു പാരമായ്
പാഥോനിധിയുമിളകി മറിഞ്ഞിതു
പാതാളവാസികളും നടുങ്ങീടിനാർ
'അംബുധി അംബുധിയോടെന്നെതിർക്കിലു-
മംബരമംബരത്തോടതിർത്തീടിലും
രാഘവരാവണയുദ്ധത്തിനു സമം
രാഘവരാമണയുദ്ധമൊഴിഞ്ഞില്ല'
കവേലമിങ്ങനെ നിന്നു പുകഴ്ത്തിന്നർ
ദവോദികളുമന്നരേത്തു രാഘവൻ
രാത്രിഞ്ചരന്റെ തലയൊന്നറുത്തുടൻ
ധാത്രിയിലിട്ടാനതുനരേമപ്പൊഴേ
കൂടെ മുളച്ചുകാണായിതവൻതല
കൂടെ മുറിച്ചുകളഞ്ഞു രണ്ടാമതും
ഉണ്ടായിതപ്പോളതും പിന്നെ രാഘവൻ
ഖണ്ഡിച്ചു ഭൂമിയിലിട്ടാലരക്ഷണാൽ
ഇത്ഥം മുറിച്ചു നൂറ്റൊന്നു തലകളെ
പൃത്ഥ്വിയിലിട്ടു രഘുകുലസത്തമൻ
പിന്നെയും പത്തു തലയ്ക്കൊരു വാട്ടമി-
ല്ലന്നേ വിചിത്രമേ നന്നുനന്നത്രെയും
ഇങ്ങനെ നൂറായിരം തല പോകിലു-
മങ്ങും കുറവില്ലവൻതല പത്തിനും
രാത്രിഞ്ചരാധിപൻതന്റെ തപോബലം
ചിത്രം വിചിത്രം വിചിത്രമത്രേ തുലോം
കുംഭകർണ്ണൻ മകരാക്ഷൻ ഖരൻ ബാലി
വമ്പനാം മാരീചനന്നിവരാദിയാം
ദുഷ്ടരക്കൊന്ന ബാണത്തിനിന്നനെതതി-
നിഷ്ഠൂരനാമിവനക്കൊല്ലുവാൻ മടി-
യുണ്ടായതിദ്ദശകണ്ഠനക്കൊല്ലുവാൻ

കണ്ടീലുപായവുമതേുമഞെന്നീശ്വരാ!
ചിന്തിച്ചു രാഘവൻ പിന്നയെുമദ്ദശ-
കന്ധരൻമയെ്യിൽ ബാണങ്ങൾ തൂകീടിനാൻ
രാവണനും പഞെഴിച്ചീടിനാൻ ബാണങ്ങൾ
ദവേദവേൻതിരുമനേിമലോവഌേം
കഞെണ്ട ശരങ്ങളകെ്കഞെണ്ടു രഘുവര-
നുണ്ടായിതുള്ളിലഞെരു നിനവന്നരേം
പുഷ്പസമങ്ങളായ് വന്നു ശരങ്ങളും
കൽപുകുറഞ്ഞു ദശാസ്യനും നിർണ്ണയം
ഏഴുദിവസം മുഴുവനീവണ്ണമേ
രഌേഷണേനിന്നു പഞെരുതഌേരനന്തരം
മാതലിതാനും തഞെഴുതു ചഞെല്ലീടിനാ-
'നതേും വിഷാദമുണ്ടാകായ്ക മാനസേ
മുന്നമഗസ്ത്യതപഌേധനനാദരാൽ
തന്ന ബാണം കഞെണ്ടു കഞെല്ലാം ജഗൽപ്രഭഌേ!
പതൈാമഹാസ്ത്രമതായതെ'ന്നിങ്ങനെ
മാതലി ചഞെന്നതു കടേ്ടു രഘുവരൻ
'നന്നു പറഞ്ഞതു നീയിതന്നെഌേടിനി-
ക്കഞെന്നീടുവൻ ദശകണ്഻നെ നിർണ്ണയം'
എന്നരുളിച്ചയെ്തു വരൈിഞ്ചമസ്ത്രത്തെ
നന്നായടെുത്തു തഞെടുത്തിതു രാഘവൻ
സൂര്യാനലന്മാരതിന്നു തരം തൂവൽ
വായുവും മന്ദരമരേുക്കൾ മദ്ധ്യമായ്
വിശ്വമലെ്ലാം പ്രകാശിച്ചഞെരു സായകം
വിശ്വാസഭക്ത്യാ ജപിച്ചയച്ചീടിനാൻ
രാവണൻതന്റെ ഹൃദയം പിളർന്നു ഭൂ-
ദവേിയും ഭദേിച്ചു വാരിധിയിൽ പുക്കു
ചഌേരകഴുകി മുഴുകി വിരവഌേടു

മാരുതവേഗേന രാഘവൻ തന്നുടെ
തൂണിയിൽ വന്നിങ്ങു വീണു തളിവോടെ
ബാണവുമന്നേരമൊരു വിസ്മയ,മന്നേരം
തേരിൽ നിന്നാശു മറിഞ്ഞുവീണീടിനാൻ
പാരിൽ മരാമരം വീണപോലെ തദാ
കൽപകവൃക്ഷപ്പുതുമലർ തൂകിനാ–
രുൽപന്നമോദേന വാനരരവേരും
അർക്കകുലോത്ഭവൻ മൂദ്ധനി മേൽക്കുമേൽ
ശക്രനും നക്ഷത്രങ്ങളൊക്കെ തെളിഞ്ഞിതു
പുഷ്കരസംഭവനും തെളിഞ്ഞീടിനാ–
നർക്കനും നേരേയുദിച്ചാനതുനേരം
മന്ദമായ് വീശിത്തുടങ്ങി പവനനും
നന്നായ് വിളങ്ങീ ചതുർദ്ദശലോകവും
താപസന്മാരും ജയജയ ശബ്ദനേ
താപമകന്നു പുകഴ്ന്നുതുടങ്ങിനാർ
ശേഷിച്ച രാക്ഷസരോടിയകംപുക്കു
കേഴത്തുടങ്ങിനാരൊക്കെ ലങ്കാപുരേ
അർക്കജൻ മാരുതി നീലാംഗദാദിയാം
മർക്കടവീരരുമാർത്തു പുകഴ്ത്തിനാർ

രാവണഗാത്രദഹനം

അഗ്രജൻ വീണതു കണ്ടു വിഭീഷണൻ
വ്യഗ്രിച്ചരികത്തു ചെന്നിരുന്നാകുലാൽ
ദുഃഖം കലർന്നു വിലാപം തുടങ്ങിനാ–
'നൊക്കെ വിധിബലമല്ലോ വരുന്നതും
ഞാനിതൊക്കെപ്പറഞ്ഞീടിനേൻ മുന്നമേ
മാനം നടിച്ചെന്നെയും വെടിഞ്ഞീടിന
വീര! മഹാശയനാേചിതനായ നീ
പാരിലീവണ്ണം കിടക്കുമാറായതും
കണ്ടിതെല്ലാം ഞാനനുഭവിക്കേണമെ–
ന്നുണ്ടു ദൈവത്തിനതാർക്കൊഴിക്കാവതും?
ഏവം കരയും വിഭീഷണൻതന്നോടു
ദേവദേവേശനരുൾചെയ്തിതാദരാൽ
'എന്നോടഭിമുഖനായ്നിന്നു പോർചെയ്തു
നന്നായ് മരിച്ച മഹാശൂരനാമിവൻ–
തന്നെക്കുറിച്ചു കരയരുതേതുമേ
നന്നല്ലതുപരലോകത്തിനു സഖേ!
വീരരായുള്ള രാജാക്കൾധർമ്മം നല്ല
പോരിൽ മരിയ്ക്കുന്നതെന്നറിയേണമേ!
പോരിൽ മരിച്ചു വീരസ്വർഗ്ഗസിദ്ധിയ്ക്കു
പാരം സുകൃതികൾക്കെന്നി യോഗം വരാ
ദോഷങ്ങളെല്ലമൊടുങ്ങീതിവന്നിനി–
ശ്ശേഷക്രിയയ്ക്കു തുടങ്ങുക വൈകാതെ'
ഇത്ഥമരുൾ ചെയ്തു നിന്നരുളുന്നേരം
തത്ര മണ്ഡോദരി കേണു വന്നീടിനാൾ
ലങ്കാധിപൻമാറിൽ വീണു കരഞ്ഞുമാ–

തങ്കമുൾക്കൊണ്ടു മോഹിച്ചു പുനരുടൻ
ഓരോതരം പറഞ്ഞും പിന്നെ മറ്റുള്ള
നാരീജനങ്ങളും കണ്ടുതുടങ്ങിനാർ
പംക്തിരഥാത്മജനപ്പോളരുൾചെയ്തു
പംക്തിമുഖാനുജൻ തന്നോടു സാദരം
'രാവണൻ തന്നുടൽ സംസ്കരിച്ചീടുക
പാവകനജ്ജ്വലിപ്പിച്ചിനിസ്സത്വരം'
തത്ര വിഭീഷണൻ ചൊന്നാ'നിവനോള-
മിത്ര പാപം ചെയ്തവരില്ല ഭൂതലേ
യോഗ്യമല്ലതേുമടിയനിവനുടൽ-
സംസ്കരിച്ചീടുനാ'നെന്നു കേട്ടേറ്റേവും
വന്ന ബഹുമാനമോടെ രഘൂത്തമൻ
പിന്നെയും ചൊന്നാൻ വിഭീഷണൻ തന്നോടു
'മദ്ബാണമേറ്റു രണാന്തേ മരിച്ചൊരു
കർബ്ബുരാധീശ്വരനറ്റിതു പാപങ്ങൾ
വൈരവുമാമരണാന്തമെന്നാകുന്നി-
തറിയ സദ്ഗതിയുണ്ടാവതിന്നു നീ
ശേഷക്രിയകൾ വഴിയേ കഴിക്കൊരു
ദോഷം നിനക്കതിനതേുമകപ്പെടാ'
ചന്ദനഗന്ധാദികൊണ്ടു ചിതയുമാ-
നന്ദനേ കൂട്ടി മുനിവരന്മാരുമായ്
വസ്ത്രാഭരണമാല്യങ്ങൾകൊണ്ടും തദാ
നക്തഞ്ചരാധിപദേഹമലങ്കരി-
ച്ചാർത്തു വാദ്യങ്ങളും ഘോഷിച്ചുകൊണ്ടഗ്നി-
ഹോത്രികളസ്സംസ്കരിയ്ക്കുന്നവണ്ണമേ
രാവണദേഹം ദഹിപ്പിച്ചു തന്നുടെ
പൂർവ്വജനായുദകക്രിയയും ചെയ്തു
നാരികൾ ദുഃഖം പറഞ്ഞു പോക്കിച്ചെന്നു

ശ്രീരാമപാദം നമസ്കരിച്ചീടിനാൻ
മാതലിയും രഘുനാഥനെ വന്ദിച്ചു
ജാതമോദം പോയ് സുരാലയം മേവിനാൻ
ചെന്നു നിജനിജ മന്ദിരം പുക്കിതു
ജന്യാവലോകനം ചെയ്തു നിന്നോർകളും
വിഭീഷണരാജ്യാഭിഷേകം
ലക്ഷ്മണനോടരുൾചെയ്തിതു രാമനും
'രക്ഷോവരനാം വിഭീഷണായ് മയാ
ദത്തമായോരു ലങ്കാരാജ്യമുൾപുക്കു
ചിത്തമോദാലഭിഷേകം കഴിക്ക നീ'
എന്നതുകേട്ടു കപിവരന്മാരൊടും
ചെന്നു ശേഷിച്ച നിശാചരന്മാരുമായ്
അർണ്ണവതോയാദി തീർത്ഥജലങ്ങളാൽ
സ്വർണ്ണകലശങ്ങൾ പൂജിച്ചു ഘോഷിച്ചു
വാദ്യഘോഷത്തോടു താപസന്മാരുമാ-
യാർത്തുവിളിച്ചഭിഷേകവും ചെയ്തിതു
ഭൂമിയും ചന്ദ്രദിവാകരരാദിയും
രാകമഥയുമുള്ളന്നു വിഭീഷണൻ
ലങ്കേശനായ് വാഴുകെന്നു കിരീടാദ്യ-
ലങ്കാരവു ചെയ്തു ദാനപുരസ്കൃതം
പൂജ്യനായോരു വിഭീഷണനായ്ക്കൊണ്ടു
രാജ്യനിവാസികൾ കാഴ്ചയും വച്ചിതു
വാച്ച കുതൂഹലം പൂണ്ടു വിഭീഷണൻ
കാഴ്ചയുമെല്ലാമെടുപ്പിച്ചു കൊണ്ടുവ-
ന്നാസ്ഥയാ രാഘവൻ തൃക്കാൽക്കൽ വച്ചഭി-
വാദ്യവും ചെയ്തു വിഭീഷണനാദരാൽ
നക്തഞ്ചരേന്ദ്രപ്രസാദത്തിനായ് രാമ-
ഭദ്രനതെല്ലാം പരിഗ്രഹിച്ചീടിനാൻ

'ഇപ്പോൾ കൃതകൃത്യനായനേഹ'മന്നെു
ചിൽപുരുഷൻ പ്രസാദിച്ചരുളീടിനാൻ

അഗ്രേ വിനീതനായ് വന്ദിച്ചു നിൽക്കുന്ന
സുഗ്രീവനപ്പെുനരാലിംഗനം ചയ്യെതു
സന്തുഷ്ടനായരുൾചയ്യെതിതു രാഘവൻ
'ചിന്തിച്ചതല്ലൊം ലഭിച്ചു നമുക്കടൊ!
ത്വത്സാഹയത്വനേ രാവണൻ തന്നെ ഞാ-
നുത്സാഹമോടു വധിച്ചിതു നിശ്ചയം
ലങ്കശേ്വരനായ് വിഭീഷണൻ തന്നയെും
ശങ്കാവിഹീനമഭിഷകേവും ചയ്യെതു.'

സീതാസ്വീകരണം

പിന്നെ ഹനുമാനെ നോക്കിയരുൾചെയ്തു
മന്നവൻ 'നീ പോയ് വിഭീഷണാനുജ്ഞയാ
ചെന്നു ലങ്കാപുരം പുക്കറിയിക്കണം
തന്വംഗിയാകിയ ജാനകിയോടിദം
നക്തഞ്ചരാധിപനിഗ്രഹമാദിയാം
വൃത്താന്തമെല്ലാം പറഞ്ഞു കേൾപ്പിക്കണം
എന്നാലവളുടെ ഭാവവും വാകുമി-
ങ്ങെന്നോടു വന്നു പറക നീ സത്വരം'
എന്നതു കേട്ടു പവനതനയനും
ചെന്നുലങ്കാപുരം പ്രാപിച്ചനന്തരം
വന്നു നിശാചരർ സൽക്കരിച്ചീടിനാർ
നന്ദിതനായൊരു മാരുത പുത്രനും
രാമപാദാബ്ജവും ധ്യാനിച്ചിരിയ്ക്കുന്ന
ഭൂമിസുതയെ നമസ്കരിച്ചീടിനാൻ
വക്ത്രപ്രസാദമാലോക്യ കപിവരൻ
വൃത്താന്തമെല്ലാം പറഞ്ഞുതുടങ്ങിനാൻ
'ലക്ഷ്മണനോടും വിഭീഷണൻതന്നൊടും
സുഗ്രീവനാദിയാം വാനരന്മാരൊടും
രക്ഷോവരനാം ദശഗ്രീവനെക്കൊന്നു
ദുഃഖമകന്നു തെളിഞ്ഞു മേവീടിനാൻ
ഇത്ഥം ഭവതിയോടൊക്കപ്പറകെന്നു
ചിത്തം തെളിഞ്ഞരുൾചെയ്തിതറിഞ്ഞാലും'
സന്തോഷമെത്രയുണ്ടായിതു സീതയ്ക്കെ-
ന്നെന്തു ചൊല്ലാവതു ജാനകീദേവിയും
ഗദ്ഗദവർണ്ണനേ ചൊല്ലിനാ'ളെന്തു ഞാൻ

മർക്കടശ്രേഷ്ഠ! ചൊല്ലണ്ടേതു ചൊല്ലു നീ
ഭർത്താവിനെക്കണ്ടുകൊൾവാനുപായമെ-
ന്തത്ര പാർക്കേണമിനിയും ശുചാവൈ ഞാൻ
നേരത്തിതിന്നു യോഗം വരുത്തീടുനീ
ധീരത്വമില്ലിനിയും പൊറുത്തീടുവാൻ'
വാതാത്മജനും രഘുവരൻതന്നോടു
മൈഥിലീഭാഷിതം ചെന്നു ചൊല്ലീടിനാൻ
ചിന്തിച്ചു രാമൻ വിഭീഷണൻ തന്നോടു
സന്തുഷ്ടനായരുൾചെയ്താൻ 'വിരയെ നീ
ജാനകീദവേിയെച്ചെന്നു വരുത്തുക
ദീനതയുണ്ടുപോൽ കാണായ്കകൊണ്ടുമാം
സ്നാനം കഴിപ്പിച്ചു ദിവ്യാംബരാഭര-
ണാനുലപോദ്യലങ്കാരമണിയിച്ചു
ശിൽപമായോരു ശിബികമലോരോപ്യ
മൽപുരോഭാഗേ വരുത്തുക സത്വരം.'
മാരുതിതന്നോടുകൂടെ വിഭീഷണ-
നാരാമദേശം പ്രവേശിച്ചു സാദരം
വൃദ്ധമാരായ നാരീജനത്തെക്കൊണ്ടു
മുഗ്ദ്ധാംഗിയെക്കുളിപ്പിച്ചു ചമയിച്ചു
തണ്ടിലെടുപ്പിച്ചുകൊണ്ടു ചെല്ലുന്നേര-
മുണ്ടായ് ചമഞ്ഞിതൊരു ഘോഷനിസ്വനം
വാനരവീരരും തിക്കിത്തിരക്കിയ-
ജ്ജാനകീദവേിയെക്കണ്ടുകൊണ്ടീടുവാൻ
കൂട്ടമിട്ടങ്ങണയുന്നതു കണ്ടൊരു
യാഷ്ടികന്മാരണഞ്ഞൊട്ടിയകറ്റിനാർ
കോലാഹലം കേട്ടു രാഘവൻ കാരുണ്യ-
ശാലി വിഭീഷണൻ തന്നോടരുൾചെയ്തു
'വാനരന്മാരെയുപദ്രവിപ്പാനുണ്ടോ

ഞാനുരചയ്തിതു നിന്നോടിതന്തെടോ?
ജാനകീദവേയക്കെണ്ടാലതിനൊരു
ഹാനിയന്തുള്ളതതു പറഞ്ഞീടു നീ?
മാതാവിനചെ്ചന്നു കാണുന്നതുപോലെ
മൈഥിലിയച്ചെന്നു കാണ്ടാലുമവേരും
പാദചാരണേ വരണേമന്നന്തികേ
മദേിനീനന്ദിനി കിം തത്ര ദൂഷണം?'
കാര്യാർത്ഥമായ് പുരാ നിർമ്മിതമായൊരു
മായാജനകജാരൂപം മനോഹരം
കണ്ടു കോപം പൂണ്ടു വാച്യവാദങ്ങളെ-
പ്പുണ്ഡരീകാക്ഷൻ ബഹുവിധം ചൊല്ലിനാൻ
ലക്ഷ്മണനോടു മായാസീതയും ശുചാ
തൽക്ഷണേ ചൊല്ലിനാളതേുമേ വൈകാതെ
'വിശ്വാസമാശു മൽഭർത്താവിനും മറ്റു
വിശ്വത്തിൽ വാഴുന്നവർക്കും വരുത്തുവാൻ
കുണ്ഡത്തിലഗ്നിയെ നന്നായ് ജ്വലിപ്പിക്ക
ദണ്ഡമില്ലതേുമനിക്കതിൽ ചാടുവാൻ'
സൗമിത്രിയുമതു കടേ്ടു രഘൂത്തമ
സൗമുഖഭാവമാലോക്യ സസംഭ്രമം
സാമർത്ഥ്യമറേുന്ന വാനരന്മാരുമായ്
ഹോമകുണ്ഡം തീർത്തു തീയും ജ്വലിപ്പിച്ചു
രാമപാർശ്വം പ്രവശേിച്ചു നിന്നീടിനാൻ
ഭൂമിസുതയുമന്നരേം പ്രസന്നയായ്
ഭർത്താരമാലോക്യ ഭക്ത്യാ പ്രദക്ഷിണം
കൃത്വാ മുഹുസ്ത്രയം ബദ്ധാഞ്ജലിയൊടും
ദവേദ്വിജനേ്ദ്രതപോധനന്മാരയെും
പാവകൻതന്നയെും വന്ദിച്ചു ചൊല്ലിനാൾ
'ഭർത്താവിനയെൊഴിഞ്ഞന്യനെ ഞാൻ മമ

ചിത്തേ നിരൂപിച്ചതങ്ങേ്കിലതിന്നു നീ
സാക്ഷിയല്ലോ സകലത്തിനുമാകയാൽ
സാക്ഷാൽ പരമാർത്ഥമിന്നറിയിക്ക നീ'
എന്നു പറഞ്ഞുടൻ മൂന്നു വലം വച്ചു
വഹ്നിയിൽ ചാടിനാൾ കിഞ്ചിൽ ഭയം വിനാ
ദുശ്ച്യവനാദികൾ വിസ്മയപ്പട്ടെിതു
നിശ്ചലമായിതു ലോകവുമന്നരേം
ഇന്ദ്രനും കാലനും പാശിയും വായുവും
വൃന്ദാകരാധിപന്മാരും കുബരേനും
മന്ദാകിനീധരൻതാനും വിരിഞ്ചനും
സുന്ദരിമാരാകുമപ്സരസ്ത്രീകളും
ഗന്ധർവ്വ കിന്നര കിംപുരുഷന്മാരു
ദന്ദശുകന്മാർ പിതൃക്കൾ മുനികളും
ചാരണഗുഹ്യസിദ്ധസാദ്ധ്യന്മാരും
നാരദ തുംബുരുമുഖ്യജനങ്ങളും
മറ്റും വിമാനാഗ്രചാരികളൊക്കവേ
ചുറ്റും നിറഞ്ഞിതു, രാമൻതിരുവടി
നിന്നരുളും പ്രദശേത്തിങ്കലന്നരേം
വന്ദിച്ചിതെല്ലാവരയേും നരന്ദ്രേനും
രാമചന്ദ്രം പരമാത്മാനമന്നരേം
പ്രമേമുൾക്കൊണ്ടു പുകഴ്ന്നു തുടങ്ങിനാർ
'സർവ്വലോകത്തിനും കർത്താ ഭവാനല്ലോ
സർവ്വത്തിനും സാക്ഷിയാകുന്നുതും ഭവാൻ
അജ്ഞാനവിഗ്രഹനാകുന്നതും ഭവാൻ
അജ്ഞാനനാശകനാകുന്നതും ഭവാൻ
സൃഷ്ടികർത്താവാം വിരിഞ്ചനാകുന്നതു-
മഷ്ടവസുക്കളിലഷ്ടമനായതും
ലോകത്തിനാദിയും മദ്ധ്യവുമന്തവു-

മകേനാം നിത്യസ്വരൂപൻ ഭവാനല്ലോ
കർണ്ണങ്ങളായതുമശ്വനീദേവകൾ
കണ്ണുകളായതുമാദിത്യചന്ദ്രന്മാർ
ശുദ്ധനായ് നിത്യനായദ്വയനായൊരു
മുക്തനാകുന്നതും നിത്യം ഭവാനല്ലൊ
നിന്നുടെ മായയാ മൂടിക്കിടപ്പവർ
നിന്നെ മനുഷ്യനെന്നുള്ളിലോർത്തീടുവോർ
നിന്നുടെ നാമസ്മരണമുള്ളോരുള്ളിൽ
നന്നായ് പ്രകാശിയ്ക്കുമാത്മപ്രബോധവും
ദുഷ്ടനാം രാവണൻ ഞങ്ങളുടെ പദ-
മൊട്ടൊഴിയാതെയെടക്കിനാൻ നിർദ്ദയം
നഷ്ടനായാനവനിന്നു നിന്നാലിനി-
പ്പുഷ്ടസൗഖ്യം വസിക്കാം ത്വൽക്കരുണയാ'
ദേവകളിത്ഥം പുകഴ്ത്തും ദശാന്തരേ
ദേവൻ വിരിഞ്ചനും വന്ദിച്ചു വാഴ്ത്തിനാൻ
'വന്ദേ പദം പരമാനന്ദമദ്വയം
വന്ദേ പദമശേഷസ്തുതികാരണം
അദ്ധ്യാത്മജ്ഞാനികളാൽ പരിസേവിതം
ചിത്തസത്താമാത്രമവ്യയമീശ്വരം
സർവ്വഹൃദിസ്ഥിതം സർവ്വജഗന്മയം
സർവ്വലോകപ്രിയം സർവ്വജ്ഞമത്ഭുതം
രത്നകിരീടം രവിപ്രഭം കാരുണ്യ-
രത്നാകരം രഘുനാഥം രമാവരം
രാജരാജേന്ദ്രം രജനീചരാന്തകം
രാജീവലോചനം രാവണനാശനം
മായാപരമജം മായാമയം മനു-
നായകം മായാവിഹീനം മധുദ്വിഷം
മാനവം മാനഹീനം മനുജോത്തമം

മാധുര്യസാരം മനോഹരം മാധവം
യോഗിചിന്ത്യം സദാ യോഗിഗമ്യം മഹാ-
യോഗവിധാനം പരിപൂർണ്ണമച്യുതം
രാമം രമണീയരൂപം ജഗദഭി-
രാമം സദൈവ സീതാഭിരാമം ഭജേ'
ഇത്ഥം വിധാതുസ്തുതികടേട്ടു രാഘവൻ
ചിത്തമാനന്ദിച്ചിരുന്നരുളുന്നേരം
ആശ്രയാശൻ ജഗദാശ്രയഭൂതയാ-
നാശ്രിതവത്സലയായ വൈദേഹിയെ
കാഴ്ചയായ് കൊണ്ടുവന്നാശു വണങ്ങിനാ-
നാശ്ചര്യമുൾക്കൊണ്ടു നിന്നിതെല്ലാവരും
'ലങ്കേശനിഗ്രഹാർത്ഥം വിപിനത്തിൽ നി-
ന്നങ്ങെകലാരോപിതയാകിയ ദേവിയെ
ശങ്കാവിഹീനം പരിഗ്രഹിച്ചീടുക
സങ്കടം തീർന്നു ജഗത്ത്രയത്തിങ്കലും'
പാവകനപ്പെരതി പൂജിച്ചു രാഘവൻ
ദേവിയെ മോദാൽ പരിഗ്രഹിച്ചീടിനാൻ
പങ്കേരുഹാക്ഷനും ജാനകീദേവിയെ-
സ്വാങ്കേ സമാവേശ്യ ശോഭിച്ചിതേറ്റവും

ദേവേന്ദ്രസ്തുതി

സംക്രന്ദനൻ തദാ രാമനെ നിർജ്ജര-
സംഘനേ സാർദ്ധം വണങ്ങി സ്തുതിച്ചിതു
'രാമചന്ദ്ര! പ്രഭോ! പാഹി മാം പാഹി മാം
രാമഭദ്ര! പ്രഭോ! പാഹി മാം പാഹി മാം
ഞങ്ങളെ രക്ഷിപ്പതിന്നു മറ്റാരുള്ള-
തിങ്ങനെ കാരുണ്യപീയൂഷവാരിധേ!
നിന്തിരുനാമാമൃതം ജപിച്ചീടുവാൻ
സന്തതം തോന്നണേമെൻപോറ്റി മാനസേ
നിൻ ചരിതാമൃതം ചൊല്വാനുമെപ്പൊഴു-
മെൻ ചെവികൊണ്ടു കേൾപ്പാനുമനുദിനം
യോഗം വരുവാനനുഗ്രഹിച്ചീടണം
യോഗമൂർത്തേ! ജനകാത്മജാവല്ലഭ!
ശ്രീമഹാദേവനും നിന്തിരുനാമങ്ങൾ
രാമരാമേതി ജപിയ്ക്കുന്നിതന്വഹം
ത്വൽപാദതീർത്ഥം ശിരസി വഹിയ്ക്കുന്നി-
തെപ്പോഴുമാത്മശുദ്ധിയ്ക്കുമാവല്ലഭൻ'
ഏവം പലതരം ചൊല്ലി സ്തുതിച്ചോരു
ദേവേന്ദ്രനോടരുൾചെയ്തിതു രാഘവൻ
'മൃത്യു ഭവിച്ച കപികുലവീരരെ-
യത്തൽക്കളഞ്ഞു ജീവിപ്പിക്കയും വേണം
പക്വഫലങ്ങൾ കപികൾ ഭക്ഷിയ്ക്കുമ്പോ-
ളൊക്കെ മധുരമാക്കിച്ചമച്ചീടുക
വാനരന്മാർക്കു കുടിപ്പാൻ നദികളും
തേനോയൊഴുകണേ'മെന്നു കേട്ടിന്ദ്രനും
എല്ലാമരുൾചെയ്തവണ്ണം വരികെന്നു

കല്യാണമുൾക്കൊണ്ടനുഗ്രഹിച്ചീടിനാൻ
നന്നായുറങ്ങിയുണർന്നവരെപ്പോലെ
മന്നവൻതന്നെത്തൊഴുതാരവർകളും
ചന്ദ്രചൂഡൻ പരമേശ്വരനും രാമ-
ചന്ദ്രനെ നോക്കിയരുൾചെയ്തിതന്നേരം
'നിന്നുടെ താതൻ ദശരഥൻ വന്നിതാ
നിന്നു വിമാനമമർന്നു നിന്നെക്കാൺമാൻ
ചെന്നു വണങ്ങുക'യെന്നതുകേട്ടഥ
മന്നവൻ സംഭ്രമം പൂണ്ടു വണങ്ങിനാൻ
വൈദേഹിതാനും സുമിത്രാതനയനു-
മാദരവോടു വന്ദിച്ചു ജനകനെ
ഗാഢം പുണർന്നു നിറുകയിൽ ചുംബിച്ചു
ഗൂഢനായോരു പരമപുരുഷനെ
സൗമിത്രിതന്നെയും മൈഥിലിതന്നെയും
പ്രേമപൂർണ്ണം പുണർന്നാനന്ദമഗ്നനായ്
ചിന്മയനോടു പറഞ്ഞു ദശരഥ-
നെന്മകനായി പിറന്ന ഭവാനെ ഞാൻ
നിർമ്മലമൂർത്തേ! ധരിച്ചതിന്നാകയാൽ
ജന്മമരണാദി ദുഃഖങ്ങൾ തീർന്നിതു
നിന്മഹാമായ മോഹിപ്പിയായ്കെന്നെയും
കൽമഷനാശന! കാരുണ്യവാരിധേ!
താതവാക്യം കേട്ടു രാമചന്ദ്രൻ തദാ
മോദേന പോവാനനുവദിച്ചീടിനാൻ
ഇന്ദ്രാദിദേവകളോടും ദശരഥൻ
ചെന്നമരാവതി പുക്കു മരുവിനാൻ
സത്യസന്ധൻതന്നെ വന്ദിച്ചനുജ്ഞയാ
സത്യലോകം ചെന്നു പുക്കു വിരിഞ്ചനും
കാത്യായനീദേവിയോടും മഹേശ്വരൻ

പ്രീത്യാ വൃഷാരൂഢനായഴെുന്നള്ളിനാൻ

ശ്രീരാമചന്ദ്രനിയഭോഗനേ പഭോയിതു

നാരദനാദി മഹാമുനിവൃന്ദവും

പുഷ്കരനതേ്രനഭ വാഴ്ത്തി നിരാകുലം

പുഷ്കരചാരികളും നടന്നീടിനാർ

അയോദ്ധ്യയിലേക്കുള്ള യാത്ര

മന്നവൻതന്നെ വന്ദിച്ചപേക്ഷിച്ചിതു
പിന്നെ വിഭീഷണനായ ഭക്തൻ മുദാ
'ദാസനാമെന്നെക്കുറിച്ചു വത്സല്യമു-
ണ്ടതോനുമങ്ങെങ്കിലത്രവൈ സന്തുഷ്ടനായ്
മംഗലദേവതയാകിയ സീതയാ
മംഗലസ്നാനവുമാചരിച്ചീടണം
മള്ളമായിന്നു വിരുന്നും കഴിഞ്ഞിങ്ങു
നാളയെങ്ങോട്ടെഴുന്നള്ളീടുകയുമാം'
എന്നു വിഭീഷണൻ ചൊന്നതു കേട്ടുടൻ
മന്നവർമന്നവൻ താനുമരുൾചെയ്തു
'സോദരനായ ഭരതനയോദ്ധ്യയി-
ലാധിയും പൂണ്ടു സഹോദരൻ തന്നൊടും
എന്നെയും പാർത്തിരിക്കുന്നിതു ഞാനവൻ-
തന്നോടുകൂടിയൊഴിഞ്ഞലങ്കാരങ്ങൾ
ഒന്നുമനുഷ്ഠിയ്ക്കയെന്നുള്ളതില്ലടോ!
ചൊന്നൊരു രാജ്യത്തിൽ വാഴ്കയെന്നുള്ളതും.
സ്നാനാശനാദികളാചരിക്കന്നതും
നൂനമവനോടുകൂടിയയോവിതു
എന്നു പതിനാലു സംവത്സരം തിക-
യുന്നതന്നുള്ളതും പാർത്തവൻ വാഴുന്നു
ചൊന്നീല ഞാനന്നുതന്നെയെന്നാലവൻ
വഹ്നിയിൽ ചാടിമരിക്കുമേ പിറ്റേന്നാൾ
എന്നതുകൊണ്ടുഴറുന്നിതു ഞാനിഹ
വന്നു സമയവുമറ്റേമടുത്തങ്ങു
ചൊന്നുകൊൾവാൻ പണിയുണ്ടതിൻ മുന്നമേ

നിന്നിൽ വാത്സല്യമില്ലായ്കയുമല്ല മേ
സൽക്കരിച്ചീടു നീ സത്വരമെന്നുടെ
മർക്കടവീരരെയൊക്കവേ സാദരം
പ്രീതിയവർക്കു വന്നാലെനിയ്ക്കും വരും
പ്രീതി,യതിന്നൊരു ചഞ്ചലമില്ല കേൾ
എന്നെക്കനിവോടു പൂജിച്ചതിൻഫലം
വന്നുകൂടും കപിവീരരെപ്പൂജിച്ചാൽ'
പാനാശനസ്വർണ്ണരത്നാംബരങ്ങളാൽ
വാനരന്മാർക്കലംഭാവം വരുംവണ്ണം
പൂജയും ചെയ്തു കപികളുമായ് ചെന്നു
രാജീവനേത്രനെക്കൂപ്പി വിഭീഷണൻ
'ക്ഷിപ്രമയോദ്ധ്യയ്ക്കെഴുന്നള്ളുവാനിഹ
പുഷ്പകമായ വിമാനവുമുണ്ടല്ലോ'
രാത്രിഞ്ചരാധിപനിത്ഥമുണർത്തിച്ച
വാർത്ത കേട്ടാസ്ഥയോടും പുരുഷോത്തമൻ
കാലത്തു നീ വരുത്തീടുകെന്നാനഥ
പൗലസ്ത്യയാനവും വന്നു വന്ദിച്ചിതു
ജാനകിയോടുമനുജനോടും ചെന്നു
മാനവവീരൻ വിമാനവുമേറിനാൻ
അർക്കാത്മജാദി കപിവരന്മാരൊടും
നക്തഞ്ചാധിപനോടും രഘൂത്തമൻ
മന്ദസ്മിതം പൂണ്ടരുൾചെയ്തിതാദരാൽ
'മന്ദതേരം ഞാനയദ്ധ്യയ്ക്കു പോകുന്നു
മിത്രകാര്യം കൃത്യമായിതു നിങ്ങളാൽ
ശത്രുഭയമിനി നിങ്ങൾക്കകപ്പെടാ
മർക്കടരാജ! സുഗ്രീവ! മഹാമതേ!
കിഷ്കിന്ധയിൽ ചെന്നു വാഴ്ക നീ സൗഖ്യമായ്
ആശരാധീശ! വിഭീഷണ! ലങ്കയി-

ലാശു പഠോയ് വാഴ്ക നീയും ബന്ധുവർഗ്ഗവും'
കാകുത്സ്ഥനിത്ഥമരുൾചെയ്ത നരേത്തു
വഗേത്തിൽ വന്ദിച്ചവർകളും ചൊല്ലിന്നാർ
'ഞങ്ങളും കൂടടെ വിടകൊണ്ടയോദ്ധ്യയി-
ലങ്ങു കൗസല്യാദികളയെും വന്ദിച്ചു
മംഗലമാമ്മാറഭിഷകേവും കണ്ടു
തങ്ങൾതങ്ങൾക്കുള്ളവിടെ വാണീടുവാൻ
ഉണ്ടാകവണേം തിരുമനസ്സങ്കെിലേ
കുണ്ഠത ഞങ്ങൾക്കു തീരു ജഗൽപ്രഭോ!'
'അങ്ങനതെന്നെ നമുക്കുമഭിമതം
നിങ്ങൾക്കുമങ്ങനെ തോേന്നിയതത്ഭുതം
എങ്കിലോ വന്നു വിമാനമറേീടുവിൻ
സങ്കടമന്നെിയേ മിത്രവിയോഗജം'
സനേയാ സാർദ്ധം നിശാചരരാജനും
വാനർന്മാരും വിമാനമറേീടിനാർ
സംസാരനാശനാനുജ്ഞയാ പുഷ്പകം
ഹംസസമാനം സമുൽപതിച്ചു തദാ
നക്തഞ്ചരനേ്ദ്രസുഗ്രീവാനുജപ്രിയാ-
യുക്തനാം രാമനകെ്കൊണ്ടു വിമാനവും
എത്രയും ശോഭിച്ചതംബരാന്തേ തേദാ
മിത്രബിംബം കണക്കേ ധനദാസനം
ഉത്സംഗസീമ്നി വിന്യസ്യ സീതാഭക്ത-
വത്സലൻ നാലു ദിക്കും പുനരാലോക്യ
'വത്സേ! ജനകാത്മജേ! ഗുണ വല്ലഭേ!
സത്സവേിതേ! സരസീരുഹലോചനേ!
പശ്യ ത്രികൂടാചലോത്തമാംഗസ്ഥിതം
വിശ്വവിമോഹനമായ ലങ്കാപുരം
യുദ്ധാങ്കണം കാൺകതിലങ്ങു ശോണിത-

കർദ്ദമമാംസാസ്ഥിപൂർണ്ണം ഭയങ്കരം
അത്രവൈ വാനര രാക്ഷസന്മാർ തമ്മി-
ലത്രയും ഘോരമായുണ്ടായി സംഗരം
അത്രവൈ രാവണൻ വീണു മരിച്ചിതെ-
ന്നസ്ത്രമറേറുത്തമേ! നിന്നുടെ കാരണം
കുംഭകർണ്ണൻ മകരാക്ഷനുമെന്നുടെ-
യമ്പുകൊണ്ടത്ര മരിച്ചിതു വല്ലഭേ!
വൃത്രാരിജിത്തുമതികായനും പുന-
രത്ര സൗമിത്രിതന്നസ്ത്രമറേറുത്തമേ!
വീണു മരിച്ചിതു പിന്നയും മററുള്ള
കൗണപന്മാരെക്കപികൾ കൊന്നീടിനാർ
സേതു ബന്ധിച്ചതും കാണെടോ! സാഗരേ
ഹേതു ബന്ധിച്ചതതിന്നു നീയല്ലയോ?
സേതുബന്ധം മഹാതീർത്ഥം പ്രിയേ! പഞ്ച-
പാതകനാശനം ത്രലൈോക്യപൂജിതം
കണ്ടാലുമുണ്ടാം ദുരിതവിനാശനം
കണ്ടാലുമങ്ങതിന്നത്ര രാമേശ്വരം
എന്നാൽ പ്രതിഷ്ഠിതനായ മഹേശ്വരൻ
പന്നഗഭൂഷണൻ തന്നെ വണങ്ങു നീ
അത്ര വന്നന്നെന്നശ്ശരണമായ് പ്രാപിച്ചി-
തുത്തമനായ വിഭീഷണൻ വല്ലഭേ!
പുഷ്കരനത്രേ! പുരോഭുവി കാണടോ!
കിഷ്കിന്ധയാകും കപീന്ദ്രപുരീമിമാം'
ശ്രുത്വാ മനോഹരം ഭർത്തൃവാക്യം മുദാ
പൃത്ഥ്വീസുതയുമപേക്ഷിച്ചതന്നേരം
'താരാദിയായുള്ള വാനരസുന്ദരി-
മാരെയും കണ്ടങ്ങു കൊണ്ടുപോയീടണം
കൗതൂഹലമയോദ്ധ്യാപുരിവാസിനാം

ചേതസി പാരമുണ്ടായ്വരും നിർണ്ണയം
വാനരവീരരുമെട്ടുനാളുണ്ടല്ലോ
മാനിനിമാരെപ്പിരിഞ്ഞിരുന്നീടുന്നു!
ഭർത്തൃവിയോഗജദുഃഖമിന്നെന്നോളെ-
മിത്രിലോകത്തിങ്കലാരറിഞ്ഞിട്ടുള്ളു!
എന്നാലിവരുടെ വല്ലഭമാരെയു-
മിന്നുതന്നെ കൂട്ടികൊണ്ടുപോയീടണം
രാഘവൻ ത്രൈലോക്യനായകൻതന്നിലു-
ള്ളാകൂതമപ്പോളറിഞ്ഞു വിമാനവും
ക്ഷോണീതലം നോക്കി മന്ദമന്ദം തദാ
താണതുകണ്ടരുൾചെയ്തു രഘൂത്തമൻ
'വാനരവീരരേ നിങ്ങൾ നിജനിജ-
മാനിനിമാരെ വരുത്തുവിനവേരും'
മർക്കടവീരരതു കേട്ടു മോദേന
കിഷ്കിന്ധപുക്കു നിജാംഗനമാരെയും
പോകെന്നു ചൊല്ലി വിമാനം കരേറ്റിനാർ
ശാഖാമൃഗാധിപന്മാരും കരേറിനാർ
താരാർമകളായ ജാനകീദേവിയും
താരാരുമാദികളോടു മോദാന്വിതം
ആലോകനാലാപ മന്ദഹാസാദി ഗാ-
ഢാലിംഗനഭ്രൂചലനാദികൾകൊണ്ടു
സംഭാവനചെയ്തവരുമായ് വേഗേന
സംപ്രീതിപൂണ്ടു തിരിച്ചു വിമാനവും
വിശ്വൈകനായകൻ ജാനകിയോടരു-
ളിച്ചെയ്തിതു പരമാനന്ദസംയുതം
'പശ്യ മനോഹരേ! ദേവി! വിചിത്രമാ-
മൃശ്യമൂകാചലമുത്തുംഗമത്രെയും
അത്രവൈ വൃത്രാരിപുത്രനെക്കൊന്നതും

മുഗ്ദ്ധാംഗി പഞ്ചവടി നാമിരുന്നടേം
വന്ദിച്ചുകൊൾകഗസ്ത്യാശ്രമം ഭക്തി പൂ-
ണ്ടിന്ദീവരാക്ഷി സുതീക്ഷ്ണാശ്രമത്തെയും
ചിത്രകൂടാചലം പണ്ടു നാം വാണടേ-
മത്രവൈ കണ്ടു ഭരതനെ നാമടെഭാ!
ഭദ്രേ മുദാ ഭരദ്വാജാശ്രമം കാൺക!
ശുദ്ധീകരം യമുനാതടശോഭിതം
ഗംഗാനദിയതിന്നങ്ങേ,തതിന്നങ്ങു
ശൃംഗിവരേൻ ഗുഹൻ വാഴുന്ന നാടടെഭാ!
പിന്നെസ്സരയൂനദിയതിന്നങ്ങതു
ധന്യമയോദ്ധ്യനഗരം മനോഹരേ!
ഇത്ഥമരുൾചെയ്ത നേരത്തു രാഘവൻ-
ചിത്തമറിഞ്ഞാശു താണു വിമാനവും
വന്ദിച്ചിതു ഭരദ്വാജമുനീന്ദ്രനെ
നന്ദിച്ചനുഗ്രഹം ചെയ്തു മുനീന്ദ്രനും
രാമനും ചോദിച്ചിതപ്പോ'ളയോദ്ധ്യയി-
ലാമയമതേുമൊന്നില്ലയല്ലീ മുനേ?'
മാതൃജനത്തിനും സൗഖ്യമല്ലീ മമ
സോദരന്മാർക്കുമാചാര്യജനത്തിനും?'
താപസശ്രേഷ്ഠനരുൾചെയ്തിതന്നേരം
'താപമൊരുവർക്കുമില്ലയോദ്ധ്യാപുരേ
നിത്യം ഭരതശത്രുഘ്നകുമാരന്മാർ
ശുദ്ധമാകും ഫലമൂലവും ഭക്ഷിച്ചു
ഭക്ത്യാ ജടാവൽക്കലാദികളും പൂണ്ടു
സത്യസ്വരൂപനാം നിന്നെയും പാർത്തുപാർ-
ത്താഹന്ത! സിംഹാസനേ പാദുകം വച്ചു
മോഹം ത്യജിച്ചു പുഷ്പാഞ്ജലിയും ചെയ്തു
കർമ്മങ്ങളല്ലൊമതിങ്കൽ സമർപ്പിച്ചു

സമ്മതന്മാരായിരിക്കുന്നിതപ്പൊഴും
ത്വൽപ്രസാദത്താലറിഞ്ഞിരിയ്ക്കുന്നിതു
ചിൽപുരുഷപ്രഭോ! വൃത്തന്തമൊക്കെ ഞാൻ
സീതാഹരണവും സുഗ്രീവസഖ്യവും
യാതുധാനന്മാരയൊക്കെ വധിച്ചതും
യുദ്ധപ്രകാരവും മാരുതിതന്നുടെ
യുദ്ധപരാക്രമവും കണ്ടിതൊക്കവേ
ആദിമദ്ധ്യാന്തമില്ലാത പരബ്രഹ്മ-
മതേു തിരിക്കരുതാതൊരു വസ്തു നീ
സാക്ഷാൽ മഹാവിഷ്ണു നാരായണനായ
മോക്ഷപ്രദൻ നിന്തിരുവടി നിർണ്ണയം
ലക്ഷ്മീഭഗവതി സീതയാകുന്നതും
ലക്ഷ്മണനായതനന്തൻ ജഗൽപ്രഭോ!
ഇന്നു നീ ശുദ്ധമാക്കണം മമാശ്രമം
ചന്നെയോദ്ധ്യാപുരം പുക്കീടടുത്തനാൾ'
കർണ്ണാമൃതമാം മുനിവാക്കു കടേ്ടുപോയ്
പർണ്ണശാലാമകം പുക്കിതു രാഘവൻ
പൂജിതനായ് ഭ്രാതൃഭാര്യാസമന്വിതം
രാജീവനതേ്രനും പ്രീതിപൂണ്ടീടിനാൻ

ഹനൂമദ്ഭരതസംവാദം

പിന്നെ മുഹൂർത്തമാത്രം നിരൂപിച്ചഥ
ചൊന്നാനനിലാത്മജനോടു രാഘവൻ
'ചെന്നയോദ്ധ്യാപുരം പ്രാപിച്ചു സോദരൻ-
തന്നെയും കണ്ടു വിശേഷമറിഞ്ഞു നീ
വന്നീടുകെന്നുടനെ വൃത്താന്തവും പുന-
രൊന്നൊഴിയാതെയവനോടു ചൊല്ലണം
പോകുന്നനേരം ഗുഹനെയും ചെന്നു ക-
ണ്ടാകോന്തമായറിയിച്ചീടവസ്ഥകൾ'
മാരുതി മാനുഷവേഷം ധരിച്ചു പോയ്
ശ്രീരാമവൃത്തം ഗുഹനെയും കേൾപ്പിച്ചു
സത്വരം ചെന്നു നന്ദിഗ്രാമമുൾപ്പുക്കു
ഭക്തനായീടും ഭരതനെ കൂപ്പിനാൻ
പാദുകവും വച്ചു പൂജിച്ചനാരതം
ചേതസാ രാമനെ ധ്യാനിച്ചു ശുദ്ധനായ്
സോദരനോടുമാമാത്യജനത്തൊടു-
മാദരപൂർവ്വം ജടവൽക്കലം പൂണ്ടു
മൂലഫലവും ഭുജിച്ചു കൃശാംഗനായ്
ബാലനോടുംകൂടെ വാഴുന്നതു കണ്ടു
മാരുതിയും ബഹുമാനിച്ചിതേറ്റവു-
'മാരുമില്ലിത്ര ഭക്തന്മാരവനിയിൽ'
എന്നു കൽപിച്ചു വണങ്ങി വിനീതനായ്
നിന്നു മധുരമാമ്മറു ചൊല്ലീടിനാൻ
'അഗ്രജൻ തന്നെ മുഹൂർത്തമാത്രണേ നി-
ന്നഗ്രേ നിരാമയം കാണാം ഗുണനിധേ!
സീതയോടും സുമിത്രാത്മജൻ തന്നോടു-

മാദരവറേും പ്ലവഗബലത്തൊടും
സുഗ്രീവനോടും വിഭീഷണൻ തന്നോടു–
മുഗ്രമായുള്ള രക്ഷോബലം തന്നൊടും
പുഷ്പകമാം വിമാനത്തിന്മലേറി വ–
ന്നിപ്പോളിവിടയിറങ്ങും ദയാപരൻ
രാവണനക്കൊന്നു ദവേിയയേും വീണ്ടു
ദവേകളാലഭിവന്ദിതനാകിയ
രാഘവനക്കണ്ടു വന്ദിച്ചു മാനസേ
ശോകവും തീർന്നു വസിക്കാമിനിച്ചിരം'
ഇത്ഥമാകർണ്യ ഭരതകുമാരനും
ബദ്ധസമ്മോദം വിമൂർച്ഛിതനായ് വീണു
സത്വരമാശ്വസ്തനായ നരേം പുന–
രുത്ഥായ ഗാഢമായാലിംഗനം ചയ്െതു
വാനരവീരശിരസി മുദാ പര–
മാനന്ദബാഷ്പാഭിഷകേവും ചയ്െതിതു
'ദവേോത്തമനോ നരോത്തമനോ ഭവാ–
നവേമന്നെക്കുറിച്ചിത്ര കൃപയോടും
ഇഷ്ടവാക്യം ചൊന്നതിന്നനുരൂപമായ്
തുഷ്ട്യാ തരുവതിനില്ല മറ്റതേുമേ
ശോകം മദീയം കളഞ്ഞ ഭവാനു ഞാൻ
ലോകം മഹമരേു സാകം തരികിലും
തുല്യമായ് വന്നുകൂടാ പുനരങ്ങെിലും
ചൊല്ലീടടൊ രാമകീർത്തനം സൗഖ്യദം
മാനവനാഥനു വാനരന്മാരോടു
കാനനേ സംഗമമുണ്ടായതങ്ങെനെ?
വൈദേഹിയക്കെട്ടുകൊണ്ടവാറങ്ങെനെ
യാതുധാനാധിപനാകിയ രാവണൻ?
ഇത്തരം ചോദിച്ച രാജകുമാരനോ–

ടുത്തരം മാരുതിപുത്രനും ചൊല്ലിനാൻ
'എങ്കിലൊ നിങ്ങളച്ചിത്രകൂടാചല-
ത്തിങ്കൽ നിന്നാധി കലർന്നു പിരിഞ്ഞ നാൾ
ആദിയായിന്നോളമുള്ളോരവസ്ഥക-
ളാദരമുൾക്കൊണ്ടു ചൊല്ലുന്നതുണ്ടു ഞാൻ
ഒന്നൊഴിയാതെ തെളിഞ്ഞു കേട്ടീടുക
വന്നുപോം ദുഃഖവിനാശം തപോനിധേ'
എന്നു പറഞ്ഞറിയിച്ചാനഖിലവും
മന്നവൻതൻ ചരിത്രം പരിത്രം പരം
ശത്രുഘ്നമിത്രഭൃത്യാമാത്യവർഗ്ഗവും
ചിത്രം വിചിത്രമെന്നോർത്തുകൊണ്ടീടിനാർ

അയോദ്ധ്യാപ്രവേശം

ശത്രുഘ്നനോടു ഭരതകുമാരനു-
മത്യാദരം നിയോഗിച്ചനനന്തരം
'പൂജ്യനാം നാഥനെഴുന്നെള്ളുന്നേരേത്തു
രാജ്യമലങ്കരിയ്ക്കേണമെല്ലാടവും
ക്ഷേത്രങ്ങൾ തോറും ബലിപൂജയോടുമ-
ത്യാസ്ഥയാ ദീപാവലിയുമുണ്ടാക്കണം
സൂതവൈതാളിക വന്ദിസ്തുതിപാഠ-
കാദി ജനങ്ങളുമൊക്കെ വന്നീടണം
വാദ്യങ്ങളെല്ലാം പ്രയോഗിയ്ക്കയും വേണം
പാദ്യാദികളുമൊരുക്കണമവേരും
രാജദാരങ്ങളമാത്യജനങ്ങളും
വാജിഗജരഥപംക്തിസൈന്യങ്ങളും
വാരനാരീജനത്തോടുമലങ്കരി-
ച്ചാരൂഢമോദം വരണമെല്ലാവരും
ചേർക്ക കൊടിക്കൂറകൾ കൊടിയ്ക്കൊക്കവേ
മാർഗ്ഗമടിച്ചു തളിപ്പിക്കയും വേണം
പൂർണ്ണകുംഭങ്ങളും ധൂപദീപങ്ങളും
തൂർണ്ണം പുരദ്വാരി ചേർക്ക സമസ്തരും
താപസവൃന്ദവും ഭൂസുരവർഗ്ഗവും
ഭൂപതിവീരരുമൊക്കെ വന്നീടണം
പൗരജനങ്ങളാബാലവൃദ്ധാവധി
ശ്രീരാമനെക്കാണ്മതിന്നു വരുത്തണം'
ശത്രുഘ്നനും ഭരതാജ്ഞയാ തൽപുരം
ചിത്രമാമ്മാറങ്ങലങ്കരിച്ചീടിനാൻ
ശ്രീരാമദേവനെക്കണ്മതിന്നായ് വന്നു

പൗരജനങ്ങൾ നിറഞ്ഞിതയയോദ്ധ്യയിൽ
വാരണനേന്ദ്രന്മാരരൊരു പതിനായിരം
തരേുമവ്വണ്ണം പതിനായിരമുണ്ടു
നൂറായിരം തുരഗങ്ങളുമുണ്ടഞ്ചു-
നൂറായിരമുണ്ടു കാലാൾപ്പടകളും
രാജനാരീജനം തണ്ടിലറേിക്കരൊണ്ടു
രാജകുമാരനകെ്കാണ്മാനുഴറിനാർ
പാദുകാം മൂർദ്ധനി വച്ചു ഭരതനും
പാദചാരണേ നടന്നു തുടങ്ങിനാൻ
ആദരവുൾക്കരൊണ്ടു ശത്രുഘ്നനാകിയ
സഹോദരൻ താനും നടന്നാനതുനരേം
പൂർണ്ണചന്ദ്രാഭമാം പുഷ്പകമന്നരേം
കാണായ്ചമഞ്ഞിതു ദൂരേ മനോഹരം
പൗരജനാദികളോടു കുതൂഹലാൽ
മാരുതപുത്രൻ പറഞ്ഞാനതുനരേം
'ബ്രാഹ്മണാ നിർമ്മിതമാകിയ പുഷ്പകം-
തന്മലേരവിന്ദനതേ്രനും സീതയും
ലക്ഷ്മണസുഗ്രീവനക്തഞ്ചരാധിപ-
മുഖ്യമായുള്ളോരു സൈന്യസമന്വിതം
കണ്ടുകരൊൾവിൽ പരമാനന്ദവിഗ്രഹം
പുണ്ഡരീകാക്ഷം പുരുഷോത്തമം പരം'
അപ്പഴോൾ ജനപ്രീതിജാതശബ്ദം ഘന-
മദ്ദരദശേത്തോളമുൽപ്പതിച്ചു ബലാൽ
ബാലവൃദ്ധസ്ത്രീ തരുണവർഗ്ഗാരവ
കോലാഹലം പറയാവതല്ലതേുമ
വാരണവാജിരഥങ്ങളിൽ നിന്നവർ
പാരിലിറങ്ങി വണങ്ങിനാനവേരും
ചാരുവിമാനാഗ്രസംസ്ഥിതനാം ജഗൽ-

ക്കാരണഭൂതനെക്കണ്ടു ഭരതനും
മേരുമഹാഗിരിമൂർദ്ധനി ശോഭയാ
സൂര്യനെക്കണ്ടപോലെ വണങ്ങീടിനാൻ
ചിൽപുരുഷാജ്ഞയാ താണിതു മെല്ലവേ
പുഷ്പകമായ വിമാനവുമന്നേരം
ആനന്ദബാഷ്പം കലർന്നു ഭരതനും
സാനുജനായ് വിമാനം കരറീടിനാൻ
വീണു നമസ്ക്കരിച്ചോരനുജന്മാരെ
ക്ഷോണീന്ദ്രനുത്സംഗസീംനി ചേർത്തീടിനാൻ
കാലമനേകം കഴിഞ്ഞു കണ്ടീടിന
ബാലകന്മാരെ മുറുകത്തെഴുകിനാൻ
ഹർഷാശ്രുധാരയാ സോദരമൂർദ്ധനി
വർഷിച്ചു വർഷിച്ചു വാത്സല്യപൂരവും
വർദ്ധിച്ചു വർദ്ധിച്ചു വാഴുന്ന നേരേത്തു
ശത്രുഘ്നപൂർവ്വജനും ഭരതൻ പദം
ഭക്ത്യാ വണങ്ങിനാനശു സൗമിത്രിയെ
ശത്രുഘ്നനും വണങ്ങീടിനാനാദരാൽ
സോദരനോടും ഭരതകുമാരനും
വൈദേഹിതൻ പദം വീണു വണങ്ങിനാൻ
സുഗ്രീവനംഗദൻ ജാംബവാൻ നീലനു–
മുഗ്രനാം മൈന്ദൻ വിവിദൻ സുഷേണനും
താരൻ ഗജൻ ഗവയൻ ഗവാക്ഷൻ നളൻ
വീരൻ വൃഷഭൻ ശരഭൻ പനസനും
ശൂരൻ വിനതൻ വികടൻ ദധിമുഖൻ
ക്രൂരൻ കുമുദൻ ശതബലി ദുർമുഖൻ
സാരനാകും വേഗദർശി സുമുഖനും
ധീരനാകും ഗന്ധമാദനൻ കേസരി
മറ്റുമവേം കപിനായകന്മാരെയും

മുറ്റുമാനന്ദനേ ഗാഢം പുണർന്നിതു
മാരുതി വാചാ ഭരതകുമാരനും
പൂരുഷ വഷേം ധരിച്ചാർ കപികളും
പ്രീതിപൂർവ്വം കുശലം വിചാരിച്ചതി–
മോദം കലർന്നു വസിച്ചാരവർകളും
സുഗ്രീവനക്കെനിവോടു പുണർന്നഥ
ഗദ്ഗദവാചാ പറഞ്ഞു ഭരതനും
'നൂനും ഭവൽസഹായനേ രഘുവരൻ
മാനിയാം രാവണൻ തന്നെ വധിച്ചതും
നാലുസുതുന്മാർ ദശരഥഭൂപനി–
ക്കാലമഞ്ചാമനായിച്ചമഞ്ഞു ഭവാൻ
പഞ്ചമഭ്രാതാ ഭവാനിനി ഞങ്ങൾക്കു
കിഞ്ചന സംശയമില്ലന്നെറികടോ'
ശോകാതുരയായ കൗസല്യതൻപദം
രാഘവൻ ഭക്ത്യാ നമസ്കരിച്ചീടിനാൻ
കാലേ കനിഞ്ഞു പുണർന്നാളുടൻ മുല–
പ്പാലും ചുരന്നിതു മാതാവിനന്നരേം
കൈകെയിയാകിയ മാതൃപദത്തയെും
കാകുത്സ്ഥനാശു സുമിത്രാപദാബ്ജവും
വന്ദിച്ചു മറ്റുള്ള മാതൃജനത്തയെും
നന്ദിച്ചവരുമണച്ചു തഴുകിനാർ
ലക്ഷ്മണനും മാതൃപാദങ്ങൾ കൂപ്പിനാൻ
ഉൾക്കാമ്പഴിഞ്ഞു പുണർന്നാരവർകളും
സീതയും മാതൃജനങ്ങളെ വന്ദിച്ചു
മോദമുൾക്കൊണ്ടു പുണർന്നാരവർകളും
സുഗ്രീവനാദികളും തൊഴുതീടിനാ–
രഗ്രേ വിനീതയായ് നിന്നിതു താരയും
ഭക്തിപരവശനായ ഭരതനും

ചിത്തമഴിഞ്ഞു തൽപ്പദുകാദ്വന്ദ്വവും
ശ്രീരാമപാദാരവിന്ദങ്ങളിൽ ചേർത്തു
പാരിൽ വീണാശു നമസ്കരിച്ചീടിനാൻ
'രാജ്യം ത്വയാ ദത്തമങ്ങെങ്കിൽ പുരാദ്യ ഞാൻ
പൂജ്യനാം നിങ്ങൾ സമർപ്പിച്ചിതാദരാൽ
ഇന്നു മജ്ജന്മം സഫലമായ് വന്നിതു
ധന്യനായനേടിയനിന്നു നിർണ്ണയം
വന്നു മനോരഥമെല്ലാം സഫലമായ്
വന്നിതു മൽക്കർമ്മസാഫല്യവും പ്രഭോ!
പണ്ടതേലിനിന്നു പതിന്മടങ്ങായുട-
നുണ്ടിഹ രാജഭണ്ഡാരവും ഭൂപതേ!
ആനയും തേരും കുതിരയും പാർത്തു കാ-
ണുനമില്ലതെ പതിന്മടങ്ങുണ്ടല്ലോ
നിന്നുടെ കാരുണ്യമുണ്ടാകകൊണ്ടു ഞാ-
നിന്നയോളം രാജ്യമത്ര രക്ഷിച്ചതും
ത്യാജ്യമല്ലെട്ടും ഭവാനാലിനിത്തവ
രാജ്യവും ഞങ്ങളെയും ഭുവനത്തെയും
പാലനം ചെയ്ക ഭവാനിനി മറ്റേതു-
മാലംബനമില്ല കാരുണ്യവാരിധേ!'

രാജ്യാഭിഷേകം

ഇത്ഥം പറഞ്ഞ ഭരതനെക്കേണ്ടവ-
രത്രയും പാരം പ്രശംസിച്ചു വാഴ്ത്തിനാര്‍
സന്തുഷ്ടനായ രഘുകുലനാഥനു-
മന്തര്‍മ്മുദാ വിമാനനേ മാനനേ പോയ്
നന്ദിഗ്രമേ ഭരതാശ്രമേ ചെന്നഥ
മന്ദം മഹീതലം തന്നിലിറങ്ങിനാന്‍
പുഷ്പകമായ വിമാനത്തെ മാനിച്ചു
ചില്‍പുരുഷനരുള്‍ചെയ്താനനന്തരം
"ചെന്നു വഹിയ്ക്ക നീ വൈശ്രവണന്‍ തന്നെ
മുന്നെക്കണക്കേ വിശേഷിച്ചു നീ മുദാ
വന്നീടു ഞാന്‍ നിരൂപിയ്ക്കുന്ന നേരത്തു
നിന്നെ വിരോധിയ്ക്കയുമില്ലൊരുത്തനും"
എന്നരുള്‍ചെയ്തതു കേട്ടു വന്ദിച്ചു പോയ്
ചെന്നളകാപുരി പുക്കു വിമാനവും
സോദരനോടും വസിഷ്ഠനാമാചാര്യ-
പാദം നമസ്കരിച്ചു രഘുനായകന്‍
ആശിര്‍വ്വചനവും ചെയ്തു മഹാസന-
മാശു കൊടുത്തു വസിഷ്ഠമുനീന്ദ്രനും
ദശേികാനുജ്ഞയാ ഭദ്രാസനേ ഭുവി
ദാശരഥിയുമിരുന്നരുളീടിനാന്‍
അപ്പോള്‍ ഭരതനും കേകയപുത്രിയു-
മുല്‍പലസംഭവപുത്രന്‍ വസിഷ്ഠനും
വാമദേവാദി മഹാമുനിവര്‍ഗ്ഗവും
ഭൂമിദേവോത്തമന്മാരുമമാത്യരും
രക്ഷിയ്ക്ക ഭൂതലമെന്നപേക്ഷിച്ചിതു

ലക്ഷ്മീപതിയായ രാമനോടന്നേരം
ബ്രഹ്മസ്വരൂപനാത്മാരാമനീശ്വരൻ
ജന്മനാശാദികളില്ലാത്ത മംഗലൻ
നിർമ്മലൻ നിത്യൻ നിരുപമനദ്വയൻ
നിർമ്മമൻ നിഷ്കളൻ നിർഗ്ഗുണനവ്യയൻ
ചിന്മയൻ ജംഗമാജംഗമാന്തർഗ്ഗതൻ
സന്മയൻ സത്യസ്വരൂപൻ സനാതനൻ
തന്മഹാമായയാ സർവ്വലോകങ്ങളും
നിർമ്മിച്ചു രക്ഷിച്ചു സംഹരിയ്ക്കുന്നവൻ
ഇങ്ങനെയെങ്ങവർ ചൊന്നതു കേട്ടള-
വിംഗിതജ്ഞൻ മന്ദഹാസപുരസ്സരം
'മാനസേ ഖേദമുണ്ടാകരുതാർക്കുമേ
ഞാനയോദ്ധ്യാധിപനായ് വസിക്കാമല്ലോ
എങ്കിലതിന്നൊരുക്കീടുകല്ലേലാ'മെന്നു
പങ്കജലോചനാനുജ്ഞയാ സംഭ്രമാൽ
അശ്രുപൂർണ്ണാക്ഷനായ് ശത്രുഘ്നനും തദാ
ശ്മശ്രുനികൃന്തകന്മാരെ വരുത്തിനാൻ
സംഭാരവുമഭിഷേകോർത്ഥമവേരും
സംഭരിച്ചീടിനാരാനന്ദചേതസാ
ലക്ഷ്മണൻതാനും ഭരതകുമാരനും
രക്ഷോവരനും ദിവാകരപുത്രനും
മുമ്പേ ജടാഭാരാശോധനയും ചെയ്തു
സമ്പൂർണ്ണമോദം കുളിച്ചു ദിവ്യാംബരം
പൂണ്ടു മാല്യാനുലേപാദ്യലങ്കാരങ്ങ-
ളാണ്ടു കുതൂഹലം കൈക്കൊണ്ടനാരതം
ശ്രീരാമദേവനും ലക്ഷ്മണനും പുന-
രാരൂഢമോദമലങ്കരിച്ചീടിനാർ
ശോഭയോടേ ഭരതൻ കുണ്ഡലാദിക-

ലാഭരണങ്ങളലെല്ലാമനുരൂപമായ്
ജാനകീദവേിയെ രാജനാരീജനം
മാനിച്ചലങ്കരിപ്പിച്ചാരതിമുദാ
വാനരനാരീജനത്തിനും കൗസല്യ-
താനാദരാലലങ്കാരങ്ങൾ നൽകിനാൾ
അന്നരേമത്ര സുമന്ത്രർ മഹാരഥം
നന്നായ് ചമച്ചു യഭോജിപ്പിച്ചു നിർത്തിനാൻ
രാജരാജൻ മനുവീരൻ ദയാപരൻ
രാജയഭോഗ്യം മഹാസ്യന്ദനമറേിനാൻ
സൂര്യതനയനുമംഗദവീരനും
മാരുതിതാനും വിഭീഷണനും തദാ
ദിവ്യാംബരാഭരണാദ്യലങ്കാരണേ
ദിവ്യഗജാശ്വരഥങ്ങളിലാമ്മാറു
നാഥന്നകമ്പടിയായ് നടന്നീടിനാർ
സീതയും സുഗ്രീവപത്നികളാദിയാം
വാനരനാരിമാരും വാഹനങ്ങളിൽ
സന്തോപരിവൃതമാരായനന്തരം
പിമ്പേ നടന്നിതു ശംഖനാദത്തൊടും
ഗംഭീരവാദ്യഘോഷങ്ങളോടും തദാ
സാരഥ്യവലേ കൈക്കൊണ്ടാൻ ഭരതനും
ചാരുവഞ്ചാമരം നക്തഞ്ചരന്ദ്രേനും
ശ്വതോതപത്രം പിടിച്ചു ശത്രുഘ്നനും
സഹോദരൻ ദിവ്യവ്യജനവും വീയിനാൻ
മാനുഷവഷേം ധരിച്ചു ചമഞ്ഞുള്ള
വാനരന്ദ്രേന്മാർ പതിനായിരമുണ്ടു
വാരണന്ദ്രേന്മാർ കഴുത്തിലറേിപ്പരി-
വാരജനങ്ങളുമായ് നടന്നീടിനാർ
രാമനീവണ്ണമഴുെന്നള്ളുന്നരേത്തു
രാമമാരും ചനെ്നു ഹർമ്മ്യങ്ങളറേിനാർ

കണ്ണിനാനന്ദപൂരം പുരുഷം പരം
പുണ്യപുരുഷമാലോക്യനാരീജനം
ഗേഹധർമ്മങ്ങളുമൊക്കെ മറന്നുള്ളിൽ
മോഹപരവശമാരായ് മരുവിനാർ
മന്ദമന്ദം ചെന്നു രാഘവൻ വാസവ-
മന്ദിരതുല്യമാം താതാലയം കണ്ടു
വന്ദിച്ചകംപുക്കു മാതാവുതൻ പദം
വന്ദിച്ചിതന്യപിതൃപ്രിയമാരെയും
പ്രീത്യാ ഭരതകുമാരനോടന്നരേ-
മാസ്ഥയാ ചൊന്നാന്വിളംബിതം ഭവാൻ
ഭാനുതനയനും നക്തഞ്ചരനേന്ദ്രനും
വാനരനായകന്മാർക്കും യഥോചിതം
സൗഖ്യനേ വാഴ്വതിന്നോരോ ഗൃഹങ്ങളി-
ലാക്കുകവണേമവരെ വിരയെ നീ
എന്നതു കേട്ടതു ചെയ്താൻ ഭരതനും
ചെന്നവരോരോ ഗൃഹങ്ങളിൽ മേവിനാർ
സുഗ്രീവനോടു പറഞ്ഞു ഭരതനു-
മഗ്രജനിപ്പോളഭിഷേകകർമ്മവും
മംഗലമാമ്മാറു നീ കഴിച്ചീടെണ-
മംഗദനാദികളോടും യഥാവിധി
നാലുസമുദ്രത്തിലും ചെന്നു തീർത്ഥവും
കാലേ വരുത്തുക മുമ്പിനാൽ വേണ്ടതും
എങ്കിലോ ജാംബവാനും മരുൽപ്പുത്രനു-
മംഗദൻതാനും സുഷേണേനും വൈകാതെ
സ്വർണ്ണകലശങ്ങൾതന്നിൽ മലയജ-
പർണ്ണനേ വായ്ക്കെട്ടി വാരിയും പൂരിച്ചു
കൊണ്ടുവരികെന്നയച്ചോരളവവർ
കൊണ്ടുവന്നീടിനാരങ്ങനെ സത്വരം
പുണ്യനദീജലം പുഷ്കരമാദിയാ-

മന്യതീർത്ഥങ്ങളിലുള്ള സലിലവും-
മങ്ങൊക്കെ വരുത്തി മറ്റുള്ള പദാർത്ഥങ്ങൾ
മർക്കടവൃന്ദം വരുത്തിനാർ തൽക്ഷണേ
ശത്രുഘ്നനുമമാത്യൗഘമുമായ്മറ്റു
ശുദ്ധപദാർത്ഥങ്ങൾ സംഭരിച്ചീടിനാർ
രത്നസിംഹാസനേ രാമനെയും ചേർത്തു
പത്നിയെയും വാമഭാഗേ വിനിവേശ്യ
വാമദേവൻ മുനി ജാബാലി ഗൗതമൻ
വാത്മീകിയെന്നവരോടും വസിഷ്ഠനാം
ദേശികൻ ബ്രാഹ്മണശ്രേഷ്ഠരോടും കൂടി
ദാശരഥിക്കഭിഷേകവും ചെയ്തിതു
പൊന്നിൽ കലശങ്ങളായിരത്തെട്ടുമ-
ങന്യൂനശോഭം ജപിച്ചാൽ മറകളും
നക്തഞ്ചരേന്ദ്രനും വാനരവീരനും
രത്നദണ്ഡം പൂണ്ട ചാമരം വീയിനാർ
ഭക്ത്യാ പിതൃക്കളും ശ്രീരാമഭദ്രനെ
ചിത്തമഴിഞ്ഞു പുകഴ്ന്നു തുടങ്ങിനാർ
'ദുഷ്ടനാം രാവണൻ നഷ്ടനായാനിന്നു
തുഷ്ടരായ് വന്നിതു ഞങ്ങളും ദേവമേ!
പുഷ്ടിയും വാച്ചിതു ലോകത്രയത്തിങ്ക-
ലിഷ്ടിയുമുണ്ടായിതിഷ്ടലാഭത്തിനാൽ
പിണ്ഡോദകങ്ങളുദിക്കായ കാരണം
ദണ്ഡവും തീർന്നിതു ഞങ്ങൾക്കു ദേവമേ!'
യക്ഷന്മാരൊക്കെ സ്തുതിച്ചാരനന്തരം
രക്ഷോവിനാശകനാകിയ രാമനെ
'രക്ഷിതന്മാരായ് ചമഞ്ഞിതു ഞങ്ങളും
രക്ഷോവരനെ വധിച്ചമൂലം ഭവാൻ
പക്ഷീവ്ഹാനാഹനേ! പാപവിനാശന!
രക്ഷ രക്ഷ പ്രഭോ നിത്യം നമോസ്തു തേ'

ഗന്ധർവ്വസംഘവുമക്കൊക്കെ സ്തുതിച്ചിതു
പംക്തികണ്ഠാന്തകൻ തന്നെ നിരാമയം
'അന്ധനാം രാവണൻ തന്നെബ്ഭയപ്പെട്ടു
സന്തതം ഞങ്ങളൊളിച്ചുകിടന്നതും
ഇന്നു തുടങ്ങി തവ ചരിത്രങ്ങളും
നന്നായ് സ്തുതിച്ചു പാടിക്കൊണ്ടനാരതം
സഞ്ചരിയ്ക്കാമിനിക്കാരുണ്യവാരിധേ!
നിൻചരണാംബുജം നിത്യം നമോ നമഃ'
കിന്നരന്മാരും പുകഴ്ന്നു തുടങ്ങിനാർ
മന്നവൻതന്നെ മനോഹരമംവണ്ണം
'ദുർന്നയമറേിയ രാക്ഷസരാജനെ-
ക്കൊന്നു കളഞ്ഞുടൻ ഞങ്ങളെ രക്ഷിച്ച
നിന്നെബ്ഭജിപ്പാനവകാശമുണ്ടായി-
വന്നതും നിന്നുടെ കാരുണ്യവൈഭവം
പന്നഗതൽപേ വസിയ്ക്കും ഭവൽപ്പദം
വന്ദാമഹേ വയം വന്ദാമഹേ വയം'
കിംപുരുഷന്മാർ പരംപുരുഷൻപദം
സംഭാവ്യ ഭക്ത്യാ പുകഴ്ന്നാരതിദുതം
'കമ്പിതന്മാരായ് വയം ഭയംപൂണ്ടൊളി-
ച്ചൻെപോറ്റി! രാവണനെന്നു കേൾക്കുന്നേരം
അംബരമാർഗ്ഗേ നടക്കുമാറി,ല്ലിനി
നിൻപാദപത്മം ഭജിയ്ക്കായ്വരേണമേ'
സിദ്ധസമൂഹവുമപ്പോൾ മനോരഥം
സിദ്ധിച്ചമൂലം പുകഴ്ത്തിത്തുടങ്ങിനാൽ
'യുദ്ധേ ദശഗ്രീവനെക്കൊന്നു ഞങ്ങൾക്കു
ചിത്തഭയം തീർത്ത കാരുണ്യവാരിധേ!
രക്താരവിന്ദാഭപൂണ്ട ഭവൽപ്പദം
നിത്യം നമോനമോ നിത്യം നമോ നമഃ'
വിദ്യാധരന്മാരുമത്യാദരം പൂണ്ടു

ഗദ്യപദ്യാദികൾകൊണ്ടു പുകഴ്ത്തിനാർ
'വിദ്വജ്ജനങ്ങൾക്കുമുള്ളിൽ തിരിയാത്ത
തത്ത്വാത്മനേ പരമാത്മനേ തേ നമഃ
ചാരുരൂപം തടേുമപ്സരസാം ഗണം
ചാരണന്മാരുരഗന്മാര് മരുത്തുക്കള്
തുംബുരു നാരദഗുഹ്യകവ്യന്ദവു-
മംബരചാരികള് മററുള്ളവർകളും
സ്പഷ്ടവർണ്ണോദ്യന്മധുരപദങ്ങളാല്
തുഷ്ട്യാ കനക്കെ സ്തുതിച്ചോരനന്തരം
രാമചന്ദ്രാനുഗ്രഹണേ സമസ്തരും
കാമാലാഭനേ നിജ നിജ മന്ദിരം
പ്രാപിച്ചു താരകബ്രഹ്മവും ധ്യാനിച്ചു
താപത്രയവുമകന്നു വാണീടിനാര്
സച്ചിൽപരബ്രഹ്മപൂർണ്ണമാത്മാനന്ദ-
മച്യുതമദ്വയമകേമനാമയം
ഭാവനയാ ഭഗവല്പാദാംഭോജവും
സവിച്ചിരുന്നാറ് ജഗത്രയവാസികള്
സിംഹാസനോപരി സീതയാ സംയുതം
സിംഹപരാക്രമം സൂര്യകോടിപ്രഭം
സോദരവാ്നര താപസ രാക്ഷസ-
ഭൂദവേവൃന്ദനിഷവേ്യമാണം പരം
രാമമഭിഷകേതീർത്ഥാർദ്രവിഗ്രഹം
ശ്യാമളം കോമളം ചാമീകരപ്രഭം
ചന്ദ്രബിംബാനനം ചാർവ്വായുതഭുജം
ചന്ദ്രികാമന്ദഹാസോജ്ജ്വലം രാഘവം
ധ്യാനിപ്പവർക്കഭീഷ്ടാസ്പദം കണ്ടു ക-
ണ്ടാനന്ദമുൾക്കൊണ്ടിരുന്നിതല്ലൊവരും

വാനരാദികൾക്ക് ഭഗവാൻ കൊടുത്ത അനുഗ്രഹം

വിശ്വംഭരാ പരിപാലനവും ചെയ്തു
വിശ്വനാഥന് വസിച്ചീടും ദശാന്തരേ
സസ്യസമ്പൂർണ്ണമായ് വന്നിതവനിയും
ഉത്സവയുക്തങ്ങളായി ഗൃഹങ്ങളും
വൃക്ഷങ്ങളെല്ലാമതിസ്വാദു സംയുത-
പക്വങ്ങളോടു കലർന്നു നിന്നീടുന്നു
ദുർഗ്ഗന്ധപുഷ്പങ്ങളക്കാലമൂഴിയില്
സൽഗന്ധയുക്തങ്ങളായ്വന്നിതൊക്കവെ
നൂറായിരം തുരഗങ്ങള് പശുക്കളും
നൂറുനൂറായിരത്തില്പ്പുറം പിന്നെയും
മുപ്പതുകോടി സുവർണ്ണാഭാരങ്ങളും
സുബ്രാഹ്മണർക്കു കൊടുത്തു രഘൂത്തമന്
വസ്ത്രാഭരണ മാല്യങ്ങൾസംഖ്യമായ്
പൃത്ഥ്വീസുരോത്തമന്മാർക്കു നൽകീടിനാന്
സ്വർണ്ണരത്നോജ്ജ്വലം മാല്യം മഹാപ്രഭം
വർണ്ണവൈചിത്ര്യമനഘമനുപമം
ആദിത്യപുത്രനു നൽകിനാനാദരാ-
ലാദിതയോധിപപുത്രതനയനും
അംഗദദ്വന്ദ്വം കൊടുത്തോരനന്തരം
മംഗലാപാംഗിയാം സീതയ്ക്കു നൽകിനാന്
മേരുവും ലോകത്രയവും കൊടുക്കിലും
പോരാ വിലയതിനങ്ങനെയൊള്ളൊരു
ഹാരം കൊടുത്തതു കണ്ടു വൈദേഹിയും
പാരം പ്രസാദിച്ചു മന്ദസ്മിതാന്വിതം

കണ്ഠദേശത്തിങ്കൽനിന്നങ്ങെടുത്തിട്ടു
രണ്ടുകൈകൊണ്ടും പിടിച്ചു നോക്കീടിനാള്
ഭർത്തൃമുഖാബ്ജവും മാരുതി വക്ത്രവും
മദ്ധ്യേ മണിമയമാകിയ ഹാരവും
ഇംഗിതജ്ഞന് പുരുഷോത്തമനനന്തരം
മംഗലദേവതയോടു ചൊല്ലീടിനാന്
'ഇക്കണ്ടവർകളിലിഷ്ടനാകുന്നതാ-
രുൾക്കമലത്തില് നിനക്കു മനോഹരേ!
നൽകീടവന്നു നീ മറ്റാരുമില്ല നി-
ന്നാകൂതഭംഗം വരുത്തുവാനോമലേ!'
എന്നതു കേട്ടു ചിരിച്ചു വൈദേഹിയും
മന്ദം വിളിച്ചു ഹനുമാനു നൽകിനാള്
ഹാരവും പൂണ്ടു വിളങ്ങിനാനേറ്റവും
മരുതിയും പരമാനന്ദസംയുതം
അഞ്ജലിയോടും തിരുമുമ്പില് നിന്നിടു-
മഞ്ജനാപുത്രനെക്കണ്ടു രഘുവരന്
മന്ദമരികേ വിളിച്ചരുൾചെയ്തിതാ-
നന്ദപരവശനായ് മധുരാക്ഷരം
'മാരുതനന്ദന വേണ്ടും വരത്തെ നീ
വീര വരിച്ചുകൊൾകേതും മടിയാതെ'
എന്നതു കേട്ടു വന്ദിച്ചു കപീന്ദ്രനും
മന്നവന് തന്നോടപേക്ഷിച്ചരുളിനാന്
'സ്വാമിന് പ്രഭോ നിന്തിരുവടിതന്നുടെ
നാമവും ചാരുചരിത്രവുമുള്ള നാള്
ഭൂമിയിൽ വാഴ്വാനനുഗ്രഹിച്ചീടണം
രാമനാമം കേട്ടുകൊൾവാനനാരതം
രാമജപസ്മരണശ്രവണങ്ങളിൽ
മാമകമാനസേ തൃപ്തിവരാ വിഭോ!

മററുവരം മമ വേണ്ട ദയാനിധേ!
മററുമിളക്കമില്ലാതൊരു ഭക്തിയു-
മുണ്ടായിരിയ്ക്കണ'മെന്നതു കേട്ടൊരു
പുണ്ഡരീകാക്ഷനനുഗ്രഹം നൽകിനാൻ
'മൽകഥയുള്ളനാൾ മുക്തനായ് വാഴ്കനീ
ഭക്തികൊണ്ടേ വരൂ ബ്രഹ്മത്വവും സഖേ!'
ജാനകീദേവിയും ഭോഗാനുഭൂതികൾ
താനേ വരികെന്നനുഗ്രഹിച്ചീടിനാൾ
ആനന്ദബാഷ്പപരീതാക്ഷനായവൻ
വീണുനമസ്കൃത്യ പിന്നെയും പിന്നെയും
ചെന്നു ഹിമാചലം പുക്കു തപസ്സിനായ്
പിന്നെ ഗുഹനെ വിളിച്ചു മനുവരൻ
'ഗച്ഛ സഖേ! പുരം ശൃംഗീവരം ഭവാൻ
മൽചരിത്രങ്ങളും ചിന്തിച്ചു വാഴ്കനീ
ഭോഗങ്ങളെല്ലാം ഭുജിച്ചു ചിരം പുന-
രകേഭാവം ഭജിച്ചീടുകെന്നോടു നീ'
ദിവ്യാംബരാഭരണങ്ങളെല്ലാം കൊടു-
ത്തവ്യാജഭക്തനെ യാത്ര വഴങ്ങിനാൻ
പ്രമേഭാരേണ വിയോഗദുഃഖം കൊണ്ടു
രാമനാലാശ്ലിഷ്ടനായ ഗുഹൻ തദാ
ഗംഗാനദീപ്രിശോഭിതമായൊരു
ശൃംഗീവരം പ്രവേശിച്ചു മരുവിനാൻ
മൂല്യമില്ലാത വസ്ത്രാഭരണങ്ങളും
മാല്യകളഭ ഹരിചന്ദനാദിയും
പിന്നെയും പിന്നെയും വേണ്ടുവോളം നൽകി
മന്നവൻ ഗാഢഗാഢം പുണർന്നാദരാൽ
മർക്കടനായകന്മാർക്കും കൊടുത്തുപോയ്-
കിഷ്കിന്ധപൂകെന്നയച്ചരുളീടിനാൻ

സുഗ്രീവനും വിയോഗനേ ദുഃഖം കൊണ്ടു
കിഷ്കിന്ധപുക്കു സുഖിച്ചു മരുവിനാൻ
സീതാജനകനായീടും ജനകനെ
പ്രീതിയോടെ പറഞ്ഞാശ്ലഷേവും ചെയ്തു
സീതയക്കെകൊണ്ടു കൊടുപ്പിച്ചൊരോതരം
നൂതനപട്ടാംബരാഭരണാദിയും
നൽകി, വിദഹേരാജ്യത്തിനു പോകെന്നു
പുൽകിക്കനിവോടു യാത്ര വഴങ്ങിനാൻ
കാശിരാജാവിനും വസ്ത്രാഭരണങ്ങ-
ളാശയാനന്ദം വരുമാറു നൽകിനാൻ
പിന്നെ മറ്റുള്ള നൃപന്മാർക്കുമൊക്കവെ
മന്നവൻ നിർമ്മലഭൂഷണാദ്യങ്ങളും
സമ്മാനപൂർവ്വം കൊടുത്തയച്ചീടിനാൻ
സമ്മോദമുൾക്കൊണ്ടു പോയാരവർകളും
നക്തഞ്ചരനേ്ദ്രൻ വിഭീഷണനന്നരേം
ഭക്ത്യാ നമസ്കരിച്ചാൻ ചരണാംബുജം
'മിത്രമായ് നീ തുണച്ചോരുമൂലം മമ
ശത്രുക്കളജ്ജെയിച്ചനേൊരുജാതി ഞാൻ
ആചന്ദ്രതാരകം ലങ്കയിൽ വാഴ്ക നീ
നാശമരികളാലുണ്ടാകയില്ല തേ
എന്നെ മറന്നുപോകാതെ നിരൂപിച്ചു
പുണ്യജനാധിപനായ് വസിച്ചീടടെോ!
വിഷ്ണുലിംഗത്തയെും പൂജിച്ചു നിത്യവും
വിഷ്ണുപരായണനായ് വിശുദ്ധാത്മനാ
മുക്തനായ് വാണീടുകെ'ന്നു നിയോഗിച്ചു
മുക്താഫലമണിസ്വർണ്ണാഭാരങ്ങളും
ആവോളവും കൊടുത്താശു പോവാനയ-
ച്ചാവിർമ്മുദാ പുണർന്നീടിന്നാൻ പിന്നയെും

ചിത്തേ വിയോഗദുഃഖം കൊണ്ടു കണ്ണുനീ-
രത്യർത്ഥമിറ്റിറ്റു വീണും വണങ്ങിയും
ഗദ്ഗദവർണ്ണനേ യാത്രയും ചൊല്ലിനാൻ
നിർഗ്ഗമിച്ചാനൊരുജാതി വിഭീഷണൻ
ലങ്കയിൽ ചെന്നു സുഹൃജ്ജനത്തോടുമാ-
തങ്കമൊഴിഞ്ഞു സുഖിച്ചു വാണീടിനാൻ.

ശ്രീരാമന്റെ രാജ്യഭാരഫലം

ജാനകീദേവിയോടും കൂടി രാഘവ-
നാനന്ദമുൾക്കൊണ്ടു രാജഭോഗാന്വിതം
അശ്വമേധാദിയാം യാഗങ്ങളും ചെയ്തു
വിശ്വപവിത്രയാം കീർത്തിയും പൊങ്ങിച്ചു
നിശ്ശേഷസൗഖ്യം വരുത്തി പ്രജകൾക്കു
വിശ്വമെല്ലാം പരിപാലിച്ചരുളിനാൻ
വൈധവ്യദുഃഖം വനിതമാർക്കില്ലൊരു
വ്യാധിഭയവുമൊരുത്തർക്കുമില്ലല്ലോ
സസ്യപരിപൂർണ്ണയല്ലോ ധരിത്രിയും
ദസ്യുഭയവുമൊരേടത്തുമില്ലല്ലോ
ബാലമരണമകപ്പെടുമാറില്ല
കാലേ വരിഷിക്കുമല്ലോ ഘനങ്ങളും
രാമപൂജാപരന്മാർ നരന്മാർ ഭുവി
രാമനെ ധ്യാനിക്കുമവേരും സന്തതം
വർണ്ണാശ്രമങ്ങൾ തനിക്കുതനിക്കുള്ള-
തൊന്നുമിളക്കം വരുത്തുകയില്ലാരുമേ
എല്ലാവനുമുണ്ടനുകമ്പ മാനസേ
നല്ലതൊഴിഞ്ഞുള്ള ചിന്തയില്ലാർക്കുമേ
നോക്കുമാറില്ലാരുമേ പരദാരങ്ങ-
ളോർക്കയുമില്ല പരദ്രവ്യമാരുമേ
ഇന്ദ്രിയനിഗ്രഹമെല്ലാവനുമുണ്ടു
നിന്ദയുമില്ല പരസ്പരമാർക്കുമേ
നന്ദനന്മാരെപ്പിതാവു രക്ഷിക്കുന്ന-
വണ്ണം പ്രജകളെ രക്ഷിച്ചു രാഘവൻ
സാകേതവാസികളായ ജനങ്ങൾക്കു
ലോകാന്തരസുഖമെന്തോന്നിതിൽപ്പരം
വൈകുണ്ഠലോകഭോഗത്തിനു തുല്യമായ്
ശോകമോഹങ്ങളകന്നു മരുവിനാർ.

രാമായണമാഹാത്മ്യം

അദ്ധ്യാത്മരാമായണമിദമത്രെയു-
മത്യുത്തമോത്തമം മൃത്യുഞ്ജയപ്രോക്തം
അദ്ധ്യയനം ചെയ്കിൽ മർത്ത്യനജ്ജന്മനാ
മുക്തി സിദ്ധിയ്ക്കുമതിനില്ല സംശയം
മൈത്രീകരം ധനധാന്യവൃദ്ധിപ്രദം
ശത്രുവിനാശനമാരോഗ്യവർദ്ധനം
ദീർഘായുരർത്ഥപ്രദം പവിത്രം പരം
സൗഖ്യപ്രദം സകലാഭീഷ്ടസാധകം
ഭക്ത്യാപഠിയ്ക്കിലും ചൊൽകിലും തൽക്ഷണേ
മുക്തനായീടും മഹാപാതകങ്ങളാൽ
അർത്ഥാഭിലാഷി ലഭിയ്ക്കും മഹാധനം
പുത്രാഭിലാഷി സുപുത്രനയേും തഥാ
സിദ്ധിയ്ക്കുമാര്യജനങ്ങളാൽ സമ്മതം
വിദ്യാഭിലാഷി മഹാബുധനായ് വരും
വന്ധ്യായുവതി കടേ്ടീടുകിൽ നല്ലൊരു
സന്തതിയുണ്ടാമവൾക്കെന്നു നിർണ്ണയം,
ബദ്ധനായുള്ളവൻ മുക്തനായ് വന്നിടു-
മർത്ഥി കടേ്ടീടുകിലർത്ഥവാനായ് വരും
ദുർഗ്ഗങ്ങളെല്ലാം ജയിക്കായ്വരുമതി-
ദുഃഖിതൻ കേൾക്കിൽ സുഖിയായ് വരുമവൻ
ഭീതനിതു കേൾക്കിൽ നിർഭയനായ്വരും
വ്യാധിതൻ കേൾക്കിലനാതുരനായ് വരും
ഭൂതദൈവാത്മോത്ഥമായുടനുണ്ടാകു-
മാധികളെല്ലാമകന്നുപോം നിർണ്ണയം
ദേവപിതൃഗണതാപസമുഖ്യന്മാ-

രവേരുമറേറം പ്രസാദിയ്ക്കുമത്യരം

കൽമഷമല്ലൊമകലുമതയേല്ല

ധർമ്മാർത്ഥകാമമോക്ഷങ്ങൾ സാധിച്ചിടും

അദ്ധ്യാത്മരാമായണം പരമശ്ശേവര-

നദ്രിസുതയ്ക്കുപദശേിച്ചിതാദരാൽ

നിത്യവും ശുദ്ധബുദ്ധ്യാ ഗുരുഭക്തിപൂ-

ണ്ടദ്ധ്യയനം ചയ്യെിലും മുദാ കൾേക്കിലും

സിദ്ധിയ്ക്കുമല്ലൊമഭീഷ്ടമന്നെിങ്ങനെ

ബദ്ധമോദം പരമാർത്ഥമിതൊക്കവെേ

ഭക്ത്യാ പറഞ്ഞടങ്ങീ കിളിപ്പതൈലും

ചിത്തം തളിഞ്ഞു കടേ്ടു മഹാലോകരും

ഇത്യദ്ധ്യാത്മരാമായണേ ഉമാമഹശേ്വരസംവാദേ
യുദ്ധകാണ്ഡം സമാപ്തം

www.ingramcontent.com/pod-product-compliance
Lightning Source LLC
LaVergne TN
LVHW100613051026
849519LV00001B/5